ಕಲಿಯುಗ

RULED BY KAMINI AND KANCHANA

ಸುಗುಣ ಕೌಶಿಕ್

ಓಂನಮೋಭಗವತಿವಾಸುದೇವಾಯ

ಪರಿವಿಡಿಗಳು

ಮುನ್ನುಡಿ vii

ಪ್ರಸ್ತಾವನೆ xvii

1. ಕಲಿಯುಗವು ಪ್ರಾರಂಭವಾಗುವ ಸಮಯ 1
2. ಭೂಮಿ ಮತ್ತು ಧರ್ಮ (ಹಸು ಮತ್ತು ಗೂಳಿ) 13
3. ಕಲಿ-ಪುರುಷನ ಧಮನ 19
4. ಪುರಂಜನನ ಕಥೆ 22
5. ಭೌತಿಕವಾದಿ ಮತ್ತು ಆಧ್ಯಾತ್ಮಿಕ ಗುರುಗಳ ನಡುವೆ ಸಂಭಾಷಣೆಗಳು 33
6. ಸಂಸಾರ ಬಂದನ 121
7. ಪವರ್ಗ ಪ, ಫ, ಬ, ಭ, ಮ 136
8. ಭಗವಂತನ ಪ್ರಜ್ಞೆಯಲ್ಲಿ 161
9. ಕೃಷ್ಣ ಮತ್ತು ಉದ್ಧವ 178

ಉಪಸಂಹಾರ 209

Author Description 223

ಮುನ್ನುಡಿ

ಪ್ರಸ್ತುತ ಯುಗವು ಕಲಿಯುಗದ ನಿರ್ದಿಷ್ಟ ಗುಣಗಳಿಂದ ಪ್ರಭಾವಿತವಾಗಿದೆ. ಸುಮಾರು ಐದು ಸಾವಿರ ವರ್ಷಗಳ ಹಿಂದೆ ಕುರುಕ್ಷೇತ್ರ ಕದನದ ದಿನಗಳಿಂದ, ಕಲಿಯುಗದ ಪ್ರಭಾವವು ಪ್ರಕಟಗೊಳ್ಳಲು ಪ್ರಾರಂಭಿಸಿತು ಮತ್ತು ಅಧಿಕೃತ ಗ್ರಂಥಗಳಿಂದ ಕಲಿಯುಗದ ವಯಸ್ಸು ಇನ್ನೂ 4,27,000 ವರ್ಷಗಳವರೆಗೆ ಇರುತ್ತದೆ ಎಂದು ತಿಳಿದುಬಂದಿದೆ. ಮೇಲೆ ತಿಳಿಸಿದಂತೆ ಕಲಿಯುಗದ ಲಕ್ಷಣಗಳಾದ ದುರಾಸೆ, ಸುಳ್ಳು, ರಾಜತಾಂತ್ರಿಕತೆ, ವಂಚನೆ, ಸ್ವಜನಪಕ್ಷಪಾತ, ಹಿಂಸಾಚಾರ ಮತ್ತು ಅಂತಹ ಎಲ್ಲಾ ವಿಷಯಗಳು ಈಗಾಗಲೇ ಚಾಲ್ತಿಯಲ್ಲಿವೆ ಮತ್ತು ಮತ್ತಷ್ಟು ಹೆಚ್ಚಳದಿಂದ ಕ್ರಮೇಣ ಏನಾಗಲಿದೆ ಎಂದು ಯಾರೂ ಊಹಿಸಲು ಸಾಧ್ಯವಿಲ್ಲ. ವಿನಾಶದ ದಿನದವರೆಗೆ ಕಲಿಯ ಪ್ರಭಾವ. ಕಲಿಯುಗದ ಪ್ರಭಾವವು ದೇವರಿಲ್ಲದ ನಾಗರಿಕ ಎಂದು ಕರೆಯಲ್ಪಡುವ ಮನುಷ್ಯನಿಗೆ ಅರ್ಥವಾಗಿದೆ ಎಂದು ನಾವು ಈಗಾಗಲೇ ತಿಳಿದುಕೊಂಡಿದ್ದೇವೆ; ಭಗವಂತನ ರಕ್ಷಣೆಯಲ್ಲಿರುವವರು ಈ ಭಯಾನಕ ಕಲಿಯುಗಕ್ಕೆ ಭಯಪಡಬೇಕಾಗಿಲ್ಲ.

ಮಹಾರಾಜ ಯುಧಿಷ್ಠಿರನು ಭಗವಂತನ ಮಹಾನ್ ಭಕ್ತನಾಗಿದ್ದನು, ಮತ್ತು ಅವನು ಕಲಿಯುಗಕ್ಕೆ ಹೆದರುವ ಅಗತ್ಯವಿಲ್ಲ, ಆದರೆ ಅವನು ಸಕ್ರಿಯ ಕುಟುಂಬ ಜೀವನದಿಂದ ನಿವೃತ್ತಿ ಹೊಂದಲು ಆದ್ಯತೆ ನೀಡಿದನು ಮತ್ತು ದೇವರಿಗೆ ಹಿಂತಿರುಗಲು ತನ್ನನ್ನು ಸಿದ್ಧಪಡಿಸಿದನು. ಪಾಂಡವರು ಭಗವಂತನ ಶಾಶ್ವತ ಸಹಚರರು, ಆದ್ದರಿಂದ ಅವರು ಎಲ್ಲಕ್ಕಿಂತ ಹೆಚ್ಚಾಗಿ ಭಗವಂತನ ಸಹವಾಸದಲ್ಲಿ ಹೆಚ್ಚು ಆಸಕ್ತಿ ಹೊಂದಿದ್ದಾರೆ. ಅದಲ್ಲದೆ, ಒಬ್ಬ ಆದರ್ಶ ರಾಜನಾಗಿರುವುದರಿಂದ, ಮಹಾರಾಜ ಯುಧಿಷ್ಠಿರನು ಇತರರಿಗೆ ಮಾದರಿಯಾಗಲು ನಿವೃತ್ತಿ ಹೊಂದಲು ಬಯಸಿದನು. ಮನೆಯ ವ್ಯವಹಾರಗಳನ್ನು ನೋಡಿಕೊಳ್ಳಲು ಕೆಲವು ಯುವಕರು ಇದ್ದ ತಕ್ಷಣ, ಆಧ್ಯಾತ್ಮಿಕ ಸಾಕ್ಷಾತ್ಕಾರಕ್ಕೆ ತನ್ನನ್ನು ತಾನು ಉನ್ನತೀಕರಿಸಲು ಒಮ್ಮೆ ಕುಟುಂಬ ಜೀವನದಿಂದ ನಿವೃತ್ತಿ ಹೊಂದಬೇಕು. ಯಮರಾಜನ ಇಚ್ಛೆಯಿಂದ ಎಳೆದುಕೊಳ್ಳುವವರೆಗೂ ಮನೆಯ ಕತ್ತಲ ಬಾವಿಯಲ್ಲಿ ಕೊಳೆಯಬಾರದು. ಆಧುನಿಕ ರಾಜಕಾರಣಿಗಳು ಸಕ್ರಿಯ ಜೀವನದಿಂದ ಸ್ವಯಂ ನಿವೃತ್ತಿಯ ಬಗ್ಗೆ ಮಹಾರಾಜ ಯುಧಿಷ್ಠರರಿಂದ ಪಾಠಗಳನ್ನು ತೆಗೆದುಕೊಳ್ಳಬೇಕು ಮತ್ತು ಯುವ ಪೀಳಿಗೆಗೆ ಅವಕಾಶ ನೀಡಬೇಕು. ನಿವೃತ್ತ ವೃದ್ಧರು ಸಹ ಅವರಿಂದ ಪಾಠಗಳನ್ನು ತೆಗೆದುಕೊಳ್ಳಬೇಕು ಮತ್ತು ಸಾವನ್ನು ಎದುರಿಸಲು ಬಲವಂತವಾಗಿ ಎಳೆದುಕೊಂಡು ಹೋಗುವ ಮೊದಲು ಆಧ್ಯಾತ್ಮಿಕ ಸಾಕ್ಷಾತ್ಕಾರಕ್ಕಾಗಿ

ಮನೆಯಿಂದ ಹೊರಡಬೇಕು.

ಕಲಿಯುಗದ ಲಕ್ಷಣಗಳೇನು? ಅವು (1) ಮಹಿಳೆಯರೊಂದಿಗೆ ಅಕ್ರಮ ಸಂಪರ್ಕ. (2) ಮಾಂಸಾಹಾರ, (3) ಅಮಲು ಮತ್ತು (4) ಜೂಜಾಟದಲ್ಲಿ ಆನಂದ ಪಡೆಯುವುದು ಕಲಿಯುಗದ ಅಕ್ಷರಶಃ ಜಗಳದ ಯುಗ ಎಂದರ್ಥ, ಕಲಿಯುಗದ ವ್ಯಕ್ತಿತ್ವವು ಬಹಿರಂಗವಾದ ಗ್ರಂಥಗಳಲ್ಲಿ ನಿಷೇಧಿಸಲಾದ ಎಲ್ಲಾ ರೀತಿಯ ಪಾಪ ಕಾರ್ಯಗಳನ್ನು ಉದ್ದೇಶಪೂರ್ವಕವಾಗಿ ಮಾಡುವವನು. ಈ ಕಲಿಯುಗವು ಖಂಡಿತವಾಗಿಯೂ ಕಲಿಯುಗದ ಎಲ್ಲಾ ಚಟುವಟಿಕೆಗಳಿಂದ ತುಂಬಿರುತ್ತದೆ, ಆದರೆ ಇದರರ್ಥ ಸಮಾಜದ ಮುಖಂಡರು, ಕಾರ್ಯನಿರ್ವಾಹಕರು, ವಿದ್ವಾಂಸರು ಮತ್ತು ಬುದ್ಧಿವಂತರು ಅಥವಾ ಎಲ್ಲಕ್ಕಿಂತ ಹೆಚ್ಚಾಗಿ ಭಗವಂತನ ಭಕ್ತರು ಬಿಗಿಯಾಗಿ ಕುಳಿತುಕೊಳ್ಳಬೇಕು ಎಂದು ಅರ್ಥವಲ್ಲ. ಮಳೆಗಾಲದಲ್ಲಿ ನಿಸ್ಸಂಶಯವಾಗಿ ಹೇರಳವಾದ ಮಳೆಯಾಗುತ್ತದೆ, ಆದರೆ ಮಳೆಯಿಂದ ತಮ್ಮನ್ನು ರಕ್ಷಿಸಿಕೊಳ್ಳಲು ಪುರುಷರು ವಿಧಾನಗಳನ್ನು ತೆಗೆದುಕೊಳ್ಳಬಾರದು ಎಂದು ಇದರ ಅರ್ಥವಲ್ಲ. ಕಲಿಯುಗದ ಚಟುವಟಿಕೆಗಳು ಅಥವಾ ಕಲಿಯುಗದಿಂದ ಪ್ರಭಾವಿತರಾದ ವ್ಯಕ್ತಿಗಳ ವಿರುದ್ಧ ಎಲ್ಲಾ ಅಗತ್ಯ ಕ್ರಮಗಳನ್ನು ಕೈಗೊಳ್ಳುವುದು ಕಾರ್ಯನಿರ್ವಾಹಕ ಮುಖ್ಯಸ್ಥರು ಮತ್ತು ಇತರರ ಕರ್ತವ್ಯವಾಗಿದೆ; ಮತ್ತು ಮಹಾರಾಜ ಪರೀಕ್ಷಿತ್ ಅವರು ರಾಜ್ಯದ ಆದರ್ಶ ಕಾರ್ಯನಿರ್ವಾಹಕ ಮುಖ್ಯಸ್ಥರಾಗಿದ್ದಾರೆ, ಏಕೆಂದರೆ ಅವರು ತಕ್ಷಣವೇ ತಮ್ಮ ಹರಿತವಾದ ಕತ್ತಿಯಿಂದ ಕಲಿಯ ವ್ಯಕ್ತಿತ್ವವನ್ನು ಕೊಲ್ಲಲು ಸಿದ್ಧರಾಗಿದ್ದರು. ನಿರ್ವಾಹಕರು ಕೇವಲ ಭ್ರಷ್ಟಾಚಾರ ವಿರೋಧಿ ಕ್ರಮಗಳಿಗೆ ನಿರ್ಣಯಗಳನ್ನು ಅಂಗೀಕರಿಸಬಾರದು, ಆದರೆ ಮಾನ್ಯತೆ ಪಡೆದ ಶಾಸ್ತ್ರಗಳ ದೃಷ್ಟಿಕೋನದಿಂದ ಭ್ರಷ್ಟಾಚಾರಗಳನ್ನು ಸೃಷ್ಟಿಸುವ ವ್ಯಕ್ತಿಗಳನ್ನು ಕೊಲ್ಲಲು ಅವರು ಹರಿತವಾದ ಕತ್ತಿಗಳೊಂದಿಗೆ ಸಿದ್ಧರಾಗಿರಬೇಕು. ಆಡಳಿತಾಧಿಕಾರಿಗಳುಮಾದಕ ದ್ರವ್ಯಗಳಿಗೆ ಅನುಮತಿ ನೀಡುವ ಮೂಲಕ ಭ್ರಷ್ಟ ಚಟುವಟಿಕೆಗಳನ್ನು ತಡೆಯಲು ಸಾಧ್ಯವಿಲ್ಲ. ಅವರು ತಕ್ಷಣವೇ ಎಲ್ಲಾ ಮಾದಕ ದ್ರವ್ಯಗಳನ್ನು ಮುಚ್ಚಬೇಕು ಮತ್ತು ಎಲ್ಲಾ ವಿವರಣೆಯ ಮಾದಕತೆಯ ಅಭ್ಯಾಸದಲ್ಲಿ ಪಾಲ್ಗೊಳ್ಳುವವರಿಗೆ ಮರಣದಂಡನೆ ಶಿಕ್ಷೆಯನ್ನು ವಿಧಿಸಬೇಕು.

ಈ ಕಲಿಯುಗದಲ್ಲಿ ಲೋಕದ ಜನರು ಸದಾ ತಲ್ಲಣಗಳಿಂದ ಕೂಡಿರುತ್ತಾರೆ. ಪ್ರತಿಯೊಬ್ಬರೂ ಕೆಲವು ರೀತಿಯ ಕಾಯಿಲೆಗಳಿಂದ ಬಳಲುತ್ತಿದ್ದಾರೆ. ಈ ವಯಸ್ಸಿನ ಜನರ ಮುಖದಿಂದ, ಒಂದು ಮನಸ್ಸಿನ ಸೂಚಿಯನ್ನು ಕಂಡುಹಿಡಿಯಬಹುದು. ಮನೆಯಿಂದ ದೂರದಲ್ಲಿರುವ ತನ್ನ ಸಂಬಂಧಿಯ

ಅನುಪಸ್ಥಿತಿಯನ್ನು ಪ್ರತಿಯೊಬ್ಬರೂ ಅನುಭವಿಸುತ್ತಾರೆ. ಕಲಿಯುಗದ ನಿರ್ದಿಷ್ಟ ಲಕ್ಷಣವೆಂದರೆ ಯಾವುದೇ ಕುಟುಂಬವು ಒಟ್ಟಿಗೆ ವಾಸಿಸಲು ಈಗ ಆಶೀರ್ವದಿಸುವುದಿಲ್ಲ. ಜೀವನೋಪಾಯಕ್ಕಾಗಿ, ತಂದೆ ಮಗನಿಂದ ದೂರದ ಸ್ಥಳದಲ್ಲಿ ವಾಸಿಸುತ್ತಾನೆ, ಅಥವಾ ಹೆಂಡತಿ ಗಂಡನಿಂದ ದೂರದಲ್ಲಿ ವಾಸಿಸುತ್ತಾಳೆ ಮತ್ತು ಹೀಗೆ,ಆಂತರಿಕ ಕಾಯಿಲೆಗಳು, ಹತ್ತಿರದ ಮತ್ತು ಆತ್ಮೀಯರಿಂದ ಬೇರ್ಪಡುವಿಕೆ ಮತ್ತು ಯಥಾಸ್ಥಿತಿಯನ್ನು ಕಾಪಾಡಿಕೊಳ್ಳಲು ಆತಂಕಗಳು ಇವೆ. ಇವು ಜನರನ್ನು ಕಾಡುವ ಕೆಲವು ಪ್ರಮುಖ ಅಂಶಗಳಾಗಿವೆ.

ಆಧುನಿಕ ಸಮಾಜ ಅತ್ಯಂತ ಹೀನಾಯ ಸ್ಥಿತಿಯಲ್ಲಿದೆ. ನಿಜವಾದ ಮೆದುಳು ಇರುವ ಮನುಷ್ಯನಿಲ್ಲ. ಮನುಷ್ಯನು ಜೀವನದ ಪೂರ್ಣ ಚೈತನ್ಯದಲ್ಲಿರುವವರೆಗೆ, ಅವನು ಭೇಟಿಯಾಗಬೇಕಾದ ಸಾವಿನ ಬೆತ್ತಲೆ ಸತ್ಯವನ್ನು ಮರೆತುಬಿಡುತ್ತಾನೆ. ಹೀಗೆ ಮೂರ್ಖ ಮನುಷ್ಯನು ಜೀವನದ ನಿಜವಾದ ಸಮಸ್ಯೆಗಳ ಬಗ್ಗೆ ಯಾವುದೇ ಸೂಕ್ತ ವಿಚಾರಣೆಯನ್ನು ಮಾಡುವುದಿಲ್ಲ. ಅವನು ಎಂದಿಗೂ ಸಾಯುವುದಿಲ್ಲ ಎಂದು ಎಲ್ಲರೂ ಭಾವಿಸುತ್ತಾರೆ, ಆದರೂ ಅವನು ಪ್ರತಿ ಸೆಕೆಂಡಿನಲ್ಲಿ ಅವನ ಕಣ್ಣುಗಳ ಮುಂದೆ ಸಾವಿನ ಪುರಾವೆಗಳನ್ನು ನೋಡುತ್ತಾನೆ. ಪ್ರಾಣಿ ಮತ್ತು ಮಾನವೀಯತೆಯ ನಡುವಿನ ವ್ಯತ್ಯಾಸ ಇಲ್ಲಿದೆ. ಮೇಕೆಯಂತಹ ಪ್ರಾಣಿಗೆ ತನ್ನ ಸಹೋದರನ ಸಾವಿನ ಬಗ್ಗೆ ಯಾವುದೇ ಅರ್ಥವಿಲ್ಲ. ಅದರ ಸಹೋದರ ಮೇಕೆಯನ್ನು ವಧೆ ಮಾಡಲಾಗುತ್ತಿದ್ದರೂ, ಮೇಕೆ, ಅದಕ್ಕೆ ನೀಡಲಾಗುವ ಹಸಿರು ಹುಲ್ಲಿನಿಂದ ಆಕರ್ಷಿತಗೊಂಡು, ಮುಂದೆ ವಧೆ ಮಾಡಲು ಶಾಂತಿಯುತವಾಗಿ ಕಾಯುತ್ತದೆ. ಮತ್ತೊಂದೆಡೆ, ಮನುಷ್ಯನಾಗಿದ್ದರೆ ತನ್ನ ಸಹ ಮನುಷ್ಯನನ್ನು ಶತ್ರುಗಳಿಂದ ಕೊಲ್ಲುವುದನ್ನು ನೋಡುತ್ತಾನೆ, ಅವನು ತನ್ನ ಸಹೋದರನನ್ನು ಉಳಿಸಲು ಹೋರಾಡುತ್ತಾನೆ ಅಥವಾ ಸಾಧ್ಯವಾದರೆ ತನ್ನ ಪ್ರಾಣವನ್ನು ಉಳಿಸಿಕೊಳ್ಳಲು ಹೋರಾಡುತ್ತಾನೆ . ಅದು ಮನುಷ್ಯನಿಗೂ ಮೇಕೆಗೂ ಇರುವ ವ್ಯತ್ಯಾಸ. ಒಬ್ಬ ಬುದ್ಧಿವಂತ ಮನುಷ್ಯನಿಗೆ ತನ್ನ ಹುಟ್ಟಿನ ಜೊತೆಗೆ ಸಾವು ಹುಟ್ಟುತ್ತದೆ ಎಂದು ತಿಳಿದಿರುತ್ತಾನೆ. ಅವನು ಪ್ರತಿ ಸೆಕೆಂಡಿಗೆ ಸಾಯುತ್ತಿದ್ದಾನೆ ಮತ್ತು ಅವನ ಜೀವನದ ಅವಧಿ ಮುಗಿದ ತಕ್ಷಣ ಅಂತಿಮ ಸ್ಪರ್ಶವನ್ನು ನೀಡಲಾಗುವುದು ಎಂದು ಅವನಿಗೆ ತಿಳಿದಿದೆ. ಆದ್ದರಿಂದ ಅವನು ಮುಂದಿನ ಜೀವನಕ್ಕಾಗಿ ಅಥವಾ ಪುನರಾವರ್ತಿತ ಜನನ ಮತ್ತು ಮರಣದ ಕಾಯಿಲೆಯಿಂದ ವಿಮೋಚನೆಗಾಗಿ ತನ್ನನ್ನು ತಾನು ಸಿದ್ಧಪಡಿಸಿಕೊಳ್ಳುತ್ತಾನೆ.

ರಾತ್ರಿಯಲ್ಲಿ ತಮ್ಮ ವಿವಿಧ ರೀತಿಯ ಲೈಂಗಿಕ ಪ್ರಚೋದನೆಗಳನ್ನು ನಿದ್ದೆ ಮಾಡುವ ಮೂಲಕ ಅಥವಾ ಸಿನೆಮಾ ಪ್ರದರ್ಶನಗಳಿಗೆ ಭೇಟಿ ನೀಡುವ ಮೂಲಕ

ಮತ್ತು ಕ್ಲಬ್‌ಗಳು ಮತ್ತು ಜೂಜಿನ ಮನೆಗಳಿಗೆ ಹಾಜರಾಗುವ ಮೂಲಕ ತಮ್ಮ ಅಮೂಲ್ಯ ಸಮಯವನ್ನು ವ್ಯರ್ಥ ಮಾಡುತ್ತಾರೆ, ಅಲ್ಲಿ ಮಹಿಳೆಯರು ಮತ್ತು ಮದ್ಯವನ್ನು ಅದ್ದೂರಿಯಾಗಿ ಮಾಡುತ್ತಾರೆ. ಮತ್ತು ಹಗಲಿನಲ್ಲಿ, ಅವರು ತಮ್ಮ ಅಮೂಲ್ಯವಾದ ಜೀವನವನ್ನು ಹಣವನ್ನು ಸಂಗ್ರಹಿಸುವುದರಲ್ಲಿ ಅಥವಾ ಖರ್ಚು ಮಾಡಲು ,ಸಾಕಷ್ಟು ಹಣವನ್ನು ಹೊಂದಿದ್ದರೆ, ತಮ್ಮ ಕುಟುಂಬದ ಸದಸ್ಯರ ಸೌಕರ್ಯವನ್ನು ಹೊಂದಿಸುವ ಮೂಲಕ ವ್ಯರ್ಥ ಮಾಡುತ್ತಾರೆ. ಆದಾಯದ ಹೆಚ್ಚಳದೊಂದಿಗೆ ಅವರ ಜೀವನ ಮಟ್ಟ ಮತ್ತು ಅವರ ವೈಯಕ್ತಿಕ ಅಗತ್ಯಗಳು ಹೆಚ್ಚಾಗುತ್ತವೆ. ಹೀಗಾಗಿ ಅವರ ಖರ್ಚುಗಳಿಗೆ ಯಾವುದೇ ಮಿತಿಯಿಲ್ಲ, ಮತ್ತು ಅವರು ಎಂದಿಗೂ ತೃಪ್ತಿ ಹೊಂದಿಲ್ಲ. ಪರಿಣಾಮವಾಗಿ ಆರ್ಥಿಕ ಅಭಿವೃದ್ಧಿಯ ಕ್ಷೇತ್ರದಲ್ಲಿ ಅನಿಯಮಿತ ಸ್ಪರ್ಧೆಯಿದೆ ಮತ್ತು ಆದ್ದರಿಂದ ಮಾನವ ಪ್ರಪಂಚದ ಯಾವುದೇ ಸಮಾಜದಲ್ಲಿ ಶಾಂತಿ ಇಲ್ಲ.

ನಮ್ಮ ಜೀವನದ ಸಮಸ್ಯೆ ಏನು? ಅದು ನಮಗೆ ಗೊತ್ತಿಲ್ಲ. ಆಧುನಿಕ ಶಿಕ್ಷಣ ಎಂದಿಗೂ ಜೀವನದ ನಿಜವಾದ ಸಮಸ್ಯೆಯ ಬಗ್ಗೆ ಜ್ಞಾನೋದಯವನ್ನು ನೀಡುವುದಿಲ್ಲ, ಎಂದು ಭಗವದ್ಗೀತೆಯಲ್ಲಿ ಸೂಚಿಸಲಾಗಿದೆ. ವಿದ್ಯಾವಂತರು ಮತ್ತು ಜ್ಞಾನದಲ್ಲಿ ಮುನ್ನಡೆಯುತ್ತಿರುವವರು ಜೀವನದ ಸಮಸ್ಯೆ ಏನು ಎಂದು ತಿಳಿದಿರಬೇಕು. ಈ ಸಮಸ್ಯೆಯನ್ನು ಭಗವದ್ಗೀತೆಯಲ್ಲಿ ಹೇಳಲಾಗಿದೆ: ಜನನ, ಮರಣ, ವೃದ್ಧಾಪ್ಯ ಮತ್ತು ರೋಗಗಳ ಅನಾನುಕೂಲತೆಗಳನ್ನು ಯಾವಾಗಲೂ ನೋಡಬೇಕು. ದುರದೃಷ್ಟವಶಾತ್, ಈ ಸಮಸ್ಯೆಗಳ ಬಗ್ಗೆ ಯಾರೂ ಗಮನ ಹರಿಸುವುದಿಲ್ಲ. ಒಬ್ಬ ಮನುಷ್ಯನಿಗೆ ಕಾಯಿಲೆ ಬಂದಾಗ ಅವನು ಯೋಚಿಸುತ್ತಾನೆ, "ಸರಿ, ನಾನು ವೈದ್ಯರ ಬಳಿಗೆ ಹೋಗುತ್ತೇನೆ, ಅವನು ನನಗೆ ಸ್ವಲ್ಪ ಔಷಧವನ್ನು ಕೊಡುತ್ತಾನೆ, ಮತ್ತು ನಾನು ಗುಣವಾಗುತ್ತೇನೆ." ಆದರೆ ಅವರು ಸಮಸ್ಯೆಯನ್ನು ಗಂಭೀರವಾಗಿ ಪರಿಗಣಿಸುವುದಿಲ್ಲ. "ನನಗೆ ಈ ರೋಗ ಬೇಕಾಗಿಲ್ಲ. ರೋಗ ಏಕೆ? ರೋಗದಿಂದ ಮುಕ್ತನಾಗಲು ಸಾಧ್ಯವಿಲ್ಲವೇ?" ಅವನು ಎಂದಿಗೂ ಆ ರೀತಿ ಯೋಚಿಸುವುದಿಲ್ಲ. ಏಕೆಂದರೆ ಅವನ ಬುದ್ಧಿವಂತಿಕೆಯು ಪ್ರಾಣಿಗಳಂತೆಯೇ ಅತ್ಯಂತ ಕಡಿಮೆ ದರ್ಜೆಯದ್ದಾಗಿದೆ. ಪ್ರಾಣಿಯು ನರಳುತ್ತದೆ, ಆದರೆ ಅದಕ್ಕೆ ಯಾವುದೇ ಅರ್ಥವಿಲ್ಲ. ಒಂದು ಪ್ರಾಣಿಯನ್ನು ಕಸಾಯಿಖಾನೆಗೆ ಕರೆತಂದರೆ, ತನಗಿಂತ ಮೊದಲಿನ ಪ್ರಾಣಿಯನ್ನು ಕಡಿಯುತ್ತಿರುವುದನ್ನು ನೋಡಿದರೆ, ಅದು ಇನ್ನೂ ಹುಲ್ಲು ತಿನ್ನುತ್ತಾ ತೃಪ್ತನಾಗಿ ನಿಲ್ಲುತ್ತದೆ. ಇದು ಪ್ರಾಣಿಗಳ ಜೀವನ. ಮುಂದಿನ ಸಾರಿ ತನ್ನ ಸರದಿ ಬಂದು ತನಗೆ ಕಗ್ಗೊಲೆಯಾಗುವುದೆಂದು ತಿಳಿಯದು. ನಾನು ಅದನ್ನು ನೋಡಿದ್ದೇನೆ. ಒಂದು ಕಾಳಿ ದೇವಸ್ಥಾನದಲ್ಲಿ ಒಂದು

ಮೇಕೆ ಬಲಿ ಕೊಡಲು ಸಿದ್ಧವಾಗಿ ನಿಂತಿರುವುದನ್ನು ನಾನು ನೋಡಿದೆ ಮತ್ತು ಇನ್ನೊಂದು ಮೇಕೆ ಬಹಳ ಸಂತೋಷದಿಂದ ಹುಲ್ಲು ತಿನ್ನುತ್ತಿತ್ತು.

ಹಾಗೆಯೇ ಮಹಾರಾಜ ಯುಧಿಷ್ಠಿರನನ್ನು ಯಮರಾಜನು ಕೇಳಿದನು, "ಈ ಜಗತ್ತಿನಲ್ಲಿ ಅತ್ಯಂತ ಅದ್ಭುತವಾದದ್ದು ಯಾವುದು? ನೀವು ವಿವರಿಸುತ್ತೀರಾ?" ಆದ್ದರಿಂದ ಮಹಾರಾಜ ಯುಧಿಷ್ಠಿರನು ಉತ್ತರಿಸಿದನು, "ಹೌದು, ಅತ್ಯಂತ ಅದ್ಭುತವಾದ ವಿಷಯವೆಂದರೆ ಪ್ರತಿ ಕ್ಷಣದಲ್ಲಿ ಒಬ್ಬನು ತನ್ನ ಸ್ನೇಹಿತರು, ಅವನ ತಂದೆ ಮತ್ತು ಅವನ ಸಂಬಂಧಿಕರು ಮರಣಹೊಂದಿರುವುದನ್ನು ನೋಡಬಹುದು, ಆದರೆ ಅವನು ಯೋಚಿಸುತ್ತಾನೆ, ನಾನು ಶಾಶ್ವತವಾಗಿ ಬದುಕುತ್ತೇನೆ." ತಾನು ಸಾಯುತ್ತೇನೆ ಎಂದು ಅವನು ಎಂದಿಗೂ ಯೋಚಿಸುವುದಿಲ್ಲ, ಹಾಗೆಯೇ ಪ್ರಾಣಿಯು ಮುಂದಿನ ಕ್ಷಣದಲ್ಲಿ ತನ್ನನ್ನು ವಧೆ ಮಾಡಬಹುದೆಂದು ಎಂದಿಗೂ ಯೋಚಿಸುವುದಿಲ್ಲ.

ಈ ಜಗತ್ತನ್ನು ಕಾಡಿನಲ್ಲಿ ಉರಿಯುತ್ತಿರುವ ಬೆಂಕಿಗೆ ಹೋಲಿಸಲಾಗಿದೆ, ಅಂದರೆ ಈ ಭೌತಿಕ ಅಸ್ತಿತ್ವದಲ್ಲಿ ಯಾರೂ ದುಃಖವನ್ನು ಬಯಸುವುದಿಲ್ಲ, ಆದರೆ ಅದು ಬಲದಿಂದ ಬರುತ್ತದೆ. ಅದು ಭೌತಿಕ ಪ್ರಕೃತಿಯ ನಿಯಮ. ಯಾರೂ ಬೆಂಕಿಯನ್ನು ಬಯಸುವುದಿಲ್ಲ, ಆದರೆ ನಾವು ನಗರದಲ್ಲಿ ಎಲ್ಲಿಗೆ ಹೋದರೂ ಅಗ್ನಿಶಾಮಕ ದಳವು ಯಾವಾಗಲೂ ಸಕ್ರಿಯವಾಗಿರುತ್ತದೆ. ಯಾವಾಗಲೂ ಬೆಂಕಿ ಇರುತ್ತದೆ. ಅದೇ ರೀತಿ ಯಾರಿಗೂ ಬೇಡವಾದ ಅನೇಕ ವಿಷಯಗಳಿವೆ. ಯಾರೂ ಸಾವನ್ನು ಬಯಸುವುದಿಲ್ಲ -ಆದರೆ ಸಾವು ಇದೆ. ಯಾರೂ ರೋಗವನ್ನು ಬಯಸುವುದಿಲ್ಲ - ಆದರೆ ರೋಗವಿದೆ. ಯಾರೂ ವೃದ್ಧಾಪ್ಯವನ್ನು ಬಯಸುವುದಿಲ್ಲ -ಆದರೆ ವೃದ್ಧಾಪ್ಯವಿದೆ. ನಮ್ಮ ಇಚ್ಛೆಗೆ ವಿರುದ್ಧವಾಗಿ, ನಮ್ಮ ಆಸೆಗೆ ವಿರುದ್ಧವಾಗಿ ಅವರು ಇದ್ದಾರೆ. ಆದ್ದರಿಂದ ನಾವು ಈ ಭೌತಿಕ ಅಸ್ತಿತ್ವದ ಸ್ಥಿತಿಯನ್ನು ಪರಿಗಣಿಸಬೇಕು. ಈ ಮಾನವನ ಜೀವನವು ತಿಳುವಳಿಕೆಗಾಗಿ ಉದ್ದೇಶಿಸಲಾಗಿದೆಯೇ ಹೊರತು ಪ್ರಾಣಿಗಳಂತಹ ಅಮೂಲ್ಯವಾದ ಜೀವನವನ್ನು ತಿನ್ನುವುದು, ಮಲಗುವುದು, ಮಿಲನ ಮಾಡುವುದು ಮತ್ತು ರಕ್ಷಿಸಲು ಅಲ್ಲ. ಅದು ನಾಗರಿಕತೆಯ ಪ್ರಗತಿಯಲ್ಲ. ಈ ದೇಹವು ಕೇವಲ ಇಂದ್ರಿಯ ತೃಪ್ತಿಗಾಗಿ ಕಷ್ಟಪಡಲು ಅಲ್ಲ ಎಂದು ಭಾಗವತ ಹೇಳುತ್ತದೆ. ಬಹಳ ಕಷ್ಟಪಟ್ಟು ಕೆಲಸ ಮಾಡುವುದು ಮತ್ತು ಇಂದ್ರಿಯ ತೃಪ್ತಿಯಿಂದ ತನ್ನನ್ನು ತಾನು ತೃಪ್ತಿಪಡಿಸಿಕೊಳ್ಳುವುದು ಹಂದಿಗಳ ವ್ಯವಹಾರವಾಗಿದೆ, ಮನುಷ್ಯರಲ್ಲ. ಮನುಷ್ಯ ತಪಸ್ಸನ್ನು ಕಲಿಯಬೇಕು. ವಿಶೇಷವಾಗಿ ಭಾರತದಲ್ಲಿ, ಅನೇಕ ಮಹಾನ್ ಋಷಿಗಳು, ಅನೇಕ ಮಹಾನ್ ರಾಜರು, ಮತ್ತು ಅನೇಕ ಬ್ರಹ್ಮಚಾರಿಗಳು ಮತ್ತು

ಸನ್ಯಾಸಿಗಳು ತಮ್ಮ ಜೀವನವನ್ನು ಹೆಚ್ಚು ನಿದ್ರೆಗೆ ಹೋಗದಂತೆ ಮಹಾ ತಪಸ್ಸಿನಲ್ಲಿ ಕಳೆದಿದ್ದಾರೆ. ಭಗವಾನ್ ಬುದ್ಧನು ಎಲ್ಲವನ್ನೂ ತ್ಯಜಿಸಿ ತಪಸ್ಸಿನಲ್ಲಿ ತನ್ನನ್ನು ತೊಡಗಿಸಿಕೊಂಡ ರಾಜಕುಮಾರ. ಇದು ಜೀವನ. ಭಾರತವು ಭರತ-ವರ್ಷ ಎಂದು ಹೆಸರಿಸಲ್ಪಟ್ಟ ರಾಜ ಭರತನು ಇಪ್ಪತ್ನಾಲ್ಕು ವರ್ಷ ವಯಸ್ಸಿನವನಾಗಿದ್ದಾಗ, ಅವನು ತನ್ನ ರಾಜ್ಯವನ್ನು, ತನ್ನ ಚಿಕ್ಕ ಹೆಂಡತಿ ಮತ್ತು ಚಿಕ್ಕ ಮಕ್ಕಳನ್ನು ತ್ಯಜಿಸಿ ತಪಸ್ಸಿಗಾಗಿ ಹೊರಟುಹೋದನು. ಭಗವಾನ್ ಚೈತನ್ಯ ಮಹಾಪ್ರಭುಗಳು ಕೇವಲ ಇಪ್ಪತ್ತನಾಲ್ಕು ವರ್ಷದವರಾಗಿದ್ದಾಗ, ಅವರು ತಮ್ಮ ಚಿಕ್ಕ ಹೆಂಡತಿ, ತಾಯಿ, ಎಲ್ಲವನ್ನೂ ತ್ಯಜಿಸಿದರು. ಅನೇಕ, ಅನೇಕ ಉದಾಹರಣೆಗಳಿವೆ. ಭಾರತವು ತಪಸ್ಸಿನ ನಾಡು, ಆದರೆ ನಾವು ಅದನ್ನು ಮರೆಯುತ್ತಿದ್ದೇವೆ. ಈಗ ಅದನ್ನು ತಂತ್ರಜ್ಞಾನದ ನಾಡನ್ನಾಗಿ ಮಾಡುತ್ತಿದ್ದೇವೆ. ಭಾರತವು ಈಗ ಈ ತಪಸ್ಸನ್ನು ಪ್ರಚಾರ ಮಾಡದಿರುವುದು ಆಶ್ಚರ್ಯಕರವಾಗಿದೆ, ಏಕೆಂದರೆ ಭಾರತವು ಧರ್ಮದ ಭೂಮಿ: ಧರ್ಮ-ಕ್ಷೇತ್ರ ಕುರು-ಕ್ಷೇತ್ರ.

ಭೌತಿಕ ಜೀವನ ಎಂದರೆ ತಿನ್ನುವುದು, ಮಲಗುವುದು, ಸಂಯೋಗ ಮತ್ತು ರಕ್ಷಿಸುವುದು .ಮತ್ತು ಆಧ್ಯಾತ್ಮಿಕ ಜೀವನ ಎಂದರೆ ಇದಕ್ಕಿಂತ ಹೆಚ್ಚಿನದು. ಇದು ಪ್ರಾಣಿಗಳ ಜೀವನ ಮತ್ತು ಮಾನವನ ನಡುವಿನ ವ್ಯತ್ಯಾಸವಾಗಿದೆ. ಪ್ರಾಣಿ ಜೀವನದಲ್ಲಿ, ಸಾಮಾನ್ಯ ಸೂತ್ರವೆಂದರೆ ತಿನ್ನುವುದು, ಮಲಗುವುದು, ಸಂಯೋಗ ಮತ್ತು ರಕ್ಷಿಸುವುದು. ನಾಯಿ ತಿನ್ನುತ್ತದೆ, ಮನುಷ್ಯ ಕೂಡ ತಿನ್ನುತ್ತಾನೆ. ಒಬ್ಬ ಮನುಷ್ಯ ಮಲಗುತ್ತಾನೆ, ಮತ್ತು ನಾಯಿ ಕೂಡ ನಿದ್ರಿಸುತ್ತದೆ. ಮನುಷ್ಯನು ಲೈಂಗಿಕ ಜೀವನವನ್ನು ಹೊಂದಿದ್ದಾನೆ, ಮತ್ತು ನಾಯಿಯು ಲೈಂಗಿಕ ಜೀವನವನ್ನು ಹೊಂದಿದೆ. ನಾಯಿ ತನ್ನದೇ ಆದ ರೀತಿಯಲ್ಲಿ ರಕ್ಷಿಸುತ್ತದೆ, ಮತ್ತು ಮನುಷ್ಯನು ತನ್ನದೇ ಆದ ರೀತಿಯಲ್ಲಿ ರಕ್ಷಿಸುತ್ತಾನೆ, ಬಹುಶಃ ಪರಮಾಣು ಬಾಂಬುಗಳಿಂದ. ಈ ನಾಲ್ಕು ತತ್ವಗಳು ಮನುಷ್ಯರಿಗೆ ಮತ್ತು ಪ್ರಾಣಿಗಳಿಗೆ ಸಾಮಾನ್ಯವಾಗಿದೆ ಮತ್ತು ಈ ನಾಲ್ಕು ತತ್ವಗಳ ಪ್ರಗತಿಯು ಮಾನವ ನಾಗರಿಕತೆಯಲ್ಲ ಆದರೆ ಪ್ರಾಣಿ ನಾಗರಿಕತೆಯಾಗಿದೆ. ಮಾನವ ನಾಗರಿಕತೆ ಎಂದರೆ ಅಥಾತೋ ಬ್ರಹ್ಮ ಜಿಜ್ಞಾಸ. ವೇದಾಂತ-ಸೂತ್ರದಲ್ಲಿ ಮೊದಲ ಪೌರುಷವು ಅಥಾತೋ ಬ್ರಹ್ಮ ಜ್ಞಾಸವಾಗಿದೆ: "ಇದೀಗ ಬ್ರಹ್ಮನ ಬಗ್ಗೆ ವಿಚಾರಣೆಯ ಸಮಯ." ಅದು ಮಾನವ ಜೀವನ. ಎಲ್ಲಿಯವರೆಗೆ ಒಬ್ಬನು ಆಧ್ಯಾತ್ಮಿಕ ಜಿಜ್ಞಾಸೆಯಿಲ್ಲವೋ, ಜಿಜ್ಞಾಸುಃ ಶ್ರೇಯ ಉತ್ತಮಂ, ಅವನು ಪ್ರಾಣಿ, ಏಕೆಂದರೆ ಅವನು ಈ ನಾಲ್ಕು ತತ್ವಗಳ ಪ್ರಕಾರ ಬದುಕುತ್ತಾನೆ, ಅಷ್ಟೆ. ಹುಟ್ಟು, ಸಾವು, ವೃದ್ಧಾಪ್ಯ ಮತ್ತು ರೋಗಗಳ ಈ ದುಃಖದಲ್ಲಿ ಅವನು ಏನಾಗಿದ್ದಾನೆ ಮತ್ತು ಏಕೆ ಎಂದು ತಿಳಿಯಲು ಅವನು

ಜಿಜ್ಞಾಸೆಯಾಗಿರಬೇಕು. ಏನಾದರೂ ಪರಿಹಾರವಿದೆಯೇ? ಈ ವಿಷಯಗಳನ್ನು ಪ್ರಶ್ನಿಸಬೇಕು ಅದು ಮಾನವ ಜೀವನ; ಅದು ಆಧ್ಯಾತ್ಮಿಕ ಜೀವನ.

ಮಾನವ ಜೀವನವು ಅನೇಕ, ಹಲವು ಮಿಲಿಯನ್ ವರ್ಷಗಳ ವಿಕಾಸದ ನಂತರ ಪ್ರಾಪ್ತವಾಗುತ್ತದೆ. ಪದ್ಮ ಪುರಾಣದ ಪ್ರಕಾರ 8,400,000 ಜೀವ ಪ್ರಭೇದಗಳಿವೆ ಎಂದು ನಾವು ನೆನಪಿನಲ್ಲಿಡಬೇಕು. ಜೀವನವು ಜಲಚರಗಳೊಂದಿಗೆ ಪ್ರಾರಂಭವಾಯಿತು, ಏಕೆಂದರೆ ಸೃಷ್ಟಿಯ ಆರಂಭದಲ್ಲಿ ಇಡೀ ಗ್ರಹವು ನೀರಿನಲ್ಲಿ ವಿಲೀನಗೊಂಡಿತು ಎಂದು ವೈದಿಕ ಸಾಹಿತ್ಯದಿಂದ ನಾವು ಅರ್ಥಮಾಡಿಕೊಳ್ಳಬಹುದು. ಈ ಭೌತಿಕ ಪ್ರಪಂಚವು ಐದು ಸ್ಥೂಲ ಅಂಶಗಳಿಂದ ಕೂಡಿದೆ - ಭೂಮಿ, ನೀರು, ಬೆಂಕಿ, ಗಾಳಿ ಮತ್ತು ಆಕಾಶ. ಇವುಗಳ ಜೊತೆಗೆ ಮೂರು ಸೂಕ್ಷ್ಮ ಅಂಶಗಳಿವೆ - ಮನಸ್ಸು, ಬುದ್ಧಿವಂತಿಕೆ ಮತ್ತು ಅಹಂಕಾರ. ಈ ಪರದೆಗಳ ಹಿಂದೆ ಈ ಎಂಟು ಅಂಶಗಳಿಂದ ಆವೃತವಾಗಿರುವ ಆತ್ಮವಿದೆ. ಈ ಮಾಹಿತಿಯನ್ನು ಭಗವದ್ಗೀತೆಯಲ್ಲಿ ನೀಡಲಾಗಿದೆ. ಆತ್ಮವನ್ನು ಹೊಂದಿರುವ ಏಕೈಕ ಜೀವಿಗಳು ಮನುಷ್ಯರಲ್ಲ, ನಾವೆಲ್ಲರೂ ಆತ್ಮಗಳು-ಮೃಗಗಳು, ಪಕ್ಷಿಗಳು, ಸರೀಸೃಪಗಳು, ಕೀಟಗಳು, ಮರಗಳು, ಸಸ್ಯಗಳು, ಜಲಚರಗಳು, ಇತ್ಯಾದಿ. ನಿಮ್ಮಲ್ಲಿ ಕೆಲವರು ಬಿಳಿ ಬಟ್ಟೆಗಳನ್ನು, ಕೆಲವರು ಹಸಿರು, ಕೆಲವರು ಕೆಂಪು, ಇತ್ಯಾದಿಗಳನ್ನು ಧರಿಸಿರುವಂತೆಯೇ ಆತ್ಮವು ವಿಭಿನ್ನ ಉಡುಪುಗಳಿಂದ ಮುಚ್ಚಲ್ಪಟ್ಟಿದೆ. ಆದರೆ ನಾವು ಉಡುಪಿನ ಬಗ್ಗೆ ಕಾಳಜಿ ವಹಿಸುವುದಿಲ್ಲ;

ಈ ಭೌತಿಕ ಪ್ರಕೃತಿಯಲ್ಲಿ, ಎಲ್ಲವೂ ಸೃಷ್ಟಿಯಾಗುತ್ತದೆ, ಅದು ಸ್ವಲ್ಪ ಸಮಯದವರೆಗೆ ಇರುತ್ತದೆ, ಕೆಲವು ಉಪ ಉತ್ಪನ್ನಗಳನ್ನು ಉತ್ಪಾದಿಸುತ್ತದೆ, ಕ್ಷೀಣಿಸುತ್ತದೆ ಮತ್ತು ಅಂತಿಮವಾಗಿ ಕಣ್ಮರೆಯಾಗುತ್ತದೆ ನಮ್ಮ ದೇಹಗಳು ಲೈಂಗಿಕ ಸಂಭೋಗದಿಂದ ಒಂದು ನಿರ್ದಿಷ್ಟ ಕ್ಷಣದಲ್ಲಿ ಸೃಷ್ಟಿಯಾಗುತ್ತವೆ. ಅದು ಕೈಗಳು, ಕಾಲುಗಳು, ಕಣ್ಣುಗಳು ಇತ್ಯಾದಿಗಳನ್ನು ಅಭಿವೃದ್ಧಿಪಡಿಸುತ್ತದೆ. ಈ ಬೆಳವಣಿಗೆಯು ಏಳನೇ ತಿಂಗಳಲ್ಲಿ ಪೂರ್ಣಗೊಳ್ಳುತ್ತದೆ. , ಮತ್ತು ಒಂಬತ್ತನೇ ತಿಂಗಳಲ್ಲಿ ಮನುಷ್ಯನು ಗರ್ಭದಿಂದ ಹೊರಬರುತ್ತಾನೆ. ಆತ್ಮವು ಇರುವುದರಿಂದಲೇ ಮಗುವಿನ ಬೆಳವಣಿಗೆಯಾಗುತ್ತದೆ. ಆತ್ಮವು ಅಸ್ತಿತ್ವದಲ್ಲಿಲ್ಲದಿದ್ದರೆ, ಯಾವುದೇ ಬೆಳವಣಿಗೆ ಇಲ್ಲ, ಮತ್ತು ಮಗು ಸತ್ತಂತೆ ಜನಿಸುತ್ತದೆ. ನಾವು ಈ ಮೃತ ದೇಹವನ್ನು ತೆಗೆದುಕೊಂಡು ಅದನ್ನು ರಾಸಾಯನಿಕಗಳಲ್ಲಿ ಸಂರಕ್ಷಿಸಬಹುದು, ಆದರೆ ಅದು ಅಭಿವೃದ್ಧಿಯಾಗುವುದಿಲ್ಲ. ಅಭಿವೃದ್ಧಿ ಎಂದರೆ ದೇಹದ ಬದಲಾವಣೆ. ನಾವೆಲ್ಲರೂ ಮಗುವಿನ ದೇಹಗಳನ್ನು ಹೊಂದಿದ್ದೇವೆ ಆದರೆ ಆ ದೇಹಗಳು ಈಗ ಅಸ್ತಿತ್ವದಲ್ಲಿಲ್ಲ. ಮಗುವಿನ ದೇಹವು

ಬೆಳವಣಿಗೆಯಾಗುತ್ತದೆ. ಮಗುವಿನ ದೇಹವಾಗಿ, ಮತ್ತು ಆ ದೇಹವು ಹುಡುಗನ ದೇಹವಾಗಿ ಬೆಳೆಯುತ್ತದೆ, ಮತ್ತು ಆ ದೇಹವು ಯುವಕನ ದೇಹವಾಗಿ ಬೆಳೆಯುತ್ತದೆ, ಅದು ಅಂತಿಮವಾಗಿ ಮುದುಕನ ದೇಹವಾಗಿ ಬದಲಾಗುತ್ತದೆ. ಅಂತಿಮವಾಗಿ ದೇಹವು ಸಂಪೂರ್ಣವಾಗಿ ಕಣ್ಮರೆಯಾಗುತ್ತದೆ. ಈ ಭೌತಿಕ ಪ್ರಪಂಚದ ದೈತ್ಯ ರೂಪವಾದ ಸಂಪೂರ್ಣ ವಿಶ್ವರೂಪವು ಸಹ ಇದೇ ಪ್ರಕ್ರಿಯೆಯ ಪ್ರಕಾರ ಕಾರ್ಯನಿರ್ವಹಿಸುತ್ತಿದೆ. ಇದು ಒಂದು ನಿರ್ದಿಷ್ಟ ಹಂತದಲ್ಲಿ ರಚಿಸಲ್ಪಟ್ಟಿದೆ, ಅದು ಅಭಿವೃದ್ಧಿಗೊಳ್ಳುತ್ತದೆ, ಅದನ್ನು ನಿರ್ವಹಿಸುತ್ತದೆ ಮತ್ತು ಒಂದು ನಿರ್ದಿಷ್ಟ ಹಂತದಲ್ಲಿ ಅದನ್ನು ಕರಗಿಸಲಾಗುತ್ತದೆ. ಅದು ಭೌತಿಕ ಪ್ರಪಂಚದ ಸ್ವಭಾವ. ಇದು ಒಂದು ನಿರ್ದಿಷ್ಟ ಮಧ್ಯಂತರದಲ್ಲಿ ಪ್ರಕಟವಾಗುತ್ತದೆ ಮತ್ತು ಮತ್ತೆ ಅದು ಮಾಯವಾಗುತ್ತದೆ.

ಈ ಭೌತಿಕ ಜೀವನವು ಕೇವಲ ಹಸಿವು ಮತ್ತು ದುಃಖದ ಸಂಯೋಜನೆಯಾಗಿದೆ. ನಾವು ಹೊಂದಿರುವ ವಸ್ತುಗಳಿಗಾಗಿ ನಾವು ಹಾತೊರೆಯುತ್ತೇವೆ ಮತ್ತು ನಾವು ಕಳೆದುಕೊಂಡಿರುವ ವಸ್ತುಗಳಿಗಾಗಿ ನಾವು ದುಃಖಿಸುತ್ತೇವೆ. ಅದು ನಮ್ಮ ವಸ್ತು ವ್ಯವಹಾರ. ಆದಾಗ್ಯೂ, (ಪರಬ್ರಹ್ಮ) ಪರಮ ಪುರುಷನ ಭಾಗ ಮತ್ತು ನಾವು ಬ್ರಹ್ಮನೆಂದು ನಾವು ಅರಿತುಕೊಂಡರೆ, ನಾವು ಈ ಹಾತೊರೆಯುವಿಕೆ ಮತ್ತು ದುಃಖವನ್ನು ಮೀರುತ್ತೇವೆ.

ಬೆಕ್ಕುಗಳು, ನಾಯಿಗಳಂತೆ ಕೆಲಸ ಮಾಡಬಾರದು ಮತ್ತು ಹಂದಿ ಹಗಲು ರಾತ್ರಿ ಯಾವಾಗಲೂ ಮಲವನ್ನು ಹುಡುಕುವ ಪ್ರಯತ್ನದಲ್ಲಿ ತುಂಬಾ ಕಾರ್ಯನಿರತವಾಗಿರುತ್ತದೆ, ಅವನು ಅದನ್ನು ಕಂಡುಕೊಂಡಾಗ, ಅವನು ಅದನ್ನು ತಿನ್ನುತ್ತಾನೆ ಮತ್ತು ಲೈಂಗಿಕವಾಗಿ ಕ್ಷೋಭೆಗೊಳಗಾಗುತ್ತಾನೆ ಮತ್ತು ತಾರತಮ್ಯವಿಲ್ಲದೆ ಲೈಂಗಿಕತೆ ಹೊಂದುತ್ತಾನೆ. ಒಂದು ಹಂದಿ ತನ್ನ ತಾಯಿ ಸಹೋದರಿ ಅಥವಾ ಬೇರೆ ಯಾರೊಂದಿಗಾದರೂ ಲೈಂಗಿಕತೆಯನ್ನು ಹೊಂದಿರುತ್ತದೆ ಮತ್ತು ಇದು ಹಂದಿಯ ಜೀವನ. ಆದಾಗ್ಯೂ, ಮಾನವನ ಜೀವನವು ಬೆಕ್ಕುಗಳು, ನಾಯಿಗಳು ಮತ್ತು ಹಂದಿಗಳಂತಹ ಇಂದ್ರಿಯ ತೃಪ್ತಿಗಾಗಿ ಕೆಲಸ ಮಾಡಲು ಉದ್ದೇಶಿಸಿಲ್ಲ ಎಂದು ಧರ್ಮಗ್ರಂಥವು ಸೂಚಿಸುತ್ತದೆ. "ನಾನು ಈ ಭೌತಿಕ ಜಗತ್ತಿಗೆ ಸೇರಿದವನಲ್ಲ, ನಾನು ಶಾಶ್ವತ ಆತ್ಮ, ಆದರೆ ಹೇಗಾದರೂ ಅಥವಾ ಇನ್ನೊಂದು ರೀತಿಯಲ್ಲಿ ನಾನು ಹುಟ್ಟು, ವೃದ್ಧಾಪ್ಯ, ರೋಗ ಮತ್ತು ಮರಣದ ಈ ಷರತ್ತುಬದ್ಧ ಜೀವನದಲ್ಲಿ ಬಿದ್ದಿದ್ದೇನೆ" ಎಂದು ಅರಿತುಕೊಳ್ಳುವುದು ಇದರ ಅರ್ಥವಾಗಿದೆ. ಈ ಮಾನವ ರೂಪವು ಈ ನಾಲ್ಕು ಭೌತಿಕ ದುಃಖಗಳಿಗೆ- ವೃದ್ಧಾಪ್ಯ, ರೋಗ ಮತ್ತು ಸಾವುಗಳಿಗೆ ಪರಿಹಾರವನ್ನು ಮಾಡಲು ಉದ್ದೇಶಿಸಿದೆ.

ಅದುವೇ ಮಾನವ ಜೀವನದ ಗುರಿ. ಮಾನವ ಜೀವನವು ತುಂಬಾ ಕಠಿಣ. ಹಂದಿಗಳಂತೆ ಕೆಲಸ ಮಾಡಲು ಮತ್ತು ಸ್ವಲ್ಪ ಇಂದ್ರಿಯ ತೃಪ್ತಿಯನ್ನು ಹೊಂದಲು ಮತ್ತು ನಂತರ ಇದ್ದಕ್ಕಿದ್ದಂತೆ ಸಾಯಲು ಉದ್ದೇಶಿಸಿಲ್ಲ ಎಂದು ಅರ್ಥಮಾಡಿಕೊಳ್ಳಬೇಕು.

ಪ್ರಸ್ತಾವನೆ

ಆತ್ಮವನ್ನು ನಂಬದ ಜನರು ಅತ್ಯಂತ ದುರದೃಷ್ಟಕರ ಸ್ಥಿತಿಯಲ್ಲಿದ್ದಾರೆ. ಅವರು ಎಲ್ಲಿಂದ ಬಂದರು ಮತ್ತು ಎಲ್ಲಿಗೆ ಹೋಗುತ್ತಿದ್ದಾರೆ ಎಂದು ಅವರಿಗೆ ತಿಳಿದಿಲ್ಲ. ಆತ್ಮದ ಜ್ಞಾನವು ಅತ್ಯಂತ ಮುಖ್ಯವಾದ ಜ್ಞಾನವಾಗಿದೆ ಆದರೆ ಅದನ್ನು ಯಾವುದೇ ವಿಶ್ವವಿದ್ಯಾಲಯದಲ್ಲಿ ಚರ್ಚಿಸಲಾಗಿಲ್ಲ. ಆದರೆ ಈ ದೇಹದ ರಚನೆ ಏನು? ಮೃತ ದೇಹ ಮತ್ತು ಜೀವಂತ ದೇಹದ ನಡುವಿನ ವ್ಯತ್ಯಾಸವೇನು? ದೇಹವು ಏಕೆ ಜೀವಿಸುತ್ತದೆ? ಶಾಶ್ವತ ಜೀವನವನ್ನು ಪಡೆಯುವ ಪ್ರಕ್ರಿಯೆಯು ತುಂಬಾ ಸುಲಭ, ಮತ್ತು ಅದೇ ಸಮಯದಲ್ಲಿ ತುಂಬಾ ಕಷ್ಟಕರವಾಗಿದೆ. ಇದು ಕಷ್ಟ ಏಕೆಂದರೆ ಆರಂಭದಲ್ಲಿ ಜನರು ಆತ್ಮದ ವರ್ಗಾವಣೆಯ ಅಸ್ತಿತ್ವವನ್ನು ನಂಬುವುದಿಲ್ಲ. ನಿಯಮಾಧೀನ ಆತ್ಮದ ದೋಷಗಳು ಯಾವುವು? ಅವನು ಖಂಡಿತವಾಗಿಯೂ ತಪ್ಪುಗಳನ್ನು ಮಾಡುತ್ತಾನೆ, ಭ್ರಮೆಗೆ ಒಳಗಾಗುವುದು ಖಚಿತ, ಇತರರನ್ನು ಮೋಸ ಮಾಡುವುದು ಖಚಿತ, ಅಪೂರ್ಣ ಇಂದ್ರಿಯಗಳನ್ನು ಹೊಂದಿರುವುದು ಖಚಿತ. ನಾವು ಜ್ಞಾನವನ್ನು ಸಂಪೂರ್ಣವಾಗಿ ಪಡೆಯಲು ಸಾಧ್ಯವಿಲ್ಲ, ಏಕೆಂದರೆ ನಾವು ಇತರರನ್ನು ಮತ್ತು ನಮ್ಮ ಇಂದ್ರಿಯಗಳನ್ನು ಅಪೂರ್ಣವಾಗಿ ಮೋಸ ಮಾಡಲು ಬಯಸುತ್ತೇವೆ. ನಮ್ಮ ಇಂದ್ರಿಯಗಳು ಅಪೂರ್ಣವಾಗಿದ್ದರೂ, ನಾವು ನಮ್ಮ ಕಣ್ಣುಗಳಿಗೆ ತುಂಬಾ ಹೆಮ್ಮೆಪಡುತ್ತೇವೆ ಮತ್ತು ನಾವು ಎಲ್ಲವನ್ನೂ ನೋಡಲು ಬಯಸುತ್ತೇವೆ. ಆದ್ದರಿಂದ ಯಾರಾದರೂ "ನೀವು ನನಗೆ ದೇವರನ್ನು ತೋರಿಸಬಹುದೇ?" ವಾಸ್ತವವಾಗಿ ಉತ್ತರ ಹೌದು. ನೀವು ಪ್ರತಿ ಕ್ಷಣವೂ ದೇವರನ್ನು ಏಕೆ ನೋಡಬಾರದು? ಕೃಷ್ಣ ಹೇಳುತ್ತಾನೆ, ರಸೋ 'ಹಂ ಅಪ್ಸು ಕೌಂತೇ [ಭಗವದ್ಗೀತೆ. 7.8] "ನಾನು ನೀರಿನ ರುಚಿ." ಪ್ರತಿಯೊಬ್ಬರೂ ನೀರು ಕುಡಿಯುತ್ತಾರೆ, ಮತ್ತು ರುಚಿ ಇರುತ್ತದೆ - ಆದ್ದರಿಂದ ನಾವು ಈ ರುಚಿಯನ್ನು ದೇವರೆಂದು ಭಾವಿಸಿದರೆ, ನಾವು ದೇವರ ಸಾಕ್ಷಾತ್ಕಾರದ ಪ್ರಕ್ರಿಯೆಯನ್ನು ಪ್ರಾರಂಭಿಸುತ್ತೇವೆ. ಕೃಷ್ಣನು ಸಹ ಹೇಳುತ್ತಾನೆ, ಪ್ರಭಾಸ್ಮಿಸ ಸೂರ್ಯಯೋಃ: "ನಾನು ಸೂರ್ಯನು, ಮತ್ತು ನಾನು ಚಂದ್ರನಾಗಿರುವೆ." ನಾವೆಲ್ಲರೂ ಪ್ರತಿದಿನ ಸೂರ್ಯ ಮತ್ತು ಚಂದ್ರನ ಬೆಳಕನ್ನು ನೋಡುತ್ತೇವೆ ಮತ್ತು ಸೂರ್ಯ ಮತ್ತು ಚಂದ್ರರು ಹೇಗೆ ಬೆಳಕನ್ನು ಹೊರಸೂಸುತ್ತಿದ್ದಾರೆ ಎಂದು ನಾವು ಯೋಚಿಸಿದರೆ, ನಾವು ಅಂತಿಮವಾಗಿ ದೇವರನ್ನು ತಲುಪುತ್ತೇವೆ. ಇದೇ ರೀತಿಯ ಅನೇಕ ನಿದರ್ಶನಗಳಿವೆ. ನೀವು ದೇವರ ಪ್ರಜ್ಞೆಯನ್ನು ಹೊಂದಲು ಮತ್ತು ದೇವರನ್ನು ನೀವೇ ಅರಿತುಕೊಳ್ಳಲು ಬಯಸಿದರೆ, ಅದು ತುಂಬಾ ಕಷ್ಟಕರವಲ್ಲ.

ನೀವು ಕೇವಲ ನಿಗದಿತ ವಿಧಾನಗಳನ್ನು ಅನುಸರಿಸಬೇಕು. ಭಗವದ್ಗೀತೆಯಲ್ಲಿ ಹೇಳಿರುವಂತೆ (18.55), ನಾವು ಕೇವಲ ಸತ್ಯದಲ್ಲಿ ದೇವರನ್ನು ಅರ್ಥಮಾಡಿಕೊಳ್ಳಲು ಪ್ರಯತ್ನಿಸಬೇಕು ಮತ್ತು ಅವನ ನೋಟ ಕಣ್ಮರೆ ಮತ್ತು ಕಾರ್ಯಗಳನ್ನು ಅರ್ಥಮಾಡಿಕೊಳ್ಳಲು ಪ್ರಯತ್ನಿಸಬೇಕು. ನಾವು ಅವನನ್ನು ಸತ್ಯದಲ್ಲಿ ಅರ್ಥಮಾಡಿಕೊಂಡಾಗ, ನಾವು ಈ ದೇಹವನ್ನು ತೊರೆದ ನಂತರ ತಕ್ಷಣ ದೇವರ ರಾಜ್ಯವನ್ನು ಪ್ರವೇಶಿಸುತ್ತೇವೆ. ದೇವರು ಅಥವಾ ಕೃಷ್ಣನನ್ನು ಅರ್ಥಮಾಡಿಕೊಂಡ ವ್ಯಕ್ತಿಯು ಮತ್ತೊಂದು ಭೌತಿಕ ದೇಹವನ್ನು ಸ್ವೀಕರಿಸಲು ಮತ್ತೆ ಹಿಂತಿರುಗುವುದಿಲ್ಲ. ಕೃಷ್ಣ ಹೇಳುತ್ತಾನೆ, ಮಾಮ್ ಈತಿ: "ಅವನು ನನ್ನ ಬಳಿಗೆ ಬರುತ್ತಾನೆ. ಅದು ನಮ್ಮ ಗುರಿಯಾಗಿದೆ.

ಆದ್ದರಿಂದ ನಾವು ಬೆಕ್ಕು ಮತ್ತು ನಾಯಿಗಳಂತೆ ನಮ್ಮ ಸಮಯವನ್ನು ವ್ಯರ್ಥ ಮಾಡಬಾರದು. ನಾವು ಆರಾಮವಾಗಿ ಬದುಕಬೇಕು, ಆದರೆ ಅದೇ ಸಮಯದಲ್ಲಿ ನಾವು ಕೃಷ್ಣ ಪ್ರಜ್ಞೆ ಅಥವಾ ದೇವರ ಜಾಗೃತರಾಗಿರಬೇಕು. ಅದು ನಮಗೆ ಸಂತೋಷವಾಗಲು ಸಹಾಯ ಮಾಡುತ್ತದೆ. ದೇವರನ್ನು ಅರ್ಥಮಾಡಿಕೊಳ್ಳದೆ ಮತ್ತು ಜಾಗೃತರಾಗದೆ, ಶಾಂತಿ ಮತ್ತು ಸಂತೋಷದ ಸಾಧ್ಯತೆಯಿಲ್ಲ. ಶಾಂತಿ ಮತ್ತು ಸಂತೋಷದ ಮಾರ್ಗವನ್ನು ಭಗವದ್ಗೀತೆಯಲ್ಲಿ ವಿವರಿಸಲಾಗಿದೆ.

ಈ ಯುಗದಲ್ಲಿ, ಪುರುಷರು ವಿವಿಧ ರಾಜಕೀಯ ಧರ್ಮಗಳು ಮತ್ತು ಪಕ್ಷಗಳಿಗೆ ಮಾತ್ರವಲ್ಲ, ಚಲನಚಿತ್ರಗಳು, ಕ್ರೀಡೆಗಳು, ಜೂಜು, ಕ್ಲಬ್‌ಗಳು, ಲೌಕಿಕ ಗ್ರಂಥಾಲಯಗಳು, ಕೆಟ್ಟ ಸಹವಾಸ, ಧೂಮಪಾನ, ಮದ್ಯಪಾನ, ಮೋಸ, ಮುಂತಾದ ವಿವಿಧ ರೀತಿಯ ಇಂದ್ರಿಯ-ಸಂತೋಷದ ತಿರುವುಗಳಿಗೆ ಬಲಿಯಾಗುತ್ತಾರೆ. ಕಳ್ಳತನ, ಜಗಳಗಳು, ಇತ್ಯಾದಿ. ಹಲವಾರು ವಿಭಿನ್ನ ತೊಡಗಿಸಿಕೊಳ್ಳುವಿಕೆಗಳಿಂದಾಗಿ ಅವರ ಮನಸ್ಸು ಯಾವಾಗಲೂ ವಿಚಲಿತವಾಗಿದೆ ಮತ್ತು ಆತಂಕಗಳಿಂದ ತುಂಬಿರುತ್ತದೆ. ಈ ಯುಗದಲ್ಲಿ, ಅನೇಕ ನಿರ್ಲಜ್ಜ ಪುರುಷರು ಯಾವುದೇ ಬಹಿರಂಗವಾದ ಧರ್ಮಗ್ರಂಥಗಳನ್ನು ಆಧರಿಸಿರದ ತಮ್ಮದೇ ಆದ ಧಾರ್ಮಿಕ ನಂಬಿಕೆಗಳನ್ನು ತಯಾರಿಸುತ್ತಾರೆ ಮತ್ತು ಆಗಾಗ್ಗೆ ಇಂದ್ರಿಯ ತೃಪ್ತಿಗೆ ವ್ಯಸನಿಯಾಗಿರುವ ಜನರು ಅಂತಹ ಸಂಸ್ಥೆಗಳಿಂದ ಆಕರ್ಷಿತರಾಗುತ್ತಾರೆ. ತತ್ಪರಿಣಾಮವಾಗಿ, ಧರ್ಮದ ಹೆಸರಿನಲ್ಲಿ ಅನೇಕ ಪಾಪಕೃತ್ಯಗಳು ನಡೆಯುತ್ತಿವೆ, ಸಾಮಾನ್ಯವಾಗಿ ಜನರಿಗೆ ಮನಸ್ಸಿನ ಶಾಂತಿ ಅಥವಾ ದೇಹದ ಆರೋಗ್ಯವಿಲ್ಲ. ವಿದ್ಯಾರ್ಥಿ (ಬ್ರಹ್ಮಚಾರಿ) ಸಮುದಾಯಗಳನ್ನು ಇನ್ನು ಮುಂದೆ ನಿರ್ವಹಿಸಲಾಗುತ್ತಿಲ್ಲ, ಮತ್ತು ಮನೆಯವರು ಗೃಹಸ್ಥ-ಆಶ್ರಮದ ನಿಯಮಗಳು ಮತ್ತು ನಿಬಂಧನೆಗಳನ್ನು ಗಮನಿಸುವುದಿಲ್ಲ. ಪರಿಣಾಮವಾಗಿ,

ಅಂತಹ ಗೃಹಸ್ಥ-ಆಶ್ರಮಗಳಿಂದ ಹೊರಬರುವ ವಾನಪ್ರಸ್ಥರು ಮತ್ತು ಸನ್ಯಾಸಿಗಳೆಂದು ಕರೆಯಲ್ಪಡುವವರು ಕಠಿಣ ಮಾರ್ಗದಿಂದ ಸುಲಭವಾಗಿ ವಿಚಲಿತರಾಗುತ್ತಾರೆ. ಕಲಿಯುಗದಲ್ಲಿ ಇಡೀ ವಾತಾವರಣವು ನಂಬಿಕೆಯ ಕೊರತೆಯಿಂದ ತುಂಬಿದೆ. ಪುರುಷರು ಇನ್ನು ಮುಂದೆ ಆಧ್ಯಾತ್ಮಿಕ ಮೌಲ್ಯಗಳಲ್ಲಿ ಆಸಕ್ತಿ ಹೊಂದಿಲ್ಲ. ಭೌತಿಕ ಇಂದ್ರಿಯ ತೃಪ್ತಿ ಈಗ ನಾಗರಿಕತೆಯ ಮಾನದಂಡವಾಗಿದೆ. ಅಂತಹ ಭೌತಿಕ ನಾಗರೀಕತೆಗಳ ನಿರ್ವಹಣೆಗಾಗಿ, ಮನುಷ್ಯನು ಸಂಕೀರ್ಣ ರಾಷ್ಟ್ರಗಳು ಮತ್ತು ಸಮುದಾಯಗಳನ್ನು ರಚಿಸಿದ್ದಾನೆ ಮತ್ತು ಈ ವಿಭಿನ್ನ ಗುಂಪುಗಳ ನಡುವೆ ಬಿಸಿ ಮತ್ತು ಶೀತಲ ಯುದ್ಧಗಳ ನಿರಂತರ ಒತ್ತಡವಿದೆ. ಮಾನವ ಸಮಾಜದ ಪ್ರಸ್ತುತ ವಿಕೃತ ಮೌಲ್ಯಗಳಿಂದ ಆಧ್ಯಾತ್ಮಿಕ ಗುಣಮಟ್ಟವನ್ನು ಹೆಚ್ಚಿಸುವುದು ತುಂಬಾ ಕಷ್ಟಕರವಾಗಿದೆ.

ಭೌತಿಕವಾದ ಮನುಷ್ಯ ಸುಖವಾಗಿರಲು ಸಾಧ್ಯ ಎಂದು ವಾದಿಸುವುದರಲ್ಲಿ ಅರ್ಥವಿಲ್ಲ. ಯಾವುದೇ ಭೌತಿಕ ಜೀವಿ - ಅವನು ಮಹಾನ್ ಬ್ರಹ್ಮ ಅಥವಾ ಅತ್ಯಲ್ಪ ಇರುವೆ - ಸಂತೋಷವಾಗಿರಲು ಸಾಧ್ಯವಿಲ್ಲ. ಪ್ರತಿಯೊಬ್ಬರೂ ಸಂತೋಷಕ್ಕಾಗಿ ಶಾಶ್ವತ ಯೋಜನೆಯನ್ನು ಮಾಡಲು ಪ್ರಯತ್ನಿಸುತ್ತಾರೆ, ಆದರೆ ಪ್ರತಿಯೊಬ್ಬರೂ ಭೌತಿಕ ಪ್ರಕೃತಿಯ ನಿಯಮಗಳಿಂದ ಗೊಂದಲಕ್ಕೊಳಗಾಗುತ್ತಾರೆ. ಆದ್ದರಿಂದ ಭೌತಿಕ ಪ್ರಪಂಚವನ್ನು ದೇವರ ಸೃಷ್ಟಿಯ ಕರಾಳ ಪ್ರದೇಶ ಎಂದು ಕರೆಯಲಾಗುತ್ತದೆ. ಆದರೂ ಅತೃಪ್ತ ಭೌತಕವಾದಿಗಳು ಹೊರಬರಲು ಅಪೇಕ್ಷಿಸುವ ಮೂಲಕ ಅದರಿಂದ ಹೊರಬರಬಹುದು. ದುರದೃಷ್ಟವಶಾತ್ ಅವರು ಎಷ್ಟು ಮೂರ್ಖರಾಗಿದ್ದಾರೆಂದರೆ ಅವರು ತಪ್ಪಿಸಿಕೊಳ್ಳಲು ಬಯಸುವುದಿಲ್ಲ. ಆದ್ದರಿಂದ ಅವರನ್ನು ಮುಳ್ಳಿನ ಕೊಂಬೆಗಳನ್ನು ಸವಿಯುವ ಒಂಟೆಗೆ ಹೋಲಿಸಲಾಗುತ್ತದೆ ಏಕೆಂದರೆ ಅವರು ರಕ್ತದೊಂದಿಗೆ ಬೆರೆಸಿದ ಕೊಂಬೆಗಳ ರುಚಿಯನ್ನು ಇಷ್ಟಪಡುತ್ತಾರೆ. ಅದು ತನ್ನ ಸ್ವಂತ ರಕ್ತ ಮತ್ತು ತನ್ನ ನಾಲಿಗೆಯನ್ನು ಮುಳ್ಳುಗಳಿಂದ ಕತ್ತರಿಸುತ್ತಿದೆ ಎಂದು ಅವನು ಅರ್ಥಮಾಡಿಕೊಳ್ಳುವುದಿಲ್ಲ. ಹಾಗೆಯೇ, ಭೌತಕವಾದಿಗಳಿಗೆ ಅವನ ಸ್ವಂತ ರಕ್ತವು ಜೇನಿನಂತೆ ಸಿಹಿಯಾಗಿರುತ್ತದೆ, ಮತ್ತು ಅವನು ಯಾವಾಗಲೂ ತನ್ನ ಸ್ವಂತ ವಸ್ತು ಸೃಷ್ಟಿಗಳಿಂದ ಕಿರುಕುಳಕ್ಕೊಳಗಾಗಿದ್ದರೂ, ಅವನು ತಪ್ಪಿಸಿಕೊಳ್ಳಲು ಬಯಸುವುದಿಲ್ಲ. ಅಂತಹ ಭೌತಕವಾದಿಗಳನ್ನು ಕರ್ಮಿಗಳು ಎಂದು ಕರೆಯಲಾಗುತ್ತದೆ. ನೂರಾರು ಸಾವಿರ ಕರ್ಮಿಗಳಲ್ಲಿ, ಕೆಲವರು ಮಾತ್ರ ಭೌತಿಕ ನಿಶ್ಚಿತಾರ್ಥದಿಂದ ದಣಿದಿದ್ದಾರೆ ಮತ್ತು ಚಕ್ರವ್ಯೂಹದಿಂದ ಹೊರಬರಲು ಬಯಸುತ್ತಾರೆ. ಅಂತಹ ಬುದ್ಧಿವಂತ ವ್ಯಕ್ತಿಗಳನ್ನು ಜ್ಞಾನಿಗಳು ಎಂದು

ಕರೆಯಲಾಗುತ್ತದೆ.

ವೇದಗಳು ಮಾನವನಿಗೆ ಎರಡು ರೀತಿಯ ಉದ್ಯೋಗವನ್ನು ಸೂಚಿಸುತ್ತವೆ. ಒಂದನ್ನು ಪ್ರವಿತ್ತಿ-ಮಾರ್ಗ ಅಥವಾ ಇಂದ್ರಿಯ ಆನಂದದ ಮಾರ್ಗ ಎಂದು ಕರೆಯಲಾಗುತ್ತದೆ, ಮತ್ತು ಇನ್ನೊಂದನ್ನು ನಿವೃತ್ತಿ-ಮಾರ್ಗ ಅಥವಾ ತ್ಯಜಿಸುವ ಮಾರ್ಗ ಎಂದು ಕರೆಯಲಾಗುತ್ತದೆ. ದುಃಖವನ್ನು ತೊಡೆದುಹಾಕಲು ಕೇವಲ ವ್ಯರ್ಥ ಪ್ರಯತ್ನವಿದೆ, ಮತ್ತು ದುಃಖದ ಅಪರೂಪದ ನಿಲುಗಡೆಯನ್ನು ತಪ್ಪಾಗಿ ಸಂತೋಷ ಎಂದು ಕರೆಯಲಾಗುತ್ತದೆ. ಆದ್ದರಿಂದ, ತಾತ್ಕಾಲಿಕ, ದುಃಖ ಮತ್ತು ಭ್ರಮೆಯ ಪ್ರಗತಿಶೀಲ ವಸ್ತು ಭೋಗದ ಮಾರ್ಗವು ಕೀಳು. ಆದರೆ ಒಬ್ಬನನ್ನು ಶಾಶ್ವತ, ಆನಂದಮಯ ಮತ್ತು ಎಲ್ಲಾ ಅರಿವಿನ ಜೀವನಕ್ಕೆ ಕೊಂಡೊಯ್ಯುವ ಪರಮಾತ್ಮನಿಗೆ ಭಕ್ತಿಪೂರ್ವಕವಾದ ಸೇವೆಯನ್ನು ಉದ್ಯೋಗದ ಶ್ರೇಷ್ಠ ಗುಣ ಎಂದು ಕರೆಯಲಾಗುತ್ತದೆ. ಜೀವನದ ಆಸೆಗಳನ್ನು ಎಂದಿಗೂ ಇಂದ್ರಿಯ ತೃಪ್ತಿಯ ಕಡೆಗೆ ನಿರ್ದೇಶಿಸಬಾರದು. ಒಬ್ಬ ವ್ಯಕ್ತಿಯು ಆರೋಗ್ಯಕರ ಜೀವನವನ್ನು ಅಥವಾ ಸ್ವಯಂ ಸಂರಕ್ಷಣೆಯನ್ನು ಮಾತ್ರ ಬಯಸಬೇಕು, ಏಕೆಂದರೆ ಮಾನವನು ಸಂಪೂರ್ಣ ಸತ್ಯದ ಬಗ್ಗೆ ವಿಚಾರಣೆಗಾಗಿ ಉದ್ದೇಶಿಸಿದ್ದಾನೆ. ಬೇರೆ ಯಾವುದೂ ಒಬ್ಬರ ಗುರಿಯಾಗಬಾರದು.

ಸಂಪೂರ್ಣವಾಗಿ ದಿಗ್ಭ್ರಮೆಗೊಂಡ ಭೌತಿಕ ನಾಗರಿಕತೆಯು ಇಂದ್ರಿಯ ತೃಪ್ತಿಯಲ್ಲಿ ಬಯಕೆಗಳ ಪೂರ್ಣ ಭರ್ತಿಯ ಕಡೆಗೆ ತಪ್ಪಾಗಿ ನಿರ್ದೇಶಿಸಲ್ಪಟ್ಟಿದೆ. ಅಂತಹ ನಾಗರಿಕತೆಯಲ್ಲಿ, ಜೀವನದ ಎಲ್ಲಾ ಕ್ಷೇತ್ರಗಳಲ್ಲಿ, ಅಂತಿಮ ಅಂತ್ಯವು ಇಂದ್ರಿಯ ತೃಪ್ತಿಯಾಗಿದೆ. ರಾಜಕೀಯದಲ್ಲಿ, ಸಮಾಜ ಸೇವೆಯಲ್ಲಿ, ಪರಹಿತಚಿಂತನೆ, ಪರೋಪಕಾರ ಮತ್ತು ಅಂತಿಮವಾಗಿ ಧರ್ಮದಲ್ಲಿ ಅಥವಾ ಮೋಕ್ಷದಲ್ಲಿ, ಇಂದ್ರಿಯ ತೃಪ್ತಿಯ ಅದೇ ಛಾಯೆಯು ಯಾವಾಗಲೂ ಹೆಚ್ಚುತ್ತಿರುವ ಪ್ರಧಾನವಾಗಿರುತ್ತದೆ. ರಾಜಕೀಯ ಕ್ಷೇತ್ರದಲ್ಲಿ ಪುರುಷರ ನಾಯಕರು ಜಗಳವಾಡುತ್ತಾರೆ, ಬದುಕಿನ ಸಮಸ್ಯೆಗಳ ಬಗ್ಗೆ ಯಾರೂ ಗಂಭೀರವಾಗಿರುವುದಿಲ್ಲ. ಮೋಕ್ಷದ ಹಾದಿಯಲ್ಲಿರುವವರು ಸಹ ಸಂಪೂರ್ಣ ಸತ್ಯದೊಂದಿಗೆ ಒಂದಾಗಲು ಬಯಸುತ್ತಾರೆ ಮತ್ತು ಇಂದ್ರಿಯ ತೃಪ್ತಿಗಾಗಿ ಆಧ್ಯಾತ್ಮಿಕ ಆತ್ಮಹತ್ಯೆ ಮಾಡಿಕೊಳ್ಳಲು ಬಯಸುತ್ತಾರೆ. ಆದರೆ ಇಂದ್ರಿಯ ತೃಪ್ತಿಗಾಗಿ ಬದುಕಬಾರದು. ಒಬ್ಬನು ಇಂದ್ರಿಯಗಳನ್ನು ಸಂತೃಪ್ತಿ ಆತ್ಮರಕ್ಷಣೆಗೆ ಬೇಕಾದಷ್ಟು ಮಾತ್ರವೇ ಹೊರತು ಇಂದ್ರಿಯ ತೃಪ್ತಿಗಾಗಿ ಅಲ್ಲ. ದೇಹವು ಇಂದ್ರಿಯಗಳಿಂದ ಮಾಡಲ್ಪಟ್ಟಿದೆ, ಅದಕ್ಕೆ ನಿರ್ದಿಷ್ಟ ಪ್ರಮಾಣದ ತೃಪ್ತಿಯ ಅಗತ್ಯವಿರುತ್ತದೆ, ಅಂತಹ ಇಂದ್ರಿಯಗಳ ತೃಪ್ತಿಗಾಗಿ ನಿಯಂತ್ರಕ ನಿರ್ದೇಶನಗಳಿವೆ. ಆದರೆ ಇಂದ್ರಿಯಗಳು ಅನಿರ್ಬಂಧಿತ

ಆನಂದಕ್ಕಾಗಿ ಅಲ್ಲ. ಉದಾಹರಣೆಗೆ, ಮದುವೆ ಅಥವಾ ಸಂತಾನಕ್ಕೆ ಅಗತ್ಯವಿರುವ ಮಹಿಳೆಯೊಂದಿಗೆ ಪುರುಷನ ಸಂಯೋಜನೆ, ಆದರೆ ಇದು ಇಂದ್ರಿಯ ಆನಂದಕ್ಕಾಗಿ ಅಲ್ಲ. ಸ್ವಯಂಪ್ರೇರಿತ ಸಂಯಮದ ಅನುಪಸ್ಥಿತಿಯಲ್ಲಿ, ಕುಟುಂಬ ಯೋಜನೆಗಾಗಿ ಪ್ರಚಾರವಿದೆ.

ಪ್ರಪಂಚದಾದ್ಯಂತ ಮಾನವ ಸಮಾಜವನ್ನು ನಾಲ್ಕು ಜಾತಿಗಳಾಗಿ ಮತ್ತು ನಾಲ್ಕು ಜೀವನ ಕ್ರಮಗಳಾಗಿ ವಿಂಗಡಿಸಲಾಗಿದೆ. ನಾಲ್ಕು ಜಾತಿಗಳೆಂದರೆ ಬುದ್ಧಿವಂತ ಜಾತಿ, ಸಮರ ಜಾತಿ, ಉತ್ಪಾದಕ ಜಾತಿ ಮತ್ತು ಕಾರ್ಮಿಕ ಜಾತಿ. ಈ ಜಾತಿಗಳನ್ನು ಒಬ್ಬರ ಕೆಲಸ ಮತ್ತು ಅರ್ಹತೆಯ ಆಧಾರದ ಮೇಲೆ ವರ್ಗೀಕರಿಸಲಾಗಿದೆಯೇ ಹೊರತು ಹುಟ್ಟಿನಿಂದಲ್ಲ. ನಂತರ ಮತ್ತೆ ನಾಲ್ಕು ಜೀವನ ಕ್ರಮಗಳಿವೆ, ಅವುಗಳೆಂದರೆ ವಿದ್ಯಾರ್ಥಿ ಜೀವನ, ಗೃಹಸ್ಥ ಜೀವನ, ನಿವೃತ್ತ ಮತ್ತು ಭಕ್ತಿ ಜೀವನ. ಮಾನವ ಸಮಾಜದ ಹಿತದೃಷ್ಟಿಯಿಂದ ಅಂತಹ ಜೀವನ ವಿಭಜನೆಗಳು ಇರಬೇಕು, ಇಲ್ಲದಿದ್ದರೆ ಯಾವುದೇ ಸಾಮಾಜಿಕ ಸಂಸ್ಥೆ ಆರೋಗ್ಯಕರ ಸ್ಥಿತಿಯಲ್ಲಿ ಬೆಳೆಯಲು ಸಾಧ್ಯವಿಲ್ಲ. ಮತ್ತು ಜೀವನದ ಮೇಲೆ ತಿಳಿಸಲಾದ ಪ್ರತಿಯೊಂದು ವಿಭಾಗಗಳಲ್ಲಿಯೂ, ಪರಮಾತ್ಮನ ಪರಮ ಅಧಿಕಾರವನ್ನು ಮೆಚ್ಚಿಸುವುದು ಗುರಿಯಾಗಿರಬೇಕು. ಮಾನವ ಸಮಾಜದ ಈ ಸಂಸ್ಥೆಯ ಕಾರ್ಯವನ್ನು ವರ್ಣಾಶ್ರಮ-ಧರ್ಮದ ವ್ಯವಸ್ಥೆ ಎಂದು ಕರೆಯಲಾಗುತ್ತದೆ, ಇದು ನಾಗರಿಕ ಜೀವನಕ್ಕೆ ಸಾಕಷ್ಟು ನೈಸರ್ಗಿಕವಾಗಿದೆ. ವರ್ಣಾಶ್ರಮ ಸಂಸ್ಥೆಯು ಸಂಪೂರ್ಣ ಸತ್ಯವನ್ನು ಅರಿತುಕೊಳ್ಳಲು ಸಾಧ್ಯವಾಗುವಂತೆ ನಿರ್ಮಿಸಲಾಗಿದೆ. ಇದು ಒಂದು ವಿಭಾಗದ ಮೇಲೆ ಇನ್ನೊಂದು ವಿಭಾಗದ ಕೃತಕ ಪ್ರಾಬಲ್ಯಕ್ಕಾಗಿ ಅಲ್ಲ. ಜೀವನದ ಗುರಿ, ಅಂದರೆ, ಸಂಪೂರ್ಣ ಸತ್ಯದ ಸಾಕ್ಷಾತ್ಕಾರವು, ಇಂದ್ರಿಯ-ಪ್ರೀತಿಯ ಅತಿಯಾದ ಮೋಹದಿಂದ ಅಥವಾ ಇಂದ್ರಿಯ ತೃಪ್ತಿಯಿಂದ ತಪ್ಪಿಹೋದಾಗ, ಈಗಾಗಲೇ ಇಲ್ಲಿ ಚರ್ಚಿಸಿದಂತೆ, ವರ್ಣಾಶ್ರಮದ ಸಂಸ್ಥೆಯನ್ನು ಸ್ವಾರ್ಥಿಗಳು ದುರ್ಬಲ ವಿಭಾಗದ ಮೇಲೆ ಕೃತಕ ಪ್ರಾಬಲ್ಯವನ್ನು ಒಡ್ಡಲು ಬಳಸಿಕೊಳ್ಳುತ್ತಾರೆ.

ಕಲಿಯುಗದಲ್ಲಿ, ಅಥವಾ ಜಗಳದ ಯುಗದಲ್ಲಿ, ಈ ಕೃತಕ ಪ್ರಾಬಲ್ಯವು ಈಗಾಗಲೇ ಪ್ರಸ್ತುತವಾಗಿದೆ, ಆದರೆ ಜಾತಿಗಳ ವಿಭಜನೆಗಳು ಮತ್ತು ಜೀವನ ಕ್ರಮಗಳು ಸುಗಮ ಸಾಮಾಜಿಕ ಮತ್ತು ಉನ್ನತ ಚಿಂತನೆಗಾಗಿ ಉದ್ದೇಶಿಸಲಾಗಿದೆ ಎಂದು ಜನರಲ್ಲಿ ವಿವೇಕಯುತ ಜನರಿಗೆ ಚೆನ್ನಾಗಿ ತಿಳಿದಿದೆ. ಕಾಗೆಗಳು ಮತ್ತು ಹಂಸಗಳು ಒಂದೇ ಗರಿಗಳ ಪಕ್ಷಿಗಳಲ್ಲ, ಏಕೆಂದರೆ ಅವುಗಳ ವಿಭಿನ್ನ ಮಾನಸಿಕ ವರ್ತನೆಗಳು. ಫಲಪ್ರದ ಕೆಲಸಗಾರರನ್ನು ಅಥವಾ

ಭಾವೋದ್ರಿಕ್ತ ಪುರುಷರನ್ನು ಕಾಗೆಗಳಿಗೆ ಹೋಲಿಸಲಾಗುತ್ತದೆ, ಆದರೆ ಎಲ್ಲಾ ಪರಿಪೂರ್ಣ ಸಂತ ವ್ಯಕ್ತಿಗಳನ್ನು ಹಂಸಗಳಿಗೆ ಹೋಲಿಸಲಾಗುತ್ತದೆ. ಕಾಗೆಗಳು ಕಸವನ್ನು ಎಸೆಯುವ ಸ್ಥಳದಲ್ಲಿ ಆನಂದವನ್ನು ಪಡೆಯುತ್ತವೆ, ಭಾವೋದ್ರಿಕ್ತ ಫಲಪ್ರದ ಕೆಲಸಗಾರರು ಮಹಿಳೆ ಮತ್ತು ಸ್ಥೂಲ ಇಂದ್ರಿಯ ಆನಂದಕ್ಕಾಗಿ ಸ್ಥಳಗಳಲ್ಲಿ ಆನಂದವನ್ನು ಪಡೆಯುತ್ತಾರೆ. ಸಮ್ಮೇಳನಗಳು ಮತ್ತು ಸಭೆಗಳಿಗಾಗಿ ಕಾಗೆಗಳನ್ನು ಒಟ್ಟುಗೂಡಿಸುವ ಸ್ಥಳಗಳಲ್ಲಿ ಹಂಸಗಳು ಮನವಿ ತೆಗೆದುಕೊಳ್ಳುವುದಿಲ್ಲ. ಬದಲಿಗೆ ಅವು ನೈಸರ್ಗಿಕ ರಮಣೀಯ ಸೌಂದರ್ಯದ ವಾತಾವರಣದಲ್ಲಿ ಕಂಡುಬರುತ್ತವೆ, ಅಲ್ಲಿ ನೈಸರ್ಗಿಕ ಸೌಂದರ್ಯದ ವಿವಿಧ ಬಣ್ಣಗಳಲ್ಲಿ ಕಮಲದ ಹೂವುಗಳ ಕಾಂಡಗಳಿಂದ ಚೆನ್ನಾಗಿ ಅಲಂಕರಿಸಲ್ಪಟ್ಟ ನೀರಿನ ಪಾರದರ್ಶಕ ಜಲಾಶಯಗಳಿವೆ. ಇದು ಎರಡು ವರ್ಗದ ಪಕ್ಷಿಗಳ ನಡುವಿನ ವ್ಯತ್ಯಾಸವಾಗಿದೆ. ಪ್ರಕೃತಿಯು ವಿಭಿನ್ನ ಮನಸ್ಥಿತಿಯೊಂದಿಗೆ ವಿವಿಧ ಜಾತಿಗಳ ಜೀವನವನ್ನು ಪ್ರಭಾವಿಸಿದೆ ಮತ್ತು ಅದು ಅವರನ್ನು ಒಂದೇ ಶ್ರೇಣಿಗೆ ತರಲು ಸಾಧ್ಯವಿಲ್ಲ. ಅಂತೆಯೇ, ವಿಭಿನ್ನ ಮನಸ್ಥಿತಿಯ ವಿವಿಧ ರೀತಿಯ ಪುರುಷರಿಗೆ ವಿವಿಧ ರೀತಿಯ ಸಾಹಿತ್ಯಗಳಿವೆ. ಹೆಚ್ಚಾಗಿ ಕಾಗೆಯ ವರ್ಗಗಳ ಪುರುಷರನ್ನು ಆಕರ್ಷಿಸುವ ಮಾರುಕಟ್ಟೆ ಸಾಹಿತ್ಯಗಳು ಇಂದ್ರಿಯ ವಿಷಯಗಳ ನಿರಾಕರಿಸಿದ ಅವಶೇಷಗಳನ್ನು ಒಳಗೊಂಡಿರುವ ಸಾಹಿತ್ಯಗಳಾಗಿವೆ. ಹಂಸಗಳಿಗೆ ಹೋಲಿಸಿದ ಆಧ್ಯಾತ್ಮಿಕ ಮಿತ್ರ ಮುಂದುವರಿದ ಪುರುಷರು ಅಂತಹ ಸತ್ತ ಸಾಹಿತ್ಯಗಳಲ್ಲಿ ಆನಂದವನ್ನು ಪಡೆಯುವುದಿಲ್ಲ, ಅದು ಆಧ್ಯಾತ್ಮಿಕವಾಗಿ ಸತ್ತ ಪುರುಷರಿಗೆ ಆನಂದದ ಮೂಲವಾಗಿದೆ. ವೇದಗಳು ದೇವರಿಗೆ ಹಿಂತಿರುಗಲು, ಮನೆಗೆ ಹಿಂತಿರುಗಲು ಉದ್ದೇಶಿಸಲಾಗಿದೆ. 8,400,000 ಸಂಖ್ಯೆಯ ಜೀವನಗಳ ಸರಣಿಯಲ್ಲಿ ಪ್ರಸರಣ ಚಕ್ರದಲ್ಲಿ ಸುತ್ತುವುದು ಖಂಡಿಸಿದ ಷರತ್ತುಬದ್ಧ ಆತ್ಮಗಳಿಗೆ ಜೈಲು ಜೀವನವಾಗಿದೆ. ಜೀವನದ ಮಾನವ ರೂಪವು ಈ ಬಂಧಿತ ಜೀವನದಿಂದ ಹೊರಬರಲು ಒಂದು ಅವಕಾಶವಾಗಿದೆ ಮತ್ತು ದೇವರೊಂದಿಗೆ ಕಳೆದುಹೋದ ಸಂಬಂಧವನ್ನು ಮರುಸ್ಥಾಪಿಸುವುದು ಮಾನವನ ಏಕೈಕ ಉದ್ಯೋಗವಾಗಿದೆ. ಧಾರ್ಮಿಕ ಕಾರ್ಯಗಳ ಹೆಸರಿನಲ್ಲಿ ಇಂದ್ರಿಯ ಆನಂದಕ್ಕಾಗಿ ಯೋಜನೆಯನ್ನು ಮಾಡಲು ಒಬ್ಬನನ್ನು ಎಂದಿಗೂ ಪ್ರೋತ್ಸಾಹಿಸಬಾರದು. ಮಾನವ ಶಕ್ತಿಯ ಇಂತಹ ವಿಚಲನವು ದಾರಿತಪ್ಪಿದ ನಾಗರಿಕತೆಗೆ ಕಾರಣವಾಗುತ್ತದೆ. ಶ್ರೀಲ ವ್ಯಾಸದೇವರು ಮಹಾಭಾರತ ಇತ್ಯಾದಿಗಳಲ್ಲಿ ವೈದಿಕ ವಿವರಣೆಗಳಲ್ಲಿ ಅಧಿಕಾರ ಹೊಂದಿದ್ದಾರೆ, ಮತ್ತು ಇಂದ್ರಿಯ ಆನಂದದಲ್ಲಿ ಅವರ ಪ್ರೋತ್ಸಾಹವು ಆಧ್ಯಾತ್ಮಿಕ ಪ್ರಗತಿಗೆ ಒಂದು ದೊಡ್ಡ ತಡೆಯಾಗಿದೆ ಏಕೆಂದರೆ ಸಾಮಾನ್ಯವಾಗಿ ಜನರು

ಭೌತಿಕ ಚಟುವಟಿಕೆಗಳನ್ನು ತ್ಯಜಿಸಲು ಒಪ್ಪುವುದಿಲ್ಲ. ಮಾನವ ನಾಗರಿಕತೆಯ ಒಂದು ನಿರ್ದಿಷ್ಟ ಹಂತದಲ್ಲಿ ಧರ್ಮದ ಹೆಸರಿನಲ್ಲಿ ಇಂತಹ ಭೌತಿಕ ಚಟುವಟಿಕೆಗಳು (ಯಜ್ಞದ ಹೆಸರಿನಲ್ಲಿ ಪ್ರಾಣಿಗಳನ್ನು ಬಲಿಕೊಡುವುದು) ವಿಪರೀತವಾಗಿದ್ದಾಗ, ಭಗವಂತನು ಬುದ್ಧನಾಗಿ ಅವತರಿಸಿದನು ಮತ್ತು ಪ್ರಾಣಿ ಬಲಿಯನ್ನು ನಿಲ್ಲಿಸಲು ವೇದಗಳ ಅಧಿಕಾರವನ್ನು ನಿರಾಕರಿಸಿದನು. ಮಾಂಸ ತಿನ್ನುವವರು ಧರ್ಮದ ಹೆಸರಿನಲ್ಲಿ ಕೆಲವು ದೇವತಾ ಅಥವಾ ದೇವತೆಯ ಮುಂದೆ ಪ್ರಾಣಿಬಲಿ ಮಾಡುವುದನ್ನು ಮುಂದುವರೆಸುತ್ತಾರೆ ಏಕೆಂದರೆ ಕೆಲವು ವೈದಿಕ ಸಾಹಿತ್ಯಗಳಲ್ಲಿ ಇಂತಹ ನಿಯಂತ್ರಿತ ತ್ಯಾಗಗಳನ್ನು ಶಿಫಾರಸು ಮಾಡಲಾಗಿದೆ. ಮಾಂಸವನ್ನು ತಿನ್ನುವುದನ್ನು ನಿರುತ್ಸಾಹಗೊಳಿಸಲು ಅವರು ಶಿಫಾರಸು ಮಾಡುತ್ತಾರೆ, ಆದರೆ ಕ್ರಮೇಣ ಅಂತಹ ಧಾರ್ಮಿಕ ಚಟುವಟಿಕೆಗಳ ಉದ್ದೇಶವು ಮರೆತುಹೋಗುತ್ತದೆ ಮತ್ತು ಕಸಾಯಿಖಾನೆಯು ಪ್ರಮುಖವಾಗುತ್ತದೆ. ಏಕೆಂದರೆ ಮೂರ್ಖ ಭೌತವಾದಿ ಪುರುಷರು ವೈದಿಕ ವಿಧಿಗಳನ್ನು ವಿವರಿಸುವ ಸ್ಥಾನದಲ್ಲಿರುವ ಇತರರನ್ನು ಕೇಳಲು ಕಾಳಜಿ ವಹಿಸುವುದಿಲ್ಲ.

ವೇದಗಳಲ್ಲಿ, ಜೀವನದ ಪರಿಪೂರ್ಣತೆಯನ್ನು ದೊಡ್ಡ ಕೆಲಸದಿಂದ ಅಥವಾ ಸಂಪತ್ತಿನ ಶೇಖರಣೆಯಿಂದ ಅಥವಾ ಜನಸಂಖ್ಯೆಯನ್ನು ಹೆಚ್ಚಿಸುವುದರಿಂದ ಎಂದಿಗೂ ಸಾಧಿಸಲಾಗುವುದಿಲ್ಲ ಎಂದು ಸ್ಪಷ್ಟವಾಗಿ ಹೇಳಲಾಗಿದೆ. ಆದರೆ ಅದನ್ನು ತ್ಯಜಿಸುವುದರಿಂದ ಮಾತ್ರ ಸಾಧಿಸಲಾಗುತ್ತದೆ. ಭೌತವಾದಿ ಪುರುಷರು ಅಂತಹ ಆಜ್ಞೆಗಳನ್ನು ಕೇಳಲು ಹೆದರುವುದಿಲ್ಲ. ಅವರ ಪ್ರಕಾರ, ತ್ಯಜಿಸಿದ ಜೀವನ ಕ್ರಮವು ಕೆಲವು ನೈಜ ದೋಷಗಳಿಂದಾಗಿ ತಮ್ಮ ಜೀವನೋಪಾಯವನ್ನು ಗಳಿಸಲು ಸಾಧ್ಯವಾಗದವರಿಗೆ ಅಥವಾ ಕುಟುಂಬ ಜೀವನದಲ್ಲಿ ಸಮೃದ್ಧಿಯನ್ನು ಸಾಧಿಸಲು ವಿಫಲರಾದ ವ್ಯಕ್ತಿಗಳಿಗೆ ಎಂದು ಪ್ರತಿಪಾದಿಸುತ್ತಾರೆ.

ಮಹಾಭಾರತದಲ್ಲಿ ಭಗವದ್ಗೀತೆ ಇದೆ. ಮಹಾಭಾರತದ ಸಂಪೂರ್ಣ ಕಲ್ಪನೆಯು ಭಗವದ್ಗೀತೆಯ ಅಂತಿಮ ಸೂಚನೆಗಳಲ್ಲಿ ಕೊನೆಗೊಳ್ಳುತ್ತದೆ. ಪ್ರಾಯೋಗಿಕ ಅನುಭವದಿಂದ ಶ್ರೀ ನಾರದ ಮುನಿಗಳು ಭೌತಿಕ ಕೆಲಸದ ಎಲ್ಲಾ ಸಮಸ್ಯೆಗಳಿಗೆ ಮುಖ್ಯ ಪರಿಹಾರವೆಂದರೆ ಪರಮಾತ್ಮನ ಅತೀಂದ್ರಿಯ ಮಹಿಮೆಗಳನ್ನು ಬಹಳ ವ್ಯಾಪಕವಾಗಿ ಪ್ರಸಾರ ಮಾಡುವುದು ಎಂದು ಖಂಡಿತವಾಗಿ ಪ್ರತಿಪಾದಿಸುತ್ತಾರೆ. ಒಳ್ಳೆಯ ಪುರುಷರಲ್ಲಿ ನಾಲ್ಕು ವರ್ಗಗಳಿವೆ ಮತ್ತು ಕೆಟ್ಟ ಪುರುಷರಲ್ಲಿ ನಾಲ್ಕು ವರ್ಗಗಳಿವೆ. ನಾಲ್ಕು ವರ್ಗದ ಸತ್ಪುರುಷರು ಸರ್ವಶಕ್ತ ದೇವರ ಅಧಿಕಾರವನ್ನು ಒಪ್ಪಿಕೊಳ್ಳುತ್ತಾರೆ ಮತ್ತು ಆದ್ದರಿಂದ ಅಂತಹ ಒಳ್ಳೆಯ ಪುರುಷರು (1) ಅವರು

ಕಷ್ಟದಲ್ಲಿದ್ದಾಗ, (2) ಅವರಿಗೆ ಹಣದ ಅಗತ್ಯವಿದ್ದಾಗ, (3) ಅವರು ಜ್ಞಾನದಲ್ಲಿ ಮುಂದುವರಿದಾಗ ಮತ್ತು (4) ಅವರು ದೇವರ ಬಗ್ಗೆ ಹೆಚ್ಚು ಹೆಚ್ಚು ತಿಳಿದುಕೊಳ್ಳುವ ಜಿಜ್ಞಾಸೆಯನ್ನು ಹೊಂದಿರುವಾಗ. ಕೆಟ್ಟ ಪುರುಷರಿಗೆ ಸಂಬಂಧಿಸಿದಂತೆ, ಅವರು ನಾಲ್ಕು ಸಂಖ್ಯೆಯಲ್ಲಿದ್ದಾರೆ: (1) ಪ್ರಗತಿಪರ ಫಲದಾಯಕ ಕೆಲಸದ ವಿಧಾನಕ್ಕೆ ಸರಳವಾಗಿ ವ್ಯಸನಿಯಾಗಿ ಮತ್ತು ಅದರೊಂದಿಗೆ ಬರುವ ದುಃಖಗಳಿಗೆ ಒಳಗಾಗುವವರು, (2) ಕೆಟ್ಟತನಕ್ಕೆ ವ್ಯಸನಿಯಾಗಿರುವವರು ಇಂದ್ರಿಯ ತೃಪ್ತಿಗಾಗಿ ಕೆಲಸ ಮಾಡಿ ಮತ್ತು ಅದರ ಪರಿಣಾಮವನ್ನು ಅನುಭವಿಸುತ್ತಾರೆ, (3) ಭೌತಿಕವಾಗಿ ಜ್ಞಾನದಲ್ಲಿ ಬಹಳ ಮುಂದುವರಿದವರು, ಆದರೆ ಸರ್ವಶಕ್ತ ಭಗವಂತನ ಅಧಿಕಾರವನ್ನು ಒಪ್ಪಿಕೊಳ್ಳುವ ಪ್ರಜ್ಞೆಯನ್ನು ಹೊಂದಿಲ್ಲದ ಕಾರಣ ಬಳಲುತ್ತಿರುವವರು ಮತ್ತು (4) ಪುರುಷರ ವರ್ಗ ಯಾರು ನಾಸ್ತಿಕರು ಎಂದು ಕರೆಯಲಾಗುತ್ತದೆ ಮತ್ತು ಆದ್ದರಿಂದ ಉದ್ದೇಶಪೂರ್ವಕವಾಗಿ ದೇವರ ಹೆಸರನ್ನು ದ್ವೇಷಿಸುತ್ತಾರೆ.ಇಂದ್ರಿಯಗಳು ಕೆಲವು ನಿಶ್ಚಿತಾರ್ಥವನ್ನು ಬಯಸುತ್ತವೆ. ಅವುಗಳನ್ನು ಕೃತಕವಾಗಿ ಪರಿಶೀಲಿಸುವುದು ಯಾವುದೇ ಪರೀಕ್ಷೆಯಲ್ಲ ಏಕೆಂದರೆ ಆನಂದಕ್ಕಾಗಿ ಸ್ವಲ್ಪ ಅವಕಾಶವಿದ್ದಲ್ಲಿ, ಇಂದ್ರಿಯಗಳು ಖಂಡಿತವಾಗಿಯೂ ಅದರ ಲಾಭವನ್ನು ಪಡೆದುಕೊಳ್ಳುತ್ತವೆ. ಇಂತಹ ಅನೇಕ ನಿದರ್ಶನಗಳಿವೆ ಕೆಲಸದ ವಿಧಾನ (ಕರ್ಮ) ಹಾಗೆ. ಇದು ಒಂದು ಕ್ರಿಯೆಯನ್ನು ಮತ್ತು ಇನ್ನೊಂದು ಪ್ರತಿಕ್ರಿಯೆಯನ್ನು ಏಕಕಾಲದಲ್ಲಿ ಸೃಷ್ಟಿಸುತ್ತದೆ ಮತ್ತು ಹೀಗೆ ಭೌತಿಕ ಚಟುವಟಿಕೆಗಳ ಸರಪಳಿಯನ್ನು ಹೆಚ್ಚಿಸುತ್ತದೆ, ಪ್ರತಿ ಹಿಂದಿನದನ್ನು ವಸ್ತು ಬಂಧನದಲ್ಲಿ ಬಂಧಿಸುತ್ತದೆ.

ಶ್ರೀಮದ್ ಭಾಗವತವು ಕಲಿಯುಗ ಪ್ರಾರಂಭವಾಗುವ ಮೊದಲು (ಸುಮಾರು ಐದು ಸಾವಿರ ವರ್ಷಗಳ ಹಿಂದೆ) ರಚಿಸಲ್ಪಟ್ಟಿತು ಮತ್ತು ಭಗವಾನ್ ಬುದ್ಧನು ಸುಮಾರು ಇಪ್ಪತ್ತಾರು ನೂರು ವರ್ಷಗಳ ಹಿಂದೆ ಕಾಣಿಸಿಕೊಂಡನು. ಆದುದರಿಂದ ಶ್ರೀಮದ್ ಭಾಗವತದಲ್ಲಿ ಭಗವಾನ್ ಬುದ್ಧನನ್ನು ಕುರಿತು ಹೇಳಲಾಗಿದೆ. ಈ ಸ್ಪಷ್ಟ ಗ್ರಂಥದ ಅಧಿಕಾರ ಹೀಗಿದೆ. ಅಂತಹ ಅನೇಕ ಭವಿಷ್ಯವಾಣಿಗಳು ಇವೆ, ಮತ್ತು ಅವುಗಳು ಒಂದರ ನಂತರ ಒಂದರಂತೆ ನೆರವೇರುತ್ತಿವೆ. ಅವರು ಶ್ರೀಮದ್ ಭಾಗವತದ ಸಕಾರಾತ್ಮಕ ನಿಲುವನ್ನು ಸೂಚಿಸುತ್ತಾರೆ, ಇದು ತಪ್ಪು, ಭ್ರಮೆ, ಮೋಸ ಮತ್ತು ಅಪೂರ್ಣತೆಯ ಕುರುಹುಗಳಿಲ್ಲ, ಇದು ಎಲ್ಲಾ ಷರತ್ತುಬದ್ಧ ಆತ್ಮಗಳ ನಾಲ್ಕು ನ್ಯೂನತೆಗಳಾಗಿವೆ. ವಿಮೋಚನೆಗೊಂಡ ಆತ್ಮಗಳು ಈ ನ್ಯೂನತೆಗಳ ಮೇಲೆ ಇರುತ್ತವೆ, ಆದ್ದರಿಂದ ಅವರು ದೂರದ ದಿನಾಂಕಗಳಲ್ಲಿ ನಡೆಯುವ ವಿಷಯಗಳನ್ನು ನೋಡಬಹುದು

ಮತ್ತು ಮುನ್ಸೂಚಿಸಬಹುದು. ದೇವರ ಕೊನೆಯ ಅವತಾರವಾದ ಭಗವಾನ್ ಕಲ್ಕಿಯ ಆಗಮನದ ಮತ್ತೊಂದು ಮುನ್ಸೂಚನೆ ಇಲ್ಲಿದೆ. ಅವನು ಎರಡು ಯುಗಗಳ ಸಂಯೋಗದಲ್ಲಿ, ಅಂದರೆ ಕಲಿಯುಗದ ಕೊನೆಯಲ್ಲಿ ಮತ್ತು ಸತ್ಯ-ಯುಗದ ಆರಂಭದಲ್ಲಿ ಕಾಣಿಸಿಕೊಳ್ಳುತ್ತಾನೆ. ಸತ್ಯ, ತ್ರೇತಾ, ದ್ವಾಪರ ಮತ್ತು ಕಲಿಯುಗ ಎಂಬ ನಾಲ್ಕು ಯುಗಗಳ ಚಕ್ರವು ತಿಂಗಳುಗಳಂತೆ ತಿರುಗುತ್ತದೆ. ಪ್ರಸ್ತುತ ಕಲಿಯುಗವು 432,000 ವರ್ಷಗಳವರೆಗೆ ಇರುತ್ತದೆ, ಅದರಲ್ಲಿ ನಾವು ಕುರುಕ್ಷೇತ್ರ ಕದನ ಮತ್ತು ರಾಜ ಪರೀಕ್ಷಿತ್ ಆಳ್ವಿಕೆಯ ಅಂತ್ಯದ ನಂತರ ಕೇವಲ 5,000 ವರ್ಷಗಳನ್ನು ಕಳೆದಿದ್ದೇವೆ. ಆದ್ದರಿಂದ ಇನ್ನೂ 427,000 ವರ್ಷಗಳ ಸಮತೋಲನವಿದೆ. ಆದ್ದರಿಂದ ಈ ಅವಧಿಯ ಕೊನೆಯಲ್ಲಿ, ಶ್ರೀಮದ್ ಭಾಗವತದಲ್ಲಿ ಮುನ್ಸೂಚನೆಯಂತೆ ಕಲ್ಕಿಯ ಅವತಾರವು ನಡೆಯುತ್ತದೆ. ಅವನ ತಂದೆಯ ಹೆಸರು, ವಿಷ್ಣು ಯಾಸ, ಒಬ್ಬ ವಿದ್ವಾಂಸ ಬ್ರಾಹ್ಮಣ, ಮತ್ತು ಗ್ರಾಮದ ಸಂಭಾಲ ಸಹ ಉಲ್ಲೇಖಿಸಲಾಗಿದೆ. ಮೇಲೆ ಹೇಳಿದಂತೆ, ಈ ಎಲ್ಲಾ ಮುನ್ಸೂಚನೆಗಳು ಕಾಲಾನುಕ್ರಮದಲ್ಲಿ ವಾಸ್ತವಿಕವೆಂದು ಸಾಬೀತುಪಡಿಸುತ್ತವೆ. ಅದು ಶ್ರೀಮದ್ ಭಾಗವತದ ಅಧಿಕಾರ.

ಸಮಯದ ಅವ್ಯಕ್ತ ಶಕ್ತಿಗಳು ಎಷ್ಟು ಶಕ್ತಿಯುತವಾಗಿವೆಯೆಂದರೆ ಅವು ಎಲ್ಲಾ ವಸ್ತುಗಳನ್ನು ಸರಿಯಾದ ಸಮಯದಲ್ಲಿ ಮರೆವುಗೆ ತಗ್ಗಿಸುತ್ತವೆ. ಕಲಿಯುಗದಲ್ಲಿ, ನಾಲ್ಕು ಸಹಸ್ರಮಾನಗಳ ಸುತ್ತಿನ ಕೊನೆಯ ಸಹಸ್ರಮಾನದಲ್ಲಿ, ಎಲ್ಲಾ ಭೌತಿಕ ವಸ್ತುಗಳ ಶಕ್ತಿಯು ಸಮಯದ ಪ್ರಭಾವದಿಂದ ಹದಗೆಡುತ್ತದೆ. ಈ ಯುಗದಲ್ಲಿ ಸಾಮಾನ್ಯವಾಗಿ ಜನರ ಭೌತಿಕ ದೇಹದ ಅವಧಿಯು ತುಂಬಾ ಕಡಿಮೆಯಾಗಿದೆ ಮತ್ತು ಸ್ಮರಣಶಕ್ತಿಯೂ ಕಡಿಮೆಯಾಗುತ್ತದೆ. ಭೂಮಿ ಇತರ ಯುಗಗಳಲ್ಲಿ ಮಾಡಿದ ಅದೇ ಪ್ರಮಾಣದಲ್ಲಿ ಆಹಾರ ಧಾನ್ಯಗಳನ್ನು ಉತ್ಪಾದಿಸುವುದಿಲ್ಲ. ಹಸು ಹಿಂದೆ ಕೊಡುವಷ್ಟು ಹಾಲು ಕೊಡುವುದಿಲ್ಲ. ತರಕಾರಿ ಮತ್ತು ಹಣ್ಣುಗಳ ಉತ್ಪಾದನೆ ಮೊದಲಿಗಿಂತ ಕಡಿಮೆಯಾಗಿದೆ. ಅದರಂತೆ, ಎಲ್ಲಾ ಜೀವಿಗಳು, ಮನುಷ್ಯರು ಮತ್ತು ಪ್ರಾಣಿಗಳು, ಸಮೃದ್ಧವಾದ, ಪೋಷಣೆಯ ಆಹಾರವನ್ನು ಹೊಂದಿಲ್ಲ. ಜೀವನದ ಹಲವು ಅಗತ್ಯಗಳ ಕೊರತೆಯಿಂದಾಗಿ, ಸ್ವಾಭಾವಿಕವಾಗಿ ಜೀವನದ ಅವಧಿಯು ಕಡಿಮೆಯಾಗುತ್ತದೆ, ನೆನಪಿನ ಶಕ್ತಿ ಕಡಿಮೆಯಾಗಿದೆ, ಬುದ್ಧಿವಂತಿಕೆಯು ಅತ್ಯಲ್ಪವಾಗಿದೆ, ಪರಸ್ಪರ ವ್ಯವಹಾರಗಳು ಬೂಟಾಟಿಕೆಯಿಂದ ತುಂಬಿರುತ್ತವೆ.

ಮಹಾನ್ ಋಷಿ ವ್ಯಾಸದೇವನು ತನ್ನ ಅತೀಂದ್ರಿಯ ದೃಷ್ಟಿಯಿಂದ ಇದನ್ನು ನೋಡಿದನು. ಒಬ್ಬ ಜ್ಯೋತಿಷಿಯು ವೈಭವದ ದಿನಗಳಲ್ಲಿ, ಅಥವಾ ಕಲಿಯುಗದ

ಆಗಮನದ ಮೊದಲು, ಬ್ರಾಹ್ಮಣರು, ಗೋವುಗಳು, ಮಹಿಳೆಯರು, ಮಕ್ಕಳು ಮತ್ತು ವೃದ್ಧರಿಗೆ ಸರಿಯಾಗಿ ರಕ್ಷಣೆ ನೀಡಲಾಯಿತು. 1. ಬ್ರಾಹ್ಮಣರ ರಕ್ಷಣೆಯು ವರ್ಣ ಮತ್ತು ಆಶ್ರಮದ ಸಂಸ್ಥೆಯನ್ನು ನಿರ್ವಹಿಸುತ್ತದೆ, ಆಧ್ಯಾತ್ಮಿಕ ಜೀವನದ ಸಾಧನೆಗಾಗಿ ಅತ್ಯಂತ ವೈಜ್ಞಾನಿಕ ಸಂಸ್ಕೃತಿ. 2. ಹಸುಗಳ ರಕ್ಷಣೆಯು ಆಹಾರದ ಅತ್ಯಂತ ಅದ್ಭುತವಾದ ರೂಪವನ್ನು ನಿರ್ವಹಿಸುತ್ತದೆ, ಅಂದರೆ., ಜೀವನದ ಉನ್ನತ ಗುರಿಗಳನ್ನು ಅರ್ಥಮಾಡಿಕೊಳ್ಳಲು ಮೆದುಳಿನ ಸೂಕ್ಷ್ಮ ಅಂಗಾಂಶಗಳನ್ನು ನಿರ್ವಹಿಸಲು ಹಾಲು. 3. ಮಹಿಳೆಯರ ರಕ್ಷಣೆ ಸಮಾಜದ ಪರಿಶುದ್ಧತೆಯನ್ನು ಕಾಪಾಡುತ್ತದೆ, ಅದರ ಮೂಲಕ ನಾವು ಪಡೆಯಬಹುದು ಶಾಂತಿ, ನೆಮ್ಮದಿ ಮತ್ತು ಜೀವನದ ಪ್ರಗತಿಗೆ ಉತ್ತಮ ಪೀಳಿಗೆಯನ್ನು ಪಡೆಯಬಹುದು. 4. ಮಕ್ಕಳ ರಕ್ಷಣೆಯು ಮಾನವ ರೂಪದ ಜೀವನಕ್ಕೆ ಭೌತಿಕ ಬಂಧನದಿಂದ ಮುಕ್ತಿಯ ಮಾರ್ಗವನ್ನು ಸಿದ್ಧಪಡಿಸುವ ಅತ್ಯುತ್ತಮ ಅವಕಾಶವನ್ನು ನೀಡುತ್ತದೆ. 5. ಮುದುಕರ ರಕ್ಷಣೆಯು ಸಾವಿನ ನಂತರ ಅವರಿಗೆ ತಮ್ಮನ್ನು ತಾವು ಉತ್ತಮ ಜೀವನಗಾಗಿ ಸಿದ್ಧಪಡಿಸಿಕೊಳ್ಳುವ ಅವಕಾಶವನ್ನು ನೀಡುತ್ತದೆ

ಈ ಸಂಪೂರ್ಣ ದೃಷ್ಟಿಕೋನವು ನಯಗೊಳಿಸಿದ ಬೆಕ್ಕುಗಳು ಮತ್ತು ನಾಯಿಗಳ ನಾಗರಿಕತೆಗೆ ವಿರುದ್ಧವಾಗಿ ಯಶಸ್ವಿ ಮಾನವೀಯತೆಗೆ ಕಾರಣವಾಗುವ ಅಂಶಗಳ ಮೇಲೆ ಆಧಾರಿತವಾಗಿದೆ. ಮೇಲೆ ತಿಳಿಸಿದ ಮುಗ್ಧ ಜೀವಿಗಳ ಹತ್ಯೆಯನ್ನು ಸಂಪೂರ್ಣವಾಗಿ ನಿಷೇಧಿಸಲಾಗಿದೆ ಏಕೆಂದರೆ ಅವುಗಳನ್ನು ಅವಮಾನಿಸುವ ಮೂಲಕ ಸಹ ಒಬ್ಬರ ಜೀವಿತಾವಧಿಯನ್ನು ಕಳೆದುಕೊಳ್ಳುತ್ತಾರೆ. ಕಲಿಯುಗದಲ್ಲಿ ಮುಗ್ಧ ಜೀವಿಗಳು ಸರಿಯಾಗಿ ರಕ್ಷಿಸಲ್ಪಟ್ಟಿಲ್ಲ, ಆದ್ದರಿಂದ ಇಂದಿನ ಪೀಳಿಗೆಯ ಜೀವಿತಾವಧಿಯು ಗಣನೀಯವಾಗಿ ಕಡಿಮೆಯಾಗಿದೆ. ಭಗವದ್ಗೀತೆಯಲ್ಲಿ ಸ್ತ್ರೀಯರು ಸರಿಯಾದ ರಕ್ಷಣೆಯ ಕೊರತೆಯಿಂದ ಅಶುದ್ಧರಾದಾಗ ವರ್ಣ-ಸಂಕರ ಎಂಬ ಅನಗತ್ಯ ಮಕ್ಕಳಿದ್ದಾರೆ ಎಂದು ಹೇಳಲಾಗಿದೆ. ಪರಿಶುದ್ಧ ಮಹಿಳೆಯನ್ನು ಅವಮಾನಿಸುವುದು ಎಂದರೆ ಜೀವಿತಾವಧಿಯಲ್ಲಿ ವಿಪತ್ತು ತರುವುದು. ದುರ್ಯೋಧನನ ಸಹೋದರನಾದ ದುಃಶಾಸನನು ಆದರ್ಶ ಪರಿಶುದ್ಧ ಮಹಿಳೆಯಾದ ದ್ರೌಪದಿಯನ್ನು ಅವಮಾನಿಸಿದನು ಮತ್ತು ಆದ್ದರಿಂದ ದುಷ್ಕರ್ಮಿಗಳು ಅಕಾಲಿಕ ಮರಣ ಹೊಂದಿದರು. ಇವುಗಳು ಮೇಲೆ ತಿಳಿಸಲಾದ ಭಗವಂತನ ಕೆಲವು ಕಠಿಣ ಕಾನೂನುಗಳಾಗಿವೆ. ಕುರುಕ್ಷೇತ್ರದ ಕದನದ ಹದಿನೆಂಟು ದಿನಗಳಲ್ಲಿ 640,000,000 ಪುರುಷರು ಕೊಲ್ಲಲ್ಪಟ್ಟರು ಮತ್ತು ನೂರಾರು ಸಾವಿರ ಜನರು ಕಾಣೆಯಾದರು ಎಂದು ಮಹಾಭಾರತ, ಆದಿ-ಪರ್ವ (20) ನಲ್ಲಿ ಹೇಳಲಾಗಿದೆ.

ಪ್ರಾಯೋಗಿಕವಾಗಿ ಇದು ಐದು ಸಾವಿರ ವರ್ಷಗಳಲ್ಲಿ ವಿಶ್ವದ ಅತಿದೊಡ್ಡ ಯುದ್ಧವಾಗಿತ್ತು.

ವರ್ಣಾಶ್ರಮ-ಧರ್ಮವು ಸುಸಂಸ್ಕೃತ ಮಾನವನಿಗೆ ಮಾನವ ಜೀವನವನ್ನು ಯಶಸ್ವಿಯಾಗಿ ಅಂತ್ಯಗೊಳಿಸಲು ತರಬೇತಿ ನೀಡಲು ಸೂಚಿಸಲಾಗಿದೆ. ಭೀಷ್ಮದೇವನು ಎಲ್ಲಾ ಮಾನವರಿಗೆ ಒಂಬತ್ತು ಅರ್ಹತೆಗಳನ್ನು ನೀಡಿದ್ದಾನೆ: (1) ಕೋಪಗೊಳ್ಳದಿರುವುದು, (2) ಸುಳ್ಳು ಹೇಳದಿರುವುದು, (3) ಸಂಪತ್ತನ್ನು ಸಮಾನವಾಗಿ ಹಂಚುವುದು, (4) ಕ್ಷಮಿಸುವುದು, (5) ಒಬ್ಬರ ನ್ಯಾಯಸಮ್ಮತವಾದ ಹೆಂಡತಿಯಿಂದ ಮಾತ್ರ ಮಕ್ಕಳನ್ನು ಬೇಡುವುದು . (6) ಮನಸ್ಸಿನಲ್ಲಿ ಶುದ್ಧರಾಗಿರಲು ಮತ್ತು ದೇಹದಲ್ಲಿ ನೈರ್ಮಲ್ಯವನ್ನು ಹೊಂದಿರುವುದು, (7) ಯಾರೊಂದಿಗೂ ದ್ವೇಷ ಸಾಧಿಸದಿರುವುದು, (8) ಸರಳವಾಗಿರುವುದು ಮತ್ತು (9) ಸೇವಕರು ಅಥವಾ ಅಧೀನರನ್ನು ಬೆಂಬಲಿಸುವುದು. ಮೇಲೆ ತಿಳಿಸಿದ ಪ್ರಾಥಮಿಕ ಗುಣಗಳನ್ನು ಪಡೆಯದೆ ಒಬ್ಬ ನಾಗರಿಕ ವ್ಯಕ್ತಿ ಎಂದು ಕರೆಯಲಾಗುವುದಿಲ್ಲ. ಇವರಲ್ಲದೆ, ಬ್ರಾಹ್ಮಣರು (ಬುದ್ಧಿವಂತರು), ಆಡಳಿತ ಪುರುಷರು ವ್ಯಾಪಾರಿ ಸಮುದಾಯ ಮತ್ತು ಕಾರ್ಮಿಕ ವರ್ಗವು ಎಲ್ಲಾ ವೈದಿಕ ಗ್ರಂಥಗಳಲ್ಲಿ ಉಲ್ಲೇಖಿಸಲಾದ ಔದ್ಯೋಗಿಕ ಕರ್ತವ್ಯಗಳ ವಿಷಯದಲ್ಲಿ ವಿಶೇಷ ಗುಣಗಳನ್ನು ಪಡೆಯಬೇಕು. ಬುದ್ಧಿವಂತ ಪುರುಷರಿಗೆ, ಇಂದ್ರಿಯಗಳನ್ನು ನಿಯಂತ್ರಿಸುವುದು ಅತ್ಯಂತ ಅಗತ್ಯವಾದ ಅರ್ಹತೆಯಾಗಿದೆ. ಇದು ನೈತಿಕತೆಯ ಆಧಾರವಾಗಿದೆ. ನ್ಯಾಯಸಮ್ಮತವಾದ ಹೆಂಡತಿಯೊಂದಿಗೆ ಸಹ ಲೈಂಗಿಕ ಭೋಗವನ್ನು ನಿಯಂತ್ರಿಸಬೇಕು ಮತ್ತು ಆ ಮೂಲಕ ಕುಟುಂಬ ನಿಯಂತ್ರಣವು ಸ್ವಯಂಚಾಲಿತವಾಗಿ ಅನುಸರಿಸುತ್ತದೆ. ವೈದಿಕ ಜೀವನ ವಿಧಾನವನ್ನು ಅನುಸರಿಸದಿದ್ದರೆ ಬುದ್ಧಿವಂತ ವ್ಯಕ್ತಿಯು ತನ್ನ ಶ್ರೇಷ್ಠ ಅರ್ಹತೆಗಳನ್ನು ದುರುಪಯೋಗಪಡಿಸಿಕೊಳ್ಳುತ್ತಾನೆ. ಇದರರ್ಥ ಅವರು ವೈದಿಕ ಸಾಹಿತ್ಯವನ್ನು ವಿಶೇಷವಾಗಿ ಶ್ರೀಮದ್ ಭಾಗವತ ಮತ್ತು ಭಗವದ್ಗೀತೆಗಳನ್ನು ಗಂಭೀರವಾಗಿ ಅಧ್ಯಯನ ಮಾಡಬೇಕು. ವೈದಿಕ ಜ್ಞಾನವನ್ನು ಕಲಿಯಲು, ಒಬ್ಬ ವ್ಯಕ್ತಿಯು ಭಕ್ತಿ ಸೇವೆಯಲ್ಲಿ ತೊಡಗಿರುವ ವ್ಯಕ್ತಿಯನ್ನು ಸಂಪರ್ಕಿಸಬೇಕು. ಶಾಸ್ತ್ರಗಳಲ್ಲಿ ನಿಷಿದ್ಧವಾದ ಕೆಲಸಗಳನ್ನು ಮಾಡಬಾರದು. ಒಬ್ಬ ಮಗ ಮದ್ಯಪಾನ ಅಥವಾ ಧೂಮಪಾನ ಮಾಡುತ್ತಿದ್ದರೆ ಶಿಕ್ಷಕನಾಗಲು ಸಾಧ್ಯವಿಲ್ಲ. ಆಧುನಿಕ ಶಿಕ್ಷಣ ವ್ಯವಸ್ಥೆಯಲ್ಲಿ ಶಿಕ್ಷಕರ ಶೈಕ್ಷಣಿಕ ಅರ್ಹತೆಯನ್ನು ಅವರ ನೈತಿಕ ಜೀವನದ ಮೌಲ್ಯಮಾಪನ ಮಾಡದೆಯೇ ಪರಿಗಣನೆಗೆ ತೆಗೆದುಕೊಳ್ಳಲಾಗುತ್ತದೆ. ಆದ್ದರಿಂದ, ಶಿಕ್ಷಣದ ಫಲಿತಾಂಶವು ಹಲವು ವಿಧಗಳಲ್ಲಿ ಹೆಚ್ಚಿನ ಬುದ್ಧಿವಂತಿಕೆಯ

ದುರುಪಯೋಗವಾಗಿದೆ.

ಕ್ಷತ್ರಿಯ, ಆಡಳಿತ ವರ್ಗದ ಸದಸ್ಯ, ವಿಶೇಷವಾಗಿ ಯಾವುದೇ ಸಂದರ್ಭಗಳಲ್ಲಿ ದಾನ ಸ್ವೀಕರಿಸುವುದಿಲ್ಲ. ಆಧುನಿಕ ನಿರ್ವಾಹಕರು ಕೆಲವು ರಾಜಕೀಯ ಕಾರ್ಯಗಳಿಗೆ ಚಂದಾದಾರಿಕೆಗಳನ್ನು ಸಂಗ್ರಹಿಸುತ್ತಾರೆ, ಆದರೆ ಯಾವುದೇ ರಾಜ್ಯ ಕಾರ್ಯದಲ್ಲಿ ನಾಗರಿಕರಿಗೆ ಎಂದಿಗೂ ದಾನವನ್ನು ನೀಡುವುದಿಲ್ಲ. ಇದು ಶಾಸ್ತ್ರಗಳ ಆದೇಶಗಳಲ್ಲಿ ಕೇವಲ ವಿರುದ್ಧವಾಗಿದೆ. ಆಡಳಿತ ವರ್ಗವು ಅಸ್ತ್ರಗಳನ್ನು ಚೆನ್ನಾಗಿ ತಿಳಿದಿರಬೇಕು. ಕುರುಕ್ಷೇತ್ರದ ಯುದ್ಧಭೂಮಿಯಲ್ಲಿ ಅರ್ಜುನನು ಅಹಿಂಸಾತ್ಮಕ ಹೇಡಿಯಾಗಲು ಬಯಸಿದಾಗ, ಅವನನ್ನು ಭಗವಾನ್ ಕೃಷ್ಣನು ತೀವ್ರವಾಗಿ ಶಿಕ್ಷಿಸಿದನು. ಭಗವಂತನು ಆ ಸಮಯದಲ್ಲಿ ಅರ್ಜುನನನ್ನು ಅಹಿಂಸೆಯ ಆರಾಧನೆಯನ್ನು ಒಪ್ಪಿಕೊಂಡಿದ್ದಕ್ಕಾಗಿ ಅಸಂಸ್ಕೃತ ವ್ಯಕ್ತಿಯ ಸ್ಥಾನಮಾನಕ್ಕೆ ಇಳಿಸಿದನು. ಆಡಳಿತ ವರ್ಗವು ಮಿಲಿಟರಿ ಶಿಕ್ಷಣದಲ್ಲಿ ವೈಯಕ್ತಿಕವಾಗಿ ತರಬೇತಿ ಪಡೆಯಬೇಕು. ಕೇವಲ ಸಂಖ್ಯಾ ಮತಗಳಿಂದ ಹೇಡಿಗಳನ್ನು ರಾಷ್ಟ್ರಪತಿ ಗದ್ದುಗೆಗೆ ಏರಿಸಬಾರದು. ದೊರೆಗಳು ಎಲ್ಲಾ ಧೈರ್ಯಶಾಲಿ ವ್ಯಕ್ತಿಗಳಾಗಿದ್ದರು ಮತ್ತು ಆದ್ದರಿಂದ ರಾಜನ ಔದ್ಯೋಗಿಕ ಕರ್ತವ್ಯಗಳಲ್ಲಿ ರಾಜನು ನಿಯಮಿತವಾಗಿ ತರಬೇತಿ ಪಡೆದರೆ ರಾಜಪ್ರಭುತ್ವವನ್ನು ನಿರ್ವಹಿಸಬೇಕು. ಯುದ್ಧದಲ್ಲಿ, ರಾಜ ಅಥವಾ ಅಧ್ಯಕ್ಷರು ಶತ್ರುಗಳಿಂದ ನೋಯಿಸದೆ ಮನೆಗೆ ಹಿಂತಿರುಗಬಾರದು. ಇಂದಿನ ರಾಜ ಎಂದು ಕರೆಯಲ್ಪಡುವವನು ಎಂದಿಗೂ ಯುದ್ಧಭೂಮಿಗೆ ಭೇಟಿ ನೀಡುವುದಿಲ್ಲ. ಸುಳ್ಳು ರಾಷ್ಟ್ರದ ಪ್ರತಿಷ್ಠೆಯ ಭರವಸೆಯಲ್ಲಿ ಹೋರಾಟದ ಶಕ್ತಿಯನ್ನು ಕೃತಕವಾಗಿ ಪ್ರೋತ್ಸಾಹಿಸುವಲ್ಲಿ ಅವರು ಬಹಳ ಪರಿಣತರಾಗಿದ್ದಾರೆ. ಆಡಳಿತ ವರ್ಗವು ವರ್ತಕ ಮತ್ತು ಕೂಲಿಕಾರರ ಗುಂಪಾಗಿ ಪರಿವರ್ತನೆಗೊಂಡ ತಕ್ಷಣ ಇಡೀ ಆಡಳಿತ ಯಂತ್ರವೇ ಕಲುಷಿತವಾಗುತ್ತದೆ.

ವೈಶ್ಯರು, ವ್ಯಾಪಾರಿ ಸಮುದಾಯಗಳ ಸದಸ್ಯರು, ವಿಶೇಷವಾಗಿ ಹಸುಗಳನ್ನು ರಕ್ಷಿಸಲು ಸಲಹೆ ನೀಡುತ್ತಾರೆ. ಹಸುವಿನ ರಕ್ಷಣೆ ಎಂದರೆ ಹಾಲಿನ ಉತ್ಪಾದನೆಯನ್ನು ಹೆಚ್ಚಿಸುವುದು, ಅವುಗಳೆಂದರೆ ಮೊಸರು ಮತ್ತು ಬೆಣ್ಣೆ. ಕೃಷಿ ಮತ್ತು ಆಹಾರ ಪದಾರ್ಥಗಳ ವಿತರಣೆಯು ವೈದಿಕ ಜ್ಞಾನದ ಶಿಕ್ಷಣದಿಂದ ಬೆಂಬಲಿತವಾದ ಮತ್ತು ದಾನದಲ್ಲಿ ನೀಡಲು ತರಬೇತಿ ಪಡೆದ ವ್ಯಾಪಾರಿ ಸಮುದಾಯದ ಪ್ರಾಥಮಿಕ ಕರ್ತವ್ಯಗಳಾಗಿವೆ. ಕ್ಷತ್ರೀಯರಿಗೆ ಪ್ರಜೆಗಳ ರಕ್ಷಣೆಯ ಹೊಣೆಯನ್ನು ಕೊಟ್ಟಂತೆ, ವೈಶ್ಯರಿಗೆ ಪ್ರಾಣಿಗಳ ರಕ್ಷಣೆಯ ಹೊಣೆಯನ್ನು ನೀಡಲಾಯಿತು. ಪ್ರಾಣಿಗಳನ್ನು ಎಂದಿಗೂ ಕೊಲ್ಲಬಾರದು. ಪ್ರಾಣಿಗಳನ್ನು

ಕೊಲ್ಲುವುದು ಅನಾಗರಿಕ ಸಮಾಜದ ಲಕ್ಷಣವಾಗಿದೆ. ಮಾನವನಿಗೆ ಕೃಷಿ ಉತ್ಪನ್ನಗಳು, ಹಣ್ಣುಗಳು ಮತ್ತು ಹಾಲು ಸಾಕಷ್ಟು ಮತ್ತು ಹೊಂದಾಣಿಕೆಯ ಆಹಾರ ಪದಾರ್ಥಗಳಾಗಿವೆ. ಮಾನವ ಸಮಾಜವು ಪ್ರಾಣಿ ಸಂರಕ್ಷಣೆಗೆ ಹೆಚ್ಚಿನ ಗಮನ ನೀಡಬೇಕು. ಕಾರ್ಮಿಕರು ಕೈಗಾರಿಕಾ ಉದ್ಯಮಗಳಿಂದ ಆಕ್ರಮಿಸಿಕೊಂಡಾಗ ಅವರ ಉತ್ಪಾದನಾ ಶಕ್ತಿಯನ್ನು ದುರುಪಯೋಗಪಡಿಸಿಕೊಳ್ಳಲಾಗುತ್ತದೆ. ವಿವಿಧ ರೀತಿಯ ಉದ್ಯಮವು ಮನುಷ್ಯನ ಅಗತ್ಯ ಅಗತ್ಯಗಳಾದ ಅಕ್ಕಿ, ಗೋಧಿ, ಧಾನ್ಯಗಳು, ಹಾಲು, ಹಣ್ಣುಗಳು ಮತ್ತು ತರಕಾರಿಗಳನ್ನು ಉತ್ಪಾದಿಸಲು ಸಾಧ್ಯವಿಲ್ಲ. ಯಂತ್ರಗಳು ಮತ್ತು ಯಂತ್ರೋಪಕರಣಗಳ ಉತ್ಪಾದನೆಯು ಪಟ್ಟಭದ್ರ ಹಿತಾಸಕ್ತಿಗಳ ವರ್ಗದ ಕೃತಕ ಜೀವನ ಶೈಲಿಯನ್ನು ಹೆಚ್ಚಿಸುತ್ತದೆ ಮತ್ತು ಸಾವಿರಾರು ಪುರುಷರನ್ನು ಹಸಿವು ಮತ್ತು ಅಶಾಂತಿಯಲ್ಲಿ ಇರಿಸುತ್ತದೆ. ಇದು ನಾಗರಿಕತೆಯ ಮಾನದಂಡವಲ್ಲ.

ಶೂದ್ರ ವರ್ಗವು ಕಡಿಮೆ ಬುದ್ಧಿವಂತರಾಗಿದ್ದು ಯಾವುದೇ ಸ್ವಾತಂತ್ರ್ಯವನ್ನು ಹೊಂದಿರಬಾರದು. ಅವರು ಸಮಾಜದ ಮೂರು ಉನ್ನತ ವರ್ಗಗಳಿಗೆ ಪ್ರಾಮಾಣಿಕ ಸೇವೆ ಸಲ್ಲಿಸಲು ಉದ್ದೇಶಿಸಲಾಗಿದೆ. ಶೂದ್ರ ವರ್ಗವು ಉನ್ನತ ವರ್ಗಕ್ಕೆ ಸೇವೆ ಸಲ್ಲಿಸುವ ಮೂಲಕ ಜೀವನದ ಎಲ್ಲಾ ಸೌಕರ್ಯಗಳನ್ನು ಪಡೆಯಬಹುದು. ಯಜಮಾನನು ವಯಸ್ಸಾದಾಗ ಮತ್ತು ಅಮಾನ್ಯವಾದಾಗ ಶೂದ್ರನು ತನ್ನ ಯಜಮಾನನನ್ನು ಬಿಡಬಾರದು ಮತ್ತು ಯಜಮಾನನು ಸೇವಕರನ್ನು ಎಲ್ಲಾ ರೀತಿಯಲ್ಲೂ ತೃಪ್ತಿಪಡಿಸಬೇಕು: ಯಾವುದೇ ಯಜ್ಞವನ್ನು ಮಾಡುವ ಮೊದಲು ಶೂದ್ರರು ಮೊದಲು ರುಚಿಕರವಾದ ಆಹಾರ ಮತ್ತು ಬಟ್ಟೆಯಿಂದ ತೃಪ್ತರಾಗಬೇಕು. ಈ ಕಾಲದಲ್ಲಿ ಕೋಟ್ಯಂತರ ಖರ್ಚು ಮಾಡಿ ಎಷ್ಟೋ ಕಾರ್ಯಕ್ರಮಗಳು ನಡೆಯುತ್ತವೆ, ಆದರೆ ಬಡ ಕೂಲಿಕಾರ್ಮಿಕನಿಗೆ ಯಥೇಚ್ಛವಾಗಿ ಅನ್ನ ನೀಡುತ್ತಿಲ್ಲ ಅಥವಾ ದಾನ, ಬಟ್ಟೆ ಇತ್ಯಾದಿಗಳನ್ನು ನೀಡುತ್ತಿಲ್ಲ. ಇದರಿಂದ ಕಾರ್ಮಿಕರು ಅತೃಪ್ತರಾಗುತ್ತಾರೆ ಮತ್ತು ಆಂದೋಲನ ಮಾಡುತ್ತಾರೆ.ದಾನ ಮಾಡುವುದು ಮನೆಯವರ ಮುಖ್ಯ ಕಾರ್ಯಗಳಲ್ಲಿ ಒಂದಾಗಿದೆ, ಮತ್ತು ಅವನು ಕಷ್ಟಪಟ್ಟು ಸಂಪಾದಿಸಿದ ಹಣದಲ್ಲಿ ಕನಿಷ್ಠ ಐವತ್ತು ಪ್ರತಿಶತವನ್ನು ದಾನ ಮಾಡಲು ಸಿದ್ಧರಾಗಿರಬೇಕು.

ಒಂದು ಸಂದರ್ಭಗಳಲ್ಲಿ ತರಬೇತಿ ಪಡೆಯದ ನಿರ್ವಾಹಕರು ಎಲ್ಲಾ ವಿಷಯಗಳಲ್ಲಿ ಪ್ರಜೆಗಳನ್ನು ಸಂತೋಷಪಡಿಸಲು ಹಾಳುಮಾಡುತ್ತಾರೆ. ಮತ್ತೊಂದೆಡೆ, ಈ

ತರಬೇತಿ ಪಡೆಯದ ನಿರ್ವಾಹಕರು ಕ್ರಮೇಣ ರಾಕ್ಷಸರು ಮತ್ತು ಕಳ್ಳರು ಮತ್ತು ಎಲ್ಲಾ ಉದ್ದೇಶಗಳಿಗಾಗಿ ನಿಷ್ಪ್ರಯೋಜಕವಾದ ಉನ್ನತ-ಭಾರೀ ಆಡಳಿತಕ್ಕೆ ಹಣಕಾಸು ಒದಗಿಸಲು ತೆರಿಗೆಯನ್ನು ಹೆಚ್ಚಿಸುತ್ತಾರೆ. ತೆರಿಗೆ ಕಾನೂನು ಸರಳವಾಗಿತ್ತು. ಯಾವುದೇ ಬಲ, ಅತಿಕ್ರಮಣ ಇರಲಿಲ್ಲ. ಪ್ರಜೆಯು ಮಾಡಿದ ಉತ್ಪಾದನೆಯ ನಾಲ್ಕನೇ ಒಂದು ಭಾಗವನ್ನು ತೆಗೆದುಕೊಳ್ಳುವ ಹಕ್ಕು ರಾಜನಿಗೆ ಇತ್ತು. ಒಬ್ಬನಿಗೆ ಮಂಜೂರು ಮಾಡಿದ ಸಂಪತ್ತಿನ ನಾಲ್ಕನೇ ಒಂದು ಭಾಗವನ್ನು ಪಡೆಯಲು ರಾಜನಿಗೆ ಹಕ್ಕಿದೆ. ಧರ್ಮನಿಷ್ಠ ರಾಜ ಮತ್ತು ಧಾರ್ಮಿಕ ಸಾಮರಸ್ಯದಿಂದಾಗಿ ಸಾಕಷ್ಟು ನೈಸರ್ಗಿಕ ಸಂಪತ್ತು ಇದ್ದುದರಿಂದ ಅದನ್ನು ಬೇರ್ಪಡಿಸಲು ಒಬ್ಬರು ಎಂದಿಗೂ ದ್ವೇಷಿಸುವುದಿಲ್ಲ. ಅವುಗಳೆಂದರೆ ಧಾನ್ಯಗಳು, ಹಣ್ಣುಗಳು, ಹೂವುಗಳು, ರೇಷ್ಮೆ, ಹತ್ತಿ, ಹಾಲು, ಆಭರಣಗಳು, ಖನಿಜಗಳು, ಇತ್ಯಾದಿ, ಮತ್ತು ಆದ್ದರಿಂದ ಯಾರೂ ಭೌತಿಕವಾಗಿ ಅತೃಪ್ತಿ ಹೊಂದಿರಲಿಲ್ಲ. ನಾಗರಿಕರು ಕೃಷಿ ಮತ್ತು ಪಶುಸಂಗೋಪನೆಯಲ್ಲಿ ಶ್ರೀಮಂತರಾಗಿದ್ದರು ಮತ್ತು ಆದ್ದರಿಂದ ಅವರು ಸಾಬೂನುಗಳು ಮತ್ತು ಶೌಚಾಲಯಗಳು, ಚಿತ್ರಮಂದಿರಗಳು ಮತ್ತು ಬಾರ್‌ಗಳ ಯಾವುದೇ ಕೃತಕ ಅಗತ್ಯಗಳಿಲ್ಲದೆ ಸಾಕಷ್ಟು ಧಾನ್ಯಗಳು, ಹಣ್ಣುಗಳು ಮತ್ತು ಹಾಲನ್ನು ಹೊಂದಿದ್ದರು.

ಮಹಿಳಾ ವರ್ಗಕ್ಕೆ ಸಂಬಂಧಿಸಿದಂತೆ, ಅವರು ಪುರುಷರಿಗೆ ಸ್ಫೂರ್ತಿಯ ಶಕ್ತಿ ಎಂದು ಒಪ್ಪಿಕೊಳ್ಳುತ್ತಾರೆ. ಅಂದಹಾಗೆ, ಮಹಿಳೆಯರು ಪುರುಷರಿಗಿಂತ ಹೆಚ್ಚು ಶಕ್ತಿಶಾಲಿಗಳು. ಮಹಿಳೆಯರಿಗೆ ಸಂಕೋಚವು ಮುಖ್ಯವಾಗಿದೆ. ಒಮ್ಮೆ ಈ ನಿಯಂತ್ರಣ ಕವಾಚವನ್ನು ಸಡಿಲಗೊಳಿಸಿದರೆ, ಮಹಿಳೆಯರು ವ್ಯಭಿಚಾರದಿಂದ ಸಮಾಜದಲ್ಲಿ ವಿನಾಶವನ್ನು ಉಂಟುಮಾಡಬಹುದು. ವ್ಯಭಿಚಾರ ಎಂದರೆ ಜಗತ್ತನ್ನು ಕದಡುವ ವರ್ಣ-ಶಂಕರ ಎಂದು ಕರೆಯಲ್ಪಡುವ ಅನಗತ್ಯ ಮಕ್ಕಳ ಉತ್ಪಾದನೆ.

ಮೋಕ್ಷದ ಮಾರ್ಗ ಅಥವಾ ದೇವರಿಗೆ ಹಿಂತಿರುಗುವ ಮಾರ್ಗವು ಯಾವಾಗಲೂ ಸ್ತ್ರೀಯರ ಸಹವಾಸವನ್ನು ನಿಷೇಧಿಸುತ್ತದೆ ಮತ್ತು ಸಂಪೂರ್ಣ ಸನಾತನ-ಧರ್ಮ ಅಥವಾ ವರ್ಣಾಶ್ರಮ-ಧರ್ಮ ಯೋಜನೆಯು ಮಹಿಳೆಯರೊಂದಿಗೆ ಸಹವಾಸವನ್ನು ನಿಷೇಧಿಸುತ್ತದೆ ಅಥವಾ ನಿರ್ಬಂಧಿಸುತ್ತದೆ. ಹದಿನಾರು ಸಾವಿರಕ್ಕೂ ಹೆಚ್ಚು ಹೆಂಡತಿಯರಿಗೆ ವ್ಯಸನಿಯಾಗಿರುವ ಒಬ್ಬನನ್ನು ಪರಮಾತ್ಮನ ಪರಮ ಪುರುಷ ಎಂದು ಹೇಗೆ ಒಪ್ಪಿಕೊಳ್ಳಬಹುದು? ಪರಮಾತ್ಮನ ಅತೀಂದ್ರಿಯ ಸ್ವರೂಪದ ಬಗ್ಗೆ ತಿಳಿದುಕೊಳ್ಳಲು ನಿಜವಾಗಿಯೂ ಆಸಕ್ತಿ ಹೊಂದಿರುವ ಜಿಜ್ಞಾಸೆಯಿಂದ ಈ ಪ್ರಶ್ನೆಯನ್ನು ಪ್ರಸ್ತುತವಾಗಿ ಎತ್ತಬಹುದು.

ಮನ್ಮಥನನ್ನು ಜಯಿಸಬಲ್ಲ ಸ್ತ್ರೀಲಿಂಗ ಆಕರ್ಷಕ ಲಕ್ಷಣಗಳು ಅಥವಾ ಅತ್ಯಂತ ಸಹಿಷ್ಣು ಭಗವಾನ್ ಶಿವನು ಸಹ ಭಗವಂತನ ಇಂದ್ರಿಯಗಳನ್ನು ಜಯಿಸಲು ಸಾಧ್ಯವಿಲ್ಲ ಎಂಬುದು ಇಲ್ಲಿ ಸ್ಪಷ್ಟವಾಗಿದೆ. ಲೌಕಿಕ ಕಾಮವನ್ನು ಆವಾಹನೆ ಮಾಡುವುದು ಮನ್ಮಥನ ವ್ಯವಹಾರ. ಮನ್ಮಥನ ಬಾಣದಿಂದ ಇಡೀ ವಿಶ್ವವೇ ಕ್ಷೋಭೆಗೊಳಗಾಗಿ ಚಲಿಸುತ್ತಿದೆ. ಪ್ರಪಂಚದ ಚಟುವಟಿಕೆಗಳು ಗಂಡು ಮತ್ತು ಹೆಣ್ಣಿನ ಕೇಂದ್ರ ಆಕರ್ಷಣೆಯಿಂದ ನಡೆಯುತ್ತಿವೆ. ಗಂಡು ತನ್ನ ಇಚ್ಛೆಯಂತೆ ಸಂಗಾತಿಯನ್ನು ಹುಡುಕುತ್ತಿದೆ ಮತ್ತು ಹೆಣ್ಣು ಸೂಕ್ತವಾದ ಪುರುಷನನ್ನು ನೋಡಿಕೊಳ್ಳುತ್ತದೆ. ಅದು ವಸ್ತು ಪ್ರಚೋದನೆಯ ಮಾರ್ಗವಾಗಿದೆ. ಮತ್ತು ಗಂಡು ಹೆಣ್ಣಿನೊಂದಿಗೆ ಸೇರಿಕೊಂಡ ತಕ್ಷಣ, ಜೀವಂತ ಜೀವಿಗಳ ಭೌತಿಕ ಬಂಧನವು ಲೈಂಗಿಕ ಸಂಬಂಧದಿಂದ ಕಟ್ಟುನಿಟ್ಟಾಗಿ ಅಂತರ್ಗತವಾಗಿರುತ್ತದೆ ಮತ್ತು ಇದರ ಪರಿಣಾಮವಾಗಿ, ಸಿಹಿ ಮನೆ, ತಾಯಿ ಭೂಮಿ, ದೈಹಿಕ ಸಂತತಿಗಾಗಿ ಗಂಡು ಮತ್ತು ಹೆಣ್ಣಿನ ಆಕರ್ಷಣೆ. , ಸಮಾಜ ಮತ್ತು ಸ್ನೇಹ ಮತ್ತು ಸಂಪತ್ತಿನ ಕ್ರೋಢೀಕರಣವು ಚಟುವಟಿಕೆಗಳ ಭ್ರಮೆಯ ಕ್ಷೇತ್ರವಾಗುತ್ತದೆ.

ಆದುದರಿಂದ, ಪರಮಾತ್ಮನ ಬಳಿಗೆ ಹಿಂತಿರುಗಲು ಮೋಕ್ಷದ ಹಾದಿಯಲ್ಲಿರುವವರು, ಭೌತಿಕ ಆಕರ್ಷಣೆಯ ಅಂತಹ ಸಾಧನಗಳಿಂದ ಮುಕ್ತರಾಗಲು ಎಲ್ಲಾ ಧರ್ಮಗ್ರಂಥದ ಸೂಚನೆಗಳಿಂದ ವಿಶೇಷವಾಗಿ ಸಲಹೆ ನೀಡುತ್ತಾರೆ. ಮತ್ತು ಅದು ಮಹಾತ್ಮರೆಂದು ಕರೆಯಲ್ಪಡುವ ಭಗವಂತನ ಭಕ್ತರ ಸಹವಾಸದಿಂದ ಮಾತ್ರ ಸಾಧ್ಯ. ಪಕ್ಷವು ನಿಜವಾಗಿಯೂ ಸುಂದರವಾಗಿರಲಿ ಅಥವಾ ಇಲ್ಲದಿರಲಿ, ವಿರುದ್ಧ ಲಿಂಗದ ನಂತರ ಹುಚ್ಚರನ್ನಾಗಿ ಮಾಡಲು ಮನ್ಮಥನು ತನ್ನ ಬಾಣವನ್ನು ಜೀವಂತ ಜೀವಿಗಳ ಮೇಲೆ ಎಸೆಯುತ್ತಾನೆ. ಸುಸಂಸ್ಕೃತ ರಾಷ್ಟ್ರಗಳ ಅಂದಾಜಿನಲ್ಲಿ ಕೊಳಕು ಕಾಣುವ ಮೃಗೀಯ ಸಮಾಜಗಳ ನಡುವೆಯೂ ಮನ್ಮಥನ ಪ್ರಚೋದನೆಗಳು ನಡೆಯುತ್ತಿವೆ. ಹೀಗೆಮನ್ಮಥನ ಪ್ರಭಾವವು ಅತ್ಯಂತ ಕೊಳಕು ರೂಪಗಳ ನಡುವೆಯೂ ಇರುತ್ತದೆ
.

ಕಡಿಮೆ ಬುದ್ಧಿವಂತರಿಗೆ ಮಾನವನ ಜೀವನದ ನಿಜವಾದ ಮೌಲ್ಯ ತಿಳಿದಿಲ್ಲ. ಮಾನವನ ರೂಪವು ಭೌತಿಕ ಪ್ರಕೃತಿಯ ವಿಶೇಷ ಕೊಡುಗೆಯಾಗಿದೆ, ಅದು ಜೀವಂತ ಜೀವಿಗಳ ಮೇಲೆ ದುಃಖದ ಕಠಿಣ ಕಾನೂನುಗಳನ್ನು ಜಾರಿಗೊಳಿಸುತ್ತದೆ. ಇದು ಜೀವನದ ಅತ್ಯುನ್ನತ ವರವನ್ನು ಸಾಧಿಸುವ ಅವಕಾಶವಾಗಿದೆ, ಅವುಗಳೆಂದರೆ ಪುನರಾವರ್ತಿತ ಜನನ ಮತ್ತು ಮರಣದ ಜಟಿಲತೆಯಿಂದ ಹೊರಬರಲು. ಬುದ್ಧಿಜೀವಿಗಳು ಸಿಕ್ಕಿಹಾಕಿಕೊಳ್ಳುವಿಕೆಯಿಂದ ಹೊರಬರಲು ಪ್ರಯಾಸದಿಂದ ಪ್ರಯತ್ನಿಸುವ ಮೂಲಕ ಈ ಪ್ರಮುಖ

ಉಡುಗೊರೆಯನ್ನು ನೋಡಿಕೊಳ್ಳುತ್ತಾರೆ. ಆದರೆ ಕಡಿಮೆ ಬುದ್ಧಿವಂತರು ಸೋಮಾರಿಯಾಗುತ್ತಾರೆ ಮತ್ತು ಭೌತಿಕ ಬಂಧನದಿಂದ ವಿಮೋಚನೆಯನ್ನು ಸಾಧಿಸಲು ಮಾನವ ದೇಹದ ಉಡುಗೊರೆಯನ್ನು ಮೌಲ್ಯಮಾಪನ ಮಾಡಲು ಸಾಧ್ಯವಾಗುವುದಿಲ್ಲ; ಅವರು ಆರ್ಥಿಕ ಅಭಿವೃದ್ಧಿ ಎಂದು ಕರೆಯಲ್ಪಡುವಲ್ಲಿ ಹೆಚ್ಚು ಆಸಕ್ತರಾಗುತ್ತಾರೆ ಮತ್ತು ಜೀವನದುದ್ದಕ್ಕೂ ಸರಳವಾಗಿ ಶ್ರಮಿಸುತ್ತಾರೆ ತಾತ್ಕಾಲಿಕ ದೇಹದ ಇಂದ್ರಿಯ ಆನಂದ ಪ್ರಕೃತಿಯ ನಿಯಮದಿಂದ ಕೆಳಮಟ್ಟದ ಪ್ರಾಣಿಗಳಿಗೆ ಇಂದ್ರಿಯ ಆನಂದವನ್ನು ಸಹ ಅನುಮತಿಸಲಾಗಿದೆ ಮತ್ತು ಆದ್ದರಿಂದ ಮಾನವನು ತನ್ನ ಹಿಂದಿನ ಅಥವಾ ಪ್ರಸ್ತುತ ಜೀವನಕ್ಕೆ ಅನುಗುಣವಾಗಿ ಒಂದು ನಿರ್ದಿಷ್ಟ ಪ್ರಮಾಣದ ಇಂದ್ರಿಯ ಆನಂದಕ್ಕೆ ಗುರಿಯಾಗುತ್ತಾನೆ. ಆದರೆ ಇಂದ್ರಿಯ ಆನಂದವು ಮಾನವ ಜೀವನದ ಅಂತಿಮ ಗುರಿಯಲ್ಲ ಎಂದು ಅರ್ಥಮಾಡಿಕೊಳ್ಳಲು ಒಬ್ಬರು ಖಂಡಿತವಾಗಿಯೂ ಪ್ರಯತ್ನಿಸಬೇಕು. ಹಗಲಿನಲ್ಲಿ ಒಬ್ಬನು "ಯಾವುದಕ್ಕೂ" ಕೆಲಸ ಮಾಡುವುದಿಲ್ಲ ಎಂದು ಇಲ್ಲಿ ಹೇಳಲಾಗಿದೆ ಏಕೆಂದರೆ ಗುರಿಯು ಇಂದ್ರಿಯ ಆನಂದವನ್ನು ಹೊರತುಪಡಿಸಿ ಬೇರೇನೂ ಅಲ್ಲ. ದೊಡ್ಡ ನಗರಗಳು ಮತ್ತು ಕೈಗಾರಿಕಾ ಪಟ್ಟಣಗಳಲ್ಲಿ ಮಾನವನು ನಿರರ್ಥಕವಾಗಿ ಹೇಗೆ ತೊಡಗಿಸಿಕೊಂಡಿದ್ದಾನೆ ಎಂಬುದನ್ನು ನಾವು ವಿಶೇಷವಾಗಿ ಗಮನಿಸಬಹುದು. ಮಾನವ ಶಕ್ತಿಯಿಂದ ಅನೇಕ ವಸ್ತುಗಳು ತಯಾರಿಸಲ್ಪಟ್ಟಿವೆ, ಆದರೆ ಅವೆಲ್ಲವೂ ಇಂದ್ರಿಯ ಆನಂದಕ್ಕಾಗಿ ಮಾತ್ರವೇ ಹೊರತು ಭೌತಿಕ ಬಂಧನದಿಂದ ಹೊರಬರಲು ಅಲ್ಲ. ಮತ್ತು ಹಗಲಿನಲ್ಲಿ ಕಷ್ಟಪಟ್ಟು ಕೆಲಸ ಮಾಡಿದ ನಂತರ, ದಣಿದ ವ್ಯಕ್ತಿಯು ರಾತ್ರಿಯಲ್ಲಿ ನಿದ್ರಿಸುತ್ತಾನೆ ಅಥವಾ ಲೈಂಗಿಕ ಅಭ್ಯಾಸದಲ್ಲಿ ತೊಡಗುತ್ತಾನೆ. ಅದು ಕಡಿಮೆ ಬುದ್ಧಿವಂತರಿಗೆ ಭೌತಿಕ ನಾಗರಿಕ ಜೀವನದ ಕಾರ್ಯಕ್ರಮವಾಗಿದೆ. ಆದ್ದರಿಂದ ಅವರನ್ನು ಇಲ್ಲಿ ಸೋಮಾರಿಗಳು, ದುರದೃಷ್ಟಕರ ಮತ್ತು ಅಲ್ಪಾವಧಿ ಎಂದು ಗೊತ್ತುಪಡಿಸಲಾಗಿದೆ.

ಕೊನೆಯ ವಿಷಯವೆಂದರೆ ಭಗವಂತನನ್ನು ಮೆಚ್ಚಿಸುವ ಪ್ರಕ್ರಿಯೆ. ನಾವೆಲ್ಲರೂ ಭಗವಂತನ ಶಾಶ್ವತ ಸೇವಕರು, ಮತ್ತು ನಮ್ಮ ಸ್ವಭಾವದ ಈ ಅಗತ್ಯ ಭಾಗವನ್ನು ನಾವು ಮರೆತಾಗ ನಾವು ಜೀವನದ ಭೌತಿಕ ಪರಿಸ್ಥಿತಿಗಳಿಗೆ ಒಳಪಡುತ್ತೇವೆ. ಭಗವಂತನನ್ನು ಮೆಚ್ಚಿಸುವ ಸರಳ ಪ್ರಕ್ರಿಯೆ (ವಿಶೇಷವಾಗಿ ಗೃಹಸ್ಥರಿಗೆ) ಮನೆಯಲ್ಲಿ ಭಗವಂತನ ದೇವರನ್ನು ಪ್ರತಿಷ್ಠಾಪಿಸುವುದು. ದೇವತೆಯ ಮೇಲೆ ಕೇಂದ್ರೀಕರಿಸುವ ಮೂಲಕ, ಒಬ್ಬನು ದಿನನಿತ್ಯದ ಕೆಲಸವನ್ನು ಕ್ರಮೇಣವಾಗಿ ಮುಂದುವರಿಸಬಹುದು. ಮನೆಯಲ್ಲಿ ದೇವರನ್ನು ಪೂಜಿಸುವುದು,

ಭಕ್ತನಿಗೆ ಸೇವೆ ಸಲ್ಲಿಸುವುದು, ಶ್ರೀಮದ್-ಭಾಗವತವನ್ನು ಕೇಳುವುದು, ಪವಿತ್ರ ಸ್ಥಳದಲ್ಲಿ ನೆಲೆಸುವುದು ಮತ್ತು ಭಗವಂತನ ಪವಿತ್ರ ನಾಮವನ್ನು ಜಪಿಸುವುದು ಇವೆಲ್ಲವೂ ಭಗವಂತನನ್ನು ಮೆಚ್ಚಿಸಲು ದುಬಾರಿಯಲ್ಲದ ವಸ್ತುಗಳು. ಕೆಟ್ಟ ರಾಜನು ರಾಜ್ಯವನ್ನು ಹಾಳುಮಾಡುತ್ತಾನೆ ಮತ್ತು ಕೆಟ್ಟ ಗೃಹಿಣಿಯು ಕುಟುಂಬವನ್ನು ಹಾಳುಮಾಡುತ್ತಾಳೆ ಎಂಬ ಗಾದೆ ಬಂಗಾಳಿಯಲ್ಲಿದೆ. ಈ ಸತ್ಯ ಇಲ್ಲಿಯೂ ಅನ್ವಯಿಸುತ್ತದೆ.

ದೇವರ ಅಸ್ತಿತ್ವವನ್ನು ನಿರ್ಧರಿಸಲು ಪ್ರಯೋಗಗಳನ್ನು ಮಾಡಲು ನಮ್ಮ ಭೌತಿಕ ಇಂದ್ರಿಯಗಳ ಬಗ್ಗೆ ನಾವೆಲ್ಲರೂ ಹೆಮ್ಮೆಪಡುತ್ತೇವೆ. ಆದರೆ ನಮ್ಮ ಇಂದ್ರಿಯಗಳು ತಾನಾಗಿಯೇ ಸಂಪೂರ್ಣವಲ್ಲ ಎಂಬುದನ್ನು ನಾವು ಮರೆಯುತ್ತೇವೆ. ಅವರು ಕೆಲವು ಷರತ್ತುಗಳ ಅಡಿಯಲ್ಲಿ ಮಾತ್ರ ಕಾರ್ಯನಿರ್ವಹಿಸಬಹುದು. ಉದಾಹರಣೆಗೆ, ನಮ್ಮ ಕಣ್ಣುಗಳು ಬಿಸಿಲು ಇರುವವರೆಗೆ ನಮ್ಮ ಕಣ್ಣುಗಳು ಸ್ವಲ್ಪ ಮಟ್ಟಿಗೆ ಉಪಯುಕ್ತವಾಗಿವೆ. ಆದರೆ ಬಿಸಿಲು ಇಲ್ಲದಿದ್ದಲ್ಲಿ ಕಣ್ಣುಗಳು ನಿರುಪಯುಕ್ತವಾಗಿವೆ. ಭಗವಾನ್ ಶ್ರೀ ಕೃಷ್ಣನು ಆದಿ ಭಗವಂತ, ಪರಮ ಸತ್ಯ, ಸೂರ್ಯನಿಗೆ ಹೋಲಿಸಲ್ಪಟ್ಟಿದ್ದಾನೆ. ಅವನಿಲ್ಲದೆ ನಮ್ಮ ಎಲ್ಲಾ ಜ್ಞಾನವು ಸುಳ್ಳು ಅಥವಾ ಭಾಗಶಃ. ಸೂರ್ಯನ ವಿರೋಧಾಭಾಸವು ಕತ್ತಲೆಯಾಗಿದೆ, ಮತ್ತು ಅದೇ ರೀತಿ ಕೃಷ್ಣನ ವಿರುದ್ಧ ಮಾಯೆ ಅಥವಾ ಭ್ರಮೆ. ಭಗವಂತನ ಭಕ್ತರು ಭಗವಂತ ಕೃಷ್ಣನಿಂದ ಪ್ರಸರಣಗೊಂಡ ಬೆಳಕಿನಿಂದ ಎಲ್ಲವನ್ನೂ ನಿಜವಾದ ದೃಷ್ಟಿಕೋನದಲ್ಲಿ ನೋಡಬಹುದು. ಭಗವಂತನ ಅನುಗ್ರಹದಿಂದ ಶುದ್ಧ ಭಕ್ತನು ಅಜ್ಞಾನದ ಕತ್ತಲೆಯಲ್ಲಿ ಇರಲು ಸಾಧ್ಯವಿಲ್ಲ. ಆದ್ದರಿಂದ, ನಾವು ಯಾವಾಗಲೂ ಭಗವಂತ ಕೃಷ್ಣನ ದೃಷ್ಟಿಯಲ್ಲಿರಬೇಕಾದುದು ಅಗತ್ಯವಾಗಿದೆ, ಇದರಿಂದ ನಾವು ನಮ್ಮನ್ನು ಮತ್ತು ಭಗವಂತನನ್ನು ಅವರ ವಿಭಿನ್ನ ಶಕ್ತಿಗಳಿಂದ ನೋಡಬಹುದು. ಸೂರ್ಯನ ಅನುಪಸ್ಥಿತಿಯಲ್ಲಿ ನಾವು ಏನನ್ನೂ ನೋಡಲು ಸಾಧ್ಯವಿಲ್ಲವೋ ಹಾಗೆಯೇ ಭಗವಂತನ ವಾಸ್ತವಿಕ ಉಪಸ್ಥಿತಿಯಿಲ್ಲದೆ ನಾವು ನಮ್ಮ ಸ್ವಯಂ ಸೇರಿದಂತೆ ಏನನ್ನೂ ನೋಡಲು ಸಾಧ್ಯವಿಲ್ಲ. ಅವನಿಲ್ಲದೆ ನಮ್ಮ ಎಲ್ಲಾ ಜ್ಞಾನವು ಭ್ರಮೆಯಿಂದ ಮುಚ್ಚಲ್ಪಟ್ಟಿದೆ.

1

ಕಲಿಯುಗವು ಪ್ರಾರಂಭವಾಗುವ ಸಮಯ

ಕುರುಕ್ಷೇತ್ರದ ಯುದ್ಧ ಮುಕ್ತಾಯವಾದ ನಂತರ ಯುಧಿಷ್ಠಿರನು ಯಜ್ಞವನ್ನು ಪ್ರಾರಂಭಿಸಿದನು. ಆ ಸಮಯದಲ್ಲಿ ಇಬ್ಬರು ಬ್ರಾಹ್ಮಣರು ಬರುವುದನ್ನು ನೋಡಿ ಯುಧಿಷ್ಠಿರನಿಗೆ ಆಶ್ಚರ್ಯವಾಯಿತು, ಆದರೆ ಅವರು ಬಹಳ ಗಂಭೀರವಾಗಿ ಜಗಳವಾಡಿದರು. ಆಗಷ್ಟೇ ಯಜ್ಞ ಮುಕ್ತಾಯವಾದ ಮಂಟಪಕ್ಕೆ ಅವರನ್ನು ಕರೆದರು. ಅತ್ಯಂತ ಶ್ರೇಷ್ಠ ಋಷಿಗಳು ಮತ್ತು ರಾಜರುಗಳು ಮತ್ತು ಶ್ರೀ ಕೃಷ್ಣನು ಉಪಸ್ಥಿತರಿರುವ ಕಾರಣ, ಒಂದು ಸಣ್ಣ ಜಗಳವು ಅಸ್ಪಷ್ಟವಾಗಿ ಕಾಣುತ್ತದೆ. ಯುಧಿಷ್ಠಿರನು ಇಬ್ಬರ ಜಗಳದ ಹಿಂದಿನ ಕಾರಣವನ್ನು ಕೇಳಿದನು.

ಮೊದಲ ಬ್ರಾಹ್ಮಣನು ತಾನು ಇತ್ತೀಚೆಗೆ ಎರಡನೇ ಬ್ರಾಹ್ಮಣನಿಂದ ಜಮೀನನ್ನು ಖರೀದಿಸಿ ಅದನ್ನು ಉಳುಮೆ ಮಾಡಲು ಪ್ರಾರಂಭಿಸಿದ್ದಾಗಿ ಹೇಳಿದನು. ಭೂಮಿಯನ್ನು ಉಳುಮೆ ಮಾಡುತ್ತಿದ್ದಾಗ ಅದರಲ್ಲಿ ಹುದುಗಿದ್ದ ನಿಧಿಯನ್ನು ಕಂಡರು. ಅವನು ಹೋಗಿ ಎರಡನೆಯ ಬ್ರಾಹ್ಮಣನಿಗೆ ನಿಧಿಯನ್ನು ಒಪ್ಪಿಸಿದನು, ಅವನು ಭೂಮಿಗೆ ಮಾತ್ರ ಪಾವತಿಸಿದನು ಮತ್ತು ಅದರಲ್ಲಿ ಹೂತಿಟ್ಟ ನಿಧಿಗೆ ಅಲ್ಲ ಎಂದು ಎರಡನೆಯ ಬ್ರಾಹ್ಮಣನ ವಾದವಾಗಿತ್ತು. ಅವನು ಭೂಮಿಯನ್ನು ಮೊದಲ ಬ್ರಾಹ್ಮಣನಿಗೆ ಮಾರಿದ್ದರಿಂದ, ನಿಧಿ ಸೇರಿದಂತೆ ಭೂಮಿಯಲ್ಲಿದ್ದ ಎಲ್ಲವೂ ಸರಿಯಾಗಿ ಅವನಿಗೆ ಸೇರಿತ್ತು. ಅವರಿಬ್ಬರೂ ತಮಗೆ

ಸರಿಯಾಗಿ ಸೇರದ ಯಾವುದೇ ಸಂಪತ್ತನ್ನು ಬಯಸುವುದಿಲ್ಲ ಎಂಬುದು ಬಹಳ ಸ್ಪಷ್ಟವಾಗಿತ್ತು. ಚಕ್ರವರ್ತಿ ಯುಧಿಷ್ಠರನು ಅವರ ಪ್ರಾಮಾಣಿಕತೆ ಮತ್ತು ಅವರ ಸಮಗ್ರತೆಗೆ ಆಶ್ಚರ್ಯಚಕಿತನಾದನು. ಈ ಪರಿಸ್ಥಿತಿಯನ್ನು ಹೇಗೆ ಎದುರಿಸಬೇಕೆಂದು ನಿರ್ಧರಿಸಲು ಅವರು ಶ್ರೀಕೃಷ್ಣನ ಕಡೆಗೆ ತಿರುಗಿದರು.

ಶ್ರೀಕೃಷ್ಣ ನಗತೊಡಗಿದ. ಅಂತಿಮವಾಗಿ, ತನ್ನ ನಗುವನ್ನು ನಿಯಂತ್ರಿಸುತ್ತಾ, ಅವನು ಎರಡೂ ಬ್ರಾಹ್ಮಣರಿಗೆ ಮಂಗಳಕರವಾದ ಕುದುರೆಯ ಯಜ್ಞವು ಮುಗಿದಿದೆ ಮತ್ತು ವಿವಾದಗಳನ್ನು ಪರಿಹರಿಸಲು ಇದು ಸಮಯವಲ್ಲ ಎಂದು ಹೇಳಿದರು. ಮೂರು ತಿಂಗಳ ಕಾಲ ರಾಜನ ಬಳಿ ನಿಧಿಯನ್ನು ಬಿಡಲು ಅವರು ಇಬ್ಬರನ್ನೂ ವಿನಂತಿಸಿದರು ಮತ್ತು ನಂತರ ವಿಷಯವನ್ನು ಚರ್ಚೆಗೆ ತೆಗೆದುಕೊಳ್ಳಬಹುದು ಎಂದು ಹೇಳಿದರು . ಬ್ರಾಹ್ಮಣರು ಯುಧಿಷ್ಠರನೊಡನೆ ನಿಧಿಯನ್ನು ಬಿಟ್ಟರು.

ಇಬ್ಬರೂ ಹೊರಟುಹೋದ ನಂತರ, ಯುಧಿಷ್ಠಿರನು ಶ್ರೀಕೃಷ್ಣನ ಕಡೆಗೆ ತಿರುಗಿ, "ನೀವು ಈ ಸಂಘರ್ಷವನ್ನು ಏಕೆ ತಕ್ಷಣವೇ ಪರಿಹರಿಸಲಿಲ್ಲ?" ಎಂದು ಕೇಳಿದನು. ಶ್ರೀಕೃಷ್ಣನು ಮುಗುಳ್ನಗುತ್ತಾ ಉತ್ತರಿಸಿದನು, 'ನನ್ನ ಪ್ರೀತಿಯ ರಾಜನೇ, ಇನ್ನು ಮೂರು ತಿಂಗಳಲ್ಲಿ ಕಲಿಯುಗವು ಪ್ರಾರಂಭವಾಗುವ ಸಮಯ. ಅಂಧಕಾರ ಯುಗದ ಪ್ರಭಾವದ ಅಡಿಯಲ್ಲಿ, ಈ ಬ್ರಾಹ್ಮಣರು ಈ ನಿಧಿಯ ಕಡೆಗೆ ವರ್ತನೆಯನ್ನು ಬದಲಾಯಿಸುತ್ತಾರೆ. ನಿಧಿಯನ್ನು ನಿರಾಕರಿಸಲು ಹೋರಾಡುವ ಬದಲು, ಇಬ್ಬರೂ ಅದನ್ನು ಪಡೆಯಲು ಹೋರಾಡುತ್ತಾರೆ. ನಂತರ ನೀವು ನಿಧಿಯನ್ನು ಎರಡು ಸಮಾನ ಭಾಗಗಳಾಗಿ ವಿಂಗಡಿಸಿ ಅವರಿಗೆ ಹಸ್ತಾಂತರಿಸಬೇಕು ಎಂದು ಹೇಳಿದರು .

ಬರೋಬ್ಬರಿ ಮೂರು ತಿಂಗಳು! ಕುಖ್ಯಾತ ಕಲಿಯುಗವು ಹತ್ತಿರದಲ್ಲಿದೆ ಎಂದು ತಿಳಿದಾಗ ಧಾರ್ಮಿಕ ರಾಜ ಯುಧಿಷ್ಠಿರನು ತುಂಬಾ ಅಶಾಂತನಾದನು. ಆದರೆ ಆಗಬೇಕಾದುದನ್ನು ತಡೆಯಲು ಯಾರಿಂದ ಸಾಧ್ಯ? ಮೂರು ತಿಂಗಳುಗಳು ಬಹಳ ಬೇಗ ಕಳೆದವು, ಮತ್ತು ಭಯಾನಕ ಕಲಿಯುಗ ಪ್ರಾರಂಭವಾಯಿತು. ಶ್ರೀಕೃಷ್ಣನು ಊಹಿಸಿದಂತೆ, ಇಬ್ಬರು ಬ್ರಾಹ್ಮಣರು ನಿಧಿಗಾಗಿ ಹೋರಾಡಲು ಬಂದರು ಮತ್ತು ರಾಜನು ಅದನ್ನು ಎರಡು ಭಾಗಗಳಾಗಿ ವಿಂಗಡಿಸಿ ಅವರಿಗೆ ಕೊಟ್ಟನು.

ಕೆಲವು ದಿನಗಳ ನಂತರ, ಪಾಂಡವರು ರಾಜ್ಯದಲ್ಲಿ ತಾವು ಗಮನಿಸಿದ ವಿವಿಧ ವೈಪರೀತ್ಯಗಳ ಬಗ್ಗೆ ಶ್ರೀಕೃಷ್ಣನೊಂದಿಗೆ ಗಂಭೀರವಾದ ಚರ್ಚೆಗಾಗಿ ಒಟ್ಟುಗೂಡಿದರು. ಭೀಮನು ತನ್ನ ಅವಲೋಕನಗಳನ್ನು ಮೊದಲು ಮಂಡಿಸಿದನು.

ಐದು ನಿಜವಾಗಿಯೂ ವಿಲಕ್ಷಣ ಘಟನೆಗಳು ನನಗೆ ವರದಿಯಾಗಿವೆ ಮತ್ತು ನಾನು ಅದನ್ನು ಅರ್ಥ ಮಾಡಿಕೊಳ್ಳಲು ಸಾಧ್ಯವಾಗಲಿಲ್ಲ. ನಾನು ಸ್ವೀಕರಿಸಿದ ಮೊದಲ ದೂರು ರೈತನಿಂದ ತನ್ನ ನೆರೆಹೊರೆಯವರ ಬೇಲಿ ನಿಧಾನವಾಗಿ ಚಲಿಸುತ್ತಿದೆ ಎಂದು ಹೇಳಿದರು. ಬೇಲಿ ಹೇಗೆ ಚಲಿಸಬಹುದು?

ಕುಂಬಾರರೊಬ್ಬರು ನನಗೆ ಎರಡನೆಯದನ್ನು ಕುರಿತು ಎಚ್ಚರಿಸಿದರು. ಈ ಮನುಷ್ಯನಿಗೆ ದೊಡ್ಡ ಮಡಕೆ ಮತ್ತು ಅನೇಕ ಸಣ್ಣ ಮಡಕೆಗಳು ಇದ್ದವು. ಅವನು ತನ್ನ ದೊಡ್ಡ ಮಡಕೆಗೆ ನದಿಯ ನೀರನ್ನು ತುಂಬಿಸಿದನು ಮತ್ತು ದೊಡ್ಡ ಮಡಕೆಯಿಂದ ಅವನು ಚಿಕ್ಕ ಪಾತ್ರೆಗಳನ್ನು ತುಂಬಿಸಿದನು. ನಂತರ ಅವನು ಎಲ್ಲಾ ಸಣ್ಣ ಮಡಕೆಗಳ ನೀರನ್ನು ಮತ್ತೊಮ್ಮೆ ದೊಡ್ಡ ಮಡಕೆಗೆ ಖಾಲಿ ಮಾಡಿದನು. ಆದರೆ ತಮಾಷೆಯೆಂದರೆ ದೊಡ್ಡ ಮಡಕೆ ಈಗ ಅರ್ಧದಷ್ಟು ಮಾತ್ರ ತುಂಬಿತ್ತು. ಅರ್ಧದಷ್ಟು ನೀರು ಎಲ್ಲಿ ಕಣ್ಮರೆಯಾಯಿತು?

ಮೂರನೆಯದು ಇನ್ನೂ ಅಪರಿಚಿತ. ಒಂದು ಸೂಜಿಯ ಕಣ್ಣಿನ ಮೂಲಕ ಒಂದು ಆನೆಯು ಹಾದುಹೋಗುವುದನ್ನು ನೋಡಿದನು ಎಂದು ವ್ಯಕ್ತಿಯೊಬ್ಬರು ವರದಿ ಮಾಡಿದ್ದಾರೆ. ಆದರೆ ತಮಾಷೆಯ ವಿಷಯವೆಂದರೆ ಆನೆಯು ರಂಧ್ರದ ಮೂಲಕ ಹಾದುಹೋಗುವಲ್ಲಿ ಯಶಸ್ವಿಯಾಯಿತು, ಆದರೆ ಅದರ ಬಾಲವು ಅಂಟಿಕೊಂಡಿತ್ತು.

ನಾಲ್ಕನೆಯದು ಹೀಗಿತ್ತು: ನಾನು ಅದೇ ಆಸುಪಾಸಿನಲ್ಲಿ ಐದು ಬಾವಿಗಳನ್ನು ನೋಡಿದೆ. ನಾಲ್ಕು ಬಾವಿಗಳು ನೀರಿನಿಂದ ತುಂಬಿ ಹರಿಯುತ್ತಿದ್ದರೆ, ಅವುಗಳ ನಡುವೆ ಇರುವ ಒಂದು ಬಾವಿ ತುಂಬಾ ಬತ್ತಿ ಹೋಗಿತ್ತು.

"ಐದನೆಯ ಘಟನೆಯೂ ಇದೇ ಆಗಿತ್ತು. ತುಂಬಾ ಆಳವಾದ ಕೊಳ ಮತ್ತು ಅದರ ಸುತ್ತಲೂ ಅನೇಕ ಆಳವಿಲ್ಲದ ಸಣ್ಣ ಕೊಳಗಳು ಇದ್ದವು. ಆಳವಿಲ್ಲದ ಕೊಳಗಳು ನೀರಿನಿಂದ ತುಂಬಿದ್ದವು ಮತ್ತು ಜನರು ಆಗಾಗ್ಗೆ ಬರುತ್ತಾರೆ, ದೊಡ್ಡ ಕೊಳವು ತುಂಬಾ ಒಣಗಿತ್ತು ಮತ್ತು ಯಾರೂ ಅದರ ಕಡೆಗೆ ಹೋಗಲು ಚಿಂತಿಸಲಿಲ್ಲ.

ಎಲ್ಲರೂ ಭೀಮನ ಅವಲೋಕನಗಳನ್ನು ಅದ್ಭುತವಾಗಿ ಕಂಡುಕೊಂಡರು. ಇವು ನಿಜಕ್ಕೂ ನಂಬಲಾಗದ ಘಟನೆಗಳಾಗಿದ್ದವು. ಅವರು ಶ್ರೀಕೃಷ್ಣನಿಂದ ಅದರ ಅರ್ಥವನ್ನು ಕೇಳಲು ಉತ್ಸುಕರಾಗಿದ್ದರೂ, ಇತರ ಸಹೋದರರು ತಮ್ಮ ಕಥೆಗಳನ್ನು ಹಂಚಿಕೊಳ್ಳಲು ಬಯಸಿದ್ದರು, ಇದರಿಂದಾಗಿ ಶ್ರೀ ಕೃಷ್ಣನು ಎಲ್ಲಾ ಕಥೆಗಳ ಬಗ್ಗೆ ಅವರಿಗೆ ಜ್ಞಾನವನ್ನು ನೀಡಬಹುದು.

ಅರ್ಜುನನು ಮುಂದೆ ಮಾತನಾಡಿದನು. ಒಂದು ಘೋರ ಘಟನೆಯನ್ನು ಗಮನಿಸಿದ್ದೇನೆ ಎಂದು ಹೇಳಿದರು. ಅವನು ಹೇಳಿದನು, ನಾನು ಕಾಡಿನ ಮೂಲಕ ಹಾದು ಹೋಗುತ್ತಿದ್ದೆ ಮತ್ತು ಕೋಗಿಲೆಯ ಹಾಡಿಗೆ ಮೋಡಿಮಾಡಿದೆ. ಶಬ್ದವು ಹೊರಹೊಮ್ಮಿದ ಸ್ಥಳಕ್ಕೆ ನಾನು ಎಚ್ಚರಿಕೆಯಿಂದ ನಡೆದುಕೊಂಡು ಹೋದಾಗ, ಮಧುರವಾದ ಹಕ್ಕಿ ನಿರ್ದಯವಾಗಿ ಮೊಲವನ್ನು ತುಂಡುಗಳಾಗಿ ಚೂರುಚೂರು ಮಾಡುವುದನ್ನು ನಾನು ನೋಡಿದೆ.

ಯುಧಿಷ್ಠಿರನು ಹೇಳಿದನು: "ನಾನು ಎರಡು ಸೊಂಡಿಲುಗಳಿರುವ ಆನೆಯನ್ನು ನೋಡಿದೆ.

ನಕುಲ ಒಂದು ವಿಚಿತ್ರವಾದ ಹಸುವಿನ ಬಗ್ಗೆ ಮಾತನಾಡಿದರು. ನಾನು ದನದ ಕೊಟ್ಟಿಗೆಗೆ ಹೋಗಿದ್ದೆ ಮತ್ತು ಅದರ ನವಜಾತ ಕರುವಿನ ಚರ್ಮದ ದ್ರವವನ್ನು ಪ್ರೀತಿಯಿಂದ ನೆಕ್ಕುತ್ತಿದ್ದ ಹಸುವನ್ನು ನೋಡಿದೆ. ಹಸು ಎಲ್ಲಾ ದ್ರವವನ್ನು ನೆಕ್ಕಿತು. , ಆದರೆ ಬಡ ಕರುವಿನ ಚರ್ಮ ಸುಲಿದು ರಕ್ತ ಬರತೊಡಗಿದಾಗಲೂ ಅವಳು ನಿಲ್ಲಲಿಲ್ಲ, ಹಸು ಯಾವುದೋ ಲೋಕದಲ್ಲಿ ಇದ್ದಂತೆ, ದನ ಕಾಯುವವನು ತಾಯಿಯನ್ನು ಬಲವಂತವಾಗಿ ಕರುವಿನಿಂದ ದೂರ ಮಾಡಬೇಕಾಯಿತು. "

ಕೊನೆಗೂ ಸಹದೇವನ ಸರದಿ. ಅವರು ಹೇಳಿದರು, ಒಂದು ದೊಡ್ಡ ಬಂಡೆಯೊಂದು ಬೀಳುವುದನ್ನು ನಾನು ನೋಡಿದೆ, ಅದರ ಗಾತ್ರ ಮತ್ತು ಅದು ಬೀಳುವ ಎತ್ತರವು ಪ್ರಾಯೋಗಿಕವಾಗಿ ಅದನ್ನು ಯಾರು ತಡೆಯಲಾಗದಂತೆ ಮಾಡಿತು. ಆದರೆ ಬಂಡೆಯು ಒಂದು ಸಣ್ಣ ಸಸ್ಯವನ್ನು ಮಧ್ಯದಲ್ಲಿ ಸ್ಪರ್ಶಿಸಿದಾಗ, ಅದು ಮತ್ತಷ್ಟು ಉರುಳುವುದನ್ನು ಸಂಪೂರ್ಣವಾಗಿ ನಿಲ್ಲಿಸಿತು ಮತ್ತು ಸ್ಥಿರವಾಗಿ ಉಳಿಯಿತು. " ಪಾಂಡವ ಸಹೋದರರರು ವಿಲಕ್ಷಣ ಅನುಭವಗಳು ಎಲ್ಲವನ್ನೂ ಹಂಚಿಕೊಂಡ ನಂತರ ಅವರು ತಮ್ಮಜ್ಞಾನೋದಯಕ್ಕಾಗಿ ಶಾಶ್ವತ ಮಾರ್ಗದರ್ಶಿ ಶ್ರೀಕೃಷ್ಣನ ಕಡೆಗೆ ತಿರುಗಿದರು.

ಶ್ರೀಕೃಷ್ಣನು ಹೇಳಿದ ಇದು 'ಕಲಿಯುಗ ಪ್ರಾರಂಭವಾಗಿದೆ.' ಸಹೋದರರೆಲ್ಲರೂ ಗೊಂದಲಕ್ಕೊಳಗಾದ ಮತ್ತು ಅವರ ಹೇಳಿಕೆಯನ್ನು ಅವರು ಹೊಂದಿರುವ ಘಟನೆಗಳಿಗೆ ಅವರು ಇನ್ನೂ ವಿವರಣೆಯನ್ನು ಬಯಸಿದ್ದರು .ಆದುದರಿಂದ ಶ್ರೀ ಕೃಷ್ಣನು ಪ್ರತಿಯೊಂದು ಘಟನೆಯನ್ನು ಕಲಿಯುಗದ ಲಕ್ಷಣದೊಂದಿಗೆ ಪರಸ್ಪರ ಸಂಬಂಧಿಸಲು ನಿರ್ಧರಿಸಿದನು

ಮೊದಲನೆಯದಾಗಿ, ನೆರೆಹೊರೆಯವರ ಆಸ್ತಿಗೆ ಚಲಿಸುವ ಬೇಲಿ ದುರಾಶೆ ಮತ್ತು ಅತೃಪ್ತಿಯನ್ನು ಸಂಕೇತಿಸುತ್ತದೆ. ಇದರರ್ಥ ಕಲಿಯುಗದ ಜನರು

ಹೆಚ್ಚಿನದನ್ನು ಬಯಸುತ್ತಾರೆ ಮತ್ತು ಅವರು ಹೊಂದಿರುವುದನ್ನು ಎಂದಿಗೂ ಸಂತೋಷಪಡುವುದಿಲ್ಲ ಮತ್ತು ಅವರ ನೆರೆಹೊರೆಯವರ ಆಸ್ತಿಯನ್ನು ಕಸಿದುಕೊಳ್ಳಲು ಬಯಸುತ್ತಾರೆ.

ಎರಡನೆಯದಾಗಿ, ದೊಡ್ಡ ಮಡಕೆಯು ಚಿಕ್ಕದಾದವುಗಳನ್ನು ತುಂಬುತ್ತದೆ ಮತ್ತು ಸಣ್ಣ ಮಡಕೆಗಳು ಅರ್ಧದಷ್ಟು ನೀರನ್ನು ಮಾತ್ರ ಹಿಂತಿರುಗಿಸುವುದರಿಂದ ಭಾಗಶಃ ಪರಸ್ಪರ ಸಂಬಂಧವನ್ನು ಸಂಕೇತಿಸುತ್ತದೆ. ಈ ಯುಗದಲ್ಲಿ, ನೀವು ಇನ್ನೊಬ್ಬರಿಗೆ ಎಷ್ಟೇ ಪ್ರೀತಿಯನ್ನು ಅರ್ಪಿಸಿದರೂ, ನೀವು ಪ್ರತಿಯಾಗಿ ಅರ್ಧದಷ್ಟು ಮಾತ್ರ ನಿರೀಕ್ಷಿಸಬಹುದು. ಪ್ರಪಂಚದ ಸ್ಥಳಗಳ ನಡುವಿನ ಅಂತರವು ಚಿಕ್ಕದಾಗಿದೆ ಆದರೆ ನೆರೆಹೊರೆಯವರ ನಡುವಿನ ಅಂತರವು ವಿಸ್ತಾರವಾಗಿದೆ.

ಮೂರನೆಯದಾಗಿ, ಆನೆಯು ಸೂಜಿಯ ಕಣ್ಣಿನ ಮೂಲಕ ಹಾದುಹೋಗುತ್ತದೆ ಮತ್ತು ಅದರ ಬಾಲವು ಅಂಟಿಕೊಂಡಿರುವುದು ದುಂದುಗಾರಿಕೆ ಮತ್ತು ಜಿಪುಣತನವನ್ನು ಸಂಕೇತಿಸುತ್ತದೆ. ಕಲಿಯುಗದಲ್ಲಿ, ಜನರು ತಮಗಾಗಿ ಸಾಕಷ್ಟು ಖರ್ಚು ಮಾಡಲು ಸಿದ್ಧರಿರುತ್ತಾರೆ ಆದರೆ ದಾನಕ್ಕಾಗಿ ಒಂದು ಪೈಸೆಯೂ ಇರುವುದಿಲ್ಲ. ಜನರು ಚಿನ್ನದ ಮಳೆಯಲ್ಲಿ ಸ್ನಾನ ಮಾಡುವುದರಲ್ಲಿ ನಿರತರಾಗಿದ್ದಾರೆ, ಇತರರ ಮೇಲೆ ದಯೆಯ ಹನಿಯನ್ನು ಎರಚಲು ಅವರಿಗೆ ಸಮಯವಿಲ್ಲ.

ನಾಲ್ಕನೆಯದಾಗಿ, ನಾಲ್ಕು ತುಂಬಿ ಹರಿಯುವ ಬಾವಿಗಳು ಮತ್ತು ಮಧ್ಯ ಒಣ ಬಾವಿ ಶ್ರೀಮಂತರಲ್ಲಿ ಬಡವರ ಅಸ್ತಿತ್ವವನ್ನು ಸಂಕೇತಿಸುತ್ತದೆ. ಇದರರ್ಥ ಕಲಿಯುಗದಲ್ಲಿ ಶ್ರೀಮಂತರು ಶ್ರೀಮಂತರಾಗಿಯೇ ಇರುತ್ತಾರೆ, ಮತ್ತು ಬಡವರು ಬಡವರಾಗಿಯೇ ಸಾಯುತ್ತಾರೆ.

ಐದನೆಯದಾಗಿ, ದೊಡ್ಡ ಖಾಲಿ ಕೊಳ ಮತ್ತು ಸಣ್ಣ ಪೂರ್ಣ ಕೊಳಗಳು ಬುದ್ಧಿವಂತ ಮತ್ತು ವಿದ್ವಾಂಸರಿಗೆ ತಿರಸ್ಕಾರ ಮತ್ತು ಮೂರ್ಖ ಮತ್ತು ನಕಲಿ ವಂಚಕರೀಗೆ ಗೌರವದ ಸಂಕೇತವಾಗಿದೆ. ಕಲಿಯುಗದಲ್ಲಿ ಬುದ್ಧಿವಂತರ ಆಳವಾದ ಜ್ಞಾನ ಮತ್ತು ತಿಳುವಳಿಕೆಗೆ ಅನುಯಾಯಿಗಳ ಮೆಚ್ಚುಗೆಯನ್ನು ಹೊಂದಿರುವುದಿಲ್ಲ. ಆದರೆ ವಂಚಕರು ಮತ್ತು ಅಜ್ಞಾನಿ ಮಾನವರು ಅಸಂಖ್ಯಾತ ಬೆಂಬಲಿಗರನ್ನು ಗಳಿಸುತ್ತಾರೆ.

ಆರನೆಯದಾಗಿ, ಮಧುರವಾದ ಕೋಗಿಲೆಯು ಮೊಲವನ್ನು ಕಿತ್ತುಹಾಕುವುದು ಶೋಷಣೆಯನ್ನು ಸೂಚಿಸುತ್ತದೆ. ಇದರರ್ಥ ಜನರು ಸಿಹಿಯಾಗಿ ಮಾತನಾಡುತ್ತಾರೆ ಆದರೆ ಕುಶಲತೆ ಮತ್ತು ಶೋಷಣೆಯ ನಿಜವಾದ ಮತ್ತು ಪಟ್ಟಭದ್ರ ಉದ್ದೇಶದಿಂದ ಮಾತನಾಡುತ್ತಾರೆ.

ಏಳನೆಯದಾಗಿ, ಎರಡು ಕಪಟ ಮತ್ತು ಮೋಸದ ಮತ್ತು ಯಾವಾಗಲೂ ಎರಡು ಮುಖಗಳನ್ನು ಹೊಂದಿರುವ ಆನೆ - ಜನರು ಜಗತ್ತಿಗೆ ಒಂದು ಮತ್ತು ತನಗಾಗಿ ಒಂದು ದ್ವಂದ್ವ ಜೀವನವನ್ನು ನಡೆಸುತ್ತಾರೆ.

ಎಂಟನೆಯದಾಗಿ, ಹಸುವಿನ ಮೇಲೆ ಅಪಾರವಾದ ಪ್ರೀತಿ ಮೂಡಿದ ಘಟನೆ ಏಕೆಂದರೆ ಕರು ಅದರ ಚರ್ಮವನ್ನು ಸುಲಿದು ರಕ್ತಸ್ರಾವವಾಗುವುದು ಅತಿಯಾದ ಸೇವನೆಯ ಹಾನಿಕಾರಕ ಪರಿಣಾಮಗಳ ಸಂಕೇತವಾಗಿದೆ. ಕಲಿಯುಗದಲ್ಲಿ, ಪೋಷಕರು ತಮ್ಮ ಮಕ್ಕಳನ್ನು ಹಲವಾರು ಮಿತಿಮೀರಿದ ಕಾಳಜಿ ಮೂಲಕ ಹಾಳುಮಾಡುತ್ತಾರೆ, ಅದು ಅವರ ಮಕ್ಕಳ ನೈತಿಕ ಮತ್ತು ನೈತಿಕ ಮೌಲ್ಯಗಳ ಪರಿಣಾಮವಾಗಿ ಸವೆತಕ್ಕೆ ಕಾರಣವಾಗುತ್ತದೆ ಮತ್ತು ಅಂತಿಮವಾಗಿ ಅವರನ್ನು ಸಮಾಜಕ್ಕೆ ಅನರ್ಹಗೊಳಿಸುತ್ತದೆ. ಪೋಷಕರು ಮಕ್ಕಳ ಬೇಡಿಕೆಗಳನ್ನು ನಿರಾಕರಿಸದಿದ್ದಾಗ, ಅವರು ಜೀವನದ ನಿರಾಕರಣೆಗಳನ್ನು ಎದುರಿಸಲು ಅವರನ್ನು ಸಿದ್ಧಪಡಿಸುವುದಿಲ್ಲ.

ಒಂಬತ್ತನೆಯದಾಗಿ, ದೊಡ್ಡ ಬಂಡೆಯು ಉರುಳುತ್ತದೆ ಮತ್ತು ನಂತರ ಒಂದು ಸಣ್ಣ ಸಸ್ಯದಿಂದ ನಿಲ್ಲಿಸಲ್ಪಟ್ಟಿದೆ, ಇದು ಮಾನವಕುಲದ ನಾಶ ಮತ್ತು ವಿಮೋಚನೆಯ ಪ್ರತಿನಿಧಿಯಾಗಿದೆ. ಕಲಿಯುಗದಲ್ಲಿ, ಜನರ ಪಾಪಗಳ ತೂಕವು ಅವರ ಆಧ್ಯಾತ್ಮಿಕ, ಎಷ್ಟು ಸಂಕೀರ್ಣಗೊಳಿಸುತ್ತದೆ ಎಂದರೆ ಅದು ಅವರ ಕ್ಷಿಪ್ರ ಇಳಿಯುವಿಕೆಯನ್ನು ತಡೆಯಲು ಸ್ವಯಂ-ನಿರ್ಮೂಲನೆ ಮಾಡುತ್ತದೆ .ಚಿಕ್ಕ ಸಸ್ಯವು ಭಗವಂತನನ್ನು ಸ್ಮರಿಸುವ ಪ್ರಕ್ರಿಯೆಯನ್ನು ಸೂಚಿಸುತ್ತದೆ. ಪಾಪದ ಹೊರೆಯು ತುಂಬಾ ಭಾರವಾಗಿರಬಹುದು, ಕೃಷ್ಣನ ಪವಿತ್ರ ನಾಮಗಳನ್ನು ಪಠಿಸುವುದರಿಂದ ಎಲ್ಲಾ ಪಾಪ ಪ್ರತಿಕ್ರಿಯೆಗಳನ್ನು ತಕ್ಷಣವೇ ಶೂನ್ಯಗೊಳಿಸುತ್ತದೆ.ಕಲಿಯುಗವು ಅನೇಕ ವೈಪರೀತ್ಯಗಳು ಮತ್ತು ನ್ಯೂನತೆಗಳನ್ನು ಹೊಂದಿದೆ ಎಂದು ಶ್ರೀ ಕೃಷ್ಣ ಪಾಂಡವರಿಗೆ ವಿವರಿಸಿದರು, ಆದರೆ ಈ ಯುಗವನ್ನು ಇತರ ಎಲ್ಲಕ್ಕಿಂತ ಉತ್ತಮವಾಗಿಸುವ ಒಂದು ಒಳ್ಳೆಯದು ಭಗವಂತನ ಪವಿತ್ರ ನಾಮಗಳ ಶಕ್ತಿಯಾಗಿದೆ.

(ಪ್ರತಿ ದಿನವೂ ಧರ್ಮ, ಸತ್ಯತೆ, ಸ್ವಚ್ಛತೆ, ಕ್ಷಮೆ, ಕರುಣೆ, ಜೀವಿತಾವಧಿ, ದೈಹಿಕ ಶಕ್ತಿ ಮತ್ತು ಸ್ಮರಣೆಯು ಸಮಯದ ಪ್ರಬಲ ಶಕ್ತಿಯಿಂದ ಹೆಚ್ಚು ಹೆಚ್ಚು ಕಡಿಮೆಯಾಗುತ್ತದೆ." ಕಲಿಯುಗದ ಈ ವಿವರಣೆಯನ್ನು ಜಗಳ ಮತ್ತು ಬೂಟಾಟಿಕೆಗಳ ಪ್ರಸ್ತುತ ಯುಗವನ್ನು ಶ್ರೀಮದ್-ಭಾಗವತದಲ್ಲಿ ನೀಡಲಾಗಿದೆ. ಶ್ರೀಮದ್ ಭಾಗವತವನ್ನು ಐದು ಸಾವಿರ ವರ್ಷಗಳ ಹಿಂದೆ ಬರೆಯಲಾಗಿದೆ, ಕಲಿಯುಗವು ಪ್ರಾರಂಭವಾಗುವ ಸಮಯದಲ್ಲಿ ಮತ್ತು ಭವಿಷ್ಯದಲ್ಲಿ ಸಂಭವಿಸುವ

ಅನೇಕ ವಿಷಯಗಳನ್ನು ಅಲ್ಲಿ ಹೇಳಲಾಗುತ್ತದೆ. ಶ್ರೀಮದ್ ಭಾಗವತದಲ್ಲಿ ಅನೇಕ ವಿಷಯಗಳನ್ನು ಕಾಣಬಹುದು. ಭಗವಾನ್ ಬುದ್ಧ ಮತ್ತು ಭಗವಾನ್ ಕಲ್ಕಿಯ ರೂಪದ ಉಲ್ಲೇಖವಿದೆ. (ಕಲಿಯುಗದ ಕೊನೆಯಲ್ಲಿ ಭಗವಂತ ಕಲ್ಕಿಯ ರೂಪದಲ್ಲಿ ಕಾಣಿಸಿಕೊಳ್ಳುತ್ತಾನೆ.)

ಈ ಕಲಿಯುಗದ ಪ್ರಗತಿಯೊಂದಿಗೆ, ಧಾರ್ಮಿಕ ತತ್ತ್ವಗಳು; ಸತ್ಯಸಂಧತೆ; ಶುಚಿತ್ವ; ಕ್ಷಮೆ; ಕರುಣೆ; ಜೀವನದ ಅವಧಿ; ದೈಹಿಕ ಶಕ್ತಿ; ಸ್ಮರಣೆ-ಈ ಎಂಟು ವಿಷಯಗಳು ಕ್ರಮೇಣ ಶೂನ್ಯಕ್ಕೆ ಅಥವಾ ಬಹುತೇಕ ಶೂನ್ಯಕ್ಕೆ ಕಡಿಮೆಯಾಗುತ್ತವೆ. ಖಂಡಿತವಾಗಿಯೂ ಕಲಿಯುಗದ ಹೊರತಾಗಿ ಇತರ ಯುಗಗಳೂ ಇವೆ. ಹದಿನೆಂಟು ಲಕ್ಷ ವರ್ಷಗಳ ಕಾಲ ನಡೆದ ಸತ್ಯಯುಗದಲ್ಲಿ ಮಾನವರು ನೂರು ಸಾವಿರ ವರ್ಷಗಳ ಕಾಲ ಬದುಕಿದ್ದರು. ಮುಂದಿನ ಯುಗವಾದ ತ್ರೇತಾಯುಗದ ಅವಧಿ ಹನ್ನೆರಡು ನೂರು ಸಾವಿರ ವರ್ಷಗಳು, ಮತ್ತು ಆ ವಯಸ್ಸಿನ ಜನರು ಹತ್ತು ಸಾವಿರ ವರ್ಷಗಳ ಕಾಲ ಬದುಕುತ್ತಿದ್ದರು, ಅಂದರೆ, ಆಯುಷ್ಯವು ಹತ್ತು ಪಟ್ಟು ಕಡಿಮೆಯಾಯಿತು, ಮುಂದಿನ ಯುಗದಲ್ಲಿ, ದ್ವಾಪರ-ಯುಗದಲ್ಲಿ, ಆಯುಷ್ಯವು ಮತ್ತೆ ಹತ್ತು ಪಟ್ಟು ಕಡಿಮೆಯಾಯಿತು-ಜನರು ಒಂದು ಸಾವಿರ ವರ್ಷಗಳ ಕಾಲ ಬದುಕುತ್ತಿದ್ದರು - ಮತ್ತು ದ್ವಾಪರ ಯುಗದ ಅವಧಿ ಎಂಟು ಲಕ್ಷ ವರ್ಷಗಳು, ನಂತರ, ಮುಂದಿನ ಯುಗದಲ್ಲಿ, ಈ ಕಲಿಯುಗದಲ್ಲಿ, ನಾವು ನೂರು ವರ್ಷಗಳವರೆಗೆ ಬದುಕಬಹುದು, ನಾವು ನೂರು ವರ್ಷ ಬದುಕುವುದಿಲ್ಲ. ವರ್ಷಗಳು, ಆದರೆ ಇನ್ನೂ, ಮಿತಿಯು ನೂರು ವರ್ಷಗಳು, ಆದ್ದರಿಂದ ಕೇವಲ ನೋಡಿ: ನೂರು ವರ್ಷಗಳಿಂದ ಸರಾಸರಿ ಜೀವಿತಾವಧಿಯು ಸುಮಾರು ಎಪ್ಪತ್ತು ವರ್ಷಗಳವರೆಗೆ ಕಡಿಮೆಯಾಗಿದೆ ಮತ್ತು ಅಂತಿಮವಾಗಿ ಮನುಷ್ಯನು ಇಪ್ಪತ್ತರಿಂದ ಮೂವತ್ತು ವರ್ಷಗಳವರೆಗೆ ಬದುಕಿದರೆ ಅದು ಅಂತಿಮವಾಗಿ ಕಡಿಮೆಯಾಗುತ್ತದೆ , ಅವನನ್ನು ಬಹಳ ಮುದುಕನೆಂದು ಪರಿಗಣಿಸಲಾಗುತ್ತದೆ.

ಶ್ರೀಮದ್ ಭಾಗವತದಲ್ಲಿ ಊಹಿಸಲಾದ ಕಲಿಯುಗದ ಇನ್ನೊಂದು ಲಕ್ಷಣವೆಂದರೆ ಸ್ಮರಣಶಕ್ತಿ ಕಡಿಮೆಯಾಗುವುದು (ಸ್ಮೃತಿ). ಇಂದು ನಾವು ನೋಡುತ್ತೇವೆ, ಜನರು ತುಂಬಾ ತೀಕ್ಷ್ಣವಾದ ನೆನಪುಗಳನ್ನು ಹೊಂದಿರುವುದಿಲ್ಲ - ಅವರು ಸುಲಭವಾಗಿ ಮರೆತುಬಿಡುತ್ತಾರೆ. ಅವರು ಪ್ರತಿದಿನ ಏನನ್ನಾದರೂ ಕೇಳಬಹುದು, ಆದರೂ ಅವರು ಅದನ್ನು ಮರೆತುಬಿಡುತ್ತಾರೆ. ಹಾಗೆಯೇ ದೇಹದ ಶಕ್ತಿ (ಬಲಂ) ಕಡಿಮೆಯಾಗುತ್ತಿದೆ. ನೀವೆಲ್ಲರೂ ಇದನ್ನು ಅರ್ಥಮಾಡಿಕೊಳ್ಳಬಹುದು, ಏಕೆಂದರೆ ನಿಮ್ಮ ತಂದೆ ಅಥವಾ ಅಜ್ಜ ನಿಮಗಿಂತ ದೈಹಿಕವಾಗಿ ಗಟ್ಟಿಯಾಗಿದ್ದರು ಎಂದು ನಿಮಗೆ ತಿಳಿದಿದೆ. ಆದ್ದರಿಂದ, ದೇಹದ ಶಕ್ತಿ

ಕಡಿಮೆಯಾಗುತ್ತಿದೆ, ಸ್ಮರಣಾರ್ಥವು ಕ್ಷೀಣಿಸುತ್ತಿದೆ, ಮತ್ತು ಆಯುಷ್ಯವು ಕ್ಷೀಣಿಸುತ್ತಿದೆ - ಮತ್ತು ಇವೆಲ್ಲವನ್ನೂ ಶ್ರೀಮದ್-ಭಾಗವತದಲ್ಲಿ ಊಹಿಸಲಾಗಿದೆ.

ಕಲಿಯುಗದ ಇನ್ನೊಂದು ಲಕ್ಷಣವೆಂದರೆ ಧರ್ಮದ ಇಳಿಕೆ. ಈ ಯುಗದಲ್ಲಿ ಪ್ರಾಯೋಗಿಕವಾಗಿ ಧರ್ಮದ ಪ್ರಶ್ನೆಯೇ ಇಲ್ಲ - ಇದು ಬಹುತೇಕ ಶೂನ್ಯಕ್ಕೆ ಇಳಿದಿದೆ. ಧರ್ಮದಲ್ಲಿ ಯಾರಿಗೂ ಆಸಕ್ತಿಯಿಲ್ಲ. ಚರ್ಚುಗಳು ಮತ್ತು ದೇವಾಲಯಗಳನ್ನು ಮುಚ್ಚಲಾಗುತ್ತಿದೆ, ಬೀಗ ಹಾಕಲಾಗುತ್ತಿದೆ. ಭಾರತದಲ್ಲಿಯೂ ಸಹ, ಕೆಲವು ಪ್ರಮುಖ ದೇವಾಲಯಗಳನ್ನು ಹೊರತುಪಡಿಸಿ, ಸಾಮಾನ್ಯ, ಸಣ್ಣ ದೇವಾಲಯಗಳನ್ನು ಮುಚ್ಚಲಾಗುತ್ತಿದೆ. ಅವು ನಾಯಿಗಳ ವಾಸಸ್ಥಾನವಾಗಿ ಮಾರ್ಪಟ್ಟಿವೆ. ಹಾಗಾಗಿ ಧರ್ಮ, ಕಡಿಮೆಯಾಗುತ್ತಿದೆ.

ಸತ್ಯವಂತಿಕೆ, ಸ್ವಚ್ಛತೆ ಮತ್ತು ಕ್ಷಮೆಯೂ ಕಡಿಮೆಯಾಗುತ್ತಿದೆ. ಹಿಂದೆ, ಯಾರಾದರೂ ತಪ್ಪು ಮಾಡಿದರೆ, ಇನ್ನೊಬ್ಬರು ಅವನನ್ನು ಕ್ಷಮಿಸುತ್ತಿದ್ದರು. ಉದಾಹರಣೆಗೆ, ಅರ್ಜುನನು ತನ್ನ ಶತ್ರುಗಳಿಂದ ಚಿತ್ರಹಿಂಸೆಗೊಳಗಾದನು, ಆದರೂ ಕುರುಕ್ಷೇತ್ರದ ಯುದ್ಧಭೂಮಿಯಲ್ಲಿ ಅವನು ಹೇಳಿದನು, "ಕೃಷ್ಣ, ನಾನು ಹೋಗಲಿ, ನಾನು ಅವರನ್ನು ಕೊಲ್ಲಲು ಬಯಸುವುದಿಲ್ಲ." ಇದು ಕ್ಷಮೆ. ಆದರೆ ಈಗ, ಒಂದು ಸಣ್ಣ ಅವಮಾನಕ್ಕೂ ಜನರು ಕೊಲ್ಲುತ್ತಾರೆ. ಇದು ನಡೆಯುತ್ತಿದೆ. ಅಲ್ಲದೆ, ಈಗ ಕರುಣೆ (ದಯಾ) ಇಲ್ಲ. ಎದುರಿಗೆ ಯಾರನ್ನಾದರೂ ಸಾಯಿಸುವುದನ್ನು ಕಂಡರೂ ಆಸಕ್ತಿ ವಹಿಸುವುದಿಲ್ಲ. ಈ ಸಂಗತಿಗಳು ಈಗಾಗಲೇ ನಡೆಯುತ್ತಿವೆ. ಆದ್ದರಿಂದ, ಧರ್ಮ, ಸತ್ಯತೆ, ಶುಚಿತ್ವ, ಕ್ಷಮೆ, ಕರುಣೆ, ಆಯುಷ್ಯ, ದೈಹಿಕ ಶಕ್ತಿ ಮತ್ತು ಸ್ಮರಣೆ-ಈ ಎಂಟು ವಿಷಯಗಳು ಕಡಿಮೆಯಾಗುತ್ತವೆ, ಈ ರೋಗಲಕ್ಷಣಗಳನ್ನು ನೀವು ನೋಡಿದಾಗ, ಕಲಿಯುಗದ ವಯಸ್ಸು ಪ್ರಗತಿಯಲ್ಲಿದೆ ಎಂದು ನೀವು ತಿಳಿದುಕೊಳ್ಳಬೇಕು.

ಇನ್ನೊಂದು ಲಕ್ಷಣವೆಂದರೆ ಕಲಿ-ಯುಗದಲ್ಲಿ, ಮನುಷ್ಯನ ಗುಣಗಳು ಮತ್ತು ಸಾಮಾಜಿಕ ಸ್ಥಾನವನ್ನು ಅವನ ಸಂಪತ್ತಿನ ಪ್ರಮಾಣಕ್ಕೆ ಅನುಗುಣವಾಗಿ ಲೆಕ್ಕಹಾಕಲಾಗುತ್ತದೆ. ಹಿಂದೆ ಮನುಷ್ಯನ ಸ್ಥಾನವನ್ನು ಅವನ ಆಧ್ಯಾತ್ಮಿಕ ತಿಳುವಳಿಕೆಗೆ ಅನುಗುಣವಾಗಿ ಲೆಕ್ಕ ಹಾಕಲಾಗುತ್ತಿತ್ತು. ಉದಾಹರಣೆಗೆ, ಒಬ್ಬ ಬ್ರಾಹ್ಮಣನನ್ನು ಗೌರವಿಸಲಾಯಿತು ಏಕೆಂದರೆ ಅವನು ಬ್ರಹ್ಮವನ್ನು ತಿಳಿದಿದ್ದನು - ಅವನು ಪರಮಾತ್ಮನ ಬಗ್ಗೆ ತಿಳಿದಿದ್ದನು. ಆದರೆ ಈಗ ಕಲಿಯುಗದಲ್ಲಿ ವಾಸ್ತವವಾಗಿ ಬ್ರಾಹ್ಮಣರಿಲ್ಲ, ಏಕೆಂದರೆ ಜನರು ಕೇವಲ ಜನ್ಮ ಅಥವಾ ಜನ್ಮಸಿದ್ಧತೆಯ ಮೂಲಕ ಬ್ರಾಹ್ಮಣ ಎಂಬ ಬಿರುದನ್ನು ತೆಗೆದುಕೊಳ್ಳುತ್ತಿದ್ದಾರೆ.

ನೀವು ಅತ್ಯಂತ ಧಾರ್ಮಿಕ ವ್ಯಕ್ತಿಯಾಗಿರಬಹುದು, ಆದರೆ ನೀವು ಒಬ್ಬ ಪಾದ್ರಿಗೆ ಲಂಚ ನೀಡಬಹುದಾದರೆ ಅವನು ಖಂಡಿತವಾಗಿಯೂ ನೀವು ಧಾರ್ಮಿಕ ಎಂದು ಹೇಳುತ್ತಾನೆ. ಆದ್ದರಿಂದ ಪಾತ್ರವನ್ನು ಹಣದಿಂದ ನಿರ್ಧರಿಸಲಾಗುತ್ತದೆ, ನಿಜವಾದ ಅರ್ಹತೆಯಿಂದ ಅಲ್ಲ. ಮುಂದಿನದು "ಮದುವೆಗಳು ತಾತ್ಕಾಲಿಕ ಪ್ರೀತಿಯ ಪ್ರಕಾರ ಏರ್ಪಡುತ್ತವೆ ಮತ್ತು ಯಶಸ್ವಿ ಉದ್ಯಮಿಯಾಗಲು ಒಬ್ಬರು ಮೋಸ ಮಾಡಬೇಕಾಗುತ್ತದೆ. ಪತಿ-ಪತ್ನಿಯರ ನಡುವಿನ ಸಂಬಂಧವು ಅಭಿರುಚಿಯನ್ನು ಅವಲಂಬಿಸಿರುತ್ತದೆ, ಅವರು ಪರಸ್ಪರ ಇಷ್ಟಪಡುತ್ತಾರೆ. ಒಂದು ಹುಡುಗಿ ಹುಡುಗನನ್ನು ಇಷ್ಟಪಟ್ಟರೆ ಮತ್ತು ಹುಡುಗನು ಹುಡುಗಿಯನ್ನು ಇಷ್ಟಪಟ್ಟರೆ, ಅವರು ಯೋಚಿಸುತ್ತಾರೆ, "ಸರಿ, ಈಗ ಮದುವೆ ನಡೆಯಲಿ." ಹುಡುಗಿ ಮತ್ತು ಹುಡುಗನ ಭವಿಷ್ಯ ಏನಾಗಬಹುದು ಎಂದು ಯಾರಿಗೂ ತಿಳಿದಿಲ್ಲ. ಆದ್ದರಿಂದ ಎಲ್ಲರೂ ಅತೃಪ್ತರಾಗುತ್ತಾರೆ. ಆರು ತಿಂಗಳ ನಂತರ ಮದುವೆ-ವಿಚ್ಛೇದನ. ಈ ಯುಗದ ಮುಂದಿನ ಲಕ್ಷಣಗಳೆಂದರೆ "ಗಂಡ ಹೆಂಡತಿ ಲೈಂಗಿಕ ಆಕರ್ಷಣೆ ಇರುವವರೆಗೂ ಒಟ್ಟಿಗೆ ಇರುತ್ತಾರೆ. ಗಂಡ ಮತ್ತು ಹೆಂಡತಿ ಒಟ್ಟಿಗೆ ಇರುತ್ತಾರೆ ಏಕೆಂದರೆ ಅವರು ಒಬ್ಬರನ್ನೊಬ್ಬರು ಇಷ್ಟಪಡುತ್ತಾರೆ, ಆದರೆ ಸ್ವಲ್ಪ ಲೈಂಗಿಕ ತೊಂದರೆಗಳು ಉಂಟಾದ ತಕ್ಷಣ, ಅವರ ವಾತ್ಸಲ್ಯವು ಸಡಿಲಗೊಳ್ಳುತ್ತದೆ.

ಕಲಿಯುಗದ ಇನ್ನೊಂದು ಲಕ್ಷಣವೆಂದರೆ ಹಣವಿಲ್ಲದವರು ನ್ಯಾಯವನ್ನು ಪಡೆಯಲು ಸಾಧ್ಯವಾಗುವುದಿಲ್ಲ ಮತ್ತು ಯಾರು ಬುದ್ಧಿವಂತಿಕೆಯಿಂದ ಪದಗಳನ್ನು ಕಣ್ಕಟ್ಟು ಮಾಡಬಲ್ಲರೋ ಅವರನ್ನು ವಿದ್ವಾಂಸ ಎಂದು ಪರಿಗಣಿಸಲಾಗುತ್ತದೆ." ನಿಮ್ಮ ಬಳಿ ಹಣವಿಲ್ಲದಿದ್ದರೆ, ನ್ಯಾಯಾಲಯದಲ್ಲಿ ನಿಮಗೆ ಎಂದಿಗೂ ನ್ಯಾಯ ಸಿಗುವುದಿಲ್ಲ. ಇದು ಕಲಿಯುಗ. ಇತ್ತೀಚಿನ ದಿನಗಳಲ್ಲಿ ನಿಮಗೆ ಅನುಕೂಲಕರವಾದ ತೀರ್ಪು ನೀಡಲು ಹೈಕೋರ್ಟ್ ನ್ಯಾಯಾಧೀಶರು ಕೂಡ ಲಂಚ ತೆಗೆದುಕೊಳ್ಳುತ್ತಿದ್ದಾರೆ. ಆದರೆ ನಿಮ್ಮ ಬಳಿ ಹಣವಿಲ್ಲದಿದ್ದರೆ, ??

ಒಬ್ಬ ಮನುಷ್ಯನು ಪರಿಣಿತನಾಗಿ ಮಾತನಾಡಲು ಸಾಧ್ಯವಾದರೆ - ಅವನು ಏನು ಹೇಳುತ್ತಾನೆ ಎಂಬುದು ಮುಖ್ಯವಲ್ಲ ಮತ್ತು ಅದನ್ನು ಯಾರೂ ಅರ್ಥಮಾಡಿಕೊಳ್ಳಬೇಕಾಗಿಲ್ಲ, ಆಗ ಅವನು ಪಂಡಿತ. ಅವರು ವಿದ್ವಾಂಸರು. { ಅಬನ್ ಗುಲಕ್ಸ್ಲ ನ ಬುಗವದ್ ತೂಗಲದ ಕುಳೇಲ} ಹೀಗೆ ಮಾತು ಮುಂದುವರಿಸಿದರೆ ಯಾರೂ ಅರ್ಥ ಮಾಡಿಕೊಳ್ಳುವುದಿಲ್ಲ. ಆದರೂ ಜನರು ಹೇಳುತ್ತಾರೆ, "ಆಹ್, ಅವನು ಎಷ್ಟು ಕಲಿತಿದ್ದಾನೆಂದು ನೋಡಿ." ಇದು ನಿಜವಾಗಿ

ನಡೆಯುತ್ತಿದೆ. ಎಷ್ಟೋ ಕಿಡಿಗೇಡಿಗಳು ಪುಸ್ತಕಗಳನ್ನು ಬರೆಯುತ್ತಿದ್ದಾರೆ, ಆದರೆ ನೀವು ಅವರಲ್ಲಿ ಒಬ್ಬರಿಗೆ ಅವರು ಅರ್ಥಮಾಡಿಕೊಂಡದ್ದನ್ನು ವಿವರಿಸಲು ಕೇಳಿದರೆ, ಅವರು "ಓಹ್, ಇದು ವಿವರಿಸಲಾಗದು" ಎಂದು ಹೇಳುತ್ತಾರೆ. ಈ ಕೆಲಸಗಳು ನಡೆಯುತ್ತಿವೆ. ಬಡತನವನ್ನು ಅಗೌರವದಿಂದ ನೋಡಲಾಗುತ್ತದೆ, ಆದರೆ ಪ್ರದರ್ಶನವನ್ನು ಪ್ರದರ್ಶಿಸುವ ಕಪಟಿ ಧರ್ಮನಿಷ್ಠನೆಂದು ಭಾವಿಸಲಾಗುತ್ತದೆ. ಮದುವೆಯು ಅನಿಯಂತ್ರಿತ ಒಪ್ಪಂದದ ಮೇಲೆ ಆಧಾರಿತವಾಗಿರುತ್ತದೆ ಮತ್ತು ಸರಳವಾಗಿ ಸ್ನಾನ ಮಾಡುವುದು ದೇಹದ ಸರಿಯಾದ ಶುದ್ಧೀಕರಣ ಮತ್ತು ಅಲಂಕಾರವೆಂದು ಪರಿಗಣಿಸಲಾಗುತ್ತದೆ." ನೀವು ಬಡವರಾಗಿದ್ದರೆ, ನೀವು ಗೌರವಹೀನರು. ಮನುಷ್ಯ ಗೌರವಾನ್ವಿತನಲ್ಲ ಎಂದು ಜನರು ಭಾವಿಸುತ್ತಾರೆ ಏಕೆಂದರೆ ಅವನಿಗೆ ಮೋಸದಿಂದ ಹಣವನ್ನು ಗಳಿಸುವುದು ಹೇಗೆ ಎಂದು ತಿಳಿದಿಲ್ಲ. ಮತ್ತು ಮದುವೆಗಳು ಒಪ್ಪಂದದ ಮೂಲಕ ನಡೆಯುತ್ತವೆ. ಇದು ನಿಮ್ಮ ದೇಶದಲ್ಲಿ ಮತ್ತು ನನ್ನ ದೇಶದಲ್ಲಿಯೂ ಅನುಭವಿಸುತ್ತಿದೆ. ಸರ್ಕಾರವು ಮದುವೆ ಮ್ಯಾಜಿಸ್ಟ್ರೇಟ್ ಅನ್ನು ನೇಮಿಸುತ್ತದೆ, ಮತ್ತು ಯಾವುದೇ ಹುಡುಗ ಮತ್ತು ಹುಡುಗಿ ಬಯಸಿದವರು ಸರಳವಾಗಿ ಅವರ ಬಳಿಗೆ ಹೋಗಿ ಮದುವೆಯಾಗಬಹುದು. ಬಹುಶಃ ಸ್ವಲ್ಪ ಶುಲ್ಕವಿದೆ. "ಹೌದು, ನಾವು ಮದುವೆಯಾಗಲು ಒಪ್ಪುತ್ತೇವೆ" ಎಂದು ಅವರು ಹೇಳುತ್ತಾರೆ, ಮತ್ತು ಅವರು ಮದುವೆಯಾಗಿದ್ದಾರೆ ಎಂದು ಅವರು ಪ್ರಮಾಣೀಕರಿಸುತ್ತಾರೆ. ಹಿಂದೆ, ತಂದೆ ಮತ್ತು ತಾಯಿ ಭವಿಷ್ಯವನ್ನು ನೋಡುವ ಜ್ಯೋತಿಷಿಯನ್ನು ಸಂಪರ್ಕಿಸಿ ವಧು-ವರರನ್ನು ಆಯ್ಕೆ ಮಾಡುತ್ತಿದ್ದರು. ಇಂದಿನ ದಿನಗಳಲ್ಲಿ ಸ್ವೀಕಾರ, ಒಪ್ಪಂದದ ಪ್ರಕಾರ ಮದುವೆ ನಡೆಯುತ್ತಿದೆ.

ಮುಂದಿನ ಲಕ್ಷಣವೆಂದರೆ ಯಾರೇ ಪದದ ಚಮತ್ಕಾರದಲ್ಲಿ ಪರಿಣಿತರಾಗಿರುವರೋ ಅವರನ್ನು ಅತ್ಯಂತ ಸತ್ಯವಂತರೆಂದು ಪರಿಗಣಿಸಲಾಗುತ್ತದೆ. ಇನ್ನೊಂದು ಲಕ್ಷಣ, ಒಬ್ಬನು ತನ್ನ ಕುಟುಂಬವನ್ನು-ತನ್ನ ಹೆಂಡತಿ ಮತ್ತು ಮಕ್ಕಳನ್ನು ಕಾಪಾಡಿಕೊಳ್ಳಲು ಸಾಧ್ಯವಾದರೆ ಅವನು ಅತ್ಯಂತ ಪರಿಣಿತನೆಂದು ಪರಿಗಣಿಸಲಾಗುತ್ತದೆ. ಬೇರೆ ರೀತಿಯಲ್ಲಿ ಹೇಳುವುದಾದರೆ, ಇದು ತುಂಬಾ ಕಷ್ಟಕರವಾಗುತ್ತದೆ. ವಾಸ್ತವವಾಗಿ, ಇದು ಈಗಾಗಲೇ ಕಷ್ಟಕರವಾಗಿದೆ. ಈಗ ಹೆಂಡತಿ ಮತ್ತು ಇಬ್ಬರು ಮಕ್ಕಳನ್ನು ಸಂರಕ್ಷಿಸುವುದು ದೊಡ್ಡ ಹೊರೆಯಾಗಿದೆ. ಆದ್ದರಿಂದ ಯಾರೂ ಮದುವೆಯಾಗಲು ಬಯಸುವುದಿಲ್ಲ.

ಒಬ್ಬ ಬ್ರಾಹ್ಮಣ [ವಿದ್ವಾಂಸ ಮತ್ತು ಶುದ್ಧ ಬುದ್ಧಿಜೀವಿ] ಅಥವಾ ಕ್ಷತ್ರಿಯ

(ಆಡಳಿತಗಾರ ಅಥವಾ ಸೈನಿಕ) ಅಥವಾ ವೈಶ್ಯ (ವ್ಯಾಪಾರಿ ಅಥವಾ ರೈತ) ಅಥವಾ ಶೂದ್ರ (ಕಾರ್ಮಿಕ) ಎಂಬುದು ಮುಖ್ಯವಲ್ಲ. ಮತ ಪಡೆಯುವಲ್ಲಿ ಶಕ್ತಿಶಾಲಿಯಾದರೆ ಅಧ್ಯಕ್ಷ ಸ್ಥಾನ ಅಥವಾ ರಾಜ ಸ್ಥಾನವನ್ನು ಅಲಂಕರಿಸುತ್ತಾರೆ. ಹಿಂದೆ ಕ್ಷತ್ರಿಯನೊಬ್ಬನೇ ರಾಜ ಸಿಂಹಾಸನವನ್ನು ಅಲಂಕರಿಸಬಹುದೆ ಹೊರತು ಬ್ರಾಹ್ಮಣ, ವೈಶ್ಯ ಅಥವಾ ಶೂದ್ರನಲ್ಲ, ಆದರೆ ಈಗ ಕಲಿಯುಗದಲ್ಲಿ ಕ್ಷತ್ರಿಯ ಅಥವಾ ಬ್ರಾಹ್ಮಣ ಎಂಬುದೇ ಇಲ್ಲ, ಈಗ ನಮ್ಮಲ್ಲಿ ಪ್ರಜಾಪ್ರಭುತ್ವವಿದೆ, ನಿಮ್ಮ ಮತವನ್ನು ಮೋಸದಿಂದ ಪಡೆಯುವ ಯಾರಾದರೂ ನಾಯಕನ ಸ್ಥಾನವನ್ನು ಆಕ್ರಮಿಸಬಹುದು, ಅವನು ಕ್ರೂರ ನಂಬರ್ ಒನ್ ಆಗಿರಬಹುದು, ಆದರೆ ಅವನಿಗೆ ಸರ್ವೋಚ್ಚ, ಉದಾತ್ತ ಅಧ್ಯಕ್ಷೀಯ ಹುದ್ದೆ ನೀಡಲಾಗುವುದು . ರಾಜರ ವೇಷದಲ್ಲಿರುವ ಕರುಣೆಯಿಲ್ಲದ ರಾಕ್ಷಸರಿಂದ ಪ್ರಜೆಗಳು ಎಷ್ಟು ತುಳಿತಕ್ಕೊಳಗಾಗುತ್ತಾರೆಂದರೆ ಅವರು ತಮ್ಮ ಸಂಗಾತಿಗಳು ಮತ್ತು ಆಸ್ತಿಯನ್ನು ಬಿಟ್ಟು ಓಡಿಹೋಗುತ್ತಾರೆ.

ಆದ್ದರಿಂದ, ಮತದಿಂದ ಸರ್ಕಾರಿ ಹುದ್ದೆಯನ್ನು ಪಡೆಯುವ ಪುರುಷರು ಹೆಚ್ಚಾಗಿ ದುರಾಸೆಯ ಸರ್ಕಾರಿ ಪುರುಷರು. ಅವರ ವ್ಯವಹಾರವು ಸಾರ್ವಜನಿಕರನ್ನು ಲೂಟಿ ಮಾಡುತ್ತಿದೆ. ಮತ್ತು ನಾವು ನಿಜವಾಗಿ ನೋಡುತ್ತೇವೆ. ಪ್ರತಿ ವರ್ಷವೂ ಸರ್ಕಾರದವರು ಭಾರೀ ತೆರಿಗೆ ಕಟ್ಟುತ್ತಿದ್ದಾರೆ, ಯಾವ ಹಣ ಬಂದರೂ ಅವರು ತಮ್ಮತಮ್ಮಲ್ಲೇ ಹಂಚಿಕೊಳ್ಳುತ್ತಾರೆ, ಆದರೆ ಪ್ರಜೆಗಳ ಸ್ಥಿತಿ ಹಾಗೆಯೇ ಇರುತ್ತದೆ, ಪ್ರತಿ ಸರ್ಕಾರವೂ ಅದನ್ನೇ ಮಾಡುತ್ತಿದೆ.ಕ್ರಮೇಣ ಎಲ್ಲಾ ಜನರು ತುಂಬಾ ಕಿರುಕುಳ ಅನುಭವಿಸುತ್ತಾರೆ. : ಅವರು ತಮ್ಮ ಕೌಟುಂಬಿಕ ಜೀವನವನ್ನು (ತಮ್ಮ ಹೆಂಡತಿ ಮತ್ತು ಅವರ ಹಣವನ್ನು) ತ್ಯಜಿಸಿ ಕಾಡಿಗೆ ಹೋಗಲು ಬಯಸುತ್ತಾರೆ, ಇದನ್ನು ನಾವು ಸಹ ನೋಡಿದ್ದೇವೆ, ಆದ್ದರಿಂದ, ಈ ಯುಗದ ದೋಷಗಳು ಒಂದು ರೀತಿಯ ಸಾಗರ.

ನಿಮ್ಮನ್ನು ಪೆಸಿಫಿಕ್ ಮಹಾಸಾಗರಕ್ಕೆ ಸೇರಿಸಿದರೆ, ನಿಮ್ಮ ಜೀವವನ್ನು ಉಳಿಸಲು ನಿಮಗೆ ತಿಳಿದಿರುವುದಿಲ್ಲ. ನೀವು ಅತ್ಯಂತ ಪರಿಣಿತ ಈಜುಗಾರರಾಗಿದ್ದರೂ ಸಹ, ಪೆಸಿಫಿಕ್ ಸಾಗರವನ್ನು ದಾಟಲು ನಿಮಗೆ ಸಾಧ್ಯವಾಗುವುದಿಲ್ಲ. ಅಂತೆಯೇ, ಕಲಿಯುಗವನ್ನು ಭಾಗವತದಲ್ಲಿ ದೋಷಗಳ ಸಾಗರ ಎಂದು ವಿವರಿಸಲಾಗಿದೆ. ಇದು ಹಲವಾರು ವೈಪರೀತ್ಯಗಳಿಂದ ಸೋಂಕಿಗೆ ಒಳಗಾಗಿದೆ, ಯಾವುದೇ ಮಾರ್ಗವಿಲ್ಲ ಎಂದು ತೋರುತ್ತದೆ. ಆದರೆ ಒಂದು ಔಷಧವಿದೆ: ನೀವು ಕೃಷ್ಣನ ನಾಮವನ್ನು-ಹರೇ ಕೃಷ್ಣ ಮಂತ್ರವನ್ನು ಜಪಿಸಿದರೆ-ನೀವು ಈ ಕಲಿಯುಗದ ಸೋಂಕಿನಿಂದ ಮುಕ್ತರಾಗುತ್ತೀರಿ ಎಂದು

ಭಾಗವತ ವಿವರಿಸುತ್ತದೆ.

2

ಭೂಮಿ ಮತ್ತು ಧರ್ಮ (ಹಸು ಮತ್ತು ಗೂಳಿ)

ಪರೀಕ್ಷಿತ ಜನಿಸಿದಾಗ ಧೌಮ್ಯ ಮತ್ತು ಕೃಪಾ ಅವರು ಜಾತಕವನ್ನು ಬಿತ್ತರಿಸಿದ್ದರು. ಮಗುವಿಗೆ ಭವ್ಯವಾದ ಭವಿಷ್ಯವಿದೆ ಎಂದು ಅವರು ಯುಧಿಷ್ಠಿರನಿಗೆ ಹೇಳಿದರು. "ಅವನು ಮನುವಿನ ಮಗನಾದ ಇಕ್ಷ್ವಾಕುವಿನಂತೆ ಇರುತ್ತಾನೆ" ಎಂದು ಅವರು ಹೇಳಿದರು. "ಅವನು ಬ್ರಾಹ್ಮಣರನ್ನು ಗೌರವಿಸುವನು ಮತ್ತು ಅವನು ದಶರಥನ ಮಗನಾದ ರಾಮನಂತೆ ಸತ್ಯವನ್ನು ಮಾತನಾಡುವನು, ಶಿಬಿಯಂತೆ ಅವನು ದಾನಿಯಾಗುತ್ತಾನೆ ಮತ್ತು ಅವನ ಕೀರ್ತಿಯು ಭರತನಂತೆ ನಾಲ್ಕು ಭಾಗಗಳಿಗೆ ಹರಡುತ್ತದೆ. ಬಿಲ್ಲುಗಾರಿಕೆಯಲ್ಲಿ ಅವನು ಅರ್ಜುನ ಮತ್ತು ಕಾರ್ತವೀರ್ಯನಂತೆ ಶ್ರೇಷ್ಠನಾಗಿರುತ್ತಾನೆ, ಅವನು ಹಿಮವನಂತೆ ಭವ್ಯನಾಗಿ ಮತ್ತು ಭೂಮಾತೆಯಂತೆ ತಾಳ್ಮೆಯುಳ್ಳವನಾಗಿರುತ್ತಾನೆ, ಅವನ ಧೈರ್ಯ ರಾಜ ಬಲಿಯಂತೆ ಆಗಿರುತ್ತದೆ ಮತ್ತು ಅವನ ನಾರಾಯಣನ ಭಕ್ತಿಯು ಪ್ರಹ್ಲಾದನಿಗಿಂತ ಸಮಾನವಾಗಿರುತ್ತದೆ. ಅಶ್ವಮೇಧ ಮತ್ತು ಅವರು ವ್ಯಾಸನ ಸುಪ್ರಸಿದ್ಧ ಪುತ್ರ ಶುಕನಿಂದ ಬ್ರಹ್ಮ ವಿದ್ಯೆಯನ್ನು ಕಲಿಯುತ್ತಾರೆ, ಸೂರ್ಯ ಮತ್ತು ಚಂದ್ರರು ತಮ್ಮ ಕಕ್ಷೆಯಲ್ಲಿ ಚಲಿಸುವವರೆಗೂ ಅವನ ಹೆಸರು ಭೂಮಿಯ ಮೇಲೆ ನೆನಪಿನಲ್ಲಿರುತ್ತದೆ.

ಪಟ್ಟಾಭಿಷಿಕ್ತನಾದ ನಂತರ ಪರೀಕ್ಷಿತನು ಋಷಿಗಳ ಮಾತನ್ನು ಸಮರ್ಥಿಸಿದನು. ಅವನು ತನ್ನ ರಾಜ್ಯವನ್ನು ಯುಧಿಷ್ಠಿರನಂತೆಯೇ ಆಳಿದನು. ಅವನು

ಉತ್ತರಕುಮಾರನ ಮಗಳು ಇರಾವತಿಯನ್ನು ಮದುವೆಯಾದನು ಮತ್ತು ಜನಮೇಜಯನು ಅವನ ಹಿರಿಯ ಮಗ. ಗಂಗಾ ನದಿಯ ದಡದಲ್ಲಿ ಅವರು ಅಶ್ವಮೇದ ಯಾಗವನ್ನು ಮಾಡಿದರು. ದಿನದಿಂದ ದಿನಕ್ಕೆ ಕಲಿಯ ಪ್ರಭಾವ ಹೆಚ್ಚುತ್ತಿರುವುದನ್ನು ಕಂಡು ರಾಜನ ಮನದಲ್ಲಿ ಅತೀವ ನೋವು ಉಂಟಾಯಿತು. ಅವನು ಕಲಿಯೊಂದಿಗೆ ಹೋರಾಡಲು ಬಯಸಿದನು ಅವನನ್ನು ನಾಶಮಾಡಿ ಮತ್ತು ಅವನ ಅಜ್ಜ ಭೂಮಿಯನ್ನು ಆಳಿದಾಗ ಅವಳ ಹಿಂದಿನ ವೈಭವ ಮತ್ತು ಸೌಂದರ್ಯವನ್ನು ಭೂಮಿಗೆ ಪುನಃಸ್ಥಾಪಿಸಲು ಪ್ರಯತ್ನಿಸಿದನು.

ಹಸು (ಭೂಮಿ) ಒಮ್ಮೆ, ಸರಸ್ವತಿಯ ದಡದಲ್ಲಿ ಒಂದು ಗೂಳಿಯ(ಧರ್ಮ) ಜೊತೆ ಮಾತನಾಡುತ್ತಿತ್ತು,

ಧಾರ್ಮಿಕ ತತ್ವಗಳ ವ್ಯಕ್ತಿತ್ವ, ಧರ್ಮ, ಗೂಳಿಯ ರೂಪದಲ್ಲಿ ವಿಹರಿಸುತ್ತಿತ್ತು. ಮತ್ತು ಅವನು ತನ್ನ ಮಗುವನ್ನು ಕಳೆದುಕೊಂಡ ತಾಯಿಯಂತೆ ದುಃಖಿಸುತ್ತಿರುವ ಹಸುವಿನ ರೂಪದಲ್ಲಿದ್ದ ಭೂಮಿಯನ್ನು ಭೇಟಿಯಾದನು. ಅವಳ ಕಣ್ಣಲ್ಲಿ ನೀರು ಬಂತು, ಅವಳ ದೇಹದ ಸೌಂದರ್ಯವೇ ಕಳೆದು ಹೋಗಿತ್ತು. ಹೀಗೆ ಧರ್ಮ ಪೃಥ್ವಿಯನ್ನು ಭೇಟಿಯಾದ ಮೇಲೆ ಪ್ರಶ್ನಿಸಿದನು.

ಹಸು ಕೃಶವಾಗಿ ಕಾಣುತ್ತಿತ್ತು ಮತ್ತು ಅವಳು ತನ್ನ ಕಳೆಯನ್ನು ಕಳೆದುಕೊಂಡಂತೆ ಕಾಣುತ್ತಿದ್ದಳು. ಅವಳ ಕಣ್ಣುಗಳಿಂದ ಕಣ್ಣೀರು ಹರಿಯುತ್ತಿತ್ತು. ಗೂಳಿಯು ತನ್ನ ಮೂರು ಕಾಲುಗಳನ್ನು ಕಳೆದುಕೊಂಡು ಅಂಗವಿಕಲವಾಗಿತ್ತು. ಅವನು ಕೇವಲ ಒಂದು ಕಾಲಿನ ಮೇಲೆ ಕುಂಟುತ್ತಿದ್ದನು. ಅವನು ಹಸು ಬಳಿಗೆ ಹೋಗಿ ಹೇಳಿದನು: "ನೀನು ಯಾಕೆ ಅಳುತ್ತಿದ್ದೀಯ? ಏಕೆ ಹತಾಶೆಯಿಂದ ಕಾಣುತ್ತೀಯ? ನೀನು ಅನಾರೋಗ್ಯದಿಂದ ಕಾಣುತ್ತೀಯ, ಪ್ರಿಯೆ, ಇದು ನಿನ್ನ ಮನಸ್ಸಿನ ಅಸ್ವಸ್ಥತೆ ಎಂದು ನನಗೆ ತೋರುತ್ತದೆ. ಕೆಲವು ತೀವ್ರವಾದ ನೋವು ನಿಮ್ಮ ಜೀವಾಣುಗಳಲ್ಲಿ ಕೊರೆಯುತ್ತಿರುವುದನ್ನು ನಾನು ನೋಡುತ್ತೇನೆ. ನಿಮಗೆ ಅತ್ಯಂತ ಪ್ರಿಯನಾದ ಒಬ್ಬನನ್ನು ಕಳೆದುಕೊಂಡು ದುಃಖಿಸುತ್ತಿದ್ದೀಯಾ? ಮೂರು ಕಾಲುಗಳು ಮುರಿದುಹೋಗಿರುವ ನನ್ನನ್ನು ನೋಡಿ ಸಹಿಸಲಾರದೆ ನೀನು ಅಳುತ್ತಿದ್ದೀಯಾ? ಧರ್ಮದ ಕ್ಷೀಣತೆಗೆ ಅಳುತ್ತಿದ್ದೀಯಾ?ಪುರುಷರು ಇನ್ನು ಮುಂದೆ ಮಹಿಳೆಯರನ್ನು ರಕ್ಷಿಸುವುದಿಲ್ಲ ಎಂಬ ಭವಿಷ್ಯವನ್ನು ನೋಡಿ ನೀವು ಭಯಪಡುತ್ತೀರಾ? ತಂದೆತಾಯಿಗಳು ತಮ್ಮ ಮಕ್ಕಳಿಂದ ಗೌರವಾನ್ವಿತರಾಗುವುದಿಲ್ಲ ಎಂದು ದುಃಖಿಸುತ್ತಿದ್ದೀಯಾ? ಸರಸ್ವತಿ ದೇವಿಯು ಪಾಪಿ ಬ್ರಾಹ್ಮಣರ ಮನೆಯಲ್ಲಿ ವಾಸಿಸಬೇಕಾಗಿರುವುದರಿಂದ ನೀವು ದುಃಖಿತರಾಗಿದ್ದೀರಾ?; ಅಥವಾ ಉನ್ನತ ಬ್ರಾಹ್ಮಣರು ತಮ್ಮ ಕೆಳವರ್ಗದವರಿಗೆ

ಕೀಳು ಸೇವೆಯನ್ನು ಮಾಡುತ್ತಾರೆ ಎಂದು ದುಃಖಿಸುತ್ತಿದ್ದೀಯಾ? ಅಥವಾ ನೀವು ಪಾಪದಲ್ಲಿ ಮುಳುಗಿರುವ ಮನುಕುಲದ ಭವಿಷ್ಯ, ಇಂದ್ರಿಯಗಳ ತೃಪ್ತಿ, ಅದು ಭಗವಂತನನ್ನು ಎಂದಿಗೂ ಯೋಚಿಸುವುದಿಲ್ಲ ಎಂದು ಅಳುತ್ತಿದ್ದೀಯಾ? "ನೀನು ಯಾಕೆ ದುಃಖಿಸುತ್ತೀಯ ಎಂದು ನನಗೆ ಗೊತ್ತು. ಭಗವಂತನು ನಿನ್ನೊಂದಿಗೆ ಇದ್ದನು ಮತ್ತು ಅವನು ನಿನ್ನನ್ನು ಉಸಿರುಗಟ್ಟಿಸುತ್ತಿದ್ದ ಭಾರವನ್ನು ತೆಗೆದುಹಾಕಿದನು. ಅವನು ಅಧರ್ಮವನ್ನು ನಾಶಮಾಡಿ ನಿನ್ನನ್ನು ನಿವಾರಿಸಿದನು. ಆದರೆ ಅವನು ಹೋದಾಗ ಧರ್ಮವು ಅವನೊಂದಿಗೆ ಹೋಯಿತು. ಅದು ನನಗೆ ಖಚಿತವಾಗಿ ತಿಳಿದಿದೆ. ನಿಮ್ಮ ಅತೃಪ್ತಿಯಿಂದ, ಸಮಯ, ಎಲ್ಲರ ಪರಮ ಶತ್ರು, ನಿಮ್ಮ ವೈಭವವನ್ನು ಕದ್ದಿದೆ ಮತ್ತು ನಿಮ್ಮ ಹೃದಯದಲ್ಲಿನ ನೋವು ಭವಿಷ್ಯದ ಆಲೋಚನೆಗಳಿಂದಾಗಿದೆ . ನಾನು ಸರಿಯೇ?"

(ಗೂಳಿ ನೈತಿಕ ತತ್ವದ ಲಾಂಛನವಾಗಿದೆ, ಮತ್ತು ಹಸು ಭೂಮಿಯ ಪ್ರತಿನಿಧಿಯಾಗಿದೆ. ಗೂಳಿ ಮತ್ತು ಹಸು ಸಂತೋಷದ ಮನಸ್ಥಿತಿಯಲ್ಲಿದ್ದಾಗ, ಅದನ್ನು ಅರ್ಥಮಾಡಿಕೊಳ್ಳಬೇಕು ಪ್ರಪಂಚದ ಜನರು ಸಹ ಸಂತೋಷದ ಮನಸ್ಥಿತಿಯಲ್ಲಿದ್ದಾರೆ ಎಂದು. ಕಾರಣವೆಂದರೆ ಗೂಳಿಯು ಕೃಷಿ ಕ್ಷೇತ್ರದಲ್ಲಿ ಧಾನ್ಯಗಳ ಉತ್ಪಾದನೆಗೆ ಸಹಾಯ ಮಾಡುತ್ತದೆ ಮತ್ತು ಹಸು ಹಾಲು ನೀಡುತ್ತದೆ, ಇದು ಒಟ್ಟಾರೆ ಆಹಾರ ಮೌಲ್ಯಗಳ ಪವಾಡ. ಆದ್ದರಿಂದ, ಮಾನವ ಸಮಾಜವು ಈ ಎರಡು ಪ್ರಮುಖ ಪ್ರಾಣಿಗಳನ್ನು ಬಹಳ ಎಚ್ಚರಿಕೆಯಿಂದ ನಿರ್ವಹಿಸುತ್ತದೆ, ಇದರಿಂದಾಗಿ ಅವರು ಹರ್ಷಚಿತ್ತದಿಂದ ಎಲ್ಲೆಡೆ ಅಲೆದಾಡಬಹುದು. ಆದರೆ ಪ್ರಸ್ತುತ ಕಲಿಯುಗದಲ್ಲಿ ಗೂಳಿ ಮತ್ತು ಹಸು ಎರಡನ್ನೂ ಕೊಂದು ಆಹಾರ ಪದಾರ್ಥವನ್ನಾಗಿ ತಿನ್ನುತ್ತಿರುವುದು ಬ್ರಾಹ್ಮಣ ಸಂಸ್ಕೃತಿಯನ್ನು ಅರಿಯದ ಮನುಷ್ಯರು. ಎಲ್ಲಾ ಸಾಂಸ್ಕೃತಿಕ ವ್ಯವಹಾರಗಳ ಅತ್ಯುನ್ನತ ಪರಿಪೂರ್ಣತೆಯಾಗಿ ಬ್ರಾಹ್ಮಣ ಸಂಸ್ಕೃತಿಯನ್ನು ಹರಡುವ ಮೂಲಕ ಎಲ್ಲಾ ಮಾನವ ಸಮಾಜದ ಒಳಿತಿಗಾಗಿ ಗೂಳಿ ಮತ್ತು ಹಸುವನ್ನು ರಕ್ಷಿಸಬಹುದು. ಅಂತಹ ಸಂಸ್ಕೃತಿಯ ಪ್ರಗತಿಯಿಂದ, ಸಮಾಜದ ನೈತಿಕತೆಯನ್ನು ಸರಿಯಾಗಿ ನಿರ್ವಹಿಸಲಾಗುತ್ತದೆ ಮತ್ತು ಆದ್ದರಿಂದ ಬಾಹ್ಯ ಪ್ರಯತ್ನವಿಲ್ಲದೆ ಶಾಂತಿ ಮತ್ತು ಸಮೃದ್ಧಿಯನ್ನು ಸಾಧಿಸಲಾಗುತ್ತದೆ. ಬ್ರಾಹ್ಮಣ ಸಂಸ್ಕೃತಿಯು ಹದಗೆಟ್ಟಾಗ, ಹಸು ಮತ್ತು ಗೂಳಿಯನ್ನು ಕೆಟ್ಟದಾಗಿ ನಡೆಸಿಕೊಳ್ಳಲಾಗುತ್ತದೆ)

ಭೂಮಿಯು ತನ್ನ ಕಣ್ಣೀರಿನಿಂದ ತುಂಬಿದ ಕಣ್ಣುಗಳನ್ನು ಎತ್ತಿ ಗೂಳಿಯೆಡೆಗೆ ಹೇಳಿತು: "ಧರ್ಮಾ, ನನ್ನ ಈ ನೋವಿನ ಹಿಂದೆ ಏನು ಅಡಗಿದೆ ಎಂದು ನಿಮಗೆ ಚೆನ್ನಾಗಿ ತಿಳಿದಿದೆ, ನಿಮ್ಮ ಪ್ರಶ್ನೆಗಳು ನನ್ನ ಗಾಯಗಳನ್ನು ಮತ್ತೆ ರಕ್ತವಾಗುವಂತೆ

ಮಾಡುತ್ತವೆ, ಭಗವಂತ ನನ್ನನ್ನು ತೊರೆದನು ಮತ್ತು ನಾನು ಅವನಿಗಾಗಿ ಹಪಹಪಿಸುತ್ತಾ, ಅವನು ಹೋದ ಕ್ಷಣದಲ್ಲಿ ಇಷ್ಟು ವರ್ಷ ಮನೆಯಾಗಿದ್ದ ಧರ್ಮವು ನನ್ನನ್ನು ಬಿಟ್ಟುಹೋಗಿದೆ ಮತ್ತು ಅದರೊಂದಿಗೆ ನನ್ನಲ್ಲಿರುವ ಎಲ್ಲಾ ಉದಾತ್ತ ಗುಣಗಳನ್ನು ಬಿಟ್ಟುಹೋಯಿತು . ನಾನು ನಿಮಗಾಗಿ ಮತ್ತು ನೀವು ಒಂದು ಕಾಲಿನ ಮೇಲೆ ನಿಂತಿದ್ದಕ್ಕಾಗಿ ದುಃಖಿಸುತ್ತಿದ್ದೇನೆ. ಸುಂದರವಾದ, ಒಳ್ಳೆಯ ಮತ್ತು ಶುದ್ಧವಾದ ಎಲ್ಲದರ ನೆಲೆಯಾಗಿದ್ದ ಭಗವಂತ ನನ್ನನ್ನು ತೊರೆದನು ಮತ್ತು ನಾನು ಕಲಿಯುಗದ ಪ್ರಗತಿಗೆ ಹೆದರುತ್ತಿದ್ದೇನೆ. ಕೃಷ್ಣನ ರೂಪದಲ್ಲಿ ಭಗವಂತ ತನ್ನ ಪ್ರೀತಿಯ ಪಾದಗಳನ್ನು ನನ್ನ ಮೇಲೆ ಇಟ್ಟನು ಮತ್ತು ಅವನು ನನ್ನ ಮೇಲೆ ನಡೆದನು. ಅವನು ನನ್ನನ್ನು ಪವಿತ್ರಗೊಳಿಸಿದ್ದರಿಂದ ನಾನು ಆಗ ತುಂಬಾ ಸುಂದರವಾಗಿದ್ದೆ. ಬಹುಶಃ ನನ್ನ ಅದೃಷ್ಟದ ಬಗ್ಗೆ ನಾನು ಹೆಮ್ಮೆಪಡುತ್ತೇನೆ. ನನ್ನನ್ನು ಶಿಕ್ಷಿಸಲು ಅವನು ನನ್ನನ್ನು ಬಿಟ್ಟು ಹೋಗಿದ್ದಾನೆ ಮತ್ತು ನಾನು ಏನು ಮಾಡಬೇಕೆಂದು ನನಗೆ ತಿಳಿದಿಲ್ಲ. ಆ ವೈಭವದ ದಿನಗಳ ನೆನಪು ನನ್ನನ್ನು ಹೆಚ್ಚು ಅಳುವಂತೆ ಮಾಡುತ್ತದೆ ಏಕೆಂದರೆ ನಾನು ವ್ಯರ್ಥವಾಗಿ ಅಳುತ್ತಿದ್ದೇನೆ."

ಅವರು ಹೀಗೆ ಮಾತನಾಡಿಕೊಳ್ಳುತ್ತಿದ್ದಂತೆ, ಎಲ್ಲಿಂದಲೋ, ಕ್ಷತ್ರಿಯ ವಸ್ತ್ರವನ್ನು ಧರಿಸಿದ್ದ ಒಬ್ಬ ಕಲಿ-ಪುರುಷನು ದಂಪತಿಗಳ ಬಳಿಗೆ ಬಂದನು. ಅವನು ಅವರಿಗೆ ಕಿರುಕುಳ ನೀಡಲು ಪ್ರಾರಂಭಿಸಿದನು. ಕೋಲಿನಿಂದ ಅವನು ಗೂಳಿಯ ಉಳಿದ ಒಂದು ಕಾಲನ್ನು ಮುರಿಯಲು ಪ್ರಯತ್ನಿಸುತ್ತಿದ್ದನು. ಆ ಸ್ಥಳದ ಸಮೀಪಕ್ಕೆ ರಥದಲ್ಲಿ ಬರುತ್ತಿದ್ದ ರಾಜ ಪರೀಕ್ಷಿತನು ಈ ಭಯಾನಕ ದೃಶ್ಯವನ್ನು ಕಂಡು ಸ್ಥಳಕ್ಕೆ ಧಾವಿಸಿದನು. ಅವನ ಕೈಯಲ್ಲಿ ಅವನ ಬಿಲ್ಲು ಇತ್ತು ಮತ್ತು ಅವನ ಇನ್ನೊಂದು ಕೈ ಆಗಲೇ ಬತ್ತಳಿಕೆಯಲ್ಲಿ ಬಾಣವನ್ನು ತೆಗೆಯುತ್ತಿತ್ತು. ಹಸುವನ್ನು ನೋಡಿದ ಅವನ ಕಣ್ಣಲ್ಲಿ ನೀರು ಬಂತು. ಭಯಂಕರವಾದ ಧ್ವನಿಯಲ್ಲಿ ಅವನು ಆಕ್ರಮಣಕಾರನನ್ನು ಉದ್ದೇಶಿಸಿ "ನೀನು ಏಕೆ ಹೀಗೆ ವರ್ತಿಸುತ್ತೀಯ? ನನ್ನ ರಾಜ್ಯದಲ್ಲಿ ಇಷ್ಟೊಂದು ಅನ್ಯಾಯ ನಡೆಯಲು ಹೇಗೆ ಸಾಧ್ಯ? ಒಂದು ಕಾಲದಲ್ಲಿ ಮಹಾನ್ ಯುಧಿಷ್ಠಿರನಿಂದ ಆಳಲ್ಪಟ್ಟ ಭೂಮಿ ಇದು. ನೀವು ಹೇಗೆ ಧೈರ್ಯವನ್ನು ಪಡೆದುಕೊಳ್ಳುತ್ತೀರಿ? ನಾನು ರಾಜನಾಗಿದ್ದಾಗ ಈ ದುಷ್ಕೃತ್ಯವನ್ನು ನಡೆಯಲು ಬಿಡುತ್ತೇನೆಯೇ?"

ಪರೀಕ್ಷಿತನು ಹಸು ಮತ್ತು ಗೂಳಿಯನ್ನು ಸಮಾಧಾನಪಡಿಸಿ ಹೇಳಿದನು: "ನೀನು ಯಾರೇ ಆಗಿರಲಿ, ನಿನಗೆ ಕಿರುಕುಳ ನೀಡುತ್ತಿರುವ ಈ ಪಾಪಿಯನ್ನು ನಾನು, ಕೊಲ್ಲುತ್ತೇನೆ, ನಿನ್ನ ಭಯವನ್ನು ತೊಡೆದುಹಾಕು, ನಿನ್ನ ಇತರ ಕಾಲುಗಳನ್ನು

ಕತ್ತರಿಸಿದವರು ಯಾರು ಎಂದು ಹೇಳು.?"

ಧರ್ಮನು ಪರೀಕ್ಷಿತನನ್ನು ನೋಡಿ ಹೇಳಿದನು: "ಕುರುಮನೆಯ ಶ್ರೇಷ್ಠ ಕುಡಿಯು ಈ ರೀತಿ ಮಾತನಾಡುವುದು ಯೋಗ್ಯವಾಗಿದೆ, ಭಗವಂತ ಸ್ವತಃ ಶಾಂತಿದೂತನು ,ಸಾರಥಿ ಪಾತ್ರವನ್ನು ವಹಿಸಿದ ಆ ಮಹಾಪುರುಷರ ವಂಶಸ್ಥರು ನೀವು; ನಮ್ಮ ಸ್ಥಿತಿಗೆ ನಿಜವಾಗಿಯೂ ಯಾರು ಹೊಣೆ ಎಂದು ನಮಗೆ ತಿಳಿದಿಲ್ಲ, ನಾನು ನನ್ನ ಸುತ್ತಲೂ ನೋಡಿದಾಗ ಜನರು ಮಾತನಾಡುವ ಧರ್ಮದ ಅನೇಕ ರೂಪಗಳಿಂದ ನಾನು ಮೂರ್ಛೆ ಹೋಗುತ್ತೇನೆ, ನಾಸ್ತಿಕರು ಹೇಳುತ್ತಾರೆ: ಮನುಷ್ಯ ಸ್ವತಃ ಅವನ ಅದೃಷ್ಟದ ಮಾಲಿಕ, ದೇವರುಗಳು ಭೂಮಿಯ ಮೇಲಿನ ಮನುಷ್ಯರನ್ನು ಜೀವನದ ಮೇಲೆ ಪ್ರಭಾವ ಬೀರುವ ಶಕ್ತಿ ಅಥವಾ ಹಕ್ಕನ್ನು ಹೊಂದಿಲ್ಲ, ಅವನ ಅಹಂಕಾರವನ್ನು ಹೊರತುಪಡಿಸಿ ಬೇರೇನೂ ಮನುಷ್ಯನನ್ನು ನಿಯಂತ್ರಿಸುವುದಿಲ್ಲ, ಒಂಬತ್ತು ಗ್ರಹಗಳಿಗೆ ಎಲ್ಲವನ್ನೂ ಆರೋಪಿಸುವ ಇನ್ನೂ ಕೆಲವರು ಇದ್ದಾರೆ: ಗ್ರಹಗಳು ಅವರು ವಿಧಿ ಮತ್ತು ಗ್ರಹಚಾರವು ಸಮಾನಾರ್ಥಕ ಪದಗಳು: ಇತರರು ಕರ್ಮದ ಬಗ್ಗೆ ಮಾತನಾಡುತ್ತಾರೆ ಮತ್ತು ಕರ್ಮವು ಮುಖ್ಯವಾದುದು ಎಂದು ಹೇಳುತ್ತಾರೆ: ಕರ್ಮವು ಇದು, ಎಲ್ಲದಕ್ಕೂ ಜವಾಬ್ದಾರರು. ಇನ್ನೂ ಕೆಲವರಿದ್ದಾರೆ ಒಬ್ಬನ ಒಳ್ಳೆಯ ಅಥವಾ ಅಶುಭ ಅವನ ಸ್ವಭಾವದ ಪರಿಣಾಮ, ಸ್ವಭಾವವೇ ಹೊರತು ಬೇರೇನೂ ಅಲ್ಲ ಎಂದು ಹೇಳುವವರೂ ಇದ್ದಾರೆ. ಕೆಲವೇ ಕೆಲವರು, ಆದಾಗ್ಯೂ, ಮಾನವ ಚಿಂತನೆಗೆ ಮೀರಿದ ದೇವರಿದ್ದಾನೆ ಮತ್ತು ಅವನು ಎಲ್ಲದಕ್ಕೂ ಜವಾಬ್ದಾರನಾಗಿರುತ್ತಾನೆ. ಓ ರಾಜನೇ, ಈ ಎಲ್ಲಾ ದೃಷ್ಟಿಕೋನಗಳನ್ನು ಪರಿಗಣಿಸಿ ಮತ್ತು ಈ ಸ್ಥಿತಿಗೆ ಯಾರು ಹೊಣೆ ಎಂದು ನೀವೇ ನಿರ್ಧರಿಸಬೇಕು. ನನ್ನ ಮಟ್ಟಿಗೆ, ನನಗೆ ನಿಜವಾಗಿಯೂ ಗೊತ್ತಿಲ್ಲ!'

ಪರೀಕ್ಷಿತ ರಾಜನು ಅವನ ಮಾತನ್ನು ಒಂದು ಕ್ಷಣ ಪರಿಗಣಿಸಿ ನಗುತ್ತಾ ಹೇಳಿದನು. ಅವರು ಹೇಳಿದರು: "ಅಧರ್ಮದ ಅಪರಾಧಿಗಾಗಿ ಕಾಯುತ್ತಿರುವ ನರಕನು ತಪ್ಪು ಮಾಡುವವನ ಹೆಸರನ್ನು ಹೇಳುತ್ತಾನೆ ಎಂದು ಶಾಸ್ತ್ರಗಳು ಹೇಳುತ್ತವೆ, ನೀವು ಸೂಕ್ತವಾದ ಮಾತುಗಳನ್ನು ಮಾತನಾಡುತ್ತೀರಿ. ಧರ್ಮದ ಸೂಕ್ಷ್ಮಗಳನ್ನು ತಿಳಿದಿರುವ ವ್ಯಕ್ತಿ, ನಾನು ಅದರ ಬಗ್ಗೆ ಹೆಚ್ಚು ಯೋಚಿಸುತ್ತೇನೆ, ನೀವು ಸ್ವತಃ ಧರ್ಮವೇ ಮತ್ತು ಬೇರೆ ಯಾರೂ ಅಲ್ಲ ಎಂದು ನನಗೆ ಮನವರಿಕೆಯಾಗುತ್ತದೆ, ಭೂಮಿಯ ಮೇಲಿನ ಶುದ್ಧತೆಯ ಕೊರತೆಯನ್ನು ನೀವು ಮಾತ್ರ ಸ್ಪಷ್ಟವಾಗಿ ಗುರುತಿಸಬಹುದು.

ಕಲಿಯುಗದ ಪ್ರಗತಿಯೊಂದಿಗೆ, ವಿಶೇಷವಾಗಿ ನಾಲ್ಕು ವಿಷಯಗಳು, ಅವುಗಳೆಂದರೆ ಜೀವನದ ಅವಧಿ, ಕರುಣೆ, ನೆನಪಿನ ಶಕ್ತಿ ಮತ್ತು ನೈತಿಕ ಅಥವಾ ಧಾರ್ಮಿಕ ತತ್ವಗಳು ಕ್ರಮೇಣ ಕಡಿಮೆಯಾಗುತ್ತವೆ. ಧರ್ಮ ಅಥವಾ ಧರ್ಮದ ತತ್ವಗಳು ನಾಲ್ಕರಲ್ಲಿ ಮೂರರಲ್ಲಿ ಕಳೆದುಹೋಗುವುದರಿಂದ, ಸಾಂಕೇತಿಕ ಗೂಳಿ(ಧರ್ಮ) ಒಂದೇ ಕಾಲಿನ ಮೇಲೆ ನಿಂತಿದೆ. ಇಡೀ ಪ್ರಪಂಚದ ಜನಸಂಖ್ಯೆಯ ನಾಲ್ಕನೇ ಮೂರು ಭಾಗದಷ್ಟು ಜನರು ಅಧರ್ಮವಾದಾಗ, ಪರಿಸ್ಥಿತಿಯು ಪ್ರಾಣಿಗಳ ನರಕವಾಗಿ ಪರಿವರ್ತನೆಯಾಗುತ್ತದೆ. ಕಲಿಯುಗದಲ್ಲಿ, ದೇವರಿಲ್ಲದ ನಾಗರಿಕತೆಗಳು ಅನೇಕ ಧಾರ್ಮಿಕ ಸಮಾಜಗಳನ್ನು ಸೃಷ್ಟಿಸುತ್ತವೆ, ಅದರಲ್ಲಿ ದೇವರ ವ್ಯಕ್ತಿತ್ವವನ್ನು ನೇರವಾಗಿ ಅಥವಾ ಪರೋಕ್ಷವಾಗಿ ಧಿಕ್ಕರಿಸಲಾಗುವುದು. ಮತ್ತು ಹೀಗೆ ನಂಬಿಕೆಯಿಲ್ಲದ ಪುರುಷರ ಸಮಾಜಗಳು ಜಗತ್ತನ್ನು ವಿವೇಕಯುತ ಜನರಿಗೆ ವಾಸಯೋಗ್ಯವಾಗದಂತೆ ಮಾಡುತ್ತದೆ.

ತಪಸ್ಸು , ಶುಚಿತ್ವ (ಶೌಚ), ಕರುಣೆ (ದಯಾ) ಮತ್ತು ಸತ್ಯ ಧರ್ಮದ ನಾಲ್ಕು ಕಾಲುಗಳು ಎಂದು ಹೇಳಲಾಗಿದೆ. ಅಹಂಕಾರವು ತಪಸ್ಸು ನಾಶಕ್ಕೆ ಕಾರಣವಾಗಿದೆ; ಇನ್ನಿಬ್ಬರಿಗೆ ಭೋಗ ಮತ್ತು ಅಹಂಕಾರ. ಕಲಿಯುಗದಲ್ಲಿ ಮನುಷ್ಯನು ಸತ್ಯದ ಆಚರಣೆಯಿಂದ ಮಾತ್ರ ಧರ್ಮವನ್ನು ಆಚರಿಸುತ್ತಾನೆ ಎಂದು ಹೇಳಬಹುದು ಮತ್ತು ಅದು ನೀವು ನಿಂತಿರುವ ಒಂದು ಕಾಲಾಗಿದೆ. ಈ ಕಲಿ-ಪುರುಷನು ಸತ್ಯವನ್ನು ಕೊಂದು ಅದನ್ನು ತನ್ನ ಅಸ್ತ್ರವಾದ ಅಸತ್ಯದಿಂದ ಬದಲಾಯಿಸಲು ಪ್ರಯತ್ನಿಸುತ್ತಿದ್ದಾನೆ. ಭೂಮಿ ತಾಯಿ ಏಕೆ ಅಳುತ್ತಾಳೆ ಎಂದು ನನಗೆ ತಿಳಿದಿದೆ. ಭಗವಂತ ತನ್ನ ಮೇಲೆ ನಡೆದ ಸುವರ್ಣಯುಗವನ್ನು ಪಾಪಿಗಳು ತನ್ನನ್ನು ಆಳುವ ಮುಂಬರುವ ದಿನಗಳೊಂದಿಗೆ ಹೋಲಿಸುತ್ತಿದ್ದಾಳೆ. ಆದರೆ ಇದರ

ಭಯವಿಲ್ಲದ ನಾನು ಕಲಿ-ಪುರುಷನನ್ನು ಕೊಲ್ಲಲಿದ್ದೇನೆ." ರಾಜನು ತನ್ನ ಬಿಲ್ಲನ್ನು ಕೈಬಿಟ್ಟನು ಮತ್ತು ಕೈಯಲ್ಲಿ ಕತ್ತಿಯನ್ನು ತೆಗೆದುಕೊಂಡು ಕಲಿ-ಪುರುಷನ ಕಡೆಗೆ ತುರುಕಿದನು.

3

ಕಲಿ-ಪುರುಷನ ಧಮನ

ಕಲಿ-ಪುರುಷನು ತನ್ನ ವೇಷವನ್ನು ತ್ಯಜಿಸಿ ರಾಜನ ಪಾದಕ್ಕೆ ಬಿದ್ದು ಕರುಣೆಯನ್ನು ಬೇಡಿಕೊಂಡನು.

ಪರೀಕ್ಷಿತನು "ನೀನು ಈಗ ನನ್ನ ಪಾದಕ್ಕೆ ಬಿದ್ದಿರುವುದರಿಂದ ನಾನು ನಿನ್ನನ್ನು ನೋಯಿಸುವುದಿಲ್ಲ ಎಂದು ನಿನಗೆ ತಿಳಿದಿದೆ. ನಾನು ಅರ್ಜುನನ ವಂಶದಲ್ಲಿ ಜನಿಸಿದೆ. ಮತ್ತು ನಾನು ದೀನದಯಾಳರನ್ನು ನೋಯಿಸುವುದಿಲ್ಲ. ಆದರೆ ನೀನು ಅಧರ್ಮದ ಆತ್ಮೀಯ ಬಂಧುಗಳು ಮತ್ತು ಆದ್ದರಿಂದ, ನೀನು ಇನ್ನು ಮುಂದೆ ಇಲ್ಲಿ ಇರಬಾರದು ಎಂದು ನಾನು ಆಜ್ಞಾಪಿಸುತ್ತೇನೆ; ನಾನು ಆಳುವ ದೇಶದಲ್ಲಿ ನೀನು ಇರಬಾರದು. ನಿನ್ನ ಉಪಸ್ಥಿತಿಯನ್ನು ನಾನು ಭೇದಿಸಲಾರೆ. ಒಮ್ಮೆ ನಿನಗೆ ಉಳಿಯಲು ಅವಕಾಶ ನೀಡಿದರೆ, ನಿನ್ನ ಅನೇಕ ಸಹಚರರು ದುರಾಸೆ, ಅಸತ್ಯ, ಕಳ್ಳತನ, ಅಧರ್ಮ, ಬೂಟಾಟಿಕೆ , ಜಗಳಗಂಟತನ ನಿಮ್ಮೊಂದಿಗೆ ಸೇರುತ್ತಾರೆ: ಮತ್ತು ಸಂಕ್ಷಿಪ್ತವಾಗಿ ಹೇಳುವುದಾದರೆ, ಎಲ್ಲವೂ ಕೊಳಕು ಮತ್ತು ದ್ವೇಷಪೂರಿತವಾಗಿದೆ. ನನ್ನ ರಾಜ್ಯದಲ್ಲಿ ನಿಮ್ಮಲ್ಲಿ ಯಾರನ್ನೂ ನಾನು ಬಯಸುವುದಿಲ್ಲ.

ಭಯದಿಂದ ನಡುಗುತ್ತಾ ಕಲಿ-ಪುರುಷನು ಹೇಳಿದನು: "ನನ್ನ ಸ್ವಾಮಿ, ಇಡೀ ಭೂಮಿಯನ್ನು ನೀವು ಆಳುತ್ತಿದ್ದೀರಿ. ನಾನು ಎಲ್ಲಿಗೆ ಹೋಗಲಿ? ಒಳ್ಳೆಯದನ್ನು ಸೃಷ್ಟಿಸಿದ ದೇವರು ಕೆಟ್ಟದ್ದನ್ನು ಸಹ ಸೃಷ್ಟಿಸಿದ್ದಾನೆ,ಕೆಟ್ಟದು ಒಳ್ಳೆಯದರ ನೆರಳಾಗಿದೆ. ನಾನು ಸೃಷ್ಟಿಯಾದಾಗಿನಿಂದ ನಾನು ಎಲ್ಲೋ ಇರಬೇಕು. ನಾನು ಎಲ್ಲಿಗೆ ಹೋಗಬೇಕೆಂದು ಹೇಳು ಮತ್ತು ನಾನು ನಿನ್ನನ್ನು ಪಾಲಿಸುತ್ತೇನೆ.

ರಾಜನು ಅವನ ಮಾತುಗಳನ್ನು ಆಲೋಚಿಸಿ ಹೇಳಿದನು: "ನೀನು ಹೇಳುವುದು ಸರಿ. ಭಗವಂತನ ನಾಮವು ಎಲ್ಲಿ ಮರೆತುಹೋಗಿದೆಯೋ ಅಲ್ಲಿ ನೀನು ಹೋಗಿ ಅಭಿವೃದ್ಧಿ ಹೊಂದಬಹುದು. ಜೂಜು, ಕುಡಿತ, ಕಾಮ ಮತ್ತು ಕೊಲ್ಲುವ ಬಯಕೆ ಇರುವಲ್ಲಿ ನೀನು ಹೋಗಬಹುದು."

ಕಲಿ-ಪುರುಷನು ಹೇಳಿದನು: "ಇವೆಲ್ಲ ಇರುವ ಒಂದೇ ಒಂದು ಸ್ಥಳವನ್ನು ನನಗೆ ತೋರಿಸಿ ಮತ್ತು ನಾನು ಅಲ್ಲಿಗೆ ಹೋಗುತ್ತೇನೆ."

"ಚಿನ್ನ", ರಾಜ ಹೇಳಿದರು: "ಚಿನ್ನ" "ಚಿನ್ನವು ದುರಾಸೆ, ಅಸತ್ಯವನ್ನು ಪ್ರಚಾರ ಮಾಡುತ್ತದೆ, ದುರಹಂಕಾರ, ಕಾಮ, ನಿರ್ದಯತೆ ಮತ್ತು ದ್ವೇಷ. ಈ ಐದು ಅಸತ್ಯವನ್ನು ಪ್ರಚಾರ ಮಾಡುವ ಸ್ಥಳಗಳು ಆದ್ದರಿಂದ, ಚಿನ್ನವು ನಿಮಗೆ ವಾಸಿಸಲು ಅನುಮತಿಸುವ ಸ್ಥಳವಾಗಿದೆ."

ಕಲಿ-ಪುರುಷನು ಅಲ್ಲಿಂದ ಹೊರಟು ಹೇಳಿದ ಸ್ಥಳಗಳಿಗೆ ಹೋದನು. ಆದ್ದರಿಂದಲೇ ಕಾಮಿನಿ ಮತ್ತು ಕಾಂಚನ ಇಬ್ಬರು ಘೋರ ಶತ್ರುಗಳು ಎಂದು ಜ್ಞಾನಿಗಳು ಹೇಳುತ್ತಾರೆ, ಅದು ಮನುಷ್ಯನನ್ನು ನಾಶಮಾಡಲು ಕಾದಿದೆ. ಕಲಿ-ಪುರುಷನು ಹೇಳಿದ ಮಾತುಗಳು ಅಧ್ಯಯನಗಳಿಗೆ ಯೋಗ್ಯವಾಗಿದೆ. ಅವನು ಹೇಳುತ್ತಾನೆ, ಭಗವಂತನೇ ಸೃಷ್ಟಿಸಿದ್ದಾನೆ ಮತ್ತು ಅವನ ಸೃಷ್ಟಿಯ ಹಿಂದೆ ಒಂದು ಉದ್ದೇಶವಿದೆ. ಭಗವಂತನ ಆಲೋಚನೆಗಳು ಇಲ್ಲದ ಸ್ಥಳಗಳಲ್ಲಿ ಕಲಿ-ಪುರುಷನನ್ನು ವಾಸಿಸುವಂತೆ ಮಾಡಲಾಗಿದೆ. "ಮನುಷ್ಯನು ಪ್ರಾಪಂಚಿಕ ಸುಖದ ಭೋಗದಲ್ಲಿ ಕಳೆದುಹೋಗಿದ್ದಾನೆ. ಅವನು ಜೀವನದಲ್ಲಿ ಯಶಸ್ಸನ್ನು ಹೊಂದಿದ್ದಲ್ಲಿ ಅವನು ಎಲ್ಲವನ್ನೂ ತನಗೆ ಹೇಳಿಕೊಳ್ಳುತ್ತಾನೆ ಮತ್ತು ಅವನ ಅದೃಷ್ಟಕ್ಕಾಗಿ ಅಲ್ಲ ಎಂದಿಗೂ. ಆದರೆ, ತೊಂದರೆ ಬಂದಾಗ ಮತ್ತು ಯಾವಾಗ , ಮನುಷ್ಯನು ಸಂಕಷ್ಟದಲ್ಲಿದ್ದಾಗ ಮನಸ್ಸು ಬಗ್ಗುತ್ತದೆ, ದುಃಖವು ಅಹಂಕಾರದ ಗಟ್ಟಿಯಾದ ತಿರುಳನ್ನು ಕರಗಿಸುತ್ತದೆ, ಏನನ್ನಾದರೂ ಸಾಧಿಸಿದಾಗ ಅಹಂಕಾರವು ಮುಂದೆ ಬಂದು ಸಾಲವನ್ನು ತೆಗೆದುಕೊಳ್ಳುತ್ತದೆ, ಆದರೆ ವಿಫಲವಾದಾಗ ಅಹಂಕಾರವನ್ನು ಅಗತ್ಯವಾಗಿ ಹಿನ್ನೆಲೆಗೆ ತಳ್ಳಬೇಕು ಮತ್ತು ನಮ್ರತೆ ತನ್ನ ನೋಟವನ್ನು ಮಾಡುತ್ತದೆ ಸೋಲನ್ನು ಮತ್ತು ಭಗವಂತನನ್ನು ಸಂಪೂರ್ಣವಾಗಿ ಒಪ್ಪಿಕೊಳ್ಳುವುದು. ಒಬ್ಬನು ಕಷ್ಟದಲ್ಲಿರುವಾಗ ಭಗವಂತನ ಆಲೋಚನೆಗಳು ಮನಸ್ಸಿನಲ್ಲಿ ಬರುತ್ತವೆ ಮತ್ತು ಕಲಿ-ಪುರುಷನು ಇದನ್ನು ಅರ್ಥಮಾಡಿಕೊಂಡಿದ್ದಾನೆ, ಬಹುಶಃ ಅವನು ತನ್ನ ಸೃಷ್ಟಿಯ ಹಿಂದೆ ಉದ್ದೇಶವಿದೆ

ಎಂದು ಹೇಳಿದಾಗ, ಜನರು ದುಷ್ಟ ಮಾರ್ಗಗಳಲ್ಲಿ ನಡೆಯುತ್ತಾರೆ ಮತ್ತು ಭಗವಂತನನ್ನು ಸಂಪೂರ್ಣವಾಗಿ ಮರೆತುಬಿಡುತ್ತಾರೆ ಮತ್ತು ಕಲಿ-ಪುರುಷನು ಅವರಿಗೆ ಸಹಾಯ ಮಾಡುತ್ತಾನೆ. ಜನರು ಗಾಯಗೊಂಡಾಗ ಮತ್ತು ತೀವ್ರವಾಗಿ ದುಃಖವಾದಾಗ ಪುರುಷರು ತಮ್ಮ ಮನಸ್ಸನ್ನು ಭಗವಂತನ ಕಡೆಗೆ ನೋಡುತ್ತಾರೆ. ಇದನ್ನೇಕಲಿ-ಪುರುಷನು ಹೇಳುವುದು. "ಕೆಟ್ಟದ್ದು ಒಳ್ಳೆಯದರ ನೆರಳು" ಎಂದು.

4

ಪುರಂಜನನ ಕಥೆ

ಒಂದಾನೊಂದು ಕಾಲದಲ್ಲಿ ಪುರಂಜನ ಎಂಬ ಪ್ರಸಿದ್ಧ ರಾಜನಿದ್ದ. ಅವನಿಗೆ ಒಬ್ಬ ಸ್ನೇಹಿತನಿದ್ದನು, ಅವನ ಹೆಸರು ಅವಿಜ್ಞಾತ ಅವನು ಏನು ಮಾಡಿದನು ಮತ್ತು ಹೇಗೆ ವರ್ತಿಸುತ್ತಾನೆ ಎಂದು ಯಾರಿಗೂ ತಿಳಿದಿಲ್ಲದ ಕಾರಣ ಈ ಸ್ನೇಹಿತನು ಆ ಹೆಸರನ್ನು ಗಳಿಸಿದ್ದನು. ಅವನ ಉಪಸ್ಥಿತಿಯು ಎಲ್ಲರಿಗೂ ತಿಳಿದಿರಲಿಲ್ಲ ಮತ್ತು ಒಬ್ಬನು ಅವನ ಬಗ್ಗೆ ಯೋಚಿಸದಿದ್ದರೆ ಮತ್ತು ಅವನನ್ನು ಕೇಳದ ಹೊರತು ಅವನು ಕಾಣಿಸಿಕೊಳ್ಳುವುದಿಲ್ಲ. ಪುರಂಜನ ಮತ್ತು ಅವಿಜ್ಞಾತ ಬಹಳ ಗೆಳೆಯರು. ವಾಸ್ತವವಾಗಿ ಅವರನ್ನು "ಬೇರ್ಪಡಿಸಲಾಗದವರು" ಎಂದು ಎಲ್ಲರೂ ಪರಿಗಣಿಸಿದ್ದಾರೆ. ಅವರು ಎಂದಾದರೂ ಒಟ್ಟಿಗೆ ಇರುತ್ತಾರೆ: ಮತ್ತು ಅದು ಬಹಳ ಸಮಯದವರೆಗೆ ಇತ್ತು.

ಸಮಯ ಕಳೆದಂತೆ ಅವಿಜ್ಞಾತ ಇರಲಿಲ್ಲ ,ಪುರಂಜನ ಚಡಪಡಿಸಿದನು. ಗೆಳೆಯನಿಂದ ಎಚ್ಚರಿಕೆ ನೀಡಿದರೂ ಪುರಂಜನ ತನ್ನ ಮನೆ ಮತ್ತು ಗೆಳೆಯನ ಸಂಗವನ್ನು ತೊರೆದು ಹೊಸ ಮನೆ, ಹೊಸ ವಾಸಸ್ಥಳ ಹುಡುಕಿಕೊಂಡು ಹೊರಟ. ಅವನು ತನ್ನ ಆಳ್ವಿಕೆಗೆ ಯೋಗ್ಯವಾದ ನಗರವನ್ನು ಬಯಸಿದನು ಮತ್ತು ಅವನು ಅದನ್ನು ಪ್ರಪಂಚದಾದ್ಯಂತ ಹುಡುಕಿದನು. ಬಹಳ ಕಾಲ ತನಗಾಗಿ ನಗರವನ್ನು ಹುಡುಕಿಕೊಂಡು ಅಲೆದಾಡಿದರು. ಅವನು ದೂರದವರೆಗೆ ಪ್ರಯಾಣಿಸಿದನು, ಆದರೆ ಅವನು ಹುಡುಕುತ್ತಿರುವುದನ್ನು ಅವನು ಕಂಡುಕೊಳ್ಳಲಿಲ್ಲ. ಅವನು ತುಂಬಾ ಅತೃಪ್ತಿ ಹೊಂದಿದ್ದನು ಏಕೆಂದರೆ ಅವನು ಕಂಡುಕೊಂಡ ಮತ್ತು ಪ್ರಯತ್ನಿಸಿದ ಅನೇಕ ಸ್ಥಳಗಳು ಅವನಿಗೆ ಉಳಿಯಲು ಸಾಕಾಗುವುದಿಲ್ಲ. ಮತ್ತು ಅವನು

ಪ್ರಯಾಣವನ್ನು ಮುಂದುವರೆಸಿದನು.

ಒಮ್ಮೆ ಹಿಮಾಲಯದ ದಕ್ಷಿಣ ಇಳಿಜಾರಿನಲ್ಲಿ ಅವರು ನಗರವನ್ನು ಕಂಡುಕೊಂಡರು. ಒಂಬತ್ತು(9) ದ್ವಾರಗಳಿದ್ದ ಅದೊಂದು ಸುಂದರ ನಗರವಾಗಿತ್ತು. ಅನೇಕ ಗೋಪುರಗಳಿದ್ದವು ಮತ್ತು ಅದರ ಸುತ್ತಲೂ ದೊಡ್ಡ ಗೋಡೆಯಿತ್ತು. ಸುಂದರವಾದ ಉದ್ಯಾನಗಳು ಎಲ್ಲೆಡೆ ಕಂಡುಬರುತ್ತವೆ ಮತ್ತು ನಗರದ ಸುತ್ತಲೂ ಕಂದಕವನ್ನು ಅಗೆಯಲಾಯಿತು. ನಗರದಲ್ಲಿ ಮನೆಗಳನ್ನು ಉತ್ತಮವಾಗಿ ವಿನ್ಯಾಸಗೊಳಿಸಲಾಗಿದೆ. ಅವುಗಳನ್ನು ಚಿನ್ನ, ಬೆಳ್ಳಿ ಮತ್ತು ಕಬ್ಬಿಣದಿಂದ ನಿರ್ಮಿಸಲಾಗಿದೆ ಮತ್ತು ನೀಲಮಣಿಗಳು, ಸ್ಫಟಿಕ, ಮುತ್ತುಗಳು, ಪಚ್ಚೆಗಳು ಮತ್ತು ಮಾಣಿಕ್ಯಗಳು ಅಮೂಲ್ಯವಾದ ಕಲ್ಲುಗಳಿಂದ ಕೆತ್ತಲಾಗಿದೆ: ಏಳು ಅಂತಸ್ತಿನ ಮಹಲು ಇತ್ತು. ಬೀದಿಗಳು ವಿಶಾಲ ಮತ್ತು ದೊಡ್ಡದಾಗಿದ್ದವು. ಅಲ್ಲಿ ಮಾರುಕಟ್ಟೆ ಸ್ಥಳ, ಮತ್ತು ಜೂಜಿನ ಸ್ಥಳಗಳು ಸಾಕಷ್ಟು ಇದ್ದವು. ಹವಳಗಳು ಮತ್ತು ರೇಷ್ಮೆಗಳಿಂದ ಅಲಂಕರಿಸಲ್ಪಟ್ಟ ಕಂಬಗಳು ಎಲ್ಲೆಡೆ ಕಂಡುಬರುತ್ತವೆ. ನಗರವನ್ನು **ಭೋಗಾವತಿ** ಎಂದು ಕರೆಯಲಾಯಿತು.

ನಗರಕ್ಕೆ ಹೊಂದಿಕೊಂಡಂತೆ ಸ್ವರ್ಗೀಯ ಉದ್ಯಾನವನವಿತ್ತು. ಸ್ವರ್ಗದ ಎಲ್ಲಾ ಮರಗಳು ಅಲ್ಲಿ ಕಂಡುಬಂದವು. ಮಧುರವಾದ ಸಂಗೀತವನ್ನು ಮಾಡುವುದರಲ್ಲಿ ಪಕ್ಷಿಗಳು ಮತ್ತು ಜೇನುನೊಣಗಳು ಪರಸ್ಪರ ಪೈಪೋಟಿ ನಡೆಸಿದವು. ಒಂದು ಸರೋವರವಿತ್ತು ಮತ್ತು ಸರೋವರದಾದ್ಯಂತ ಆಹ್ಲಾದಕರ ತಂಪಾದ ಗಾಳಿ ಬೀಸುತ್ತಿತ್ತು. ತಂಗಾಳಿಯು ಅಸಂಖ್ಯ ಪುಷ್ಪಗಳ ಸುಗಂಧವನ್ನು ಹೊತ್ತಿತ್ತು. ಸರೋವರದ ಅಂಚಿನಲ್ಲಿರುವ ಮರಗಳು ಈ ಸ್ಥಳವನ್ನು ಸಂತೋಷಕರವಾಗಿ ನೆರಳು ಆಹ್ವಾನಿಸುವಂತೆ ಮಾಡಿತು. ಮಾವಿನ ತೋಪಿನಲ್ಲಿ ಕೋಗಿಲೆಗಳು ಮಧುರವಾದ ಸಂಗೀತವನ್ನು ಮಾಡುತ್ತಿದ್ದವು ಮತ್ತು ರಾಜ, ಪುರಂಜನನು ಸ್ಥಳದ ಸೌಂದರ್ಯವನ್ನು ಕುಡಿಯುತ್ತಾ ಅಲೆದಾಡಿದನು.

ಇದ್ದಕ್ಕಿದ್ದಂತೆ, ಒಬ್ಬ ಸುಂದರ ಮಹಿಳೆ ಅವನ ಕಣ್ಣಿಗೆ ಬಂದಳು. ಅವಳು ಸ್ವರ್ಗೀಯ ಹುಡುಗಿ ಎಂದು ಅವನು ಭಾವಿಸಿದನು. ಅವಳ ರೂಪ ಮನಮೋಹಕವಾಗಿತ್ತು. ಅವಳ ಕಣ್ಣುಗಳು, ಅವಳ ಮುಖ, ಅವಳ ತುಟಿಗಳು, ಅವಳ ಸೊಂಟ ಮತ್ತು ಅವಳ ಸುಂದರವಾದ ಸ್ತನಗಳು ಅಮಲೇರಿದಂತೆ ಸುಂದರವಾಗಿದ್ದವು. ಅವಳಿಗೆ ಸುಮಾರು ಹದಿನಾರು ವರ್ಷವಿರಬಹುದು. ಅವಳ ಕಣ್ಣುಗಳು ಮತ್ತು ಅವಳ ರೆಪ್ಪೆಗಳು ಚಿಟ್ಟೆಯ ರೆಕ್ಕೆಗಳಂತೆ ಬೀಸಿದವು. ಅವಳ ಸಣ್ಣ ಕಿವಿಗಳಲ್ಲಿ ಅವಳು

ಧರಿಸಿದ್ದ ಚಿನ್ನದ ಕಿವಿಯೋಲೆಗಳು ಅವಳ ಕಿವಿಗೆ ರಹಸ್ಯಗಳನ್ನು ಪಿಸುಗುಟ್ಟುವಂತೆ ತೋರುತ್ತಿದ್ದವು . ಮತ್ತು ಅವಳು ಚಲಿಸುವಾಗ ಅವಳ ರೂಪವು ಆಕರ್ಷಕವಾಗಿ ತೂಗಾಡುತ್ತಿತ್ತು.

ಪುರಂಜನನು ಅವಳನ್ನೇ ದಿಟ್ಟಿಸುತ್ತಾ ಆ ಜಾಗಕ್ಕೆ ಬೇರೂರಿದನು. ಅವನು ಒಂದು ಕ್ಷಣ ತನ್ನ ಪ್ರಜ್ಞೆಗೆ ಬಂದನು ಮತ್ತು ಅವಳು ವಿಚಿತ್ರವಾಗಿ ಹಾಜರಾಗಿರುವುದನ್ನು ಅವನು ನೋಡಿದನು. ಹತ್ತು ಮುಖ್ಯ ಪರಿಚಾರಕರು ಇದ್ದಂತೆ ತೋರುತ್ತಿತ್ತು ಮತ್ತು ಈ ಹತ್ತು ಮಂದಿಗೆ ತಲಾ ನೂರು ಮಂದಿ ಹೆಂಗಸರು ಜೊತೆಗಾರರಾಗಿದ್ದರು. ಐದು ತಲೆಗಳನ್ನು ಹೊಂದಿದ್ದ ಅಪಾರ ನಾಗರ ಹಾವು ಅವಳನ್ನು ಕಾವಲು ಕಾಯುತ್ತಿರುವಂತೆ ಅವಳ ಮುಂದೆ ನಡೆಯುತ್ತಿತ್ತು. ಪುರಂಜನ ತನ್ನ ಕಣ್ಣುಗಳನ್ನು ಇತರರಿಂದ ದೂರ ಮಾಡಿ ಮತ್ತೊಮ್ಮೆ ಅವಳತ್ತ ನೋಡಿದನು. ಅವಳ ಕಣ್ಣುಗಳ ಭಾಷೆ; ಅವಳ ಸ್ತನಗಳನ್ನು ಹೆಪ್ಪುಗಟ್ಟುವಂತೆ ಮಾಡಿದ ದೃಶ್ಯಗಳು; ಅವಳು ತನ್ನ ಹೆಗಲ ಮೇಲೆ ಹೊದಿಸಿದ ರೇಷ್ಮೆಯಿಂದ ಅವುಗಳನ್ನು ಮುಚ್ಚಲು ವ್ಯರ್ಥವಾಗಿ ಪ್ರಯತ್ನಿಸಿದ ರೀತಿ; ಅವಳು ತನ್ನ ಕಾಲ್ಬೆರಳ ಉಗುರಿನೊಂದಿಗೆ ನೆಲದ ಮೇಲೆ ಮಾದರಿಗಳನ್ನು ಗುರುತಿಸುತ್ತಾ ನಿಂತಿದ್ದ ರೀತಿ: ಇವೆಲ್ಲವೂ ಅವಳು ಅವನ ಉಪಸ್ಥಿತಿಯನ್ನು ಅಸಮಾಧಾನಗೊಳಿಸಲಿಲ್ಲ ಎಂದು ಅವನಿಗೆ ಅರ್ಥಮಾಡಿಕೊಂಡವು: ಅವಳು ಅವನ ಬಗ್ಗೆ ಆಸಕ್ತಿಯನ್ನು ಹೊಂದಿದ್ದಳು. ಅವಳ ತುಟಿಗಳಲ್ಲಿ ಒಂದು ನಗು ಸುಳಿದಾಡಿತು ಮತ್ತು ಅವನು ಅವಳ ಹತ್ತಿರ ಹೋದನು. ಅವನು ಅವಳೊಂದಿಗೆ ಮಾತನಾಡಬೇಕು ಎಂದು ಯೋಚಿಸಿದನು.

ಅವನು ಅವಳನ್ನು ಕೇಳಿದನು: "ನೀನು ಯಾರೆಂದು ಹೇಳು. ನೀನು ತುಂಬಾ ಸುಂದರವಾಗಿದ್ದೀಯ. ಜಿಂಕೆಗಳಂತೆ ಅಂಜುಬುರುಕವಾಗಿರುವ ನಿನ್ನ ಕಣ್ಣುಗಳು ನನ್ನನ್ನು ಹುಚ್ಚನನ್ನಾಗಿ ಮಾಡುತ್ತವೆ. ಅವು ಕಮಲದ ದಳಗಳಂತಿವೆ. ನೀವು ಯಾರ ಮಗಳು? ನೀವು ಎಲ್ಲಿಂದ ಬಂದಿದ್ದೀಯ? ನೀನು ಎಲ್ಲಿಗೆ ಸೇರಿರುವೆ? ಸೊಬಗನ್ನು ನೋಡಲು ಭೂಲೋಕಕ್ಕೆ ಇಳಿದು ಬಂದಿರುವ ಸ್ತ್ರೀಯೇ? ಮಹಾದೇವನ ಧರ್ಮಪತ್ನಿಯಾದ ಭವಾನಿಯೇ?, ಸರಸ್ವತಿಯು ಬ್ರಹ್ಮನನ್ನು ಹುಡುಕುತ್ತಿದ್ದೀಯಾ? ಬಹುಶಃ ನೀನುಭಗವಾನ್ ನಾರಾಯಣನ ಪತ್ನಿ ಲಕ್ಷ್ಮಿಯೇ, . ನಿನ್ನಂತಹ ಸೌಂದರ್ಯವು ಕೇವಲ ಐಹಿಕವಾಗಿರಲು ಸಾಧ್ಯವಿಲ್ಲ, ನೀವು ಏನು ಯೋಚಿಸುತ್ತಿದ್ದೀರಿ? , ನಿಮ್ಮ ಪಾದಗಳು ನೆಲವನ್ನು ಸ್ಪರ್ಶಿಸುವುದರಿಂದ ನೀವು ಸ್ವರ್ಗೀಯರಲ್ಲ, ನೀವು ಭೂಲೋಕದವರು. ನಿನ್ನ ಸೌಂದರ್ಯದಿಂದ ನಿನ್ನ ಮೋಹಕ ನಡೆಗಳಿಂದ ನನ್ನನ್ನು ನಿನ್ನ ಗುಲಾಮನನ್ನಾಗಿ ಮಾಡಿಕೊಂಡಿರುವೆ.

ನಿನ್ನ ಕಪ್ಪನೆಯ ಕಣ್ಣುಗಳು ನನ್ನನ್ನು ನಿನ್ನ ಗುಲಾಮನನ್ನಾಗಿ ಮಾಡಿದೆ ನೀನು ನನ್ನವಳಾಗುವೆಯಾ? ನಿನ್ನ ಪ್ರೀತಿಯಲ್ಲಿ ಬಿದ್ದೆ ದಯಮಾಡಿ ನನ್ನ ಹೆಂಡತಿಯಾಗಿ ನನ್ನನ್ನು ಸಂತೋಷಪಡಿಸು . ಮತ್ತು ಯಾರೆಂದು ಹೇಳು ಈ ಪರಿಚಾರಕರು: ಈ ಹತ್ತು ಪುರುಷರು ಮತ್ತು ಈ ನೂರಾರು ಮಹಿಳೆಯರು. ಇದು ನಿಮಗೆ ಹೇಗೆ ಸಾಧ್ಯ? ಈ ಭಯಂಕರ ಹಾವು ಸದಾ ನಿಮ್ಮೊಂದಿಗೆ ಇದೆಯೇ? ನಾನು ತುಂಬಾ ಗೊಂದಲಕ್ಕೊಳಗಾಗಿದ್ದೇನೆ. ದಯವಿಟ್ಟು ನಿಮ್ಮ ಕಣ್ಣುಗಳನ್ನು ಮೇಲಕ್ಕೆತ್ತಿ ನನ್ನನ್ನು ನೋಡಿ. ”

ಅವಳು ಮುಗುಳ್ನಗುತ್ತಾ ಅವನೊಂದಿಗೆ ಮಾತಾಡಿದಳು. "ನಾನು ಯಾರೆಂದು ನನಗೆ ತಿಳಿದಿಲ್ಲ ಅಥವಾ ನನ್ನನ್ನು ಯಾರು ಸೃಷ್ಟಿಸಿದ್ದಾರೆಂದು ನನಗೆ ತಿಳಿದಿಲ್ಲ. ನಾನು ಈ ನಗರಕ್ಕೆ ಸೇರಿದವಳಾನಗಿದ್ದೇನೆ ಮತ್ತು ನಾನು ಇಲ್ಲಿ ವಾಸಿಸುತ್ತಿದ್ದೇನೆ. ಈ ನಗರ ಯಾರೆಂದು ನನಗೆ ತಿಳಿದಿಲ್ಲ. “ಈ ಪುರುಷರು, ನನ್ನ ಸಹಚರರು ಮತ್ತು ಅವರ ಪರಿಚಾರಕರಾದ ಈ ಮಹಿಳೆಯರು ನನ್ನ ಸ್ನೇಹಿತರೂ ಆಗಿದ್ದಾರೆ, ನಾನು ಮಲಗಿರುವಾಗ ಈ ಐದು ತಲೆಯ ಹಾವು ಈ ನಗರವನ್ನು ಕಾಪಾಡುತ್ತದೆ ಮತ್ತು ಇದು ಯಾವಾಗಲೂ ನನ್ನೊಂದಿಗೆ ಇರುತ್ತದೆ. ನೀವು ಬಂದಿರುವುದು ನನ್ನ ಅದೃಷ್ಟ. ನೀವು ನನಗೆ ಸಂತೋಷವನ್ನು ಹುಡುಕಿಕೊಂಡು ಬಂದಿರುವೆ ಮತ್ತು ನಾನು ನನ್ನ ಈ ಸ್ನೇಹಿತರ ಸಹಾಯದಿಂದ ನಿಮ್ಮ ಎಲ್ಲಾ ಆಸೆಗಳನ್ನು ಪೂರೈಸಬಲ್ಲೆ, ನೀವು ಈ ನಗರಕ್ಕೆ ಅಧಿಪತಿಯಾಗಬಹುದು, ನಾನು ನಿಮ್ಮ ಪಕ್ಕದಲ್ಲಿದ್ದೇನೆ, ನೀವು ಸಂತೋಷವಾಗಿರಬಹುದು. ನೂರು ವರ್ಷ ತುಂಬಲು ನೀನು ನನ್ನ ಪತಿಯಾಗಲು ಆದರ್ಶ ಪುರುಷ, ಇಂದ್ರಿಯಗಳ ಆನಂದವನ್ನು ಧಿಕ್ಕರಿಸುವ ವ್ಯಕ್ತಿಯೊಂದಿಗೆ ನಾನು ಎಂದಿಗೂ ಸಂತೋಷವಾಗಿರುವುದಿಲ್ಲ: ಸನ್ನಿಹಿತವಾದ ಸಾವಿನ ಬಗ್ಗೆ ಯೋಚಿಸುತ್ತಿರುವವನು ,ಯಾರು ಸದಾ ನಾಳಿನ ಬಗ್ಗೆ ಚಿಂತಿಸಿ ಚಿಂತಿಸುತ್ತಿರುವವನು,ಇಂತಹ ಮನುಷ್ಯ ನನಗೆ ಪ್ರಿಯನಲ್ಲ. ಆದರೆ ನೀನು ಬೇರೆ . ನಿನ್ನ ಆಲೋಚನೆಗಳು ಕೇವಲ ಆನಂದವೇ. ನಿಮಗೆ ನಾಳೆಯ ಬಗ್ಗೆ ಯೋಚನೆ ಇಲ್ಲ, ಸಾವಿನ ಬಗ್ಗೆ ಭಯವಿಲ್ಲ. ನಿಮಗೆ ವರ್ತಮಾನದಲ್ಲಿ ನೀವು ಪಡೆಯಬಹುದಾದ ಸಂತೋಷದೊಂದಿಗೆ ತೃಪ್ತಿ ಇದೆ . ಮನುಷ್ಯ ಮತ್ತು ನನ್ನ ನಡುವಿನ ಪ್ರೀತಿಯಷ್ಟು ಅದ್ಭುತವಾದ ಸಂತೋಷಕ್ಕೆ ಸರಿಸಾಟಿ ಬೇರೆ ಯಾವುದೂ ಸಾಧ್ಯವಿಲ್ಲ. ನೀವು ನನ್ನನ್ನು ಬಯಸುತ್ತೀರಿ ಮತ್ತು ನಾನು ನಿನ್ನನ್ನು ತುಂಬಾ ಪ್ರೀತಿಸುತ್ತೇನೆ. ನನ್ನೊಂದಿಗೆ ಭೋಗವತಿ ಎಂಬ ನಗರಕ್ಕೆ ಬಾ, ನಾವು ಬೇರೆ ಯಾವುದರ ಬಗ್ಗೆಯೂ ಯೋಚಿಸದೆ ಸಂತೋಷದಿಂದ ಬದುಕುತ್ತೇವೆ.

ಪುರಂಜನ ಸಂತೋಷದ ಜೀವನ ಸಂಗಾತಿ ಅವಳ ಹೆಸರು ಪುರಂಜನಿ. ಅವಳು ಮತ್ತು ಪುರಂಜನ ಒಂಬತ್ತು (9)ದ್ವಾರಗಳಿರುವ ಆ ನಗರದಲ್ಲಿ ವಾಸಿಸುತ್ತಿದ್ದರು. ಅವನು ರಾಜಕುಮಾರಿಯ ಒಳಗಿನ ಕೊಟಡಿಯಲ್ಲಿ ಸಂತೋಷದಿಂದ ವಾಸಿಸುತ್ತಿದ್ದನು, ಮತ್ತು ಅವನು ಯಾವಾಗಲೂ ಅವಳೊಂದಿಗೆ ಇದ್ದನು. ಒಂದು ಕ್ಷಣವೂ ಅವನು ಅವಳ ಸಹವಾಸವನ್ನು ಕಳೆದುಕೊಳ್ಳುವುದಿಲ್ಲ. ಅವಳು ಮಾಡಿದ್ದೆಲ್ಲವೂ ಅವನಿಗೆ ಏನು ಬೇಕು, ಅವಳು ದ್ರಾಕ್ಷಾರಸವನ್ನು ಹೀರಲು ಬಯಸಿದರೆ ಅದೇ ಅವನ ಆಸೆ, ಅವಳು ಹಸಿದಾಗ ಅವನು ಹಸಿದನು, ಅವಳು ಹಾಡಿದಾಗ ಅವನು ಪದವಾದನು, ಅವಳು ಕಣ್ಣೀರು ಹಾಕಿದಾಗ ಅವನು ಅವಳೊಂದಿಗೆ ಕಣ್ಣೀರು ಸುರಿಸಿದನು ಮತ್ತು ಅವಳ ನಗುವು ಅವನನ್ನು ನಗಿಸಲು ಸಾಕಾಗಿತ್ತು. ಅವನು ಹೇಳಿದ ಮಾತುಗಳು ಅವಳು ಹೇಳಿದ ಮಾತುಗಳು ಮತ್ತು ಅವನು ಕೇಳಿದ ಮಾತುಗಳು ಅವಳ ಕಾಳಜಿಯನ್ನು ತಲುಪುವಂತಿರಬೇಕು. ಅವನಿಗೂ ಅದೇ ಆಗಿತ್ತು ಮತ್ತು ಅವಳ ದೃಷ್ಟಿಯಲ್ಲಿ ಅಸಹ್ಯವಾದದ್ದು ಅವನಿಗೆ ಅಸಹ್ಯಕರವಾಗಿತ್ತು. ಸಂಕ್ಷಿಪ್ತವಾಗಿ, ಅವಳ ಮೂಲಕ ಹೊರತುಪಡಿಸಿ ಅವನಿಗೆ ಯಾವುದೇ ಅಸ್ತಿತ್ವವಿರಲಿಲ್ಲ. ಅವನು ಅವಳಲ್ಲಿ ತುಂಬಾ ಕಳೆದುಹೋದನು.

ಪುರಂಜನನು ಎಲ್ಲಾ ಸಮಯವನ್ನು ಕಳೆದುಕೊಂಡನು. ದಿನಗಳು ಕಳೆದವು ಮತ್ತು ಅವು ಅವನಿಗೆ ಕ್ಷಣಗಳಂತೆ ಕಾಣುತ್ತಿದ್ದವು. ಅವರಿಗೆ ಮಕ್ಕಳು ಜನಿಸಿದರು ಮತ್ತು ಅವರು ಬೆಳೆಯುತ್ತಿದ್ದರು. ತನಗೆ ವಯಸ್ಸಾಗುತ್ತಿದೆ ಎಂದು ಅರಿವಾಗಲಿಲ್ಲ. ಅವನ ವಯಸ್ಸು ಈಗ ಐವತ್ತು (50). ಅವನ ಹೆಂಡತಿಯ ಮೇಲಿನ ಪ್ರೀತಿ ಹತ್ತಾಯಿತು ಮತ್ತು ಅವನ ಮಕ್ಕಳ ಮೇಲಿನ ಪ್ರೀತಿಯೂ ಬೆಳೆಯುತ್ತಿತ್ತು. ಅವನು ತನ್ನ ಮಕ್ಕಳು, ತನ್ನ ಹೆಂಡತಿ ಮತ್ತು ಪರಸ್ಪರರ ಮೇಲಿನ ಪ್ರೀತಿಯ ಆಲೋಚನೆಗಳಲ್ಲಿ ಕಳೆದುಹೋದನು. ಅವನು ಯಾಗ ಮತ್ತು ಯಜ್ಞಗಳನ್ನು ಮಾಡುವಂತಹ ಸಾಂಪ್ರದಾಯಿಕ ಕೆಲಸಗಳನ್ನು ಮಾಡುತ್ತಿದ್ದನು ಆದರೆ ಅವನು ತನ್ನ ಹೆಂಡತಿಯ ಮೇಲಿನ ಪ್ರೀತಿ ಮತ್ತು ಅವಳು ಅವನಿಗೆ ನೀಡುತ್ತಿರುವ ಸಂತೋಷಗಳು ಅವನ ಮನಸ್ಸಿನಲ್ಲಿ ಯಾವಾಗಲೂ ಸಂತೋಷದಿಂದ ಇದ್ದನು. ಸಮಯವು ವೇಗವಾಗಿ ಜಾರಿಹೋಗುತ್ತಿದೆ ಎಂಬ ಸತ್ಯದ ಅರಿವಿಲ್ಲ: ಅವನ ಯೌವನವು ಬಹಳ ಹಿಂದೆಯೇ ಅವನನ್ನು ತೊರೆದಿದೆ. ಸಮಯ ಕಳೆದುಹೋಗುವುದು ಅವನು ಗಮನಿಸದ ವಿಷಯ. ವೃದ್ಧಾಪ್ಯ, ಮನುಷ್ಯನ ದೇಹಕ್ಕೆ ಅನಪೇಕ್ಷಿತ ಅತಿಥಿ, ಅವನು ಪುರಂಜನ ಬಳಿಗೆ ಉಳಿಯಲು ಬಂದನು.

ಚಂದವೇಗ ಎಂಬುದು ಗಂಧರ್ವ ಮುಖ್ಯಸ್ಥನ ಹೆಸರು. ಅವನಿಗೆ ಮುನ್ನೂರ ಅರವತ್ತು(360) ಮಂದಿ ಶಕ್ತಿಯುತ ಸೇವಕರಿದ್ದರು. ಇವುಗಳು, ತಮ್ಮ

ಸರದಿಯಲ್ಲಿ, ಅದೇ ಸಂಖ್ಯೆಯ ಮಹಿಳೆಯರನ್ನು ಅವರಲ್ಲಿ ಹೊಂದಿದ್ದವು. ಈ ಪುರುಷರು ನ್ಯಾಯಯುತರಾಗಿದ್ದರು ಮತ್ತು ಮಹಿಳೆಯರು ಕತ್ತಲೆಯಾಗಿದ್ದರು . ಚಂದವೇಗ ಭೋಗವತಿ ಎಂಬ ನಗರದ ಮೇಲೆ ದಾಳಿ ಮಾಡಲು ನಿರ್ಧರಿಸಿದನು. ಅವನ ಮುನ್ನೂರ ಅರವತ್ತು (360) ಜನ ಪುರುಷರು ಮತ್ತು ಅವರ ಹೆಂಗಸರೊಂದಿಗೆ ಚಂದವೇಗ ಭೋಗವತಿ ನಗರದ ಸಮೀಪಕ್ಕೆ ಹೋದರು. ಅವನು ಅದನ್ನು ಎಲ್ಲಾ ಕಡೆಯಿಂದ ಸುತ್ತುವರೆದನು ಮತ್ತು ಅದನ್ನು ಸಂಪೂರ್ಣವಾಗಿ ನಾಶಮಾಡುವುದು ಅವನ ಉದ್ದೇಶವಾಗಿತ್ತು. ನಗರವು ಅದನ್ನು ಕಾಪಾಡಲು ಹಾವನ್ನು ಹೊಂದಿತ್ತು: ಐದು ತಲೆಗಳನ್ನು ಹೊಂದಿರುವ ಪ್ರಜಾಗರ ಹಾವು. ಆಕ್ರಮಣಕಾರಿ ಪಡೆಗಳು ನಗರವನ್ನು ನಾಶಮಾಡುವುದನ್ನು ತಡೆಯಲು ಅವರು ವ್ಯರ್ಥವಾಗಿ ಪ್ರಯತ್ನಿಸಿದರು. (360+360)ಏಳುನೂರ ಇಪ್ಪತ್ತು ಬಲಶಾಲಿಯಾಗಿದ್ದ ಶತ್ರುವಿನೊಂದಿಗೆ ಅವನು ವೀರಾವೇಶದಿಂದ ಹೋರಾಡಿದನು, ಹೋರಾಟವು ನೂರು ವರ್ಷಗಳ ಕಾಲ ನಡೆಯಿತು ಮತ್ತು ಪ್ರಜಾಗರ ಆಕ್ರಮಣವನ್ನು ತಡೆದುಕೊಳ್ಳಲು ಸಾಧ್ಯವಾಗಲಿಲ್ಲ. ಪುರಂಜನನು ಈ ಸ್ಥಿತಿಯಿಂದ ತೀವ್ರವಾಗಿ ನೊಂದಿದ್ದನು. ಆಕ್ರಮಣವು ಬಹಳ ಹಿಂದೆಯೇ ಪ್ರಾರಂಭವಾಯಿತು: ಅವನು ಪ್ರೀತಿಸಿದ ಮಹಿಳೆಯೊಂದಿಗೆ ವಾಸಿಸಲು ಅಲ್ಲಿಗೆ ಬಂದಾಗಿನಿಂದ. ಆದರೆ ಅವನು ಹೆಂಡತಿ ಮತ್ತು ಮಕ್ಕಳ ಮೇಲಿನ ಪ್ರೀತಿಯಲ್ಲಿ ಸೋತಿದ್ದನು, ಅವನು ಚಂದವೇಗದ ಆಕ್ರಮಣದ ಬಗ್ಗೆ ಗಮನ ಹರಿಸಲು ನಿರಾಕರಿಸಿದನು. ಈಗ, ನಿಧಾನವಾಗಿ ಅದು ತನ್ನ ಆಲೋಚನೆಗಳಿಗೆ ತನ್ನನ್ನು ಒತ್ತಾಯಿಸಲು ಪ್ರಯತ್ನಿಸುತ್ತಿದೆ: ಆದರೆ ಇನ್ನೂ ಏನಾಗುತ್ತಿದೆ ಎಂಬುದರ ಬಗ್ಗೆ ಯೋಚಿಸಲು ಅವರು ನಿರಾಕರಿಸಿದರು

ಚಂದವೇಗನಿಗೆ(ಸಮಯ) ಜರಾ ಎಂಬ ಮಗಳಿದ್ದಳು. ದುರದೃಷ್ಟವಶಾತ, ಅವಳು ಆಕರ್ಷಕವಾಗಿಲ್ಲ ಮತ್ತು ಯಾರೂ ಅವಳನ್ನು ಬಯಸಲಿಲ್ಲ. ಗಂಡನನ್ನು ಹುಡುಕುತ್ತಾ ದೂರದೂರ ಪಯಣಿಸಿದಳು. ಆಕೆಯ ಪ್ರಗತಿಯನ್ನು ಯಾರೂ ಸ್ವಾಗತಿಸಲಿಲ್ಲ ಮತ್ತು ಅವಳು ಅವರ ಮುಂದೆ ಕಾಣಿಸಿಕೊಂಡರೆ ಜನರು ತಮ್ಮ ಮುಖವನ್ನು ತಿರುಗಿಸಿದರು. ಜರಾ ತನ್ನ ಗಂಡನ ಹುಡುಕಾಟದಲ್ಲಿ ತೊಡಗಿದಳು. ಅವಳು ಯವನೇಶ್ವರ ಬಳಿಗೆ ಹೋಗಿ ತನ್ನನ್ನು ಕರೆದುಕೊಂಡು ಹೋಗುವಂತೆ ಕೇಳಿಕೊಂಡಳು. ಅವನು ಅವಳನ್ನು ದಯೆಯಿಂದ ಮತ್ತು ಕರುಣೆಯಿಂದ ನೋಡುತ್ತಾ ಹೇಳಿದನು: "ನನ್ನ ಮಾತನ್ನು ಕೇಳಿ ಮತ್ತು ನನ್ನ ಪ್ರಾಮಾಣಿಕತೆಗೆ ನನ್ನ ಮೇಲೆ ಕೋಪಗೊಳ್ಳಬೇಡಿ. ನೀವು ಆಕರ್ಷಕವಾಗಿಲ್ಲ, ಅಥವಾ ಯಾರಿಗೂ ಒಳ್ಳೆಯದನ್ನು ಮಾಡಲು ನೀವು ತಲೆಕೆಡಿಸಿಕೊಂಡಿಲ್ಲ. ಅದಕ್ಕಾಗಿಯೇ ಯಾರೂ

ಸಿದ್ಧರಿಲ್ಲ. ನಿನ್ನನ್ನು ಒಪ್ಪಿಕೊಳ್ಳಲು, ಮತ್ತು ಜನರಿಗೆ ಅರಿವಿಲ್ಲದಂತೆ ನೀವು ಅವರ ಮೇಲೆ ಹರಿದಾಡುವಂತೆ ಸೂಚಿಸಿ, ಇಡೀ ಪ್ರಪಂಚವು ನಿಮ್ಮ ಗುಲಾಮರಾಗುತ್ತದೆ. "ಹೆದರಬೇಡ, ನಾನು ನಿಮ್ಮೊಂದಿಗೆ ತಂಡವನ್ನು ಹೊಂದುತ್ತೇನೆ, ಈ ನನ್ನ ಸಹೋದರ ಪ್ರವರ ಮತ್ತು ನಾನು ನಿಮ್ಮೊಂದಿಗೆ ಯಾವಾಗಲೂ ಇರುತ್ತೇವೆ. ಇಂದಿನಿಂದ ನೀವು ನನ್ನ ಸಹೋದರಿ ಮತ್ತು ನಾವು ಪುರುಷರ ಕಣ್ಣಿಗೆ ಕಾಣದಂತೆ ಪ್ರಪಂಚದಾದ್ಯಂತ ಪ್ರಯಾಣಿಸುತ್ತೇವೆ ಮತ್ತು ಅವರು ಯಾವಾಗ ನಮ್ಮ ಬಗ್ಗೆ ಗಮನವಿಲ್ಲ, ಅವರು ಕೇಳದಿರುವಾಗ, ನೀವು ಮತ್ತು ಪ್ರಜಾವರ ಅವರ ಮೇಲೆ ಆಕ್ರಮಣ ಮಾಡಿ : ಉಳಿದದ್ದನ್ನು ನಾನು ಮಾಡುತ್ತೇನೆ. ಮೂವರೂ ಒಟ್ಟಾಗಿ ವಿನಾಶದತ್ತ ಸಾಗಿದರು. ಅವರ ಸೈನ್ಯವು ಭಯ ಎಂಬ ಹೆಸರಿನಿಂದ ಮಾಡಲ್ಪಟ್ಟಿದೆ, ಅವರು ಅಲೆದಾಡುವಾಗ ಅವರು ಹಳೆಯ ಹಾವು ಪ್ರಜಾಗರದಿಂದ ಕಾಪಾಡಲ್ಪಟ್ಟ ಭೋಗವತಿ ನಗರವನ್ನು ಹತ್ತಿದರು ಮತ್ತು ಅವರ ಆಕ್ರಮಣಕ್ಕೆ ಸಮಯವು ಪಕ್ವವಾಗಿದೆ ಎಂದು ಅವರು ಭಾವಿಸಿದರು.

ಅವನಿಗೆ ಅದರ ಅರಿವಿಲ್ಲದಿದ್ದಾಗ ಜರಾ ಪುರಂಜನ ದೇಹವನ್ನು ಪ್ರವೇಶಿಸಿದಳು, ಅವಳು ಅವನ ದೇಹವನ್ನು ಸಂಪೂರ್ಣವಾಗಿ ನಿಯಂತ್ರಿಸಿದಳು ಮತ್ತು ಅವನಿಂದ ಏನೂ ಮಾಡಲಾಗಲಿಲ್ಲ. ಮತ್ತು ಪ್ರಜಾವರ , ಸಾವಿನ ಸಹಾಯಕರು ಎಲ್ಲಾ ಕಡೆಯಿಂದ ನಗರದ ಮೇಲೆ ದಾಳಿ ಮಾಡಿದರು,ಪುರಂಜನನು ಬಹಳ ಸಂಕಟವನ್ನು ಅನುಭವಿಸಿದನು. ಅವನ ದೇಹವನ್ನು ಆಕ್ರಮಣಕಾರ ಜರ ಆಕ್ರಮಿಸಿಕೊಂಡಳು, ಮತ್ತು ಅವನ ನಗರವನ್ನು ಚಂದವೇಗರು ಆಕ್ರಮಿಸಿಕೊಂಡರು, ಅವನು ಈಗ ಎಲ್ಲರೂ ಅಸಡ್ಡೆಯಿಂದ ನಡೆಸಿಕೊಳ್ಳುತ್ತಿರುವುದನ್ನು ಅವನು ಕಂಡುಕೊಂಡನು. ಅವನ ಮಕ್ಕಳು ಅವನ ಬಗ್ಗೆ ಹೆಚ್ಚು ಕಾಳಜಿ ವಹಿಸಲಿಲ್ಲ, ಅವನ ಪ್ರೀತಿಯ ಹೆಂಡತಿ ಪುರಂಜನಿ ಕೂಡ ಅವಳನ್ನು ಪ್ರೀತಿಸಲು ಪ್ರಯತ್ನಿಸಿದಾಗ ಗಂಟಿಕ್ಕಿದಳು. ಅವನು ಅವಳಲ್ಲಿ ಹಳೆಯ ಉತ್ಸಾಹವನ್ನು ಪ್ರಚೋದಿಸಲು ಸಾಧ್ಯವಾಗಲಿಲ್ಲ ಮತ್ತು ಅವನು ತನ್ನ ನಿರಾಶೆಗೆ ತಾನು ಮೊದಲಿನಂತೆ ಪ್ರೀತಿಯಲ್ಲಿ ತೊಡಗಿಸಿಕೊಳ್ಳಲು ತುಂಬಾ ದುರ್ಬಲ ಎಂದು ಕಂಡುಕೊಂಡನು. ಪುರಂಜನ ಸುತ್ತಲೂ ನೋಡಿದನು. ಅವನ ಕಣ್ಣುಗಳ ಕೆಳಗೆ ನಗರವು ತುಂಡಾಗಿ ಬೀಳುತ್ತಿತ್ತು. ಮತ್ತು ಅವನು ಅಸಹಾಯಕನಾಗಿದ್ದನು. ಪ್ರಜ್ವರ ಅವನ ಬಳಿಗೆ ಬಂದನು ಮತ್ತು ಅವನ ಎಚ್ಚರದಲ್ಲಿ ಭಯ ಬಂದನು. ಪುರಂಜನನು ತೀವ್ರ ಸಂಕಟಪಟ್ಟನು. ನಗರದ ಕಾವಲುಗಾರನಾದ ಪ್ರಜಾಗಾರನು ಇನ್ನು ಮುಂದೆ ಹೋರಾಡಲು ಸಾಧ್ಯವಾಗಲಿಲ್ಲ. ಬೆಂಕಿ ಹೊತ್ತಿಕೊಂಡ ಮರದಿಂದ ತಪ್ಪಿಸಿಕೊಳ್ಳಲು ಪ್ರಯತ್ನಿಸುವ ಹಾವಿನಂತೆ,

ಪುರಂಜನನು ನಗರ ಭೋಗವತಿಯಿಂದ ದೂರವಿರಲು ಬಯಸಿದನು. ಅವರು ಹತಾಶೆಯಿಂದ ಕಣ್ಣೀರು ಹಾಕಿದರು. ಪ್ರಜಾಗರ ನಗರವನ್ನು ಬಿಟ್ಟು ಹೊರಹೋಗಲು ಅವರಿಗೆ ಯಾವುದೇ ಆಸೆ ಇರಲಿಲ್ಲ: ಮತ್ತು ಅದೇ ಸಮಯದಲ್ಲಿ ಅವರು ಏನು ಮಾಡಬೇಕೆಂದು ಅವರಿಗೆ ತಿಳಿದಿರಲಿಲ್ಲ. ಅವನು ಹೀಗೆ ಯೋಚಿಸುತ್ತಿರುವಾಗ ಸಾವು ಅವನ ಬಳಿಗೆ ಬಂದು ಪುರಂಜನನನ್ನು ಹೇಳಿಕೊಂಡಿತು. ಅವನ ಸಾವಿನೊಂದಿಗೆ ಭೋಗಾವತಿ ನಗರವು ತುಂಡಾಯಿತು ಮತ್ತು ಹೆಸರನ್ನು ಹೊರತುಪಡಿಸಿ ಏನೂ ಉಳಿದಿಲ್ಲ.

ಅವಿಜ್ಞಾತ ಮರಳಿ ಬರುತ್ತಾನೆ:

ಅವಿಜ್ಞಾತ ಪುರಂಜನನಿಗೆ ಹೇಳಿದನು: "ನಾನು ನಿಮಗೆ ಸಂಪೂರ್ಣ ವಿದ್ಯಮಾನವನ್ನು ವಿವರಿಸುತ್ತೇನೆ, ನೀವು ಮತ್ತು ನಾನು ಒಂದೇ, ನಮ್ಮ ನಡುವೆ ಯಾವುದೇ ವ್ಯತ್ಯಾಸವಿಲ್ಲ. ನಾನು ಪರಮಾತ್ಮ ಮತ್ತು ನೀವು ಜೀವಾತ್ಮ. ಮಾನಸ ಸರೋವರವು ನಾವು ಒಟ್ಟಿಗೆ ವಾಸಿಸಿದ ಹೃದಯವಾಗಿದೆ. .ನಾವು ಯಾವಾಗಲೂ ಒಟ್ಟಿಗೆ ಇದ್ದೇವು, ಐದು ತಲೆಗಳನ್ನು ಹೊಂದಿರುವ ಸರ್ಪದಿಂದ ಕಾವಲುಗಾರ ಭೋಗವತಿ ನಗರದಲ್ಲಿ ಮತ್ತು ಪುರಂಜನಿ ಎಂಬ ಮಹಿಳೆಯೊಂದಿಗೆ ನೀವು ತೊಡಗಿಸಿಕೊಳ್ಳುವುದು ಮಾಯೆಯಿಂದಾಗಿ, ಭೋಗವತಿಯು ಮಾನವ ದೇಹವಾಗಿದೆ. ನಾರದನು ಪುರಂಜನ ಕಥೆಯನ್ನು ಹೇಳಿದ ಮೇಲೆ ರಾಜ ಪ್ರಾಚೀನಬರ್ಹಿ ಸ್ವಲ್ಪ ಹೊತ್ತು ಸುಮ್ಮನಿದ್ದರು. ನಾರದರು ಹೇಳಿದರು: "ಇದೇ ಬ್ರಹ್ಮವಿದ್ಯೆ. ನಾರಾಯಣನು ತನ್ನ ಭಕ್ತರಿಗೆ ತನ್ನ ಇರುವಿಕೆಯ ಅರಿವಿಲ್ಲದೆ ಉಪಕಾರ ಮಾಡಿದಂತೆಯೇ, ನಾನು ಪಾಠವನ್ನು ಸ್ಪಷ್ಟವಾಗಿ ಹೇಳದೆ ನಿಮಗೆ ಸತ್ಯವನ್ನು ಸಾಕ್ಷಾತ್ಕರಿಸಲು ಪ್ರಯತ್ನಿಸಿದ ಒಂದು ಕಥೆ. ನಾನು ನಿಮ್ಮನ್ನು ನಾಶವಾಗದವರಂತೆ ಕಾಣುವಂತೆ ಮಾಡಲು ಪ್ರಯತ್ನಿಸಿದೆ: ನಿಮ್ಮ ಬಗ್ಗೆ ಸತ್ಯವನ್ನು ನೀವು ತಿಳಿದುಕೊಳ್ಳಬೇಕೆಂದು ನಾನು ಬಯಸುತ್ತೇನೆ."

ಪ್ರಾಚೀನಬರ್ಹಿಸ ಹೇಳಿದರು: "ದಯವಿಟ್ಟು ಅದನ್ನು ಇನ್ನಷ್ಟು ಸಂಪೂರ್ಣವಾಗಿ ವಿವರಿಸಿ, ಸ್ವಾಮಿ. ನನ್ನಂತಹ ಸಾಮಾನ್ಯ ಮನುಷ್ಯರು ಸತ್ಯವನ್ನು ಅಷ್ಟು ಸುಲಭವಾಗಿ ಗ್ರಹಿಸಲು ಸಾಧ್ಯವಿಲ್ಲ. ಕಥೆಯ ಅರ್ಥವನ್ನು ಮತ್ತೊಮ್ಮೆ ಸ್ಪಷ್ಟವಾಗಿ ಹೇಳು."

ನಾರದನು ಹೇಳಿದರು: "ನಾನು ಖಂಡಿತವಾಗಿಯೂ ಹಾಗೆ ಮಾಡುತ್ತೇನೆ. ನಾನು ನಿಮಗೆ ಬ್ರಹ್ಮವಿದ್ಯೆಯನ್ನು ಕಲಿಸುವ ಉದ್ದೇಶದಿಂದ ನಿಮ್ಮ ಬಳಿಗೆ ಬಂದಿದ್ದೇನೆ. ನೀವು ಅದರ ಬಗ್ಗೆ ಇನ್ನಷ್ಟು ತಿಳಿದುಕೊಳ್ಳಲು ನನಗೆ ಸಂತೋಷವಾಗಿದೆ. ನನ್ನ ಮಾತನ್ನು ಎಚ್ಚರಿಕೆಯಿಂದ ಆಲಿಸಿ. ನಾನು ಪುರಂಜನ

ಪದದಿಂದ ಪ್ರಾರಂಭಿಸುತ್ತೇನೆ.

"ಹಾಗಾಗಿ, ಪುರಂಜನನು ದೇಹದಲ್ಲಿ ನೆಲೆಸಿರುವ ಆತ್ಮ. ಅವನಲ್ಲಿರುವ ದೈವತ್ವವು ಕಾಣುವುದಿಲ್ಲ ಆದರೆ ಅವನನ್ನು ಸರಿಯಾದ ಮಾರ್ಗದರ್ಶನ ಮಾಡಲು ಯಾವಾಗಲೂ ಇರುತ್ತದೆ. ಅದು ಅವಿಜ್ಞಾತ.

"ಪ್ರಾರಂಭದಲ್ಲಿ, ಪ್ರಳಯದ ನಂತರ ಬ್ರಹ್ಮನ ಹೊರತು ಬೇರೇನೂ ಇಲ್ಲದಿದ್ದಾಗ, ಪುರುಷನು ತಾನಾಗಿಯೇ ಇದ್ದನು. ಪುರುಷನ ಮಾಯೆಯಿಂದ ಬ್ರಹ್ಮಾಂಡದ ಅಭಿವ್ಯಕ್ತಿಯಾದ ನಂತರ ಪುರುಷನು ಪ್ರಕೃತಿಯೂ ಆದನು. ಪ್ರಕೃತಿಯಿಂದ ಅದರ ಇನ್ನೊಂದು ರೂಪವು ಬಂದಿತು: ಮಹತ್ ತತ್ತ್ವವು ಅಹಮತತ್ವವಾಯಿತು, ನಂತರ ಜೀವಾತ್ಮವು ಪ್ರಕಟವಾಯಿತು. "ಜೀವಾತ್ಮನು ಪ್ರಕ್ಷುಬ್ಧನಾದನು ಮತ್ತು ವಸ್ತುಗಳ ಪ್ರಪಂಚವನ್ನು ಅನುಭವಿಸಲು ಬಯಸಿದನು. ನಂತರ ಅವನು ಒಂಬತ್ತು ದ್ವಾರಗಳಿಂದ ಮಾಡಲ್ಪಟ್ಟ ಮಾನವ ದೇಹವನ್ನು ಪ್ರವೇಶಿಸಿದನು: ಎರಡು ಕಣ್ಣುಗಳು, ಎರಡು ಮೂಗಿನ ಹೊಳ್ಳೆಗಳು, ಎರಡು ಕಿವಿಗಳು, ಬಾಯಿ ಮತ್ತು ಎರಡು ವಿಸರ್ಜನಾ ಅಂಗಗಳು. ಜೀವಾತ್ಮನು ಮನಸ್ಸಿನೊಂದಿಗೆ ಸಂಯೋಜಿತವಾಗಿ ತನಗೆ ತಿಳಿಸಲಾದ ಪ್ರಾಪಂಚಿಕ ವಸ್ತುಗಳನ್ನು ಜ್ಞಾನೇಂದ್ರಿಯಗಳ ಮೂಲಕ ಅನುಭವಿಸಲು ಸಾಧ್ಯವಾಗುತ್ತದೆ, ಈ ಆನಂದದ ಪ್ರಕ್ರಿಯೆಗೆ ಮನಸ್ಸು ಅವಶ್ಯಕವಾಗಿದೆ, ಈಗ ನೀವು ಭೋಗಾವತಿ ಎಂಬ ಹೆಸರಿನಿಂದ ನಗರದ ಸಾದೃಶ್ಯವನ್ನು ಅರ್ಥಮಾಡಿಕೊಳ್ಳಲು ಸಾಧ್ಯವಾಗುತ್ತದೆ. ದೇಹವೇ ಭೋಗವತಿ, ಸಕಲ ಭೋಗದ ತವರೂರು, ಪುರಂಜನಿಗೆ ಪ್ರಾಪಂಚಿಕ ಸುಖವನ್ನು ಅನುಭವಿಸಲು ಸಹಾಯ ಮಾಡಿದ ಪುರಂಜನಿಯು ಮನಸ್ಸು, ಬುದ್ಧಿ ಎಂದು ಕರೆಯುತ್ತಾರೆ, ಅವಳೊಂದಿಗೆ ಇದ್ದ ಹತ್ತು ಪರಿಚಾರಕರು ಹತ್ತು ಇಂದ್ರಿಯಗಳು: ಜ್ಞಾನೇಂದ್ರಿಯಗಳು ಮತ್ತು ಕರ್ಮೇಂದ್ರಿಯಗಳು ಮತ್ತು ಈ ಇಂದ್ರಿಯಗಳ ಅನೇಕ ಕಾರ್ಯಗಳು ಹತ್ತು ಪುರುಷರ ನೂರಾರು ಸ್ತ್ರೀ ಪರಿಚಾರಕರು. ಐದು ತಲೆಗಳನ್ನು ಹೊಂದಿರುವ ಹಾವು ಪ್ರಾಣ, ಜೀವನದ ಉಸಿರು ಮತ್ತು ಐದು ತಲೆಗಳು ಅದರ ಐದು ವ್ಯತ್ಯಾಸಗಳಾಗಿವೆ: ಪ್ರಾಣ, ಅಪಾನ, ವ್ಯಾನ, ಉದಾನ ಮತ್ತು ಸಮಾನ. ಜೀವಾತ್ಮ ಒಂಬತ್ತು ಗ್ರಹಿಕೆ ಸಾಧನಗಳ ಸಹಾಯದಿಂದ ಪ್ರಪಂಚದ ವಿಷಯಗಳನ್ನು ಆನಂದಿಸಲು ಬಯಸುತ್ತದೆ: ಕಣ್ಣುಗಳು, ಕಿವಿಗಳು, ಇತ್ಯಾದಿ, ಮತ್ತು ಅದಕ್ಕಾಗಿಯೇ ಒಂಬತ್ತು ದ್ವಾರಗಳು ನಗರಕ್ಕೆ ಕರೆದೊಯ್ಯುತ್ತವೆ ಅಥವಾ ಹೊರಗೆ ಹೋಗುವ ನಗರ ಎಂದು ಹೇಳಲಾಗುತ್ತದೆ.

ಮನಸ್ಸು ವಸ್ತುಗಳ ಪ್ರಪಂಚದ ಮೇಲೆ ಬಾಗಿದ್ದಾಗ ಮತ್ತು ಅವುಗಳನ್ನು ಆನಂದಿಸುವಾಗ ಆತ್ಮವು ಅದರೊಂದಿಗೆ ಅಂಟಿಕೊಂಡಿರುವುದರಿಂದ ಆತ್ಮವೂ ಅದನ್ನೇ ಮಾಡಬೇಕು. ಅದಕ್ಕಾಗಿಯೇ ನಾನು ಹೇಳಿದ್ದೇನೆ ಪುರಂಜನನು ಮಹಿಳೆ ಮಾಡಿದ್ದನ್ನೆಲ್ಲಾ ಮಾಡಿದನು. ಅವನು ತನ್ನನ್ನು ಕಳೆದುಕೊಂಡನು. ಗುರುತು, ಅರ್ಥ, ಅವನು ತನ್ನ ನೈಜ ಸ್ವಭಾವವನ್ನು ಮರೆತಿದ್ದನು.

"ಪುರಂಜನನು ಪುರಂಜನಿಯನ್ನು ಭೇಟಿಯಾದ ಭೋಗಾವತಿ ನಗರದ ಸುತ್ತಲಿನ ಉದ್ಯಾನವು ಇಂದ್ರಿಯಗಳನ್ನು ತೃಪ್ತಿಪಡಿಸುವ ವಸ್ತುಗಳ ಪ್ರಪಂಚವಾಗಿದೆ. ಜೀವಾತ್ಮವು ಮನಸ್ಸಿನೊಂದಿಗೆ ತೊಡಗಿಸಿಕೊಂಡಾಗ, ಬುದ್ಧಿ, ಅವನ ಬಯಕೆಯು ವಸ್ತುಗಳ ಪ್ರಪಂಚದ ಅನ್ವೇಷಣೆ ಮತ್ತು ಪಡೆಯಬೇಕಾದ ಆನಂದವಾಗಿದೆ.ಅದರಿಂದ ಇಂದ್ರಿಯಗಳ ಸಹಾಯದಿಂದ ಅವನು ತೊಡಗಿಸಿಕೊಂಡಿದ್ದಾನೆ ಎಂದು ಹೇಳಿದರು.ಜೀವಾತ್ಮದ ನೈಜ ಸ್ವರೂಪವು ಮಾಯೆಯಲ್ಲಿ ಆವರಿಸುತ್ತದೆ ಮತ್ತು ಅವನು ಪ್ರಪಂಚದ ನೋವು ಮತ್ತು ಸಂತೋಷಗಳನ್ನು ಅನುಭವಿಸುತ್ತಾನೆ.

ಭೋಗವತಿ ನಗರದಲ್ಲಿ ಮಹಿಳೆಯೊಂದಿಗೆ ಕಳೆಯಲು ಅವನಿಗೆ ಅನುಮತಿಸಲಾದ ನೂರು ವರ್ಷಗಳು ಪುರುಷನಿಗೆ ನೀಡಿದ ಜೀವಿತಾವಧಿಯಾಗಿದೆ. ಚಂದವೇಗವು ನಿರ್ದಯವಾಗಿ ಚಲಿಸುವ ಸಮಯವಾಗಿದೆ: ಮತ್ತು ಮುನ್ನೂರ ಅರವತ್ತು ಗಂಧರ್ವರು ವರ್ಷದ ದಿನಗಳು ಮತ್ತು ಕತ್ತಲೆಯಾದ ಪ್ರತಿರೂಪಗಳು, ಮಹಿಳೆಯರು ರಾತ್ರಿಗಳು. ಅವರು ದೇಹವನ್ನು ಸುತ್ತುವರೆದಿದ್ದಾರೆ ಮತ್ತು ಅವರೊಂದಿಗೆ ಹೋರಾಡಲು ಬಯಸುವ ಮನುಷ್ಯನನ್ನು ಯಾವುದೇ ಪರಿಗಣನೆಯಿಲ್ಲದೆ ಒಬ್ಬರ ಜೀವನವನ್ನು ತಿನ್ನುತ್ತಾರೆ: ಅವರನ್ನು ಹಿಡಿದಿಟ್ಟುಕೊಳ್ಳಲು, ಜರಾ ವೃದ್ಧಾಪ್ಯದ ಆಗಮನದೊಂದಿಗೆ ಪ್ರಾರಂಭವಾಗುವ ಕೊಳೆತ. ಸ್ವಾಭಾವಿಕವಾಗಿ ಜರಾಗೆ ಎಲ್ಲೂ ಸ್ವಾಗತವಿಲ್ಲ ಮತ್ತು ಅವಳು ಸಾವಿನೊಂದಿಗೆ ಸೇರಿಕೊಳ್ಳುವುದು ಸಹಜ. ಮರಣವನ್ನು ಯವನೇಶ್ವರ ಎಂದು ಕರೆಯಲಾಗುತ್ತದೆ. ಯವನರು ಮನಸ್ಸಿನ ಮತ್ತು ದೇಹದ ರೋಗಗಳು. ಪ್ರಜ್ವರ ಎಂದರೆ ಜ್ವರ, ಬಾಧೆ, ಅದು ಸಾವನ್ನು ತ್ವರಿತಗೊಳಿಸುತ್ತದೆ. ಆದ್ದರಿಂದ ಆತ್ಮನು ದೇಹ ಮತ್ತು ಮನಸ್ಸಿನಿಂದ ಮಾಡಲ್ಪಟ್ಟ ಸಾಧನದಿಂದ ನಿಯಮಿತವಾದಾಗ, ಅದು "ನಾನು" ಮತ್ತು "ನನ್ನದು" ಎಂಬ ಗುಣಗಳನ್ನು ಅಭಿವೃದ್ಧಿಪಡಿಸುತ್ತದೆ, ಇವುಗಳೊಂದಿಗೆ ಮನಸ್ಸಿನಲ್ಲಿ ಪ್ರವೇಶಿಸಿದಾಗ ದೇಹವು ಅನುಭವಿಸುವ ಅನೇಕ ನೋವುಗಳು ಮತ್ತು ಜೀವಾತ್ಮವೂ ಸಹ ಬರುತ್ತದೆ. ಅದು ದೇಹ, ಅದರ

ಸುಖಗಳು ಮತ್ತು ಅದರ ನೋವುಗಳೊಂದಿಗೆ ತೊಡಗಿಸಿಕೊಂಡಿದೆ.

ಹಾಗಾದರೆಇದಕ್ಕೆ ಮದ್ದು ಏನು? ಮನುಷ್ಯನು ಕನಸು ಕಾಣುತ್ತಾನೆ ಮತ್ತು ಅವನ ಕನಸಿನ ಸಮಯದಲ್ಲಿ ಅವನು ಆ ಕನಸಿನ ಪ್ರಪಂಚದ ಎಲ್ಲಾ ಭಾವನೆಗಳು, ಸಂತೋಷಗಳು ಮತ್ತು ದುಃಖಗಳಿಗೆ ಒಳಗಾಗುತ್ತಾನೆ. ಅವನು ತನ್ನನ್ನು ತಾನು ಕನಸು ಕಾಣುವ ಮನುಷ್ಯನೊಂದಿಗೆ ಗುರುತಿಸಿಕೊಂಡಿದ್ದಾನೆ ಮತ್ತು ಸ್ವಾಭಾವಿಕವಾಗಿ ಒಬ್ಬರ ಸಂಕಟಗಳು ಇನ್ನೊಬ್ಬರ ಸಂಕಟಗಳಾಗಿವೆ. ಕನಸುಗಾರ ಎಚ್ಚರಗೊಳ್ಳುವವರೆಗೂ ಈ ಸ್ಥಿತಿಯು ಮುಂದುವರಿಯುತ್ತದೆ. ಅವನು ಎಚ್ಚರಗೊಂಡ ಕ್ಷಣದಲ್ಲಿ, ಕನಸುಗಾರನಿಗೆ ತಾನು ಅನುಭವಿಸಿದ್ದೆಲ್ಲವೂ ನಿಜವಲ್ಲ ಎಂದು ತಿಳಿಯುತ್ತದೆ: ಇದು ಕನಸಿನ ಸ್ಥಿತಿಯಿಂದ ಕಲ್ಪಿಸಲ್ಪಟ್ಟಿದೆ ಮತ್ತು ಅವನು ಎಚ್ಚರವಾಗಿರುವ ಕಾರಣ ಅವುಗಳನ್ನು ಅನುಭವಿಸಬೇಕಾಗಿಲ್ಲ. ಅವನ ಕನಸಿನ ಬಗ್ಗೆ ಅವನಿಗೆ ಸತ್ಯ ತಿಳಿದಿದೆ. ಆದರೆ, ಅವನು ಎಚ್ಚರಗೊಳ್ಳದ ಹೊರತು ಮತ್ತು ಅವನು ಏಳುವವರೆಗೂ, ಅದು ಸುಳ್ಳು ಎಂದು ಅವನಿಗೆ ಮನವರಿಕೆ ಮಾಡಲು ಯಾರಿಂದಲೂ ಸಾಧ್ಯವಿಲ್ಲ: ಕನಸಿನ ಪ್ರಪಂಚವು ಅಸ್ತಿತ್ವದಲ್ಲಿಲ್ಲ. ಕನಸುಗಾರನು ತಾನು ಕನಸು ಕಾಣುತ್ತಿದ್ದೇನೆ ಎಂದು ಅರಿತುಕೊಳ್ಳಲು ಎಚ್ಚರಗೊಳ್ಳಬೇಕು. ಹಾಗಿದ್ದರೂ, ದೇಹ ಮತ್ತು ಮನಸ್ಸಿನೊಂದಿಗೆ ಜೀವಾತ್ಮದ ಒಳಗೊಳ್ಳುವಿಕೆ ಕನಸಿನಂತೆ. ಯಾವುದೇ ಬೌದ್ಧಿಕ ವಾದಗಳು ಅವನ ನೋವುಗಳೆಲ್ಲವೂ ಸುಳ್ಳು ಎಂದು ಅವನಿಗೆ ಮನವರಿಕೆ ಮಾಡಲು ಸಾಧ್ಯವಿಲ್ಲ, ಅವನು ತನ್ನ ಬಗ್ಗೆ ಸತ್ಯವನ್ನು ಅರಿತುಕೊಳ್ಳಲು ಈ ಕನಸಿನಿಂದ ಎಚ್ಚರಗೊಳ್ಳಬೇಕು.

5

ಭೌತಿಕವಾದಿ ಮತ್ತು ಆಧ್ಯಾತ್ಮಿಕ ಗುರುಗಳ ನಡುವೆ ಸಂಭಾಷಣೆಗಳು

<u>ಭೌತಿಕವಾದಿ:-</u> ಇತರ ಪ್ರಾಣಿಗಳಿಗಿಂತ ಮನುಷ್ಯನಿಗೆ ಬದುಕಲು ಏಕೆ ಉತ್ತಮ ಅವಕಾಶವನ್ನು ನೀಡಲಾಗಿದೆ?

<u>ಆಧ್ಯಾತ್ಮಿಕ ಗುರು:-</u> ಸಾಮಾನ್ಯ ಗುಮಾಸ್ತರಿಗಿಂತ ಉನ್ನತ ಹುದ್ದೆಯಲ್ಲಿರುವ ಸರ್ಕಾರಿ ಅಧಿಕಾರಿಗೆ ನೆಮ್ಮದಿಯ ಜೀವನಕ್ಕಾಗಿ ಉತ್ತಮ ಸೌಲಭ್ಯಗಳನ್ನು ಏಕೆ ನೀಡಲಾಗುತ್ತದೆ? ಉತ್ತರ ತುಂಬಾ ಸರಳವಾಗಿದೆ: ಪ್ರಮುಖ ಅಧಿಕಾರಿ ಸಾಮಾನ್ಯ ಗುಮಾಸ್ತರಿಗಿಂತ ಹೆಚ್ಚು ಜವಾಬ್ದಾರಿಯುತ ಸ್ವಭಾವದ ಕರ್ತವ್ಯಗಳನ್ನು ನಿರ್ವಹಿಸಬೇಕು. ಅದೇ ರೀತಿ ಹಸಿದ ಹೊಟ್ಟೆಯನ್ನು ತುಂಬುವುದರಲ್ಲಿ ಸದಾ ನಿರತರಾಗಿರುವ ಪ್ರಾಣಿಗಳಿಗಿಂತಲೂ ಹೆಚ್ಚಿನ ಕರ್ತವ್ಯವನ್ನು ಮನುಷ್ಯ ನಿರ್ವಹಿಸಬೇಕಾಗುತ್ತದೆ. ಹಂದಿ ಅಥವಾ ನಾಯಿಯಂತೆ ಕಷ್ಟಪಟ್ಟು ಕೆಲಸ ಮಾಡಲು ಮಾತ್ರವಲ್ಲದೆ ಜೀವನದ ಅತ್ಯುನ್ನತ ಪರಿಪೂರ್ಣತೆಯನ್ನು ಸಾಧಿಸಲು ನಮಗೆ ಈ ಮಾನವ ರೂಪವನ್ನು ನೀಡಲಾಗಿದೆ. ನಾವು ಆ ಪರಿಪೂರ್ಣತೆಯನ್ನು ಬಯಸದಿದ್ದರೆ, ನಾವು ತುಂಬಾ ಕಷ್ಟಪಟ್ಟು ಕೆಲಸ ಮಾಡಬೇಕಾಗುತ್ತದೆ, ಏಕೆಂದರೆ ನಾವು ಪ್ರಕೃತಿಯ ನಿಯಮಗಳಿಂದ ಒತ್ತಾಯಿಸಲ್ಪಡುತ್ತೇವೆ. ಕಲಿಯುಗದ (ಈಗಿನ ಯುಗ) ಕೊನೆಯ ದಿನಗಳಲ್ಲಿ ಪುರುಷರು ಕೇವಲ ಒಂದು ತುಂಡು ಬ್ರೆಡ್‌ಗಾಗಿ ಕತ್ತೆಗಳಂತೆ

ಕಷ್ಟಪಡಬೇಕಾಗುತ್ತದೆ. ಈ ಪ್ರಕ್ರಿಯೆಯು ಈಗಾಗಲೇ ಪ್ರಾರಂಭವಾಗಿದೆ ಮತ್ತು ಪ್ರತಿ ವರ್ಷ ಕಡಿಮೆ ವೇತನಕ್ಕಾಗಿ ಕಠಿಣ ಪರಿಶ್ರಮದ ಅವಶ್ಯಕತೆ ಹೆಚ್ಚಾಗುತ್ತದೆ. ಮಾನವ ದೇಹವು ನಾವು ಶಾಶ್ವತ ಜೀವನವನ್ನು ತಲುಪುವ ಅತ್ಯುತ್ತಮ ವಾಹನವಾಗಿದೆ. ಭೌತಿಕ ಅಸ್ತಿತ್ವವಾದ ಅಜ್ಞಾನದ ಸಾಗರವನ್ನು ದಾಟಲು ಇದು ಅಪರೂಪದ ಮತ್ತು ಬಹಳ ಮುಖ್ಯವಾದ ದೋಣಿಯಾಗಿದೆ. ಈ ದೋಣಿಯಲ್ಲಿ ಪರಿಣಿತ ನಾವಿಕ, ಆಧ್ಯಾತ್ಮಿಕ ಗುರುಗಳ ಸೇವೆ ಇದೆ. ದೈವಿಕ ಅನುಗ್ರಹದಿಂದ, ದೋಣಿ ಅನುಕೂಲಕರವಾದ ಗಾಳಿಯಲ್ಲಿ ನೀರನ್ನು ಓಡಿಸುತ್ತದೆ. ಈ ಎಲ್ಲಾ ಮಂಗಳಕರ ಅಂಶಗಳೊಂದಿಗೆ, ಅಜ್ಞಾನದ ಸಾಗರವನ್ನು ದಾಟಲು ಯಾರು ಅವಕಾಶವನ್ನು ತೆಗೆದುಕೊಳ್ಳುವುದಿಲ್ಲ? ಈ ಒಳ್ಳೆಯ ಅವಕಾಶವನ್ನು ನಿರ್ಲಕ್ಷಿಸಿದರೆ, ಅವನು ಆತ್ಮಹತ್ಯೆ ಮಾಡಿಕೊಳ್ಳುತ್ತಾನೆ ಎಂದು ತಿಳಿಯಬೇಕು. ರೈಲಿನ ಪ್ರಥಮ ದರ್ಜೆ ಕೋಚ್‌ನಲ್ಲಿ ಖಂಡಿತವಾಗಿಯೂ ಹೆಚ್ಚಿನ ಸೌಕರ್ಯವಿದೆ, ಆದರೆ ರೈಲು ತನ್ನ ಗಮ್ಯಸ್ಥಾನದ ಕಡೆಗೆ ಚಲಿಸದಿದ್ದರೆ, ಏನು ಪ್ರಯೋಜನ? ಸಮಕಾಲೀನ ನಾಗರಿಕತೆಯು ಭೌತಿಕ ದೇಹವನ್ನು ಆರಾಮದಾಯಕವಾಗಿಸುವಲ್ಲಿ ಹೆಚ್ಚು ಕಾಳಜಿ ವಹಿಸುತ್ತದೆ. ನಾವು ಆರಾಮದಾಯಕವಾಗಿ ಕುಳಿತುಕೊಳ್ಳಬಾರದು; ನಮ್ಮ ವಾಹನವು ಅದರ ನೈಜ ಗಮ್ಯಸ್ಥಾನದ ಕಡೆಗೆ ಚಲಿಸುತ್ತಿದೆಯೇ ಅಥವಾ ಇಲ್ಲವೇ ಎಂಬುದನ್ನು ನಾವು ನೋಡಬೇಕು. ಕಳೆದುಹೋದ ನಮ್ಮ ಆಧ್ಯಾತ್ಮಿಕ ಗುರುತನ್ನು ಮರಳಿ ಪಡೆಯುವ ಜೀವನದ ಪ್ರಮುಖ ಅಗತ್ಯವನ್ನು ಮರೆತುಬಿಡುವ ವೆಚ್ಚದಲ್ಲಿ ಭೌತಿಕ ದೇಹವನ್ನು ಆರಾಮದಾಯಕವಾಗಿಸುವಲ್ಲಿ ಯಾವುದೇ ಅಂತಿಮ ಪ್ರಯೋಜನವಿಲ್ಲ. ಮಾನವ ಜೀವನದ ದೋಣಿಯನ್ನು ಅದು ಆಧ್ಯಾತ್ಮಿಕ ಗಮ್ಯಸ್ಥಾನದ ಕಡೆಗೆ ಚಲಿಸುವ ರೀತಿಯಲ್ಲಿ ನಿರ್ಮಿಸಲಾಗಿದೆ. ಪ್ರತಿಯೊಬ್ಬರ ಹೃದಯದಲ್ಲಿ ಭಗವಂತನಪ್ರಜ್ಞೆಯು ಸುಪ್ತವಾಗಿರುತ್ತದೆ ಮತ್ತು ಭಕ್ತರ ಸಂಪರ್ಕಕ್ಕೆ ಬಂದಾಗ ಅದು ಜಾಗೃತಗೊಳ್ಳುತ್ತದೆ. ಭಗವಂತನಪ್ರಜ್ಞೆ ಕೃತಕವಲ್ಲ. ಒಬ್ಬ ಚಿಕ್ಕ ಹುಡುಗ ತನ್ನ ಒಡನಾಟದಲ್ಲಿರುವ ಹುಡುಗಿಯ ಮೇಲೆ ತನ್ನ ಸ್ವಾಭಾವಿಕ ಆಕರ್ಷಣೆಯನ್ನು ಹೇಗೆ ಜಾಗೃತಗೊಳಿಸುತ್ತಾನೆ, ಅದೇ ರೀತಿ, ಭಕ್ತರ ಸಹವಾಸದಲ್ಲಿ ಒಬ್ಬನು ಭಗವಂತನ ಬಗ್ಗೆ ಕೇಳಿದರೆ, ಅವನು ತನ್ನನ್ನು ಜಾಗೃತಗೊಳಿಸುತ್ತಾನೆ.

<u>ಭೌತಿಕವಾದಿ:-</u> ಎಲ್ಲಾ ಧರ್ಮಗಳಲ್ಲಿ ಭಗವಂತನ ಪ್ರಜ್ಞೆಯ ವಿಶಿಷ್ಟತೆ ಏನು?

<u>ಆಧ್ಯಾತ್ಮಿಕ ಗುರು:-</u> ಪ್ರಾಥಮಿಕವಾಗಿ, ಧರ್ಮ ಎಂದರೆ ದೇವರನ್ನು ತಿಳಿದುಕೊಳ್ಳುವುದು ಮತ್ತು ಆತನನ್ನು ಪ್ರೀತಿಸುವುದು. ಅದು ಧರ್ಮ. ಇತ್ತೀಚಿನ ದಿನಗಳಲ್ಲಿ, ತರಬೇತಿಯ ಕೊರತೆಯಿಂದಾಗಿ ,ಯಾರೂ ದೇವರನ್ನು ತಿಳಿದಿಲ್ಲ,

ಅವನನ್ನು ಪ್ರೀತಿಸುವ ಬಗ್ಗೆ ಏನು ಮಾತನಾಡಬೇಕೆಂದು ತಿಳಿದಿಲ್ಲ. ಜನರು ಕೇವಲ ಚರ್ಚ್‌ಗ್ರ,ಮಂದಿರ, ಹೋಗಿ ಪ್ರಾರ್ಥಿಸುತ್ತಾ ತೃಪ್ತರಾಗುತ್ತಾರೆ, "ಓ ದೇವರೇ, ನಮಗೆ ನಿತ್ಯದ ಅನ್ನವನ್ನು ಕೊಡು. ಶ್ರೀಮದ್ ಭಾಗವತದಲ್ಲಿ ಇದನ್ನು ಮೋಸ ಮಾಡುವ ಧರ್ಮ ಎಂದು ಕರೆಯಲಾಗುತ್ತದೆ, ಏಕೆಂದರೆ ಇದು ದೇವರನ್ನು ತಿಳಿದುಕೊಳ್ಳುವುದು ಮತ್ತು ಪ್ರೀತಿಸುವುದು ಗುರಿಯಲ್ಲ, ಆದರೆ ಕೆಲವು ವೈಯಕ್ತಿಕ ಲಾಭವನ್ನು ಗಳಿಸುವುದು. ನಾನು ಕೆಲವು ಧರ್ಮವನ್ನು ಅನುಸರಿಸುತ್ತೇನೆ ಎಂದು ಪ್ರತಿಪಾದಿಸಿದರೆ ಆದರೆ ನನಗೆ ದೇವರು ಯಾರು ಅಥವಾ ಅವನನ್ನು ಹೇಗೆ ಪ್ರೀತಿಸಬೇಕು ಎಂದು ನನಗೆ ತಿಳಿದಿಲ್ಲ, ನಾನು ಮೋಸ ಮಾಡುವ ಧರ್ಮವನ್ನು ಆಚರಿಸುತ್ತಿದ್ದೇನೆ. ಧರ್ಮಕ್ಕೆ ಸಂಬಂಧಿಸಿದಂತೆ, ದೇವರನ್ನು ಅರ್ಥಮಾಡಿಕೊಳ್ಳಲು ಸಾಕಷ್ಟು ಅವಕಾಶವನ್ನು ನೀಡಲಾಗುತ್ತದೆ, ಆದರೆ ಉದಾಹರಣೆಗೆ, "ನೀನು ಕೊಲ್ಲಬೇಡ" ಎಂಬ ಆಜ್ಞೆಯನ್ನು ಹೊಂದಿದೆ, ಆದರೆ ಪ್ರಪಂಚದ ಅತ್ಯುತ್ತಮ ಕಸಾಯಿಖಾನೆಗಳನ್ನು ನಿರ್ಮಿಸಿದ್ದಾರೆ. ಆದರೆ ಪ್ರತಿ ಧರ್ಮದಲ್ಲಿ, "ಹಿಂದೂ," "ಮುಸ್ಲಿಂ," ಅಥವಾ "ಕ್ರಿಶ್ಚಿಯನ್" ಎಂಬ ಶೀರ್ಷಿಕೆಯು ಕೇವಲ ರಬ್ಬರ್ ಸ್ಟಾಂಪ್ ಆಗಿದೆ. ಅವರಲ್ಲಿ ಯಾರಿಗೂ ದೇವರು ಯಾರು ಮತ್ತು ಅವನನ್ನು ಹೇಗೆ ಪ್ರೀತಿಸಬೇಕು ಎಂದು ತಿಳಿದಿಲ್ಲ.

ಯಾರು ದೇವರನ್ನು ತಿಳಿದುಕೊಳ್ಳುವುದು ಮತ್ತು ಆತನನ್ನು ಪ್ರೀತಿಸುವುದು ಹೇಗೆ ಎಂದು ಕಲಿಸುತ್ತಾರೋ ಅವರು ಆಧ್ಯಾತ್ಮಿಕ ಗುರು. ಕೆಲವೊಮ್ಮೆ ಬೋಗಸ್ ಗುರುಗಳು ಜನರನ್ನು ದಾರಿ ತಪ್ಪಿಸುತ್ತಾರೆ. "ನಾನು ದೇವರು" ಎಂದು ಅವರು ಹೇಳಿಕೊಳ್ಳುತ್ತಾರೆ ಮತ್ತು ದೇವರು ಏನೆಂದು ತಿಳಿದಿಲ್ಲದ ಜನರು ಅವರನ್ನು ನಂಬುತ್ತಾರೆ. ದೇವರು ಯಾರು ಮತ್ತು ಆತನನ್ನು ಹೇಗೆ ಪ್ರೀತಿಸಬೇಕು ಎಂಬುದನ್ನು ಅರ್ಥಮಾಡಿಕೊಳ್ಳಲು ನೀವು ಗಂಭೀರ ವಿದ್ಯಾರ್ಥಿಯಾಗಿರಬೇಕು. ಇಲ್ಲದಿದ್ದರೆ, ನೀವು ನಿಮ್ಮ ಸಮಯವನ್ನು ವ್ಯರ್ಥ ಮಾಡುತ್ತೀರಿ. ಆದ್ದರಿಂದ ಇತರರ ಮತ್ತು ನಮ್ಮ ನಡುವಿನ ವ್ಯತ್ಯಾಸವೆಂದರೆ ದೇವರನ್ನು ಹೇಗೆ ತಿಳಿಯುವುದು ಮತ್ತು ಆತನನ್ನು ಹೇಗೆ ಪ್ರೀತಿಸುವುದು ಎಂಬುದನ್ನು ವಾಸ್ತವವಾಗಿ ಕಲಿಸುವ ಏಕೈಕ ಚಳುವಳಿ ಭಗವದ್ಗೀತೆ ಮತ್ತು ಶ್ರೀಮದ್ ಭಾಗವತದ ಬೋಧನೆಗಳನ್ನು ಅಭ್ಯಾಸ ಮಾಡುವ ಮೂಲಕ ಪರಮಾತ್ಮನ ಪರಮ ಪುರುಷನಾದ ಕೃಷ್ಣನನ್ನು ಹೇಗೆ ತಿಳಿಯಬಹುದು ಎಂಬ ವಿಜ್ಞಾನವನ್ನು ನಾವು ಪ್ರಸ್ತುತಪಡಿಸುತ್ತಿದ್ದೇವೆ. ದೇವರನ್ನು ಪ್ರೀತಿಸುವುದು ನಮ್ಮ ಏಕೈಕ ಕೆಲಸ ಎಂದು ಅವರು ನಮಗೆ ಕಲಿಸುತ್ತಾರೆ. ನಮ್ಮ ಕೆಲಸವು ನಮ್ಮ ಅಗತ್ಯಗಳಿಗಾಗಿ ದೇವರನ್ನು ಕೇಳುವುದಲ್ಲ. ಧರ್ಮವಿಲ್ಲದವರಿಗೂ ದೇವರು ಎಲ್ಲರಿಗೂ

ಅಗತ್ಯಗಳನ್ನು ನೀಡುತ್ತಾನೆ. ಉದಾಹರಣೆಗೆ, ಬೆಕ್ಕುಗಳು ಮತ್ತು ನಾಯಿಗಳಿಗೆ ಯಾವುದೇ ಧರ್ಮವಿಲ್ಲ, ಆದರೆ ಭಗವಂತ ಅವರಿಗೆ ಜೀವನದ ಅವಶ್ಯಕತೆಗಳನ್ನು ಪೂರೈಸುತ್ತಾನೆ. ಹಾಗಾದರೆ ನಾವು ನಮ್ಮ ದೈನಂದಿನ ಆಹಾರಕ್ಕಾಗಿ ಭಗವಂತನನನ್ನು ಏಕೆ ತೊಂದರೆಗೊಳಿಸಬೇಕು? ಅವನು ಈಗಾಗಲೇ ಅದನ್ನು ಪೂರೈಸುತ್ತಿದ್ದಾನೆ. ನಿಜವಾದ ಧರ್ಮ ಎಂದರೆ ಆತನನ್ನು ಪ್ರೀತಿಸುವುದು ಹೇಗೆಂದು ಕಲಿಯುವುದು.ಯಾವುದೇ ಉದ್ದೇಶವಿಲ್ಲದೆ ದೇವರನ್ನು ಹೇಗೆ ಪ್ರೀತಿಸಬೇಕೆಂದು ಪ್ರಥಮ ದರ್ಜೆ ಧರ್ಮವು ಕಲಿಸುತ್ತದೆ. ನಾನು ಸ್ವಲ್ಪ ಲಾಭಕ್ಕಾಗಿ ದೇವರಿಗೆ ಸೇವೆ ಸಲ್ಲಿಸಿದರೆ, ಅದು ವ್ಯಾಪಾರ-ಪ್ರೀತಿಯಲ್ಲ. ಒಬ್ಬನು ನಿಜವಾಗಿಯೂ ದೇವರನ್ನು ಪ್ರೀತಿಸಲು ಬಯಸಿದರೆ, ಯಾವುದೇ ಅಡ್ಡಿಯಿಲ್ಲ. ಒಬ್ಬನು ಬಡವನಾಗಿರಲಿ ಅಥವಾ ಶ್ರೀಮಂತನಾಗಿರಲಿ, ಯುವಕನಾಗಿರಲಿ ಅಥವಾ ಮುದುಕನಾಗಿರಲಿ, ಕಪ್ಪು ಅಥವಾ ಬಿಳಿಯನಾಗಿರಲಿ ಅವನನ್ನು ಪ್ರೀತಿಸಬಹುದು.

<u>**ಭೌತಿಕವಾದಿ:-**</u> ಎಲ್ಲಾ ಮಾರ್ಗಗಳು ಒಂದೇ ಅಂತ್ಯಕ್ಕೆ ಕಾರಣವಾಗುತ್ತವೆಯೇ?

ಆಧ್ಯಾತ್ಮಿಕ ಗುರು: ಇಲ್ಲ. ಪುರುಷರಲ್ಲಿ ನಾಲ್ಕು ವರ್ಗಗಳಿವೆ-ಕರ್ಮಿಗಳು, ಜ್ಞಾನಿಗಳು, ಯೋಗಿಗಳು ಮತ್ತು ಭಕ್ತರು ಮತ್ತು ಪ್ರತಿಯೊಬ್ಬರೂ ವಿಭಿನ್ನ ಗುರಿಯನ್ನು ಸಾಧಿಸುತ್ತಾರೆ. ಕರ್ಮಿಗಳು ಕೆಲವು ಭೌತಿಕ ಲಾಭಕ್ಕಾಗಿ ಕೆಲಸ ಮಾಡುತ್ತಾರೆ. ಉದಾಹರಣೆಗೆ, ನಗರದಲ್ಲಿ ಅನೇಕ ಜನರು ಹಗಲು ರಾತ್ರಿ ಕಷ್ಟಪಟ್ಟು ದುಡಿಯುತ್ತಾರೆ ಮತ್ತು ಅವರ ಉದ್ದೇಶವು ಸ್ವಲ್ಪ ಹಣವನ್ನು ಪಡೆಯುವುದು. ಹೀಗಾಗಿ, ಅವರು ಫಲಪ್ರದ ಕೆಲಸಗಾರರು ಅಥವಾ ಕರ್ಮಿಗಳು. ಜ್ಞಾನಿ ಎಂದರೆ "ನಾನೇಕೆ ಇಷ್ಟು ಕಷ್ಟಪಟ್ಟು ದುಡಿಯುತ್ತಿದ್ದೇನೆ? ಪಕ್ಷಿಗಳು, ಜೇನುನೊಣಗಳು, ಆನೆಗಳು ಮತ್ತು ಇತರ ಜೀವಿಗಳು ಯಾವುದೇ ವೃತ್ತಿಯನ್ನು ಹೊಂದಿಲ್ಲವಾದರೂ ಅವು ತಿನ್ನುತ್ತಿವೆ. ಹಾಗಿರುವಾಗ ನಾನೇಕೆ ಅನಾವಶ್ಯಕವಾಗಿ ಕಷ್ಟಪಡಬೇಕು, ಅದಕ್ಕಿಂತ ಹೆಚ್ಚಾಗಿ ಜೀವನ-ಜನ್ಮ, ಸಾವು, ವೃದ್ಧಾಪ್ಯ ಮತ್ತು ರೋಗಗಳ ಸಮಸ್ಯೆಗಳನ್ನು ಪರಿಹರಿಸಲು ಪ್ರಯತ್ನಿಸೋಣ." ಜ್ಞಾನಿಗಳು ಅಮರರಾಗಲು ಪ್ರಯತ್ನಿಸುತ್ತಾರೆ, ಅವರು ದೇವರ ಅಸ್ತಿತ್ವದಲ್ಲಿ ವಿಲೀನಗೊಂಡರೆ ಆಗ ಅವರು ದೇವರು ಆಗುತ್ತಾರೆ ಎಂದು ಭಾವಿಸುತ್ತಾರೆ. ಜನನ ಮರಣ, ವೃದ್ಧಾಪ್ಯ ಮತ್ತು ಕಾಯಿಲೆಗಳಿಂದ ನಿರೋಧಕವಾಗಿದೆ ಮತ್ತು ಯೋಗಿಗಳು ಅದ್ಭುತವಾದ ಪ್ರದರ್ಶನವನ್ನು ಪ್ರದರ್ಶಿಸಲು ಕೆಲವು ಅತೀಂದ್ರಿಯ ಶಕ್ತಿಯನ್ನು ಪಡೆಯಲು ಪ್ರಯತ್ನಿಸುತ್ತಾರೆ, ಉದಾಹರಣೆಗೆ, ಒಬ್ಬ ಯೋಗಿ ತುಂಬಾ

ಚಿಕ್ಕವನಾಗಬಹುದು: ನೀವು ಅವನನ್ನು ಬೀಗ ಹಾಕಿದ ಕೋಣೆಯಲ್ಲಿ ಇರಿಸಿದರೆ, ಅವನು ಯಾವುದೇ ಸ್ವಲ್ಪ ಜಾಗದ ಮೂಲಕ ಹೊರಬರಬಹುದು. ಈ ರೀತಿಯ ಮಾಂತ್ರಿಕತೆಯನ್ನು ತೋರಿಸುವುದರಿಂದ, ಯೋಗಿಗಳು ತಕ್ಷಣವೇ ಅದ್ಭುತ ವ್ಯಕ್ತಿ ಎಂದು ಸಹಜವಾಗಿ ಒಪ್ಪಿಕೊಂಡರು. ಕೆಲವು ಯೋಗಿಗಳು ಕೆಲವು ಜಿಮ್ನಾಸ್ಟಿಕ್ಸ್ ಅನ್ನು ಸರಳವಾಗಿ ತೋರಿಸುತ್ತಾರೆ,ಅವರಿಗೆ ನಿಜವಾದ ಶಕ್ತಿ ಇಲ್ಲ, ಆದರೆ ನಿಜವಾದ ಯೋಗಿಗೆ ಕೆಲವು ಶಕ್ತಿ ಇರುತ್ತದೆ, ಅದು ಆಧ್ಯಾತ್ಮಿಕವಲ್ಲ ಆದರೆ ಯೋಗಿಯು ಅತೀಂದ್ರಿಯ ಶಕ್ತಿಯನ್ನು ಬಯಸುತ್ತಾನೆ, ಜ್ಞಾನಿಯು ಜೀವನದ ದುಃಖದಿಂದ ಮೋಕ್ಷವನ್ನು ಬಯಸುತ್ತಾನೆ ಮತ್ತು ಕರ್ಮಿಯು ಭೌತಿಕ ಲಾಭವನ್ನು ಬಯಸುತ್ತಾನೆ, ಆದರೆ ಭಕ್ತನು ತನಗಾಗಿ ಏನನ್ನೂ ಬಯಸುವುದಿಲ್ಲ, ಅವನು ಕೇವಲ ಪ್ರೀತಿಯಿಂದ ದೇವರ ಸೇವೆಯನ್ನು ಬಯಸುತ್ತಾನೆ. ತಾಯಿ ತನ್ನ ಮಗುವಿಗೆ ಸೇವೆ ಸಲ್ಲಿಸುತ್ತಾಳೆ, ಅದರಲ್ಲಿ ಲಾಭದ ಪ್ರಶ್ನೆಯೇ ಇಲ್ಲ ತನ್ನ ಮಗುವಿಗೆ ಅವಳ ಸೇವೆ. ಶುದ್ಧ ವಾತ್ಸಲ್ಯ ಮತ್ತು ಪ್ರೀತಿಯಿಂದ, ಅವಳು ಅವನ ಬಗ್ಗೆ ಕಾಳಜಿ ವಹಿಸುತ್ತಾಳೆ. ನೀವು ದೇವರನ್ನು ಪ್ರೀತಿಸುವ ಈ ಹಂತಕ್ಕೆ ಬಂದಾಗ, ಅದು ಪರಿಪೂರ್ಣತೆ. ಕರ್ಮಿಯಾಗಲಿ, ಜ್ಞಾನಿಯಾಗಲಿ, ಯೋಗಿಯಾಗಲಿ ದೇವರನ್ನು-ಭಕ್ತ ಮಾತ್ರ ಅರಿಯಲು ಸಾಧ್ಯ. ಭಗವದ್ಗೀತೆಯಲ್ಲಿ (18.55) ಕೃಷ್ಣ ಹೇಳುವಂತೆ, ಭಕ್ತಿ ಮಾಮ್ ಅಭಿಜನ "ಭಕ್ತಿಯ ಪ್ರಕ್ರಿಯೆಯ ಮೂಲಕ ಮಾತ್ರ ಒಬ್ಬನು ದೇವರನ್ನು ಅರ್ಥಮಾಡಿಕೊಳ್ಳಬಹುದು." ಇತರ ಪ್ರಕ್ರಿಯೆಗಳಿಂದ ಒಬ್ಬನು ತನ್ನನ್ನು ಅರ್ಥಮಾಡಿಕೊಳ್ಳಬಹುದು ಎಂದು ಕೃಷ್ಣನು ಎಂದಿಗೂ ಹೇಳುವುದಿಲ್ಲ. ಭಕ್ತಿಯ ಮೂಲಕ ಮಾತ್ರ ನೀವು ದೇವರನ್ನು ತಿಳಿದುಕೊಳ್ಳಲು ಮತ್ತು ಆತನನ್ನು ಪ್ರೀತಿಸಲು ಆಸಕ್ತಿ ಹೊಂದಿದ್ದರೆ, ನೀವು ಭಕ್ತಿ ಪ್ರಕ್ರಿಯೆಯನ್ನು ಒಪ್ಪಿಕೊಳ್ಳಬೇಕು. ಬೇರೆ ಯಾವುದೇ ಪ್ರಕ್ರಿಯೆಯು ನಿಮಗೆ ಸಹಾಯ ಮಾಡುವುದಿಲ್ಲ.

ಭೌತಿಕವಾದಿ: ಭಗವಂತನಪ್ರಜ್ಞೆಯಿಂದ ಸಮಾಜದಲ್ಲಿ ಉತ್ತಮವಾಗಿ ಕಾರ್ಯನಿರ್ವಹಿಸಬಹುದೇ?

ಆಧ್ಯಾತ್ಮಿಕ ಗುರು:- ಹೌದು, ನನ್ನ ಶಿಷ್ಯರು ಕುಡುಕರು ಅಥವಾ ಮಾಂಸ ತಿನ್ನುವವರಲ್ಲ ಎಂದು ನೀವು ನೋಡಬಹುದು ಮತ್ತು ಶಾರೀರಿಕ ದೃಷ್ಟಿಕೋನದಿಂದ ಅವರು ತುಂಬಾ ಶುದ್ಧರಾಗಿದ್ದಾರೆ - ಅವರು ಎಂದಿಗೂ ಗಂಭೀರ ಕಾಯಿಲೆಗಳಿಂದ ಆಕ್ರಮಣಕ್ಕೆ ಒಳಗಾಗುವುದಿಲ್ಲ. ವಾಸ್ತವವಾಗಿ, ಮಾಂಸಾಹಾರವನ್ನು ತ್ಯಜಿಸುವುದು ಭಗವಂತನಪ್ರಜ್ಞೆಯ ಪ್ರಶ್ನೆಯಲ್ಲ ಆದರೆ ನಾಗರಿಕ ಮಾನವ ಜೀವನದ ಪ್ರಶ್ನೆಯಾಗಿದೆ. ದೇವರು ಮಾನವ ಸಮಾಜಕ್ಕೆ ತಿನ್ನಲು ಅನೇಕ ವಸ್ತುಗಳನ್ನು ಕೊಟ್ಟಿದ್ದಾನೆ - ಒಳ್ಳೆಯ ಹಣ್ಣುಗಳು, ತರಕಾರಿಗಳು,

ಧಾನ್ಯಗಳು ಮತ್ತು ಮೊದಲ ದರ್ಜೆಯ ಹಾಲು. ಹಾಲಿನಿಂದ ನೂರಾರು ಪೌಷ್ಠಿಕ ಆಹಾರಗಳನ್ನು ತಯಾರಿಸಬಹುದು, ಆದರೆ ಯಾರಿಗೂ ಕಲೆ ತಿಳಿದಿಲ್ಲ. ಬದಲಾಗಿ, ಜನರು ದೊಡ್ಡ ಕಸಾಯಿಖಾನೆಗಳನ್ನು ನಿರ್ವಹಿಸುತ್ತಾರೆ ಮತ್ತು ಮಾಂಸವನ್ನು ತಿನ್ನುತ್ತಾರೆ. ಮನುಷ್ಯ ಅನಾಗರಿಕನಾಗಿದ್ದಾಗ ಬಡ ಪ್ರಾಣಿಗಳನ್ನು ಕೊಂದು ತಿನ್ನುತ್ತಾನೆ. ಸುಸಂಸ್ಕೃತ ಪುರುಷರಿಗೆ ಹಾಲಿನಿಂದ ಪೌಷ್ಟಿಕ ಆಹಾರಗಳನ್ನು ತಯಾರಿಸುವ ಕಲೆ ತಿಳಿದಿದೆ. ಹಸುವಿನ ರಕ್ತವು ತುಂಬಾ ಪೌಷ್ಟಿಕವಾಗಿದೆ, ಆದರೆ ನಾಗರಿಕರು ಅದನ್ನು ಹಾಲಿನ ರೂಪದಲ್ಲಿ ಬಳಸುತ್ತಾರೆ. ಹಾಲು ಬೇರೆಲ್ಲ ಹಸುವಿನ ರಕ್ತ ರೂಪಾಂತರಗೊಂಡಿದೆ. ನೀವು ಹಾಲನ್ನು , ಮೊಸರು, ತುಪ್ಪ (ಸ್ಪಷ್ಟೀಕರಿಸಿದ ಬೆಣ್ಣೆ) ಮತ್ತು ಹೀಗೆ ಹಲವಾರು ಪದಾರ್ಥಗಳಾಗಿ ಮಾಡಬಹುದು ಮತ್ತು ಈ ಹಾಲಿನ ಉತ್ಪನ್ನಗಳನ್ನು ಧಾನ್ಯಗಳು, ಹಣ್ಣುಗಳು ಮತ್ತು ತರಕಾರಿಗಳೊಂದಿಗೆ ಸಂಯೋಜಿಸುವ ಮೂಲಕ ನೀವು ನೂರಾರು ಸಿದ್ಧತೆಗಳನ್ನು ಮಾಡಬಹುದು. ಇದು ನಾಗರಿಕ ಜೀವನ - ನೇರವಾಗಿ ಪ್ರಾಣಿಯನ್ನು ಕೊಂದು ಅದರ ಮಾಂಸವನ್ನು ತಿನ್ನುವುದಿಲ್ಲ. ಮುಗ್ಧ ಗೋವು ದೇವರು ಕೊಟ್ಟ ಹುಲ್ಲನ್ನು ತಿಂದು ಹಾಲನ್ನು ಪೂರೈಸುತ್ತಿದೆ, ಹಸುವಿನ ಕತ್ತು ಕೊಯ್ದು ಮಾಂಸ ತಿನ್ನುವುದು ನಾಗರಿಕತೆ ಎಂದು ನೀವು ಭಾವಿಸುತ್ತೀರಾ?

ಭೌತಿಕವಾದಿ: ಕಲಿಯುಗದಲ್ಲಿ ಮಹಿಳಾ ಸ್ವಾತಂತ್ರ, ವಿಮೋಚನೆಯ ಬಗ್ಗೆ ನಿಮಗೆ ಏನನಿಸುತ್ತದೆ?

ಆಧ್ಯಾತ್ಮಿಕ ಗುರು:-: ಕಲಿಯುಗದಲ್ಲಿ ಮಹಿಳೆಯರಿಗೆ ಪುರುಷರಿಗೆ ಸಮಾನ ಹಕ್ಕುಗಳೆಂದು ಕರೆಯುತ್ತಾರೆ. ಎಂದರೆ ಪುರುಷರು ಮಹಿಳೆಯರಿಗೆ ಮೋಸ ಮಾಡುತ್ತಾರೆ. ಒಬ್ಬ ಮಹಿಳೆ ಮತ್ತು ಪುರುಷ ಭೇಟಿಯಾಗುತ್ತಾರೆ, ಅವರು ಪ್ರೇಮಿಗಳಾಗುತ್ತಾರೆ, ಅವರು ಲೈಂಗಿಕತೆಯನ್ನು ಹೊಂದುತ್ತಾರೆ, ಮಹಿಳೆ ಗರ್ಭಿಣಿಯಾಗುತ್ತಾರೆ ಮತ್ತು ಪುರುಷ ದೂರ ಹೋಗುತ್ತಾರೆ ಎಂದು ಭಾವಿಸೋಣ. ಮಹಿಳೆ ಮಗುವಿನ ಜವಾಬ್ದಾರಿಯನ್ನು ತೆಗೆದುಕೊಳ್ಳಬೇಕು ಮತ್ತು ಸರ್ಕಾರದಿಂದ ಭಿಕ್ಷೆ ಬೇಡಬೇಕು, ಇಲ್ಲದಿದ್ದರೆ ಅವಳು ಗರ್ಭಪಾತ ಮಾಡಿ ಮಗುವನ್ನು ಕೊಲ್ಲುತ್ತಾಳೆ. ಇದು ಮಹಿಳೆಯ ಸ್ವಾತಂತ್ರ. ಭಾರತದಲ್ಲಿ, ಒಬ್ಬ ಮಹಿಳೆ ಬಡತನದಲ್ಲಿದ್ದರೂ, ಅವಳು ತನ್ನ ಗಂಡನ ಆರೈಕೆಯಲ್ಲಿ ಇರುತ್ತಾಳೆ ಮತ್ತು ಅವನು ಅವಳ ಜವಾಬ್ದಾರಿಯನ್ನು ತೆಗೆದುಕೊಳ್ಳುತ್ತಾನೆ. ಅವಳು ಗರ್ಭಿಣಿಯಾದಾಗ, ಮಗುವನ್ನು ಕೊಲ್ಲಲು ಅಥವಾ ಭಿಕ್ಷೆ ಬೇಡುವ ಮೂಲಕ ಅವಳನ್ನು ಒತ್ತಾಯಿಸುವುದಿಲ್ಲ. ಹಾಗಾದರೆ, ನಿಜವಾದ ಸ್ವಾತಂತ್ರ್ಯ ಯಾವುದು? ಗಂಡನ ಆಶ್ರಯದಲ್ಲಿ ಉಳಿಯಲು ಬಯಸುವುದ ಅಥವಾ ಎಲ್ಲರೂ ಆನಂದಿಸಲು

ಬಯಸುವುದ ?

<u>ಭೌತಿಕವಾದಿ:</u> ಯಾರೂ ಸ್ವತಂತ್ರರಲ್ಲ ಎಂದು ಹೇಳಿದ್ದೀರಿ. ನಾವು ಉತ್ತಮ ಜೀವನವನ್ನು ನಡೆಸಿದರೆ, ನಾವು ಒಂದು ರೀತಿಯಲ್ಲಿ ಉತ್ತಮ ಭವಿಷ್ಯವನ್ನು ನಿರ್ಧರಿಸುತ್ತೇವೆ ಎಂದು ನೀವು ಹೇಳುತ್ತೀರಾ?

ಆಧ್ಯಾತ್ಮಿಕ ಗುರು:-: ಹೌದು.

ಭೌತಿಕವಾದಿ: ಹಾಗಾದರೆ ನಾವು ಮುಖ್ಯವೆಂದು ನಂಬುವದನ್ನು ಆಯ್ಕೆ ಮಾಡಲು ನಾವು ಸ್ವತಂತ್ರರಾಗಿದ್ದೇವೆಯೇ? ನಾವು ದೇವರನ್ನು ನಂಬಿದರೆ ಮತ್ತು ಒಳ್ಳೆಯ ಜೀವನ ನಡೆಸಬಹುದ?

ಆಧ್ಯಾತ್ಮಿಕ ಗುರು:-:ಇದು ನಂಬಿಕೆಯ ಪ್ರಶ್ನೆಯಲ್ಲ. ಇದು ಧರ್ಮದ ಪ್ರಶ್ನೆಯಲ್ಲ. ಈ ನಂಬಿಕೆಯ ಪ್ರಶ್ನೆಯನ್ನು ತರಬೇಡಿ. ಇದು ಕಾನೂನು. ಉದಾಹರಣೆಗೆ, ಒಂದು ಸರ್ಕಾರವಿದೆ. ನೀವು ನಂಬಬಹುದು ಅಥವಾ ನಂಬದೇ ಇರಬಹುದು, ಆದರೆ ನೀವು ಕಾನೂನನ್ನು ಉಲ್ಲಂಘಿಸಿದರೆ, ನೀವು ಸರ್ಕಾರದಿಂದ ಶಿಕ್ಷೆಗೆ ಒಳಗಾಗುತ್ತೀರಿ. ಹಾಗೆಯೇ ನೀವು ನಂಬಿದರೂ ನಂಬದಿದ್ದರೂ ದೇವರು ಇದ್ದಾನೆ. ನೀವು ದೇವರನ್ನು ನಂಬದಿದ್ದರೆ ಮತ್ತು ನೀವು ಸ್ವತಂತ್ರವಾಗಿ ನೀವು ಇಷ್ಟಪಡುವದನ್ನು ಮಾಡಿದರೆ, ನೀವು ಪ್ರಕೃತಿಯ ನಿಯಮಗಳಿಂದ ಶಿಕ್ಷಿಸಲ್ಪಡುತ್ತೀರಿ. ನೀವು ಭೌತಿಕವಾಗಿ ನಿಯಮಾಧೀನರಾಗಿರುವುದರಿಂದ, ನೀವು ಭೌತಿಕ ಪ್ರಕೃತಿಯ ನಿಯಮಗಳ ಅಡಿಯಲ್ಲಿರುತ್ತೀರಿ. ನೀವು ಕ್ರಿಶ್ಚಿಯನ್ ಧರ್ಮದಲ್ಲಿ ನಂಬಿಕೆ ಇದೆ, ಮತ್ತು ನಾನು ಹಿಂದೂ ಧರ್ಮವನ್ನು ನಂಬಬಹುದು, ಆದರೆ ನೀವು ಮುದುಕರಾಗುತ್ತೀರಿ ಮತ್ತು ನಾನು ಅಲ್ಲ ಎಂದು ಅರ್ಥವಲ್ಲ. ನಾವು ವಯಸ್ಸಾಗುತ್ತಿರುವ ವಿಜ್ಞಾನದ ಬಗ್ಗೆ ಮಾತನಾಡುತ್ತಿದ್ದೇವೆ. ಇದು ನೈಸರ್ಗಿಕ ಕಾನೂನು. ನೀವು ಕ್ರಿಶ್ಚಿಯನ್ ಆಗಿರುವುದರಿಂದ ನೀವು ವಯಸ್ಸಾಗುತ್ತಿದ್ದೀರಿ ಅಥವಾ ನಾನು ಹಿಂದೂ ಎಂಬ ಕಾರಣದಿಂದ ನನಗೆ ವಯಸ್ಸಾಗುತ್ತಿಲ್ಲ ಎಂದು ಅರ್ಥವಲ್ಲ. ಎಲ್ಲರಿಗೂ ವಯಸ್ಸಾಗುತ್ತಿದೆ. ಆದ್ದರಿಂದ, ಅದೇ ರೀತಿ, ಪ್ರಕೃತಿಯ ಎಲ್ಲಾ ನಿಯಮಗಳು ಎಲ್ಲರಿಗೂ ಅನ್ವಯಿಸುತ್ತವೆ. ನೀವು ಈ ಧರ್ಮವನ್ನು ನಂಬುತ್ತೀರೋ ಅಥವಾ ಆ ಧರ್ಮವನ್ನು ನಂಬುತ್ತೀರೋ ಅದು ಮುಖ್ಯವಲ್ಲ.

ಭೌತಿಕವಾದಿ: ಹಾಗಾದರೆ, ನಮ್ಮೆಲ್ಲರನ್ನೂ ಒಬ್ಬನೇ ದೇವರು ನಿಯಂತ್ರಿಸುತ್ತಾನೆ ಎಂದು ನೀವು ಹೇಳುತ್ತಿದ್ದೀರಾ?

ಆಧ್ಯಾತ್ಮಿಕ ಗುರು:-: ಒಬ್ಬ ದೇವರಿದ್ದಾನೆ, ಮತ್ತು ಒಬ್ಬನೇ ಪ್ರಕೃತಿಯ ನಿಯಮ, ಮತ್ತು ನಾವೆಲ್ಲರೂ ಆ ಪ್ರಕೃತಿಯ ನಿಯಮದ ಅಡಿಯಲ್ಲಿರುತ್ತೇವೆ. ನಾವು ಸುಪ್ರೀಂ ದೇವನಿಂದ ನಿಯಂತ್ರಿಸಲ್ಪಡುತ್ತೇವೆ. ಹಾಗಾಗಿ ನಾವು

ಸ್ವತಂತ್ರರು ಅಥವಾ ನಮಗೆ ಇಷ್ಟವಾದದ್ದನ್ನು ಮಾಡಬಹುದು ಎಂದು ನಾವು ಭಾವಿಸಿದರೆ ಅದು ನಮ್ಮ ಮೂರ್ಖತನವಾಗಿದೆ.

ಭೌತಿಕವಾದಿ:- ಪ್ರಾಣಿಗಳಿಗೆ ಆತ್ಮವಿಲ್ಲ ಎಂದು ನಾವು ನಂಬುತ್ತೇವೆ.

ಆಧ್ಯಾತ್ಮಿಕ ಗುರು:-: ಆದರೆ ಈ ನಂಬಿಕೆಯ ಮೌಲ್ಯವೇನು? ನಿಜವಾಗಿ ಸರಿಯಾಗಿಲ್ಲದ ಯಾವುದನ್ನಾದರೂ ನೀವು ನಂಬಬಹುದು. ಉದಾಹರಣೆಗೆ, ಕೆಲವು ಜನರು ಹೇಳುತ್ತಾರೆ, "ಪ್ರಾಣಿಗಳಿಗೆ ಆತ್ಮವಿಲ್ಲ ಎಂದು ನಾವು ನಂಬುತ್ತೇವೆ. ಅದು ಸರಿಯಲ್ಲ. ಪ್ರಾಣಿಗಳಿಗೆ ಆತ್ಮವಿಲ್ಲ ಎಂದು ಅವರು ನಂಬುತ್ತಾರೆ ಏಕೆಂದರೆ ಅವರು ಪ್ರಾಣಿಗಳನ್ನು ತಿನ್ನಲು ಬಯಸುತ್ತಾರೆ, ಆದರೆ ವಾಸ್ತವವಾಗಿ ಪ್ರಾಣಿಗಳಿಗೆ ಆತ್ಮವಿದೆ.

ಭೌತಿಕವಾದಿ:- ಪ್ರಾಣಿಗೆ ಆತ್ಮವಿದೆ ಎಂದು ನಿಮಗೆ ಹೇಗೆ ಗೊತ್ತು?

ಆಧ್ಯಾತ್ಮಿಕ ಗುರು:-: ನೀವೂ ಸಹ ತಿಳಿಯಬಹುದು. ವೈಜ್ಞಾನಿಕ ಪುರಾವೆ ಇಲ್ಲಿದೆ: ಪ್ರಾಣಿ ತಿನ್ನುತ್ತದೆ, ನೀವು ತಿನ್ನುತ್ತೀರಿ; ಪ್ರಾಣಿ ನಿದ್ರಿಸುತ್ತದೆ, ನೀವು ಮಲಗುತ್ತೀರಿ; ಪ್ರಾಣಿ ಲೈಂಗಿಕತೆಯನ್ನು ಹೊಂದಿದೆ, ನೀವು ಲೈಂಗಿಕತೆಯನ್ನು ಹೊಂದಿದ್ದೀರಿ; ಪ್ರಾಣಿ ಕೂಡ ರಕ್ಷಿಸುತ್ತದೆ, ನೀವು ಸಹ ರಕ್ಷಿಸುತ್ತೀರಿ. ಹಾಗಾದರೆ ನಿನಗೂ ಪ್ರಾಣಿಗೂ ಏನು ವ್ಯತ್ಯಾಸ? ನಿಮಗೆ ಆತ್ಮವಿದೆ ಆದರೆ ಪ್ರಾಣಿ ಇಲ್ಲ ಎಂದು ನೀವು ಹೇಗೆ ಹೇಳುತ್ತೀರಿ?

ಭೌತಿಕವಾದಿ:- ನಾನು ಅದನ್ನು ಸಂಪೂರ್ಣವಾಗಿ ನೋಡಬಹುದು. ಆದರೆ ಕೆಲವು ಗ್ರಂಥಗಳು ಹೇಳುತ್ತವೆ...

ಆಧ್ಯಾತ್ಮಿಕ ಗುರು:-:ಯಾವುದೇ ಧರ್ಮಗ್ರಂಥಗಳನ್ನು ತರಬೇಡಿ; ಇದು ಸಾಮಾನ್ಯ ವಿಷಯವಾಗಿದೆ. ಅರ್ಥ ಮಾಡಿಕೊಳ್ಳಲು ಪ್ರಯತ್ನಿಸು. ಪ್ರಾಣಿ ತಿನ್ನುತ್ತಿದೆ, ನೀವು ತಿನ್ನುತ್ತಿದ್ದೀರಿ; ಪ್ರಾಣಿ ನಿದ್ರಿಸುತ್ತಿದೆ, ನೀವು ನಿದ್ರಿಸುತ್ತಿದ್ದೀರಿ; ಪ್ರಾಣಿ ರಕ್ಷಿಸುತ್ತಿದೆ, ನೀವು ರಕ್ಷಿಸುತ್ತಿದ್ದೀರಿ; ಪ್ರಾಣಿ ಲೈಂಗಿಕತೆಯನ್ನು ಹೊಂದಿದೆ, ನೀವು ಲೈಂಗಿಕತೆಯನ್ನು ಹೊಂದಿದ್ದೀರಿ; ಪ್ರಾಣಿಗಳಿಗೆ ಮಕ್ಕಳಿದ್ದಾರೆ, ನಿಮಗೆ ಮಕ್ಕಳಿದ್ದಾರೆ; ಅವರಿಗೆ ವಾಸಿಸುವ ಸ್ಥಳವಿದೆ, ನಿಮಗೆ ವಾಸಿಸುವ ಸ್ಥಳವಿದೆ. ಪ್ರಾಣಿಯ ದೇಹವನ್ನು ಕತ್ತರಿಸಿದರೆ, ರಕ್ತವಿದೆ; ನಿಮ್ಮ ದೇಹವನ್ನು ಕತ್ತರಿಸಿದರೆ, ರಕ್ತವಿದೆ. ಆದ್ದರಿಂದ, ಈ ಎಲ್ಲಾ ಸಾಮ್ಯತೆಗಳಿವೆ. ಈಗ, ಈ ಒಂದು ಹೋಲಿಕೆಯನ್ನು, ಆತ್ಮದ ಉಪಸ್ಥಿತಿಯನ್ನು ನೀವು ಏಕೆ ನಿರಾಕರಿಸುತ್ತೀರಿ? ಇದು ತಾರ್ಕಿಕವಲ್ಲ. ನೀವು ತರ್ಕಶಾಸ್ತ್ರವನ್ನು ಅಧ್ಯಯನ ಮಾಡಿದ್ದೀರಾ? ತರ್ಕಶಾಸ್ತ್ರದಲ್ಲಿ ಸಾದೃಶ್ಯ ಎಂಬುದಿದೆ. ಸಾದೃಶ್ಯ ಎಂದರೆ ಅನೇಕ ಸಾಮ್ಯತೆಯ ಅಂಶಗಳನ್ನು ಕಂಡು ತೀರ್ಮಾನಕ್ಕೆ ಬರುವುದು. ಮನುಷ್ಯರು ಮತ್ತು ಪ್ರಾಣಿಗಳ

ನಡುವೆ ಸಾಮ್ಯತೆಯ ಹಲವು ಅಂಶಗಳಿದ್ದರೆ, ಒಂದು ಹೋಲಿಕೆಯನ್ನು ಏಕೆ ನಿರಾಕರಿಸಬೇಕು? ಅದು ತರ್ಕವಲ್ಲ. ಅದು ವಿಜ್ಞಾನವಲ್ಲ. ಮನುಷ್ಯನಿಗೆ ಆತ್ಮವಿಲ್ಲ ಎಂದು ಭಾವಿಸೋಣ.

ಹಾಗಾದರೆ ನೀವು ಜೀವಂತ ದೇಹ ಮತ್ತು ಮೃತದೇಹದ ನಡುವಿನ ವ್ಯತ್ಯಾಸವನ್ನು ವಿವರಿಸಬೇಕು. ಜೀವಂತ ಶಕ್ತಿ, ಆತ್ಮವು ದೇಹದಿಂದ ಹೋದ ತಕ್ಷಣ, ಅತ್ಯಂತ ಸುಂದರವಾದ ದೇಹಕ್ಕೂ ಯಾವುದೇ ಮೌಲ್ಯವಿಲ್ಲ. ಯಾರೂ ಅದನ್ನು ಕಾಳಜಿ ವಹಿಸುವುದಿಲ್ಲ; ಅದನ್ನು ಎಸೆಯಲಾಗಿದೆ. ಆದರೆ ಈಗ ನಿನ್ನ ಕೂದಲು ಮುಟ್ಟಿದರೆ ಜಗಳವಾಗುತ್ತದೆ.ಅದು ಜೀವಂತ ದೇಹ ಮತ್ತು ಮೃತ ದೇಹಗಳ ನಡುವಿನ ವ್ಯತ್ಯಾಸವಾಗಿದೆ. ಜೀವಂತ ದೇಹವು ಆತ್ಮವಿದೆ, ಮತ್ತು ಸತ್ತ ದೇಹದಲ್ಲಿ ಆತ್ಮವು ಇರುವುದಿಲ್ಲ.ಆತ್ಮವು ದೇಹವನ್ನು ತೊರೆದ ತಕ್ಷಣ, ದೇಹಕ್ಕೆ ಯಾವುದೇ ಮೌಲ್ಯವಿಲ್ಲ. ಇದು ಅರ್ಥಮಾಡಿಕೊಳ್ಳಲು ತುಂಬಾ ಸರಳವಾಗಿದೆ.

ಆತ್ಮವು ಜೀವಿಗಳ ಹೃದಯದಲ್ಲಿದೆ ಮತ್ತು ಅದು ದೇಹವನ್ನು ಕಾಪಾಡಿಕೊಳ್ಳಲು ಎಲ್ಲಾ ಶಕ್ತಿಗಳ ಮೂಲವಾಗಿದೆ. ಆತ್ಮದ ಶಕ್ತಿಯು ದೇಹದಾದ್ಯಂತ ಹರಡಿದೆ ಮತ್ತು ಇದನ್ನು ಪ್ರಜ್ಞೆ ಎಂದು ಕರೆಯಲಾಗುತ್ತದೆ. ಈ ಪ್ರಜ್ಞೆಯು ಆತ್ಮದ ಶಕ್ತಿಯನ್ನು ದೇಹದಾದ್ಯಂತ ಹರಡುವುದರಿಂದ, ದೇಹದ ಯಾವುದೇ ಭಾಗದಲ್ಲಿ ನೋವು ಮತ್ತು ಸಂತೋಷವನ್ನು ಅನುಭವಿಸಬಹುದು. ಆತ್ಮವು ವೈಯಕ್ತಿಕವಾಗಿದೆ, ಮತ್ತು ಒಬ್ಬ ವ್ಯಕ್ತಿಯು , ಬಾಲ್ಯದಿಂದ ಯೌವನಕ್ಕೆ ಮತ್ತು ನಂತರ ವೃದ್ಧಾಪ್ಯಕ್ಕೆ ವರ್ಗಾವಣೆಯಾಗುವಂತೆ ಅವನು ಒಂದು ದೇಹದಿಂದ ಇನ್ನೊಂದಕ್ಕೆ ವರ್ಗಾವಣೆಯಾಗುತ್ತಾನೆ. ನಂತರ ನಾವು ನಮ್ಮ ಹಳೆಯ ಉಡುಗೆಯನ್ನು ಹೊಸ ಉಡುಗೆಗೆ ಬದಲಾಯಿಸುವಂತೆ ನಾವು ಹೊಸ ದೇಹಕ್ಕೆ ಬದಲಾದಾಗ ಸಾವು ಎಂಬ ಬದಲಾವಣೆಯು ಸಂಭವಿಸುತ್ತದೆ. ಇದನ್ನು ಆತ್ಮದ ಪರಿವರ್ತನೆ ಎಂದು ಕರೆಯಲಾಗುತ್ತದೆ.

ಅಜ್ಞಾನ ಪದವು "ಅಜ್ಞಾನ" ಅಥವಾ "ಕತ್ತಲೆ" ಎಂದರ್ಥ. ಈ ಕೊಠಡಿಯಲ್ಲಿನ ಎಲ್ಲಾ ದೀಪಗಳು ತಕ್ಷಣವೇ ಆರಿಹೋದರೆ, ನಾವು ಅಥವಾ ಇತರರು ಎಲ್ಲಿ ಕುಳಿತಿದ್ದೇವೆ ಎಂದು ನಮಗೆ ಹೇಳಲು ಸಾಧ್ಯವಾಗುವುದಿಲ್ಲ. ಎಲ್ಲವೂ ಗೊಂದಲಮಯವಾಗುತ್ತಿತ್ತು. ಹಾಗೆಯೇ ತಾಮಸ ಲೋಕವಾದ ಈ ಭೌತಿಕ ಜಗತ್ತಿನಲ್ಲಿ ನಾವೆಲ್ಲರೂ ಕತ್ತಲೆಯಲ್ಲಿದ್ದೇವೆ. ತಮಸ ಅಥವಾ ತಿಮಿರಾ ಎಂದರೆ "ಕತ್ತಲೆ." ಈ ಭೌತಿಕ ಪ್ರಪಂಚವು ಕತ್ತಲೆಯಾಗಿದೆ ಮತ್ತು ಆದ್ದರಿಂದ ಪ್ರಕಾಶಕ್ಕಾಗಿ ಸೂರ್ಯನ ಬೆಳಕು ಅಥವಾ ಚಂದ್ರನ ಬೆಳಕು ಬೇಕಾಗುತ್ತದೆ. ಆದಾಗ್ಯೂ, ಈ ಕತ್ತಲೆಯನ್ನು ಮೀರಿದ ಇನ್ನೊಂದು ಜಗತ್ತು, ಆಧ್ಯಾತ್ಮಿಕ ಜಗತ್ತು ಇದೆ. ಆ

ಜಗತ್ತನ್ನು ಶ್ರೀ ಕೃಷ್ಣನು ವಿವರಿಸಿದ್ದಾನೆ.

ಅಜ್ಞಾನದಿಂದಾಗಿ ಸೋಂಕು ಉಂಟಾಗುತ್ತದೆ ಮತ್ತು ನಾವು ರೋಗದಿಂದ ಬಳಲುತ್ತಿದ್ದೇವೆ. ಒಬ್ಬ ಕ್ರಿಮಿನಲ್, "ನನಗೆ ಕಾನೂನು ತಿಳಿದಿರಲಿಲ್ಲ" ಎಂದು ಹೇಳಬಹುದು, ಆದರೆ ಅವನು ಅಪರಾಧ ಮಾಡಿದರೆ ಅವನನ್ನು ಕ್ಷಮಿಸಲಾಗುವುದಿಲ್ಲ. ಅಜ್ಞಾನವು ಕ್ಷಮಿಸಲ್ಲ. ಅಂತೆಯೇ, ಬೆಂಕಿ ಉರಿಯುತ್ತದೆ ಎಂದು ತಿಳಿಯದೆ ಮಗು ಬೆಂಕಿಯನ್ನು ಸ್ಪರ್ಶಿಸುತ್ತದೆ. ಬೆಂಕಿಯು ಇದು ಮಗು ಎಂದು ಭಾವಿಸುವುದಿಲ್ಲ, ಮತ್ತು ನಾನು ಸುಡುತ್ತೇನೆ ಎಂದು ಅವನಿಗೆ ತಿಳಿದಿಲ್ಲ." ಇಲ್ಲ, ಯಾವುದೇ ಕ್ಷಮಿಸಲ್ಲ. ರಾಜ್ಯ ಕಾನೂನುಗಳಂತೆಯೇ, ಪ್ರಕೃತಿಯ ಕಠಿಣ ನಿಯಮಗಳೂ ಇವೆ, ಮತ್ತು ಈ ಕಾನೂನುಗಳು ನಮ್ಮ ಅಜ್ಞಾನದ ಹೊರತಾಗಿಯೂ ಕಾರ್ಯನಿರ್ವಹಿಸುತ್ತವೆ. ಅವರಲ್ಲಿ, ನಾವು ಅಜ್ಞಾನದಿಂದ ಏನಾದರೂ ತಪ್ಪು ಮಾಡಿದರೆ, ನಾವು ಅನುಭವಿಸಬೇಕು, ಇದು ಕಾನೂನು, ರಾಜ್ಯ ಕಾನೂನು ಅಥವಾ ಪ್ರಕೃತಿಯ ನಿಯಮ, ನಾವು ಅದನ್ನು ಮುರಿದರೆ ನಾವು ಅನುಭವಿಸುವ ಅಪಾಯವಿದೆ.

ಈ ಭೌತಿಕ ಜಗತ್ತಿನಲ್ಲಿ, ಮೂರು ವಿಧದ ದುಃಖಗಳಿವೆ: ಆಧ್ಯಾತ್ಮಿಕ, ಆಧಿಭೌತಿಕ ಮತ್ತು ಅಧಿದೈವಿಕ. ಇವು ಭೌತಿಕ ದೇಹ ಮತ್ತು ಮನಸ್ಸಿನಿಂದ, ಇತರ ಜೀವಿಗಳಿಂದ ಮತ್ತು ಪ್ರಕೃತಿಯ ಶಕ್ತಿಗಳಿಂದ ಉಂಟಾಗುವ ದುಃಖಗಳಾಗಿವೆ. ನಾವು ಮಾನಸಿಕ ದುಃಖವನ್ನು ಅನುಭವಿಸಬಹುದು, ಅಥವಾ ನಾವು ಇತರ ಜೀವಿಗಳಿಂದ ಬಳಲಬಹುದು - ಇರುವೆಗಳು ಅಥವಾ ಸೊಳ್ಳೆಗಳು ಅಥವಾ ನೊಣಗಳಿಂದ ಅಥವಾ ಕೆಲವು ಉನ್ನತ ಶಕ್ತಿಯಿಂದ ನಾವು ಬಳಲಬಹುದು. ಮಳೆ ಇಲ್ಲದಿರಬಹುದು, ಅಥವಾ ಪ್ರವಾಹ ಉಂಟಾಗಬಹುದು. ಅತಿಯಾದ ಶಾಖ ಅಥವಾ ಅತಿಯಾದ ಶೀತ ಇರಬಹುದು. ಎಷ್ಟೋ ಬಗೆಯ ಸಂಕಟಗಳನ್ನು ಪ್ರಕೃತಿ ಹೇರಿದೆ. ಹೀಗೆ ಭೌತಿಕ ಜಗತ್ತಿನಲ್ಲಿ ಮೂರು ವಿಧದ ದುಃಖಗಳಿವೆ, ಮತ್ತು ಪ್ರತಿಯೊಬ್ಬರೂ ಅವುಗಳಲ್ಲಿ ಒಂದು, ಎರಡು ಅಥವಾ ಮೂರರಿಂದ ಬಳಲುತ್ತಿದ್ದಾರೆ. ಅವನು ಸಂಪೂರ್ಣವಾಗಿ ದುಃಖದಿಂದ ಮುಕ್ತನೆಂದು ಯಾರೂ ಹೇಳಲಾರರು.

ಭೌತಿಕವಾದಿ: ಹಾಗಾದರೆ ಜೀವಿಗಳು ಏಕೆ ನರಳುತ್ತಿದೆ ಎಂದು ನಾವು ಕೇಳಬಹುದು.?

ಆಧ್ಯಾತ್ಮಿಕ ಗುರು:- ಅಜ್ಞಾನದಿಂದ. "ನಾನು ತಪ್ಪುಗಳನ್ನು ಮಾಡುತ್ತಿದ್ದೇನೆ ಮತ್ತು ಪಾಪದ ಜೀವನವನ್ನು ನಡೆಸುತ್ತಿದ್ದೇನೆ; ಅದಕ್ಕಾಗಿಯೇ ನಾನು ಬಳಲುತ್ತಿದ್ದೇನೆ" ಎಂದು ಅವನು ಯೋಚಿಸುವುದಿಲ್ಲ. ಆದ್ದರಿಂದ ಗುರುವಿನ

ಮೊದಲ ಕಾರ್ಯವೆಂದರೆ ತನ್ನ ಶಿಷ್ಯನನ್ನು ಈ ಅಜ್ಞಾನದಿಂದ ಪಾರು ಮಾಡುವುದು. ನಮ್ಮ ಮಕ್ಕಳನ್ನು ಸಂಕಷ್ಟದಿಂದ ಪಾರು ಮಾಡಲು ಶಾಲೆಗೆ ಕಳುಹಿಸುತ್ತೇವೆ. ನಮ್ಮ ಮಕ್ಕಳು ಶಿಕ್ಷಣ ಪಡೆಯದಿದ್ದರೆ ಭವಿಷ್ಯದಲ್ಲಿ ಸಂಕಷ್ಟಕ್ಕೆ ಸಿಲುಕುವ ಭೀತಿ ಎದುರಾಗಿದೆ. ಅಜ್ಞಾನದಿಂದಲೇ ಸಂಕಟ ಉಂಟಾಗುತ್ತದೆ ಎಂದು ಗುರು ನೋಡುತ್ತಾನೆ, ಇದನ್ನು ಕತ್ತಲೆಗೆ ಹೋಲಿಸಲಾಗುತ್ತದೆ. ಕತ್ತಲೆಯಲ್ಲಿ ಒಬ್ಬನನ್ನು ಹೇಗೆ ಉಳಿಸಬಹುದು? ಬೆಳಕಿನಿಂದ. ಗುರುಗಳು ಜ್ಞಾನದ ಜ್ಯೋತಿಯನ್ನು ತೆಗೆದುಕೊಂಡು ಅದನ್ನು ಪ್ರಸ್ತುತಪಡಿಸುತ್ತಾರೆ. ಆದರೆ ನೀವು ಮೋಸ ಹೋಗಬೇಕೆಂದು ಬಯಸಿದರೆ, ನೀವು ಅನೇಕ ಮೋಸ ಗುರುಗಳನ್ನು ಕಾಣುತ್ತೀರಿ. ಆದರೆ ನೀವು ಪ್ರಾಮಾಣಿಕರಾಗಿದ್ದರೆ, ನಿಮಗೆ ಪ್ರಾಮಾಣಿಕ ಗುರು ಸಿಗುತ್ತಾರೆ. ಏಕೆಂದರೆ ಜನರು ಎಲ್ಲವನ್ನೂ ಅತ್ಯಂತ ಅಗ್ಗವಾಗಿ ಬಯಸುತ್ತಾರೆ, ಅವರು ಮೋಸ ಹೋಗುತ್ತಾರೆ. ಅಕ್ರಮ ಲೈಂಗಿಕತೆ, ಮಾಂಸಾಹಾರ, ಜೂಜು, ಮತ್ತು ಅಮಲು ಸೇವನೆಯಿಂದ ದೂರವಿರಲು ನಾವು ನಮ್ಮ ವಿದ್ಯಾರ್ಥಿಗಳನ್ನು ಕೇಳುತ್ತೇವೆ ಜನರು ಇದೆಲ್ಲವೂ ತುಂಬಾ ಕಷ್ಟ-ತೊಂದರೆ ಎಂದು ಭಾವಿಸುತ್ತಾರೆ. ಆದರೆ ಬೇರೆಯವರು "ನಿಮಗೆ ಇಷ್ಟವಾದ ಯಾವುದೇ ಅಸಂಬದ್ಧತೆಯನ್ನು ಮಾಡಬಹುದು, ನನ್ನ ಮಂತ್ರವನ್ನು ತೆಗೆದುಕೊಳ್ಳಿ" ಎಂದು ಹೇಳಿದರೆ ಜನರು ಅವನನ್ನು ಇಷ್ಟಪಡುತ್ತಾರೆ. ವಿಷಯವೆಂದರೆ ಜನರು ಮೋಸ ಹೋಗಬೇಕೆಂದು ಬಯಸುತ್ತಾರೆ ಮತ್ತು ಆದ್ದರಿಂದ ಮೋಸಗಾರರು ಬರುತ್ತಾರೆ. ಯಾರೂ ಯಾವುದೇ ಕಠಿಣತೆಗೆ ಒಳಗಾಗಲು ಬಯಸುವುದಿಲ್ಲ. ಮಾನವ ಜೀವನವು ಸಂಯಮಕ್ಕಾಗಿ ಉದ್ದೇಶಿಸಲಾಗಿದೆ, ಆದರೆ ಯಾರೂ ಕಠಿಣತೆಗೆ ಒಳಗಾಗಲು ಸಿದ್ಧರಿಲ್ಲ. ತತ್ಪರಿಣಾಮವಾಗಿ, ಮೋಸಗಾರರು ಬಂದು ಹೇಳುತ್ತಾರೆ, "ತಪಸ್ಸು ಇಲ್ಲ, ನೀವು ಇಷ್ಟಪಡುವದನ್ನು ಮಾಡಿ, ನನಗೆ ಪಾವತಿಸಿ, ಮತ್ತು ನಾನು ನಿಮಗೆ ಕೆಲವು ಮಂತ್ರವನ್ನು ನೀಡುತ್ತೇನೆ ಮತ್ತು ಆರು ತಿಂಗಳಲ್ಲಿ ನೀವು ದೇವರಾಗುತ್ತೀರಿ." ಇದೆಲ್ಲ ನಡೆಯುತ್ತಿದೆ. ಹೀಗೆ ಮೋಸ ಹೋದರೆ ಮೋಸ ಮಾಡುವವರು ಬರುತ್ತಾರೆ.

ಭೌತಿಕವಾದಿ:-: ಆಧ್ಯಾತ್ಮಿಕ ಜೀವನವನ್ನು ಗಂಭೀರವಾಗಿ ಹುಡುಕಲು ಬಯಸುವ ವ್ಯಕ್ತಿಯ ಬಗ್ಗೆ ಏನು ಹೇಳಬೇಕು ?

ಆಧ್ಯಾತ್ಮಿಕ ಗುರು:- ನೀವು ಕೇವಲ ಸಾಮಾನ್ಯ ಶಿಕ್ಷಣವನ್ನು ಬಯಸಿದರೆ, ನೀವು ಅದಕ್ಕಾಗಿ ತುಂಬಾ ಸಮಯ, ಶ್ರಮ ಮತ್ತು ತಿಳುವಳಿಕೆಯನ್ನು ವಿನಿಯೋಗಿಸಬೇಕು. ಅಂತೆಯೇ, ನೀವು ಆಧ್ಯಾತ್ಮಿಕ ಜೀವನಕ್ಕೆ ಹೋಗಬೇಕಾದರೆ, ನೀವು ಗಂಭೀರವಾಗಿರಬೇಕು. ಕೇವಲ ಕೆಲವು ಅದ್ಭುತ

ಮಂತ್ರಗಳಿಂದ ಯಾರಾದರೂ ಆರು ತಿಂಗಳಲ್ಲಿ ದೇವರಾಗುವುದು ಹೇಗೆ? ಜನರು ಅಂತಹದನ್ನು ಏಕೆ ಬಯಸುತ್ತಾರೆ? ಇದರರ್ಥ ಅವರು ಮೋಸ ಹೋಗಬೇಕೆಂದು ಬಯಸುತ್ತಾರೆ.

<u>ಭೌತಿಕವಾದಿ:-:</u>ಪ್ರತಿಯೊಬ್ಬರೂ ಪರಿಪೂರ್ಣತೆಯ ಹಂತವನ್ನು ಸಾಧಿಸಲು ಸಾಧ್ಯವೇ?

<u>ಆಧ್ಯಾತ್ಮಿಕ ಗುರು:-</u>ಒಂದು ಸೆಕೆಂಡಿನಲ್ಲಿ. ಅವರು ಸಿದ್ಧರಿರುವ ಒಂದು ಸೆಕೆಂಡಿನಲ್ಲಿ ಯಾರಾದರೂ ಪರಿಪೂರ್ಣತೆಯನ್ನು ಪಡೆಯಬಹುದು. ಕಷ್ಟವೆಂದರೆ ಯಾರೂ ಸಿದ್ಧರಿಲ್ಲ. ಭಗವದ್ಗೀತೆಯಲ್ಲಿ (18.66) ಕೃಷ್ಣ ಹೇಳುತ್ತಾನೆ, ಸರ್ವ ಧರ್ಮನ್ ಪರಿತ್ಯಜ್ಯ ಮಾಮ್ ಏಕಂ ಶರಣಂ ವ್ರಜ: "ನನಗೆ ಸರಳವಾಗಿ ಶರಣಾಗು." ಆದರೆ ದೇವರಿಗೆ ಶರಣಾಗುವುದು ಯಾರು? "ಅಯ್ಯೋ ದೇವರಿಗೆ ನಾನೇಕೆ ಶರಣಾಗಬೇಕು? ನಾನು ಸ್ವತಂತ್ರನಾಗಿರುತ್ತೇನೆ" ಎಂದು ಎಲ್ಲರೂ ಹೇಳುತ್ತಾರೆ. ನೀವು ಸರಳವಾಗಿ ಶರಣಾದರೆ, ಅದು ಎರಡನೇ ವ್ಯವಹಾರವಾಗಿದೆ. ಅಷ್ಟೇ. ಆದರೆ ಯಾರೂ ಸಿದ್ಧರಿಲ್ಲ, ಮತ್ತು ಅದು ಕಷ್ಟ.

<u>ಭೌತಿಕವಾದಿ:-</u> ಬಹಳಷ್ಟು ಜನರು ಮೋಸಹೋಗಲು ಬಯಸುತ್ತಾರೆ ಎಂದು ನೀವು ಹೇಳಿದಾಗ, ಬಹಳಷ್ಟು ಜನರು ತಮ್ಮ ಪ್ರಾಪಂಚಿಕ ಸಂತೋಷವನ್ನು ಮುಂದುವರಿಸಲು ಬಯಸುತ್ತಾರೆ ಮತ್ತು ಅದೇ ಸಮಯದಲ್ಲಿ, ಮಂತ್ರವನ್ನು ಪಠಿಸುವ ಮೂಲಕ ಅಥವಾ ಹೂವು ಹಿಡಿದು ಆಧ್ಯಾತ್ಮಿಕ ಜೀವನವನ್ನು ಸಾಧಿಸಲು ಬಯಸುತ್ತಾರೆ ಎಂದು ನೀವು ಅರ್ಥೈಸುತ್ತೀರಾ?

<u>ಆಧ್ಯಾತ್ಮಿಕ ಗುರು:-</u> ಹೌದು, ಇದು ತಾಳ್ಮೆಯ ಆಲೋಚನೆಯಂತಿದೆ, "ನಾನು ನನ್ನ ಕಾಯಿಲೆಯೊಂದಿಗೆ ಮುಂದುವರಿಯುತ್ತೇನೆ ಮತ್ತು ಅದೇ ಸಮಯದಲ್ಲಿ ನಾನು ಆರೋಗ್ಯವಂತನಾಗುತ್ತೇನೆ. ಇದು ವಿರೋಧಾಭಾಸವಾಗಿದೆ. ಮೊದಲ ಅವಶ್ಯಕತೆಯೆಂದರೆ ಆಧ್ಯಾತ್ಮಿಕ ಜೀವನದಲ್ಲಿ ಶಿಕ್ಷಣ ಪಡೆಯುವುದು. ಆಧ್ಯಾತ್ಮಿಕ ಜೀವನವಲ್ಲ. ಕೆಲವು ನಿಮಿಷಗಳ ಮಾತುಕತೆಯಿಂದ ಒಬ್ಬರು ಅರ್ಥಮಾಡಿಕೊಳ್ಳಬಹುದು, ಅನೇಕ ತತ್ವಶಾಸ್ತ್ರ ಮತ್ತು ಧರ್ಮಶಾಸ್ತ್ರದ ಪುಸ್ತಕಗಳಿವೆ, ಆದರೆ ಜನರು ಅದರಲ್ಲಿ ಆಸಕ್ತಿ ಹೊಂದಿಲ್ಲ, ಅದು ಕಷ್ಟ, ಉದಾಹರಣೆಗೆ, ಶ್ರೀಮದ್ ಭಾಗವತವು ಬಹಳ ದೀರ್ಘವಾದ ಕೃತಿಯಾಗಿದೆ ಮತ್ತು ನೀವು ಓದಲು ಪ್ರಯತ್ನಿಸಿದರೆ ಈ ಪುಸ್ತಕದ ಒಂದು ಸಾಲನ್ನು ಅರ್ಥಮಾಡಿಕೊಳ್ಳಲು ಹಲವು ದಿನಗಳು ಬೇಕಾಗಬಹುದು.ಭಾಗವತವು ದೇವರನ್ನು, ಪರಮ ಸತ್ಯವನ್ನು ವಿವರಿಸುತ್ತದೆ, ಆದರೆ ಜನರು ಆಸಕ್ತಿ ಹೊಂದಿಲ್ಲ ಮತ್ತು ಆಕಸ್ಮಿಕವಾಗಿ ಯಾರಾದರೂ ಆಧ್ಯಾತ್ಮಿಕ ಜೀವನದಲ್ಲಿ ಸ್ವಲ್ಪ ಆಸಕ್ತಿ

ಹೊಂದಿದರೆ, ಅವರು ತಕ್ಷಣ ಏನನ್ನಾದರೂ ಬಯಸುತ್ತಾರೆ. ಆದ್ದರಿಂದ, ಅವನು ಮೋಸ ಹೋಗುತ್ತಾನೆ, ವಾಸ್ತವವಾಗಿ, ಮಾನವ ಜೀವನವು ತಪಸ್ಸಿಗೆ ಮೀಸಲಾಗಿದೆ, ಅದು ವೈದಿಕ ನಾಗರಿಕತೆಯ ಮಾರ್ಗವಾಗಿದೆ, ವೇದ ಕಾಲದಲ್ಲಿ ಅವರು ಹುಡುಗರನ್ನು ಬ್ರಹ್ಮಚಾರಿಗಳಾಗಿ ತರಬೇತುಗೊಳಿಸುತ್ತಿದ್ದರು; ಇಪ್ಪತ್ತೈದು ವಯಸ್ಸಿನವರೆಗೆ ಲೈಂಗಿಕ ಜೀವನಕ್ಕೆ ಅವಕಾಶವಿರಲಿಲ್ಲ. ಎಲ್ಲಿದೆ ಶಿಕ್ಷಣದಲ್ಲಿ ಈಗ? ಬ್ರಹ್ಮಚಾರಿ ಎಂದರೆ ಸಂಪೂರ್ಣ ಬ್ರಹ್ಮಚರ್ಯದ ಜೀವನ ನಡೆಸುವ ವಿದ್ಯಾರ್ಥಿ. ಬೆಟ್ಟಗಳ ತುದಿಯಿಂದ ಶತ್ರುಗಳ ತಲೆಯ ಮೇಲೆ ದೊಡ್ಡ ಕಲ್ಲುಗಳನ್ನು ಬೀಳಿಸುವ ಪ್ರಾಚೀನ, ಅಸಂಸ್ಕೃತ ಅಭ್ಯಾಸದಿಂದ ವಿಮಾನಗಳಿಂದ ಬಾಂಬುಗಳನ್ನು ಎಸೆಯುವುದು ನಾಗರಿಕತೆಯ ಪ್ರಗತಿಯಲ್ಲ. ಮಷಿನ್ ಗನ್ ಮತ್ತು ವಿಷಕಾರಿ ಅನಿಲಗಳ ಮೂಲಕ ನಮ್ಮ ನೆರೆಹೊರೆಯವರನ್ನು ಕೊಲ್ಲುವ ಕಲೆಯ ಸುಧಾರಣೆಯು ಬಿಲ್ಲು ಮತ್ತು ಬಾಣಗಳಿಂದ ಕೊಲ್ಲುವ ಕಲೆಯ ಬಗ್ಗೆ ಹೆಮ್ಮೆಪಡುವ ಪ್ರಾಚೀನ ಅನಾಗರಿಕತೆಯಿಂದ ಖಂಡಿತವಾಗಿಯೂ ಯಾವುದೇ ಪ್ರಗತಿಯಲ್ಲ.

<u>ಭೌತಿಕವಾದಿ:-</u> ಜನರು ಯಾವ ರೀತಿಯಲ್ಲಿ ಅವಿಧೇಯರಾಗಿದ್ದಾರೆಂದು ನೀವು ಹೇಳಬಲ್ಲಿರಾ?

<u>ಆಧ್ಯಾತ್ಮಿಕ ಗುರು:-</u> ಹೌದು. ಮೊದಲ ಅಂಶವೆಂದರೆ ಅವರು ಕಸಾಯಿಖಾನೆಗಳನ್ನು ನಿರ್ವಹಿಸುವ ಮೂಲಕ "ನೀನು ಕೊಲ್ಲಬೇಡ" ಎಂಬ ಆಜ್ಞೆಯನ್ನು ಉಲ್ಲಂಘಿಸುತ್ತಾರೆ. ಈ ಆಜ್ಞೆಯನ್ನು ಉಲ್ಲಂಘಿಸಲಾಗುತ್ತಿದೆ ಎಂದು ನೀವು ಒಪ್ಪುತ್ತೀರಾ?

<u>ಭೌತಿಕವಾದಿ:-</u> : ವೈಯಕ್ತಿಕವಾಗಿ, ನಾನು ಒಪ್ಪುತ್ತೇನೆ.

<u>ಆಧ್ಯಾತ್ಮಿಕ ಗುರು:-</u>: ಒಳ್ಳೆಯದು. ಆದ್ದರಿಂದ ಜನರು ದೇವರನ್ನು ಪ್ರೀತಿಸಲು ಬಯಸಿದರೆ, ಅವರು ಪ್ರಾಣಿಗಳನ್ನು ಕೊಲ್ಲುವುದನ್ನು ನಿಲ್ಲಿಸಬೇಕು.

<u>ಭೌತಿಕವಾದಿ:-</u> ಆದರೆ ಇದು ಅತ್ಯಂತ ಮುಖ್ಯವಾದ ಅಂಶವಲ್ಲ.

<u>ಆಧ್ಯಾತ್ಮಿಕ ಗುರು:-</u> ನೀವು ಒಂದು ಅಂಕವನ್ನು ತಪ್ಪಿಸಿಕೊಂಡರೆ, ನಿಮ್ಮ ಲೆಕ್ಕಾಚಾರದಲ್ಲಿ ದೋಷವಿದೆ. ಅದರ ನಂತರ ನೀವು ಏನನ್ನು ಸೇರಿಸುತ್ತೀರಿ ಅಥವಾ ಕಳೆಯುತ್ತೀರಿ ಎಂಬುದರ ಹೊರತಾಗಿಯೂ, ತಪ್ಪು ಈಗಾಗಲೇ ಲೆಕ್ಕಾಚಾರದಲ್ಲಿದೆ ಮತ್ತು ಅನುಸರಿಸುವ ಎಲ್ಲವೂ ಸಹ ದೋಷಪೂರಿತವಾಗಿದೆ. ನಾವು ಇಷ್ಟಪಡುವ ಧರ್ಮಗ್ರಂಥದ ಭಾಗವನ್ನು ನಾವು ಸರಳವಾಗಿ ಸ್ವೀಕರಿಸಲು ಸಾಧ್ಯವಿಲ್ಲ, ಮತ್ತು ನಮಗೆ ಇಷ್ಟವಿಲ್ಲದದ್ದನ್ನು ತಿರಸ್ಕರಿಸಲು ಮತ್ತು ಫಲಿತಾಂಶವನ್ನು ಪಡೆಯಲು ನಿರೀಕ್ಷಿಸಬಹುದು. ಉದಾಹರಣೆಗೆ, ಕೋಳಿ ತನ್ನ

ಬೆನ್ನಿನ ಭಾಗದೊಂದಿಗೆ ಮೊಟ್ಟೆಗಳನ್ನು ಇಡುತ್ತದೆ ಮತ್ತು ಅದರ ಕೊಕ್ಕಿನೊಂದಿಗೆ ತಿನ್ನುತ್ತದೆ. ಒಬ್ಬ ರೈತ ಪರಿಗಣಿಸಬಹುದು, "ಕೋಳಿಯ ಮುಂಭಾಗದ ಭಾಗವು ತುಂಬಾ ದುಬಾರಿಯಾಗಿದೆ ಏಕೆಂದರೆ ನಾನು ಅದನ್ನು ಪೋಷಿಸಬೇಕು. ಅದನ್ನು ಕತ್ತರಿಸುವುದು ಉತ್ತಮ." ಆದರೆ ತಲೆ ಕಾಣೆಯಾಗಿದ್ದರೆ ಇನ್ನು ಮುಂದೆ ಮೊಟ್ಟೆಗಳು ಇರುವುದಿಲ್ಲ, ಏಕೆಂದರೆ ದೇಹವು ಸತ್ತಿದೆ. ಹಾಗೆಯೇ ಧರ್ಮಗ್ರಂಥಗಳ ಕಷ್ಟಕರವಾದ ಭಾಗವನ್ನು ತಿರಸ್ಕರಿಸಿ ನಮಗೆ ಇಷ್ಟವಾದ ಭಾಗವನ್ನು ಪಾಲಿಸಿದರೆ ಅಂತಹ ವ್ಯಾಖ್ಯಾನವು ನಮಗೆ ಸಹಾಯ ಮಾಡುವುದಿಲ್ಲ. ನೀವು ಮೊದಲ ಆದೇಶವನ್ನು ಅನುಸರಿಸದಿದ್ದರೆ, "ನೀನು ಕೊಲ್ಲಬಾರದು," ಹಾಗಾದರೆ ದೇವರ ಪ್ರೀತಿಯ ಪ್ರಶ್ನೆ ಎಲ್ಲಿದೆ?

<u>ಭೌತಿಕವಾದಿ:-</u>"ನೀನು ಕೊಲ್ಲಬಾರದು," ಈ ಆಜ್ಞೆಯನ್ನು ಮನುಷ್ಯರಿಗೆ ಅನ್ವಯಿಸುತ್ತಾರೆ, ಪ್ರಾಣಿಗಳಿಗೆ ಅಲ್ಲ.

<u>ಆಧ್ಯಾತ್ಮಿಕ ಗುರು:-</u> ಅಂದರೆ ಧರ್ಮಗ್ರಂಥಗಳಲ್ಲಿ ಸರಿಯಾದ ಪದವನ್ನು ಬಳಸುವಷ್ಟು ಬುದ್ಧಿವಂತನಾಗಿರಲಿಲ್ಲ: ಕೊಲೆಯೂ ಇದೆ, ಕೊಲೆ ಮನುಷ್ಯರನ್ನು ಸೂಚಿಸುತ್ತದೆ. ಕೊಲ್ಲುವ ಪದದ ಬದಲು ಕೊಲೆ-ಹತ್ಯೆ ಎಂಬ ಸರಿಯಾದ ಪದವನ್ನು ಬಳಸಲು ಧರ್ಮಗ್ರಂಥ ಬುದ್ಧಿವಂತನಾಗಿರಲಿಲ್ಲ ಎಂದು ನೀವು ಭಾವಿಸುತ್ತೀರಾ? ಕೊಲ್ಲುವುದು ಎಂದರೆ ಯಾವುದೇ ರೀತಿಯ ಹತ್ಯೆ, ಮತ್ತು ವಿಶೇಷವಾಗಿ ಪ್ರಾಣಿ ಹತ್ಯೆ. ಧರ್ಮಗ್ರಂಥ ಕೇವಲ ಮನುಷ್ಯರನ್ನು ಕೊಲ್ಲುವುದನ್ನು ಅರ್ಥೈಸಿದ್ದರೆ, ಅವನು ಕೊಲೆ ಎಂಬ ಪದವನ್ನು ಬಳಸುತ್ತಿದ್ದನು."ನೀವು ಕೊಲ್ಲಬಾರದು" ಅಥವಾ "ನೀವು ಕೊಲೆ ಮಾಡಬಾರದು".

<u>ಭೌತಿಕವಾದಿ:-</u>ಮನುಷ್ಯನ ಜೀವನಕ್ಕೂ ಮೃಗಗಳ ಜೀವನಕ್ಕೂ ವ್ಯತ್ಯಾಸವಿದೆ ಎಂದು ನಾವು ನಂಬುತ್ತೇವೆ. ಮನುಷ್ಯನು ದೇವರ ಪ್ರತಿರೂಪದಲ್ಲಿ ಮಾಡಲ್ಪಟ್ಟಿರುವುದರಿಂದ ಮಾನವನ ಜೀವನವು ಪವಿತ್ರವಾಗಿದೆ; ಆದ್ದರಿಂದ, ಮನುಷ್ಯನನ್ನು ಕೊಲ್ಲುವುದನ್ನು ನಿಷೇಧಿಸಲಾಗಿದೆ. ಮಾನವ ಜೀವನ ಮಾತ್ರ ಪವಿತ್ರ ಎಂದು ನಾವು ನಂಬುತ್ತೇವೆ.

<u>ಆಧ್ಯಾತ್ಮಿಕ ಗುರು:-</u> ಅದು ನಿಮ್ಮ ವ್ಯಾಖ್ಯಾನ. ಧರ್ಮಗ್ರಂಥದಲ್ಲ.

<u>ಭೌತಿಕವಾದಿ:-</u> ಮನುಷ್ಯನು ಪ್ರಾಣಿಗಳನ್ನು ಕ್ರಮವಾಗಿ ಕೊಲ್ಲುವುದು ಅವಶ್ಯಕ ತಿನ್ನಲು ಆಹಾರವನ್ನು ಹೊಂದಲು.

<u>ಆಧ್ಯಾತ್ಮಿಕ ಗುರು:-</u>ಇಲ್ಲ. ಮನುಷ್ಯ ಧಾನ್ಯಗಳು, ತರಕಾರಿಗಳು, ಹಣ್ಣುಗಳನ್ನು ತಿನ್ನಬಹುದು ಮತ್ತು ಹಾಲು.

<u>ಭೌತಿಕವಾದಿ:-</u> ಮಾಂಸವಿಲ್ಲವೇ?

ಆಧ್ಯಾತ್ಮಿಕ ಗುರು:-ಇಲ್ಲ. ಮನುಷ್ಯರು ಸಸ್ಯಾಹಾರವನ್ನು ತಿನ್ನಬೇಕು. ಹುಲಿ ನಿಮ್ಮ ಹಣ್ಣುಗಳನ್ನು ತಿನ್ನಲು ಬರುವುದಿಲ್ಲ. ಅವನ ನಿಗದಿತ ಆಹಾರ ಪ್ರಾಣಿ ಮಾಂಸ. ಆದರೆ ಮನುಷ್ಯನ ಆಹಾರವೆಂದರೆ ತರಕಾರಿಗಳು, ಹಣ್ಣುಗಳು, ಧಾನ್ಯಗಳು ಮತ್ತು ಹಾಲಿನ ಉತ್ಪನ್ನಗಳು. ಹಾಗಾದರೆ ಪ್ರಾಣಿಗಳನ್ನು ಕೊಲ್ಲುವುದು ಪಾಪವಲ್ಲ ಎಂದು ನೀವು ಹೇಗೆ ಹೇಳುತ್ತೀರಿ? . ಆದರೆ ಹಸುವನ್ನು ಪರಿಗಣಿಸಿ: ನಾವು ಅದರ ಹಾಲನ್ನು ಕುಡಿಯುತ್ತೇವೆ; ಆದ್ದರಿಂದ ಅವಳು ನಮ್ಮ ತಾಯಿ. ನೀನು ಒಪ್ಪಿಕೊಳ್ಳುತ್ತೀಯಾ?

ಭೌತಿಕವಾದಿ:-ಹೌದು, ಖಂಡಿತ.

ಆಧ್ಯಾತ್ಮಿಕ ಗುರು:- ಹಸುವು ನಿಮ್ಮ ತಾಯಿಯಾಗಿದ್ದರೆ, ನೀವು ಅವಳನ್ನು ಕೊಲ್ಲುವುದನ್ನು ಬೆಂಬಲಿಸುವುದೇ? ನೀವು ಅವಳಿಂದ ಹಾಲನ್ನು ತೆಗೆದುಕೊಳ್ಳುತ್ತೀರಿ, ಮತ್ತು ಅವಳು ವಯಸ್ಸಾದಾಗ ಮತ್ತು ನಿಮಗೆ ಹಾಲು ನೀಡಲು ಸಾಧ್ಯವಾಗದಿದ್ದಾಗ, ನೀವು ಅವಳ ಕುತ್ತಿಗೆಯನ್ನು ಕತ್ತರಿಸಿದ್ದೀರಿ. ಇದು ತುಂಬಾ ಮಾನವೀಯ ಪ್ರಸ್ತಾಪವೇ? ಭಾರತದಲ್ಲಿ ಮಾಂಸಾಹಾರಿಗಳು ಮೇಕೆಗಳು, ಹಂದಿಗಳು ಅಥವಾ ಎಮ್ಮೆಗಳಂತಹ ಕೆಲವು ಕೆಳಮಟ್ಟದ ಪ್ರಾಣಿಗಳನ್ನು ಕೊಲ್ಲಲು ಸಲಹೆ ನೀಡುತ್ತಾರೆ. ಆದರೆ ನಿಮ್ಮ ನಾಲಿಗೆಯನ್ನು ತೃಪ್ತಿಪಡಿಸಲು ನಿಯಮಿತವಾಗಿ ಕಸಾಯಿಖಾನೆಗಳನ್ನು ನಿರ್ವಹಿಸುವುದು ಅತ್ಯಂತ ಪಾಪವಾಗಿದೆ. ವಾಸ್ತವವಾಗಿ, ಕಸಾಯಿಖಾನೆಗಳನ್ನು ನಿರ್ವಹಿಸುವ ಈ ಕ್ರೂರ ಅಭ್ಯಾಸವನ್ನು ನಿಲ್ಲಿಸುವವರೆಗೂ ನೀವು ಮಾನವ ಸಮಾಜವನ್ನು ಹೊಂದಿರುವುದಿಲ್ಲ. ಆದರೆ ಗೋಹತ್ಯೆ ಮಹಾಪಾಪ. ಗೋವುಗಳನ್ನು ಕೊಲ್ಲಬೇಡಿ. ಇದು ದೊಡ್ಡ ಪಾಪ. ಮತ್ತು ಒಬ್ಬ ಮನುಷ್ಯನು ಪಾಪಿಯಾಗಿರುವ ತನಕ, ಅವನು ದೇವರನ್ನು ಅರ್ಥಮಾಡಿಕೊಳ್ಳಲು ಸಾಧ್ಯವಿಲ್ಲ. ಮನುಷ್ಯನ ಮುಖ್ಯ ಕೆಲಸವೆಂದರೆ ದೇವರನ್ನು ಅರ್ಥಮಾಡಿಕೊಳ್ಳುವುದು ಮತ್ತು ಆತನನ್ನು ಪ್ರೀತಿಸುವುದು. ಆದರೆ ನೀವು ಪಾಪಿಯಾಗಿ ಉಳಿದಿದ್ದರೆ, ದೇವರನ್ನು ಎಂದಿಗೂ ಅರ್ಥಮಾಡಿಕೊಳ್ಳಲು ಸಾಧ್ಯವಾಗುವುದಿಲ್ಲ. ಕನಿಷ್ಠ ತಾಯಿ ಪ್ರಾಣಿ, ಹಸುವನ್ನು ಕೊಲ್ಲಬಾರದು. ಅದು ಕೇವಲ ಮಾನವ ಸಭ್ಯತೆ. ನಮ್ಮ ಅಭ್ಯಾಸವೆಂದರೆ ನಾವು ಯಾವುದೇ ಪ್ರಾಣಿಗಳ ಹತ್ಯೆಗೆ ಅವಕಾಶ ನೀಡುವುದಿಲ್ಲ. ಕೃಷ್ಣ ಹೇಳುತ್ತಾನೆ, "**ಪತ್ರಂ, ಪುಷ್ಪಂ ಫಲಂ ತೋಯಂ ಯೋ ಮೇ ಭಕ್ತಿಃ ಪ್ರಯಚ್ಛತಿ:**" "ತರಕಾರಿಗಳು, ಹಣ್ಣುಗಳು, ಹಾಲು ಮತ್ತು ಧಾನ್ಯಗಳನ್ನು ನನಗೆ ಭಕ್ತಿಯಿಂದ ಅರ್ಪಿಸಬೇಕು." (ಭಗವದ್ಗೀತೆ 9.26) ನಾವು ಕೃಷ್ಣನ ಆಹಾರದ (ಪ್ರಸಾದ) ಅವಶೇಷಗಳನ್ನು ಮಾತ್ರ ತೆಗೆದುಕೊಳ್ಳುತ್ತೇವೆ. ಮರಗಳು ನಮಗೆ ಅನೇಕ ವಿಧದ ಹಣ್ಣುಗಳನ್ನು ನೀಡುತ್ತವೆ,

ಆದರೆ ಮರಗಳು ಸಾಯುವುದಿಲ್ಲ. ಸಹಜವಾಗಿ, ಒಂದು ಜೀವಿ ಮತ್ತೊಂದು ಜೀವಿಗಳಿಗೆ ಆಹಾರವಾಗಿದೆ, ಆದರೆ ಇದರರ್ಥ ನೀವು ಆಹಾರಕ್ಕಾಗಿ ನಿಮ್ಮ ತಾಯಿಯನ್ನು ಕೊಲ್ಲಬಹುದು ಎಂದಲ್ಲ. ಹಸುಗಳು ಮುಗ್ಧ; ಅವರು ನಮಗೆ ಹಾಲು ನೀಡುತ್ತಾರೆ. ನೀವು ಅವರ ಹಾಲನ್ನು ತೆಗೆದುಕೊಂಡು ನಂತರ ಅವುಗಳನ್ನು ಕಸಾಯಿಖಾನೆಯಲ್ಲಿ ಕೊಲ್ಲುತ್ತೀರಿ. ಇದು ಪಾಪ. ನಮ್ಮ ಭಗವದ್ಗೀತೆಯು ಸರ್ವ-ಯೋನಿಸು ಹೇಳುತ್ತದೆ, "ಎಲ್ಲಾ ಜಾತಿಯ ಜೀವಗಳಲ್ಲಿ ಆತ್ಮವು ಅಸ್ತಿತ್ವದಲ್ಲಿದೆ." ದೇಹವು ಬಟ್ಟೆಯಂತಿದೆ. ನೀವು ಕಪ್ಪು ಬಟ್ಟೆಗಳನ್ನು ಹೊಂದಿದ್ದೀರಿ; ನಾನು ಕೇಸರಿ ಬಟ್ಟೆಯನ್ನು ಧರಿಸಿದ್ದೇನೆ. ಆದರೆ ಬಟ್ಟೆಯೊಳಗೆ ನೀನು ಮನುಷ್ಯ, ನಾನು ಕೂಡ ಮನುಷ್ಯ. ಅಂತೆಯೇ, ವಿವಿಧ ಜಾತಿಗಳ ದೇಹಗಳು ವಿವಿಧ ರೀತಿಯ ಉಡುಗೆಗಳಂತೆಯೇ ಇರುತ್ತವೆ. 8,400,000 ಜಾತಿಗಳು ಅಥವಾ ಉಡುಪುಗಳು ಇವೆ, ಪ್ರತಿಯೊಬ್ಬರೂ ಆತ್ಮ, ದೇವರ ಒಂದು ಭಾಗ . ಒಬ್ಬ ಮನುಷ್ಯನಿಗೆ ಇಬ್ಬರು ಗಂಡು ಮಕ್ಕಳಿದ್ದಾರೆ, ಎಂದುಕೊಳ್ಳಿ. ಒಬ್ಬರು ಸುಪ್ರೀಂ ಕೋರ್ಟ್ ನ್ಯಾಯಾಧೀಶರು ಆಗಿರಬಹುದು ಇತರರು ಸಾಮಾನ್ಯ ಕಾರ್ಮಿಕರಾಗಿರಬಹುದು, ಆದರೆ ತಂದೆ ಇಬ್ಬರೂ ಅವನ ಪುತ್ರರಂತೆ ಹೇಳಿಕೊಳ್ಳುತ್ತಾರೆ. ನ್ಯಾಯಾಧೀಶರಾದ ಮಗ ಬಹಳ ಮುಖ್ಯ ಮತ್ತು ಕೆಲಸಗಾರ-ಮಗ ಮುಖ್ಯವಲ್ಲ ಎಂಬ ಭೇದವನ್ನು ಅವರು ಮಾಡುವುದಿಲ್ಲ. ಮತ್ತು ನ್ಯಾಯಾಧೀಶರು-ಮಗ ಹೇಳಿದರೆ, "ನನ್ನ ಪ್ರೀತಿಯ ತಂದೆ, ನಿಮ್ಮ ಇನ್ನೊಬ್ಬ ಮಗ ನಿಷ್ಪ್ರಯೋಜಕ; ನಾನು ಅವನನ್ನು ಕತ್ತರಿಸಿ ತಿನ್ನುತ್ತೇನೆ ಎಂದು ಹೇಳಿದರೆ , ತಂದೆ ಇದನ್ನು ಅನುಮತಿಸುತ್ತಾನೆಯೇ?

<u>ಭೌತಿಕವಾದಿ:</u> ಖಂಡಿತವಾಗಿಯೂ ಅಲ್ಲ, ಆದರೆ ಎಲ್ಲಾ ಜೀವನವು ದೇವರ ಭಾಗವಾಗಿದೆ ಎಂಬ ಕಲ್ಪನೆ ನಮಗೆ ಒಪ್ಪಿಕೊಳ್ಳುವುದು ಕಷ್ಟ, ಮಾನವ ಜೀವನ ಮತ್ತು ಪ್ರಾಣಿಗಳ ನಡುವೆ ಒಂದು ದೊಡ್ಡ ವ್ಯತ್ಯಾಸವಿದೆ.

<u>ಆಧ್ಯಾತ್ಮಿಕ ಗುರು:-</u> ಆ ವ್ಯತ್ಯಾಸವು ಪ್ರಜ್ಞೆಯ ಬೆಳವಣಿಗೆಗೆ ಕಾರಣವಾಗಿದೆ. ಮಾನವ ದೇಹದಲ್ಲಿ ಅಭಿವೃದ್ಧಿ ಪ್ರಜ್ಞೆ ಇದೆ. ಮರಕ್ಕೂ ಆತ್ಮವಿದೆ, ಆದರೆ ಮರದ ಪ್ರಜ್ಞೆಯು ಹೆಚ್ಚು ಅಭಿವೃದ್ಧಿ ಹೊಂದಿಲ್ಲ. ನೀವು ಮರವನ್ನು ಕತ್ತರಿಸಿದರೆ ಅದು ವಿರೋಧಿಸುವುದಿಲ್ಲ. ವಾಸ್ತವವಾಗಿ, ಇದು ವಿರೋಧಿಸುತ್ತದೆ, ಆದರೆ ಬಹಳ ಕಡಿಮೆ ಮಟ್ಟಕ್ಕೆ ಮಾತ್ರ. ಜಗದೀಶ್ ಚಂದ್ರ ಬೋಸ್ ಎಂಬ ವಿಜ್ಞಾನಿಯೊಬ್ಬರು ಮರ-ಗಿಡಗಳನ್ನು ಕತ್ತರಿಸಿದಾಗ ನೋವು ಅನುಭವಿಸುವ ಯಂತ್ರವನ್ನು ತಯಾರಿಸಿದ್ದಾರೆ. ಮತ್ತು ಯಾರಾದರೂ ಪ್ರಾಣಿಯನ್ನು ಕೊಲ್ಲಲು ಬಂದಾಗ, ಅದು ವಿರೋಧಿಸುತ್ತದೆ, ಅದು ಅಳುತ್ತದೆ, ಅದು ಭಯಾನಕ ಶಬ್ದವನ್ನು ಮಾಡುತ್ತದೆ

ಎಂದು ನಾವು ನೇರವಾಗಿ ನೋಡಬಹುದು. ಆದ್ದರಿಂದ ಇದು ಪ್ರಜ್ಞೆಯ ಬೆಳವಣಿಗೆಯ ವಿಷಯವಾಗಿದೆ. ಆದರೆ ಆತ್ಮವು ಎಲ್ಲಾ ಜೀವಿಗಳ ಒಳಗೆ ಇದೆ.

ಭೌತಿಕವಾದಿ :-ಆದರೆ ಆಧ್ಯಾತ್ಮಿಕವಾಗಿ, ಮನುಷ್ಯನ ಜೀವನವು ಪವಿತ್ರವಾಗಿದೆ. ಮನುಷ್ಯರು ಪ್ರಾಣಿಗಳಿಗಿಂತ ಎತ್ತರದ ವೇದಿಕೆಯಲ್ಲಿ ಯೋಚಿಸುತ್ತಾರೆ.

ಆಧ್ಯಾತ್ಮಿಕ ಗುರು:- ಆ ಉನ್ನತ ವೇದಿಕೆ ಯಾವುದು? ಪ್ರಾಣಿ ತನ್ನ ದೇಹವನ್ನು ಕಾಪಾಡಿಕೊಳ್ಳಲು ತಿನ್ನುತ್ತದೆ, ಮತ್ತು ನಿಮ್ಮ ದೇಹವನ್ನು ಕಾಪಾಡಿಕೊಳ್ಳಲು ನೀವು ತಿನ್ನುತ್ತೀರಿ. ಹಸುವು ಹೊಲದಲ್ಲಿ ಹುಲ್ಲು ತಿನ್ನುತ್ತದೆ, ಮತ್ತು ಮನುಷ್ಯ ಆಧುನಿಕ ಯಂತ್ರಗಳಿಂದ ತುಂಬಿದ ಬೃಹತ್ ಕಸಾಯಿಖಾನೆಯಿಂದ ಮಾಂಸವನ್ನು ತಿನ್ನುತ್ತಾನೆ. ಆದರೆ ನೀವು ದೊಡ್ಡ ಯಂತ್ರಗಳನ್ನು ಹೊಂದಿದ್ದೀರಿ ಮತ್ತು ಭಯಾನಕ ದೃಶ್ಯವನ್ನು ಹೊಂದಿದ್ದೀರಿ, ಆದರೆ ಪ್ರಾಣಿಯು ಹುಲ್ಲು ತಿನ್ನುತ್ತದೆ, ಇದರರ್ಥ ನಿಮ್ಮ ದೇಹದಲ್ಲಿ ಮಾತ್ರ ಆತ್ಮವಿದೆ ಮತ್ತು ಪ್ರಾಣಿಯ ದೇಹದಲ್ಲಿ ಆತ್ಮವಿಲ್ಲ ಎಂದು ನೀವು ತುಂಬಾ ಮುಂದುವರಿದಿದ್ದೀರಿ ಎಂದರ್ಥವಲ್ಲ. . ಅದು ತರ್ಕಬದ್ಧವಲ್ಲ. ಪ್ರಾಣಿ ಮತ್ತು ಮನುಷ್ಯರ ಮೂಲ ಗುಣಲಕ್ಷಣಗಳು ಒಂದೇ ಆಗಿರುವುದನ್ನು ನಾವು ನೋಡಬಹುದು.

ಭೌತಿಕವಾದಿ :-ಹಿಂದಿನ ದಿನ, ನೀವು ಭಾರತದಲ್ಲಿ ಇತ್ತೀಚಿನವರೆಗೂ ಹಸುಗಳನ್ನು ತಿನ್ನುವುದನ್ನು ನಿಷೇಧಿಸಲಾಗಿದೆ ಎಂದು ಹೇಳುತ್ತಿದ್ದೀರಿ, ಮಾಂಸವನ್ನು ತಿನ್ನುವವರು ನಾಯಿ ಮತ್ತು ಮೇಕೆಗಳಂತಹ ಕೀಳು ಪ್ರಾಣಿಗಳನ್ನು ತಿನ್ನುತ್ತಾರೆ.

ಆಧ್ಯಾತ್ಮಿಕ ಗುರು:-ಹೌದು. ಮಾಂಸ ತಿನ್ನುವವರಿಗೆ, ವೈದಿಕ ಸಂಸ್ಕೃತಿಯು ಶಿಫಾರಸು ಮಾಡುವುದು ಇದನ್ನೇ: "ನಾಯಿಗಳನ್ನು ತಿನ್ನಿರಿ." ಕೊರಿಯಾದಲ್ಲಿ ಅವರು ನಾಯಿಗಳನ್ನು ತಿನ್ನುತ್ತಾರೆ. ಆದ್ದರಿಂದ ನೀವು ನಾಯಿಗಳನ್ನು ತಿನ್ನಬಹುದು. ಆದರೆ ಹಸು ಅವು ಸಾಯುವವರೆಗೂ ಹಸುಗಳನ್ನು ತಿನ್ನಬೇಡಿ. ಎಂದರೆ ಸ್ವಾಭಾವಿಕ ಸಾವು. "ತಿನ್ನಬೇಡಿ" ಎಂದು ನಾವು ಹೇಳುವುದಿಲ್ಲ, ನೀವು ಹಸುಗಳನ್ನು ತಿನ್ನಲು ತುಂಬಾ ಇಷ್ಟಪಡುತ್ತೀರಿ, ಸರಿ, ನೀವು ಅವುಗಳನ್ನು ತಿನ್ನಬಹುದು, ಏಕೆಂದರೆ ಅವರ ಮರಣದ ನಂತರ ನಾವು ಅವುಗಳನ್ನು ಯಾರಿಗಾದರೂ, ಯಾವುದಾದರೂ ಜೀವಿಗಳಿಗೆ ನೀಡಬೇಕು. ಸಾಮಾನ್ಯವಾಗಿ ಹಸುವಿನ ಮೃತದೇಹವನ್ನು ರಣಹದ್ದುಗಳಿಗೆ ನೀಡಲಾಗುತ್ತದೆ, ಆದರೆ ರಣಹದ್ದುಗಳಿಗೆ ಮಾತ್ರ ಏಕೆ? ರಣಹದ್ದುಗಳಂತೆ ಉತ್ತಮವಾದ ಆಧುನಿಕ "ನಾಗರಿಕ" ಜನರಿಗೆ ಏಕೆ ನೀಡಬಾರದು? ಈ ನಾಗರಿಕರೆಂದು ಕರೆಯಲ್ಪಡುವ

ಜನರು ಮತ್ತು ರಣಹದ್ದುಗಳ ನಡುವಿನ ವ್ಯತ್ಯಾಸವೇನು? ರಣಹದ್ದುಗಳು ಸಹ ಸತ್ತ ದೇಹವನ್ನು ಕೊಂದು ತಿನ್ನುವುದನ್ನು ಆನಂದಿಸುತ್ತವೆ. "ಅದನ್ನು ಸಾಯಿಸಿ ನಂತರ ಆನಂದಿಸಿ" ಜನರು ರಣಹದ್ದುಗಳಾಗಿ ಮಾರ್ಪಟ್ಟಿದ್ದಾರೆ. ಮತ್ತು ಅವರ ನಾಗರಿಕತೆಯು ರಣಹದ್ದು ನಾಗರಿಕತೆಯಾಗಿದೆ. ಪ್ರಾಣಿ-ಭಕ್ಷಕರು - ಅವರು ನರಿಗಳು, ರಣಹದ್ದುಗಳು, ನಾಯಿಗಳಂತೆ. ಮಾಂಸವು ಮನುಷ್ಯರಿಗೆ ಸರಿಯಾದ ಆಹಾರವಲ್ಲ. ಇಲ್ಲಿ ವೈದಿಕ ಸಂಸ್ಕೃತಿಯಲ್ಲಿ ನಾಗರಿಕ ಆಹಾರ, ಮಾನವ ಆಹಾರ: ಹಾಲು, ಹಣ್ಣು, ತರಕಾರಿಗಳು, ಬೀಜಗಳು, ಧಾನ್ಯಗಳು. ಅವರು ಅದನ್ನು ಕಲಿಯಲಿ. ಅಸಂಸ್ಕೃತ ರಾಕ್ಷಸರು, ರಣಹದ್ದುಗಳು, ರಾಕ್ಷಸರು ಮತ್ತು ಅವರು ನಾಯಕರು. ಆದುದರಿಂದ ಇಂದು ನಾಯಕರೆಲ್ಲರೂ ನಾಲ್ಕನೇ ದರ್ಜೆಯವರು ಎಂದು ನಾನು ಹೇಳುತ್ತೇನೆ. ಮತ್ತು ಅದಕ್ಕಾಗಿಯೇ ಇಡೀ ಪ್ರಪಂಚವು ಅಸ್ತವ್ಯಸ್ತವಾಗಿರುವ ಸ್ಥಿತಿಯಲ್ಲಿದೆ.

"ನೀವು ಹಸುವನ್ನು ಏಕೆ ಕೊಲ್ಲಬೇಕು? ಗೋವನ್ನು ರಕ್ಷಿಸಲಿ." ನೀವು ಹಸುವಿನ ಹಾಲನ್ನು ತೆಗೆದುಕೊಂಡು ಈ ಹಾಲನ್ನು ಅನೇಕ ಪೌಷ್ಟಿಕ, ರುಚಿಕರವಾದ ಸಿದ್ಧತೆಗಳನ್ನು ಮಾಡಲು ಬಳಸಬಹುದು. ಅದನ್ನು ಹೊರತುಪಡಿಸಿ, ಮಾಂಸ ತಿನ್ನುವ ವಿಷಯಕ್ಕೆ ಸಂಬಂಧಿಸಿದಂತೆ, ಪ್ರತಿ ಹಸುವೂ ಸಾಯುತ್ತದೆ - ಆದ್ದರಿಂದ ನೀವು ಸ್ವಲ್ಪ ಸಮಯ ಕಾಯಿರಿ ಮತ್ತು ಅಲ್ಲಿ ಹಲವಾರು ಸತ್ತ ಹಸುಗಳು ಇರುತ್ತವೆ. ನಂತರ ನೀವು ಎಲ್ಲಾ ಸತ್ತ ಹಸುಗಳನ್ನು ತೆಗೆದುಕೊಂಡು ತಿನ್ನಬಹುದು. ಹಾಗಾದರೆ ಇದು ಹೇಗೆ ಕೆಟ್ಟ ಪ್ರಸ್ತಾಪವಾಗಿದೆ? ಹೇಳಿ,. ಹಸು ಸತ್ತಾಗ, ನೀವು ಅದನ್ನು ತಿನ್ನಬಹುದು, ಸರಳವಾಗಿ ನಿಮ್ಮನ್ನು ಕೇಳಿಕೊಳ್ಳಿ, "ನಾವು ನಿಮ್ಮನ್ನು ತಡೆಯುವುದಿಲ್ಲ.

ಪ್ರಾಮಾಣಿಕವಾಗಿ ಮಾತನಾಡಿದರೆ ಜನರು ತುಂಬಾ ಕೋಪಗೊಳ್ಳುತ್ತಾರೆ. ಆದರೆ ಮೂಲಭೂತವಾಗಿ, ಅವರ ನಾಯಕರೆಲ್ಲರೂ ನಾಲ್ಕನೇ ವರ್ಗದವರು. ಪ್ರಥಮ ದರ್ಜೆ ಪುರುಷರು ಭಗವಂತನ ಮಹಾನ್ ಭಕ್ತರಾಗಿದ್ದು, ಅವರು ತಮ್ಮ ಮಾತುಗಳು ಮತ್ತು ಪ್ರಾಯೋಗಿಕ ಉದಾಹರಣೆಯ ಮೂಲಕ ನಿರ್ವಾಹಕರು ಮತ್ತು ನಾಗರಿಕರನ್ನು ಮಾರ್ಗದರ್ಶನ ಮಾಡಬಹುದು. ಎರಡನೇ ದರ್ಜೆಯ ಪುರುಷರು ಆಡಳಿತಾತ್ಮಕ, ಮಿಲಿಟರಿ ಪುರುಷರು, ಅವರು ಸರ್ಕಾರದ ಸುಗಮ ನಿರ್ವಹಣೆ ಮತ್ತು ನಾಗರಿಕರ ಸುರಕ್ಷತೆಯನ್ನು ನೋಡಿಕೊಳ್ಳುತ್ತಾರೆ. ಮತ್ತು ಮೂರನೇ ದರ್ಜೆಯ ಪುರುಷರು ರೈತರು, ಅವರು ಬೆಳೆಗಳನ್ನು ಬೆಳೆಯುತ್ತಾರೆ ಮತ್ತು ಹಸುಗಳನ್ನು ರಕ್ಷಿಸುತ್ತಾರೆ. ಆದರೆ ಇಂದು ಗೋವುಗಳನ್ನು ರಕ್ಷಿಸುವವರು ಯಾರು? ಅದು ಮೂರನೇ ದರ್ಜೆಯ ಪುರುಷರ ವ್ಯಾಪಾರ. ಆದ್ದರಿಂದ ಎಲ್ಲರೂ

ನಾಲ್ಕನೇ ದರ್ಜೆಯ ಪುರುಷರು. ಜನರು ನಿಯಂತ್ರಕ, ಆಧ್ಯಾತ್ಮಿಕ ತತ್ವಗಳಿಲ್ಲದೆ ಪ್ರಾಣಿಗಳಂತೆ ಬದುಕುತ್ತಿದ್ದಾರೆ ಮತ್ತು ತಮ್ಮಲ್ಲಿಯೇ ಅವರು ದೊಡ್ಡ ಪ್ರಾಣಿಗಳನ್ನು ಆರಿಸಿಕೊಳ್ಳುತ್ತಿದ್ದಾರೆ. ಯಾರಾದರೂ ತನಗೆ ಇಷ್ಟವಾದದ್ದನ್ನು ಮಾಡಬಹುದು, ಅವನು ಏನು ಯೋಚಿಸುತ್ತಾನೆ - ಯಾವುದೇ ನಿಯಂತ್ರಕ ತತ್ವಗಳಿಲ್ಲ ಎಂದು. ಆದರೆ ಮಾನವ ಜೀವನವು ನಿಯಂತ್ರಕ ತತ್ವಗಳಿಗೆ ಮೀಸಲಾಗಿದೆ. ನಮ್ಮ ವಿದ್ಯಾರ್ಥಿಗಳು ನಿಯಂತ್ರಕ ತತ್ವಗಳನ್ನು ಅನುಸರಿಸಬೇಕೆಂದು ನಾವು ಒತ್ತಾಯಿಸುತ್ತಿದ್ದೇವೆ .ಅವರನ್ನು ನಿಜವಾದ ಮನುಷ್ಯರನ್ನಾಗಿ ಮಾಡಲು. ನಿಯಂತ್ರಕ ತತ್ವಗಳಿಲ್ಲದೆ ಅದು ಪ್ರಾಣಿ ಜೀವನ. ಮಾನವನ ರೂಪದಲ್ಲಿ, ಸಸ್ಯ ಮತ್ತು ಪ್ರಾಣಿ ಪ್ರಭೇದಗಳಲ್ಲಿ ಲಕ್ಷಾಂತರ ಜೀವಗಳನ್ನು ಹಾದುಹೋದ ನಂತರ, ಆತ್ಮವು ಯೋಗ ವ್ಯವಸ್ಥೆಯನ್ನು ಕೈಗೆತ್ತಿಕೊಳ್ಳುವ ಅವಕಾಶವನ್ನು ಪಡೆಯುತ್ತದೆ- ಮತ್ತು ಯೋಗ ಎಂದರೆ ಕಟ್ಟುನಿಟ್ಟಾದ ನಿಯಂತ್ರಕ ತತ್ವಗಳು. ಇಂದ್ರಿಯ-ಸಂಯಮಃ - ಇಂದ್ರಿಯಗಳನ್ನು ನಿಯಂತ್ರಿಸುವುದು. ಅದುವೇ ನಿಜವಾದ ಯೋಗ ಪದ್ಧತಿ. ಆದರೆ ಇಂದು ಹೆಚ್ಚಿನ ಜನರು, ತಾವು ಯೋಗಾಭ್ಯಾಸ ಮಾಡುತ್ತಿದ್ದೇವೆ ಎಂದು ಹೇಳಿದರೂ, ಅದನ್ನು ದುರುಪಯೋಗಪಡಿಸಿಕೊಳ್ಳುತ್ತಿದ್ದಾರೆ. ಪ್ರಾಣಿಗಳಂತೆ, ಅವರು ತಮ್ಮ ಇಂದ್ರಿಯಗಳನ್ನು ನಿಯಂತ್ರಿಸಲು ಸಾಧ್ಯವಿಲ್ಲ. ಮನುಷ್ಯರಂತೆ, ಅವರು ಹೆಚ್ಚಿನ ಬುದ್ಧಿವಂತಿಕೆಯನ್ನು ಹೊಂದಿದ್ದಾರೆ; ಅವರು ಇಂದ್ರಿಯಗಳನ್ನು ಹೇಗೆ ನಿಯಂತ್ರಿಸಬೇಕೆಂದು ಕಲಿಯಬೇಕು. ಇದು ಮಾನವ ಜೀವನ. ಪರಮಾತ್ಮನ ಪರಮ ಪುರುಷನಾದ ಕೃಷ್ಣನ ಸಂದೇಶವನ್ನು ಕೇಳದವನು-ಒಂದು ಕ್ಷಣವೂ-ಅವನು ಪ್ರಾಣಿ.

ಆಧುನಿಕ ವಿಶ್ವವಿದ್ಯಾನಿಲಯ ಶಿಕ್ಷಣವು ಪ್ರಾಯೋಗಿಕವಾಗಿ ಒಬ್ಬ ಶ್ರೇಷ್ಠ ಗುರುಗಳ ಸೇವೆಯನ್ನು ಸ್ವೀಕರಿಸಲು ಒಂದು ನಾಯಿಯ ಮನಸ್ಥಿತಿಯನ್ನು ಪಡೆಯಲು ಸಿದ್ಧಗೊಳಿಸುತ್ತದೆ. ತಮ್ಮ ತಥಾಕಥಿತ ಶಿಕ್ಷಣವನ್ನು ಮುಗಿಸಿದ ನಂತರ, ವಿದ್ಯಾವಂತರು ಎಂದು ಕರೆಯಲ್ಪಡುವವರು ಕೆಲವು ಸೇವೆಗಾಗಿ ಅರ್ಜಿಗಳೊಂದಿಗೆ ಮನೆಯಿಂದ ಮನೆಗೆ ತೆರಳುತ್ತಾರೆ. ಭಾರತದಲ್ಲಿ ನಮಗೆ ಈ ಅನುಭವವಿದೆ. ವಿದ್ಯಾಭ್ಯಾಸ ಮಾಡಿ ನಿರುದ್ಯೋಗಿಗಳಾಗಿರುವ ಎಷ್ಟೋ ಜನ ವಿದ್ಯಾವಂತರು ಇದ್ದಾರೆ. ಅವರು ಯಜಮಾನನನ್ನು ಹುಡುಕಬೇಕು; ಇಲ್ಲದಿದ್ದರೆ ಅವರಿಗೆ ಸ್ವತಂತ್ರವಾಗಿ ಕೆಲಸ ಮಾಡುವ ಶಕ್ತಿ ಇರುವುದಿಲ್ಲ. -ಅವನಿಗೆ ಯಜಮಾನ ಸಿಗದ ಹೊರತು ಬೀದಿ-ಬೀದಿಯಲ್ಲಿ ಅಡ್ಡಾಡುತ್ತದೆ. ಹಣಕ್ಕೆ ಬದಲಾಗಿ ಶಿಕ್ಷಣ ನೀಡುವವರು ಬ್ರಾಹ್ಮಣರಲ್ಲ. ಉದಾಹರಣೆಗೆ, ನಾವು ಜನರಿಗೆ ಉಪನ್ಯಾಸ ನೀಡುತ್ತಿದ್ದೇವೆ, ಶಿಕ್ಷಣ ನೀಡುತ್ತಿದ್ದೇವೆ. ನಮಗೆ ಸಂಬಳ ಕೊಡಿ ಎಂದು ನಾವು

ಹೇಳುವುದಿಲ್ಲ. "ದಯವಿಟ್ಟು ಬನ್ನಿ" ಎಂದು ನಾವು ಅವರನ್ನು ಸರಳವಾಗಿ ಕೇಳುತ್ತೇವೆ. ಅದಕ್ಕಾಗಿಯೇ ನಾವು ಅಡುಗೆ ಮಾಡುತ್ತಿದ್ದೇವೆ ಮತ್ತು ಅನೇಕ ಉಚಿತ ಹಬ್ಬಗಳನ್ನು ನಡೆಸುತ್ತಿದ್ದೇವೆ. "ನಾವು ನಿಮಗೆ ಆಹಾರವನ್ನು ನೀಡುತ್ತೇವೆ. ಆದರೆ ಈ ತಥಾಕಥಿತ ಶಿಕ್ಷಕರು ಮೊದಲು ಸಂಬಳಕ್ಕಾಗಿ ಚೌಕಾಸಿ ಮಾಡುತ್ತಾರೆ - "ನೀವು ನನಗೆ ಏನು ಸಂಬಳ ನೀಡುತ್ತೀರಿ?" ಅದು ಬ್ರಾಹ್ಮಣರ ಕಾಳಜಿಯಲ್ಲ. ಬ್ರಾಹ್ಮಣನು ಎಂದಿಗೂ ಸಂಬಳದ ಬಗ್ಗೆ ಕೇಳುವುದಿಲ್ಲ. ಜನರು ವಿದ್ಯಾವಂತರಾಗಿರುವುದನ್ನು ನೋಡಲು ಬ್ರಾಹ್ಮಣನು ಉತ್ಸುಕನಾಗಿದ್ದಾನೆ. "ಉಚಿತ ಶಿಕ್ಷಣವನ್ನು ತೆಗೆದುಕೊಳ್ಳಿ ಮತ್ತು ಶಿಕ್ಷಣವನ್ನು ಪಡೆದುಕೊಳ್ಳಿ; ಮಾನವರಾಗಿರಿ" -

ಪುರೋಹಿತರು ಹಣದ ಹಿಂದೆ ಇದ್ದಾರೆ. ಅವರು ಮೊದಲ ದರ್ಜೆಯವರಲ್ಲ; ಅವರು ಕೆಳವರ್ಗದ ಪುರುಷರು. ಪುರೋಹಿತರು ನೇರವಾಗಿ ಮಾತನಾಡಲಾರರು. "ನೀನು ಕೊಲ್ಲಬೇಡ" ಎಂಬ ನೇರವಾದ ಆಜ್ಞೆಯಿದೆ. ಆದರೆ ಜನರು ಈಗಾಗಲೇ ಕೊಲ್ಲುತ್ತಿರುವ ಕಾರಣ, ಪುರೋಹಿತರು ನೇರವಾಗಿ ಆಜ್ಞೆಯನ್ನು ಪ್ರಸ್ತುತಪಡಿಸಲು ಹೆದರುತ್ತಾರೆ. ಈಗ ಅವರು ಪುರುಷ-ಪುರುಷರ ವಿವಾಹವನ್ನು ಸಹ ನೀಡುತ್ತಿದ್ದಾರೆ, ಇತರ ವಿಷಯಗಳ ಬಗ್ಗೆ ಏನು ಮಾತನಾಡಬೇಕು. ಪುರೋಹಿತರು ಪುರುಷ-ಪುರುಷರ ವಿವಾಹದ ಈ ಕಲ್ಪನೆಯ ಬಗ್ಗೆ ಉಪದೇಶ ಮಾಡುತ್ತಿದ್ದಾರೆ. ಅವರು ಎಷ್ಟು ಅಧೋಗತಿಗೆ ಇಳಿದಿದ್ದಾರೆ ನೋಡಿ! ಈ ಹಿಂದೆ ಅಮೆರಿಕದ ಹೊರಗೆ ಈ ರೀತಿಯ ಯಾವುದೇ ಪರಿಕಲ್ಪನೆ ಇತ್ತು. ಒಬ್ಬ ಪುರುಷನನ್ನು ಇನ್ನೊಬ್ಬ ಪುರುಷನೊಂದಿಗೆ ಮದುವೆಯಾಗಬಹುದೆಂದು ಯಾರೂ ಭಾವಿಸಿರಲಿಲ್ಲ. ಇದು ಏನು? ಮತ್ತು ಪುರೋಹಿತರು ಅದನ್ನು ಬೆಂಬಲಿಸುತ್ತಾರೆ. ನಿನಗೆ ಅದು ಗೊತ್ತಾ? ಹಾಗಾದರೆ ಅವರ ಮಾನದಂಡ ಏನು?

<u>ಭೌತಿಕವಾದಿ :</u>ಗೋವು ಕೇವಲ ತಾಯಿಯಂತೆ ಎಂದು ನೀವು ಸೂಚಿಸಿದ್ದೀರಿ,

<u>ಆಧ್ಯಾತ್ಮಿಕ ಗುರು:-</u> ಹೌದು. ಅವಳು ನಮಗೆ ಹಾಲು ಕೊಡುತ್ತಾಳೆ.

<u>ಭೌತಿಕವಾದಿ :-</u>ಆದರೆ ಈಗ ಪಾಶ್ಚಾತ್ಯರಲ್ಲಿ ಅವರ ತಂದೆ-ತಾಯಿ ವಯಸ್ಸಾದಾಗ ಜನರು ಸಾಮಾನ್ಯವಾಗಿ ಅವರನ್ನು ವೃದ್ಧಾಶ್ರಮಗಳಿಗೆ ಕಳುಹಿಸುತ್ತಾರೆ. ಹೀಗಿರುವಾಗ ಜನರು ತಮ್ಮ ತಂದೆ-ತಾಯಿಯ ಬಗ್ಗೆ ಸಹಾನುಭೂತಿ ಹೊಂದಿಲ್ಲದಿದ್ದರೆ, ಗೋವನ್ನು ರಕ್ಷಿಸಲು ನಾವು ಅವರಿಗೆ ಹೇಗೆ ಶಿಕ್ಷಣ ನೀಡಬಹುದು?

ಆಧ್ಯಾತ್ಮಿಕ ಗುರು:- ಅವರು ಗೋವನ್ನು ರಕ್ಷಿಸಬೇಕಾಗಿಲ್ಲ. ನಾವು ಗೋವನ್ನು ರಕ್ಷಿಸುತ್ತೇವೆ. ನಾವು ಅವರನ್ನು ಸರಳವಾಗಿ ಕೇಳುತ್ತೇವೆ, "ಕಸಾಯಿಖಾನೆಯಿಂದ ಮಾಂಸವನ್ನು ಖರೀದಿಸಬೇಡಿ. ಹಸುವಿನ ಮರಣದ ನಂತರ ನಾವು ನಿಮಗೆ ಹಸುವನ್ನು ಪೂರೈಸುತ್ತೇವೆ.
ಕಷ್ಟ ಎಲ್ಲಿದೆ? ಹಸುಗಳನ್ನು ಕೊಂದರೆ ಇನ್ನು ಮಾಂಸ ಹೇಗೆ ಸಿಗುತ್ತದೆ? ಒಟ್ಟು ಹಸುಗಳ ಸಂಖ್ಯೆ ಒಂದೇ ಆಗಿರುತ್ತದೆ ಅವುಗಳ ಸಹಜ ಸಾವಿಗೆ ಕಾಯಿರಿ. ಅದೊಂದೇ ನಿರ್ಬಂಧ. ನೀವು ಸೀಮಿತ ಸಂಖ್ಯೆಯ ಹಸುಗಳನ್ನು ಹೊಂದಿದ್ದೀರಿ. ಒಂದೋ ನೀವು ಅವುಗಳ ಸಾವಿಗೆ ಕಾಯುತ್ತೀರಿ ಅಥವಾ ನೀವು ಅವುಗಳನ್ನು ಒಂದೇ ಬಾರಿಗೆ ಕೊಲ್ಲುತ್ತೀರಿ - ಹಸುಗಳ ಸಂಖ್ಯೆ ಒಂದೇ ಆಗಿರುತ್ತದೆ. ಆದ್ದರಿಂದ ನಾವು ನಿಮ್ಮನ್ನು ಕೇಳುತ್ತೇವೆ, "ಅವರನ್ನು ಕೊಲ್ಲಬೇಡಿ, ಅವರ ಸಹಜ ಸಾವಿಗೆ ಕಾಯಿರಿ ಮತ್ತು ನಂತರ ಮಾಂಸವನ್ನು ತೆಗೆದುಕೊಳ್ಳಿ." ಕಷ್ಟವೇನು? ಮತ್ತು ನಾವು ನಿಮ್ಮನ್ನು ಕೇಳುತ್ತೇವೆ, "ಅವರು ಬದುಕಿರುವವರೆಗೂ, ನಾವು ಹಸುವಿನ ಹಾಲನ್ನು ತೆಗೆದುಕೊಂಡು ಇಡೀ ಮಾನವ ಸಮಾಜಕ್ಕೆ ರುಚಿಕರವಾದ ಆಹಾರವನ್ನು ತಯಾರಿಸೋಣ."

ಭೌತಿಕವಾದಿ :- ಜನರು ಹಸುಗಳನ್ನು ಕೊಲ್ಲದಿದ್ದರೆ ಅವರು ಇನ್ನೂ ಹೆಚ್ಚಿನ ಮಾಂಸವನ್ನು ಹೊಂದಿರುತ್ತಾರೆ, ಏಕೆಂದರೆ ಹಸುಗಳಿಗೆ ಹೆಚ್ಚಿನ ಹಸುಗಳನ್ನು ಸಂತಾನೋತ್ಪತ್ತಿ ಮಾಡಲು ಹೆಚ್ಚು ಸಮಯ ಸಿಗುತ್ತದೆ. ಕೂಡಲೇ ಹಸುಗಳನ್ನು ಕೊಲ್ಲದಿದ್ದರೆ ಇನ್ನೂ ಹೆಚ್ಚಿನ ಗೋವುಗಳಾಗುತ್ತವೆ.

ಆಧ್ಯಾತ್ಮಿಕ ಗುರು:- ಹೆಚ್ಚು ಹಸುಗಳು, ಹೌದು. ಅವರು ಹೆಚ್ಚು ಹಸುಗಳನ್ನು ಹೊಂದಿರುತ್ತಾರೆ. "ಹತ್ಯೆ ಮಾಡಬೇಡಿ. ಕಸಾಯಿಖಾನೆಗಳನ್ನು ನಿರ್ವಹಿಸಬೇಡಿ" ಎಂದು ಸರಳವಾಗಿ ವಿನಂತಿಸುತ್ತೇವೆ. ಅದು ತುಂಬಾ ಪಾಪ. ಇದು ಸಮಾಜದ ಮೇಲೆ ಅತ್ಯಂತ ತೀವ್ರವಾದ ಕರ್ಮ ಪ್ರತಿಕ್ರಿಯೆಗಳನ್ನು ತರುತ್ತದೆ. ಈ ಕಸಾಯಿಖಾನೆಗಳನ್ನು ನಿಲ್ಲಿಸಿ. "ಮಾಂಸ ತಿನ್ನುವುದನ್ನು ನಿಲ್ಲಿಸಿ" ಎಂದು ನಾವು ಹೇಳುವುದಿಲ್ಲ. ನೀವು ಮಾಂಸವನ್ನು ತಿನ್ನಬಹುದು, ಆದರೆ ಕಸಾಯಿಖಾನೆಯಿಂದ ಕೊಲ್ಲುವ ಮೂಲಕ ತೆಗೆದುಕೊಳ್ಳಬೇಡಿ. ಸುಮ್ಮನೆ ನಿರೀಕ್ಷಿಸಿ, ಮತ್ತು ನೀವು ಹಸುಗಳ ಶವಗಳನ್ನು ಪಡೆಯುತ್ತೀರಿ. ಅಷ್ಟಕ್ಕೂ ಹಸುಗಳು ಎಷ್ಟು ದಿನ ಬದುಕುತ್ತವೆ? ಅವರ ಗರಿಷ್ಠ ವಯಸ್ಸು ಇಪ್ಪತ್ತು ವರ್ಷಗಳು, ಮತ್ತು ಹದಿನೆಂಟು ಮಾತ್ರ ವಾಸಿಸುವ ಅನೇಕ ಹಸುಗಳಿವೆ. ಹದಿನಾರು ಅಥವಾ ಹತ್ತು ವರ್ಷಗಳು. ಆದ್ದರಿಂದ ಅಷ್ಟು ಸಮಯ ಕಾಯಿರಿ; ನಂತರ ನಿಯಮಿತವಾಗಿ ಸತ್ತ ಹಸುಗಳನ್ನು

ಪಡೆದು ತಿನ್ನಬಹುದು. ಕಷ್ಟವೇನು? ಆದರೆ ವಿಶೇಷವಾಗಿ ನಾವು ಗೋಸಂರಕ್ಷಣೆಗಾಗಿ ವಿನಂತಿಸುತ್ತೇವೆ, ಏಕೆಂದರೆ ಇದು ಭಗವಾನ್ ಕೃಷ್ಣನಿಂದ ಆದೇಶಿಸಲ್ಪಟ್ಟಿದೆ. ಗೋ-ರಕ್ಷ್ಯ: "ಗೋವುಗಳನ್ನು ರಕ್ಷಿಸಿ." ಅದು ನಮ್ಮ ಕರ್ತವ್ಯ.

ಯುರೋಪ್ ಮತ್ತು ಅಮೆರಿಕಾದಲ್ಲಿ ಹಸುಗಳು ತುಂಬಾ ಒಳ್ಳೆಯದು, ಆದರೆ ಹಸುವನ್ನು ಕೊಲ್ಲುವ ವ್ಯವಸ್ಥೆಯು ತುಂಬಾ ಉತ್ತಮವಾಗಿದೆ. ಆದ್ದರಿಂದ ನೀವು ಇದನ್ನು ನಿಲ್ಲಿಸಿ. ನೀವು ಅವರನ್ನು ಸರಳವಾಗಿ ವಿನಂತಿಸುತ್ತೀರಿ, "ನೀವು ಹಸುವಿನ ಮಾಂಸವನ್ನು ಪಡೆಯುತ್ತೀರಿ, ಅದು ಸತ್ತ ತಕ್ಷಣ, ನಾವು ನಿಮಗೆ ಉಚಿತವಾಗಿ ಸರಬರಾಜು ಮಾಡುತ್ತೇವೆ. ನೀವು ತುಂಬಾ ಹಣವನ್ನು ಪಾವತಿಸಬೇಕಾಗಿಲ್ಲ. ನೀವು ಮಾಂಸವನ್ನು ಉಚಿತವಾಗಿ ಪಡೆದು ತಿನ್ನಬಹುದು. ನೀವು ಯಾಕೆ ಕೊಲ್ಲುತ್ತಿದ್ದೀರಿ? ಈ ಕಸಾಯಿಖಾನೆಗಳನ್ನು ನಿಲ್ಲಿಸಿ." ಈ ಪ್ರಸ್ತಾಪದಲ್ಲಿ ತಪ್ಪೇನು? .ನಾವು ವ್ಯಾಪಾರ ಅಥವಾ ಧಾನ್ಯಗಳು ಮತ್ತು ತರಕಾರಿಗಳು ಮತ್ತು ಹಣ್ಣುಗಳ ಉತ್ಪಾದನೆಯನ್ನು ನಿಲ್ಲಿಸಲು ಬಯಸುವುದಿಲ್ಲ. ಆದರೆ ನಾವು ಈ ಕೊಲೆ ಮನೆಗಳನ್ನು ನಿಲ್ಲಿಸಲು ಬಯಸುತ್ತೇವೆ. ಇದು ತುಂಬಾ ಪಾಪವಾಗಿದೆ. ಅದಕ್ಕಾಗಿಯೇ ಪ್ರಪಂಚದಾದ್ಯಂತ ಅವರು ಅನೇಕ ಯುದ್ಧಗಳನ್ನು ಹೊಂದಿದ್ದಾರೆ. ಪ್ರತಿ ಹತ್ತು ಅಥವಾ ಹದಿನೈದು ವರ್ಷಗಳಿಗೊಮ್ಮೆ ದೊಡ್ಡ ಯುದ್ಧವಿದೆ . ಕರ್ಮದ ನಿಯಮದಿಂದ, ಪ್ರತಿಯೊಂದು ಕ್ರಿಯೆಯು ಅದರ ಪ್ರತಿಕ್ರಿಯೆಯನ್ನು ಹೊಂದಿರಬೇಕು. ನೀವು ಮುಗ್ಧ ಗೋವುಗಳನ್ನು ಕೊಲ್ಲುತ್ತಿದ್ದೀರಿ ಮತ್ತು ಇತರ ಪ್ರಾಣಿಗಳು - ಪ್ರಕೃತಿಯು ಪ್ರತೀಕಾರ ತೀರಿಸಿಕೊಳ್ಳುತ್ತದೆ. ಕೇವಲ ನಿರೀಕ್ಷಿಸಿ. ಸಮಯ ಸಿಕ್ಕಿದ ತಕ್ಷಣ ಪ್ರಕೃತಿ ಈ ದುಷ್ಟರನ್ನೆಲ್ಲ ಒಟ್ಟುಗೂಡಿಸಿ ಕೊಂದು ಹಾಕುತ್ತದೆ. ರೋಮನ್ ಕ್ಯಾಥೋಲಿಕರು ಪ್ರೊಟೆಸ್ಟಂಟ್‌ಗಳನ್ನು ಕೊಲ್ಲುತ್ತಿದ್ದಾರೆ ಮತ್ತು ಪ್ರೊಟೆಸ್ಟಂಟ್‌ಗಳು ಕ್ಯಾಥೋಲಿಕ್‌ರನ್ನು ಕೊಲ್ಲುತ್ತಿದ್ದಾರೆ. ಇದು ಪ್ರಕೃತಿಯ ನಿಯಮ. ನಿಮ್ಮನ್ನು ಸಾಮಾನ್ಯ ಕಸಾಯಿಖಾನೆಗೆ ಕಳುಹಿಸುವುದು ಅನಿವಾರ್ಯವಲ್ಲ. ನೀವು ಮನೆಯಲ್ಲಿ ಕಸಾಯಿಖಾನೆಯನ್ನು ಮಾಡುತ್ತೀರಿ. ನಿಮ್ಮ ಸ್ವಂತ ಮಗುವಿನ ಗರ್ಭಪಾತವನ್ನು ನೀವು ಕೊಲ್ಲುತ್ತೀರಿ. ಇದು ಪ್ರಕೃತಿಯ ನಿಯಮ. ಕೊಲ್ಲಲ್ಪಡುತ್ತಿರುವ ಈ ಮಕ್ಕಳು ಯಾರು? ಅವರು ಈ ಮಾಂಸಾಹಾರಿಗಳು. ಅನೇಕ ಪ್ರಾಣಿಗಳು ಕೊಲ್ಲಲ್ಪಟ್ಟಾಗ ಅವರು ತಮ್ಮನ್ನು ತಾವು ಆನಂದಿಸಿದರು ಮತ್ತು ಈಗ ಅವರು ತಮ್ಮ ತಾಯಂದಿರಿಂದ ಕೊಲ್ಲಲ್ಪಡುತ್ತಿದ್ದಾರೆ. ಪ್ರಕೃತಿ ಹೇಗೆ ಕೆಲಸ ಮಾಡುತ್ತಿದೆ ಎಂಬುದು ಜನರಿಗೆ ತಿಳಿದಿಲ್ಲ. ಕೊಂದರೆ ಸಾಯಲೇಬೇಕು. ನಿಮ್ಮ ತಾಯಿಯಾದ ಹಸುವನ್ನು ನೀವು ಕೊಂದರೆ, ಮುಂದಿನ ಜೀವನದಲ್ಲಿ ನಿಮ್ಮ ತಾಯಿ ನಿಮ್ಮನ್ನು ಕೊಲ್ಲುತ್ತಾರೆ. ಹೌದು.

ತಾಯಿ ಮಗುವಾಗುತ್ತಾಳೆ ಮತ್ತು ಮಗು ತಾಯಿಯಾಗುತ್ತಾಳೆ.

ನಾವು ಕೃಷಿ ಕೆಲಸಗಳಿಗೆ ಆಹಾರ ಉತ್ಪನ್ನಗಳನ್ನು ತೆಗೆದುಕೊಳ್ಳಬೇಕು ಮತ್ತು ಹಸುಗಳಿಗೆ ರಕ್ಷಣೆ ನೀಡಬೇಕು. ಮತ್ತು ನಾವು ಹೆಚ್ಚುವರಿ ಉತ್ಪಾದಿಸಿದರೆ, ನಾವು ವ್ಯಾಪಾರ ಮಾಡಬಹುದು. ಇದು ನಾವು ಮಾಡಬೇಕಾದ ಸರಳವಾದ ಕೆಲಸ. ನಮ್ಮ ಜನರು ಕೃಷಿ ಗ್ರಾಮಗಳಲ್ಲಿ ಶಾಂತಿಯುತವಾಗಿ ವಾಸಿಸಬೇಕು, ಧಾನ್ಯ ಮತ್ತು ಹಣ್ಣು ಮತ್ತು ತರಕಾರಿಗಳನ್ನು ಉತ್ಪಾದಿಸಬೇಕು, ಹಸುಗಳನ್ನು ರಕ್ಷಿಸಬೇಕು ಮತ್ತು ಶ್ರಮಿಸಬೇಕು. ಮತ್ತು ಹೆಚ್ಚುವರಿ ಇದ್ದರೆ, ನಾವು ರೆಸ್ಟೋರೆಂಟ್ಗಳನ್ನು ಪ್ರಾರಂಭಿಸಬಹುದು. ದೇವರ ಪ್ರಜ್ಞೆಯುಳ್ಳ ಜನರು ದೇವರ ಸೂಚನೆಗಳನ್ನು ಅನುಸರಿಸುವುದರಿಂದ ಎಂದಿಗೂ ಸೋತವರಾಗುವುದಿಲ್ಲ. ಅವರು ಆರಾಮವಾಗಿ ಬದುಕುತ್ತಾರೆ, ಯಾವುದೇ ವಸ್ತುವಿನ ಕೊರತೆಯಿಲ್ಲದೆ. ಈ ದೇಹವನ್ನು ತೊರೆದ ನಂತರ ಅವರು ನೇರವಾಗಿ ದೇವರ ಬಳಿಗೆ ಹೋಗುತ್ತಾರೆ. ಇದು ನಮ್ಮ ಜೀವನ ವಿಧಾನ.

ಆದರೆ ಅವನು ತಿನ್ನುವುದಕ್ಕಿಂತ ಹೆಚ್ಚಿನದನ್ನು ಸಂಗ್ರಹಿಸಬಾರದು ಮತ್ತು ಅದನ್ನು ತೆಗೆದುಕೊಂಡು ಹೋಗಬಾರದು. ಎಷ್ಟು ಜನರು ಬೇಕಾದರೂ ಬಂದು ತಿನ್ನಬಹುದು ಮತ್ತು ಅವರಿಗೆ ತೃಪ್ತಿಯಾಗಬಹುದು. ರೈತರು ಮಂಗಗಳನ್ನು ಸಹ ನಿಷೇಧಿಸುವುದಿಲ್ಲ "ಸರಿ, ಅವರು ಒಳಗೆ ಬರಲಿ. ಎಲ್ಲಾ ನಂತರ, ಇದು ದೇವರ ಆಸ್ತಿ." ಇದು ಕೃಷ್ಣ ಪ್ರಜ್ಞೆಯ ವ್ಯವಸ್ಥೆ: ಪ್ರಾಣಿ, ಕೋತಿ ಎಂದು ಹೇಳಿದರೆ, ನಿಮ್ಮ ತೋಟಕ್ಕೆ ತಿನ್ನಲು ಬಂದರೆ, ಅದನ್ನು ನಿಷೇಧಿಸಬೇಡಿ. ಅವನು ಕೃಷ್ಣನ ಭಾಗ ಮತ್ತು ನೀವು ಅವನನ್ನು ನಿಷೇಧಿಸಿದರೆ. , ಅವನು ಎಲ್ಲಿ ತಿನ್ನುತ್ತಾನೆ?

"ಅವರು ಸಹ ದೇವರ ಭಾಗವಾಗಿದ್ದಾರೆ. ಅವರಿಗೆ ಆಹಾರವನ್ನು ಕೊಡಿ. ಅವರು ಯಾವುದೇ ಗೊಂದಲವನ್ನು ಸೃಷ್ಟಿಸುವುದಿಲ್ಲ. ಅವರಿಗೆ ಆಹಾರವನ್ನು ನೀಡಿ."

ವೈದಿಕ ಸಂಸ್ಕೃತಿಯು ಅನೇಕ ಉತ್ತಮವಾದ, ರುಚಿಕರವಾದ ಆಹಾರವನ್ನು ನೀಡುತ್ತದೆ ಮತ್ತು ಹೆಚ್ಚಾಗಿ ಅವುಗಳನ್ನು ಹಾಲಿನ ಉತ್ಪನ್ನಗಳಿಂದ ತಯಾರಿಸಲಾಗುತ್ತದೆ. ಆದರೆ ಈ ನಾಗರಿಕರು ಎಂದು ಕರೆಯಲ್ಪಡುವ ಜನರು ಅವರಿಗೆ ತಿಳಿದಿಲ್ಲ. ಅವರು ಹಸುಗಳನ್ನು ಕೊಂದು ಹಾಲನ್ನು ಹಂದಿಗಳಿಗೆ ಎಸೆಯುತ್ತಾರೆ ಮತ್ತು ಅವರು ನರಿಗಳು ಮತ್ತು ರಣಹದ್ದುಗಳಂತೆ ತಮ್ಮ ನಾಗರಿಕತೆಯ ಬಗ್ಗೆ ಹೆಮ್ಮೆಪಡುತ್ತಾರೆ.

<u>ಭೌತಿಕವಾದಿ :</u>ದೇವರ ಮತ್ತು ನಮ್ಮ ಸಂಬಂಧವೆಂದರೆ ಹೇಗೆ ಕಂಡುಬರುತ್ತದೆ?

<u>ಆಧ್ಯಾತ್ಮಿಕ ಗುರು:-</u> ಪ್ರತಿಯೊಬ್ಬರೂ ದೇವರ ಒಂದು ಭಾಗ. ಆದ್ದರಿಂದ ವೇದಾಂತ-ಸೂತ್ರದಲ್ಲಿ ನಮ್ಮಲ್ಲಿರುವುದೆಲ್ಲವೂ ದೇವರಲ್ಲಿ ಕಂಡುಬರುತ್ತದೆ ಎಂದು ಹೇಳಲಾಗಿದೆ. ಇದು ದೇವರಿಂದ ಹೊರಹೊಮ್ಮುತ್ತದೆ. ಆದ್ದರಿಂದ ನಮ್ಮ ಸಂಬಂಧವೆಂದರೆ ನಾವು ಚಿಕ್ಕವರಾಗಿರುವುದರಿಂದ, ನಾವು ಸೂಕ್ಷ್ಮವಾಗಿರುವುದರಿಂದ, ನಾವು ದೇವರ ಶಾಶ್ವತ ಸೇವಕರು. ಈ ಭೌತಿಕ ಜಗತ್ತಿನಲ್ಲಿ, ಸಾಮಾನ್ಯ ನಡವಳಿಕೆಯಲ್ಲಿ, ಒಬ್ಬ ಮನುಷ್ಯನು ಇನ್ನೊಬ್ಬ ಮನುಷ್ಯನಿಗೆ ಸೇವೆ ಸಲ್ಲಿಸಲು ಹೋಗುವುದನ್ನು ನಾವು ನೋಡುತ್ತೇವೆ ಏಕೆಂದರೆ ಇನ್ನೊಬ್ಬರು ತನಗಿಂತ ದೊಡ್ಡವರಾಗಿದ್ದಾರೆ ಮತ್ತು ಅವನಿಗೆ ಉತ್ತಮ ಸಂಬಳವನ್ನು ನೀಡಬಹುದು. ಆದ್ದರಿಂದ ಸ್ವಾಭಾವಿಕವಾಗಿ ತೀರ್ಮಾನವೆಂದರೆ ನಾವು ಚಿಕ್ಕವರಾಗಿದ್ದರೆ, ದೇವರ ಸೇವೆ ಮಾಡುವುದು ನಮ್ಮ ಕರ್ತವ್ಯ. ನಮಗೆ ಬೇರೆ ವ್ಯವಹಾರವಿಲ್ಲ. ನಾವೆಲ್ಲರೂ ಮೂಲ ಅಸ್ತಿತ್ವದ ವಿಭಿನ್ನ ಭಾಗಗಳು . ಯಂತ್ರದೊಂದಿಗೆ ಸಂಪರ್ಕಗೊಂಡಿರುವ ಸ್ಕ್ರೂ ಮೌಲ್ಯಯುತವಾಗಿದೆ ಏಕೆಂದರೆ ಅದು ಇಡೀ ಯಂತ್ರದೊಂದಿಗೆ ಕಾರ್ಯನಿರ್ವಹಿಸುತ್ತಿದೆ. ಮತ್ತು ಸ್ಕ್ರೂ ಅನ್ನು ಯಂತ್ರದಿಂದ ತೆಗೆದುಕೊಂಡರೆ, ಅಥವಾ ಅದು ದೋಷಯುಕ್ತವಾಗಿದ್ದರೆ, ಅದು ನಿಷ್ಪ್ರಯೋಜಕವಾಗಿದೆ. ಈ ದೇಹಕ್ಕೆ ಅಂಟಿಕೊಂಡು ದೇಹಸೇವೆ ಮಾಡುವಷ್ಟರಲ್ಲಿ ನನ್ನ ಬೆರಳಿಗೆ ಲಕ್ಷಾಂತರ ಡಾಲರ್ ಬೆಲೆ. ಮತ್ತು ಅದನ್ನು ಈ ದೇಹದಿಂದ ಕತ್ತರಿಸಿದರೆ, ಅದು ಏನು ಯೋಗ್ಯವಾಗಿದೆ? ಏನೂ ಇಲ್ಲ. ಹಾಗೆಯೇ, ನಮ್ಮ ಸಂಬಂಧವೆಂದರೆ ನಾವು ದೇವರ ಅತ್ಯಂತ ಚಿಕ್ಕ ಕಣಗಳು; ಆದ್ದರಿಂದ ಆತನೊಂದಿಗೆ ನಮ್ಮ ಶಕ್ತಿಗಳನ್ನು ತೊಡಗಿಸಿಕೊಳ್ಳುವುದು ಮತ್ತು ಆತನೊಂದಿಗೆ ಸಹಕರಿಸುವುದು ನಮ್ಮ ಕರ್ತವ್ಯವಾಗಿದೆ. ಅದು ನಮ್ಮ ಸಂಬಂಧ. ಇಲ್ಲದಿದ್ದರೆ ನಾವು ನಿಷ್ಪ್ರಯೋಜಕರು. ನಾವು ಕತ್ತರಿಸಲ್ಪಟ್ಟಿದ್ದೇವೆ. ಬೆರಳು ನಿಷ್ಪ್ರಯೋಜಕವಾದಾಗ ವೈದ್ಯರು ಹೇಳುತ್ತಾರೆ, "ಅಯ್ಯೋ, ಈ ಬೆರಳನ್ನು ಕತ್ತರಿಸು. ಇಲ್ಲದಿದ್ದರೆ ದೇಹವು ವಿಷವಾಗುತ್ತದೆ." ಹಾಗೆಯೇ, ನಾವು ದೇವರಿಲ್ಲದವರಾದಾಗ ನಾವು ದೇವರೊಂದಿಗಿನ ನಮ್ಮ ಸಂಬಂಧದಿಂದ ಕಡಿತಗೊಳ್ಳುತ್ತೇವೆ ಮತ್ತು ಈ ಭೌತಿಕ ಜಗತ್ತಿನಲ್ಲಿ ಬಳಲುತ್ತೇವೆ. ನಾವು ಪರಮಾತ್ಮನೊಂದಿಗೆ ಮತ್ತೆ ಸೇರಲು ಪ್ರಯತ್ನಿಸಿದರೆ, ನಮ್ಮ ಸಂಬಂಧವು ಪುನರುಜ್ಜೀವನಗೊಳ್ಳುತ್ತದೆ.

<u>ಭೌತಿಕವಾದಿ :</u> ಜನರು ಈ ಭೌತಿಕ ಸಮೃದ್ಧಿಯನ್ನು ಏಕೆ ಬಯಸುತ್ತಾರೆ?

<u>ಆಧ್ಯಾತ್ಮಿಕ ಗುರು:-</u> ಇಂದ್ರಿಯ ತೃಪ್ತಿಗಾಗಿ. ಅವರು ಯೋಚಿಸುತ್ತಿದ್ದಾರೆ. ಒಬ್ಬನು ಬಹಳ ಒಳ್ಳೆಯ ಹೆಂಡತಿಯನ್ನು ಹೊಂದಿರುತ್ತಾನೆ. ನಾನು ತುಂಬಾ

ಒಳ್ಳೆಯ ಮಕ್ಕಳನ್ನು ಪಡೆಯುತ್ತೇನೆ. ನಾನು ಅಧ್ಯಕ್ಷನಾಗುತ್ತೇನೆ. ನಾನು ಪ್ರಧಾನ ಮಂತ್ರಿಯಾಗುತ್ತೇನೆ." ಇದು ಇಂದ್ರಿಯ ತೃಪ್ತಿಯಾಗಿದೆ ಮತ್ತು ಒಬ್ಬನು ನಿರಾಶೆಗೊಂಡಾಗ ಮತ್ತು ಶ್ರೀಮಂತನಾಗುವುದು ಅಥವಾ ಅಧ್ಯಕ್ಷ ಸ್ಥಾನವನ್ನು ಪಡೆಯುವುದು ಅವನಿಗೆ ಸಂತೋಷವನ್ನು ನೀಡುವುದಿಲ್ಲ ಎಂದು ಕಂಡಾಗ, ಲೈಂಗಿಕ ಜೀವನದ ಎಲ್ಲಾ ರುಚಿಯನ್ನು ಹಿಂಡಿದಾಗ, ಅವನು ಸಂಪೂರ್ಣವಾಗಿ ನಿರಾಶೆಗೊಂಡಾಗ, ಆಗ ಬಹುಶಃ ಅವನು LSD ಯನ್ನು ತೆಗೆದುಕೊಂಡು ಶೂನ್ಯದೊಂದಿಗೆ ಒಂದಾಗಲು ಪ್ರಯತ್ನಿಸುತ್ತಾನೆ, ಆದರೆ ಈ ಅಸಂಬದ್ಧತೆಯು ಸಂತೋಷವನ್ನು ನೀಡುವುದಿಲ್ಲ, ಇಲ್ಲಿ ಸಂತೋಷ: ಒಬ್ಬರು ದೇವರನ್ನು ಸಂಪರ್ಕಿಸಬೇಕು, ಇಲ್ಲದಿದ್ದರೆ, LSD ಗೊಂದಲ ಮತ್ತು ನಿರಾಕಾರ ಶೂನ್ಯ ಪರಿಕಲ್ಪನೆಗಳಲ್ಲಿ ಕೊನೆಗೊಳ್ಳುತ್ತದೆ, ಜನರು ನಿರಾಶೆಗೊಂಡಿದ್ದಾರೆ, ಅವರು ನಿಜವಾದ ಆಧ್ಯಾತ್ಮಿಕ ಜೀವನವನ್ನು ಹೊಂದಿಲ್ಲದಿದ್ದರೆ ನಿರಾಶೆಗೊಳ್ಳುತ್ತಾರೆ, ಏಕೆಂದರೆ ಒಬ್ಬ ವ್ಯಕ್ತಿ ಸ್ವಭಾವತಃ ಆಧ್ಯಾತ್ಮಿಕವಾಗಿದೆ.

ಒಬ್ಬನು ಉತ್ತಮ ಈಜುಗಾರನಾಗಿರಬಹುದು, ಆದರೆ ಅವನು ಎಷ್ಟು ಕಾಲ ಈಜಲು ಸಾಧ್ಯವಾಗುತ್ತದೆ? ಅವನು ಅಂತಿಮವಾಗಿ ಸುಸ್ತಾಗುತ್ತಾನೆ ಮತ್ತು ಮುಳುಗುತ್ತಾನೆ. ಹಾಗೆಯೇ, ನಾವು ಸ್ವಭಾವತಃ ಆಧ್ಯಾತ್ಮಿಕರು. ಈ ಭೌತಿಕ ಜಗತ್ತಿನಲ್ಲಿ ನಾವು ಹೇಗೆ ಸಂತೋಷವಾಗಿರಬಹುದು? ಇದು ಸಾಧ್ಯವಿಲ್ಲ. ಆದರೆ ಪುರುಷರು ಇಲ್ಲಿ ಉಳಿಯಲು ಪ್ರಯತ್ನಿಸುತ್ತಿದ್ದಾರೆ, ಉಳಿವಿಗಾಗಿ ಹಲವಾರು ತಾತ್ಕಾಲಿಕ ಹೊಂದಾಣಿಕೆಗಳನ್ನು ಮಾಡುತ್ತಾರೆ. ಈ ಪ್ಯಾಚ್‌ವರ್ಕ್ ಸಂತೋಷವಲ್ಲ, ಒಬ್ಬರು ನಿಜವಾಗಿಯೂ ಸಂತೋಷವನ್ನು ಬಯಸಿದರೆ, ಇಲ್ಲಿ ಪ್ರಕ್ರಿಯೆ: ಒಬ್ಬರು ದೇವರ ಪ್ರೀತಿಯನ್ನು ಪಡೆಯಬೇಕು. ಒಬ್ಬನು ಕೃಷ್ಣನನ್ನು ಪ್ರೀತಿಸದ ಹೊರತು, ಬೆಕ್ಕು, ನಾಯಿ, ದೇಶ, ರಾಷ್ಟ್ರ ಮತ್ತು ಸಮಾಜದ ಮೇಲಿನ ಪ್ರೀತಿಯನ್ನು ಕೊನೆಗೊಳಿಸದ ಹೊರತು ತನ್ನ ಪ್ರೀತಿಯನ್ನು ಕೃಷ್ಣನ ಮೇಲೆ ಕೇಂದ್ರೀಕರಿಸದ ಹೊರತು, ಸಂತೋಷದ ಪ್ರಶ್ನೆಯೇ ಇಲ್ಲ.

<u>ಭೌತಿಕವಾದಿ :</u>ಆದರೆ ದೇವರು ಇತರ ಪ್ರಾಣಿಗಳನ್ನು ತಿನ್ನುವ ಕೆಲವು ಪ್ರಾಣಿಗಳನ್ನು ಏಕೆ ಸೃಷ್ಟಿಸುತ್ತಾನೆ? ಸೃಷ್ಟಿಯಲ್ಲಿ ದೋಷವಿದೆ ಎಂದು ತೋರುತ್ತದೆ.

<u>ಆಧ್ಯಾತ್ಮಿಕ ಗುರು:-</u> ಇದು ತಪ್ಪಲ್ಲ. ದೇವರು ತುಂಬಾ ಕರುಣಾಮಯಿ. ನೀವು ಪ್ರಾಣಿಗಳನ್ನು ತಿನ್ನಲು ಬಯಸಿದರೆ, ಅವನು ನಿಮಗೆ ಸಂಪೂರ್ಣ ಸೌಲಭ್ಯವನ್ನು ನೀಡುತ್ತಾನೆ. ನಿಮ್ಮ ಮುಂದಿನ ಜನ್ಮದಲ್ಲಿ ದೇವರು ನಿಮಗೆ ಹುಲಿಯ ದೇಹವನ್ನು ನೀಡುತ್ತಾನೆ, ಇದರಿಂದ ನೀವು ತುಂಬಾ ಮುಕ್ತವಾಗಿ ಮಾಂಸವನ್ನು

ತಿನ್ನಬಹುದು. "ನೀವು ಕಸಾಯಿಖಾನೆಗಳನ್ನು ಏಕೆ ನಿರ್ವಹಿಸುತ್ತಿದ್ದೀರಿ? ನಾನು ನಿಮಗೆ ಕೋರೆಹಲ್ಲು ಮತ್ತು ಉಗುರುಗಳನ್ನು ನೀಡುತ್ತೇನೆ. ಈಗ ತಿನ್ನಿರಿ. ಆದ್ದರಿಂದ ಮಾಂಸ ತಿನ್ನುವವರು ಅಂತಹ ಶಿಕ್ಷೆಯನ್ನು ಕಾಯುತ್ತಿದ್ದಾರೆ. ಪ್ರಾಣಿಭಕ್ಷಕರು ತಮ್ಮ ಮುಂದಿನ ಜನ್ಮದಲ್ಲಿ ಹೆಚ್ಚಿನ ಸೌಲಭ್ಯ ಪಡೆಯಲು ಹುಲಿ, ತೋಳ, ಬೆಕ್ಕು ಮತ್ತು ನಾಯಿಗಳಾಗುತ್ತಾರೆ.

ಭೌತಿಕವಾದಿ : ಹಾಗಾದರೆ ದೇಹವು ಆತ್ಮಕ್ಕೆ ವಾಹನವಿದ್ದಂತೆಯೇ?

ಆಧ್ಯಾತ್ಮಿಕ ಗುರು:- ಹೌದು. ಇದು ಮೋಟಾರು ಕಾರಿನಂತೆ. ನೀವು ಕಾರಿನಲ್ಲಿ ಒಂದು ಸ್ಥಳದಿಂದ ಇನ್ನೊಂದು ಸ್ಥಳಕ್ಕೆ ಹೋಗುವಂತೆ, ಜೀವನದ ಭೌತಿಕ ಸ್ಥಿತಿಯಲ್ಲಿ ಮಾನಸಿಕ ಸಂಕೋಚನದಿಂದಾಗಿ, ನಾವು ಒಂದು ಸ್ಥಾನದಿಂದ ಇನ್ನೊಂದು ಸ್ಥಾನಕ್ಕೆ ಹೋಗುತ್ತೇವೆ, ಸಂತೋಷವಾಗಿರಲು ಪ್ರಯತ್ನಿಸುತ್ತೇವೆ. ಆದರೆ ನಾವು ನಮ್ಮ ನಿಜವಾದ ಸ್ಥಾನಕ್ಕೆ ಬರದ ಹೊರತು ಯಾವುದೂ ನಮ್ಮನ್ನು ಸಂತೋಷಪಡಿಸುವುದಿಲ್ಲ, ಅಂದರೆ ನಾವೆಲ್ಲರೂ ದೇವರ ಭಾಗಗಳು ಮತ್ತು ನಮ್ಮ ನಿಜವಾದ ವ್ಯವಹಾರವು ದೇವರೊಂದಿಗೆ ಸಹವಾಸ ಮಾಡುವುದು ಮತ್ತು ಅವನೊಂದಿಗೆ ಸಹಕರಿಸುವ ಮೂಲಕ ಎಲ್ಲಾ ಜೀವಿಗಳಿಗೆ ಸಹಾಯ ಮಾಡುವುದು. ಸುಸಂಸ್ಕೃತ ಮಾನವ ಜೀವನವು 8,400,000 ಜೀವ ಪ್ರಭೇದಗಳ ಮೂಲಕ ದೀರ್ಘ ವಿಕಾಸದ ನಂತರ ಮಾತ್ರ ಸಾಧಿಸಲ್ಪಡುತ್ತದೆ. ಹಾಗಾಗಿ ದೇವರು ಯಾರು, ನಾವು ಯಾರು, ಮತ್ತು ನಮ್ಮ ಸಂಬಂಧ ಏನು ಎಂಬುದನ್ನು ಅರ್ಥಮಾಡಿಕೊಳ್ಳಲು ನಾವು ಈ ಸುಸಂಸ್ಕೃತ ಮಾನವ ಜೀವನದ ಪ್ರಯೋಜನವನ್ನು ಪಡೆಯದಿದ್ದರೆ, ಬದಲಿಗೆ ಬೆಕ್ಕುಗಳು ಮತ್ತು ನಾಯಿಗಳಂತೆ ನಮ್ಮ ಜೀವನವನ್ನು ವ್ಯರ್ಥಗೊಳಿಸಿದರೆ, ಇಂದ್ರಿಯ ತೃಪ್ತಿಗಾಗಿ ಅಲ್ಲಿ ಇಲ್ಲಿಗೆ ಹೋಗುವುದು, ಆಗ ನಾವು ಉತ್ತಮ ಅವಕಾಶವನ್ನು ಕಳೆದುಕೊಂಡಿದ್ದೇವೆ.

ಭೌತಿಕವಾದಿ : ನಾವು ಈ ಜೀವನದಲ್ಲಿ ಹೆಚ್ಚಿನದನ್ನು ಮಾಡದಿದ್ದರೆ, ನಮಗೆ ಇನ್ನೊಂದು ಜೀವನದಲ್ಲಿ ಅವಕಾಶ ಸಿಗುತ್ತದೆಯೇ?

ಆಧ್ಯಾತ್ಮಿಕ ಗುರು:- ಹೌದು. ಸಾವಿನ ಸಮಯದಲ್ಲಿ ನಿಮ್ಮ ಬಯಕೆಗಳ ಪ್ರಕಾರ, ನೀವು ಇನ್ನೊಂದು ದೇಹವನ್ನು ಪಡೆಯುತ್ತೀರಿ. ಆದಾಗ್ಯೂ, ಆ ದೇಹವು ಮಾನವ ದೇಹ ಎಂದು ಖಾತರಿಪಡಿಸುವುದಿಲ್ಲ. ನಾನು ಈಗಾಗಲೇ ವಿವರಿಸಿರುವಂತೆ, 8,400,000 ವಿವಿಧ ರೀತಿಯ ಜೀವನಗಳಿವೆ. ಸಾವಿನ ಸಮಯದಲ್ಲಿ ನಿಮ್ಮ ಮಾನಸಿಕ ಸ್ಥಿತಿಗೆ ಅನುಗುಣವಾಗಿ ನೀವು ಅವುಗಳಲ್ಲಿ ಯಾವುದನ್ನಾದರೂ ನಮೂದಿಸಬಹುದು. ಸಾವಿನ ಸಮಯದಲ್ಲಿ ನಾವು ಏನು ಯೋಚಿಸುತ್ತೇವೆ ಎಂಬುದು ನಮ್ಮ ಜೀವನದಲ್ಲಿ ನಾವು ಹೇಗೆ ವರ್ತಿಸುತ್ತೇವೆ

ಎಂಬುದರ ಮೇಲೆ ಅವಲಂಬಿತವಾಗಿರುತ್ತದೆ. ನಾವು ಭೌತಿಕ ಪ್ರಜ್ಞೆಯಲ್ಲಿರುವವರೆಗೆ, ನಮ್ಮ ಕ್ರಿಯೆಗಳು ಭೌತಿಕ ಪ್ರಕೃತಿಯ ನಿಯಂತ್ರಣದಲ್ಲಿರುತ್ತವೆ, ಅದು ಮೂರು ವಿಧಾನಗಳಲ್ಲಿ ನಡೆಸಲ್ಪಡುತ್ತದೆ: ಒಳ್ಳೆಯತನ, ಉತ್ಸಾಹ ಮತ್ತು ಅಜ್ಞಾನ. ಈ ವಿಧಾನಗಳು ಹಳದಿ, ಕೆಂಪು ಮತ್ತು ನೀಲಿ ಎಂಬ ಮೂರು ಮೂಲ ಬಣ್ಣಗಳಂತೆ. ಒಬ್ಬನು ಕೆಂಪು, ಹಳದಿ ಮತ್ತು ನೀಲಿ ಬಣ್ಣವನ್ನು ಬೆರೆಸಿ ಲಕ್ಷಾಂತರ ಬಣ್ಣಗಳನ್ನು ಉತ್ಪಾದಿಸುವಂತೆಯೇ, ಪ್ರಕೃತಿಯ ವಿಧಾನಗಳು ಹಲವಾರು ಜೀವವೈವಿಧ್ಯಗಳನ್ನು ಉತ್ಪಾದಿಸಲು ಮಿಶ್ರಣ ಮಾಡಲಾಗುತ್ತಿದೆ. ಜೀವನದ ವಿವಿಧ ರೂಪಗಳಲ್ಲಿ ಹುಟ್ಟು ಸಾವುಗಳ ಪುನರಾವರ್ತನೆಯನ್ನು ನಿಲ್ಲಿಸಲು, ನಾವು ಭೌತಿಕ ಪ್ರಕೃತಿಯ ಹೊದಿಕೆಯನ್ನು ಮೀರಿ ಶುದ್ಧ ಪ್ರಜ್ಞೆಯ ವೇದಿಕೆಗೆ ಬರಬೇಕು.

ಒಳ್ಳೆಯತನದ ವಿಧಾನ, ನಂತರ ನಾವು ಉನ್ನತ ಗ್ರಹಗಳ ವ್ಯವಸ್ಥೆಗೆ ಬಡ್ತಿ ಪಡೆಯುತ್ತೇವೆ, ಅಲ್ಲಿ ಉತ್ತಮ ಜೀವನ ಮಟ್ಟವಿದೆ. ನಾವು ಉತ್ಸಾಹದ ವಿಧಾನವನ್ನು ಬೆಳೆಸಿಕೊಂಡರೆ, ನಾವು ಪ್ರಸ್ತುತ ಹಂತದಲ್ಲಿ ಉಳಿಯುತ್ತೇವೆ. ಆದರೆ ಅಜ್ಞಾನದಿಂದ ನಾವು ಪಾಪ ಕಾರ್ಯಗಳನ್ನು ಮಾಡಿದರೆ ಮತ್ತು ಪ್ರಕೃತಿಯ ನಿಯಮಗಳನ್ನು ಉಲ್ಲಂಘಿಸಿದರೆ, ನಾವು ಪ್ರಾಣಿ ಅಥವಾ ಸಸ್ಯ ಜೀವನಕ್ಕೆ ಅವನತಿ ಹೊಂದುತ್ತೇವೆ. ನಂತರ ಮತ್ತೆ ನಾವು ಮಾನವ ರೂಪಕ್ಕೆ ವಿಕಸನಗೊಳ್ಳಬೇಕು, ಈ ಪ್ರಕ್ರಿಯೆಯು ಲಕ್ಷಾಂತರ ವರ್ಷಗಳನ್ನು ತೆಗೆದುಕೊಳ್ಳಬಹುದು. ಆದ್ದರಿಂದ ಮಾನವನು ಜವಾಬ್ದಾರನಾಗಿರಬೇಕು. ದೇವರೊಂದಿಗಿನ ತನ್ನ ಸಂಬಂಧವನ್ನು ಅರ್ಥಮಾಡಿಕೊಂಡು ಅದರಂತೆ ನಡೆದುಕೊಳ್ಳುವ ಮೂಲಕ ಮಾನವ ಜೀವನದ ಅಪರೂಪದ ಅವಕಾಶವನ್ನು ಬಳಸಿಕೊಳ್ಳಬೇಕು. ನಂತರ ಅವನು ಜೀವನದ ವಿವಿಧ ರೂಪಗಳಲ್ಲಿ ಹುಟ್ಟು ಮತ್ತು ಮರಣದ ಚಕ್ರದಿಂದ ಹೊರಬಂದು ಮನೆಗೆ ಹಿಂದಿರುಗಬಹುದು, ದೇವರಿಗೆ ಹಿಂತಿರುಗಬಹುದು.

<u>ಭೌತಿಕವಾದಿ :</u> ಅತೀಂದ್ರಿಯ ಧ್ಯಾನವು ಜನರಿಗೆ ಸಹಾಯ ಮಾಡುತ್ತದೆ ಎಂದು ನೀವು ಭಾವಿಸುತ್ತೀರಾ?

<u>ಆಧ್ಯಾತ್ಮಿಕ ಗುರು:-</u> ನಿಜವಾದ ಧ್ಯಾನ ಏನೆಂದು ಅವರಿಗೆ ತಿಳಿದಿಲ್ಲ. ಅವರ ಧ್ಯಾನವು ಕೇವಲ ಪ್ರಹಸನವಾಗಿದೆ - ಸ್ವಾಮಿಗಳು ಮತ್ತು ಯೋಗಿಗಳು ಎಂದು ಕರೆಯಲ್ಪಡುವ ಮತ್ತೊಂದು ಮೋಸ ಪ್ರಕ್ರಿಯೆ. ಧ್ಯಾನವು ಜನರಿಗೆ ಸಹಾಯ ಮಾಡುತ್ತಿದೆಯೇ ಎಂದು ನೀವು ನನ್ನನ್ನು ಕೇಳುತ್ತಿದ್ದೀರಿ, ಆದರೆ ಧ್ಯಾನ ಎಂದರೇನು ಎಂದು ನಿಮಗೆ ತಿಳಿದಿದೆಯೇ?

<u>ಭೌತಿಕವಾದಿ :</u> ಮನಸ್ಸಿನ ಮಧ್ಯದಲ್ಲಿ ಕುಳಿತುಕೊಳ್ಳಲು ಪ್ರಯತ್ನಿಸುವ ಒಂದು ನಿಶ್ಚಲತೆ.

<u>ಆಧ್ಯಾತ್ಮಿಕ ಗುರು:-</u>ಮತ್ತು ಕೇಂದ್ರ ಯಾವುದು?

<u>ಭೌತಿಕವಾದಿ :</u> ನನಗೆ ಗೊತ್ತಿಲ್ಲ.

<u>ಆಧ್ಯಾತ್ಮಿಕ ಗುರು:-</u> ಆದ್ದರಿಂದ ಪ್ರತಿಯೊಬ್ಬರೂ ಧ್ಯಾನದ ಬಗ್ಗೆ ತುಂಬಾ ಮಾತನಾಡುತ್ತಿದ್ದಾರೆ, ಆದರೆ ಧ್ಯಾನವು ನಿಜವಾಗಿ ಏನೆಂದು ಯಾರಿಗೂ ತಿಳಿದಿಲ್ಲ. ಈ ಮೋಸಗಾರರು "ಧ್ಯಾನ" ಎಂಬ ಪದವನ್ನು ಬಳಸುತ್ತಾರೆ, ಆದರೆ ಅವರಿಗೆ ಧ್ಯಾನಕ್ಕೆ ಸರಿಯಾದ ವಿಷಯ ತಿಳಿದಿಲ್ಲ. ಅವರು ಕೇವಲ ಸುಳ್ಳು ಪ್ರಚಾರ ಮಾಡುತ್ತಿದ್ದಾರೆ.

<u>ಭೌತಿಕವಾದಿ :</u> ಜನರು ಸರಿಯಾಗಿ ಯೋಚಿಸುವಂತೆ ಮಾಡಲು ಧ್ಯಾನವು ಮೌಲ್ಯಯುತವಾಗಿದೆಯಲ್ಲವೇ?

<u>ಆಧ್ಯಾತ್ಮಿಕ ಗುರು:-</u> ಇಲ್ಲ. ನಿಜವಾದ ಧ್ಯಾನ ಎಂದರೆ ಮನಸ್ಸು ದೇವರ ಪ್ರಜ್ಞೆಯಿಂದ ತುಂಬಿರುವ ಸ್ಥಿತಿಯನ್ನು ಸಾಧಿಸುವುದು. ಆದರೆ ದೇವರು ಏನೆಂದು ನಿಮಗೆ ತಿಳಿದಿಲ್ಲದಿದ್ದರೆ, ನೀವು ಹೇಗೆ ಧ್ಯಾನಿಸಬಹುದು? ಅದೂ ಅಲ್ಲದೆ ಈ ಯುಗದಲ್ಲಿ ಜನರ ಮನಸ್ಸು ಏಕಾಗ್ರತೆ ಮಾಡಿಕೊಳ್ಳಲಾರದಷ್ಟು ಕ್ಷೋಭೆಗೊಳಗಾಗಿದೆ. ನಾನು ಈ ತಥಾಕಥಿತ ಧ್ಯಾನವನ್ನು ನೋಡಿದ್ದೇನೆ; ಅವರು ಸುಮ್ಮನೆ ಮಲಗುತ್ತಾರೆ ಮತ್ತು ಗೊರಕೆ ಹೊಡೆಯುತ್ತಾರೆ. ದುರದೃಷ್ಟವಶಾತ್, ದೇವರ ಪ್ರಜ್ಞೆ ಅಥವಾ "ಸ್ವಯಂ-ಸಾಕ್ಷಾತ್ಕಾರದ ಹೆಸರಿನಲ್ಲಿ, ಅನೇಕ ಮೋಸಗಾರರು ಧ್ಯಾನದ ಪ್ರಮಾಣಿತವಲ್ಲದ ವಿಧಾನಗಳನ್ನು ಉಲ್ಲೇಖಿಸದೆ ಪ್ರಸ್ತುತಪಡಿಸುತ್ತಿದ್ದಾರೆ.

<u>ಭೌತಿಕವಾದಿ :</u> ಧಾರ್ಮಿಕ ತತ್ತ್ವಗಳು ಏಕೆ ಬೇಕು?

<u>ಆಧ್ಯಾತ್ಮಿಕ ಗುರು:-</u> ಧಾರ್ಮಿಕ ತತ್ತ್ವಗಳಿಲ್ಲದೆ ನಾಯಿ ಮತ್ತು ಮನುಷ್ಯನ ನಡುವಿನ ವ್ಯತ್ಯಾಸವೇನು? ಮನುಷ್ಯನು ಧರ್ಮವನ್ನು ಅರ್ಥಮಾಡಿಕೊಳ್ಳಬಲ್ಲನು, ಆದರೆ ನಾಯಿಯಿಂದ ಸಾಧ್ಯವಿಲ್ಲ. ಅದೇ ವ್ಯತ್ಯಾಸ. ಹಾಗಾದರೆ ಮಾನವ ಸಮಾಜವು ನಾಯಿ ಮತ್ತು ಬೆಕ್ಕುಗಳ ಮಟ್ಟದಲ್ಲಿ ಉಳಿದಿದ್ದರೆ, ನೀವು ಶಾಂತಿಯುತ ಸಮಾಜವನ್ನು ಹೇಗೆ ನಿರೀಕ್ಷಿಸಬಹುದು? ಹತ್ತಾರು ನಾಯಿಗಳನ್ನು ತಂದು ಒಂದು ರೂಮಿನಲ್ಲಿ ಕೂಡಿ ಹಾಕಿದರೆ ನೆಮ್ಮದಿಯಿಂದ ಇರಲು ಸಾಧ್ಯವೇ? ಅದೇ ರೀತಿ, ಮಾನವ ಸಮಾಜವು ನಾಯಿಗಳ ಮಟ್ಟದಲ್ಲಿರುವ ಪುರುಷರಿಂದ ತುಂಬಿದ್ದರೆ, ನೀವು ಶಾಂತಿಯನ್ನು ಹೇಗೆ ನಿರೀಕ್ಷಿಸಬಹುದು? ಇದು ನನ್ನ ಧಾರ್ಮಿಕ ನಂಬಿಕೆಗಳ ಪ್ರಶ್ನೆಯಲ್ಲ. ನಾನು

ಕೇವಲ ಮಾನವ ಜೀವನ ಮತ್ತು ಪ್ರಾಣಿಗಳ ನಡುವಿನ ವ್ಯತ್ಯಾಸವನ್ನು ಸೂಚಿಸುತ್ತಿದ್ದೇನೆ. ಪ್ರಾಣಿಗಳು ಬಹುಶಃ ದೇವರ ಬಗ್ಗೆ ಏನನ್ನೂ ಕಲಿಯಲು ಸಾಧ್ಯವಿಲ್ಲ, ಆದರೆ ಮನುಷ್ಯರು ಮಾಡಬಹುದು. ಬೆಕ್ಕುಗಳು ಮತ್ತು ನಾಯಿಗಳ ಸಮಾಜದಲ್ಲಿ ನೀವು ಶಾಂತಿಯನ್ನು ಹೊಂದಲು ಸಾಧ್ಯವಿಲ್ಲ, ಆದ್ದರಿಂದ ಜನರು ಹೇಗೆ ಆಗಬೇಕೆಂದು ಕಲಿಸುವುದು ಸರ್ಕಾರಿ ಅಧಿಕಾರಿಗಳ ಕರ್ತವ್ಯ. ದೇವರ ಪ್ರಜ್ಞೆ ಇಲ್ಲವಾದರೆ ತೊಂದರೆ ಉಂಟಾಗುತ್ತದೆ, ಏಕೆಂದರೆ ದೇವರ ಪ್ರಜ್ಞೆಯಿಲ್ಲದೆ ನಾಯಿ ಮತ್ತು ಮನುಷ್ಯನ ನಡುವೆ ಯಾವುದೇ ವ್ಯತ್ಯಾಸವಿಲ್ಲ: ನಾಯಿ ತಿನ್ನುತ್ತದೆ, ನಾವು ತಿನ್ನುತ್ತೇವೆ; ನಾಯಿ ಮಲಗುತ್ತದೆ, ನಾವು ಮಲಗುತ್ತೇವೆ, ನಾಯಿಯು ಸಂಭೋಗಿಸುತ್ತದೆ, ನಾವು ಲೈಂಗಿಕತೆಯನ್ನು ಹೊಂದಿದ್ದೇವೆ; ನಾಯಿ ತನ್ನನ್ನು ತಾನು ರಕ್ಷಿಸಿಕೊಳ್ಳಲು ಪ್ರಯತ್ನಿಸುತ್ತದೆ, ಮತ್ತು ನಾವು ನಮ್ಮನ್ನು ರಕ್ಷಿಸಿಕೊಳ್ಳಲು ಪ್ರಯತ್ನಿಸುತ್ತೇವೆ, ಇವು ಸಾಮಾನ್ಯ ಅಂಶಗಳಾಗಿವೆ, ಒಂದೇ ವ್ಯತ್ಯಾಸವೆಂದರೆ ನಾಯಿಗೆ ದೇವರೊಂದಿಗಿನ ಸಂಬಂಧದ ಬಗ್ಗೆ ಸೂಚನೆ ನೀಡಲಾಗುವುದಿಲ್ಲ, ಆದರೆ ಮನುಷ್ಯನು ಮಾಡಬಹುದು.

ಧರ್ಮ ಎಂದರೆ ದೇವರ ನಿಯಮಗಳಿಗೆ ಬದ್ಧವಾಗಿರುವುದು, ಉತ್ತಮ ಪೌರತ್ವ ಎಂದರೆ ಸರ್ಕಾರದ ಕಾನೂನುಗಳಿಗೆ ಬದ್ಧವಾಗಿರುವುದು. ಏಕೆಂದರೆ ಯಾರಿಗೂ ದೇವರ ಬಗ್ಗೆ ತಿಳುವಳಿಕೆ ಇಲ್ಲ, ಯಾರಿಗೂ ದೇವರ ನಿಯಮಗಳು ಅಥವಾ ಧರ್ಮದ ಅರ್ಥ ತಿಳಿದಿಲ್ಲ. ಇದು ಇಂದಿನ ಸಮಾಜದ ಜನರ ಇಂದಿನ ಸ್ಥಿತಿ. ಅವರು ಧರ್ಮವನ್ನು ಮರೆಯುತ್ತಿದ್ದಾರೆ, ಅದನ್ನು ಒಂದು ರೀತಿಯ ನಂಬಿಕೆ ಎಂದು ತೆಗೆದುಕೊಳ್ಳುತ್ತಿದ್ದಾರೆ. ನಂಬಿಕೆ ಕುರುಡು ನಂಬಿಕೆ ಇರಬಹುದು. ನಂಬಿಕೆಯು ಧರ್ಮದ ನಿಜವಾದ ವಿವರಣೆಯಲ್ಲ.ಧರ್ಮ ಎಂದರೆ ದೇವರು ನೀಡಿದ ಕಾನೂನುಗಳು ಮತ್ತು ಅನುಸರಿಸುವ ಯಾರಾದರೂ ,ಆ ಕಾನೂನುಗಳು ಧಾರ್ಮಿಕ, ಕ್ರಿಶ್ಚಿಯನ್, ಹಿಂದೂ ಅಥವಾ ಮುಸ್ಲಿಂ ಆಗಿರಲಿ.

ಭೌತಿಕವಾದಿ : ಶತಮಾನಗಳಿಂದ ಧಾರ್ಮಿಕ ಪದ್ಧತಿಗಳನ್ನು ಅನುಸರಿಸುತ್ತಿರುವ ಭಾರತದಲ್ಲಿ, ನಾವು ಆಧ್ಯಾತ್ಮಿಕ ಜೀವನಕ್ಕೆ ಹಿಂತಿರುಗುವುದನ್ನು ನೋಡುತ್ತಿಲ್ಲ ಆದರೆ ದೂರ ಸರಿಯುವುದನ್ನು ನೋಡುತ್ತಿದ್ದೇವೆ ಎಂಬುದು ನಿಜವಲ್ಲವೇ?

ಆಧ್ಯಾತ್ಮಿಕ ಗುರು:- ಹೌದು, ಆದರೆ ಇದು ಕೆಟ್ಟ ನಾಯಕತ್ವದಿಂದ ಮಾತ್ರ. ಇಲ್ಲದಿದ್ದರೆ, ಬಹುಪಾಲು ಭಾರತೀಯ ಜನರು ದೇವರ ಬಗ್ಗೆ ಸಂಪೂರ್ಣ ಪ್ರಜ್ಞೆ ಹೊಂದಿದ್ದಾರೆ ಮತ್ತು ಅವರು ದೇವರ ನಿಯಮಗಳನ್ನು ಅನುಸರಿಸಲು ಪ್ರಯತ್ನಿಸುತ್ತಾರೆ. ಇಲ್ಲಿ ಪಾಶ್ಚಿಮಾತ್ಯ ದೇಶಗಳಲ್ಲಿ, ದೊಡ್ಡ ಕಾಲೇಜು

ಪ್ರಾಧ್ಯಾಪಕರು ಸಹ ದೇವರಲ್ಲಿ ಅಥವಾ ಸಾವಿನ ನಂತರದ ಜೀವನದಲ್ಲಿ ನಂಬುವುದಿಲ್ಲ. ಆದರೆ ಭಾರತದಲ್ಲಿ, ಬಡವರೂ ಸಹ ದೇವರನ್ನು ಮತ್ತು ಮುಂದಿನ ಜೀವನದಲ್ಲಿ ನಂಬುತ್ತಾರೆ. ಅವನು ಪಾಪಗಳನ್ನು ಮಾಡಿದರೆ ಅವನು ಅನುಭವಿಸುತ್ತಾನೆ ಮತ್ತು ಅವನು ಧಾರ್ಮಿಕವಾಗಿ ವರ್ತಿಸಿದರೆ ಅವನು ಆನಂದಿಸುತ್ತಾನೆ ಎಂದು ಅವನು ತಿಳಿದಿದ್ದಾನೆ. ಇಂದಿಗೂ ಎರಡು ಊರಿನವರ ನಡುವೆ ಭಿನ್ನಾಭಿಪ್ರಾಯವಿದ್ದರೆ ಅದನ್ನು ಇತ್ಯರ್ಥಪಡಿಸಲು ದೇವಸ್ಥಾನದ ಮೊರೆ ಹೋಗುತ್ತಾರೆ, ಏಕೆಂದರೆ ಎದುರಿನವರು ದೇವಾನುದೇವತೆಗಳ ಮುಂದೆ ಸುಳ್ಳು ಹೇಳಲು ಹಿಂದೇಟು ಹಾಕುತ್ತಾರೆ ಎಂಬುದು ಎಲ್ಲರಿಗೂ ಗೊತ್ತು. ಆದ್ದರಿಂದ ಹೆಚ್ಚಿನ ವಿಷಯಗಳಲ್ಲಿ, ಭಾರತವು ಇನ್ನೂ ಎಂಭತ್ತರಷ್ಟು ಧಾರ್ಮಿಕವಾಗಿದೆ. ಶ್ರೀ ಚೈತನ್ಯ ಮಹಾಪ್ರಭುಗಳು ಹೇಳಿದ್ದಾರೆ, ಅದು ಭಾರತದಲ್ಲಿ ಜನ್ಮ ಪಡೆಯುವ ವಿಶೇಷ ಸವಲತ್ತು ಮತ್ತು ವಿಶೇಷ ಜವಾಬ್ದಾರಿಯೂ ಹೌದು ಎಂದು .

<u>ಭೌತಿಕವಾದಿ :</u> ಇತರ ಪಾಶ್ಚಿಮಾತ್ಯ ದೇಶಗಳ ಸಂಪತ್ತು ಆಧ್ಯಾತ್ಮಿಕ ನಂಬಿಕೆಗೆ ಅಡ್ಡಿಯಾಗಿದೆ ಎಂದು ನೀವು ಭಾವಿಸುತ್ತೀರಾ?

<u>ಆಧ್ಯಾತ್ಮಿಕ ಗುರು:-</u> ಹೌದು. ಭಗವದ್ಗೀತೆಯಲ್ಲಿ ಕೃಷ್ಣ ಹೇಳುತ್ತಾನೆ (2.44):
"ಭೋಗೈಶ್ವರ್ಯ-ಪ್ರಸಕ್ತನಾಂ ತಯಾಪಹೃತ-ಚೇತಸಂ"
ಒಬ್ಬನು ಭೌತಿಕವಾಗಿ ಬಹಳ ಶ್ರೀಮಂತನಾಗಿದ್ದರೆ, ಅವನು ದೇವರನ್ನು ಮರೆತುಬಿಡುತ್ತಾನೆ. ಆದರೆ ಬಡವರು ಮಾತ್ರ ದೇವರನ್ನು ಅರ್ಥಮಾಡಿಕೊಳ್ಳುತ್ತಾರೆ ಎಂಬ ಸಂಪೂರ್ಣ ಕಾನೂನು ಇಲ್ಲ, ಸಾಮಾನ್ಯವಾಗಿ ಒಬ್ಬ ಅಸಾಧಾರಣ ಶ್ರೀಮಂತನಾಗಿದ್ದರೆ, ಅವನ ಏಕೈಕ ಮಹತ್ವಾಕಾಂಕ್ಷೆಯು ಹಣವನ್ನು ಸಂಪಾದಿಸುವುದು ಮತ್ತು ಅವನಿಗೆ ಆಧ್ಯಾತ್ಮಿಕ ಬೋಧನೆಗಳನ್ನು ಅರ್ಥಮಾಡಿಕೊಳ್ಳುವುದು ಕಷ್ಟ. .ಪ್ರಾಣಿಗಳು ನಾಲ್ಕು ಕಾಲುಗಳ ಮೇಲೆ ಓಡುತ್ತಿದ್ದರೆ, ಮತ್ತು ನೀವು ನಾಲ್ಕು ಚಕ್ರಗಳಲ್ಲಿ ಓಡುತ್ತಿದ್ದೀರಿ - ಅಷ್ಟೆ ಮತ್ತು ನಾಲ್ಕು ಚಕ್ರಗಳ ಓಟವು ನಾಗರಿಕತೆಯ ಪ್ರಗತಿ ಎಂದು ನೀವು ಭಾವಿಸುತ್ತೀರ. ಕಲಿಯುಗದಲ್ಲಿ ಜಗಳ ಮತ್ತು ಬೂಟಾಟಿಕೆಗಳ ಪ್ರಸ್ತುತ ಯುಗದಲ್ಲಿ ಈ ಕೆಳಗಿನ ವಿಷಯಗಳು ಧರ್ಮ, ಸತ್ಯತೆ, ಸ್ವಚ್ಛತೆ ಕರುಣೆ, ಆಯುಷ್ಯ, ದೈಹಿಕ ಶಕ್ತಿ ಮತ್ತು ಸ್ಮರಣೆಯನ್ನು ಕಡಿಮೆ ಮಾಡುತ್ತದೆ.

<u>ಭೌತಿಕವಾದಿ :</u> ಅಂದರೆ ಕ್ರಮೇಣ ನಾವು ಪ್ರಾಣಿಗಳ ವೇದಿಕೆಗೆ ಬರುತ್ತೇವೆ. ಧರ್ಮ ಮಾಯವಾಗುವುದೇ? ನಾವು ಪ್ರಾಣಿಗಳಾಗುತ್ತೇವೆಯೇ?

<u>ಆಧ್ಯಾತ್ಮಿಕ ಗುರು:-</u>: ವಿಶೇಷವಾಗಿ ಯಾವುದೇ ಧರ್ಮವಿಲ್ಲದಿದ್ದಾಗ, ಅದು ಕೇವಲ ಪ್ರಾಣಿ ಜೀವನ. ನಾಯಿಗೆ ಧರ್ಮ ಏನೆಂದು ಅರ್ಥವಾಗುವುದಿಲ್ಲ ಎಂದು

ಯಾವುದೇ ಸಾಮಾನ್ಯ ಮನುಷ್ಯನು ಪ್ರತ್ಯೇಕಿಸಬಹುದು. ನಾಯಿಯೂ ಒಂದು ಜೀವಿ, ಆದರೆ ಅವನಿಗೆ ಭಗವದ್ಗೀತೆ ಅಥವಾ ಶ್ರೀಮದ್ ಭಾಗವತವನ್ನು ಅರ್ಥಮಾಡಿಕೊಳ್ಳಲು ಆಸಕ್ತಿಯಿಲ್ಲ. ಅವನಿಗೆ ಆಸಕ್ತಿಯಿಲ್ಲ. ಅದು ಮನುಷ್ಯ ಮತ್ತು ನಾಯಿಯ ನಡುವಿನ ವ್ಯತ್ಯಾಸ: ಆದ್ದರಿಂದ ಮನುಷ್ಯರು ಧಾರ್ಮಿಕ ವಿಷಯಗಳಲ್ಲಿ ಆಸಕ್ತಿಯಿಲ್ಲದಿದ್ದರೆ, ಅವರು ಪ್ರಾಣಿಗಳು. ಮತ್ತು ಪ್ರಾಣಿ ಸಮಾಜದಲ್ಲಿ ಸಂತೋಷ ಅಥವಾ ಶಾಂತಿ ಹೇಗೆ ಇರುತ್ತದೆ? ಅವರು ಜನರನ್ನು ಪ್ರಾಣಿಗಳಂತೆ ಇರಿಸಲು ಬಯಸುತ್ತಾರೆ ಮತ್ತು ಅವರು ವಿಶ್ವಸಂಸ್ಥೆಯನ್ನು ಮಾಡುತ್ತಿದ್ದಾರೆ. ಧರ್ಮದ ಕೆಲವು ವ್ಯವಸ್ಥೆ ಇರಬೇಕು. ಧರ್ಮವಿಲ್ಲದ ಮಾನವ ಸಮಾಜ ಪ್ರಾಣಿ ಸಮಾಜ. ಇದು ಸರಳ ಸತ್ಯ. ಜನರು ಈಗ ಏಕೆ ಅತೃಪ್ತರಾಗಿದ್ದಾರೆ? ಏಕೆಂದರೆ ಧರ್ಮವಿಲ್ಲ. ಅವರು ಧರ್ಮವನ್ನು ನಿರ್ಲಕ್ಷಿಸುತ್ತಿದ್ದಾರೆ. ಈಗಲೂ ರಷ್ಯಾದ ಸರ್ಕಾರವು ದೇವರ ಪ್ರಜ್ಞೆಯ ವಿರುದ್ಧ ಕಟ್ಟುನಿಟ್ಟಾಗಿ ನಿಂತಿದೆ, ಏಕೆಂದರೆ ಧರ್ಮವು ಇಡೀ ಸಾಮಾಜಿಕ ವಾತಾವರಣವನ್ನು ಹಾಳುಮಾಡಿದೆ ಎಂದು ಅವರು ಭಾವಿಸುತ್ತಾರೆ.

ಭೌತಿಕವಾದಿ :ಅದರಲ್ಲಿ ಸ್ವಲ್ಪ ಸತ್ಯವಿರಬಹುದೆಂದು ತೋರುತ್ತದೆ.

ಆಧ್ಯಾತ್ಮಿಕ ಗುರು:-:ಧಾರ್ಮಿಕ ವ್ಯವಸ್ಥೆಯನ್ನು ದುರುಪಯೋಗಪಡಿಸಿಕೊಂಡಿರಬಹುದು, ಆದರೆ ಧರ್ಮವನ್ನು ತಪ್ಪಿಸಬೇಕು ಎಂದು ಅರ್ಥವಲ್ಲ. ನಿಜವಾದ ಧರ್ಮವನ್ನು ತೆಗೆದುಕೊಳ್ಳಬೇಕು. ಪುರೋಹಿತರೆಂದು ಕರೆಯಲ್ಪಡುವವರು ಧರ್ಮವನ್ನು ಸರಿಯಾಗಿ ಕಾರ್ಯಗತಗೊಳಿಸದ ಕಾರಣ, ಧರ್ಮವನ್ನು ತಿರಸ್ಕರಿಸಬೇಕು ಎಂದು ಇದರ ಅರ್ಥವಲ್ಲ. ಕಣ್ಣಿನ ಪೊರೆಯಿಂದಾಗಿ ನನ್ನ ಕಣ್ಣು ನನಗೆ ಸ್ವಲ್ಪ ತೊಂದರೆ ನೀಡುತ್ತಿದ್ದರೆ, ಕಣ್ಣು ಕಿತ್ತುಕೊಳ್ಳಬೇಕು ಎಂದು ಅರ್ಥವಲ್ಲ. ಕಣ್ಣಿನ ಪೊರೆ ತೆಗೆಯಬೇಕು. ಅದು ದೇವರಪ್ರಜ್ಞೆ.

ಭೌತಿಕವಾದಿ : ವೈದಿಕ ಸಂಸ್ಕೃತಿಯ ವಿರುದ್ಧ ಸಾಂಪ್ರದಾಯಿಕ ಆರೋಪವೆಂದರೆ ಅದು ಮಾರಣಾಂತಿಕವಾಗಿದೆ, ಅದು ಜನರನ್ನು ಪೂರ್ವಾಗ್ರಹದ ನಂಬಿಕೆಗೆ ಗುಲಾಮರನ್ನಾಗಿ ಮಾಡುತ್ತದೆ ಮತ್ತು ಆದ್ದರಿಂದ ಅದು ಪ್ರಗತಿಯನ್ನು ತಡೆಯುತ್ತದೆ. ಈ ಆರೋಪ ಎಷ್ಟು ಸತ್ಯ?"

ಆಧ್ಯಾತ್ಮಿಕ ಗುರು:-: ಅದು ಏನು ಪ್ರಗತಿ? ನಾಯಿಯ ಜಿಗಿತದ ಪ್ರಗತಿಯೇ? ಅದು ಪ್ರಗತಿಯೇ? ನಾಯಿಯೊಂದು ನಾಲ್ಕು ಕಾಲುಗಳ ಮೇಲೆ ಅಲ್ಲಿ ಇಲ್ಲಿ ಓಡುತ್ತಿದೆ, ಮತ್ತು ನೀವು ನಾಲ್ಕು ಚಕ್ರಗಳಲ್ಲಿ ಅಲ್ಲಿ ಇಲ್ಲಿ ಓಡುತ್ತಿದ್ದೀರಿ. ಅದು ಪ್ರಗತಿಯೇ? ಅದು ವೈದಿಕ ಪದ್ಧತಿಯಲ್ಲ. ವೈದಿಕ ಪದ್ಧತಿಯ ಪ್ರಕಾರ, ಮಾನವನಿಗೆ ಒಂದು ನಿರ್ದಿಷ್ಟ ಪ್ರಮಾಣದ ಶಕ್ತಿಯಿದೆ ಮತ್ತು ಪ್ರಾಣಿಗಳಿಗಿಂತ

ಮನುಷ್ಯನಿಗೆ ಉತ್ತಮ ಪ್ರಜ್ಞೆ ಇರುವುದರಿಂದ, ಪ್ರಾಣಿಗಳ ಶಕ್ತಿಗಿಂತ ಮಾನವನ ಶಕ್ತಿ ಹೆಚ್ಚು ಮೌಲ್ಯಯುತವಾಗಿದೆ. ಆದ್ದರಿಂದ ಮಾನವ ಶಕ್ತಿಯನ್ನು ಆಧ್ಯಾತ್ಮಿಕ ಪ್ರಗತಿಗೆ ಬಳಸಿ. ಇಂದ್ರಿಯ ಭೋಗದಿಂದ ಪಡೆದ ಸಂತೋಷವು ಕಾಳಜಿಯುಳ್ಳದ್ದಾಗಿದೆಯೇ?, ಕಾಲಾನಂತರದಲ್ಲಿ ನಾವು ದುಃಖಗಳನ್ನು ಪಡೆಯುವಂತೆಯೇ, ನಾವು ಅವುಗಳನ್ನು ಬಯಸದಿದ್ದರೂ ಸಹ ಅದನ್ನು ಸ್ವಯಂಚಾಲಿತವಾಗಿ ಪಡೆಯಬಹುದು. ಅನೇಕ, ಅನೇಕ ಜೀವನದಲ್ಲಿ ಆತ್ಮವು ನಾಯಿಗಳು, ಅಥವಾ ದೇವತೆಗಳು, ಅಥವಾ ಬೆಕ್ಕುಗಳು, ಪಕ್ಷಿಗಳು, ಮೃಗಗಳು ಮತ್ತು ಇತರ ಅನೇಕ ರೂಪಗಳಲ್ಲಿದೆ. 8,400,000 ವಿವಿಧ ರೀತಿಯ ದೇಹಗಳಿವೆ. ಆದ್ದರಿಂದ ಆತ್ಮದ ಈ ಪರಿವರ್ತನೆಯು ನಡೆಯುತ್ತಿದೆ. ಪ್ರತಿಯೊಂದು ಸಂದರ್ಭದಲ್ಲೂ ವ್ಯವಹಾರವು ಇಂದ್ರಿಯ ತೃಪ್ತಿಯಾಗಿದೆ.

ಭೌತಿಕವಾದಿ : ಅಂದರೆ ಏನು?

ಆಧ್ಯಾತ್ಮಿಕ ಗುರು:- ಉದಾಹರಣೆಗೆ, ನಾಯಿಯು ಇಂದ್ರಿಯ ತೃಪ್ತಿಗಾಗಿ ಕಾರ್ಯನಿರತವಾಗಿದೆ: ಎಲ್ಲಿ ಆಹಾರ, ಎಲ್ಲಿ ಆಶ್ರಯ, ಎಲ್ಲಿ ಹೆಣ್ಣು, ಎಲ್ಲಿ ರಕ್ಷಣೆ? ಮನುಷ್ಯ ಕೂಡ ಅದೇ ವ್ಯವಹಾರವನ್ನು ವಿವಿಧ ರೀತಿಯಲ್ಲಿ ಮಾಡುತ್ತಿದ್ದಾನೆ. ಈ ವ್ಯವಹಾರ ನಡೆಯುತ್ತಿದೆ, ಜೀವನದ ನಂತರ ಜೀವನ. ಒಂದು ಸಣ್ಣ ಕೀಟ ಕೂಡ ಅದೇ ವಿಷಯಕ್ಕಾಗಿ ಪ್ರಯತ್ನಿಸುತ್ತಿದೆ. ಪಕ್ಷಿಗಳು, ಮೃಗಗಳು, ಮೀನುಗಳು - ಎಲ್ಲೆಡೆ ಅದೇ ಹೋರಾಟ ನಡೆಯುತ್ತಿದೆ. ಎಲ್ಲಿ ಆಹಾರ, ಎಲ್ಲಿ ಲೈಂಗಿಕತೆ, ಎಲ್ಲಿ ಆಶ್ರಯ ಮತ್ತು ಹೇಗೆ ರಕ್ಷಿಸುವುದು?. ವೈದಿಕ ಸಾಹಿತ್ಯವು ಈ ಕೆಲಸಗಳನ್ನು ನಾವು ಅನೇಕ, ಅನೇಕ ಜೀವನಗಳಿಗೆ ಮಾಡಿದ್ದೇವೆ ಮತ್ತು ನಾವು ಈ ಅಸ್ತಿತ್ವದ ಹೋರಾಟದಿಂದ ಹೊರಬರದಿದ್ದರೆ, ನಾವು ಅವುಗಳನ್ನು ಮತ್ತೆ ಮಾಡಬೇಕಾಗಿದೆ ಎಂದು ಹೇಳುತ್ತದೆ. ನಾಯಿಗೆ ದೇಹವಿದೆ, ಮತ್ತು ನನಗೆ ದೇಹವಿದೆ. ಆದ್ದರಿಂದ, ನನ್ನ ಲೈಂಗಿಕ ಸಂತೋಷ ಮತ್ತು ನಾಯಿಯ ಲೈಂಗಿಕ ಆನಂದದಲ್ಲಿ ಯಾವುದೇ ವ್ಯತ್ಯಾಸವಿಲ್ಲ. ಲೈಂಗಿಕತೆಯಿಂದ ಸಿಗುವ ಆನಂದವೂ ಅದೇ. ನಾಯಿಯು ಎಲ್ಲರ ಮುಂದೆ ಬೀದಿಯಲ್ಲಿ ಲೈಂಗಿಕ ಆನಂದವನ್ನು ಹೊಂದಲು ಹೆದರುವುದಿಲ್ಲ ಮತ್ತು ನಾವು ಅದನ್ನು ಮರೆಮಾಡುತ್ತೇವೆ. ಅಷ್ಟೇ. ಉತ್ತಮವಾದ ಅಪಾರ್ಟ್ಮೆಂಟ್ನಲ್ಲಿ ಲೈಂಗಿಕ ಆನಂದವನ್ನು ಹೊಂದುವುದು ಮುಂದುವರಿದಿದೆ ಎಂದು ಜನರು ಯೋಚಿಸುತ್ತಿದ್ದಾರೆ. ಮತ್ತು ಅವರು ಈ ತಥಾಕಥಿತ ಪ್ರಗತಿಗಾಗಿ ನಾಯಿಯ ಓಟವನ್ನು ಮಾಡುತ್ತಿದ್ದಾರೆ. ಒಬ್ಬ ವ್ಯಕ್ತಿಯು ಯಾವ ರೀತಿಯ ದೇಹವನ್ನು ಸಂಪಾದಿಸಿದನೋ ಅದರ ಪ್ರಕಾರ ಆನಂದವು ಈಗಾಗಲೇ ಸಂಗ್ರಹವಾಗಿದೆ ಎಂದು ಜನರಿಗೆ ತಿಳಿದಿಲ್ಲ. ಪ್ರಹ್ಲಾದ ಮಹಾರಾಜರು ಉದಾಹರಣೆ ನೀಡುತ್ತಾರೆ.

ನೀವು ಉದ್ದೇಶಿಸಿರುವ ಸಂತೋಷವನ್ನು ನೀವು ಬಯಸದಿದ್ದರೂ, ಅದು ನಿಮ್ಮ ಮೇಲೆ ಬರುತ್ತದೆ. ಭೌತಿಕ ಸಂತೋಷಕ್ಕಾಗಿ ನಿಮ್ಮ ಶಕ್ತಿಯನ್ನು ವ್ಯರ್ಥ ಮಾಡಬಾರದು. ನೀವು ಉದ್ದೇಶಿಸಿರುವುದಕ್ಕಿಂತ ಹೆಚ್ಚಿನ ಭೌತಿಕ ಸಂತೋಷವನ್ನು ಪಡೆಯಲು ಸಾಧ್ಯವಿಲ್ಲ.ನಿಮ್ಮ ದುಃಖವನ್ನು ಹೇಗೆ ಪರಿಶೀಲಿಸಲು ಸಾಧ್ಯವಿಲ್ಲವೋ ಹಾಗೆಯೇ ನಿಮ್ಮ ಸಂತೋಷವನ್ನು ಪರೀಕ್ಷಿಸಲು ಸಾಧ್ಯವಿಲ್ಲ. ಅದು ತಾನಾಗಿಯೇ ಬರುತ್ತದೆ. ಆದ್ದರಿಂದ ಈ ವಿಷಯಗಳಿಗಾಗಿ ನಿಮ್ಮ ಸಮಯವನ್ನು ವ್ಯರ್ಥ ಮಾಡಬೇಡಿ.

ಭೌತಿಕವಾದಿ :ನೀವು ಏನು ಹೇಳುತ್ತೀರಿ, ಸಂತೋಷವು ಈಗಾಗಲೇ ಸಂಗ್ರಹಿಸಲಾಗಿದೆಯೇ?

ಆಧ್ಯಾತ್ಮಿಕ ಗುರು:- ಅದನ್ನೇ ವಿಧಿ ಎನ್ನುತ್ತಾರೆ. ಒಂದು ಹಂದಿಯು ಒಂದು ನಿರ್ದಿಷ್ಟ ರೀತಿಯ ದೇಹವನ್ನು ಹೊಂದಿದೆ ಮತ್ತು ಅದು ತಿನ್ನಬಹುದಾದ ಆಹಾರ ಮಲವಾಗಿದೆ. ನೀವು ಅದನ್ನು ಬದಲಾಯಿಸಲು ಸಾಧ್ಯವಿಲ್ಲ. ಹಂದಿ ಸಿಹಿ ಬೆಣ್ಣೆಯೊಂದಿಗೆ ಸುಟ್ಟ ಧಾನ್ಯಗಳಿಂದ ಮಾಡಿದ ಸಿಹಿತಿಂಡಿಯನ್ನು ತಿನ್ನಲು ಇಷ್ಟಪಡುವುದಿಲ್ಲ . ಇದು ಸಾಧ್ಯವಿಲ್ಲ. ಅವನು ಒಂದು ನಿರ್ದಿಷ್ಟ ರೀತಿಯ ದೇಹವನ್ನು ಹೊಂದಿರುವುದರಿಂದ, ಅವನು ಹಾಗೆ ತಿನ್ನಬೇಕು. ಯಾವುದೇ ವಿಜ್ಞಾನಿ ಹಂದಿಯ ಜೀವನ ಮಟ್ಟವನ್ನು ಸುಧಾರಿಸಬಹುದೇ?

ಭೌತಿಕವಾದಿ : ನನಗೆ ಅನುಮಾನವಿದೆ.

ಆಧ್ಯಾತ್ಮಿಕ ಗುರು: ಆದ್ದರಿಂದ, ಪ್ರಹ್ಲಾದ ಮಹಾರಾಜರು ಅದನ್ನು ಈಗಾಗಲೇ ಸಂಗ್ರಹಿಸಲಾಗಿದೆ ಎಂದು ಹೇಳುತ್ತಾರೆ. ಆನಂದವು ಮೂಲತಃ ಒಂದೇ ಆಗಿರುತ್ತದೆ, ಆದರೆ ದೇಹಕ್ಕೆ ಅನುಗುಣವಾಗಿ ಸ್ವಲ್ಪ ವಿಭಿನ್ನವಾಗಿದೆ. ಕಾಡಿನಲ್ಲಿರುವ ಅಸಂಸ್ಕೃತ ಮನುಷ್ಯನು ಅದೇ ವಿಷಯವನ್ನು ಹೊಂದಿದ್ದಾನೆ. ಈಗ ನಾಗರಿಕತೆ ಎಂದರೆ ಗಗನಚುಂಬಿ ಕಟ್ಟಡಗಳನ್ನು ನಿರ್ಮಿಸುವುದು ಎಂದು ಜನರು ಭಾವಿಸುತ್ತಿದ್ದಾರೆ. ಆದರೆ ವೈದಿಕ ನಾಗರಿಕತೆಯು ಹೇಳುತ್ತದೆ, ಇಲ್ಲ, ಅದು ಪ್ರಗತಿಯಲ್ಲ. ಮಾನವ ಜೀವನದ ನಿಜವಾದ ಪ್ರಗತಿಯು ಸ್ವಯಂ ಸಾಕ್ಷಾತ್ಕಾರವಾಗಿದೆ, ನಿಮ್ಮ ಆತ್ಮವನ್ನು ನೀವು ಎಷ್ಟು ಅರಿತುಕೊಂಡಿದ್ದೀರಿ. ನೀವು ಗಗನಚುಂಬಿ ಕಟ್ಟಡಗಳನ್ನು ನಿರ್ಮಿಸಿದ್ದೀರಿ ಎಂದಲ್ಲ.

ಭೌತಿಕವಾದಿ : ಆದರೆ ನೀವು ಹೇಳುತ್ತಿರುವುದು ಬಹಳಷ್ಟು ಜನಕ್ಕೆ ಅರ್ಥವಾಗುವುದಿಲ್ಲ.

ಆಧ್ಯಾತ್ಮಿಕ ಗುರು:-ಕೆಲವೊಮ್ಮೆ ಜನರು ತಪ್ಪಾಗಿ ಅರ್ಥೈಸಿಕೊಳ್ಳುತ್ತಾರೆ. ಉಚ್ಚ ನ್ಯಾಯಾಲಯದಲ್ಲಿ ಒಬ್ಬ ನ್ಯಾಯಾಧೀಶರು ಸಮಚಿತ್ತದಿಂದ

ಕುಳಿತುಕೊಂಡಿದ್ದಾರೆ, ಮೇಲ್ನೋಟಕ್ಕೆ ಏನನ್ನೂ ಮಾಡದೆ, ಅವರು ಹೆಚ್ಚಿನ ಸಂಬಳವನ್ನು ಪಡೆಯುತ್ತಿದ್ದಾರೆ. ಬೇರೆಯವರು ಯೋಚಿಸುತ್ತಿದ್ದಾರೆ, "ನಾನು ಅದೇ ನ್ಯಾಯಾಲಯದಲ್ಲಿ ತುಂಬಾ ಕಷ್ಟಪಟ್ಟು, ರಬ್ಬರ್ ಸ್ಟಾಂಪಿಂಗ್ ಮಾಡುತ್ತಿದ್ದೇನೆ ಮತ್ತು ಅವರ ಸಂಬಳದ ಹತ್ತನೇ ಒಂದು ಭಾಗವನ್ನು ಪಡೆಯುತ್ತಿಲ್ಲ ಎಂದು. ಕರ್ಮಿಗಳು, ಫಲಪ್ರದ ಕೆಲಸಗಾರರು, ಭಗವದ್ಗೀತೆಯಲ್ಲಿ ಕತ್ತೆಗಳು ಎಂದು ವಿವರಿಸಲಾಗಿದೆ. ಕತ್ತೆಗಳಿಗೆ ಏಕೆ ಹೋಲಿಸಲಾಗಿದೆ? ಏಕೆಂದರೆ ಕತ್ತೆಯು ತನ್ನ ಬೆನ್ನಿನ ಮೇಲೆ ಭಾರವನ್ನು ತುಂಬಿಕೊಂಡು ಕೆಲಸ ಮಾಡುತ್ತದೆ ಮತ್ತು ಪ್ರತಿಯಾಗಿ ಅವನ ಯಜಮಾನನು ಅವನಿಗೆ ಸ್ವಲ್ಪ ಹುಲ್ಲನ್ನು ಮಾತ್ರ ನೀಡುತ್ತಾನೆ. ಕತ್ತೆ ಕುಟೀರದಿಂದ ಹೊರಗೆ ಹೋದರೆ ಎಲ್ಲಿಯಾದರೂ ಹುಲ್ಲು ಸಿಗುತ್ತದೆ ನಾನೇಕೆ ಇಷ್ಟು ಹೊತ್ತೊಯ್ಯುತ್ತಿದ್ದೇನೆ" ಎಂದು ಯೋಚಿಸುವ ಪ್ರಜ್ಞೆ ಕತ್ತೆಗಿಲ್ಲ.

ಕರ್ಮಿಗಳು ಕಚೇರಿಯಲ್ಲಿ ಬ್ಯುಸಿ, ಮತ್ತು ನೀವು ಅವನನ್ನು ನೋಡಲು ಬಯಸಿದರೆ, "ನಾನು ತುಂಬಾ ಕಾರ್ಯನಿರತವಾಗಿದ್ದೇನೆ" ಎಂದು ಅವನು ಹೇಳುತ್ತಾನೆ, ಹಾಗಾದರೆ ನೀವು ತುಂಬಾ ಕಾರ್ಯನಿರತವಾಗಿರುವುದರ ಫಲಿತಾಂಶವೇನು? ಅವರು ಎರಡು ತುಂಡು ಟೋಸ್ಟ್ ಮತ್ತು ಒಂದು ಕಪ್ ಚಹಾವನ್ನು ತೆಗೆದುಕೊಳ್ಳುತ್ತಾರೆ. ಮತ್ತು ಇದಕ್ಕಾಗಿ ನೀನು ತುಂಬಾ ಬ್ಯುಸಿಯಾಗಿದ್ದೀಯಾ? ಯಾಕೆ ಬ್ಯುಸಿ ಅಂತ ಅವನಿಗೆ ಗೊತ್ತಿಲ್ಲ. ಅಕೌಂಟ್ ಬುಕ್‌ಗಳಲ್ಲಿ ಬ್ಯಾಲೆನ್ಸ್ ಒಂದು ಮಿಲಿಯನ್ ಡಾಲರ್ ಇತ್ತು ಈಗ ಎರಡು ಮಿಲಿಯನ್ ಆಯ್ತು ಅಂತ ಕಾಣ್ತಾನೆ. ಅದಕ್ಕೆ ಅವನು ತೃಪ್ತನಾಗುತ್ತಾನೆ,ಆದರೆ ಎರಡು ತುಂಡುಗಳನ್ನು ಮಾತ್ರ ತೆಗೆದುಕೊಳ್ಳುತ್ತಾನೆ. ಟೋಸ್ಟ್ ಮತ್ತು ಒಂದು ಕಪ್ ಚಹಾ, ಮತ್ತು ಇನ್ನೂ ಅವನು ತುಂಬಾ ಕಷ್ಟಪಟ್ಟು ಕೆಲಸ ಮಾಡುತ್ತಾನೆ. ಅದು ಕರ್ಮಿ ಎಂದರ್ಥ. ಕತ್ತೆಗಳು - ಅವರು ಜೀವನದಲ್ಲಿ ಯಾವುದೇ ಗುರಿಯಿಲ್ಲದೆ ಕತ್ತೆಗಳಂತೆ ಕೆಲಸ ಮಾಡುತ್ತಾರೆ. ಆದರೆ ವೈದಿಕ ನಾಗರಿಕತೆಯು ವಿಭಿನ್ನವಾಗಿದೆ. ವೈದಿಕ ನಾಗರಿಕತೆಯಲ್ಲಿ ಜನರು ಸೋಮಾರಿಗಳಲ್ಲ. ಅವರು ಉನ್ನತ ವಿಷಯಕ್ಕಾಗಿ ಕಾರ್ಯನಿರತರಾಗಿದ್ದಾರೆ. ಪ್ರಹ್ಲಾದ ಮಹಾರಾಜರು ಈ ಕಾರ್ಯನಿರತತೆ ಎಷ್ಟು ಮುಖ್ಯವಾದುದು ಎಂದರೆ ಅದು ಬಾಲ್ಯದಿಂದಲೇ ಪ್ರಾರಂಭವಾಗಬೇಕು ಎಂದು ಒತ್ತಿಹೇಳುತ್ತಾರೆ. ಒಂದು ಸೆಕೆಂಡ್ ಸಮಯವನ್ನು ಕಳೆದುಕೊಳ್ಳಬಾರದು. ಅದು ವೈದಿಕ ನಾಗರಿಕತೆ. ವೈದಿಕ ನಾಗರೀಕತೆಯು ಸ್ವಯಂ ಸಾಕ್ಷಾತ್ಕಾರಕ್ಕಾಗಿ ಉದ್ದೇಶಿಸಲಾಗಿದೆ.

<u>ಭೌತಿಕವಾದಿ : -</u> ವೈದಿಕ ನಾಗರಿಕತೆ ಯಾವುದು ಎಂಬುದರ ಕುರಿತು ನೀವು ನಮಗೆ ಹೆಚ್ಚಿನ ಕಲ್ಪನೆಯನ್ನು ನೀಡಬಹುದೇ?

<u>ಆಧ್ಯಾತ್ಮಿಕ ಗುರು:-</u> ವೈದಿಕ ನಾಗರಿಕತೆಯು ವರ್ಣಾಶ್ರಮ ಪದ್ಧತಿಯಿಂದ ಪ್ರಾರಂಭವಾಗುತ್ತದೆ. ವರ್ಣಾಶ್ರಮ ವ್ಯವಸ್ಥೆಯಲ್ಲಿ ಈ ವ್ಯವಸ್ಥೆ ಇದೆ: ಬ್ರಾಹ್ಮಣರು [ಬುದ್ಧಿಜೀವಿಗಳು, ಸಲಹೆಗಾರರು], ಕ್ಷತ್ರಿಯರು [ನಿರ್ವಾಹಕರು], ವೈಶ್ಯರು [ವ್ಯಾಪಾರಿಗಳು, ರೈತರು], ಶೂದ್ರರು [ಕೆಲಸಗಾರರು], ಬ್ರಹ್ಮಚಾರಿಗಳು ,ಗೃಹಸ್ಥರು, ವಾನಪ್ರಸ್ಥರು ಮತ್ತು ಸನ್ಯಾಸಿಗಳು. ಪರಮಾತ್ಮನಾದ ಕೃಷ್ಣನನ್ನು ಪೂಜಿಸಬೇಕು ಎಂಬುದು ಅಂತಿಮ ಗುರಿಯಾಗಿದೆ. ಆದ್ದರಿಂದ ನೀವು ಕೃಷ್ಣನನ್ನು ಆರಾಧಿಸಿದರೆ, ನೀವು ಬ್ರಾಹ್ಮಣ, ಕ್ಷತ್ರಿಯ, ವೈಶ್ಯ, ಶೂದ್ರ, ಬ್ರಹ್ಮಚಾರಿ, ಯಾವುದಾದರೂ ನಿಮ್ಮ ಎಲ್ಲಾ ಔದ್ಯೋಗಿಕ ಕರ್ತವ್ಯಗಳನ್ನು ಪೂರೈಸುತ್ತೀರಿ.

<u>ಭೌತಿಕವಾದಿ : -</u> ಸ್ವಾತಂತ್ರ್ಯದ ಘೋಷಣೆಯ ಮತ್ತೊಂದು ಅಂಶವೆಂದರೆ, ಎಲ್ಲಾ ಪುರುಷರು ದೇವರಿಂದ ಕೆಲವು ನೈಸರ್ಗಿಕ ಹಕ್ಕುಗಳನ್ನು ಹೊಂದಿದ್ದಾರೆ, ಅದನ್ನು ಅವರಿಂದ ಕಸಿದುಕೊಳ್ಳಲಾಗುವುದಿಲ್ಲ. ಇವು ಜೀವನದ ಹಕ್ಕುಗಳು, ಸ್ವಾತಂತ್ರ್ಯ.

<u>ಆಧ್ಯಾತ್ಮಿಕ ಗುರು:-</u>: ಆದರೆ ಪ್ರಾಣಿಗಳಿಗೂ ಬದುಕುವ ಹಕ್ಕಿದೆ. ಪ್ರಾಣಿಗಳಿಗೂ ಬದುಕುವ ಹಕ್ಕು ಏಕೆ ಇಲ್ಲ? ಉದಾಹರಣೆಗೆ, ಮೊಲಗಳು ಕಾಡಿನಲ್ಲಿ ತಮ್ಮದೇ ಆದ ರೀತಿಯಲ್ಲಿ ವಾಸಿಸುತ್ತವೆ. ಬೇಟೆಗಾರರಿಗೆ ಹೋಗಿ ಗುಂಡು ಹಾರಿಸಲು ಸರ್ಕಾರ ಏಕೆ ಅವಕಾಶ ನೀಡುತ್ತದೆ?

<u>ಭೌತಿಕವಾದಿ : -</u> ಅವರು ಕೇವಲ ಮನುಷ್ಯರ ಬಗ್ಗೆ ಮಾತನಾಡುತ್ತಿದ್ದರು.

<u>ಆಧ್ಯಾತ್ಮಿಕ ಗುರು:-</u>: ನನ್ನ ಕುಟುಂಬ ಅಥವಾ ನನ್ನ ಸಹೋದರ ಒಳ್ಳೆಯವರು ಮತ್ತು ನಾನು ಎಲ್ಲರನ್ನು ಕೊಲ್ಲಬಲ್ಲೆ ಎಂಬ ಸಂಕುಚಿತ ಕಲ್ಪನೆಯು ಅಪರಾಧವಾಗಿದೆ. ನನ್ನ ಕುಟುಂಬದ ಸಲುವಾಗಿ ನಾನು ನಿಮ್ಮ ತಂದೆಯನ್ನು ಕೊಲ್ಲುತ್ತೇನೆ ಎಂದು ಭಾವಿಸೋಣ. ಅದು ತತ್ವಶಾಸ್ತ್ರವೇ? ನಿಜವಾದ ತತ್ತ್ವಶಾಸ್ತ್ರವು ಸುಹೃದಮ್ ಸರ್ವ-ಭೂತಾನಂ: ಎಲ್ಲಾ ಜೀವಿಗಳಿಗೆ ಸ್ನೇಹಪರತೆ. ನಿಸ್ಸಂಶಯವಾಗಿ ಇದು ಮನುಷ್ಯರಿಗೆ ಅನ್ವಯಿಸುತ್ತದೆ, ಆದರೆ ನೀವು ಅನಗತ್ಯವಾಗಿ ಒಂದು ಪ್ರಾಣಿಯನ್ನು ಕೊಂದರೂ, ನಾನು ತಕ್ಷಣ ಪ್ರತಿಭಟಿಸುತ್ತೇನೆ. ಸರ್ಕಾರವು ಪರಿಪೂರ್ಣವಾಗಿಲ್ಲದಿದ್ದರೆ, ಏನು ಮಾಡಬೇಕೆಂದು ಜನರಿಗೆ ಹೇಳಲು ಅವಕಾಶ ನೀಡಬಾರದು. ಆದರೆ ಸರ್ಕಾರ ಪರಿಪೂರ್ಣವಾಗಿದ್ದರೆ, ಅದು ಸಾಧ್ಯ.

<u>ಭೌತಿಕವಾದಿ : -</u> ನೈಸರ್ಗಿಕ ಹಕ್ಕು ಎಂದರೆ ಪ್ರತಿಯೊಬ್ಬ ಮನುಷ್ಯನಿಗೂ ಸಂತೋಷವನ್ನು ಅನುಸರಿಸುವ ಹಕ್ಕಿದೆ.

<u>ಆಧ್ಯಾತ್ಮಿಕ ಗುರು:-</u>: ಹೌದು. ಆದರೆ ನಿಮ್ಮ ಸಂತೋಷದ ಮಾನದಂಡವು ನನ್ನ ಮಾನದಂಡಕ್ಕಿಂತ ಭಿನ್ನವಾಗಿರಬಹುದು. ನೀವು ಮಾಂಸವನ್ನು ತಿನ್ನಲು ಇಷ್ಟಪಡಬಹುದು; ನಾನು ಅದನ್ನು ದ್ವೇಷಿಸುತ್ತೇನೆ. ನಿಮ್ಮ ಸಂತೋಷದ ಮಾನದಂಡವು ನನ್ನ ಮಟ್ಟಕ್ಕೆ ಹೇಗೆ ಸಮಾನವಾಗಿರುತ್ತದೆ? ಸಂತೋಷದ ಮಾನದಂಡ ವ್ಯಕ್ತಿಯ ಗುಣಗಳಿಗೆ ಅನುಗುಣವಾಗಿ ಇರಬೇಕು. ಇಡೀ ಸಮಾಜವನ್ನು ನಾಲ್ಕು ಗುಂಪುಗಳಾಗಿ ವಿಂಗಡಿಸಬೇಕು: ಬ್ರಾಹ್ಮಣ ಗುಣಗಳು, ಕ್ಷತ್ರಿಯ ಗುಣಗಳು, ವೈಶ್ಯ ಗುಣಗಳು ಮತ್ತು ಶೂದ್ರ ಗುಣಗಳು. ಪ್ರತಿಯೊಬ್ಬರಿಗೂ ಅವರವರ ಸಹಜ ಗುಣಗಳಿಗೆ ತಕ್ಕಂತೆ ಕೆಲಸ ಮಾಡಲು ಉತ್ತಮ ಸೌಲಭ್ಯವಿರಬೇಕು.

ನೀವು ಕುದುರೆಯ ವ್ಯವಹಾರದಲ್ಲಿ ಗೂಳಿಯನ್ನು ತೊಡಗಿಸಿಕೊಳ್ಳಲು ಸಾಧ್ಯವಿಲ್ಲ, ಅಥವಾ ನೀವು ಗೂಳಿಯ ವ್ಯವಹಾರದಲ್ಲಿ ಕುದುರೆಯನ್ನು ತೊಡಗಿಸಿಕೊಳ್ಳಲು ಸಾಧ್ಯವಿಲ್ಲ. ಇಂದು ಪ್ರಾಯೋಗಿಕವಾಗಿ ಎಲ್ಲರೂ ಕಾಲೇಜು ಶಿಕ್ಷಣ ಪಡೆಯುತ್ತಿದ್ದಾರೆ. ಆದರೆ ಈ ಕಾಲೇಜುಗಳಲ್ಲಿ ಏನು ಕಲಿಸಲಾಗುತ್ತದೆ? ಹೆಚ್ಚಾಗಿ ತಾಂತ್ರಿಕ ಜ್ಞಾನ, ಇದು ಶೂದ್ರ ಶಿಕ್ಷಣ. ನಿಜವಾದ ಉನ್ನತ ಶಿಕ್ಷಣ ಎಂದರೆ ವೇದ ಜ್ಞಾನವನ್ನು ಕಲಿಯುವುದು. ಇದು ಬ್ರಾಹ್ಮಣರಿಗೆ ಸಂಬಂಧಿಸಿದ್ದು. ಏಕಾಂಗಿಯಾಗಿ, ಶೂದ್ರ ಶಿಕ್ಷಣವು ಅಸ್ತವ್ಯಸ್ತವಾಗಿರುವ ಸ್ಥಿತಿಗೆ ಕಾರಣವಾಗುತ್ತದೆ. ಅವರು ಯಾವ ಶಿಕ್ಷಣಕ್ಕೆ ಸೂಕ್ತರು ಎಂಬುದನ್ನು ಕಂಡುಹಿಡಿಯಲು ಪ್ರತಿಯೊಬ್ಬರೂ ಪರೀಕ್ಷೆಗೆ ಒಳಗಾಗಬೇಕು. ಕೆಲವು ಶೂದ್ರರಿಗೆ ತಾಂತ್ರಿಕ ಶಿಕ್ಷಣವನ್ನು ನೀಡಬಹುದು, ಆದರೆ ಹೆಚ್ಚಿನ ಶೂದ್ರರು ಹೊಲಗಳಲ್ಲಿ ಕೆಲಸ ಮಾಡಬೇಕು. 'ಹೆಚ್ಚು ಹಣ ಸಿಗಬಹುದು' ಎಂದು ಭಾವಿಸಿ ಎಲ್ಲರೂ ಶಿಕ್ಷಣ ಪಡೆಯಲು ನಗರಗಳಿಗೆ ಬರುತ್ತಿರುವ ಕಾರಣ ಕೃಷಿಯನ್ನು ನಿರ್ಲಕ್ಷಿಸಲಾಗುತ್ತಿದೆ. ಯಾರೂ ಉತ್ತಮ ಆಹಾರ ಪದಾರ್ಥಗಳನ್ನು ಉತ್ಪಾದಿಸಲು ತೊಡಗದ ಕಾರಣ ಈಗ ಕೊರತೆಯಿದೆ. ಈ ಎಲ್ಲಾ ಅವ್ಯವಸ್ಥೆಗಳು ಕೆಟ್ಟ ಸರ್ಕಾರದಿಂದ ಉಂಟಾಗಿವೆ. ಇದು ಸರ್ಕಾರದ ಕರ್ತವ್ಯ ಬ್ರಾಹ್ಮಣರು ಸಮಾಜದ ವಿದ್ವಾಂಸರು ಮತ್ತು ಧರ್ಮಗುರುಗಳು (ಮತ್ತು ಆಧ್ಯಾತ್ಮಿಕ ನಾಯಕರು), ಕ್ಷತ್ರಿಯರು ಮಿಲಿಟರಿ ಮತ್ತು ಆಡಳಿತಗಾರರು, ವೈಶ್ಯರು ರೈತರು ಮತ್ತು ವ್ಯಾಪಾರಿಗಳು ಮತ್ತು ಶೂದ್ರರು ಕಾರ್ಮಿಕರು.

<u>ಭೌತಿಕವಾದಿ : -</u>ವಿಜ್ಞಾನಿಗಳು ದೇವರನ್ನು ಸ್ವೀಕರಿಸುವುದಿಲ್ಲ:

<u>ಆಧ್ಯಾತ್ಮಿಕ ಗುರು:-</u>: ದೇವರು ಇದ್ದಾನೆ.

<u>ಭೌತಿಕವಾದಿ : -</u> ಜೀವರಾಸಾಯನಿಕವಾಗಿ ಜೀವ ಸೃಷ್ಟಿಯಾಗಿದೆ ಎಂದು ವಿಜ್ಞಾನಿಗಳು ಹೇಳುತ್ತಾರೆ.

<u>ಆಧ್ಯಾತ್ಮಿಕ ಗುರು:-</u>: ಮತ್ತು ನಾನು ಅವರಿಗೆ ಹೇಳುತ್ತೇನೆ: "ನೀವು ಜೀವವನ್ನು ಏಕೆ ರಚಿಸಬಾರದು? ನಿಮ್ಮ ಜೀವಶಾಸ್ತ್ರ ಮತ್ತು ರಸಾಯನಶಾಸ್ತ್ರವು ಬಹಳ ಮುಂದುವರಿದಿದೆ, ಆದ್ದರಿಂದ ನೀವು ಜೀವವನ್ನು ಏಕೆ ರಚಿಸಬಾರದು?"

<u>ಭೌತಿಕವಾದಿ : -</u> ಅವರು ಭವಿಷ್ಯದಲ್ಲಿ ಜೀವವನ್ನು ರಚಿಸುತ್ತಾರೆ ಎಂದು ಅವರು ಹೇಳುತ್ತಾರೆ.

<u>ಆಧ್ಯಾತ್ಮಿಕ ಗುರು:-</u>:ಭವಿಷ್ಯದಲ್ಲಿ ಯಾವಾಗ? ವಿಜ್ಞಾನಿಗಳಿಗೆ ಸೃಜನಾತ್ಮಕ ಪ್ರಕ್ರಿಯೆ ತಿಳಿದಿದ್ದರೆ, ಅವರು ಈಗ ಏಕೆ ಜೀವವನ್ನು ಸೃಷ್ಟಿಸಲು ಸಾಧ್ಯವಿಲ್ಲ? ಜೀವವು ಜೀವರಾಸಾಯನಿಕ ಮೂಲವನ್ನು ಹೊಂದಿದ್ದರೆ ಮತ್ತು ಜೀವಶಾಸ್ತ್ರಜ್ಞರು ಮತ್ತು ರಸಾಯನಶಾಸ್ತ್ರಜ್ಞರು ತುಂಬಾ ಮುಂದುವರಿದಿದ್ದರೆ, ಅವರು ತಮ್ಮ ಪ್ರಯೋಗಾಲಯಗಳಲ್ಲಿ ಏಕೆ ಜೀವವನ್ನು ಸೃಷ್ಟಿಸಲು ಸಾಧ್ಯವಿಲ್ಲ? ಈ ನಿರ್ಣಾಯಕ ಅಂಶವನ್ನು ಎತ್ತಿದಾಗ, ಅವರು ಹೇಳುತ್ತಾರೆ, "ನಾವು ಭವಿಷ್ಯದಲ್ಲಿ ಅದನ್ನು ಮಾಡುತ್ತೇವೆ. ಭವಿಷ್ಯದಲ್ಲಿ ಏಕೆ? ಅದು ಅಸಂಬದ್ಧವಾಗಿದೆ. ಯಾವುದೇ ಭವಿಷ್ಯವನ್ನು ನಂಬಬೇಡಿ, ಆದರೆ ಆಹ್ಲಾದಕರವಾಗಿರುತ್ತದೆ. ಅವರ ಪ್ರಗತಿಯ ಅರ್ಥವೇನು? ಅವರು ಅಸಂಬದ್ಧವಾಗಿ ಮಾತನಾಡುತ್ತಿದ್ದಾರೆ.

<u>ಭೌತಿಕವಾದಿ : -</u> ಅವರು ಜೀವವನ್ನು ರಚಿಸುವುದರ ಅಂಚಿನಲ್ಲಿದ್ದಾರೆ ಎಂದು ಅವರು ಹೇಳುತ್ತಾರೆ.

<u>ಆಧ್ಯಾತ್ಮಿಕ ಗುರು:-</u>ಆದರೆ ಅದು ಭವಿಷ್ಯವೂ ಆಗಿದೆ, ಅವರು ಭವಿಷ್ಯದಲ್ಲಿ ಜೀವವನ್ನು ರಚಿಸುವ ನಿರೀಕ್ಷೆಯಲ್ಲಿರುವುದರಿಂದ, ಪ್ರಸ್ತುತ ಅವರ ಜ್ಞಾನವು ಅಪೂರ್ಣವಾಗಿರಬೇಕು. ಅದೇ ರೀತಿ, ವಿಜ್ಞಾನಿಗಳು ಜೀವರಸಾಯನಶಾಸ್ತ್ರದಿಂದ ಒಂದೇ ಒಂದು ಹುಲ್ಲುಕಡ್ಡಿಯನ್ನು ಸಹ ಉತ್ಪಾದಿಸಲು ಸಾಧ್ಯವಿಲ್ಲ, ಆದರೂ ಅವರು ಜೀವವು ವಸ್ತುವಿನಿಂದ ಉತ್ಪತ್ತಿಯಾಗುತ್ತದೆ ಎಂದು ಹೇಳಿಕೊಳ್ಳುತ್ತಾರೆ. ಇದೇನು ಅಸಂಬದ್ಧ? ಇದನ್ನು ಯಾರೂ ಪ್ರಶ್ನಿಸುತ್ತಿಲ್ಲವೇ? ಜೀವವು ಜೀವದಿಂದ ಪ್ರಾರಂಭವಾಯಿತು ಎಂದು ನಾವು ಸಾಬೀತುಪಡಿಸಬಹುದು. ಇಲ್ಲಿ ಪುರಾವೆ ಇಲ್ಲಿದೆ: ತಂದೆ ಮಗುವನ್ನು ಪಡೆದಾಗ, ತಂದೆ ಬದುಕುತ್ತಾನೆ ಮತ್ತು ಮಗು ಬದುಕುತ್ತಾನೆ. ಆದರೆ ಜೀವವು ವಸ್ತುವಿನಿಂದ ಬರುತ್ತದೆ ಎಂಬುದಕ್ಕೆ ವಿಜ್ಞಾನಿಗಳ ಪುರಾವೆ ಎಲ್ಲಿದೆ? ಆದರೆ ಮಗು ಸತ್ತ ಕಲ್ಲಿನಿಂದ ಹುಟ್ಟಿದೆ ಎಂಬುದಕ್ಕೆ ಯಾವ ಪುರಾವೆಗಳಿವೆ? ವಿಜ್ಞಾನಿಗಳು ಜೀವದಿಂದ ಬಂದಿದೆ ಎಂದು ಸಾಬೀತುಪಡಿಸಲು

ಸಾಧ್ಯವಿಲ್ಲ.

<u>ಭೌತಿಕವಾದಿ : -</u> ವಿಜ್ಞಾನಿಗಳು "ವೈಜ್ಞಾನಿಕ ಸಮಗ್ರತೆ" ಎಂದು ಕರೆಯುವ ಆಧಾರವೆಂದರೆ ಅವರು ತಮ್ಮ ಇಂದ್ರಿಯಗಳ ಮೂಲಕ ಅನುಭವಿಸಬಹುದಾದ ಬಗ್ಗೆ ಮಾತ್ರ ಮಾತನಾಡುತ್ತಾರೆ.

<u>ಆಧ್ಯಾತ್ಮಿಕ ಗುರು:-</u> ಒಮ್ಮೆ ಒಂದು ಕಪ್ಪೆ ತನ್ನ ಜೀವನದುದ್ದಕ್ಕೂ ಬಾವಿಯಲ್ಲಿ ವಾಸಿಸುತ್ತಿತ್ತು. ಒಂದು ದಿನ ಸ್ನೇಹಿತರೊಬ್ಬರು ಅವರನ್ನು ಭೇಟಿ ಮಾಡಿ ಅಟ್ಲಾಂಟಿಕ್ ಸಾಗರದ ಅಸ್ತಿತ್ವದ ಬಗ್ಗೆ ತಿಳಿಸಿದರು.

ಬಾವಿಯಲ್ಲಿ ಕಪ್ಪೆ ಕೇಳಿತು. ಓಹ್, ಈ ಅಟ್ಲಾಂಟಿಕ್ ಸಾಗರ ಎಂದರೇನು?"

ಅವನ ಸ್ನೇಹಿತ ಉತ್ತರಿಸಿದ."ಇದು ವಿಶಾಲವಾದ ಜಲರಾಶಿ,"

"ಎಷ್ಟು ವಿಸ್ತಾರ? ಈ ಬಾವಿಯ ಗಾತ್ರದ ದುಪ್ಪಟ್ಟು ಇದೆಯೇ?"

"ಓಹ್, ಇಲ್ಲ, ಹೆಚ್ಚು ದೊಡ್ಡದು," ಅವನ ಸ್ನೇಹಿತ ಉತ್ತರಿಸಿದ.

"ಎಷ್ಟು ದೊಡ್ಡದು? ಹತ್ತು ಪಟ್ಟು ಗಾತ್ರ?"

ಈ ರೀತಿ ಕಪ್ಪೆ ಲೆಕ್ಕ ಹಾಕುತ್ತಾ ಹೋಯಿತು. ಆದರೆ ಮಹಾಸಾಗರದ ಆಳ ಮತ್ತು ದೂರದ ವ್ಯಾಪ್ತಿಯನ್ನು ಅವನು ಎಂದಾದರೂ ಅರ್ಥಮಾಡಿಕೊಳ್ಳುವ ಸಾಧ್ಯತೆ ಏನು? ನಮ್ಮ ಸಾಮರ್ಥ್ಯಗಳು, ಅನುಭವ ಮತ್ತು ಊಹೆಯ ಶಕ್ತಿಗಳು ಯಾವಾಗಲೂ ಸೀಮಿತವಾಗಿರುತ್ತವೆ. ಕಪ್ಪೆ ಯಾವಾಗಲೂ ಯೋಚಿಸುತ್ತಿತ್ತು. ಅವನ ಬಾವಿಗೆ ಸಂಬಂಧಿಸಿದ ನಿಯಮಗಳು. ಅನ್ಯಥಾ ಯೋಚಿಸುವ ಶಕ್ತಿ ಅವನಿಗಿರಲಿಲ್ಲ. ಅಂತೆಯೇ, ವಿಜ್ಞಾನಿಗಳು ಸಂಪೂರ್ಣ ಸತ್ಯವನ್ನು, ಕಾರಣವನ್ನು ಅಂದಾಜು ಮಾಡುತ್ತಿದ್ದಾರೆ. ಅವರ ಅಪೂರ್ಣ ಇಂದ್ರಿಯಗಳು ಮತ್ತು ಮನಸ್ಸಿನೊಂದಿಗೆ, ಮತ್ತು ಆದ್ದರಿಂದ ಅವರು ದಿಗ್ಭ್ರಮೆಗೊಳ್ಳುತ್ತಾರೆ. ವಿಜ್ಞಾನಿಗಳೆಂದು ಕರೆಯಲ್ಪಡುವವರ ಪ್ರಮುಖ ದೋಷವೆಂದರೆ ಅವರು ತಮ್ಮ ತೀರ್ಮಾನಗಳಿಗೆ ಬರಲು ಅನುಗಮನದ ಪ್ರಕ್ರಿಯೆಯನ್ನು ಅಳವಡಿಸಿಕೊಂಡಿದ್ದಾರೆ. ಪರಿಪೂರ್ಣ ಜ್ಞಾನಕ್ಕಾಗಿ ನಾವು ಉನ್ನತ ವ್ಯಕ್ತಿಯನ್ನು, ಗುರುವನ್ನು ಸಂಪರ್ಕಿಸಬೇಕು. ಒಬ್ಬರು ಮನೆಯಲ್ಲಿ ಪುಸ್ತಕಗಳನ್ನು ಓದುವ ಮೂಲಕ ವಿಷಯವನ್ನು ಕಲಿಯಲು ಪ್ರಯತ್ನಿಸಬಹುದು, ಆದರೆ ಅವರು ಕಾಲೇಜಿಗೆ ಹೋಗಿ ಪ್ರಾಧ್ಯಾಪಕರನ್ನು ಸಂಪರ್ಕಿಸುವ ಮೂಲಕ ಹೆಚ್ಚು ಉತ್ತಮವಾಗಿ ಕಲಿಯಬಹುದು. ಅದೇ ರೀತಿ ನಾವು ಗುರುವಿನ ಬಳಿ ಹೋಗಬೇಕು. ಸುಳ್ಳು ಗುರು ಎದುರಾದರೆ ಖಂಡಿತ ನಮ್ಮ ಜ್ಞಾನ ಸುಳ್ಳಾಗುತ್ತದೆ. ಆದರೆ ನಮ್ಮ ಗುರು ಪರಿಪೂರ್ಣನಾದರೆ ನಮ್ಮ ಜ್ಞಾನ ಪರಿಪೂರ್ಣ. ನಾವು ಕೃಷ್ಣನನ್ನು ನಮ್ಮ ಗುರು ಎಂದು ಸ್ವೀಕರಿಸುತ್ತೇವೆ. ಅವನು ಜ್ಞಾನದಲ್ಲಿ ಪರಿಪೂರ್ಣನಾಗಿದ್ದರೆ, ನಮ್ಮ

ಜ್ಞಾನವೂ ಪರಿಪೂರ್ಣವಾಗಿದೆ. ನಮಗೆ ಸಂಬಂಧಿಸಿದಂತೆ, ನಾವು ನಮ್ಮಲ್ಲಿ ಪರಿಪೂರ್ಣರಾಗಿರಬೇಕಾಗಿಲ್ಲ, ಆದರೆ ನಾವು ಪರಿಪೂರ್ಣರಿಂದ ಜ್ಞಾನವನ್ನು ಪಡೆದರೆ, ನಮ್ಮ ಜ್ಞಾನವು ಪರಿಪೂರ್ಣವಾಗಿರುತ್ತದೆ. ನಾವು ಇಡೀ ಸಾಗರವನ್ನು ಅಧ್ಯಯನ ಮಾಡಿರುವುದರಿಂದ ಸಾಗರದಲ್ಲಿ ಒಂಬತ್ತು ನೂರು ಸಾವಿರ ಜಾತಿಗಳಿವೆ ಎಂದು ನಾವು ಅರ್ಥಮಾಡಿಕೊಂಡಿದ್ದೇವೆ ಎಂದು ಹೇಳಲು ಸಾಧ್ಯವಿಲ್ಲ. ಬದಲಿಗೆ, ನಾವು ಈ ಮಾಹಿತಿಯನ್ನು ಧರ್ಮಗ್ರಂಥಗಳಿಂದ ತೆಗೆದುಕೊಳ್ಳುತ್ತೇವೆ ಮತ್ತು ಆದ್ದರಿಂದ ಇದು ಪರಿಪೂರ್ಣವಾಗಿದೆ ಎಂದು ನಾವು ಹೇಳುತ್ತೇವೆ. ಇದು ವೈದಿಕ ಪ್ರಕ್ರಿಯೆ. ವಿಜ್ಞಾನಿಗಳು ಹೆಚ್ಚಿನ ಸಂಶೋಧನಾ ಕಾರ್ಯಗಳನ್ನು ನಡೆಸಬಹುದು, ಆದರೆ ವಿಜ್ಞಾನಿ ಎಷ್ಟೇ ಶ್ರೇಷ್ಠನಾಗಿದ್ದರೂ, ಅವನ ಇಂದ್ರಿಯಗಳು ಅಪೂರ್ಣವಾಗಿವೆ. ಆದ್ದರಿಂದ ಅವನು ಪರಿಪೂರ್ಣ ಜ್ಞಾನವನ್ನು ಹೊಂದಲು ಸಾಧ್ಯವಿಲ್ಲ. ನಮ್ಮ ಕಣ್ಣುಗಳ ಬೆಲೆ ಏನು? ನಾವು ಸೂರ್ಯನ ಬೆಳಕು ಇಲ್ಲದೆ ನೋಡಲು ಸಾಧ್ಯವಿಲ್ಲ, ಅಥವಾ ಸೂಕ್ಷ್ಮದರ್ಶಕವಿಲ್ಲದೆ ನಾವು ಸಣ್ಣ ವಸ್ತುಗಳನ್ನು ನೋಡಲಾಗುವುದಿಲ್ಲ. ನಮ್ಮ ಕಣ್ಣುಗಳು ಅಪೂರ್ಣವಾಗಿವೆ ಮತ್ತು ನಮ್ಮ ಕಣ್ಣುಗಳು ಕಂಡುಹಿಡಿದ ಸಾಧನಗಳು ಸಹ ಅಪೂರ್ಣವಾಗಿವೆ. ಹಾಗಾದರೆ ಪರಿಪೂರ್ಣ ಜ್ಞಾನವನ್ನು ಪಡೆಯುವುದು ಹೇಗೆ? ಏಕೆಂದರೆ ಜೀವಿಯು ಸೀಮಿತವಾಗಿದೆ, ಅವನ ಜ್ಞಾನವು ಸೀಮಿತವಾಗಿದೆ. ಎರಡು ಪ್ಲಸ್ ಎರಡು ನಾಲ್ಕು ಎಂದು ಮಗುವಿಗೆ ತಿಳಿದಿರಬಹುದು, ಆದರೆ ಅವನು ಉನ್ನತ ಗಣಿತದ ಬಗ್ಗೆ ಮಾತನಾಡುವಾಗ, ನಾವು ಅವನನ್ನು ಗಂಭೀರವಾಗಿ ಪರಿಗಣಿಸುವುದಿಲ್ಲ. ಒಬ್ಬ ವಿಜ್ಞಾನಿ ಜ್ಞಾನವನ್ನು ಪಡೆಯುವ ಇಂದ್ರಿಯಗಳು ಸೀಮಿತ ಮತ್ತು ಅಪೂರ್ಣ; ಆದ್ದರಿಂದ ಅವನ ಜ್ಞಾನವು ಸೀಮಿತವಾಗಿದೆ ಮತ್ತು ಅಪೂರ್ಣವಾಗಿದೆ. ಅವನ ಅಜ್ಞಾನದಲ್ಲಿ ಅವನು ಎಲ್ಲವನ್ನೂ ತಿಳಿದಿದ್ದಾನೆ ಎಂದು ಹೇಳಿಕೊಳ್ಳಬಹುದು, ಆದರೆ ಅದು ಕೇವಲ ಅಸಂಬದ್ಧವಾಗಿದೆ,

ಪ್ರಕೃತಿಯ ನಿಯಮಗಳು ನಮ್ಮನ್ನು ಕೈ ಕಾಲುಗಳನ್ನು ಬಂಧಿಸುತ್ತವೆ, ಆದರೂ ನಾವು ಊಹಿಸಲು ಸ್ವತಂತ್ರರು ಎಂದು ನಾವು ಭಾವಿಸುತ್ತೇವೆ. ಇದು ಭ್ರಮೆ. ಅನೇಕ ನಿಸರ್ಗದ ನಿಯಮಗಳಿಂದ ಷರತ್ತನ್ನು ಹೊಂದಿದ್ದರೂ, ತಾವು ಸ್ವತಂತ್ರರೆಂದು ಭಾವಿಸುತ್ತಾರೆ, ವಾಸ್ತವವಾಗಿ, ನಾವು ಕೆಲವು ಪರಿಸ್ಥಿತಿಗಳಲ್ಲಿ ಮಾತ್ರ ಪ್ರಯೋಗಿಸಬಹುದು, ಮತ್ತು ಪರಿಸ್ಥಿತಿಗಳು ಅನುಕೂಲಕರವಾಗಿಲ್ಲದಿದ್ದರೆ, ನಮ್ಮ ಪ್ರಯೋಗಗಳು ವಿಫಲಗೊಳ್ಳುತ್ತವೆ. ಸೂರ್ಯನ ಶಕ್ತಿ ಇದೆ, ನಮಗೆ ಬಳಸಲು ದೇವರು ಕೊಟ್ಟಿದ್ದಾನೆ. ಇನ್ನೇನು ತಿಳಿಯಬೇಕು? ಎಷ್ಟೋ ಸೇಬುಗಳು ಮರಗಳಿಂದ ಬೀಳುತ್ತವೆ. ಗುರುತ್ವಾಕರ್ಷಣೆಯ ನಿಯಮವನ್ನು ವಿವರಿಸಲು

ಇನ್ನೇನು ಅಗತ್ಯವಿದೆ? ವಾಸ್ತವವಾಗಿ ವಿಜ್ಞಾನಿಗಳಿಗೆ ಸಾಮಾನ್ಯ ಜ್ಞಾನದ ಕೊರತೆಯಿದೆ. ಅವರು ಸರಳವಾಗಿ 'ವೈಜ್ಞಾನಿಕ' ವಿವರಣೆಗಳ ಬಗ್ಗೆ ಕಾಳಜಿ ವಹಿಸುತ್ತಾರೆ. ಗುರುತ್ವಾಕರ್ಷಣೆಯ ನಿಯಮವು ಕೆಲವು ಪರಿಸ್ಥಿತಿಗಳಲ್ಲಿ ಮಾತ್ರ ಕಾರ್ಯನಿರ್ವಹಿಸುತ್ತದೆ ಎಂದು ಅವರು ಹೇಳುತ್ತಾರೆ, ಆದರೆ ಈ ಷರತ್ತುಗಳನ್ನು ಮಾಡಿದವರು ಯಾರು? ಕೃಷ್ಣನು ಭಗವಾನ್ ರಾಮಚಂದ್ರನಾಗಿ ಕಾಣಿಸಿಕೊಂಡಾಗ ಅವನು ನೀರಿನ ಮೇಲೆ ಕಲ್ಲುಗಳನ್ನು ಎಸೆದನು ಮತ್ತು ಕಲ್ಲುಗಳು ತೇಲುತ್ತವೆ. ಕಾನೂನು ಆ ಸಂದರ್ಭದಲ್ಲಿ ಗುರುತ್ವಾಕರ್ಷಣೆಯು ಕೆಲಸ ಮಾಡಲಿಲ್ಲ, ಆದ್ದರಿಂದ ಗುರುತ್ವಾಕರ್ಷಣೆಯ ನಿಯಮವು ಪರಮಾತ್ಮನ ನಿರ್ದೇಶನದಲ್ಲಿ ಮಾತ್ರ ಕಾರ್ಯನಿರ್ವಹಿಸುತ್ತದೆ, ಕಾನೂನು ಸ್ವತಃ ಅಂತಿಮವಲ್ಲ, ಒಬ್ಬ ರಾಜನು ಕಾನೂನನ್ನು ನೀಡಬಹುದು, ಆದರೆ ಅವನು ಆ ಕಾನೂನನ್ನು ತಕ್ಷಣವೇ ಬದಲಾಯಿಸಬಹುದು. ಅಂತಿಮ ಕಾನೂನು ನೀಡುವವನು ಕೃಷ್ಣ, ಮತ್ತು ಅವನ ಇಚ್ಛೆಯಿಂದ ಮಾತ್ರ ಕಾನೂನು ಕೆಲಸ ಮಾಡುತ್ತದೆ, ವಿಜ್ಞಾನಿಗಳು ದೇವರ ಚಿತ್ತವನ್ನು ಹಲವಾರು ರೀತಿಯಲ್ಲಿ ವಿವರಿಸಲು ಪ್ರಯತ್ನಿಸುತ್ತಾರೆ, ಆದರೆ ಅವರು ಮಾಯೆ, ಭ್ರಮೆಯಿಂದ ಷರತ್ತುಬದ್ಧರಾಗಿರುವುದರಿಂದ, ಅವರು ದೆವ್ವಗಳಿಂದ ಕಾಡುವ ವ್ಯಕ್ತಿಯಂತೆ ಮಾತನಾಡುತ್ತಾರೆ, ಆದುದರಿಂದ ಒಬ್ಬರಿಗೆ ಆಹಾರವು ಮತ್ತೊಬ್ಬರಿಗೆ ವಿಷ ಎಂದು ಹೇಳಲಾಗುತ್ತದೆ. ಜನರು ಚಂದ್ರನ ಮೇಲೆ ಬದುಕಲು ಸಾಧ್ಯವಿಲ್ಲದ ಕಾರಣ ಬೇರೆ ಯಾವುದೇ ಜೀವಿಗಳು ಬದುಕಲು ಸಾಧ್ಯವಿಲ್ಲ ಎಂದು ಯೋಚಿಸುತ್ತಿದ್ದಾರೆ. ಪ್ರತಿಯೊಬ್ಬರೂ ತಮ್ಮ ಸ್ವಂತ ಪರಿಭಾಷೆಯಲ್ಲಿ ಸಾಪೇಕ್ಷ ರೀತಿಯಲ್ಲಿ ವಿಷಯಗಳನ್ನು ಯೋಚಿಸುತ್ತಾರೆ. ಇದು ಕಪ್ಪೆ ತತ್ವದ ಅರ್ಥವಾಗಿದೆ. .

<u>ಭೌತಿಕವಾದಿ : -</u> ಸಹಜವಾಗಿ, ಡಾರ್ವಿನ್ ಸಿದ್ಧಾಂತದ ಬಗ್ಗೆ ತುಂಬಾ ಬರೆಯಲಾಗುತ್ತಿದೆ. ಯಾವುದೇ ಗ್ರಂಥಾಲಯದಲ್ಲಿ ಅವರ ಸಿದ್ಧಾಂತಗಳ ನೂರಾರು ಪುಸ್ತಕಗಳಿವೆ.

<u>ಆಧ್ಯಾತ್ಮಿಕ ಗುರು:-</u> ಜನರು ಅವುಗಳನ್ನು ಸ್ವೀಕರಿಸುತ್ತಾರೆಯೇ ಅಥವಾ ತಿರಸ್ಕರಿಸುತ್ತಾರೆಯೇ?

<u>ಭೌತಿಕವಾದಿ : -</u> ಸಾಮಾನ್ಯವಾಗಿ ಜನರು ಅವನನ್ನು ಸ್ವೀಕರಿಸುತ್ತಾರೆ, ಆದರೆ ಕೆಲವರು ಇದ್ದಾರೆ ಬಹಳ ವಿಮರ್ಶಾತ್ಮಕ.

<u>ಆಧ್ಯಾತ್ಮಿಕ ಗುರು:-</u> ಡಾರ್ವಿನ್ ಜೀವ ಪ್ರಭೇದಗಳ ವಿಕಾಸದ ಬಗ್ಗೆ ಮಾತನಾಡುತ್ತಾರೆ, ಆದರೆ ಆಧ್ಯಾತ್ಮಿಕ ವಿಕಾಸದ ಬಗ್ಗೆ ಅವರಿಗೆ ನಿಜವಾದ ಮಾಹಿತಿಯಿಲ್ಲ. ಆತ್ಮವು ಕೆಳಮಟ್ಟದ ಜೀವನದಿಂದ ಉನ್ನತ ರೂಪಗಳಿಗೆ

ಪ್ರಗತಿಯ ಬಗ್ಗೆ ಅವರಿಗೆ ಏನೂ ತಿಳಿದಿಲ್ಲ. ಮಂಗಗಳಿಂದ ಮನುಷ್ಯ ವಿಕಸನಗೊಂಡಿದ್ದಾನೆ ಎಂದು ಅವರು ಹೇಳಿಕೊಳ್ಳುತ್ತಾರೆ, ಆದರೆ ಮಂಗವು ಅಳಿದುಹೋಗಿಲ್ಲ ಎಂದು ನಾವು ನೋಡಬಹುದು. ಕೋತಿ ಮನುಷ್ಯನ ಪಿತಾಮಹನಾಗಿದ್ದರೆ, ಕೋತಿ ಇನ್ನೂ ಏಕೆ ಅಸ್ತಿತ್ವದಲ್ಲಿದೆ?

ವಿಕಾಸವು ಜೀವನದ ವಿವಿಧ ಜಾತಿಗಳ ಮೂಲಕ ವೈಯಕ್ತಿಕ ಜೀವಿಗಳ ಆಧ್ಯಾತ್ಮಿಕ ವಿಕಸನವಾಗಿದೆ. ಒಂದು ಮೀನಿನ ದೇಹವನ್ನು ಪ್ರವೇಶಿಸಿದರೆ, ಅವನು ಹಂತ ಹಂತವಾಗಿ ವಿಕಾಸದ ಪ್ರಕ್ರಿಯೆಗೆ ಒಳಗಾಗಬೇಕಾಗುತ್ತದೆ. ಒಬ್ಬನು ಮೆಟ್ಟಿಲುಗಳ ಮೇಲಿದ್ದು ಹೇಗೋ ಕೆಳಗೆ ಬೀಳುತ್ತಾನೆ, ಅವನು ಮತ್ತೆ ವಿಕಾಸದ ಮೆಟ್ಟಿಲನ್ನು ಹಂತ ಹಂತವಾಗಿ ಏರಬೇಕು. ಸಹಜವಾಗಿ, ವಿಜ್ಞಾನಿಗಳು ಇದನ್ನು ಅರ್ಥಮಾಡಿಕೊಳ್ಳಲು ಸಾಧ್ಯವಾಗದಷ್ಟು ಸಂಶೋಧನೆಯಲ್ಲಿ ನಿರತರಾಗಿದ್ದಾರೆ. ಅವರ ಮುಂದಿನ ಜೀವನದಲ್ಲಿ ಅವರು ಮರಗಳಾಗುತ್ತಾರೆ ಎಂದು ನೀವು ಅವರಿಗೆ ಹೇಳಿದರೆ, ನೀವು ಅಸಂಬದ್ಧವಾಗಿ ಮಾತನಾಡುತ್ತಿದ್ದೀರಿ ಎಂದು ಅವರು ಭಾವಿಸುತ್ತಾರೆ.

ಈ ಸಮಕಾಲೀನ ನಾಗರಿಕತೆಯು ತನ್ನ ಸ್ವಾತಂತ್ರ್ಯದ ಬಗ್ಗೆ ತುಂಬಾ ಹೆಮ್ಮೆಪಡುತ್ತದೆ, ಆದರೆ ವಾಸ್ತವವಾಗಿ ಅದು ತೈಲದ ಮೇಲೆ ಹೆಚ್ಚು ಅವಲಂಬಿತವಾಗಿದೆ. ತೈಲ ಪೂರೈಕೆಯನ್ನು ನಿಲ್ಲಿಸಿದರೆ, ಈ ವಿಜ್ಞಾನಿಗಳು ಏನು ಮಾಡುತ್ತಾರೆ? ಅವರು ಏನನ್ನೂ ಮಾಡಲು ಸಾಧ್ಯವಿಲ್ಲ. ಅವರು ತಮ್ಮ ಪರೀಕ್ಷಾ ಟ್ಯೂಬ್‌ಗಳಲ್ಲಿ ತೈಲವನ್ನು ತಯಾರಿಸಲು ಪ್ರಯತ್ನಿಸಲಿ, ಪ್ರಸ್ತುತ ಭಾರತದಲ್ಲಿ ನೀರಿನ ಕೊರತೆ ಇದೆ. ಇದರ ಬಗ್ಗೆ ವಿಜ್ಞಾನಿಗಳು ಏನು ಮಾಡಬಹುದು? ಅವರು ನೀರಿನ ರಾಸಾಯನಿಕ ಸಂಯೋಜನೆಯನ್ನು ತಿಳಿದಿರಬಹುದು, ಆದರೆ ದೊಡ್ಡ ಕೊರತೆಯಿರುವಾಗ ಅವರು ಅದನ್ನು ಉತ್ಪಾದಿಸಲು ಸಾಧ್ಯವಿಲ್ಲ. ಅವರಿಗೆ ಮೋಡಗಳ ಸಹಾಯ ಬೇಕು, ಮತ್ತು ಅದೆಲ್ಲವೂ ದೇವರ ಕುಶಲತೆಯಾಗಿದೆ. ವಾಸ್ತವವಾಗಿ ಅವರು ಏನನ್ನೂ ಮಾಡಲು ಸಾಧ್ಯವಿಲ್ಲ. ಅವರು ಚಂದ್ರನಿಗೆ ಹೋಗಿದ್ದಾರೆ, ಆದರೆ ಅವರ ಎಲ್ಲಾ ದುಡಿಮೆಗಾಗಿ ಅವರು ಕೆಲವು ಧೂಳು ಮತ್ತು ಬಂಡೆಗಳನ್ನು ತೆಗೆದುಕೊಂಡು ಹೋಗಿದ್ದಾರೆ. ದುಷ್ಟ ಸರ್ಕಾರವು ತೆರಿಗೆಗಳನ್ನು ವಿಧಿಸುತ್ತದೆ ಮತ್ತು ಅನಗತ್ಯವಾಗಿ ಹಣವನ್ನು ಖರ್ಚು ಮಾಡುತ್ತದೆ. ಇದು ಅವರ ಬುದ್ಧಿವಂತಿಕೆ. ಇದು ಕತ್ತೆಗಳ ರಾಜ್ಯ, ಅಷ್ಟೇ. ರಾಜಕಾರಣಿಗಳಿಗೆ ಸಹಾನುಭೂತಿ ಅಥವಾ ಅನುಕಂಪವಿಲ್ಲ. ಕಷ್ಟಪಟ್ಟು ಸಂಪಾದಿಸಿದ ಹಣವು ಸಾರ್ವಜನಿಕರಿಂದ ಬರುತ್ತಿದೆ ಮತ್ತು ಅದನ್ನು ಅವರು ದೊಡ್ಡ ರಾಕೆಟ್‌ಗಳನ್ನು ಇತರ ಗ್ರಹಗಳಿಗೆ ಹಾರಿಸುವ ಮೂಲಕ ಖರ್ಚು ಮಾಡುತ್ತಿದ್ದಾರೆ ಎಂದು ಅವರು ಪರಿಗಣಿಸುವುದಿಲ್ಲ.

ಅವರು ಮಾಡುವುದೆಲ್ಲವೂ ಹೆಚ್ಚಿನ ಧೂಳನ್ನು ಮರಳಿ ತರುವುದಾಗಿ ಭರವಸೆ ನೀಡುತ್ತದೆ. ಮೊದಲು ಅವರು ಬೆರಳಣಿಕೆಯಷ್ಟು ಧೂಳನ್ನು ಪಡೆಯಬಹುದು, ನಂತರ ಅವರು ಟನ್ಗಳಷ್ಟು ಧೂಳನ್ನು ಮರಳಿ ತರಲು ಭರವಸೆ ನೀಡುತ್ತಾರೆ. ಇದೆಲ್ಲದರ ಅರ್ಥವೇನು?

<u>ಭೌತಿಕವಾದಿ : -</u> ಮಂಗಳ ಗ್ರಹದಲ್ಲಿ ಜೀವ ಇರಬಹುದೆಂದು ಅವರು ನಂಬುತ್ತಾರೆ.

<u>ಆಧ್ಯಾತ್ಮಿಕ ಗುರು:-</u> ಏನು ಲಾಭ ಎಂದು ಅವರು ನಂಬಬಹುದು ಅಥವಾ ನಂಬದೇ ಇರಬಹುದು? ನಮಗೆ ತಿಳಿದಿರುವ ವಿಷಯವೆಂದರೆ ಜೀವವು ಇಲ್ಲಿದೆ. ಅವರು ಇದನ್ನು ತಿಳಿದಿದ್ದರೂ, ಅವರು ಹೋರಾಟದಲ್ಲಿ ತೊಡಗಿದ್ದಾರೆ ಮತ್ತು ಜೀವವನ್ನು ಕೊಲ್ಲುತ್ತಾರೆ. ಆದರೆ ಅವರು ತಮ್ಮ ದೊಡ್ಡ ಬಾಂಬ್‌ಗಳಿಂದ ಅದನ್ನು ನಾಶಮಾಡುವ ಪ್ರಯತ್ನದಲ್ಲಿ ನಿರತರಾಗಿದ್ದಾರೆ. ಇದು ಅವರ ವೈಜ್ಞಾನಿಕ ಪ್ರಗತಿ.

<u>ಭೌತಿಕವಾದಿ : -</u>ಇತರ ಗ್ರಹಗಳಲ್ಲಿ ಏನು ನಡೆಯುತ್ತಿದೆ ಎಂದು ತಿಳಿಯಲು ಅವರು ತುಂಬಾ ಕುತೂಹಲದಿಂದ ಕೂಡಿರುತ್ತಾರೆ.

<u>ಆಧ್ಯಾತ್ಮಿಕ ಗುರು:-</u> ಅಂದರೆ ಅವರ ಬಾಲಿಶ ಕುತೂಹಲಕ್ಕಾಗಿ ಅವರು ತುಂಬಾ ಹಣವನ್ನು ಖರ್ಚು ಮಾಡುತ್ತಿದ್ದಾರೆ. ಅವರನ್ನು ತೃಪ್ತಿಪಡಿಸಲು ತುಂಬಾ ಖರ್ಚು ಮಾಡಬಹುದು. ಅವರ ಕುತೂಹಲ, ಆದರೆ ಅನೇಕ ಬಡತನದಿಂದ ಬಳಲುತ್ತಿರುವ ದೇಶಗಳು ಸಹಾಯಕ್ಕಾಗಿ, ಅವರು ಹಣವಿಲ್ಲ ಎಂದು ಹೇಳುತ್ತಾರೆ. ಅವರು ಚಂದ್ರನಲ್ಲಿಗೆ ಹೋಗುವುದು ತುಂಬಾ ಹೆಮ್ಮೆ, ಈ ವಸ್ತು ಶಕ್ತಿಯು ಸ್ವತಂತ್ರವಾಗಿ ಕೆಲಸ ಮಾಡಲು ಸಾಧ್ಯವಿಲ್ಲ. ಅದಕ್ಕೆ ಆಧ್ಯಾತ್ಮಿಕ ಶಕ್ತಿ ಸೇರಬೇಕು. . ಉನ್ನತ ಶಕ್ತಿಯಿಂದ ಚಲಿಸಿದಾಗ ಮಾತ್ರ ಹೈಡ್ರೋಜನ್ ಮತ್ತು ಆಮ್ಲಜನಕ ಸಂಪರ್ಕಕ್ಕೆ ಬರುತ್ತವೆ. ನಮ್ಮಲ್ಲಿ ಒಳ್ಳೆಯ ಕಾರು ಇರಬಹುದು, ಆದರೆ ಡ್ರೈವರ್ ಇಲ್ಲದಿದ್ದರೆ, ಅದರಿಂದ ಏನು ಪ್ರಯೋಜನ?ವಾಸ್ತವವಾಗಿ ಸಾಕಷ್ಟು ಭೂಮಿ ಮತ್ತು ಅದನ್ನು ಸರಿಯಾಗಿ ಬಳಸಿದರೆ ಸಾಕು. ಜನರು ಕೃತಕವಾಗಿ ಸಮಸ್ಯೆಗಳನ್ನು ಸೃಷ್ಟಿಸುತ್ತಿದ್ದಾರೆ ಮತ್ತು ವಿಜ್ಞಾನಿಗಳು ಅವರಿಗೆ ಹಲವಾರು ವಿನಾಶಕಾರಿ ಸಾಧನಗಳನ್ನು ನೀಡುವ ಮೂಲಕ ಅವರಿಗೆ ಸಹಾಯ ಮಾಡುತ್ತಿದ್ದಾರೆ. ದೇವರ ಆಸ್ತಿಯನ್ನು ಕಬಳಿಸಲು ಪ್ರಯತ್ನಿಸುತ್ತಿರುವ ರಾಕ್ಷಸರನ್ನು ಅವರು ಸರಳವಾಗಿ ಪ್ರೋತ್ಸಾಹಿಸುತ್ತಾರೆ.

ವಿಜ್ಞಾನಿ ಅವರಿಗೆ ದೇವರು ಇದ್ದಾನೆ ಅಥವಾ ಸಂತೋಷವಿದೆ ಎಂದು ತಿಳಿದಿಲ್ಲ. ಅವರಿಗೆ ಆನಂದ ಅಥವಾ ಶಾಶ್ವತ ಜೀವನದ ಬಗ್ಗೆ ಏನೂ ತಿಳಿದಿಲ್ಲ. ಅವರು ಐವತ್ತು, ಅರವತ್ತು, ಅಥವಾ ಎಪ್ಪತ್ತು ವರ್ಷಗಳ ಕಾಲ ತುಂಬಾ

ಸಂಶೋಧನೆ ನಡೆಸುತ್ತಿದ್ದಾರೆ ಮತ್ತು ಬದುಕುತ್ತಿದ್ದಾರೆ. ಆ ನಂತರ ಏನಾಗುತ್ತೋ ಗೊತ್ತಿಲ್ಲ. ಜೀವನ ಶಾಶ್ವತ ಎಂಬ ಪರಿಜ್ಞಾನ ಅವರಿಗಿಲ್ಲ. ವಾಸ್ತವವಾಗಿ ಅವರ ಸ್ಥಾನವು ಪ್ರಾಣಿಯಂತಿದೆ. ಒಂದು ಪ್ರಾಣಿಯು ಸಾವಿನ ನಂತರ ಏನೆಂದು ತಿಳಿದಿರುವುದಿಲ್ಲ ಅಥವಾ ಅವನು ನಿಜವಾಗಿ ಸಾವಿನ ಬಗ್ಗೆ ಯೋಚಿಸುವುದಿಲ್ಲ. ಅವನು ಇಲ್ಲಿ ಏಕೆ ಬಂದಿದ್ದಾನೆಂದು ಅವನಿಗೆ ತಿಳಿದಿಲ್ಲ, ಜೀವನದ ಮೌಲ್ಯವೂ ಅವನಿಗೆ ತಿಳಿದಿಲ್ಲ. ಮಾಯೆಯ ಪ್ರಭಾವದ ಅಡಿಯಲ್ಲಿ, ಪ್ರಾಣಿಯು ತಿನ್ನುವುದು, ಮಲಗುವುದು, ರಕ್ಷಿಸುವುದು, ಸಂಯೋಗ ಮತ್ತು ಸಾಯುವುದನ್ನು ಮುಂದುವರಿಸುತ್ತದೆ. ಅಷ್ಟೇ. ಜನರು ತುಂಬಾ ಶ್ರಮಿಸುತ್ತಿದ್ದಾರೆ, ಆದರೆ ಯಾವ ಉದ್ದೇಶಕ್ಕಾಗಿ? ಮುಂದಿನ ಪೀಳಿಗೆಗೆ ನಿಬಂಧನೆಗಳನ್ನು ಮಾಡಲು ಅವರು ತುಂಬಾ ಕಷ್ಟಪಡುತ್ತಿದ್ದಾರೆ ಎಂದು ಅವರು ಹೇಳುತ್ತಾರೆ, ಆದರೆ ನಿಬಂಧನೆಗಳು ಯಾವುದಕ್ಕಾಗಿ? ಅದಕ್ಕೆ ಅವರು ಉತ್ತರಿಸಲಾರರು. ದೇವರನ್ನು ಎಲ್ಲದರ ಕೇಂದ್ರವಾಗಿ ಸ್ಥಾಪಿಸುವ ಮೂಲಕ ಜೀವನಕ್ಕೆ ನಿಜವಾದ ಉದ್ದೇಶವನ್ನು ನೀಡಲು ಉದ್ದೇಶಿಸಲಾಗಿದೆ. ಆದ್ದರಿಂದ ಈ ಪ್ರಮುಖ ಚಲನೆಯನ್ನು ಅರ್ಥಮಾಡಿಕೊಳ್ಳುವುದು ವಿಜ್ಞಾನಿಗಳಿಗೆ ಪ್ರಯೋಜನವಾಗಿದೆ.

ನೀವು ನಿಜವಾಗಿಯೂ ದೇವರನ್ನು ಅರ್ಥಮಾಡಿಕೊಳ್ಳಲು ಬಯಸಿದರೆ, ಅವನು ತುಂಬಾ ಸುಲಭವಾಗಿ ಅರ್ಥಮಾಡಿಕೊಳ್ಳುತ್ತಾನೆ. ದೇವರೇ ಎಲ್ಲದರ ಒಡೆಯ. ಉದಾಹರಣೆಗೆ, ಬ್ರಿಟಿಷರು ಈಗ ನೀವು ಮಾಲೀಕರು ಎಂದು ಹೇಳಿಕೊಳ್ಳುತ್ತಿದ್ದೀರಿ - ಹಾಗಾದರೆ ಭವಿಷ್ಯದಲ್ಲಿ ಏನಾಗುತ್ತದೆ ಎಂದು ಯಾರಿಗೆ ತಿಳಿದಿದೆ? ವಾಸ್ತವವಾಗಿ, ನಿಜವಾದ ಮಾಲೀಕ ಯಾರೆಂದು ಯಾರಿಗೂ ತಿಳಿದಿಲ್ಲ. ಭೂಮಿ ಇದೆ, ಅದು ದೇವರ ಸ್ವತ್ತು, ಆದರೆ ನಾವು ಸುಮ್ಮನೆ "ನಾನೇ ಮಾಲೀಕ, ಇದು ನನ್ನದು, ಅದು ನನ್ನದು" ಎಂದು ಯೋಚಿಸುತ್ತಿದ್ದೇವೆ. ವಾಸ್ತವವಾಗಿ, ಯುರೋಪಿಯನ್ನರು ಬರುವ ಮೊದಲು ಅಮೆರಿಕ ಅಸ್ತಿತ್ವದಲ್ಲಿದೆ, ಆದರೆ ಈಗ ಅಮೆರಿಕನ್ನರು "ನಾವೇ ಮಾಲೀಕರು" ಎಂದು ಯೋಚಿಸುತ್ತಿದ್ದಾರೆ. ಅಂತೆಯೇ, ಅವರಿಗಿಂತ ಮೊದಲು ರೆಡ್ ಇಂಡಿಯನ್ನರು "ನಾವೇ ಮಾಲೀಕರು" ಎಂದು ಯೋಚಿಸುತ್ತಿದ್ದರು. ವಾಸ್ತವವೆಂದರೆ ಯಾವುದೇ ವ್ಯಕ್ತಿ ನಿಜವಾದ ಮಾಲೀಕನಲ್ಲ; ಮಾಲೀಕ ದೇವರು. ಆದರೆ ವಾಸ್ತವಿಕ ಸಂಗತಿಯೆಂದರೆ, ಈ ಭೌತಿಕ ಪ್ರಪಂಚವು ಶೋಚನೀಯ, ನಕಾರಾತ್ಮಕ ಸ್ಥಳವಾಗಿದೆ, ಪ್ರತಿ ಹಂತದಲ್ಲೂ ಅಪಾಯದಿಂದ ತುಂಬಿದೆ; ಇದು ದುಃಖಾಲಯಮ್ ಅಸಸ್ವತಮ್ ಭಗವದ್ಗೀತೆ, 8.15], ಸಾವು, ಜನ್ಮ ರೋಗ ಮತ್ತು ವೃದ್ಧಾಪ್ಯದ ತಾತ್ಕಾಲಿಕ ವಾಸಸ್ಥಾನವಾಗಿದೆ, ಕೇವಲ ದುಃಖ ಮತ್ತು ನೋವಿನ ಮನೆಯಾಗಿದೆ.

<u>ಭೌತಿಕವಾದಿ :</u> "ಪ್ರೀತಿ" ಎಂಬ ಪದವನ್ನು ನೀವು ಹಲವಾರು ಬಾರಿ ಉಲ್ಲೇಖಿಸುತ್ತೀರಿ, ಆದರೆ ನಿಜವಾದ ಸತ್ಯವೆಂದರೆ ಈ ಭೌತಿಕ ಜಗತ್ತಿನಲ್ಲಿ ಪ್ರೀತಿ ಇಲ್ಲ. ಅದು ಸುಳ್ಳು ಪ್ರಚಾರ. ಇಲ್ಲಿ ಅವರು ಪ್ರೀತಿ ಎಂದು ಕರೆಯುವುದು ಕೇವಲ ಕಾಮ, ಅಥವಾ ವೈಯಕ್ತಿಕ ಇಂದ್ರಿಯ ತೃಪ್ತಿಗಾಗಿ ಬಯಕೆ:?

<u>ಆಧ್ಯಾತ್ಮಿಕ ಗುರು:-</u> ವೈದಿಕ ಭಾಷೆಯಲ್ಲಿ ಭೌತಿಕವಾದ "ಪ್ರೀತಿ" ಎಂಬ ಪದಕ್ಕೆ ಯಾವುದೇ ಪದವಿಲ್ಲ, ನಾವು ಅದನ್ನು ಪ್ರಸ್ತುತ ದಿನದಲ್ಲಿ ಕರೆಯುತ್ತೇವೆ. ಕಾಮ ಎಂಬ ಪದವು ಕಾಮ ಅಥವಾ ಭೌತಿಕ ಬಯಕೆಯನ್ನು ವಿವರಿಸುತ್ತದೆ, ಪ್ರೀತಿಯಲ್ಲ, ಆದರೆ ನಿಜವಾದ ಪ್ರೀತಿಗಾಗಿ ವೇದಗಳಲ್ಲಿ ನಾವು ಕಾಣುವ ಪದವು ಪ್ರೇಮ, ಅಂದರೆ ಒಬ್ಬರ ದೇವರ ಪ್ರೀತಿ. ದೇವರನ್ನು ಪ್ರೀತಿಸುವುದರಿಂದ ಹೊರಗೆ ಪ್ರೀತಿಸುವ ಸಾಧ್ಯತೆಯೇ ಇಲ್ಲ. ಬದಲಿಗೆ, ಕಾಮನ ಬಯಕೆ ಮಾತ್ರ ಇರುತ್ತದೆ. ಈ ವಾತಾವರಣದಲ್ಲಿ, ಮಾನವ ಚಟುವಟಿಕೆಗಳ ಪ್ರಚೋದನೆಯನ್ನು ನೀಡಲಾಗುತ್ತದೆ ಮತ್ತು ಹೀಗೆ ಲೈಂಗಿಕ ಬಯಕೆಯಿಂದ ಕಲುಷಿತಗೊಂಡಿದೆ, ಪುರುಷ ಮತ್ತು ಮಹಿಳೆಯ ನಡುವಿನ ಆಕರ್ಷಣೆ. ಆ ಲೈಂಗಿಕ ಜೀವನಕ್ಕಾಗಿ ಇಡೀ ವಿಶ್ವವೇ ಸುತ್ತುತ್ತಾ ನರಳುತ್ತಿದೆ! ಅದು ಕಟು ಸತ್ಯ. ಇಲ್ಲಿ ಪ್ರೀತಿ ಎಂದು ಕರೆಯುವುದು ಎಂದರೆ "ನೀವು ನನ್ನ ಇಂದ್ರಿಯಗಳನ್ನು ತೃಪ್ತಿಪಡಿಸಿ, ನಾನು ನಿಮ್ಮ ಇಂದ್ರಿಯಗಳನ್ನು ತೃಪ್ತಿಪಡಿಸುತ್ತೇನೆ, ಮತ್ತು ಆ ತೃಪ್ತಿಯು ನಿಂತ ತಕ್ಷಣ, ವಿಚ್ಛೇದನ, ಪ್ರತ್ಯೇಕತೆ, ಜಗಳ ಮತ್ತು ದ್ವೇಷ. ಈ ಸುಳ್ಳು ಪರಿಕಲ್ಪನೆಯಲ್ಲಿ ಅನೇಕ ವಿಷಯಗಳು ನಡೆಯುತ್ತಿವೆ. ನಿಜವಾದ ಪ್ರೀತಿ ಎಂದರೆ ದೇವರ ಪ್ರೀತಿ.

ಈ ಗೊಂದಲಮಯ ಜಗತ್ತು ಉರಿಯುತ್ತಿರುವ ಕಾಡಿನ ಬೆಂಕಿಯಂತೆ. ಕಾಡಿನ ಬೆಂಕಿಯಲ್ಲಿ ಎಲ್ಲಾ ಪ್ರಾಣಿಗಳು ಗೊಂದಲಕ್ಕೊಳಗಾಗುತ್ತವೆ. ತಮ್ಮ ಪ್ರಾಣ ಉಳಿಸಿಕೊಳ್ಳಲು ಎಲ್ಲಿಗೆ ಹೋಗಬೇಕೆಂದು ತಿಳಿಯುತ್ತಿಲ್ಲ. ಭೌತಿಕ ಪ್ರಪಂಚದ ಉರಿಯುತ್ತಿರುವ ಬೆಂಕಿಯಲ್ಲಿ, ಎಲ್ಲರೂ ಗೊಂದಲಕ್ಕೊಳಗಾಗಿದ್ದಾರೆ. ಆ ಉರಿಯುತ್ತಿರುವ ಕಾಡಿನ ಬೆಂಕಿಯನ್ನು ಹೇಗೆ ನಂದಿಸಬಹುದು? ನಿಮ್ಮ ಮಾನವ ನಿರ್ಮಿತ ಅಗ್ನಿಶಾಮಕ ದಳವನ್ನು ಬಳಸಿಕೊಳ್ಳಲು ಸಾಧ್ಯವಿಲ್ಲ, ಮೋಡಗಳಿಂದ ಮಳೆಯು ಕಾಡಿನ ಬೆಂಕಿಯ ಮೇಲೆ ಬಿದ್ದಾಗ ಪರಿಹಾರ ಬರುತ್ತದೆ. ಆಗ ಮಾತ್ರ ಬೆಂಕಿಯನ್ನು ನಂದಿಸಲು ಸಾಧ್ಯ. ಆ ಸಾಮರ್ಥ್ಯವು ನಿಮ್ಮ ಕೈಯಲ್ಲಿಲ್ಲ, ಆದರೆ ದೇವರ ಕರುಣೆಯಲ್ಲಿದೆ. ಆದ್ದರಿಂದ, ಮಾನವ ಸಮಾಜವು ಗೊಂದಲಮಯ ಸ್ಥಿತಿಯಲ್ಲಿದೆ ಮತ್ತು ಅದಕ್ಕೆ ಪರಿಹಾರವನ್ನು ಕಂಡುಹಿಡಿಯಲಾಗುವುದಿಲ್ಲ. ಆಧ್ಯಾತ್ಮಿಕ ಗುರುಗಳು ದೇವರ ಕರುಣೆಯನ್ನು ಪಡೆದವರು ಮತ್ತು ಅವರು ಗೊಂದಲಕ್ಕೊಳಗಾದ ಮನುಷ್ಯನಿಗೆ ಪರಿಹಾರವನ್ನು ನೀಡಬಹುದು. ದೇವರ

ಕರುಣೆಯನ್ನು ಪಡೆದವನು ಆಧ್ಯಾತ್ಮಿಕ ಗುರುಗಳಾಗಬಹುದು ಮತ್ತು ಆ ಕರುಣೆಯನ್ನು ಇತರರಿಗೆ ತಲುಪಿಸಬಹುದು.

ಭೌತಿಕವಾದಿ : ಆಧ್ಯಾತ್ಮಿಕ ಗುರುವನ್ನು ಹುಡುಕುವುದೇ ಸಮಸ್ಯೆಯಾಗಿದೆ.

ಆಧ್ಯಾತ್ಮಿಕ ಗುರು:-: ಅದು ಸಮಸ್ಯೆಯಲ್ಲ. ನೀವು ಪ್ರಾಮಾಣಿಕರಾಗಿದ್ದೀರಾ ಎಂಬುದು ಸಮಸ್ಯೆ. ನಿಮಗೆ ಸಮಸ್ಯೆಗಳಿವೆ, ಆದರೆ ದೇವರು ನಿಮ್ಮ ಹೃದಯದಲ್ಲಿದ್ದಾನೆ. ಈಶ್ವರಃ ಸರ್ವ-ಭೂತಾನಾಮ್ (ಭಗವದ್ಗೀತೆ. 18.61]. ದೇವರು ದೂರವಿಲ್ಲ, ನೀವು ಪ್ರಾಮಾಣಿಕರಾಗಿದ್ದರೆ, ದೇವರು ನಿಮಗೆ ಆಧ್ಯಾತ್ಮಿಕ ಗುರುವನ್ನು ಕಳುಹಿಸುತ್ತಾನೆ, ಆದ್ದರಿಂದ ದೇವರನ್ನು ಚೈತ್ಯ-ಗುರು ಎಂದೂ ಕರೆಯಲಾಗುತ್ತದೆ, ಹೃದಯದೊಳಗಿನ ಆಧ್ಯಾತ್ಮಿಕ ಗುರು. ದೇವರು ಒಳಗಿನಿಂದ ಸಹಾಯ ಮಾಡುತ್ತಾನೆ. ಮತ್ತು ಹೊರಗಿನಿಂದ, ಎಲ್ಲವನ್ನೂ ಭಗವದ್ಗೀತೆಯಲ್ಲಿ ಹೀಗೆ ವಿವರಿಸಲಾಗಿದೆ. ಈ ಭೌತಿಕ ದೇಹವು ಒಂದು ಯಂತ್ರದಂತಿದೆ, ಆದರೆ ಹೃದಯದೊಳಗೆ ಆತ್ಮವಿದೆ, ಮತ್ತು ಆತ್ಮದೊಂದಿಗೆ ನಿರ್ದೇಶನಗಳನ್ನು ನೀಡುವ ಪರಮಾತ್ಮ, ಕೃಷ್ಣ. ಭಗವಂತ ಹೇಳುತ್ತಾನೆ, "ನೀನು ಇದನ್ನು ಮಾಡಲು ಬಯಸಿದೆ; ಈಗ ಇಲ್ಲಿದೆ ಅವಕಾಶ. ಹೋಗಿ ಅದನ್ನು ಮಾಡಿ. ನೀವು ಪ್ರಾಮಾಣಿಕರಾಗಿದ್ದರೆ, ನೀವು ಹೇಳುತ್ತೀರಿ, "ಈಗ, ದೇವರೇ, ನನಗೆ ನೀನು ಬೇಕು." ನಂತರ ಅವನು ನಿಮಗೆ ನಿರ್ದೇಶನವನ್ನು ನೀಡುತ್ತಾನೆ. "ಹೌದು, ಈಗ ನೀನು ಬಂದು ನನ್ನನ್ನು ಕರೆದುಕೊಂಡು ಹೋಗು. ಇದು ಅವನ ದಯೆ. ಆದರೆ, ನಮಗೆ ಬೇರೆ ಏನಾದರೂ ಬೇಕಾದರೆ, ಅದು ಸರಿ, ನಾವು ಅದನ್ನು ಹೊಂದಬಹುದು. ದೇವರು ತುಂಬಾ ಕರುಣಾಮಯಿ, ನಾನು ಏನನ್ನಾದರೂ ಬಯಸಿದಾಗ, ಅವನು ನನ್ನ ಹೃದಯದಲ್ಲಿ ನನ್ನನ್ನು ನಿರ್ದೇಶಿಸುತ್ತಾನೆ ಮತ್ತು ಹೇಗೆ ಹೊಂದಬೇಕೆಂದು ಹೇಳುತ್ತಾನೆ. ಹಾಗಾದರೆ ಆಧ್ಯಾತ್ಮಿಕ ಗುರುವನ್ನು ಹೇಗೆ ಹೊಂದಬೇಕೆಂಬುದರ ಬಗ್ಗೆ ಅವನು ಏಕೆ ನಿರ್ದೇಶನಗಳನ್ನು ನೀಡಬಾರದು? ಮೊದಲನೆಯದಾಗಿ ನಾವು ಮತ್ತೊಮ್ಮೆ ನಮ್ಮ ದೇವರ ಪ್ರಜ್ಞೆಯನ್ನು ಪುನರುಜ್ಜೀವನಗೊಳಿಸಲು ಉತ್ಸುಕರಾಗಬೇಕು.

ಈ ಭೌತಿಕ ಜಗತ್ತಿನಲ್ಲಿ ಯಾರೂ ದುಃಖವನ್ನು ಬಯಸುವುದಿಲ್ಲ, ಆದರೆ ಅದು ಬರುತ್ತದೆ. ಯಾರೂ ಯುದ್ಧವನ್ನು ಬಯಸುವುದಿಲ್ಲ, ಆದರೆ ಯುದ್ಧವು ಹೋರಾಡಲ್ಪಡುತ್ತದೆ. ಯಾರೂ ಕ್ಷಾಮವನ್ನು ಬಯಸುವುದಿಲ್ಲ, ಆದರೆ ಬರಗಾಲ ಬರುತ್ತದೆ. ಯಾರೂ ಪೀಡೆಯನ್ನು ಬಯಸುವುದಿಲ್ಲ, ಆದರೆ ಅದು ಬರುತ್ತದೆ. ಯಾರೂ ಹೋರಾಟವನ್ನು ಬಯಸುವುದಿಲ್ಲ, ಆದರೆ ಹೋರಾಟವಿದೆ. ಯಾರೂ ತಪ್ಪು ತಿಳುವಳಿಕೆಯನ್ನು ಬಯಸುವುದಿಲ್ಲ, ಆದರೆ ಇದೆ. ಏಕೆ? ಇದು ಕಾಡಿನಲ್ಲಿ

ಉರಿಯುವ ಬೆಂಕಿಯಂತೆ. ಮತ್ತು ಅಗ್ನಿಶಾಮಕ ಯಂತ್ರಗಳಿಂದ ಅದನ್ನು ನಂದಿಸಲು ಸಾಧ್ಯವಿಲ್ಲ. ಸಮಸ್ಯೆಗಳ ಈ ಉರಿಯುತ್ತಿರುವ ಬೆಂಕಿಯನ್ನು ನಮ್ಮ ಜ್ಞಾನದ ಪ್ರಗತಿ ಎಂದು ಕರೆಯುವುದರಿಂದ ನಂದಿಸಲು ಸಾಧ್ಯವಿಲ್ಲ. ಇಲ್ಲ, ಅದು ಸಾಧ್ಯವಿಲ್ಲ, ಅಗ್ನಿಶಾಮಕ ಯಂತ್ರವನ್ನು ಕಳುಹಿಸುವ ಮೂಲಕ ಅಥವಾ ಸ್ವಲ್ಪ ನೀರು ತರುವ ಮೂಲಕ ಕಾಡಿನ ಬೆಂಕಿಯನ್ನು ನಂದಿಸಲು ಸಾಧ್ಯವಿಲ್ಲ, ನಮ್ಮ ಜೀವನದ ಸಮಸ್ಯೆಗಳನ್ನು ಭೌತಿಕ ಪ್ರಕ್ರಿಯೆಗಳಿಂದ ಪರಿಹರಿಸಲಾಗುವುದಿಲ್ಲ.

ಅನೇಕ ಉದಾಹರಣೆಗಳಿವೆ. ಪ್ರಹ್ಲಾದ ಮಹಾರಾಜರು ಹೇಳುತ್ತಾರೆ, "ನನ್ನ ಪ್ರೀತಿಯ ಪ್ರಭು, ತಂದೆ ಮತ್ತು ತಾಯಿ ವಾಸ್ತವವಾಗಿ ಮಕ್ಕಳ ರಕ್ಷಕರಲ್ಲ." ತಂದೆ ಮತ್ತು ತಾಯಿ ತಮ್ಮ ಮಕ್ಕಳನ್ನು ನೋಡಿಕೊಳ್ಳುತ್ತಾರೆ; ಅದು ಅವರ ಕರ್ತವ್ಯ. ಆದರೆ ಅವರು ಅಂತಿಮ ರಕ್ಷಕರಲ್ಲ. ಪ್ರಕೃತಿಯ ನಿಯಮವು ಮಗುವನ್ನು ಕರೆದಾಗ, ತಂದೆ ಮತ್ತು ತಾಯಿ ಅವನನ್ನು ರಕ್ಷಿಸಲು ಸಾಧ್ಯವಿಲ್ಲ. ಆದ್ದರಿಂದ ಸಾಮಾನ್ಯವಾಗಿ ತಂದೆ ಮತ್ತು ತಾಯಿ ಮಗುವಿನ ರಕ್ಷಕರು ಎಂಬುದು ಸತ್ಯವೆಂದು ಪರಿಗಣಿಸಲಾಗಿದ್ದರೂ, ವಾಸ್ತವವಾಗಿ ಇದು ಸತ್ಯವಲ್ಲ. ಯಾರಾದರೂ ಸಾಗರದಲ್ಲಿ ನೌಕಾಯಾನ ಮಾಡುತ್ತಿದ್ದರೆ ಮತ್ತು ತನಗೆ ಉತ್ತಮವಾದ ಆಸನವಿದೆ ಎಂದು ಅವನು ಭಾವಿಸಿದರೆ, ಅದು ಅವನನ್ನು ರಕ್ಷಿಸುತ್ತದೆಯೇ? ಇಲ್ಲ. ಇನ್ನೂ ಅವನು ಮುಳುಗಬಹುದು. ಸುಂದರವಾದ ವಿಮಾನವು ಆಕಾಶದಲ್ಲಿ ಹಾರುತ್ತಿದೆ, ಎಲ್ಲರೂ ಸುರಕ್ಷಿತವಾಗಿದ್ದಾರೆ, ಆದರೆ ಇದ್ದಕ್ಕಿದ್ದಂತೆ ಅದು ಅಪ್ಪಳಿಸುತ್ತದೆ. ಯಾವ ವಸ್ತುವೂ ನಮ್ಮನ್ನು ರಕ್ಷಿಸುವುದಿಲ್ಲ. ಯಾರಾದರೂ ಅನಾರೋಗ್ಯದಿಂದ ಬಳಲುತ್ತಿದ್ದಾರೆ ಎಂದು ಭಾವಿಸೋಣ. ಅವನು ಒಳ್ಳೆಯ ಔಷಧಿಯನ್ನು ನೀಡುವ ಒಬ್ಬ ಒಳ್ಳೆಯ ವೈದ್ಯನನ್ನು ತೊಡಗಿಸಿಕೊಳ್ಳಬಹುದು, ಆದರೆ ಅವನು ಬದುಕುತ್ತಾನೆ ಎಂದು ಖಾತರಿ ನೀಡುವುದಿಲ್ಲ. ಹಾಗಾದರೆ ಅಂತಿಮ ದಿಗ್ಬಂಧನ ಯಾವುದು? ಪ್ರಹ್ಲಾದ ಮಹಾರಾಜರು ಹೇಳುತ್ತಾರೆ, "ನನ್ನ ಪ್ರೀತಿಯ ಪ್ರಭು, ನೀನು ಯಾರನ್ನಾದರೂ ನಿರ್ಲಕ್ಷಿಸಿದರೆ ಅವನನ್ನು ಯಾವುದೂ ರಕ್ಷಿಸಲಾರದು."

ಇದು ನಮ್ಮ ಪ್ರಾಯೋಗಿಕ ಅನುಭವ. ಭೌತಿಕ ಪ್ರಕೃತಿಯ ನಿಯಮಗಳಿಂದ ಪ್ರಸ್ತುತಪಡಿಸಲಾದ ಸಮಸ್ಯೆಗಳನ್ನು ಪರಿಹರಿಸಲು ನಾವು ಹಲವಾರು ವಿಧಾನಗಳನ್ನು ಕಂಡುಹಿಡಿಯಬಹುದು, ಆದರೆ ಅವು ಸಾಕಾಗುವುದಿಲ್ಲ. ಅವರು ಎಂದಿಗೂ ಎಲ್ಲಾ ಸಮಸ್ಯೆಗಳನ್ನು ಪರಿಹರಿಸುವುದಿಲ್ಲ, ಅಥವಾ ಅವರು ನಿಜವಾದ ಪರಿಹಾರವನ್ನು ನೀಡುವುದಿಲ್ಲ. ಇದು ವಾಸ್ತವ. ಆದ್ದರಿಂದ ಕೃಷ್ಣನು ಭಗವದ್ಗೀತೆಯಲ್ಲಿ ಹೇಳುತ್ತಾನೆ, "ಮಾಯೆ, ಈ ಬಾಹ್ಯ ಶಕ್ತಿಯು ತುಂಬಾ

ಪ್ರಬಲವಾಗಿದೆ. ಯಾರೂ ಅದನ್ನು ಮೀರಿಸಲು ಸಾಧ್ಯವಿಲ್ಲ. ಇದು ಬಹುತೇಕ ಅಸಾಧ್ಯ." ಹಾಗಾದರೆ ಈ ಭೌತಿಕ ಪ್ರಕೃತಿಯಿಂದ ಹೇಗೆ ಮುಕ್ತನಾಗಬಹುದು? ಕೃಷ್ಣ ಹೇಳುತ್ತಾನೆ, "ನನಗೆ ಶರಣಾಗುವುದರಿಂದ ಭೌತಿಕ ಪ್ರಕೃತಿಯ ಆಕ್ರಮಣದಿಂದ ಪರಿಹಾರವನ್ನು ಪಡೆಯಬಹುದು. ಅದು ಸತ್ಯ. ಆದ್ದರಿಂದ ನಾವು ದೇವರೊಂದಿಗೆ ನಮ್ಮ ಸಂಬಂಧವನ್ನು ಕಲಿಯಲು ಹೃದಯವನ್ನು ಶುದ್ಧೀಕರಿಸಬೇಕು,

<u>ಭೌತಿಕವಾದಿ :</u> ಚಂದ್ರನ ಕಾರ್ಯಾಚರಣೆಯ ಬಗ್ಗೆ ನಿಮ್ಮ ಅಭಿಪ್ರಾಯವೇನು?

<u>ಆಧ್ಯಾತ್ಮಿಕ ಗುರು:-</u> ಅದು ಕೂಡ ನಿದ್ರಿಸುವುದು. ಅಲ್ಲಿಗೆ ಹೋಗಿ ಮಲಗಲು ಇಷ್ಟು ಹಣ ಖರ್ಚು ಮಾಡಿದ್ದೀರಿ, ಅಷ್ಟೇ. ಇಲ್ಲದಿದ್ದರೆ, ನೀವು ಅಲ್ಲಿಗೆ ಹೋಗಿ ಏನು ಮಾಡಬಹುದು? ಅಷ್ಟೇ. ನೀವು ಶತಕೋಟಿ ಖರ್ಚು ಮಾಡುತ್ತಿದ್ದೀರಿ ಮತ್ತು ಪ್ರತಿಯಾಗಿ ಏನನ್ನೂ ಪಡೆಯುತ್ತಿಲ್ಲ.

ಈ ಯುಗವು ಕಲಿಯುಗವಾಗಿದೆ [ಜಗಳ ಮತ್ತು ಬೂಟಾಟಿಕೆಗಳ ಯುಗ]. ಜನರು ಹೆಚ್ಚು ಬುದ್ಧಿವಂತರಲ್ಲ; ಆದ್ದರಿಂದ ಅವರು ಜ್ಞಾನದ ಈ ವಿಭಾಗವನ್ನು ತಪ್ಪಿಸಲು ಪ್ರಯತ್ನಿಸುತ್ತಿದ್ದಾರೆ, ಮತ್ತು ಪ್ರಾಣಿಗಳು ಸಹ ಕಾರ್ಯನಿರತವಾಗಿರುವ ಜ್ಞಾನದ ಇಲಾಖೆಗಳಲ್ಲಿ ಅವರು ಸರಳವಾಗಿ ಕಾರ್ಯನಿರತರಾಗಿದ್ದಾರೆ. ನಿಮ್ಮ ಜ್ಞಾನದ ಪ್ರಗತಿಯು ನಾಲ್ಕು ವಿಷಯಗಳನ್ನು ಒಳಗೊಂಡಿದೆ - ತಿನ್ನುವುದು, ಮಲಗುವುದು, ಸಂಯೋಗ ಮತ್ತು ರಕ್ಷಣೆ. ಉದಾಹರಣೆಗೆ, ನೀವು ಅನೇಕ ಮಾರಕ ಆಯುಧಗಳನ್ನು ಕಂಡುಹಿಡಿಯುತ್ತಿರುವಿರಿ ಮತ್ತು ರಾಜಕಾರಣಿಗಳು ಅದನ್ನು ಸಮರ್ಥಿಸಿಕೊಳ್ಳಲು ಬಳಸಿಕೊಳ್ಳುತ್ತಿದ್ದಾರೆ. ಗರ್ಭಾವಸ್ಥೆಯನ್ನು ಪರೀಕ್ಷಿಸಲು ನೀವು ಹಲವಾರು ರಾಸಾಯನಿಕಗಳನ್ನು ಕಂಡುಹಿಡಿಯುತ್ತಿರುವಿರಿ ಮತ್ತು ಜನರು ಲೈಂಗಿಕ ಜೀವನವನ್ನು ಹೆಚ್ಚಿಸಲು ಅವುಗಳನ್ನು ಬಳಸುತ್ತಿದ್ದಾರೆ. ಏಕೆಂದರೆ ಈ ನಾಲ್ಕು ತತ್ವಗಳು-ತಿನ್ನುವುದು, ಮಲಗುವುದು, ಮಿಲನ ಮಾಡುವುದು ಮತ್ತು ರಕ್ಷಿಸುವುದು - ಹಿನ್ನೆಲೆ. ನಿಮಗೆ ಈ ದೇಹವನ್ನು ಮೀರಿದ ಜ್ಞಾನವಿಲ್ಲದಿದ್ದರೆ, ನೀವು ಈ ದೈಹಿಕ ಅಧಿಕಾರ ವ್ಯಾಪ್ತಿಯನ್ನು ಮೀರಿ ಹೋಗಲು ಸಾಧ್ಯವಿಲ್ಲ. ನೀವು ತುಂಬಾ ಸುಂದರವಾದ, ನಯಗೊಳಿಸಿದ ದೈಹಿಕ ಜ್ಞಾನವನ್ನು ಹೊಂದಿರಬಹುದು, ಆದರೆ ನಿಮ್ಮ ಸಂಪೂರ್ಣ ಶ್ರೇಣಿಯ ಚಟುವಟಿಕೆಗಳು ತಿನ್ನುವುದು, ಮಲಗುವುದು, ಸಂಯೋಗ ಮತ್ತು ರಕ್ಷಣೆಯ ಈ ನಾಲ್ಕು ತತ್ವಗಳಲ್ಲಿವೆ. ಈ ಜ್ಞಾನವು ಕೆಳಮಟ್ಟದ ಪ್ರಾಣಿಗಳಲ್ಲಿಯೂ ಸಹ ಪ್ರಚಲಿತವಾಗಿದೆ. ಅವರು ಹೇಗೆ ತಿನ್ನಬೇಕು, ಹೇಗೆ ಮಲಗಬೇಕು, ಲೈಂಗಿಕ ಸಂಭೋಗವನ್ನು ಹೇಗೆ ಹೊಂದಬೇಕು ಮತ್ತು ಹೇಗೆ ರಕ್ಷಿಸಿಕೊಳ್ಳಬೇಕು ಎಂದು

ತಿಳಿದಿದ್ದಾರೆ.

<u>ಭೌತಿಕವಾದಿ :</u> ಆದರೆ ಅವರಿಗೆ ಪರಮಾಣು ಭೌತಶಾಸ್ತ್ರದ ಬಗ್ಗೆ ಏನೂ ತಿಳಿದಿಲ್ಲ!

<u>ಆಧ್ಯಾತ್ಮಿಕ ಗುರು:-</u> ಇದರರ್ಥ ನೀವು ಪ್ರಾಣಿಗಳಿಗಿಂತ ಸುಧಾರಿಸಿದ್ದೀರಿ ಎಂದಲ್ಲ. ಇದು ಒಂದೇ ವಿಷಯ-ಮಾತ್ರ ಪಾಲಿಶ್ ಆಗಿದೆ. ನೀವು ಎತ್ತಿನ ಗಾಡಿಯಿಂದ ಕಾರಿನವರೆಗೆ ಸುಧಾರಿಸುತ್ತಿದ್ದೀರಿ, ಅದು ಕೇವಲ ವಸ್ತು ಜ್ಞಾನದ ರೂಪಾಂತರವಾಗಿದೆ.

<u>ಭೌತಿಕವಾದಿ :</u> ಭೌತಿಕ ಪ್ರಪಂಚದ ರಚನೆಯ ಬಗ್ಗೆ ಜ್ಞಾನವಿದೆ.

<u>ಆಧ್ಯಾತ್ಮಿಕ ಗುರು:-</u> ಆದರೆ ಇದು ಶಕ್ತಿಯ ವ್ಯರ್ಥ, ಏಕೆಂದರೆ ನಿಮ್ಮ ಚಟುವಟಿಕೆಗಳಲ್ಲಿ ನೀವು ತಿನ್ನುವುದು, ಮಲಗುವುದು, ಮಿಲನ ಮಾಡುವುದು ಮತ್ತು ರಕ್ಷಿಸುವ ಈ ದೈಹಿಕ ವ್ಯಾಪ್ತಿಯನ್ನು ಮೀರಿ ಹೋಗಲಾಗುವುದಿಲ್ಲ. ನಾಯಿ ನೆಲದ ಮೇಲೆ ಮಲಗಬಹುದು, ಮತ್ತು ನೀವು ತುಂಬಾ ಸುಂದರವಾದ ಅಪಾರ್ಟ್ಮೆಂಟ್ನಲ್ಲಿ ಮಲಗಬಹುದು, ಆದರೆ ನೀವು ಮಲಗಿದಾಗ ನಿಮ್ಮ ಸಂತೋಷ ಮತ್ತು ನಾಯಿಯ ಸಂತೋಷವು ಒಂದೇ ಆಗಿರುತ್ತದೆ. ನೀವು ಹಲವಾರು ವಿದ್ಯುತ್ ಉಪಕರಣಗಳು ಮತ್ತು ಇತರ ವಸ್ತು ಸೌಕರ್ಯಗಳನ್ನು ಹೊಂದಿರಬಹುದು, ಆದರೆ ನೀವು ಮಲಗಿದಾಗ ನೀವು ಎಲ್ಲವನ್ನೂ ಮರೆತುಬಿಡುತ್ತೀರಿ. ಆದ್ದರಿಂದ ಈ ಬಹುಕಾಂತೀಯ ಮಲಗುವ ವಸತಿ ಸೌಕರ್ಯವು ಕೇವಲ ಸಮಯ ವ್ಯರ್ಥವಾಗಿದೆ.

<u>ಭೌತಿಕವಾದಿ :</u>: ಜ್ಞಾನವು ನಿಮಗಾಗಿ ಏನು ಮಾಡುತ್ತದೆ ಎಂಬುದರ ಮೇಲೆ ನೀವು ಒತ್ತು ನೀಡುತ್ತಿರುವಿರಿ. ಪ್ರಕೃತಿಯು ಹೇಗೆ ಕಾರ್ಯನಿರ್ವಹಿಸುತ್ತದೆ ಎಂಬುದನ್ನು ಕಂಡುಕೊಳ್ಳುವ ಸಂಪೂರ್ಣ ಸಂತೋಷದ ಬಗ್ಗೆ ಏನು? ಉದಾಹರಣೆಗೆ, ಈಗ ನಾವು ಈ ರೀತಿಯ ವಿಷಯವನ್ನು ಅರ್ಥಮಾಡಿಕೊಳ್ಳುತ್ತೇವೆ ಎಂದು ಭಾವಿಸುತ್ತೇವೆ . ನಾವು ನೋಡಲಾಗದ ಕಣಗಳಿಂದ ಮಾಡಲ್ಪಟ್ಟಿದೆ ಎಂದು ಪ್ರಯೋಗಗಳು, ಸಿದ್ಧಾಂತ ಮತ್ತು ವಿಶ್ಲೇಷಣೆಯಿಂದ ನಮಗೆ ತಿಳಿದಿದೆ ಎಂದು ನಾವು ಭಾವಿಸುತ್ತೇವೆ ಮತ್ತು ಪ್ರಯೋಗದ ಮೂಲಕ ಅದರ ಗುಣಲಕ್ಷಣಗಳನ್ನು ನಾವು ವಿಶ್ಲೇಷಿಸಬಹುದು. ಇದು ಅಣುಗಳಿಂದ ಮಾಡಲ್ಪಟ್ಟಿದೆ ಎಂದು ನಮಗೆ ತಿಳಿದಿದೆ. ಅದನ್ನು ಒಟ್ಟಿಗೆ ಹಿಡಿದಿಟ್ಟುಕೊಳ್ಳುವ ಕೆಲವು ಶಕ್ತಿಗಳನ್ನು ನಾವು ಅರ್ಥಮಾಡಿಕೊಂಡಿದ್ದೇವೆ ಮತ್ತು ಇದು ನಮಗೆ ಮೊದಲ ಬಾರಿಗೆ ತಿಳಿದಿದೆ. ನಮಗೆ ಮೊದಲು ಗೊತ್ತಿರಲಿಲ್ಲ.

<u>ಆಧ್ಯಾತ್ಮಿಕ ಗುರು:-</u> ಆದರೆ ಏನು ಪ್ರಯೋಜನ? ನೀವು ಎಲ್ಲವನ್ನೂ ತಿಳಿದಿದ್ದರೂ ಸಹ. ಈ ಹುಲ್ಲಿನ ಕಣ, ಏನು ಪ್ರಯೋಜನ? ಹುಲ್ಲು ಬೆಳೆಯುತ್ತಿದೆ. ಇದು ನಿಮ್ಮ ಅರಿವಿನೊಂದಿಗೆ ಅಥವಾ ಇಲ್ಲದೆ ಬೆಳೆಯುತ್ತದೆ. ನಿಮಗೆ ಗೊತ್ತಿರಬಹುದು ಅಥವಾ ತಿಳಿಯದೇ ಇರಬಹುದು, ಆದರೆ ಅದರಿಂದ ಯಾವುದೇ ವ್ಯತ್ಯಾಸವಾಗುವುದಿಲ್ಲ. ನೀವು ಇಷ್ಟಪಡುವ ಯಾವುದನ್ನಾದರೂ ವಸ್ತು, ವಿಶ್ಲೇಷಣಾತ್ಮಕ ದೃಷ್ಟಿಕೋನದಿಂದ ಅಧ್ಯಯನ ಮಾಡಬಹುದು. ನೀವು ತೆಗೆದುಕೊಳ್ಳುವ ಯಾವುದೇ ಅಸಂಬದ್ಧ ವಿಷಯವನ್ನು ನೀವು ಅಧ್ಯಯನ ಮಾಡಬಹುದು ಮತ್ತು ಅಧ್ಯಯನ ಮಾಡಬಹುದು ಮತ್ತು ದೊಡ್ಡ ಪುಸ್ತಕವನ್ನು ಮಾಡಬಹುದು. ಆದರೆ ಅದರ ಉಪಯೋಗವೇನು? ನಿಮ್ಮ ಬುದ್ಧಿವಂತಿಕೆಯನ್ನು ಆ ರೀತಿಯಲ್ಲಿ ಏಕೆ ವ್ಯರ್ಥಮಾಡುತ್ತೀರಿ?

<u>ಭೌತಿಕವಾದಿ :</u>:ಸರಿ, "ಉಪಯುಕ್ತ" ಜ್ಞಾನ ಎಂದರೇನು?

<u>ಆಧ್ಯಾತ್ಮಿಕ ಗುರು:-</u> ನಿಮ್ಮನ್ನು ನೀವು ಏನೆಂದು ತಿಳಿದುಕೊಳ್ಳುವುದು ಉಪಯುಕ್ತವಾಗಿದೆ. ನೀವು ಏನಾಗಿದ್ದೀರಿ ಎಂಬುದನ್ನು ನೀವು ಅರ್ಥಮಾಡಿಕೊಂಡರೆ, ನೀವು ಇತರ ವಿಷಯಗಳನ್ನು ಅರ್ಥಮಾಡಿಕೊಳ್ಳುತ್ತೀರಿ. ಅದನ್ನೇ ಆತ್ಮತತ್ತ್ವ, ಆತ್ಮಜ್ಞಾನ, ಎನ್ನುತ್ತಾರೆ. ಅದು ಮುಖ್ಯ. ನಾನು ಆತ್ಮ , ಮತ್ತು ನಾನು ಅನೇಕ ಜಾತಿಯ ಜೀವನದ ಮೂಲಕ ಹಾದುಹೋಗುತ್ತಿದ್ದೇನೆ. ಆದರೆ ನನ್ನ ಸ್ಥಾನವೇನು?! ಸಾಯಲು ಬಯಸುವುದಿಲ್ಲ, ಏಕೆಂದರೆ ನಾನು ದೇಹವನ್ನು ಬದಲಾಯಿಸಲು ಹೆದರುತ್ತೇನೆ. ಆದ್ದರಿಂದ, ನಾನು ಸಾವಿನ ಭಯದಲ್ಲಿದ್ದೇನೆ. ಈ ಪ್ರಶ್ನೆಯನ್ನು ಮೊದಲು ಎತ್ತಬೇಕು: ನನಗೆ ಅತೃಪ್ತಿ ಬೇಡ, ಆದರೆ ಅತೃಪ್ತಿ ಬರುತ್ತದೆ. ನನಗೆ ಸಾವು ಬೇಡ, ಆದರೆ ಸಾವು ಬರುತ್ತದೆ. ನನಗೆ ರೋಗ ಬೇಡ, ಆದರೆ ರೋಗ ಬರುತ್ತದೆ. ನಾನು ಮುದುಕನಾಗಲು ಬಯಸುವುದಿಲ್ಲ, ಆದರೆ ವೃದ್ಧಾಪ್ಯವು ಹೇಗಾದರೂ ಬರುತ್ತದೆ. ಈ ವಸ್ತುಗಳು ಬಲವಂತವಾಗಿ ಬರಲು ಕಾರಣವೇನು? ಈ ವಿಷಯಗಳನ್ನು ಜಾರಿಗೊಳಿಸುವವರು ಯಾರು? ನನಗೆ ಗೊತ್ತಿಲ್ಲ, ಆದರೆ ಇವು ನಿಜವಾದ ಸಮಸ್ಯೆಗಳು. ನಾನು ವಿಪರೀತ ಶಾಖವನ್ನು ಬಯಸುವುದಿಲ್ಲ, ಆದರೆ ವಿಪರೀತ ಶಾಖವಿದೆ. ಏಕೆ? ಯಾರು ಜಾರಿಗೊಳಿಸುತ್ತಿದ್ದಾರೆ

ಅವುಗಳನ್ನು ಏಕೆ ಜಾರಿಗೊಳಿಸಲಾಗುತ್ತಿದೆ? ನನಗೆ ಈ ಬಿಸಿ ಬೇಡ ನಾನು ಏನು ಮಾಡಿದೆ? ಇವುಗಳು ನಿಜವಾದ ಪ್ರಶ್ನೆಗಳು, ಕೇವಲ ಎಲೆಗಳನ್ನು ಅಧ್ಯಯನ ಮಾಡುವುದು ಮತ್ತು ಪುಸ್ತಕಗಳ ಸಂಪುಟಗಳನ್ನು ಬರೆಯುವುದು ಮಾತ್ರವಲ್ಲ. ಅಂದರೆ ನೀವೇ ಅಧ್ಯಯನ ಮಾಡಿ.

ದೇಹವು ಒಂದು ರೂಪದಿಂದ ಇನ್ನೊಂದಕ್ಕೆ ಬದಲಾಗುತ್ತಿದೆ - ಆದರೆ ಆತ್ಮವು ಬದಲಾವಣೆಗಳಿಲ್ಲದೆ ಶಾಶ್ವತವಾಗಿ ಅಸ್ತಿತ್ವದಲ್ಲಿದೆ. ಈ ಸತ್ಯವನ್ನು ನಾವು ನಮ್ಮ ಸ್ವಂತ ಜೀವನದಲ್ಲಿಯೂ ಅನುಭವಿಸಬಹುದು. ನಮ್ಮ ತಾಯಿಯ ಗರ್ಭದಲ್ಲಿ ನಮ್ಮ ಭೌತಿಕ ದೇಹವು ಪ್ರಾರಂಭವಾದಾಗಿನಿಂದ, ನಮ್ಮ ದೇಹವು ಪ್ರತಿ ಸೆಕೆಂಡ್ ಮತ್ತು ಪ್ರತಿ ನಿಮಿಷದಲ್ಲಿ ಒಂದು ಆಕಾರದಿಂದ ಇನ್ನೊಂದಕ್ಕೆ ಬದಲಾಗುತ್ತಿದೆ. ಈ ಪ್ರಕ್ರಿಯೆಯನ್ನು ಸಾಮಾನ್ಯವಾಗಿ "ಬೆಳವಣಿಗೆ" ಎಂದು ಕರೆಯಲಾಗುತ್ತದೆ, ಆದರೆ ವಾಸ್ತವವಾಗಿ ಇದು ದೇಹದ ಬದಲಾವಣೆಯಾಗಿದೆ.

ಈ ಭೂಮಿಯಲ್ಲಿ ನಾವು ಹಗಲು ರಾತ್ರಿಗಳ ಬದಲಾವಣೆ ಮತ್ತು ಋತುವಿನ ಬದಲಾವಣೆಯನ್ನು ನೋಡುತ್ತೇವೆ. ಹೆಚ್ಚು ಪ್ರಾಚೀನ ಮನಸ್ಥಿತಿಯು ಈ ವಿದ್ಯಮಾನವನ್ನು ಸೂರ್ಯನಲ್ಲಿ ಸಂಭವಿಸುವ ಬದಲಾವಣೆಗಳಿಗೆ ಕಾರಣವಾಗಿದೆ. ಉದಾಹರಣೆಗೆ, ಚಳಿಗಾಲದಲ್ಲಿ

ಸೂರ್ಯನು ದುರ್ಬಲವಾಗುತ್ತಿದ್ದಾನೆ ಎಂದು ಜನರು ಭಾವಿಸುತ್ತಾರೆ ಮತ್ತು ರಾತ್ರಿಯಲ್ಲಿ ಅವರು ಕೆಲವೊಮ್ಮೆ ಸೂರ್ಯ ಸತ್ತಿದ್ದಾನೆ ಎಂದು ಭಾವಿಸುತ್ತಾರೆ. ಹೆಚ್ಚು ಮುಂದುವರಿದ ಜ್ಞಾನದಿಂದ ನಾವು ಸೂರ್ಯನು ಈ ರೀತಿಯಲ್ಲಿ ಬದಲಾಗುತ್ತಿಲ್ಲ ಎಂದು ನೋಡುತ್ತೇವೆ. ಕಾಲೋಚಿತ ಮತ್ತು ದೈನಂದಿನ ಬದಲಾವಣೆಗಳು ಭೂಮಿ ಮತ್ತು ಸೂರ್ಯನ ಸಾಪೇಕ್ಷ ಸ್ಥಾನಗಳ ಬದಲಾವಣೆಗೆ ಕಾರಣವಾಗಿವೆ.

ಅಂತೆಯೇ, ನಾವು ದೈಹಿಕ ಬದಲಾವಣೆಗಳನ್ನು ಅನುಭವಿಸುತ್ತೇವೆ; ಭ್ರೂಣದಿಂದ ಮಗುವಿನಿಂದ ಯೌವನಕ್ಕೆ ಪ್ರೌಢಾವಸ್ಥೆಯಿಂದ ವೃದ್ಧಾಪ್ಯದಿಂದ ಮರಣಕ್ಕೆ. ಕಡಿಮೆ ಬುದ್ಧಿವಂತ ಮನಸ್ಥಿತಿಯು ಸಾವಿನ ನಂತರ ಆತ್ಮದ ಅಸ್ತಿತ್ವವು ಶಾಶ್ವತವಾಗಿ ಕೊನೆಗೊಳ್ಳುತ್ತದೆ ಎಂದು ಊಹಿಸುತ್ತದೆ, ಆದಿವಾಸಿ ಬುಡಕಟ್ಟುಗಳು ಸೂರ್ಯಾಸ್ತದ ಸಮಯದಲ್ಲಿ ಸೂರ್ಯ ಸಾಯುತ್ತಾನೆ ಎಂದು ನಂಬುತ್ತಾರೆ. ವಾಸ್ತವವಾಗಿ, ಆದಾಗ್ಯೂ, ಸೂರ್ಯನು ಪ್ರಪಂಚದ ಇನ್ನೊಂದು ಭಾಗದಲ್ಲಿ ಉದಯಿಸುತ್ತಿದ್ದಾನೆ. ಹಾಗೆಯೇ ಆತ್ಮವು ಇನ್ನೊಂದು ರೀತಿಯ ದೇಹವನ್ನು ಸ್ವೀಕರಿಸುತ್ತಿದೆ. ದೇಹವು ಹಳೆಯ ವಸ್ತ್ರದಂತೆ ಹಳೆಯದಾದಾಗ ಮತ್ತು ಇನ್ನು ಮುಂದೆ ಬಳಸಲಾಗದಿದ್ದರೆ, ನಾವು ಹೊಸ ಬಟ್ಟೆಯನ್ನು ಸ್ವೀಕರಿಸಿದಂತೆ ಆತ್ಮವು ಮತ್ತೊಂದು ದೇಹವನ್ನು ಸ್ವೀಕರಿಸುತ್ತದೆ. ಆಧುನಿಕ ನಾಗರಿಕತೆಯು ಈ ಸತ್ಯದ ಬಗ್ಗೆ ಪ್ರಾಯೋಗಿಕವಾಗಿ ತಿಳಿದಿಲ್ಲ.

ಪ್ರಜ್ಞೆಯು ಯಾವಾಗಲೂ ಇರುತ್ತದೆ, ಏಕೆಂದರೆ ಇದು ಜೀವಂತ ಆತ್ಮದ ಲಕ್ಷಣವಾಗಿದೆ, ಆದರೆ ಪ್ರಸ್ತುತ ಕ್ಷಣದಲ್ಲಿ ನಮ್ಮ ಪ್ರಜ್ಞೆಯು ಭೌತಿಕವಾಗಿ

ಕಲುಷಿತವಾಗಿದೆ. ಉದಾಹರಣೆಗೆ, ಮೋಡದಿಂದ ಸುರಿಯುವ ನೀರು ಶುದ್ಧವಾಗಿದೆ, ಆದರೆ ನೀರು ಭೂಮಿಯ ಸಂಪರ್ಕಕ್ಕೆ ಬಂದ ತಕ್ಷಣ ಅದು ಕೆಸರು ಆಗುತ್ತದೆ. ಅದೇ ನೀರನ್ನು ನಾವು ಫಿಲ್ಟರ್ ಮಾಡಿದರೆ, ಮೂಲ ಸ್ಪಷ್ಟತೆಯನ್ನು ಮರಳಿ ಪಡೆಯಬಹುದು. ಅಂತೆಯೇ, ಕೃಷ್ಣ ಪ್ರಜ್ಞೆಯು ನಮ್ಮ ಪ್ರಜ್ಞೆಯನ್ನು ತೆರವುಗೊಳಿಸುವ ಪ್ರಕ್ರಿಯೆಯಾಗಿದೆ. ಮತ್ತು ನಮ್ಮ ಪ್ರಜ್ಞೆಯು ಸ್ಪಷ್ಟ ಮತ್ತು ಶುದ್ಧವಾದ ತಕ್ಷಣ, ನಮ್ಮ ಜ್ಞಾನ ಮತ್ತು ಆನಂದದ ಶಾಶ್ವತ ಜೀವನಕ್ಕಾಗಿ ಆಧ್ಯಾತ್ಮಿಕ ಜಗತ್ತಿಗೆ ವರ್ಗಾಯಿಸಲು ನಾವು ಅರ್ಹರಾಗಿದ್ದೇವೆ. ಈ ಭೌತಿಕ ಜಗತ್ತಿನಲ್ಲಿ ನಾವು ಹಾತೊರೆಯುತ್ತಿರುವುದು ಇದನ್ನೇ, ಆದರೆ ವಸ್ತು ಮಾಲಿನ್ಯದ ಕಾರಣದಿಂದಾಗಿ ನಾವು ಪ್ರತಿ ಹಂತದಲ್ಲೂ ನಿರಾಶೆಗೊಳ್ಳುತ್ತಿದ್ದೇವೆ.

ಸಾಮಾನ್ಯವಾಗಿ, ಜನರು ಈ ಸರಳ ಪದ್ಯವನ್ನು ಅರ್ಥಮಾಡಿಕೊಳ್ಳಲು ಸಾಧ್ಯವಿಲ್ಲ. ಆದ್ದರಿಂದ, ಕೃಷ್ಣನು ಹೇಳುತ್ತಾನೆ, ಧೀರಸ್ ತತ್ರ ನ ಮುಹ್ಯತಿ: "ಒಬ್ಬ ಸಮಚಿತ್ತದಿಂದ ಮಾತ್ರ ಅರ್ಥಮಾಡಿಕೊಳ್ಳಬಹುದು." ಆದರೆ ಕಷ್ಟವೇನು? ಕೃಷ್ಣನು ಎಷ್ಟು ಸರಳವಾಗಿ ವಿಷಯಗಳನ್ನು ವಿವರಿಸಿದ್ದಾನೆ! ಜೀವನದ ಮೂರು ಹಂತಗಳಿವೆ. ಮೊದಲನೆಯದು, ಕೌಮಾರಂ, ಒಂದು ಹದಿನೈದು ವರ್ಷ ವಯಸ್ಸಿನವರೆಗೆ ಇರುತ್ತದೆ. ನಂತರ, ಹದಿನಾರನೇ ವರ್ಷದಿಂದ, ಒಬ್ಬನು ಯೌವನದ ಜೀವನವನ್ನು ಪ್ರಾರಂಭಿಸುತ್ತಾನೆ, ಯೌವನಮ್. ನಂತರ, ನಲವತ್ತು ಅಥವಾ ಐವತ್ತನೇ ವರ್ಷದ ನಂತರ, ಒಬ್ಬ ಮುದುಕನಾಗುತ್ತಾನೆ.ನಾನು ನನ್ನ ದೇಹವನ್ನು ಬದಲಾಯಿಸಿದ್ದೇನೆ, ನಾನು ಹುಡುಗನಾಗಿದ್ದಾಗ ನಾನು ಹೇಗೆ ಆಡುತ್ತಿದ್ದೆ ಮತ್ತು ಜಿಗಿಯುತ್ತಿದ್ದೆ ಎಂದು ನನಗೆ ನೆನಪಿದೆ. ನಂತರ ನಾನು ಯುವಕನಾದೆ, ಮತ್ತು ನಾನು ನನ್ನ ಆನಂದವನ್ನು ಅನುಭವಿಸುತ್ತಿದ್ದೆ. ಸ್ನೇಹಿತರು ಮತ್ತು ಕುಟುಂಬದೊಂದಿಗೆ ಜೀವನ, ಈಗ ನಾನು ಮುದುಕನಾಗಿದ್ದೇನೆ ಮತ್ತು ಈ ದೇಹವು ಸತ್ತಾಗ ನಾನು ಮತ್ತೆ ಹೊಸ ದೇಹವನ್ನು ಪ್ರವೇಶಿಸುತ್ತೇನೆ." ನಾವು ಈಗ ಅಸ್ತಿತ್ವದಲ್ಲಿದ್ದೇವೆ ಮತ್ತು ಭವಿಷ್ಯದಲ್ಲಿ ನಾವು ಅಸ್ತಿತ್ವದಲ್ಲಿರುತ್ತೇವೆ." ಇದು ಕೃಷ್ಣನ ಹೇಳಿಕೆಯಾಗಿದೆ. ಉದಾಹರಣೆಗೆ, ಎಪ್ಪತ್ತು ವರ್ಷಗಳ ಹಿಂದೆ ನಾನು ಹುಡುಗನಾಗಿದ್ದೆ, ನಂತರ ನಾನು ಯುವಕನಾಗಿದ್ದೇನೆ ಮತ್ತು ಈಗ ನಾನು ಮುದುಕನಾಗಿದ್ದೇನೆ. ನನ್ನ ದೇಹವು ಬದಲಾಗಿದೆ, ಆದರೆ ದೇಹದ ಮಾಲೀಕನಾದ ನಾನು ಬದಲಾಗದೆ ಇದ್ದೇನೆ. ಹಾಗಾದರೆ ಅರ್ಥಮಾಡಿಕೊಳ್ಳಲು ತೊಂದರೆ ಎಲ್ಲಿದೆ? ಅವನ ದೇಹ ಬದಲಾಗಿದೆ ಎಂದು ಯಾರಿಗಾದರೂ ಅರ್ಥವಾಗಬಹುದು. ಹಾಗಾಗಿ ಮುಂದಿನ ಜನ್ಮದಲ್ಲಿ ದೇಹವೂ ಬದಲಾಗುತ್ತದೆ. ಆದರೆ ನಮಗೆ ನೆನಪಿಲ್ಲದಿರಬಹುದು; ಅದು ಇನ್ನೊಂದು ವಿಷಯ. ನನ್ನ ಕೊನೆಯ ಜನ್ಮದಲ್ಲಿ ನನ್ನ

ದೇಹ ಯಾವುದು? ನನಗೆ ನೆನಪಿಲ್ಲ. ಆದ್ದರಿಂದ ಮರೆವು ನಮ್ಮ ಸ್ವಭಾವ, ಆದರೆ ನಾವು ಏನನ್ನಾದರೂ ಮರೆತಿದ್ದೇವೆ ಎಂದರೆ ಅದು ನಡೆಯಲಿಲ್ಲ ಎಂದು ಅರ್ಥವಲ್ಲ, ಇಲ್ಲ, ನನ್ನ ಬಾಲ್ಯದಲ್ಲಿ ನಾನು ನೆನಪಿಲ್ಲದ ಅನೇಕ ಕೆಲಸಗಳನ್ನು ಮಾಡಿದ್ದೇನೆ, ಆದರೆ ನನ್ನ ತಂದೆ ಮತ್ತು ತಾಯಿ ನೆನಪಿಸಿಕೊಳ್ಳುತ್ತಾರೆ. ಅಂತೆಯೇ, ಸಾವು ಎಂದರೆ ನನ್ನ ಹಿಂದಿನ ಜೀವನದಲ್ಲಿ ನಾನು ಏನಾಗಿದ್ದೆ ಎಂಬುದನ್ನು ನಾನು ಮರೆತಿದ್ದೇನೆ. ಅದು ಸಾವು. ಇಲ್ಲದಿದ್ದರೆ, ಆತ್ಮದ ಆತ್ಮವಾಗಿ ನನಗೆ ಮರಣವಿಲ್ಲ. ನಾನು ನನ್ನ ಬಟ್ಟೆಗಳನ್ನು ಬದಲಾಯಿಸುತ್ತೇನೆ ಎಂದು ಭಾವಿಸೋಣ. ನನ್ನ ಬಾಲ್ಯದಲ್ಲಿ ನಾನು ಕೆಲವು ಬಟ್ಟೆಗಳನ್ನು ಧರಿಸುತ್ತಿದ್ದೆ, ನನ್ನ ಯೌವನದಲ್ಲಿ ನಾನು ವಿಭಿನ್ನ ಬಟ್ಟೆಗಳನ್ನು ಧರಿಸಿದ್ದೆ. ಈಗ ನನ್ನ ವೃದ್ಧಾಪ್ಯದಲ್ಲಿ ಸನ್ಯಾಸಿಯಾಗಿ (ಪರಿತ್ಯಾಗ) ನಾನು ಬೇರೆ ಬೇರೆ ಬಟ್ಟೆಗಳನ್ನು ಧರಿಸುತ್ತಿದ್ದೇನೆ, ಬಟ್ಟೆ ಬದಲಾಗಬಹುದು, ಆದರೆ ಬಟ್ಟೆಯ ಮಾಲೀಕರು ಸತ್ತರು ಮತ್ತು ಹೋದರು ಎಂದು ಅರ್ಥವಲ್ಲ. ಕೆಲವೊಮ್ಮೆ ಸಾಯುತ್ತಿರುವ ಮನುಷ್ಯನು ಕೂಗುತ್ತಾನೆ, ಏಕೆಂದರೆ ಕರ್ಮದ ಪ್ರಕಾರ ತುಂಬಾ ಪಾಪಿಗಳು ಮರಣದ ಸಮಯದಲ್ಲಿ ಭಯಾನಕ ದೃಶ್ಯಗಳನ್ನು ನೋಡುತ್ತಾರೆ. ಪಾಪದ ಮನುಷ್ಯನು ತಾನು ಕೆಲವು ಅಸಹ್ಯಕರ ರೀತಿಯ ದೇಹವನ್ನು ಸ್ವೀಕರಿಸಲಿದ್ದೇನೆ ಎಂದು ತಿಳಿದಿರುತ್ತಾನೆ.

<u>ಭೌತಿಕವಾದಿ :</u> "ನೀವು ಭಕ್ತರು ಸಾಯುತ್ತಿದ್ದೀರಿ, ಮತ್ತು ಭಕ್ತರಲ್ಲದವರು ಸಹ ಸಾಯುತ್ತಿದ್ದಾರೆ, ಆದ್ದರಿಂದ ವ್ಯತ್ಯಾಸವೇನು?"

<u>ಆಧ್ಯಾತ್ಮಿಕ ಗುರು:-</u> ಒಂದು ವ್ಯತ್ಯಾಸವಿದೆ, ಬೆಕ್ಕು ತನ್ನ ಬಾಯಿಯಲ್ಲಿ ತನ್ನ ಮರಿ ಬೆಕ್ಕನ್ನು ಹಿಡಿಯುತ್ತದೆ ಮತ್ತು ಅದು ಬಾಯಿಯಲ್ಲಿ ಇಲಿಯನ್ನು ಕೂಡ ಹಿಡಿಯುತ್ತದೆ .ಮೇಲ್ನೋಟಕ್ಕೆ ನಾವು ಬೆಕ್ಕು ಇಲಿ ಎರಡನ್ನೂ ಒಂದೇ ರೀತಿಯಲ್ಲಿ ಹಿಡಿದಿರುವುದನ್ನು ನಾವು ನೋಡಬಹುದು. ಆದರೆ ಹಿಡಿಯುವಲ್ಲಿ ವ್ಯತ್ಯಾಸಗಳಿವೆ. ಮರಿಬೆಕ್ಕು ಸಂತೋಷವನ್ನು ಅನುಭವಿಸುತ್ತಿದೆ: "ಓಹ್, ನನ್ನ ತಾಯಿ ನನ್ನನ್ನು ಹೊತ್ತೊಯ್ಯುತ್ತಿದೆ." ಮತ್ತು ಇಲಿಯು ಮರಣಭಯವನ್ನು ಅನುಭವಿಸುತ್ತಿದೆ: "ಓಹ್, ಈಗ ನಾನು ಸಾಯುತ್ತೇನೆ." ಇದು ವ್ಯತ್ಯಾಸವಾಗಿದೆ. ಆದ್ದರಿಂದ, ಎರಡೂ ಭಕ್ತರು ಮತ್ತು ಭಕ್ತರಲ್ಲದವರು ಸಾಯುತ್ತಾರೆ, ಸಾವಿನ ಸಮಯದಲ್ಲಿ ಭಾವನೆಯ ವ್ಯತ್ಯಾಸವಿದೆ - ಮರಿಬೆಕ್ಕು ಮತ್ತು ಇಲಿಯಂತೆ. ಇಬ್ಬರೂ ಒಂದೇ ರೀತಿ ಸಾಯುತ್ತಿದ್ದಾರೆ ಎಂದುಕೊಳ್ಳಬೇಡಿ. ದೈಹಿಕ ಪ್ರಕ್ರಿಯೆಯು ಒಂದೇ ಆಗಿರಬಹುದು, ಆದರೆ ಮಾನಸಿಕ ಪರಿಸ್ಥಿತಿ ವಿಭಿನ್ನವಾಗಿರುತ್ತದೆ.

ಶರೀರವು ಯಾವಾಗಲೂ ನೋವನ್ನು ನೀಡುತ್ತದೆ ಎಂಬುದು ನಮಗೆ ಅರ್ಥವಾಗುವುದಿಲ್ಲ, ಅದು ಯಾವಾಗಲೂ ನಮಗೆ ನೋವು ನೀಡುತ್ತದೆ ಸರ್ಕಾರಿ

ಅಧಿಕಾರಿಗಳು ಒಬ್ಬ ಅಪರಾಧಿಯನ್ನು ಶಿಕ್ಷಿಸಲು ಬಯಸುತ್ತಾರೆ, ಅವರು ಅವನ ಕೈಗಳನ್ನು ಕಟ್ಟಿ, ನದಿಯ ಮಧ್ಯಕ್ಕೆ ಕರೆದೊಯ್ದು, ನೀರಿಗೆ ತಳ್ಳುತ್ತಾರೆ, ಅವನು ಬಹುತೇಕ ಮುಳುಗಿದಾಗ, ಅವರು ಅವನ ಕೂದಲನ್ನು ನೀರಿನಿಂದ ಮೇಲಕ್ಕೆತ್ತುತ್ತಾರೆ ಮತ್ತು ಅವನಿಗೆ ಸ್ವಲ್ಪ ವಿಶ್ರಾಂತಿ ನೀಡಿ ಮತ್ತು ನಂತರ ಅವರು ಅವನನ್ನು ಮತ್ತೆ ನೀರಿಗೆ ತಳ್ಳುತ್ತಾರೆ, ಅದು ಶಿಕ್ಷೆಯ ಒಂದು ವ್ಯವಸ್ಥೆಯಾಗಿತ್ತು. ಅಂತೆಯೇ, ಈ ಭೌತಿಕ ಜಗತ್ತಿನಲ್ಲಿ ನಾವು ಅನುಭವಿಸುತ್ತಿರುವ ಯಾವುದೇ ಸಣ್ಣ ಸಂತೋಷವು ಅಪರಾಧಿಯು ನೀರಿನಿಂದ ಎಳೆಯಲ್ಪಟ್ಟಾಗ ಅನುಭವಿಸುವ ಆನಂದದಂತೆಯೇ ಇರುತ್ತದೆ. ಕೆಲವು ಕ್ಷಣಗಳ ಪರಿಹಾರದೊಂದಿಗೆ ತೀವ್ರ ಸಂಕಟ - ಭೌತಿಕ ಜಗತ್ತಿನಲ್ಲಿ ಜೀವನವು ಹೀಗಿದೆ.

ನಾನು ಯಾರು? ಮತ್ತು ನಾನು ಏಕೆ ತ್ರಿವಿಧ ದುಃಖಗಳನ್ನು ಅನುಭವಿಸುತ್ತಿದ್ದೇನೆ? ?" ಇದು ಬುದ್ಧಿವಂತಿಕೆ. ದೇಹ ಮತ್ತು ಮನಸ್ಸಿನಿಂದ ಉಂಟಾದ, ಇತರ ಜೀವಿಗಳಿಂದ ಉಂಟಾದ ಅಥವಾ ನೈಸರ್ಗಿಕ ಅಡಚಣೆಗಳಿಂದ ಉಂಟಾಗಬಹುದಾದ ಕೆಲವು ರೀತಿಯ ತೊಂದರೆಗಳನ್ನು ನಾವು ನಿರಂತರವಾಗಿ ಅನುಭವಿಸುತ್ತಿದ್ದೇವೆ. ಈ ಎಲ್ಲಾ ದುಃಖಗಳು ನಮಗೆ ಬೇಡ, ಆದರೆ ಅವು ನಮ್ಮ ಮೇಲೆ ಬಲವಂತವಾಗಿ ಹೇರಲ್ಪಟ್ಟಿವೆ. ಆದ್ದರಿಂದ ಒಬ್ಬರು ಆಧ್ಯಾತ್ಮಿಕ ಗುರುವನ್ನು ಸ್ವೀಕರಿಸಿದಾಗ, ಮೊದಲ ಪ್ರಶ್ನೆಯೆಂದರೆ, "ನಾನು ಯಾಕೆ ಬಳಲುತ್ತಿದ್ದೇನೆ?"
ಆದರೆ ನಾವು ಪ್ರಾಣಿಗಳಂತೆ ಮಂದವಾಗಿದ್ದೇವೆ, ನಾವು ಈ ಪ್ರಶ್ನೆಯನ್ನು ಎಂದಿಗೂ ಕೇಳುವುದಿಲ್ಲ. ಪ್ರಾಣಿಗಳು ಬಳಲುತ್ತಿವೆ (ಎಲ್ಲರಿಗೂ ಇದು ತಿಳಿದಿದೆ), ಆದರೆ ಏಕೆ ಎಂದು ಅವರು ಕೇಳಲು ಸಾಧ್ಯವಿಲ್ಲ. ಪ್ರಾಣಿಯನ್ನು ಕಸಾಯಿಖಾನೆಗೆ ಕರೆದೊಯ್ಯುವಾಗ, "ನನ್ನನ್ನು ಕಸಾಯಿಖಾನೆಗೆ ಏಕೆ ಬಲವಂತವಾಗಿ ಕರೆದೊಯ್ಯಲಾಗುತ್ತಿದೆ?" ಎಂದು ಕೇಳಲು ಸಾಧ್ಯವಿಲ್ಲ. ಆದರೆ ನೀವು ಮನುಷ್ಯನನ್ನು ಕೊಲ್ಲಲು ತೆಗೆದುಕೊಂಡರೆ, ಅವನು ದೊಡ್ಡ ಶಬ್ದವನ್ನು ಮಾಡುತ್ತಾನೆ: "ಈ ಮನುಷ್ಯನು ನನ್ನನ್ನು ಕೊಲ್ಲಲು ಕರೆದೊಯ್ಯುತ್ತಿದ್ದಾನೆ! ನಾನು ಏಕೆ ಕೊಲ್ಲಲ್ಪಡುತ್ತಿದ್ದೇನೆ?"

ನೀವು ಅಧ್ಯಕ್ಷ ಆಗಿರಲಿ ಅಥವಾ ಬೀದಿಯಲ್ಲಿರುವ ವ್ಯಕ್ತಿಯಾಗಿರಲಿ, ನೀವು ಬಳಲುತ್ತಿದ್ದೀರಿ. ಅದು ಸತ್ಯ. ನಿಮ್ಮ ದೇಹದ ಕಾರಣದಿಂದ ನೀವು ಬಳಲುತ್ತಿದ್ದೀರಿ ಮತ್ತು ನೀವು ಇನ್ನೊಂದು ಭೌತಿಕ ದೇಹವನ್ನು ಸ್ವೀಕರಿಸಲು ಕಾರಣವಾಗುವಂತಹ ಕೆಲಸವನ್ನು ಮಾಡುತ್ತಿದ್ದೀರಿ. ನಿಮ್ಮ ಹಿಂದಿನ ಜನ್ಮದಲ್ಲಿ ನೀವು ಇಂದ್ರಿಯ ತೃಪ್ತಿಯನ್ನು ಹೊಂದಿದ್ದೀರಿ ಮತ್ತು ಕರ್ಮಕ್ಕೆ ಅನುಗುಣವಾಗಿ

ದೇಹವನ್ನು ಪಡೆದಿದ್ದೀರಿ ಮತ್ತು ನೀವು ಈ ಜೀವನದಲ್ಲಿ ಇಂದ್ರಿಯ ತೃಪ್ತಿಯನ್ನು ಹೊಂದಿದ್ದೀರಿ ಮತ್ತು ನಿಮ್ಮನ್ನು ಉನ್ನತೀಕರಿಸಲು ಪ್ರಯತ್ನಿಸದಿದ್ದರೆ, ನೀವು ಮತ್ತೆ ದೇಹವನ್ನು ಪಡೆಯುತ್ತೀರಿ ಮತ್ತು ಬಳಲುತ್ತಿದ್ದೀರಿ. ಪ್ರಕೃತಿಯ ರೀತಿಯಲ್ಲಿ ನೀವು ಸಾವಿನ ಸಮಯದಲ್ಲಿ ನೀವು ಹೊಂದಿರುವ ಮನಸ್ಥಿತಿಗೆ ಅನುಗುಣವಾಗಿ ಇನ್ನೊಂದು ದೇಹವನ್ನು ಪಡೆಯುತ್ತೀರಿ. ಮತ್ತು ನೀವು ಇನ್ನೊಂದು ದೇಹವನ್ನು ಪಡೆದ ತಕ್ಷಣ, ನಿಮ್ಮ ದುಃಖವು ಮತ್ತೆ ಪ್ರಾರಂಭವಾಗುತ್ತದೆ. ತಾಯಿಯ ಗರ್ಭದಲ್ಲಿಯೂ ನೀವು ಬಳಲುತ್ತೀರಿ. ಇಷ್ಟು ತಿಂಗಳುಗಳ ಕಾಲ ಆ ತಾಯಿಯ ಗರ್ಭದಲ್ಲಿ ಉಳಿಯಲು, ಕೈ ಮತ್ತು ಕಾಲುಗಳನ್ನು ಕಟ್ಟಲಾಗಿದೆ, ಚಲಿಸಲು ಸಾಧ್ಯವಾಗದೆ - ಇದು ನರಳುತ್ತಿದೆ. ಮತ್ತು ಇಂದಿನ ದಿನಗಳಲ್ಲಿ ಗರ್ಭದಲ್ಲಿಯೇ ಸಾಯುವ ಅಪಾಯವೂ ಇದೆ. ಮತ್ತು ನೀವು ಹೊರಗೆ ಬಂದಾಗ, ಹೆಚ್ಚು ಬಳಲುತ್ತಿದ್ದಾರೆ. ಆದ್ದರಿಂದ ನಾವು "ನಾನೇಕೆ ನರಳುತ್ತಿದ್ದೇನೆ? ಮತ್ತು ನಾನು ಈ ಸಂಕಟವನ್ನು ಹೇಗೆ ನಿಲ್ಲಿಸಬಹುದು?" ಎಂದು ಕೇಳುವಷ್ಟು ಬುದ್ಧಿವಂತರಾಗಿರಬೇಕು. ಮತ್ತು ನಾವು ಕೇಳುವವರೆಗೂ "ನಾನು ಯಾಕೆ ಬಳಲುತ್ತಿದ್ದೇನೆ?" ನಮ್ಮ ಮಾನವ ಜೀವನ ಪ್ರಾರಂಭವಾಗಿಲ್ಲ. ನಾವು ಪ್ರಾಣಿಗಳಾಗಿಯೇ ಉಳಿದಿದ್ದೇವೆ.

ನಮ್ಮ ದುಃಖದ ಅಂತಿಮ ಕಾರಣವನ್ನು ಕೇಳುವುದನ್ನು ಬ್ರಹ್ಮ-ಜಿಜ್ಞಾಸ ಎಂದು ಕರೆಯಲಾಗುತ್ತದೆ, ಸಂಪೂರ್ಣ ಸತ್ಯದ ವಿಚಾರಣೆ. ವೇದಾಂತ-ಸೂತ್ರದ ಆರಂಭದಲ್ಲಿ ಹೇಳುವಂತೆ, ಅಥಾತೋ ಬ್ರಹ್ಮ ಜಿಜ್ಞಾಸಾ: "ಜೀವನದ ಮಾನವ ರೂಪವನ್ನು ಪಡೆದ ನಂತರ, ಬ್ರಹ್ಮನನ್ನು, ಸಂಪೂರ್ಣ ಸತ್ಯವನ್ನು ವಿಚಾರಿಸಬೇಕು." ಆದ್ದರಿಂದ ನಾವು ಜೀವನದ ಮಾನವ ಸ್ವರೂಪದ ಪ್ರಯೋಜನವನ್ನು ಪಡೆದುಕೊಳ್ಳಬೇಕು. ನಾವು ಪ್ರಾಣಿಗಳಂತೆ ಬದುಕಬಾರದು, ಸಂಪೂರ್ಣ ಸತ್ಯದ ಬಗ್ಗೆ ಯಾವುದೇ ವಿಚಾರಣೆಯಿಲ್ಲದೆ, ನಮ್ಮ ದುಃಖಕರವಾದ ಭೌತಿಕ ಜೀವನವನ್ನು ಹೇಗೆ ನಿಲ್ಲಿಸುವುದು ಎಂದು ಕಂಡುಹಿಡಿಯಲು ಪ್ರಯತ್ನಿಸಬಾರದು.

ಸಹಜವಾಗಿ, ನಾವು ಅಸ್ತಿತ್ವದ ಹೋರಾಟದಲ್ಲಿ ತುಂಬಾ ಶ್ರಮಿಸುವ ಮೂಲಕ ನಮ್ಮ ಸ್ವಂತ ದುಃಖಗಳನ್ನು ನಿಲ್ಲಿಸಲು ಪ್ರಯತ್ನಿಸುತ್ತಿದ್ದೇವೆ. ನಾವು ಹಣವನ್ನು ಪಡೆಯಲು ಏಕೆ ಪ್ರಯತ್ನಿಸುತ್ತೇವೆ? ಏಕೆಂದರೆ 'ಹಣ ಸಿಕ್ಕರೆ ನನ್ನ ಸಂಕಷ್ಟ ನಿವಾರಣೆಯಾಗುತ್ತದೆ' ಎಂದು ಭಾವಿಸುತ್ತೇವೆ. ಆದ್ದರಿಂದ ಅಸ್ತಿತ್ವಕ್ಕಾಗಿ ಹೋರಾಟ ನಡೆಯುತ್ತಿದೆ, ಮತ್ತು ಪ್ರತಿಯೊಬ್ಬರೂ ಇಂದ್ರಿಯ ತೃಪ್ತಿಯನ್ನು

ಪಡೆಯುವ ಮೂಲಕ ಸಂತೋಷವಾಗಿರಲು ಪ್ರಯತ್ನಿಸುತ್ತಿದ್ದಾರೆ. ಆದರೆ ಇಂದ್ರಿಯ ತೃಪ್ತಿ ನಿಜವಾದ ಸಂತೋಷವಲ್ಲ. ನಿಜವಾದ ಸಂತೋಷವು ಆಧ್ಯಾತ್ಮಿಕ ಸಂತೋಷವಾಗಿದೆ, ಇದು ಕೃಷ್ಣನ ಸೇವೆಯಿಂದ ಬರುತ್ತದೆ. ಅದು ಸಂತೋಷ. ಭೌತಿಕ ಸುಖವು ಕೇವಲ ವಿಕೃತ ಸಂತೋಷವಾಗಿದೆ.

ಭೌತಿಕ ಸುಖವು ಮರುಭೂಮಿಯಲ್ಲಿ ನೀರಿನ ಮರೀಚಿಕೆಯಂತೆ. ಮರುಭೂಮಿಯಲ್ಲಿ ನೀರಿಲ್ಲ, ಆದರೆ ಬಾಯಾರಿದ ಪ್ರಾಣಿಯು ಮರುಭೂಮಿಯಲ್ಲಿ ನೀರಿನ ಮರೀಚಿಕೆಯನ್ನು ಕಂಡಾಗ, ಅದು ಅದರ ಹಿಂದೆ ಓಡುತ್ತದೆ ಮತ್ತು ಸಾಯುತ್ತದೆ. ನೀರಿಲ್ಲ ಎಂದು ನಮಗೆ ತಿಳಿದಿದೆ. ಮರುಭೂಮಿಯಲ್ಲಿ - "ನೀರು" ಕೇವಲ ಸೂರ್ಯನ ಪ್ರತಿಬಿಂಬವಾಗಿದೆ - ಆದರೆ ಪ್ರಾಣಿಗಳಿಗೆ ಇದು ತಿಳಿದಿಲ್ಲ, ಹಾಗೆಯೇ, ಮಾನವ ಜೀವನವು ಇಂದ್ರಿಯ ತೃಪ್ತಿಯ ಮೂಲಕ ಸಂತೋಷವನ್ನು ಹುಡುಕುವುದನ್ನು ಬಿಟ್ಟುಬಿಡುತ್ತದೆ. ಅದು ಮರುಭೂಮಿಯಲ್ಲಿ ಮರೀಚಿಕೆಯಾಗಿದೆ
.

ನಮ್ಮ ದುಃಖವು ನಮ್ಮ ಹೃದಯದೊಳಗಿನ ಅನೇಕ ಕೊಳಕು ವಸ್ತುಗಳಿಂದ ಉಂಟಾಗುತ್ತದೆ. ನಾವು ಒಬ್ಬ ಅಪರಾಧಿಯಂತೆ ತನ್ನ ಹೃದಯದಲ್ಲಿ ಕೊಳಕು ವಸ್ತುಗಳನ್ನು ಹೊಂದಿದ್ದೇವೆ. ಅವನು ಯೋಚಿಸುತ್ತಾನೆ, "ನಾನು ಅಂತಹ ಮತ್ತು ಅಂತಹದನ್ನು ಪಡೆದರೆ, ನಾನು ಸಂತೋಷವಾಗಿರುತ್ತೇನೆ." ಮತ್ತು ಪ್ರಾಣವನ್ನೇ ಪಣಕ್ಕಿಟ್ಟು ಅಪರಾಧ ಮಾಡುತ್ತಾನೆ, ಕಳ್ಳ, ಕಳ್ಳ, ಪೋಲೀಸರ ಕೈಗೆ ಸಿಕ್ಕಿಬಿದ್ದರೆ ಶಿಕ್ಷೆಯಾಗುತ್ತದೆ ಎಂದು ತಿಳಿದಿದ್ದರೂ, ಕಳ್ಳತನಕ್ಕೆ ಹೋಗಿ ಕಳ್ಳತನ ಮಾಡುತ್ತಾನೆ ಏಕೆ? ತೃಪ್ತಿ, ಅಷ್ಟೆ. *ಆದ್ದರಿಂದ ನಾವು ನಮ್ಮ ಕೊಳಕು ಆಸೆಗಳಿಂದ ನಮ್ಮ ಹೃದಯವನ್ನು ಶುದ್ಧೀಕರಿಸಬೇಕು, ಅದು ನಮ್ಮನ್ನು ಇಂದ್ರಿಯ ತೃಪ್ತಿಗಾಗಿ ಮತ್ತು ಬಳಲುತ್ತಿರುವಂತೆ ವರ್ತಿಸುವಂತೆ ಒತ್ತಾಯಿಸುತ್ತದೆ.

<u>ಭೌತಿಕವಾದಿ :</u>, "ನೀವು ದೇವರನ್ನು ನೋಡಿದ್ದೀರಾ?" ಅಥವಾ "ನೀವು ನನಗೆ ದೇವರನ್ನು ತೋರಿಸಬಹುದೇ?"

<u>ಆಧ್ಯಾತ್ಮಿಕ ಗುರು:-</u> "ಹೌದು, ನಾನು ದೇವರನ್ನು ನೋಡುತ್ತಿದ್ದೇನೆ. ನೀವು ದೇವರನ್ನೂ ನೋಡಬಹುದು; ಎಲ್ಲರೂ ದೇವರನ್ನು ನೋಡಬಹುದು. ಆದರೆ ನೀವು ಅರ್ಹತೆಯನ್ನು ಹೊಂದಿರಬೇಕು." ಮೋಟಾರು ಕಾರಿನಲ್ಲಿ ಏನಾದರೂ ತಪ್ಪಾಗಿದೆ ಎಂದು ಭಾವಿಸೋಣ; ಅದು ಚಾಲನೆಯಲ್ಲಿಲ್ಲ. ಪ್ರತಿಯೊಬ್ಬರೂ ಅದನ್ನು ನೋಡುತ್ತಿದ್ದಾರೆ, ಆದರೆ ಮೆಕ್ಯಾನಿಕ್ ಅದನ್ನು ವಿಭಿನ್ನವಾಗಿ ನೋಡುತ್ತಾರೆ. ಹೆಚ್ಚಿನ ತಿಳುವಳಿಕೆಯೊಂದಿಗೆ ಅದನ್ನು ನೋಡಲು ಅವನು ಅರ್ಹನಾಗಿದ್ದಾನೆ. ಆದ್ದರಿಂದ ಅವನು ಕೆಲವು ಕಾಣೆಯಾದ ಭಾಗವನ್ನು

ಬದಲಾಯಿಸುತ್ತಾನೆ ಮತ್ತು ತಕ್ಷಣವೇ ಕಾರು ಓಡುತ್ತದೆ. ಆದರೆ ಯಂತ್ರವನ್ನು ನೋಡಲು ನಮಗೆ ತುಂಬಾ ಅರ್ಹತೆ ಬೇಕು, ಆದರೆ ನಾವು ಯಾವುದೇ ಅರ್ಹತೆ ಇಲ್ಲದೆ ದೇವರನ್ನು ನೋಡಲು ಬಯಸುತ್ತೇವೆ. ಮೂರ್ಖತನವನ್ನು ನೋಡಿ! ಜನರು ಅಂತಹ ದುಷ್ಟರು, ಅವರು ಅಂತಹ ಮೂರ್ಖರು, ಅವರು ತಮ್ಮ ಕಲ್ಪನೆಯ ಅರ್ಹತೆಗಳೊಂದಿಗೆ ದೇವರನ್ನು ನೋಡಲು ಬಯಸುತ್ತಾರೆ.ಕೃಷ್ಣನು ಭಗವದ್ಗೀತೆಯಲ್ಲಿ ಹೇಳುತ್ತಾನೆ, ನಾಹಂ ಪ್ರಕಾಶಃ ಸರ್ವಸ್ಯ ಯೋಗಮಾಯಾ-ಸಮಾವೃತಾ: "ನಾನು ಎಲ್ಲರಿಗೂ ತೆರೆದುಕೊಳ್ಳುವುದಿಲ್ಲ. ನನ್ನ ಶಕ್ತಿ ಯೋಗಮಯ, ಅವರ ದೃಷ್ಟಿಯಿಂದ ನನ್ನನ್ನು ಆವರಿಸುತ್ತಿದೆ." ಹಾಗಾದರೆ ನೀವು ದೇವರನ್ನು ಹೇಗೆ ನೋಡಬಹುದು? ಆದರೆ ಈ ದುಷ್ಟತನ ನಡೆಯುತ್ತಿದೆ-ಇದು "ನೀವು ನನಗೆ ದೇವರನ್ನು ತೋರಿಸಬಹುದೇ? "ನೀವು ದೇವರನ್ನು ನೋಡಿದ್ದೀರಾ?" ದೇವರು ಕೇವಲ ಆಟದ ಸಾಮಾನಿನಂತಾಗಿದ್ದಾನೆ, ಆದ್ದರಿಂದ ಮೋಸಗಾರರು "ಇಗೋ ದೇವರು, ಇಲ್ಲಿ ದೇವರ ಅವತಾರ" ಎಂದು ಕೆಲವು ಸಾಮಾನ್ಯ ಮನುಷ್ಯನನ್ನು ಜಾಹೀರಾತು ಮಾಡುತ್ತಾರೆ. ಪಾಪದ ದುಷ್ಟರು, ಮೂರ್ಖರು, ಮಾನವಕುಲದ ಅತ್ಯಂತ ಕೀಳು-ಅವರು ಹೀಗೆ ಕೇಳುತ್ತಾರೆ: "ನೀವು ನನಗೆ ದೇವರನ್ನು ತೋರಿಸಬಹುದೇ?" ದೇವರನ್ನು ಕಾಣಲು ನೀವು ಯಾವ ಅರ್ಹತೆಯನ್ನು ಪಡೆದುಕೊಂಡಿದ್ದೀರಿ? ಅರ್ಹತೆ ಇಲ್ಲಿದೆ: ಮೊದಲು ದೇವರನ್ನು ನೋಡಲು ಒಬ್ಬನು ನಿಜವಾಗಿಯೂ ಉತ್ಸುಕನಾಗಿರಬೇಕು. "ನೀವು ನನಗೆ ದೇವರನ್ನು ತೋರಿಸಬಹುದೇ?" ಅಥವಾ ಕೆಲವು ಮ್ಯಾಜಿಕ್ ಎಂದು ಒಬ್ಬರು ಅದನ್ನು ಕ್ಷುಲ್ಲಕ ವಿಷಯವಾಗಿ ತೆಗೆದುಕೊಳ್ಳುತ್ತಾರೆ. ಅವರು ದೇವರನ್ನು ಮಾಂತ್ರಿಕ ಎಂದು ಭಾವಿಸುತ್ತಾರೆ. ಇಲ್ಲ, ಒಬ್ಬರು ತುಂಬಾ ಗಂಭೀರವಾಗಿರಬೇಕು ಮತ್ತು "ಹೌದು, ನನಗೆ ದೇವರ ಬಗ್ಗೆ ತಿಳಿಸಲಾಗಿದೆ. ಆದ್ದರಿಂದ ದೇವರಿದ್ದರೆ, ನಾನು ಅವನನ್ನು ನೋಡಬೇಕು" ಎಂದು ಯೋಚಿಸಬೇಕು.

ಭಾರತದ ಎಲ್ಲಾ ಮಹಾನ್ ಸಂತರು ಈ ಆಧ್ಯಾತ್ಮಿಕ ಜ್ಞಾನವನ್ನು ಎಷ್ಟು ಚೆನ್ನಾಗಿ ಮತ್ತು ಸಂಪೂರ್ಣವಾಗಿ ಬೆಳೆಸಿಕೊಂಡಿದ್ದಾರೆ. ಹಿಂದೆ, ಆಧ್ಯಾತ್ಮಿಕ ಜೀವನದ ಬಗ್ಗೆ ತಿಳಿದುಕೊಳ್ಳಲು ಜನರು ಭಾರತಕ್ಕೆ ಹೋಗುತ್ತಿದ್ದರು. ಯೇಸು ಕ್ರಿಸ್ತನು ಕೂಡ ಅಲ್ಲಿಗೆ ಹೋದನು. ಮತ್ತು ಇನ್ನೂ ನಾವು ಅದರ ಪ್ರಯೋಜನವನ್ನು ಪಡೆಯುತ್ತಿಲ್ಲ. ಈ ಸಾಹಿತ್ಯಗಳು ಮತ್ತು ನಿರ್ದೇಶನಗಳು ಕೇವಲ ಭಾರತೀಯರಿಗೆ ಅಥವಾ ಹಿಂದೂಗಳಿಗೆ ಅಥವಾ ಬ್ರಾಹ್ಮಣರಿಗೆ ಮಾತ್ರವೇ ಅಲ್ಲ. ಇಲ್ಲ. ಅವರು ಎಲ್ಲರಿಗೂ ಅರ್ಥವಾಗಿದ್ದಾರೆ, ಏಕೆಂದರೆ ಕೃಷ್ಣ ಹೇಳಿಕೊಳ್ಳುತ್ತಾನೆ, ಅಹಮ್ ಬಿಜ-ಪ್ರದಃ ಪಿತಾ: "ನಾನು ಎಲ್ಲರ ತಂದೆ." ಆದ್ದರಿಂದ, ಅವರು ನಮ್ಮನ್ನು ಶಾಂತಿ ಮತ್ತು

ಸಂತೋಷದಿಂದ ಮಾಡಲು ಬಹಳ ಉತ್ಸುಕರಾಗಿದ್ದಾರೆ. ಒಬ್ಬ ಸಾಮಾನ್ಯ ತಂದೆಯು ತನ್ನ ಮಗನು ಸುಸ್ಥಿತಿಯಲ್ಲಿ ಮತ್ತು ಸಂತೋಷದಿಂದ ಇರುವುದನ್ನು ನೋಡಲು ಬಯಸುತ್ತಾನೆ, ಹಾಗೆಯೇ ಕೃಷ್ಣನು ನಮ್ಮಲ್ಲಿ ಪ್ರತಿಯೊಬ್ಬರನ್ನು ಚೆನ್ನಾಗಿ ಮತ್ತು ಸಂತೋಷದಿಂದ ನೋಡಲು ಬಯಸುತ್ತಾನೆ. ಆದ್ದರಿಂದ ಅವನು ಕೆಲವೊಮ್ಮೆ ಬರುತ್ತಾನೆ. ಇದು ಕೃಷ್ಣನ ಆಗಮನದ ಉದ್ದೇಶ.

ಈ ಪ್ರಪಂಚದಲ್ಲಿ ನಮ್ಮಲ್ಲಿ ಪ್ರತಿಯೊಬ್ಬರೂ ನಮಗಿಂತ ಕಡಿಮೆ, ನಮಗೆ ಸಮಾನರು ಮತ್ತು ನಮಗಿಂತ ದೊಡ್ಡವರು ಯಾರೋ ಎಂದು ತಿಳಿದಿದ್ದಾರೆ. ಅದು ನಮ್ಮ ಅನುಭವ. ನೀವು ಎಷ್ಟೇ ಶ್ರೇಷ್ಠರಾಗಿದ್ದರೂ, ನಿಮಗೆ ಸಮಾನರು ಮತ್ತು ನಿಮಗಿಂತ ದೊಡ್ಡವರನ್ನು ನೀವು ಕಾಣಬಹುದು. ಆದರೆ ಪರಮ ಪುರುಷನಿಗೆ ಸಂಬಂಧಿಸಿದಂತೆ, ಮಹಾನ್ ಋಷಿಗಳು ಸಂಶೋಧನೆ ಮತ್ತು ಪ್ರಯೋಗದ ಮೂಲಕ ಯಾರೂ ಅವನಿಗೆ ಸಮಾನರು ಅಥವಾ ಅವನಿಗಿಂತ ದೊಡ್ಡವರಲ್ಲ ಎಂದು ತೀರ್ಮಾನಿಸಿದ್ದಾರೆ. ದೇವರು ಎಷ್ಟು ದೊಡ್ಡವನು ಎಂದರೆ ಅವನಿಗೆ ಮಾಡಲು ಏನೂ ಇಲ್ಲ, ಅವನು ಮಾಡಬೇಕಾದ ಕರ್ತವ್ಯಗಳಿಲ್ಲ .ಏಕೆ? ಅವನ ಶಕ್ತಿಗಳು ಬಹುವಿಧವಾಗಿವೆ ಮತ್ತು ಅವು ಅವನ ಬಯಕೆಯ ಪ್ರಕಾರ ಸ್ವಯಂಚಾಲಿತವಾಗಿ ಕಾರ್ಯನಿರ್ವಹಿಸುತ್ತವೆ. ನೀವು ಕಲಾವಿದರು ಎಂದು ಭಾವಿಸೋಣ. ಸುಂದರವಾದ ಗುಲಾಬಿಯ ಚಿತ್ರವನ್ನು ಚಿತ್ರಿಸಲು, ನೀವು ನಿಮ್ಮ ಕುಂಚವನ್ನು ತೆಗೆದುಕೊಳ್ಳಬೇಕು, ನಿಮ್ಮ ಬಣ್ಣಗಳನ್ನು ಅಂಗುಳಿನ ಮೇಲೆ ಬೆರೆಸಬೇಕು ಮತ್ತು ಚಿತ್ರವನ್ನು ಸುಂದರವಾಗಿಸಲು ನಿಮ್ಮ ಮೆದುಳಿಗೆ ತೆರಿಗೆ ವಿಧಿಸಬೇಕು. ಆದರೆ ಉದ್ಯಾನದಲ್ಲಿ ನೀವು ಒಂದು ಗುಲಾಬಿ ಮಾತ್ರವಲ್ಲ, ಸಾವಿರಾರು ಗುಲಾಬಿಗಳು ಅರಳುವುದನ್ನು ನೋಡಬಹುದು. ಅವರು ಸ್ವಭಾವತಃ ಬಹಳ ಕಲಾತ್ಮಕವಾಗಿ "ಬಣ್ಣ" ಮಾಡಿದ್ದಾರೆ. ಆದರೆ ನಾವು ವಿಷಯದಲ್ಲಿ ಆಳವಾಗಿ ಹೋಗಬೇಕು. ಪ್ರಕೃತಿ ಎಂದರೇನು? ಪ್ರಕೃತಿಯು ಕೆಲಸ ಮಾಡುವ ಸಾಧನವಾಗಿದೆ, ಅದು ಶಕ್ತಿಯಾಗಿದೆ. ಸ್ವಲ್ಪ ಶಕ್ತಿ ಕೆಲಸ ಮಾಡದೆ, ಗುಲಾಬಿ ಮೊಗ್ಗಿನಿಂದ ಹೇಗೆ ಸುಂದರವಾಗಿ ಅರಳುತ್ತದೆ? ಕೆಲವು ಶಕ್ತಿ ಕೆಲಸ ಮಾಡುತ್ತಿರಬೇಕು ಮತ್ತು ಆ ಶಕ್ತಿಯೇ ದೇವರ ಶಕ್ತಿ. ಆದರೆ ಅದು ಎಷ್ಟು ಸೂಕ್ಷ್ಮವಾಗಿ ಮತ್ತು ವೇಗವಾಗಿ ಕಾರ್ಯನಿರ್ವಹಿಸುತ್ತದೆ ಎಂದರೆ ಅದು ಹೇಗೆ ಕಾರ್ಯನಿರ್ವಹಿಸುತ್ತಿದೆ ಎಂಬುದನ್ನು ನಾವು ಅರ್ಥಮಾಡಿಕೊಳ್ಳಲು ಸಾಧ್ಯವಿಲ್ಲ.

ಭೌತಿಕ ಶಕ್ತಿಗಳು ಸ್ವಯಂಚಾಲಿತವಾಗಿ ಕಾರ್ಯನಿರ್ವಹಿಸುತ್ತಿವೆ ಎಂದು ತೋರುತ್ತದೆ, ಆದರೆ ವಾಸ್ತವವಾಗಿ ಅವುಗಳ ಹಿಂದೆ ಮೆದುಳು ಇದೆ. ನೀವು

ಚಿತ್ರವನ್ನು ಚಿತ್ರಿಸಿದಾಗ, ನೀವು ಕೆಲಸ ಮಾಡುತ್ತಿದ್ದೀರಿ ಎಂದು ಎಲ್ಲರೂ ನೋಡಬಹುದು. ಅದೇ ರೀತಿ, ನಿಜವಾದ ಗುಲಾಬಿಯ "ಚಿತ್ರಕಲೆ" ಹಲವಾರು ಶಕ್ತಿಗಳಿಂದ ಕೂಡ ಕೆಲಸ ಮಾಡುತ್ತದೆ. ಗುಲಾಬಿಯನ್ನು ಸ್ವಯಂಚಾಲಿತವಾಗಿ ರಚಿಸಲಾಗಿದೆ ಎಂದು ಭಾವಿಸಬೇಡಿ. ಇಲ್ಲ. ಯಾವುದನ್ನೂ ಸ್ವಯಂಚಾಲಿತವಾಗಿ ರಚಿಸಲಾಗಿಲ್ಲ. ಗುಲಾಬಿಯನ್ನು ಪರಮಾತ್ಮನ ಶಕ್ತಿಯಿಂದ ರಚಿಸಲಾಗಿದೆ, ಆದರೆ ಈ ಶಕ್ತಿಗಳು ತುಂಬಾ ಸೂಕ್ಷ್ಮ ಮತ್ತು ಕಲಾತ್ಮಕವಾಗಿದ್ದು, ರಾತ್ರಿಯಲ್ಲಿ ಸುಂದರವಾದ ಹೂವು ಅರಳಬಹುದು. ಆದ್ದರಿಂದ, ದೇವರು ಶ್ರೇಷ್ಠ ಕಲಾವಿದ. ಇತ್ತೀಚಿನ ದಿನಗಳಲ್ಲಿ, ಎಲೆಕ್ಟ್ರಾನಿಕ್ ಯುಗದಲ್ಲಿ, ಒಬ್ಬ ವಿಜ್ಞಾನಿ ಕೇವಲ ಒಂದು ಗುಂಡಿಯನ್ನು ಒತ್ತಿದರೆ ಮತ್ತು ಅವನ ಯಂತ್ರವು ತುಂಬಾ ಪರಿಪೂರ್ಣವಾಗಿ ಕಾರ್ಯನಿರ್ವಹಿಸುತ್ತದೆ. ಅಥವಾ ವಿಮಾನದ ಪೈಲಟ್ ಸಣ್ಣ ವಿಮಾನವು ಆಕಾಶದಲ್ಲಿ ಹಾರುವಂತೆಯೇ ಒಂದು ಗುಂಡಿಯನ್ನು ಮತ್ತು ಬೃಹತ್ ಯಂತ್ರವನ್ನು ತಳ್ಳುತ್ತದೆ. ಆದ್ದರಿಂದ ಈ ಪ್ರಪಂಚದ ಸಾಮಾನ್ಯ ಪುರುಷರು ಕೆಲವು ಗುಂಡಿಗಳನ್ನು ಒತ್ತುವ ಮೂಲಕ ಅದ್ಭುತವಾಗಿ ಕೆಲಸ ಮಾಡಲು ಸಾಧ್ಯವಾದರೆ, ದೇವರ ಕೆಲಸ ಮಾಡುವ ಸಾಮರ್ಥ್ಯವು ಎಷ್ಟು ದೊಡ್ಡದಾಗಿರಬೇಕು. ಅವನ ಮೆದುಳು ಸಾಮಾನ್ಯ ಕಲಾವಿದರ ಅಥವಾ ವಿಜ್ಞಾನಿಗಳ ಮಿದುಳುಗಳಿಗಿಂತ ಎಷ್ಟು ಹೆಚ್ಚು ಫಲವತ್ತಾಗಿರಬೇಕು. ಸರಳವಾಗಿ ಅವನ ಬಯಕೆಯಿಂದ - "ಸೃಷ್ಟಿಯಾಗಲಿ!" - ಎಲ್ಲವೂ ತಕ್ಷಣವೇ ಪ್ರಕಟವಾಗುತ್ತದೆ. ಆದ್ದರಿಂದ ದೇವರು ಶ್ರೇಷ್ಠ ಕಲಾವಿದ.

ದೇವರ ಕಲಾ ಸಾಮರ್ಥ್ಯಕ್ಕೆ ಯಾವುದೇ ಮಿತಿಯಿಲ್ಲ, ಏಕೆಂದರೆ ದೇವರು ಎಲ್ಲಾ ಸೃಷ್ಟಿಯ ಬೀಜವಾಗಿದೆ. ನೀವೆಲ್ಲರೂ ಆಲದ ಮರವನ್ನು ನೋಡಿದ್ದೀರಿ. ಇದು ಸಣ್ಣ ಬೀಜದಿಂದ ಬೆಳೆಯುತ್ತದೆ. ಈ ಚಿಕ್ಕಬೀಜಕ್ಕೆ ಎಷ್ಟು ಶಕ್ತಿಯಿದೆಯೆಂದರೆ ಅದನ್ನು ಫಲವತ್ತಾದ ಜಾಗದಲ್ಲಿ ಬಿತ್ತಿ ನೀರುಣಿಸಿದರೆ ಮುಂದೊಂದು ದಿನ ದೊಡ್ಡ ಆಲದ ಮರವಾಗುತ್ತದೆ. ಈಗ, ಸಾಮರ್ಥ್ಯಗಳು ಯಾವುವು. ದೊಡ್ಡ ಆಲದ ಮರವಾಗಿ ಬೆಳೆಯಲು ಅನುವು ಮಾಡಿಕೊಡುವ ಆ ಚಿಕ್ಕ ಬೀಜದೊಳಗೆ ಕಲಾತ್ಮಕ ಮತ್ತು ವೈಜ್ಞಾನಿಕ ವ್ಯವಸ್ಥೆಗಳು ಯಾವುವು? ಅಲ್ಲದೆ, ಆ ಆಲದ ಮರದಲ್ಲಿ ಸಾವಿರಾರು ಹಣ್ಣುಗಳಿವೆ, ಮತ್ತು ಪ್ರತಿ ಹಣ್ಣಿನೊಳಗೆ ಸಾವಿರಾರು ಬೀಜಗಳಿವೆ, ಮತ್ತು ಪ್ರತಿ ಬೀಜವು ಮತ್ತೊಂದು ಮರದ ಶಕ್ತಿಯನ್ನು ಹೊಂದಿರುತ್ತದೆ. ಹಾಗಾದರೆ ಆ ರೀತಿಯಲ್ಲಿ ಸೃಷ್ಟಿಸಬಲ್ಲ ವಿಜ್ಞಾನಿ ಎಲ್ಲಿದ್ದಾನೆ? ಈ ಭೌತಿಕ ಪ್ರಪಂಚದೊಳಗೆ ಕಲಾವಿದ ಎಲ್ಲಿದ್ದಾನೆ? ವೇದಾಂತ-ಸೂತ್ರದ ಮೊದಲ ಪೌರುಷವೆಂದರೆ ಅಥಾತೋ ಬ್ರಹ್ಮ ಜಿಜ್ಞಾಸ: "ಮಾನವ ಜೀವನದ ರೂಪದಲ್ಲಿ ಒಬ್ಬರು ಸಂಪೂರ್ಣ

ಸತ್ಯದ ಬಗ್ಗೆ ವಿಚಾರಿಸಬೇಕು." ಆದ್ದರಿಂದ ನೀವು ಈ ಪ್ರಶ್ನೆಗಳನ್ನು ಎಚ್ಚರಿಕೆಯಿಂದ ಅಧ್ಯಯನ ಮಾಡಬೇಕು ನೀವು ಸ್ವಯಂಚಾಲಿತವಾಗಿ ದೊಡ್ಡ ಆಲದ ಮರವಾಗಿ ಬೆಳೆಯುವ ಯಂತ್ರವನ್ನು ತಯಾರಿಸಲು ಸಾಧ್ಯವಿಲ್ಲ. ಹಾಗಾದರೆ ಪ್ರಕೃತಿಯ ಹಿಂದೆ ದೊಡ್ಡ ಕಲಾತ್ಮಕ ಮೆದುಳು, ದೊಡ್ಡ ವೈಜ್ಞಾನಿಕ ಮೆದುಳು ಇರಬೇಕು ಎಂದು ನೀವು ಭಾವಿಸುವುದಿಲ್ಲವೇ? "ಪ್ರಕೃತಿ ಕೆಲಸ ಮಾಡುತ್ತಿದೆ" ಎಂದು ನೀವು ಸರಳವಾಗಿ ಹೇಳಿದರೆ, ಅದು ಸಾಕಷ್ಟು ವಿವರಣೆಯಲ್ಲ. ವೇದಾಂತ-ಸೂತ್ರದ ಎರಡನೆಯ ಪೌರುಷವೆಂದರೆ "ಸಂಪೂರ್ಣ ಸತ್ಯವು ಯಾರಿಂದ ಎಲ್ಲವೂ ಉತ್ಪತ್ತಿಯಾಗುತ್ತದೆ." ನಾವು ನಮ್ಮ ದೃಷ್ಟಿಯನ್ನು ಸಣ್ಣ ವಿಷಯಗಳಿಂದ ದೊಡ್ಡ ವಿಷಯಗಳಿಗೆ ವಿಸ್ತರಿಸಬೇಕು. ಈಗ ಆಕಾಶದಲ್ಲಿ ಸಣ್ಣ ಸ್ಪುಟ್ನಿಕ್ ಹಾರುವುದನ್ನು ನೋಡಿದಾಗ ನಾವು ಆಶ್ಚರ್ಯಚಕಿತರಾಗುತ್ತೇವೆ. ಇದು ಚಂದ್ರನ ಕಡೆಗೆ ಹಾರುತ್ತಿದೆ, ಮತ್ತು ನಾವು ವಿಜ್ಞಾನಿಗಳಿಗೆ ಎಲ್ಲಾ ಕ್ರೆಡಿಟ್ ನೀಡುತ್ತಿದ್ದೇವೆ ಮತ್ತು ವಿಜ್ಞಾನಿಗಳು "ದೇವರು ಎಂದರೇನು? ವಿಜ್ಞಾನವೇ ಎಲ್ಲವೂ" ಎಂದು ಸವಾಲು ಹಾಕುತ್ತಿದ್ದಾರೆ. ಆದರೆ ನೀವು ಬುದ್ಧಿವಂತರಾಗಿದ್ದರೆ ನೀವು ಸ್ಪುಟ್ನಿಕ್ ಅನ್ನು ಲಕ್ಷಾಂತರ ಮತ್ತು ಟ್ರಿಲಿಯನ್ ಗ್ರಹಗಳು ಮತ್ತು ನಕ್ಷತ್ರಗಳಿಗೆ ಹೋಲಿಸುತ್ತೀರಿ. ಈ ಪುಟ್ಟ ಭೂಗ್ರಹದಲ್ಲಿ ಹಲವು ಸಾಗರಗಳು, ಹಲವು ಪರ್ವತಗಳು, ಹಲವು ಗಗನಚುಂಬಿ ಕಟ್ಟಡಗಳಿವೆ. ಆದರೆ ನೀವು ಈ ಗ್ರಹದ ಮೇಲೆ ಕೆಲವು ಮಿಲಿಯನ್ ಮೈಲುಗಳ ಮೇಲೆ ಹೋದರೆ, ಅದು ಚಿಕ್ಕ ತಾಣದಂತೆ ಕಾಣುತ್ತದೆ. ನೀವು ಅದನ್ನು ಆಕಾಶದಲ್ಲಿ ಕೇವಲ ಒಂದು ತಾಣವಾಗಿ ನೋಡುತ್ತೀರಿ. ಮತ್ತು ಹತ್ತಿಯ ಹಾಗೆ ಲಕ್ಷಾಂತರ ಗ್ರಹಗಳು ಆಕಾಶದಲ್ಲಿ ತೇಲುತ್ತಿವೆ. ಹಾಗಾದರೆ ಸ್ಪುಟ್ನಿಕ್ ಅನ್ನು ತಯಾರಿಸಿದ ವಿಜ್ಞಾನಿಗಳಿಗೆ ನಾವು ಇಷ್ಟು ಸಾಲವನ್ನು ನೀಡಿದರೆ, ಈ ಸಾರ್ವತ್ರಿಕ ವ್ಯವಸ್ಥೆಯನ್ನು ತಯಾರಿಸಿದ ವ್ಯಕ್ತಿಗೆ ನಾವು ಎಷ್ಟು ಹೆಚ್ಚು ಮೆಚ್ಚನ್ನು ನೀಡಬೇಕು. ನಾವು ಅನೇಕ ಕಲಾವಿದರನ್ನು ಮೆಚ್ಚಬಹುದು, ಆದರೆ ಶ್ರೇಷ್ಠ ಕಲಾವಿದ ದೇವರನ್ನು ನಾವು ಪ್ರಶಂಸಿಸದಿದ್ದರೆ, ನಮ್ಮ ಜೀವನವು ವ್ಯರ್ಥವಾಗುತ್ತದೆ.

ಈ ಭೌತಿಕ ಜಗತ್ತಿನಲ್ಲಿ ಪ್ರತಿಯೊಬ್ಬರೂ ಅಜ್ಞಾನ ಅಥವಾ ಕತ್ತಲೆಯಲ್ಲಿ ಹುಟ್ಟಿದ್ದಾರೆ. ವಾಸ್ತವವಾಗಿ, ಈ ಭೌತಿಕ ಪ್ರಪಂಚದ ಸ್ವರೂಪವು ಕತ್ತಲೆಯಾಗಿದೆ. ಇದು ಸೂರ್ಯನ ಬೆಳಕು, ಚಂದ್ರನ ಬೆಳಕು, ಬೆಂಕಿ ಅಥವಾ ವಿದ್ಯುಚ್ಛಕ್ತಿಯಿಂದ ಬೆಳಗಬಹುದು, ಆದರೆ ಅದರ ಸ್ವಭಾವವು ಕತ್ತಲೆಯಾಗಿದೆ. ಅದು ವೈಜ್ಞಾನಿಕ ಸತ್ಯ. ಆದ್ದರಿಂದ ಈ ಬ್ರಹ್ಮಾಂಡದ ಅತ್ಯುನ್ನತ ಗ್ರಹದಲ್ಲಿರುವ ಬ್ರಹ್ಮನಿಂದ ಹಿಡಿದು ಇರುವೆಯವರೆಗೆ ಈ ಭೌತಿಕ ಜಗತ್ತಿನಲ್ಲಿ ಜನಿಸಿದ ಪ್ರತಿಯೊಬ್ಬರೂ ಅಜ್ಞಾನದ

ಕತ್ತಲೆಯಲ್ಲಿ ಜನಿಸುತ್ತಾರೆ. ಈಗ, ವೈದಿಕ ಸೂಚನೆಯು ತಾಮಸಿ ಮಾ ಜ್ಯೋತಿರ್ ಗಮಃ: "ಕತ್ತಲೆಯಲ್ಲಿ ಉಳಿಯಬೇಡ; ಬೆಳಕಿಗೆ ಬಾ." ಮತ್ತು ಇದಕ್ಕಾಗಿ, ಆಧ್ಯಾತ್ಮಿಕ ಗುರುವಿನ ಅಗತ್ಯವಿದೆ. ಜ್ಞಾನದ ಜ್ಯೋತಿಯಿಂದ ಕತ್ತಲೆಯಲ್ಲಿರುವ ವ್ಯಕ್ತಿಯ ಕಣ್ಣುಗಳನ್ನು ತೆರೆಯುವುದು ಆಧ್ಯಾತ್ಮಿಕ ಗುರುಗಳ ಕರ್ತವ್ಯ ಮತ್ತು ಅಂತಹ ಆಧ್ಯಾತ್ಮಿಕ ಗುರುಗಳಿಗೆ ಒಬ್ಬರು ಗೌರವಪೂರ್ವಕ ನಮನಗಳನ್ನು ಸಲ್ಲಿಸಬೇಕು.

<u>ಭೌತಿಕವಾದಿ :</u>ಹಾಗೆಯೇ ಧರ್ಮ ಎಂದರೆ ???

<u>ಆಧ್ಯಾತ್ಮಿಕ ಗುರು:-</u> ಧರ್ಮ ಎಂದರೆ ದೇವರ ನಿಯಮಗಳನ್ನು ಪಾಲಿಸುವುದು. ಅಷ್ಟೇ. ಮತ್ತು ಮನುಷ್ಯನು ದೇವರ ನಿಯಮಗಳನ್ನು ಪಾಲಿಸದಿದ್ದರೆ, ಅವನು ಪ್ರಾಣಿಗಿಂತ ಉತ್ತಮನಲ್ಲ. ಎಲ್ಲಾ ಧರ್ಮಗ್ರಂಥಗಳು, ಎಲ್ಲಾ ಧಾರ್ಮಿಕ ತತ್ವಗಳು ಮನುಷ್ಯನನ್ನು ಪ್ರಾಣಿಗಳ ವೇದಿಕೆಯಿಂದ ಮಾನವ ವೇದಿಕೆಗೆ ಏರಿಸುವ ಉದ್ದೇಶವನ್ನು ಹೊಂದಿವೆ. ಆದ್ದರಿಂದ, ಧಾರ್ಮಿಕ ತತ್ವಗಳಿಲ್ಲದ, ದೇವರ ಪ್ರಜ್ಞೆಯಿಲ್ಲದ ವ್ಯಕ್ತಿಯು ಪ್ರಾಣಿಗಿಂತ ಉತ್ತಮವಾಗಿಲ್ಲ. ಅದು ವೈದಿಕ ಸಾಹಿತ್ಯದ ತೀರ್ಪು. ತಿನ್ನುವುದು, ಮಲಗುವುದು, ಲೈಂಗಿಕತೆ ಮತ್ತು ರಕ್ಷಣೆ - ಈ ನಾಲ್ಕು ತತ್ವಗಳು ಮನುಷ್ಯರಿಗೆ ಮತ್ತು ಪ್ರಾಣಿಗಳಿಗೆ ಸಾಮಾನ್ಯವಾಗಿದೆ. ಮಾನವ ಜೀವನ ಮತ್ತು ಪ್ರಾಣಿಗಳ ನಡುವಿನ ವ್ಯತ್ಯಾಸವೆಂದರೆ ಮನುಷ್ಯನು ದೇವರನ್ನು ಹುಡುಕಬಹುದು ಆದರೆ ಪ್ರಾಣಿಗೆ ಸಾಧ್ಯವಿಲ್ಲ. ಅದೇ ವ್ಯತ್ಯಾಸ. ಆದ್ದರಿಂದ ದೇವರನ್ನು ಹುಡುಕುವ ಉತ್ಸಾಹವಿಲ್ಲದ ಮನುಷ್ಯನು ಪ್ರಾಣಿಗಿಂತ ಉತ್ತಮನಲ್ಲ. ದುರದೃಷ್ಟವಶಾತ್, ಪ್ರಸ್ತುತ ಕ್ಷಣದಲ್ಲಿ ಪ್ರತಿ ರಾಜ್ಯ ಮತ್ತು ಪ್ರತಿ ಸಮಾಜದಲ್ಲಿ ಜನರು ದೇವರನ್ನು ಮರೆಯಲು ಪ್ರಯತ್ನಿಸುತ್ತಿದ್ದಾರೆ. ಕೆಲವರು ದೇವರಿಲ್ಲ ಎಂದು ಸಾರ್ವಜನಿಕವಾಗಿ ಹೇಳುತ್ತಾರೆ; ದೇವರು ಇದ್ದರೆ ಅವನು ಸತ್ತಿದ್ದಾನೆ ಎಂದು ಇತರರು ಹೇಳುತ್ತಾರೆ; ಅನೇಕ ಗಗನಚುಂಬಿ ಕಟ್ಟಡಗಳು, ಆದರೆ ಅವರ ಎಲ್ಲಾ ಪ್ರಗತಿಯು ದೇವರ ಮೇಲೆ, ಕೃಷ್ಣನ ಮೇಲೆ ಅವಲಂಬಿತವಾಗಿದೆ ಎಂಬುದನ್ನು ಅವರು ಮರೆಯುತ್ತಿದ್ದಾರೆ. ಇದು ಮಾನವ ಸಮಾಜಕ್ಕೆ ಅತ್ಯಂತ ಅಪಾಯಕಾರಿ ಸ್ಥಿತಿಯಾಗಿದೆ.

ಪರಮ ಪುರುಷನನ್ನು ಮರೆಯುವ ಸಮಾಜಕ್ಕೆ ಏನಾಗುತ್ತದೆ ಎಂಬುದನ್ನು ವಿವರಿಸುವ ಒಂದು ಸುಂದರವಾದ ಕಥೆಯಿದೆ.

ಒಮ್ಮೆ ಇಲಿಗೆ ಬೆಕ್ಕಿನಿಂದ ತೊಂದರೆಯಾಯಿತು. ಹಾಗಾಗಿ ಇಲಿ ಅತೀಂದ್ರಿಯ ಶಕ್ತಿಯನ್ನು ಹೊಂದಿದ್ದ ಸಂತ ವ್ಯಕ್ತಿಗೆ ಇಲಿ ಹೇಳಿತು, "ಬೆಕ್ಕು ಯಾವಾಗಲೂ

ನನ್ನನ್ನು ಹಿಂಬಾಲಿಸುತ್ತದೆ, ಆದ್ದರಿಂದ ನನಗೆ ಮನಸ್ಸು ಸಮಾಧಾನವಿಲ್ಲ.

ಸಾಧು :- "ಹಾಗಾದರೆ ನಿನಗೆ ಏನು ಬೇಕು?"

ಇಲಿ:- "ದಯವಿಟ್ಟು ನನ್ನನ್ನು ಬೆಕ್ಕಿನ್ನಾಗಿ ಮಾಡಿ."

ಸಾಧು:-"ಸರಿ, ಬೆಕ್ಕು ಆಗು."

ಕೆಲವು ದಿನಗಳ ನಂತರ, ಬೆಕ್ಕು ಸಾಧುವಿನ ಬಳಿಗೆ ಬಂದು, “ನನ್ನ ಪ್ರೀತಿಯ ಸಾಧು, ಮತ್ತೆ ನಾನು ತೊಂದರೆಯಲ್ಲಿದ್ದೇನೆ.

ಸಾಧು:-"ಅದೇನು ತೊಂದರೆ?"

ಬೆಕ್ಕು: "ನಾಯಿಗಳು ನನ್ನನ್ನು ಬೆನ್ನಟ್ಟುತ್ತಿವೆ."

ಸಾಧು:-"ಹಾಗಾದರೆ ನಿನಗೆ ಏನು ಬೇಕು?"

ಬೆಕ್ಕು:"ನನ್ನನ್ನು ನಾಯಿಯನ್ನಾಗಿ ಮಾಡಿ."

ಸಾಧು:"ಸರಿ, ನಾಯಿಯಾಗು."

ನಂತರ ಕೆಲವು ದಿನಗಳ ನಂತರ ನಾಯಿ ಬಂದು, " ಸಾಧು, ಮತ್ತೆ ನಾನು ತೊಂದರೆಯಲ್ಲಿದ್ದೇನೆ.."

ಸಾಧು:"ಏನು ತೊಂದರೆ?"

ನಾಯಿ:-"ನರಿಗಳು ನನ್ನನ್ನು ಬೆನ್ನಟ್ಟುತ್ತಿವೆ."

ಸಾಧು:"ಹಾಗಾದರೆ ನಿನಗೆ ಏನು ಬೇಕು?"

ನಾಯಿ:"ನರಿಯಾಗಬೇಕು."

ಸರಿ ನರಿಯಾಗು" ಎಂದಾಗ ನರಿ ಬಂದು "ಅಯ್ಯೋ ಹುಲಿಗಳು ನನ್ನನ್ನು ಅಟ್ಟಿಸಿಕೊಂಡು ಬರುತ್ತಿವೆ" ಎಂದಿತು.

ಸಾಧು:"ಹಾಗಾದರೆ ನಿನಗೆ ಏನು ಬೇಕು?"

ನರಿ:-"ನಾನು ಹುಲಿಯಾಗಲು ಬಯಸುತ್ತೇನೆ."

ಸಾಧು:"ಸರಿ, ಹುಲಿಯಾಗು.

" ಈಗ ಹುಲಿ ಸಾಧುವಿನತ್ತ ನೋಡತೊಡಗಿತು. "ನಾನು ನಿನ್ನನ್ನು ತಿನ್ನುತ್ತೇನೆ" ಎಂದು ಹುಲಿ ಹೇಳಿತು.

ಸಾಧು:-"ಓಹ್, ನೀವು ನನ್ನನ್ನು ತಿನ್ನುತ್ತೀರಾ? ನಾನು ನಿನ್ನನ್ನು ಹುಲಿಯಾಗಿ ಮಾಡಿದ್ದೇನೆ ಮತ್ತು ನೀವು ನನ್ನನ್ನು ತಿನ್ನಲು ಬಯಸುತ್ತೀರಿ!"

"ಹೌದು, ನಾನು ಹುಲಿ, ಮತ್ತು ಈಗ ನಾನು ನಿನ್ನನ್ನು ತಿನ್ನುತ್ತೇನೆ."

ಆಗ ಸಂತ ವ್ಯಕ್ತಿ ಅವನನ್ನು ಶಪಿಸಿದರು: "ಮತ್ತೆ ಇಲಿಯಾಗು!" ಮತ್ತು ಹುಲಿ ಇಲಿಯಾಯಿತು. ಆದ್ದರಿಂದ, ನಮ್ಮ ಮಾನವ ನಾಗರಿಕತೆ ಹೀಗಿದೆ. ಇನ್ನೊಂದು ದಿನ ನಾನು ವಿಶ್ವ ಪಂಚಾಂಗವನ್ನು ಓದುತ್ತಿದ್ದೆ. ಮುಂದಿನ ನೂರು ವರ್ಷಗಳಲ್ಲಿ ಜನರು ಭೂಗತ ಇಲಿಗಳಂತೆ ವಾಸಿಸುತ್ತಾರೆ ಎಂದು ಅದು ಹೇಳಿದೆ. ವೈಜ್ಞಾನಿಕ ಪ್ರಗತಿಯು ಪುರುಷರನ್ನು ಕೊಲ್ಲಲು ಪರಮಾಣು ಬಾಂಬ್ ಅನ್ನು ರಚಿಸಿದೆ ಮತ್ತು ಅದನ್ನು ಬಳಸಿದಾಗ ಜನರು ಭೂಗತಕ್ಕೆ ಹೋಗಿ ಇಲಿಗಳಂತೆ ಆಗಬೇಕಾಗುತ್ತದೆ. ಹುಲಿಯಿಂದ ಇಲಿಯವರೆಗೆ. ಅದು ಸಂಭವಿಸಲಿದೆ; ಇದು ಪ್ರಕೃತಿಯ ನಿಯಮ. ನಿಮ್ಮ ರಾಜ್ಯದ ಕಾನೂನುಗಳನ್ನು ಧಿಕ್ಕರಿಸಿದರೆ, ನೀವು ಕಷ್ಟಕ್ಕೆ ಸಿಲುಕುತ್ತೀರಿ. ಅಂತೆಯೇ, ನೀವು ಪರಮಾತ್ಮನ ಅಧಿಕಾರವನ್ನು ಧಿಕ್ಕರಿಸುವುದನ್ನು ಮುಂದುವರಿಸಿದರೆ, ನೀವು ಅನುಭವಿಸುವಿರಿ. ಮತ್ತೆ ನೀವು ಇಲಿಗಳಾಗುತ್ತೀರಿ. ಪರಮಾಣು ಬಾಂಬುಗಳು ಸ್ಫೋಟಿಸಿದ ತಕ್ಷಣ, ಭೂಗೋಳದ ಮೇಲ್ಮೈಯಲ್ಲಿರುವ ಎಲ್ಲಾ ನಾಗರಿಕತೆಗಳು ಕೊನೆಗೊಳ್ಳುತ್ತವೆ. ನೀವು ಈ ವಿಷಯಗಳ ಬಗ್ಗೆ ಯೋಚಿಸಲು ಇಷ್ಟಪಡದಿರಬಹುದು - ನೀವು ಅವುಗಳನ್ನು ತುಂಬಾ ಅಸಹ್ಯಕರವೆಂದು ಪರಿಗಣಿಸಬಹುದು - ಆದರೆ ಇವುಗಳು ಸತ್ಯಗಳಾಗಿವೆ.

ನೀವು ಸತ್ಯವನ್ನು ಮಾತನಾಡಲು ಬಯಸಿದರೆ ನೀವು ಅದನ್ನು ಬಹಳ ರುಚಿಕರವಾಗಿ ಮಾತನಾಡಬೇಕು ಎಂಬುದು ಸಾಮಾಜಿಕ ಸಮಾವೇಶವಾಗಿದೆ. ಆದರೆ ನಾವು ಸಾಮಾಜಿಕ ಸಮಾವೇಶಕ್ಕಾಗಿ ಅಲ್ಲ. ನಾವು ಬೋಧಕರು, ದೇವರ ಸೇವಕರು, ಮತ್ತು ನಾವು ನಿಜವಾದ ಸತ್ಯವನ್ನು ಮಾತನಾಡಬೇಕು, ನೀವು ಇಷ್ಟಪಡುತ್ತೀರೋ ಇಲ್ಲವೋ. ದೇವರಿಲ್ಲದ ನಾಗರಿಕತೆಯು ಸಂತೋಷವಾಗಿರಲು ಸಾಧ್ಯವಿಲ್ಲ. ಅದು ಸತ್ಯ. ಕೇವಲ ದೇವರನ್ನು ಪ್ರೀತಿಸಲು ಪ್ರಯತ್ನಿಸಿ; ಇದು ನಮ್ಮ ಸರಳ ವಿನಂತಿ. ನಿಮ್ಮೊಳಗೆ ಪ್ರೀತಿ ಇದೆ - ನೀವು ಯಾರನ್ನಾದರೂ ಪ್ರೀತಿಸಲು ಬಯಸುತ್ತೀರಿ. ಒಬ್ಬ ಚಿಕ್ಕ ಹುಡುಗ ಚಿಕ್ಕ ಹುಡುಗಿಯನ್ನು ಪ್ರೀತಿಸಲು ಪ್ರಯತ್ನಿಸುತ್ತಾನೆ; ಯುವತಿಯೊಬ್ಬಳು ಚಿಕ್ಕ ಹುಡುಗನನ್ನು ಪ್ರೀತಿಸಲು ಪ್ರಯತ್ನಿಸುತ್ತಾಳೆ. ಇದು ಸಹಜ, ಏಕೆಂದರೆ ಪ್ರೀತಿಯ ಒಲವು ಪ್ರತಿಯೊಬ್ಬರಲ್ಲೂ ಇರುತ್ತದೆ. ಆದರೆ ನಮ್ಮ ಪ್ರೀತಿ ನಿರಾಶೆಗೊಳ್ಳುವ ಸಂದರ್ಭಗಳನ್ನು ನಾವು ಸೃಷ್ಟಿಸಿದ್ದೇವೆ. ಎಲ್ಲರೂ ಹತಾಶರಾಗಿದ್ದಾರೆ-ಗಂಡಂದಿರು, ಹೆಂಡತಿಯರು, ಹುಡುಗರು, ಹುಡುಗಿಯರು. ಎಲ್ಲೆಲ್ಲೂ ಹತಾಶೆ ಇದೆ, ಏಕೆಂದರೆ ನಮ್ಮ ಪ್ರೀತಿಯ ಒಲವು ಸರಿಯಾಗಿ ಬಳಸಲ್ಪಡುತ್ತಿಲ್ಲ. ಏಕೆ? ಏಕೆಂದರೆ ನಾವು ಪರಮಾತ್ಮನನ್ನು ಪ್ರೀತಿಸುವುದನ್ನು ಮರೆತಿದ್ದೇವೆ. ಅದು ನಮ್ಮ ರೋಗ. ಆದ್ದರಿಂದ ಧರ್ಮದ ಉದ್ದೇಶವು ದೇವರನ್ನು ಹೇಗೆ ಪ್ರೀತಿಸಬೇಕೆಂದು ಜನರಿಗೆ ತರಬೇತಿ ನೀಡುವುದಾಗಿದೆ. ಅದು ಎಲ್ಲ ಧರ್ಮದ ಉದ್ದೇಶ. ನಿಮ್ಮ ಧರ್ಮ ಕ್ರಿಶ್ಚಿಯನ್ ಧರ್ಮ ಅಥವಾ ಹಿಂದೂ ಧರ್ಮ ಅಥವಾ ಮೊಹಮ್ಮದನಿಸಂ ಆಗಿರಲಿ, ನಿಮ್ಮ ಧರ್ಮದ ಉದ್ದೇಶವು ದೇವರನ್ನು ಹೇಗೆ ಪ್ರೀತಿಸಬೇಕೆಂದು ನಿಮಗೆ ತರಬೇತಿ ನೀಡುವುದು.

ಶ್ರೀಮದ್-ಭಾಗವತಮ್ [1.2.6] ಇದನ್ನು ಹೇಳಲಾಗಿದೆ, ಈಗ, ಇಂಗ್ಲಿಷ್ ನಿಘಂಟುಗಳಲ್ಲಿ ಈ ಪದವನ್ನು ಸಾಮಾನ್ಯವಾಗಿ "ಧರ್ಮ" ಎಂದು ಅನುವಾದಿಸಲಾಗುತ್ತದೆ, ಒಂದು ರೀತಿಯ ನಂಬಿಕೆ, ಆದರೆ ಧರ್ಮದ ನಿಜವಾದ ಅರ್ಥವು "ಅಗತ್ಯ ಲಕ್ಷಣವಾಗಿದೆ." ಉದಾಹರಣೆಗೆ, ಸಕ್ಕರೆಯ ಧರ್ಮ ಅಥವಾ ಅತ್ಯಗತ್ಯ ಲಕ್ಷಣವೆಂದರೆ ಸಿಹಿ. ನಿಮಗೆ ಸ್ವಲ್ಪ ಬಿಳಿ ಪುಡಿಯನ್ನು ನೀಡಿದರೆ ಮತ್ತು ಅದು ಸಿಹಿಯಾಗಿಲ್ಲ ಎಂದು ನೀವು ಕಂಡುಕೊಂಡರೆ, ನೀವು ಒಮ್ಮೆ "ಅಯ್ಯೋ, ಇದು ಸಕ್ಕರೆ ಅಲ್ಲ; ಇದು ಬೇರೆ ಯಾವುದೋ" ಎಂದು ಹೇಳುವಿರಿ. ಹಾಗಾಗಿ ಸಿಹಿಯೇ ಸಕ್ಕರೆಯ ಧರ್ಮ. ಹಾಗೆಯೇ, ಉಪ್ಪು ರುಚಿಯು ಉಪ್ಪಿನ ಧರ್ಮ, ಮತ್ತು ಕಟುತೆ ಮೆಣಸಿನಕಾಯಿಯ ಧರ್ಮ. ಈಗ, ನಿಮ್ಮ ಪ್ರಮುಖ ಲಕ್ಷಣ ಯಾವುದು? ನೀವು ಜೀವಂತ ಜೀವಿ, ಮತ್ತು ನಿಮ್ಮ ಅಗತ್ಯ ಗುಣಲಕ್ಷಣಗಳನ್ನು ನೀವು

ಅರ್ಥಮಾಡಿಕೊಳ್ಳಬೇಕು. ಆ ಗುಣಲಕ್ಷಣವು ನಿಮ್ಮ ಧರ್ಮ., ಅಥವಾ - ಕ್ರಿಶ್ಚಿಯನ್ ಧರ್ಮ, ಹಿಂದೂ ಧರ್ಮ, ಈ ಧರ್ಮ, ಆ ಧರ್ಮವಲ್ಲ. ನಿಮ್ಮ ಶಾಶ್ವತ, ಅಗತ್ಯ ಗುಣಲಕ್ಷಣ - ಅದು ನಿಮ್ಮ ಧರ್ಮ.

<u>ಭೌತಿಕವಾದಿ :</u>ಮತ್ತು ಆ ವಿಶಿಷ್ಟತೆ ಏನು?

<u>ಆಧ್ಯಾತ್ಮಿಕ ಗುರು:-</u>ನಿಮ್ಮ ಪ್ರಮುಖ ಲಕ್ಷಣವೆಂದರೆ ನೀವು ಯಾರನ್ನಾದರೂ ಪ್ರೀತಿಸಲು ಬಯಸುತ್ತೀರಿ ಮತ್ತು ಆದ್ದರಿಂದ ನೀವು ಅವನಿಗೆ ಸೇವೆ ಸಲ್ಲಿಸಲು ಬಯಸುತ್ತೀರಿ. ಅದು ನಿಮ್ಮ ಪ್ರಮುಖ ಲಕ್ಷಣವಾಗಿದೆ. ನೀವು ನಿಮ್ಮ ಕುಟುಂಬವನ್ನು ಪ್ರೀತಿಸುತ್ತೀರಿ, ನಿಮ್ಮ ಸಮಾಜವನ್ನು ನೀವು ಪ್ರೀತಿಸುತ್ತೀರಿ, ನಿಮ್ಮ ಸಮುದಾಯವನ್ನು ನೀವು ಪ್ರೀತಿಸುತ್ತೀರಿ, ನಿಮ್ಮ ದೇಶವನ್ನು ನೀವು ಪ್ರೀತಿಸುತ್ತೀರಿ. ಮತ್ತು ನೀವು ಅವರನ್ನು ಪ್ರೀತಿಸುವ ಕಾರಣ, ನೀವು ಅವರಿಗೆ ಸೇವೆ ಸಲ್ಲಿಸಲು ಬಯಸುತ್ತೀರಿ. ಪ್ರೀತಿಯ ಸೇವೆಯಲ್ಲಿ ತೊಡಗಿಸಿಕೊಳ್ಳುವ ಆ ಪ್ರವೃತ್ತಿಯು ನಿಮ್ಮ ಅಗತ್ಯ ಲಕ್ಷಣವಾಗಿದೆ, ನಿಮ್ಮ ಧರ್ಮವಾಗಿದೆ. ನೀವು ಕ್ರಿಶ್ಚಿಯನ್ ಆಗಿರಲಿ, ಮಹಮ್ಮದೀಯರಾಗಿರಲಿ ಅಥವಾ ಹಿಂದೂ ಆಗಿರಲಿ, ಈ ಗುಣಲಕ್ಷಣವು ಉಳಿಯುತ್ತದೆ. ಇಂದು ನೀವು ಕ್ರಿಶ್ಚಿಯನ್ ಎಂದು ಭಾವಿಸೋಣ. ನಾಳೆ ನೀವು ಹಿಂದೂ ಆಗಬಹುದು, ಆದರೆ ನಿಮ್ಮ ಸೇವೆಯ ಮನಸ್ಥಿತಿ, ಆ ಪ್ರೀತಿಯ ಮನೋಭಾವವು ನಿಮ್ಮೊಂದಿಗೆ ಇರುತ್ತದೆ. ಆದ್ದರಿಂದ, ಇತರರನ್ನು ಪ್ರೀತಿಸುವ ಮತ್ತು ಸೇವೆ ಮಾಡುವ ಪ್ರವೃತ್ತಿ ನಿಮ್ಮ ಧರ್ಮವಾಗಿದೆ. ಇದು ಧರ್ಮದ ಸಾರ್ವತ್ರಿಕ ರೂಪವಾಗಿದೆ. ಈಗ, ನೀವು ಸಂಪೂರ್ಣವಾಗಿ ತೃಪ್ತರಾಗುವ ರೀತಿಯಲ್ಲಿ ನಿಮ್ಮ ಪ್ರೀತಿಯ ಸೇವೆಯನ್ನು ಅನ್ವಯಿಸಬೇಕು. ನಿಮ್ಮ ಪ್ರೀತಿಯ ಮನೋಭಾವವು ಈಗ ತಪ್ಪಾಗಿದೆ, ನೀವು ಸಂತೋಷವಾಗಿಲ್ಲ. ನೀವು ನಿರಾಶೆಗೊಂಡಿದ್ದೀರಿ ಮತ್ತು ಗೊಂದಲಕ್ಕೊಳಗಾಗಿದ್ದೀರಿ ಶ್ರೀಮದ್ ಭಾಗವತವು ನಮ್ಮ ಪ್ರೀತಿಯ ಭಕ್ತಿಯ ಮನೋಭಾವವನ್ನು ಹೇಗೆ ಪರಿಪೂರ್ಣವಾಗಿ ಅನ್ವಯಿಸಬೇಕು ಎಂದು ಹೇಳುತ್ತದೆ: ಧರ್ಮವು ದೇವರನ್ನು ಪ್ರೀತಿಸಲು ನಿಮಗೆ ತರಬೇತಿ ನೀಡುವ ಮೊದಲ ದರ್ಜೆಯಾಗಿದೆ. ಮತ್ತು ಈ ಧರ್ಮದಿಂದ ನೀವು ಸಂಪೂರ್ಣವಾಗಿ ತೃಪ್ತರಾಗುತ್ತೀರಿ. ನೀವು ಪೂರ್ಣ ಪ್ರಮಾಣದಲ್ಲಿ ದೇವರ ಪ್ರೀತಿಯನ್ನು ಬೆಳೆಸಿಕೊಂಡರೆ, ನೀವು ಪರಿಪೂರ್ಣ ವ್ಯಕ್ತಿಯಾಗುತ್ತೀರಿ. ನೀವು ನಿಮ್ಮೊಳಗೆ ಪರಿಪೂರ್ಣತೆಯನ್ನು ಅನುಭವಿಸುವಿರಿ, ನೀವು ತೃಪ್ತಿ, ಪೂರ್ಣ ತೃಪ್ತಿಗಾಗಿ ಹಾತೊರೆಯುತ್ತಿದ್ದೀರಿ, ಆದರೆ ನೀವು ದೇವರನ್ನು ಪ್ರೀತಿಸಿದಾಗ ಮಾತ್ರ ಪೂರ್ಣ ತೃಪ್ತಿಯನ್ನು ಪಡೆಯಬಹುದು. ದೇವರನ್ನು ಪ್ರೀತಿಸುವುದು ಪ್ರತಿಯೊಂದು ಜೀವಿಯ ಸ್ವಾಭಾವಿಕ ಕಾರ್ಯವಾಗಿದೆ. ನೀವು ಕ್ರಿಶ್ಚಿಯನ್ ಅಥವಾ

ಹಿಂದೂ ಅಥವಾ ಮಹಮ್ಮದೀಯರಾಗಿದ್ದರೂ ಪರವಾಗಿಲ್ಲ. ನಿಮ್ಮ ದೇವರ ಪ್ರೀತಿಯನ್ನು ಬೆಳೆಸಿಕೊಳ್ಳಲು ಪ್ರಯತ್ನಿಸಿ. ಹಾಗಾದರೆ ನಿಮ್ಮ ಧರ್ಮವು ತುಂಬಾ ಒಳ್ಳೆಯದು. ಇಲ್ಲದಿದ್ದರೆ ಅದು ಕೇವಲ ಸಮಯ ವ್ಯರ್ಥ (ಶ್ರಮ ಏವ ಹಿ ಕೇವಲಮ್). ನಿಮ್ಮ ಜೀವನದುದ್ದಕ್ಕೂ ನಿರ್ದಿಷ್ಟ ರೀತಿಯ ಧರ್ಮದಲ್ಲಿ ಆಚರಣೆಗಳನ್ನು ಮಾಡಿದ ನಂತರ ನಿಮಗೆ ದೇವರ ಮೇಲೆ ಪ್ರೀತಿ ಇಲ್ಲದಿದ್ದರೆ, ನೀವು ನಿಮ್ಮ ಸಮಯವನ್ನು ವ್ಯರ್ಥ ಮಾಡಿದ್ದೀರಿ.

ಪ್ರಾಯೋಗಿಕ ಜ್ಞಾನದಿಂದ ಈ ವಿಷಯಗಳನ್ನು ಅರ್ಥಮಾಡಿಕೊಳ್ಳಲು ಸಾಧ್ಯವಿಲ್ಲ. ವಿಜ್ಞಾನಿಗಳು ತಮ್ಮ ದೂರದರ್ಶಕಗಳ ಮೂಲಕ ಲಕ್ಷಾಂತರ ಮತ್ತು ಲಕ್ಷಾಂತರ ನಕ್ಷತ್ರಗಳನ್ನು ನೋಡಬಹುದು, ಆದರೆ ಅವರು ಅವುಗಳನ್ನು ಸಮೀಪಿಸಲು ಸಾಧ್ಯವಿಲ್ಲ. ಅವರ ಸಾಧನಗಳು ಸಾಕಾಗುವುದಿಲ್ಲ. ಇತರ ಗ್ರಹಗಳ ಬಗ್ಗೆ ಏನು ಮಾತನಾಡಬೇಕು, ಅವರು ಚಂದ್ರನ ಗ್ರಹವನ್ನು ಸಮೀಪಿಸಲು ಸಾಧ್ಯವಿಲ್ಲ, ಅದು ಹತ್ತಿರದಲ್ಲಿದೆ. ಆದ್ದರಿಂದ, ಪ್ರಾಯೋಗಿಕ ಜ್ಞಾನದಿಂದ ದೇವರು ಮತ್ತು ದೇವರ ರಾಜ್ಯವನ್ನು ಅರ್ಥಮಾಡಿಕೊಳ್ಳಲು ನಾವು ಎಷ್ಟು ಅಸಮರ್ಥರಾಗಿದ್ದೇವೆ ಎಂಬುದನ್ನು ಅರಿತುಕೊಳ್ಳಲು ಪ್ರಯತ್ನಿಸಬೇಕು. ಮತ್ತು ಈ ರೀತಿಯಲ್ಲಿ ತಿಳುವಳಿಕೆಯನ್ನು ಪಡೆಯುವುದು ಸಾಧ್ಯವಿಲ್ಲದ ಕಾರಣ, ಪ್ರಯತ್ನಿಸುವುದು ಮೂರ್ಖತನವಾಗಿದೆ. ಬದಲಿಗೆ, ಭಗವದ್ಗೀತೆಯನ್ನು ಕೇಳುವ ಮೂಲಕ ನಾವು ದೇವರನ್ನು ಅರ್ಥಮಾಡಿಕೊಳ್ಳಬೇಕು. ಬೇರೆ ದಾರಿಯಿಲ್ಲ. ಪ್ರಾಯೋಗಿಕ ಜ್ಞಾನದಿಂದ ತನ್ನ ತಂದೆ ಯಾರೆಂದು ಯಾರೂ ಅರ್ಥಮಾಡಿಕೊಳ್ಳಲು ಸಾಧ್ಯವಿಲ್ಲ. ಒಬ್ಬನು ತನ್ನ ತಾಯಿಯು "ಇಗೋ ನಿನ್ನ ತಂದೆ" ಎಂದು ಹೇಳಿದಾಗ ಸರಳವಾಗಿ ನಂಬಬೇಕು. ಹಾಗೆಯೇ, ಒಬ್ಬರು ಭಗವದ್ಗೀತೆಯನ್ನು ನಂಬಬೇಕು; ನಂತರ ಎಲ್ಲಾ ಮಾಹಿತಿಯನ್ನು ಪಡೆಯಬಹುದು.

ಇದಲ್ಲದೆ, ಒಂದು ಮೋಡಕ್ಕೆ ಒಂದು ಆರಂಭ ಮತ್ತು ಅಂತ್ಯವಿರುವಂತೆಯೇ, ಭೌತಿಕ ಪ್ರಕೃತಿಗೂ ಒಂದು ಆರಂಭ ಮತ್ತು ಅಂತ್ಯವಿದೆ, ಮತ್ತು ನಮ್ಮ ಭೌತಿಕ ದೇಹಕ್ಕೂ ಒಂದು ಆರಂಭ ಮತ್ತು ಅಂತ್ಯವಿದೆ. ನಮ್ಮ ದೇಹವು ಸ್ವಲ್ಪ ಸಮಯದವರೆಗೆ ಅಸ್ತಿತ್ವದಲ್ಲಿದೆ. ಅದು ಹುಟ್ಟುತ್ತದೆ, ಬೆಳೆಯುತ್ತದೆ, ಸ್ವಲ್ಪ ಕಾಲ ಉಳಿಯುತ್ತದೆ, ಕೆಲವು ಉಪ-ಉತ್ಪನ್ನಗಳನ್ನು ನೀಡುತ್ತದೆ, ಕ್ಷೀಣಿಸುತ್ತದೆ ಮತ್ತು ನಂತರ ಕಣ್ಮರೆಯಾಗುತ್ತದೆ. ಇವು ದೇಹದ ಆರು ರೂಪಾಂತರಗಳಾಗಿವೆ. ಅಂತೆಯೇ, ಪ್ರತಿಯೊಂದು ವಸ್ತು ಅಭಿವ್ಯಕ್ತಿಯು ಈ ಆರು ರೂಪಾಂತರಗಳಿಗೆ ಒಳಗಾಗುತ್ತದೆ. ಹೀಗೆ ಕೊನೆಯಲ್ಲಿ ಈ ಸಂಪೂರ್ಣ ಭೌತಿಕ ಪ್ರಪಂಚವು ನಾಶವಾಗುತ್ತದೆ.

ಆದರೆ ಕೃಷ್ಣನು ನಮಗೆ ಭರವಸೆ ನೀಡುತ್ತಾನೆ, ಶ್ರೀಮದ್ ಭಾಗವತದಲ್ಲಿ [1.1.1] ಇದನ್ನು ಹೇಳಲಾಗಿದೆ, (ಯತ್ರ ತ್ರಿ-ಸರ್ಗೋ 'ಶ್ರೀಮತಿ:) "ಈ ಭೌತಿಕ ಪ್ರಪಂಚವು ಭ್ರಮೆಯಾಗಿದೆ." ಅಂಗಡಿಯವನ ಶೋಕೇಸ್‌ನಲ್ಲಿ ಹುಡುಗಿಯ ಸುಂದರ ಮನುಷ್ಯಾಕೃತಿಯನ್ನು ನಾವೆಲ್ಲರೂ ನೋಡಿದ್ದೇವೆ. ಇದು ಅನುಕರಣೆ ಎಂದು ಪ್ರತಿಯೊಬ್ಬ ವಿವೇಕಯುತ ಮನುಷ್ಯನಿಗೆ ತಿಳಿದಿದೆ. ಆದರೆ ಈ ಭೌತಿಕ ಜಗತ್ತಿನಲ್ಲಿ ಸುಂದರ ಎಂದು ಕರೆಯಲ್ಪಡುವ ವಸ್ತುಗಳು ಅಂಗಡಿಯವನ ಕಿಟಕಿಯಲ್ಲಿರುವ ಸುಂದರವಾದ "ಹುಡುಗಿ"ಯಂತೆ. ವಾಸ್ತವವಾಗಿ, ಈ ಭೌತಿಕ ಜಗತ್ತಿನಲ್ಲಿ ನಾವು ಇಲ್ಲಿ ನೋಡುವ ಯಾವುದೇ ಸುಂದರವಾದ ವಸ್ತುವು ಆಧ್ಯಾತ್ಮಿಕ ಪ್ರಪಂಚದ ನಿಜವಾದ ಸೌಂದರ್ಯದ ಅನುಕರಣೆಯಾಗಿದೆ. ಆಧ್ಯಾತ್ಮಿಕ ಜಗತ್ತು ನಿಜವಾಗಿದೆ, ಮತ್ತು ಅವಾಸ್ತವ, ಭೌತಿಕ ಅಭಿವ್ಯಕ್ತಿ ಮಾತ್ರ ನಿಜವಾಗಿ ಕಾಣುತ್ತದೆ." ಅದು ಶಾಶ್ವತವಾಗಿ ಅಸ್ತಿತ್ವದಲ್ಲಿದ್ದರೆ ಮಾತ್ರ ಅದು ನಿಜವಾಗಿರುತ್ತದೆ. ವಾಸ್ತವವನ್ನು ಸೋಲಿಸಲು ಸಾಧ್ಯವಿಲ್ಲ. ಹಾಗೆಯೇ ನಿಜವಾದ ಆನಂದ ಶಾಶ್ವತವಾಗಿರಬೇಕು. ಭೌತಿಕ ಆನಂದವು ತಾತ್ಕಾಲಿಕವಾಗಿರುವುದರಿಂದ, ಅದು ವಾಸ್ತವವಲ್ಲ ಮತ್ತು ನಿಜವಾದ ಆನಂದವನ್ನು ಬಯಸುವವರು ಈ ನೆರಳು ಆನಂದದಲ್ಲಿ ಪಾಲ್ಗೊಳ್ಳುವುದಿಲ್ಲ. ಅವರು ಕೃಷ್ಣ ಪ್ರಜ್ಞೆಯ ನಿಜವಾದ, ಶಾಶ್ವತ ಆನಂದಕ್ಕಾಗಿ ಶ್ರಮಿಸುತ್ತಾರೆ.

ಈ ಭೌತಿಕ ಜಗತ್ತಿನಲ್ಲಿ, ಪ್ರತಿಯೊಬ್ಬರೂ ಸಂತೋಷವನ್ನು ಹುಡುಕಲು ಮತ್ತು ದುಃಖದಿಂದ ಪರಿಹಾರವನ್ನು ಪಡೆಯಲು ಪ್ರಯತ್ನಿಸುತ್ತಿದ್ದಾರೆ. ನಮ್ಮ ಭೌತಿಕ ಸ್ಥಿತಿಯಿಂದ ಮೂರು ವಿಧದ ದುಃಖಗಳಿವೆ: ಆಧ್ಯಾತ್ಮಿಕ, ಆಧಿಭೌತಿಕ ಮತ್ತು ಅಧಿದೈವಿಕ. ಆಧ್ಯಾತ್ಮಿಕ ದುಃಖಗಳು ದೇಹ ಮತ್ತು ಮನಸ್ಸಿನಿಂದಲೇ ಉಂಟಾಗುತ್ತವೆ. ಉದಾಹರಣೆಗೆ, ದೇಹದೊಳಗೆ ಚಯಾಪಚಯ ಕ್ರಿಯೆಯ ವಿವಿಧ ಕಾರ್ಯಗಳ ಕೆಲವು ಅವ್ಯವಸ್ಥೆಯಿರುವಾಗ, ನಮಗೆ ಜ್ವರ ಅಥವಾ ಸ್ವಲ್ಪ ನೋವು ಉಂಟಾಗುತ್ತದೆ. ಇನ್ನೊಂದು ರೀತಿಯ ಅಧ್ಯಾತ್ಮಿಕ ದುಃಖವು ಮನಸ್ಸಿನಿಂದ ಉಂಟಾಗುತ್ತದೆ. ನನಗೆ ಪ್ರಿಯವಾದ ವ್ಯಕ್ತಿಯನ್ನು ನಾನು ಕಳೆದುಕೊಂಡೆ ಎಂದು ಭಾವಿಸೋಣ. ಆಗ ನನ್ನ ಮನಸ್ಸು ವಿಚಲಿತವಾಗುತ್ತದೆ. ಇದು ಕೂಡ ನರಳುತ್ತಿದೆ ಹಾಗಾಗಿ ದೇಹದ ರೋಗಗಳು ಅಥವಾ ಮಾನಸಿಕ ತೊಂದರೆಗಳು ಅಧ್ಯಾತ್ಮಿಕ ದುಃಖಗಳಾಗಿವೆ. ನಂತರ ಅಧಿಭೌತಿಕ ದುಃಖಗಳು, ಇತರ ಜೀವಿಗಳಿಂದ ಉಂಟಾಗುವ ಸಂಕಟಗಳು ಇವೆ. ಉದಾಹರಣೆಗೆ ಮನುಷ್ಯರು ನಿತ್ಯ ಲಕ್ಷಾಂತರ ಬಡ ಪ್ರಾಣಿಗಳನ್ನು ಕಸಾಯಿಖಾನೆಗೆ ಕಳುಹಿಸುತ್ತಿದ್ದಾರೆ. ಪ್ರಾಣಿಗಳು ತಮ್ಮನ್ನು ತಾವು ವ್ಯಕ್ತಪಡಿಸಲು ಸಾಧ್ಯವಿಲ್ಲ, ಆದರೆ ಅವರು ಬಹಳ ನೋವನ್ನು

ಅನುಭವಿಸುತ್ತಿದ್ದಾರೆ. ಮತ್ತು ನಾವು ಇತರ ಜೀವಿಗಳಿಂದ ಉಂಟಾಗುವ ದುಃಖವನ್ನು ಸಹ ಅನುಭವಿಸುತ್ತೇವೆ.
ಅಂತಿಮವಾಗಿ, ಅಧಿದೈವಿಕ ದುಃಖಗಳಿವೆ, ದೇವತೆಗಳಂತಹ ಉನ್ನತ ಅಧಿಕಾರಿಗಳಿಂದ ಉಂಟಾಗುತ್ತದೆ. ಬರಗಾಲ ಇರಬಹುದು. ಭೂಕಂಪ, ಪ್ರವಾಹ, ಪಿಡುಗು-ಹೀಗೆ ಅನೇಕ ವಿಷಯಗಳು. ಇವು ಅಧಿದೈವಿಕ ಸಂಕಟಗಳು. ಆದ್ದರಿಂದ ನಾವು ಯಾವಾಗಲೂ ಈ ಒಂದು ಅಥವಾ ಹೆಚ್ಚಿನ ದುಃಖಗಳನ್ನು ಅನುಭವಿಸುತ್ತಿದ್ದೇವೆ. ಈ ಭೌತಿಕ ಸ್ವಭಾವವು ನಾವು ಅನುಭವಿಸಬೇಕಾದ ರೀತಿಯಲ್ಲಿ ರಚನೆಯಾಗಿದೆ.
ಇದು ದೇವರ ಕಾನೂನು. ಮತ್ತು ನಾವು ಹಲವಾರು ರೀತಿಯ ಪರಿಹಾರಗಳ ಮೂಲಕ ದುಃಖವನ್ನು ನಿವಾರಿಸಲು ಪ್ರಯತ್ನಿಸುತ್ತಿದ್ದೇವೆ. ಪ್ರತಿಯೊಬ್ಬರೂ ದುಃಖದಿಂದ ಪರಿಹಾರ ಪಡೆಯಲು ಪ್ರಯತ್ನಿಸುತ್ತಿದ್ದಾರೆ: ಇದು ಸತ್ಯ. ಅಸ್ತಿತ್ವದ ಸಂಪೂರ್ಣ ಹೋರಾಟವು ದುಃಖದಿಂದ ಹೊರಬರುವ ಗುರಿಯನ್ನು ಹೊಂದಿದೆ.ನಮ್ಮ ದುಃಖವನ್ನು ನಿವಾರಿಸಲು ನಾವು ಹಲವಾರು ರೀತಿಯ ಪರಿಹಾರಗಳನ್ನು ಬಳಸುತ್ತೇವೆ. ಆಧುನಿಕ ವಿಜ್ಞಾನಿಗಳು ಒಂದು ಪರಿಹಾರವನ್ನು ನೀಡುತ್ತಾರೆ. ನಮ್ಮೆಲ್ಲ ಕಷ್ಟಗಳಿಗೆ ಅಜ್ಞಾನವೇ ಕಾರಣ. ನಾವು ದೇವರ ಶಾಶ್ವತ ಸೇವಕರು ಎಂಬುದನ್ನು ನಾವು ಮರೆತಿದ್ದೇವೆ. ಈ ವಿಷಯವನ್ನು ವಿವರಿಸುವ ಒಂದು ಸುಂದರವಾದ ಬಂಗಾಳಿ ಪದ್ಯವಿದೆ:

ನಮ್ಮ ಮೂಲ ದೇವರಪ್ರಜ್ಞೆಯು ಭೌತಿಕ ಭೋಗದ ಪ್ರಜ್ಞೆಯಿಂದ ಕಲುಷಿತಗೊಂಡ ತಕ್ಷಣ - ವಸ್ತುವಿನ ಸಂಪನ್ಮೂಲಗಳ ಮೇಲೆ ನಾನು ಅದನ್ನು ಅಧಿಪತಿಯಾಗಲು ಬಯಸುತ್ತೇನೆ ಎಂಬ ಕಲ್ಪನೆ-ನಮ್ಮ ತೊಂದರೆಗಳು ಪ್ರಾರಂಭವಾಗುತ್ತವೆ. ತಕ್ಷಣ ನಾವು ಮಾಯೆ, ಭ್ರಮೆಯಲ್ಲಿ ಬೀಳುತ್ತೇವೆ. ಭೌತಿಕ ಜಗತ್ತಿನಲ್ಲಿ ಪ್ರತಿಯೊಬ್ಬರೂ ಯೋಚಿಸುತ್ತಿದ್ದಾರೆ, "ನಾನು ಈ ಪ್ರಪಂಚವನ್ನು ನನ್ನ ಅತ್ಯುತ್ತಮ ಸಾಮರ್ಥ್ಯಕ್ಕೆ ಆನಂದಿಸಬಹುದು." ಚಿಕ್ಕ ಇರುವೆಯಿಂದ ಹಿಡಿದು ಅತ್ಯುನ್ನತ ಜೀವಿಯಾದ ಬ್ರಹ್ಮದವರೆಗೆ ಎಲ್ಲರೂ ಅಧಿಪತಿಯಾಗಲು ಪ್ರಯತ್ನಿಸುತ್ತಿದ್ದಾರೆ. ನಿಮ್ಮ ದೇಶದಲ್ಲಿ ಅನೇಕ ರಾಜಕಾರಣಿಗಳು ಅಧ್ಯಕ್ಷರಾಗಲು ಪ್ರಚಾರ ಮಾಡುತ್ತಿದ್ದಾರೆ. ಏಕೆ? ಅವರು ಕೆಲವು ರೀತಿಯ ಪ್ರಭುವಾಗಲು ಬಯಸುತ್ತಾರೆ. ಇದು ಭ್ರಮೆ. ಈ ಭೌತಿಕ ಪ್ರಪಂಚದ ಯಜಮಾನರಾಗಿದ್ದೇವೆ, ನಾವು ನಮ್ಮ ಇಂದ್ರಿಯಗಳ ಸೇವಕರಾಗಿದ್ದೇವೆ. ನಾವು ಸೇವೆ ಮಾಡುವುದನ್ನು ತಪ್ಪಿಸಲು ಸಾಧ್ಯವಿಲ್ಲ. ಆದರೆ ಇತರರು, "ನಾನೇಕೆ ದೇವರ ಸೇವಕನಾಗಬೇಕು? ನಾನು

ಯಜಮಾನನಾಗುತ್ತೇನೆ" ಎಂದು ಯೋಚಿಸುತ್ತಿದ್ದಾರೆ. ವಾಸ್ತವವಾಗಿ, ಯಾರೂ ಯಜಮಾನ ಆಗಲು ಸಾಧ್ಯವಿಲ್ಲ. ಮತ್ತು ಯಾರಾದರೂ ಯಜಮಾನನಾಗಲು ಪ್ರಯತ್ನಿಸಿದರೆ, ಅವನು ತನ್ನ ಇಂದ್ರಿಯಗಳ ಸೇವಕನಾಗುತ್ತಾನೆ. ಅಷ್ಟೇ. ಅವನು ತನ್ನ ಕಾಮದ ಸೇವಕನಾಗುತ್ತಾನೆ, ಅವನ ದುರಾಸೆಯ ಸೇವಕನಾಗುತ್ತಾನೆ, ಅವನ ಕೋಪದ ಸೇವಕನಾಗಿ ಅನೇಕ ವಸ್ತುಗಳ ಸೇವಕನಾಗುತ್ತಾನೆ. ಉನ್ನತ ಹಂತದಲ್ಲಿ, ಒಬ್ಬನು ಮಾನವೀಯತೆಯ ಸೇವಕನಾಗುತ್ತಾನೆ, ಸಮಾಜದ ಸೇವಕನಾಗುತ್ತಾನೆ, ತನ್ನ ದೇಶದ ಸೇವಕನಾಗುತ್ತಾನೆ. ಆದರೆ ನಿಜವಾದ ಉದ್ದೇಶವು ಯಜಮಾನ ಆಗುವುದು. ಅದುವೇ ರೋಗ. ರಾಷ್ಟ್ರಪತಿ ಹುದ್ದೆಗೆ ಅಭ್ಯರ್ಥಿಗಳು ತಮ್ಮ ವಿಭಿನ್ನ ಪ್ರಣಾಳಿಕೆಗಳನ್ನು ಪ್ರಸ್ತುತಪಡಿಸುತ್ತಿದ್ದಾರೆ: "ನಾನು ದೇಶಕ್ಕೆ ತುಂಬಾ ಚೆನ್ನಾಗಿ ಸೇವೆ ಸಲ್ಲಿಸುತ್ತೇನೆ. ದಯವಿಟ್ಟು ನನಗೆ ನಿಮ್ಮ ಮತ ನೀಡಿ." ಆದರೆ ಅವರ ನಿಜವಾದ ಆಲೋಚನೆ ಹೇಗಾದರೂ ಮಾಡಿ ದೇಶದ ಯಜಮಾನನಾಗಬೇಕು. ಇದು ಭ್ರಮೆ. ಆದ್ದರಿಂದ, ನಾವು ತತ್ವಶಾಸ್ತ್ರದ ಈ ಪ್ರಮುಖ ಅಂಶವನ್ನು ಅರ್ಥಮಾಡಿಕೊಳ್ಳಬೇಕು: ಸಾಂವಿಧಾನಿಕವಾಗಿ ನಾವು ಸೇವಕರು. "ನಾನು ಸ್ವತಂತ್ರ, ನಾನೇ ಯಜಮಾನ" ಎಂದು ಯಾರೂ ಹೇಳಲಾರರು. ಯಾರಾದರೂ ಹಾಗೆ ಯೋಚಿಸಿದರೆ, ಅವನು ಭ್ರಮೆಯಲ್ಲಿದ್ದಾನೆ. ನಾವು ದೇವರ ಸೇವೆ ಮಾಡಬಹುದು, ಅಥವಾ ನಾವು ನಮ್ಮ ಇಂದ್ರಿಯಗಳಿಗೆ ಸೇವೆ ಸಲ್ಲಿಸಬಹುದು. ಆದರೆ ಕಷ್ಟವೆಂದರೆ ನಮ್ಮ ಇಂದ್ರಿಯಗಳ ಸೇವೆಯಿಂದ ನಾವು ನಮ್ಮ ದುಃಖವನ್ನು ಹೆಚ್ಚಿಸುತ್ತೇವೆ. ಸದ್ಯಕ್ಕೆ ನೀವು ಸ್ವಲ್ಪ ಅಮಲು ಸೇವಿಸುವ ಮೂಲಕ ನಿಮ್ಮನ್ನು ತೃಪ್ತಿಪಡಿಸಿಕೊಳ್ಳಬಹುದು. ಮತ್ತು ಅಮಲು ಪದಾರ್ಥದ ಕಾಗುಣಿತದಲ್ಲಿ ನೀವು ಮಾಡಬಹುದು. ನೀವು ಯಾರ ಸೇವಕರಲ್ಲ, ನೀವು ಸ್ವತಂತ್ರರು ಎಂದು ಯೋಚಿಸಿ, ಆದರೆ ಈ ಕಲ್ಪನೆಯು ಕೃತಕವಾಗಿದೆ, ಭ್ರಮೆ ಹೋದ ತಕ್ಷಣ, ಮತ್ತೆ ನೀವು ಸೇವಕ ಎಂದು ನೀವು ನೋಡುತ್ತೀರಿ.

ಇಲ್ಲಿ ಒಬ್ಬ ಭಕ್ತನು ಕೃಷ್ಣನಿಗೆ ತನ್ನ ಇಂದ್ರಿಯಗಳಿಗೆ ಬಹಳ ಸಮಯದಿಂದ ಸೇವೆ ಸಲ್ಲಿಸಿದ್ದೇನೆ ಎಂದು ಹೇಳುತ್ತಿದ್ದಾನೆ (ಕಾಮಾದೀನಾಂ ಕತಿ ನ ಕತಿಧಾ). ಕಾಮ ಎಂದರೆ "ಕಾಮ." ಅವನು ಹೇಳುತ್ತಾನೆ, "ನನ್ನ ಕಾಮದ ಆಜ್ಞೆಯಿಂದ ನಾನು ಮಾಡಬಾರದ್ದನ್ನು ಮಾಡಿದ್ದೇನೆ." ಯಾರಾದರೂ ಗುಲಾಮರಾಗಿದ್ದಾಗ, ಅವರು ಮಾಡಲು ಬಯಸದ ಕೆಲಸಗಳನ್ನು ಮಾಡಲು ಒತ್ತಾಯಿಸಲಾಗುತ್ತದೆ. ಅವನು ಬಲವಂತ ಮಾಡಿದ್ದಾನೆ. ಆದ್ದರಿಂದ, ಇಲ್ಲಿ ಭಕ್ತನು ತನ್ನ ಕಾಮದ ಆಜ್ಞೆಯ ಅಡಿಯಲ್ಲಿ ತಾನು ಪಾಪ ಕಾರ್ಯಗಳನ್ನು ಮಾಡಿದ್ದೇನೆ ಎಂದು ಒಪ್ಪಿಕೊಳ್ಳುತ್ತಿದ್ದಾನೆ.

ಆಗ ಯಾರಾದರೂ ಭಕ್ತನಿಗೆ ಹೇಳಬಹುದು: "ಸರಿ, ನೀವು ನಿಮ್ಮ ಇಂದ್ರಿಯಗಳಿಗೆ ಸೇವೆ ಸಲ್ಲಿಸಿದ್ದೀರಿ. ಆದರೆ ಈಗ ನೀವು ಅವರ ಸೇವೆಯನ್ನು ಮುಗಿಸಿದ್ದೀರಿ. ಈಗ ಎಲ್ಲವೂ ಸರಿಯಾಗಿದೆ." ಆದರೆ ತೊಂದರೆ ಇದು:. ಭಕ್ತನು ಹೇಳುತ್ತಾನೆ, "ನಾನು ನನ್ನ ಇಂದ್ರಿಯಗಳಿಗೆ ತುಂಬಾ ಸೇವೆ ಸಲ್ಲಿಸಿದ್ದೇನೆ, ಆದರೆ ಅವರು ತೃಪ್ತರಾಗುವುದಿಲ್ಲ, ಅದು ನನ್ನ ಕಷ್ಟ. ಅವರ ಸೇವೆಯಿಂದ ನನಗೆ ಪಿಂಚಣಿ ನೀಡಲು, ನನ್ನ ಇಂದ್ರಿಯಗಳಿಗೆ ತೃಪ್ತಿ ಇಲ್ಲ, ನನಗೆ ತೃಪ್ತಿ ಇಲ್ಲ, ಅಥವಾ ನನ್ನ ಇಂದ್ರಿಯಗಳು ನನಗೆ ಪರಿಹಾರವನ್ನು ನೀಡುವಷ್ಟು ದಯೆಯಿಲ್ಲ. ಅದು ನನ್ನ ನಿಲುವು. ಅನೇಕ ವರ್ಷಗಳಿಂದ ನನ್ನ ಇಂದ್ರಿಯಗಳಿಗೆ ಸೇವೆ ಸಲ್ಲಿಸುವ ಮೂಲಕ ಅವರು ತೃಪ್ತರಾಗುತ್ತಾರೆ ಎಂದು ನಾನು ಆಶಿಸಿದ್ದೆ. ಆದರೆ ಇಲ್ಲ, ಅವರು ಅಲ್ಲ. ಅವರು ಇನ್ನೂ ನನಗೆ ನಿರ್ದೇಶಿಸುತ್ತಿದ್ದಾರೆ. ಇಲ್ಲಿ ನನ್ನ ವಿದ್ಯಾರ್ಥಿಯೊಬ್ಬರು ನನಗೆ ಹೇಳಿದ ವಿಷಯವನ್ನು ನಾನು ಬಹಿರಂಗಪಡಿಸಬಹುದು: ವೃದ್ಧಾಪ್ಯದಲ್ಲಿ ಅವರ ತಾಯಿ ಮದುವೆಯಾಗಲಿದ್ದಾರೆ. ಮತ್ತು ಅವರ ಅಜ್ಜಿ ಕೂಡ ಮದುವೆಯಾಗಿದ್ದಾರೆ ಎಂದು ಬೇರೆಯವರು ದೂರಿದರು. ಕೇವಲ ನೋಡಿ: ಐವತ್ತು ವರ್ಷಗಳು, ಎಪ್ಪತ್ತೈದು ವರ್ಷಗಳು, ಮತ್ತು ಇಂದ್ರಿಯಗಳು ಇನ್ನೂ ಎಷ್ಟು ಪ್ರಬಲವಾಗಿವೆ ಎಂದರೆ ಅವರು "ಹೌದು, ನೀವು ಮದುವೆಯಾಗಬೇಕು." ಇಂದ್ರಿಯಗಳು ಎಷ್ಟು ಪ್ರಬಲವಾಗಿವೆ ಎಂಬುದನ್ನು ಅರ್ಥಮಾಡಿಕೊಳ್ಳಲು ಪ್ರಯತ್ನಿಸಿ. ಇದು ಕೇವಲ ಯುವಕರ ಸೇವಕರಲ್ಲ. ಅವರ ಇಂದ್ರಿಯಗಳು, ಒಬ್ಬನಿಗೆ ಎಪ್ಪತ್ತೈದು ವರ್ಷ, ಎಂಬತ್ತು ವರ್ಷ, ಅಥವಾ ಸಾಯುವ ಹಂತದಲ್ಲಿಯೂ ಒಬ್ಬನು ಇಂದ್ರಿಯಗಳ ಸೇವಕನಾಗಿರುತ್ತಾನೆ, ಇಂದ್ರಿಯಗಳಿಗೆ ಎಂದಿಗೂ ತೃಪ್ತಿಯಾಗುವುದಿಲ್ಲ.

ಆದ್ದರಿಂದ ಇದು ವಸ್ತು ಪರಿಸ್ಥಿತಿ. ನಾವು ನಮ್ಮ ಇಂದ್ರಿಯಗಳ ಸೇವಕರು, ಆದರೆ ನಮ್ಮ ಇಂದ್ರಿಯಗಳಿಗೆ ಸೇವೆ ಸಲ್ಲಿಸುವುದರಿಂದ ನಾವು ತೃಪ್ತರಾಗುವುದಿಲ್ಲ, ಅಥವಾ ನಮ್ಮ ಇಂದ್ರಿಯಗಳು ತೃಪ್ತರಾಗುವುದಿಲ್ಲ, ಅಥವಾ ಅವರು ನಮಗೆ ಕರುಣೆ ತೋರುವುದಿಲ್ಲ. ಅವ್ಯವಸ್ಥೆ ಇದೆ!

ಆದುದರಿಂದ, ಭಗವದ್ಗೀತೆಯಲ್ಲಿ [18.66] ಕೃಷ್ಣನ ಸೇವಕನಾಗುವುದು ಉತ್ತಮವಾದ ವಿಷಯವಾಗಿದೆ, ಕೃಷ್ಣನು ಹೇಳುತ್ತಾನೆ,

ಸರ್ವ ಧರ್ಮಾನ್ ಪರಿತ್ಯಜ್ಯ ಮಾಮ್ ಏಕಮ್ ಶರಣಂ ವ್ರಜ ಅಹಂ ತ್ವಮ್ ಸರ್ವ-ಪಾಪೇಭ್ಯೋ ಮೋಕ್ಷಯಿಷ್ಯಾಮಿ ಮಾಂ ಸೂಚಃ

ನೀವು ಹಲವಾರು ಜೀವನದಲ್ಲಿ ನಿಮ್ಮ ಇಂದ್ರಿಯಗಳಿಗೆ ಸೇವೆ ಸಲ್ಲಿಸಿದ್ದೀರಿ, ಜೀವನದ ನಂತರದ ಜೀವನ, 8,400,000 ಜಾತಿಗಳಲ್ಲಿ. ಪಕ್ಷಿಗಳು ತಮ್ಮ ಇಂದ್ರಿಯಗಳಿಗೆ ಸೇವೆ ಸಲ್ಲಿಸುತ್ತಿವೆ, ಮೃಗಗಳು ತಮ್ಮ ಇಂದ್ರಿಯಗಳಿಗೆ ಸೇವೆ ಸಲ್ಲಿಸುತ್ತಿವೆ, ಮನುಷ್ಯರು, ದೇವತೆಗಳು - ಈ ಭೌತಿಕ ಪ್ರಪಂಚದಲ್ಲಿರುವ ಪ್ರತಿಯೊಬ್ಬರೂ ಇಂದ್ರಿಯ ತೃಪ್ತಿಯ ನಂತರ. "ಆದ್ದರಿಂದ," ಕೃಷ್ಣ ಹೇಳುತ್ತಾನೆ, "ನನಗೆ ಶರಣಾಗು. ನನಗೆ ಸೇವೆ ಮಾಡಲು ಒಪ್ಪಿಗೆ, ಮತ್ತು ನಾನು ನಿಮ್ಮ ಜವಾಬ್ದಾರಿಯನ್ನು ತೆಗೆದುಕೊಳ್ಳುತ್ತೇನೆ. ನೀವು ನಿಮ್ಮ ಇಂದ್ರಿಯಗಳ ಆಜ್ಞೆಯಿಂದ ಮುಕ್ತರಾಗುತ್ತೀರಿ." ಇಂದ್ರಿಯಗಳ ಆಜ್ಞೆಯಿಂದಾಗಿ, ನಾವು ಜೀವನದ ನಂತರ ಪಾಪದ ಚಟುವಟಿಕೆಗಳನ್ನು ಮಾಡುತ್ತಿದ್ದೇವೆ. ಆದ್ದರಿಂದ ನಾವು ದೇಹಗಳ ವಿವಿಧ ಶ್ರೇಣಿಗಳಲ್ಲಿರುತ್ತೇವೆ. ನಿಮ್ಮಲ್ಲಿ ಪ್ರತಿಯೊಬ್ಬರೂ ಒಂದೇ ಮಾನದಂಡ ಎಂದು ಭಾವಿಸಬೇಡಿ. ಇಲ್ಲ. ಒಬ್ಬರ ಚಟುವಟಿಕೆಗಳ ಪ್ರಕಾರ , ಒಬ್ಬನು ಒಂದು ನಿರ್ದಿಷ್ಟ ರೀತಿಯ ದೇಹವನ್ನು ಪಡೆಯುತ್ತಾನೆ ಮತ್ತು ಈ ವಿವಿಧ ರೀತಿಯ ದೇಹಗಳು ಇಂದ್ರಿಯ ತೃಪ್ತಿಯ ವಿವಿಧ ಶ್ರೇಣಿಗಳನ್ನು ನೀಡುತ್ತವೆ, ಹಂದಿಯ ಜೀವನದಲ್ಲಿ ಇಂದ್ರಿಯ ತೃಪ್ತಿ ಇದೆ, ಆದರೆ ಅದು ತುಂಬಾ ಕಡಿಮೆ ದರ್ಜೆಯದ್ದಾಗಿದೆ. ಹಂದಿ ತಾಯಿ, ಸಹೋದರಿ ಅಥವಾ ಮಗಳೊಂದಿಗೆ ಸಂಭೋಗಿಸುತ್ತವೆ. ಮಾನವ ಸಮಾಜದಲ್ಲಿಯೂ ಸಹ ಅವರು ತಮ್ಮ ತಾಯಿ ಅಥವಾ ಸಹೋದರಿಯೊಂದಿಗೆ ಸಂಭೋಗಿಸುತ್ತಾರೆ ಎಂಬುದನ್ನು ಲೆಕ್ಕಿಸದ ಜನರಿದ್ದಾರೆ, ಇಂದ್ರಿಯಗಳು ತುಂಬಾ ಪ್ರಬಲವಾಗಿವೆ, ಆದ್ದರಿಂದ, ನಮ್ಮ ಇಂದ್ರಿಯಗಳ ಆಜ್ಞೆಗಳನ್ನು ಪೂರೈಸುವುದು ನಮ್ಮ ಎಲ್ಲಾ ದುಃಖಗಳಿಗೆ ಕಾರಣ ಎಂದು ಅರ್ಥಮಾಡಿಕೊಳ್ಳಲು ನಾವು ಪ್ರಯತ್ನಿಸಬೇಕು. ನಾವು ಬಳಲುತ್ತಿದ್ದೇವೆ-ನಾವು ಮುಕ್ತರಾಗಲು ಪ್ರಯತ್ನಿಸುತ್ತಿರುವ ದುಃಖಗಳು ಇಂದ್ರಿಯಗಳ ಈ ಆದೇಶದ ಕಾರಣದಿಂದಾಗಿವೆ. ಆದರೆ ನಾವು ಕೃಷ್ಣನ ಸೇವೆಗೆ ಆಕರ್ಷಿತರಾದರೆ, ನಮ್ಮ ಇಂದ್ರಿಯಗಳ ಆಜ್ಞೆಯನ್ನು ಅನುಸರಿಸಲು ನಾವು ಇನ್ನು ಮುಂದೆ ಒತ್ತಾಯಿಸಲ್ಪಡುವುದಿಲ್ಲ. ಕೃಷ್ಣನಿಗೆ ಒಂದು ಹೆಸರು ಮದನ-ಮೋಹನ, "ಅವನು ಮನ್ಮಥ ಅಥವಾ ಕಾಮವನ್ನು ಜಯಿಸುವವನು." ನಿಮ್ಮ ಪ್ರೀತಿಯನ್ನು ನಿಮ್ಮ ಇಂದ್ರಿಯಗಳಿಂದ ಕೃಷ್ಣನಿಗೆ ವರ್ಗಾಯಿಸಿದರೆ, ನೀವು ಎಲ್ಲಾ ದುಃಖಗಳಿಂದ ಮುಕ್ತರಾಗುತ್ತೀರಿ. ತಕ್ಷಣವೇ.

ಆದುದರಿಂದ ಯಜಮಾನನಾಗುವ ಈ ಪ್ರಯತ್ನವನ್ನು ಕೈಬಿಡಬೇಕು. ನಮ್ಮಲ್ಲಿ ಪ್ರತಿಯೊಬ್ಬರೂ ಸಂವಿಧಾನಾತ್ಮಕವಾಗಿ ಸೇವಕರು. ಈಗ ನಾವು ನಮ್ಮ

ಇಂದ್ರಿಯಗಳಿಗೆ ಸೇವೆ ಸಲ್ಲಿಸುತ್ತಿದ್ದೇವೆ, ಆದರೆ ನಾವು ಈ ಸೇವೆಯನ್ನು ಕೃಷ್ಣನಿಗೆ ನಿರ್ದೇಶಿಸಬೇಕು. ಮತ್ತು ನೀವು ಕೃಷ್ಣನ ಸೇವೆ ಮಾಡುವಾಗ, ನೀವು ಪ್ರಾಮಾಣಿಕರಾಗುತ್ತಿದ್ದಂತೆ ಕ್ರಮೇಣ ಕೃಷ್ಣನು ತನ್ನನ್ನು ತಾನೇ ನಿಮಗೆ ಬಹಿರಂಗಪಡಿಸುತ್ತಾನೆ. ಆಗ ಕೃಷ್ಣ ಮತ್ತು ನಿಮ್ಮ ನಡುವಿನ ಸೇವೆಯ ಪ್ರತಿಫಲವು ತುಂಬಾ ಚೆನ್ನಾಗಿರುತ್ತದೆ. ನೀವು ಅವನನ್ನು ಸ್ನೇಹಿತನಂತೆ ಅಥವಾ ಯಜಮಾನನಾಗಿ ಅಥವಾ ಪ್ರೇಮಿಯಾಗಿ ಪ್ರೀತಿಸಬಹುದು - ಕೃಷ್ಣನನ್ನು ಪ್ರೀತಿಸಲು ಹಲವು ಮಾರ್ಗಗಳಿವೆ. ಆದ್ದರಿಂದ, ನೀವು ಕೃಷ್ಣನನ್ನು ಪ್ರೀತಿಸಲು ಪ್ರಯತ್ನಿಸಬೇಕು ಮತ್ತು ನೀವು ಎಷ್ಟು ತೃಪ್ತರಾಗಿದ್ದೀರಿ ಎಂದು ನೀವು ನೋಡುತ್ತೀರಿ. ಪೂರ್ಣ ತೃಪ್ತರಾಗಲು ಬೇರೆ ಮಾರ್ಗವಿಲ್ಲ. ದೊಡ್ಡ ಪ್ರಮಾಣದ ಹಣವನ್ನು ಗಳಿಸುವುದು ನಿಮಗೆ ಎಂದಿಗೂ ತೃಪ್ತಿಯನ್ನು ನೀಡುವುದಿಲ್ಲ. ನನಗೆ ಒಮ್ಮೆ ತಿಂಗಳಿಗೆ ಆರು ಸಾವಿರ ಡಾಲರ್ ಗಳಿಸುತ್ತಿದ್ದ ಒಬ್ಬ ಸಂಭಾವಿತ ವ್ಯಕ್ತಿಯೊಬ್ಬರು ತಿಳಿದಿದ್ದರು. ಆತ ಆತ್ಮಹತ್ಯೆ ಮಾಡಿಕೊಂಡ. ಏಕೆ? ಆ ಹಣ ಅವರಿಗೆ ತೃಪ್ತಿ ನೀಡಲು ಸಾಧ್ಯವಾಗಲಿಲ್ಲ. ಅವನು ಬೇರೆ ಏನನ್ನಾದರೂ ಹೊಂದಲು ಪ್ರಯತ್ನಿಸುತ್ತಿದ್ದನು. ಆದ್ದರಿಂದ ನಿಮ್ಮೆಲ್ಲರಲ್ಲಿ ನನ್ನ ವಿನಮ್ರ ವಿನಂತಿಯೆಂದರೆ, ನೀವು ಜೀವನದ ಈ ಭವ್ಯವಾದ ಆಶೀರ್ವಾದವನ್ನು ಅರ್ಥಮಾಡಿಕೊಳ್ಳಲು ಪ್ರಯತ್ನಿಸುತ್ತೀರಿ, ಕೃಷ್ಣ ಪ್ರಜ್ಞೆ. ಸರಳವಾಗಿ ಹರೇ ಕೃಷ್ಣ ಪಠಣದಿಂದ ನೀವು ಕ್ರಮೇಣ ಕೃಷ್ಣನ ಬಗ್ಗೆ ಅತೀಂದ್ರಿಯ ಪ್ರೀತಿಯ ಮನೋಭಾವವನ್ನು ಬೆಳೆಸಿಕೊಳ್ಳುತ್ತೀರಿ, ಮತ್ತು ನೀವು ಕೃಷ್ಣನನ್ನು ಪ್ರೀತಿಸಲು ಪ್ರಾರಂಭಿಸಿದ ತಕ್ಷಣ, ನಿಮ್ಮ ಎಲ್ಲಾ ತೊಂದರೆಗಳು ನಿವಾರಣೆಯಾಗುತ್ತದೆ ಮತ್ತು ನೀವು ಸಂಪೂರ್ಣ ತೃಪ್ತಿಯನ್ನು ಅನುಭವಿಸುವಿರಿ. ತಾಮ್ರದ ತಂತಿಯು ವಿದ್ಯುಚ್ಛಕ್ತಿಯೊಂದಿಗೆ ಸ್ಪರ್ಶಿಸಿದಾಗ, ಅದು ಇನ್ನು ಮುಂದೆ ತಾಮ್ರವಾಗಿರುವುದಿಲ್ಲ; ಅದು ವಿದ್ಯುತ್. ಹಾಗೆಯೇ, ನೀವು ನಿಮ್ಮ ಶಕ್ತಿಯನ್ನು ಕೃಷ್ಣನ ಸೇವೆಗೆ ಅನ್ವಯಿಸಿದಾಗ, ಅದು ಇನ್ನು ಮುಂದೆ ಭೌತಿಕ ಶಕ್ತಿಯಾಗಿರುವುದಿಲ್ಲ; ಇದು ಆಧ್ಯಾತ್ಮಿಕ ಶಕ್ತಿ. ಆದರೆ ನೀವು ಲೈಂಗಿಕತೆಯನ್ನು ಆನಂದಿಸಲು ಪ್ರಯತ್ನಿಸಿದರೂ ನಿಮಗೆ ತೃಪ್ತಿಯಾಗುವುದಿಲ್ಲ. ಅದು ಖಚಿತವಾಗಿದೆ. ವಸ್ತು ಆಕರ್ಷಣೆಯ ಮೂಲ ತತ್ವವೆಂದರೆ ಲೈಂಗಿಕತೆ: ಪುರುಷನು ಹೆಣ್ಣನ್ನು ಹಿಂಬಾಲಿಸುತ್ತಾನೆ, ಮತ್ತು ಮಹಿಳೆ ಪುರುಷನನ್ನು ಹಿಂಬಾಲಿಸುತ್ತಾಳೆ. ಮತ್ತು ಅವರು ನಿಜವಾಗಿಯೂ ಲೈಂಗಿಕತೆಯಲ್ಲಿ ತೊಡಗಿಸಿಕೊಂಡಾಗ ಅವರು ಪರಸ್ಪರ ಆಕರ್ಷಿತರಾಗುತ್ತಾರೆ; ಆದ್ದರಿಂದ ಪುರುಷ ಮತ್ತು ಮಹಿಳೆ ಲೈಂಗಿಕ ಕ್ರಿಯೆಯಲ್ಲಿ ತೊಡಗಿದಾಗ, ಹೃದಯದಲ್ಲಿ ಗಟ್ಟಿಯಾದ ಗಂಟು ಕಟ್ಟಲಾಗುತ್ತದೆ. "ನಾನು ನಿನ್ನನ್ನು ಬಿಟ್ಟು

ಹೋಗಲಾರೆ" ಎಂದು ಅವರು ಹೇಳುತ್ತಾರೆ. "ನೀವು ನನ್ನ ಜೀವನ ಮತ್ತು ಆತ್ಮ." ಮತ್ತು ಅವಳು ಹೇಳುತ್ತಾಳೆ, "ನಾನು ನಿನ್ನನ್ನು ಬಿಟ್ಟು ಹೋಗಲಾರೆ, ನೀನು ನನ್ನ ಜೀವ ಮತ್ತು ಆತ್ಮ." ಅದು ಕೆಲವು ದಿನಗಳವರೆಗೆ ಮಾತ್ರ. ನಂತರ ವಿಚ್ಛೇದನ ಅಷ್ಟೆ. ಆದರೆ ಪ್ರಾರಂಭವು ಲೈಂಗಿಕತೆ. ವಸ್ತು ಆಕರ್ಷಣೆಯ ಮೂಲ ತತ್ವವೆಂದರೆ ಲೈಂಗಿಕತೆ. ನಾವು ಅನೇಕ ಸಾಮಾಜಿಕ ಸಂಪ್ರದಾಯಗಳಲ್ಲಿ ಲೈಂಗಿಕ ಜೀವನವನ್ನು ಆಯೋಜಿಸಿದ್ದೇವೆ. ಮದುವೆಯು ಒಂದು ಸಾಮಾಜಿಕ ಸಮಾವೇಶವಾಗಿದ್ದು ಅದು ಲೈಂಗಿಕತೆಗೆ ಉತ್ತಮವಾದ ಮುಕ್ತಾಯದ ಸ್ಪರ್ಶವನ್ನು ನೀಡುತ್ತದೆ, ಅಷ್ಟೆ. ಆದರೆ ಸಾಮಾಜಿಕ ಸಂಬಂಧಗಳನ್ನು ಉಳಿಸಿಕೊಳ್ಳಲು ಕೆಲವು ನಿಯಂತ್ರಕ ತತ್ವಗಳನ್ನು ಒಪ್ಪಿಕೊಳ್ಳಬೇಕು, ಇಂದ್ರಿಯ ತೃಪ್ತಿಗೆ ಕೆಲವು ನಿರ್ಬಂಧಗಳು. ಆದ್ದರಿಂದ ನಾಗರೀಕ ಮನುಷ್ಯರು ಮದುವೆಯಲ್ಲಿ ಲೈಂಗಿಕತೆ ಮತ್ತು ಮದುವೆಯ ಹೊರಗಿನ ಲೈಂಗಿಕತೆಯ ನಡುವೆ ವ್ಯತ್ಯಾಸವಿದೆ ಎಂದು ಗುರುತಿಸುತ್ತಾರೆ, ಅದು ಪ್ರಾಣಿಗಳ ನಡುವಿನ ಲೈಂಗಿಕತೆಯಂತೆಯೇ.

ಯಾವುದೇ ಸಂದರ್ಭದಲ್ಲಿ, ಇಬ್ಬರು ವ್ಯಕ್ತಿಗಳು ಯಾವುದಾದರೊಂದು ರೀತಿಯಲ್ಲಿ ಒಂದಾದಾಗ, ಅವರ ಮುಂದಿನ ಬೇಡಿಕೆಯು ಉತ್ತಮವಾದ ಗೃಹ ಮತ್ತು ಸ್ವಲ್ಪ ಭೂಮಿ (ಕ್ಷೇತ್ರ). ನಂತರ ಮಕ್ಕಳು . ನೀವು ಗೃಹ ಮತ್ತು ಹೆಂಡತಿಯನ್ನು ಹೊಂದಿರುವಾಗ, ಮುಂದಿನ ಅವಶ್ಯಕತೆಯು ಮಕ್ಕಳನ್ನು ಹೊಂದುವುದು, ಏಕೆಂದರೆ ಮಕ್ಕಳಿಲ್ಲದೆ ಯಾವುದೇ ಮನೆಯ ಜೀವನವು ಆಹ್ಲಾದಕರವಾಗಿರುವುದಿಲ್ಲ. "ಮಕ್ಕಳಿಲ್ಲದ ಮನೆ ಜೀವನವು ಮರುಭೂಮಿಯಂತಿದೆ." ಮಕ್ಕಳೇ ಮನೆಯ ಜೀವನದ ನಿಜವಾದ ಆನಂದ. ಅಂತಿಮವಾಗಿ ಸಂಬಂಧಿಕರ ವಲಯವಿದೆ, ಅಥವಾ ಸಮಾಜ (ಆಪ್ತ). ಮತ್ತು ಈ ಎಲ್ಲಾ ಸಾಮಗ್ರಿಗಳನ್ನು ಹಣದಿಂದ ನಿರ್ವಹಿಸಬೇಕು . ಹಾಗಾಗಿ ಹಣದ ಅವಶ್ಯಕತೆ ಇದೆ.

ಈ ರೀತಿಯಾಗಿ ಒಬ್ಬರು ಭೌತಿಕ ಜಗತ್ತಿನಲ್ಲಿ ಸಿಕ್ಕಿಹಾಕಿಕೊಳ್ಳುತ್ತಾರೆ ಮತ್ತು ಭ್ರಮೆಯಿಂದ ಮುಚ್ಚಲ್ಪಡುತ್ತಾರೆ.

<u>ಭೌತಿಕವಾದಿ :-</u>ಏಕೆ ಭ್ರಮೆ? ಇಷ್ಟು ಮುಖ್ಯವಾದ ವಿಷಯಗಳು ಹೆಂಡತಿ, ಮಕ್ಕಳು, ಹಣ-ಭ್ರಮೆ ಏಕೆ?

<u>ಆಧ್ಯಾತ್ಮಿಕ ಗುರು:-</u> ಏಕೆಂದರೆ ಪ್ರಸ್ತುತ ಕ್ಷಣದಲ್ಲಿ ಎಲ್ಲವೂ ಸರಿಯಾಗಿದೆ ಎಂದು ನೀವು ಭಾವಿಸಿದರೂ - ನೀವು ಮನೆ ಜೀವನ, ಹೆಂಡತಿ, ಮಕ್ಕಳು, ಸಮಾಜ ಮತ್ತು ಸ್ಥಾನದ ಉತ್ತಮ ವ್ಯವಸ್ಥೆಯನ್ನು ಹೊಂದಿದ್ದೀರಿ - ನಿಮ್ಮ ದೇಹವು ಮುಗಿದ ತಕ್ಷಣ ಎಲ್ಲವೂ ಮುಗಿದಿದೆ. ನೀವು ಎಲ್ಲವನ್ನೂ ಬಿಟ್ಟು ನಿಮ್ಮ ಮುಂದಿನ

ವೇದಿಕೆಗೆ ಹೋಗಲು ಬಲವಂತವಾಗಿರುತ್ತೀರಿ. ಮತ್ತು ನಿಮ್ಮ ಮುಂದಿನ ವೇದಿಕೆ ಏನೆಂದು ನಿಮಗೆ ತಿಳಿದಿಲ್ಲ, ನಿಮ್ಮ ಮುಂದಿನ ದೇಹವು ಮನುಷ್ಯ ಅಥವಾ ಬೆಕ್ಕು ಅಥವಾ ನಾಯಿ ಅಥವಾ ದೇವದೂತ ಅಥವಾ ಯಾವುದಾದರೂ ಆಗಿರಬಹುದು. ನಿನಗೆ ಗೊತ್ತಿಲ್ಲ. ಆದರೆ ಅದು ಏನೇ ಇರಲಿ, ನೀವು ನಿಮ್ಮ ಪ್ರಸ್ತುತ ದೇಹವನ್ನು ತೊರೆದ ತಕ್ಷಣ ನೀವು ಎಲ್ಲವನ್ನೂ ಮರೆತುಬಿಡುತ್ತೀರಿ.

__ಭೌತಿಕವಾದಿ :-__ನಾನು ನಿಮ್ಮನ್ನು ಕೇಳುತ್ತೇನೆ - ನನ್ನ ಅಭಿಪ್ರಾಯವಿದೆ, ಆದರೆ ಇಂದು ಯುವಜನರು ಪೂರ್ವ-ಆಧಾರಿತ ಧರ್ಮಗಳ ಕಡೆಗೆ ಹೆಚ್ಚು ಹೆಚ್ಚು ತಿರುಗುತ್ತಿದ್ದಾರೆ ಎಂದು ನೀವು ಏಕೆ ಭಾವಿಸುತ್ತೀರಿ?

__ಆಧ್ಯಾತ್ಮಿಕ ಗುರು:-__ ಏಕೆಂದರೆ ನಿಮ್ಮ ಭೌತಿಕ ಜೀವನವು ಇನ್ನು ಮುಂದೆ ಅವರನ್ನು ತೃಪ್ತಿಪಡಿಸುವುದಿಲ್ಲ. ಅಮೆರಿಕಾದಲ್ಲಿ, ವಿಶೇಷವಾಗಿ, ನೀವು ಸಂತೋಷಕ್ಕಾಗಿ ಸಾಕಷ್ಟು ಪಡೆದಿದ್ದೀರಿ. ನಿಮಗೆ ಸಾಕಷ್ಟು ಆಹಾರ, ಸಾಕಷ್ಟು ಮಹಿಳೆಯರು, ಸಾಕಷ್ಟು ದ್ರಾಕ್ಷಾರಸ, ಸಾಕಷ್ಟು ಮನೆಗಳು-ಎಲ್ಲವೂ ಸಾಕು. ಆದರೆ ಇನ್ನೂ ನಿಮಗೆ ಗೊಂದಲ ಮತ್ತು ಅತೃಪ್ತಿ ಇದೆ- ಬಡತನ ಎಂದು ಹೇಳಲಾಗುವ ಭಾರತಕ್ಕಿಂತ ಅಮೆರಿಕಾ ದೇಶದಲ್ಲಿ ಅತೃಪ್ತಿ ಹೆಚ್ಚು. ಆದರೆ ಅವರು ಬಡತನದಿಂದ ಬಳಲುತ್ತಿದ್ದರೂ, ಅವರು ತಮ್ಮ ಹಳೆಯ ಆಧ್ಯಾತ್ಮಿಕ ಸಂಸ್ಕೃತಿಯನ್ನು ಮುಂದುವರೆಸುತ್ತಿದ್ದಾರೆ ಎಂದು ನೀವು ಭಾರತದಲ್ಲಿ ಕಾಣುತ್ತೀರಿ. ಹಾಗಾಗಿ ಜನರಿಗೆ ತೊಂದರೆ ಆಗಿಲ್ಲ. ಭೌತಿಕ ಪ್ರಗತಿಯು ಒಬ್ಬನಿಗೆ ತೃಪ್ತಿಯನ್ನು ನೀಡುವುದಿಲ್ಲ ಎಂದು ಇದು ತೋರಿಸುತ್ತದೆ. ಅವರು ನಿಜವಾಗಿಯೂ ತೃಪ್ತಿಯನ್ನು ಬಯಸಿದರೆ, ಜನರು ಆಧ್ಯಾತ್ಮಿಕ ಜೀವನವನ್ನು ತೆಗೆದುಕೊಳ್ಳಬೇಕು. ಅದು ಅವರಿಗೆ ಸಂತೋಷವನ್ನು ನೀಡುತ್ತದೆ. ಈ ಜನರೆಲ್ಲರೂ ಕತ್ತಲೆಯಲ್ಲಿದ್ದಾರೆ. ಯಾವುದೇ ಭರವಸೆ ಇಲ್ಲ. ಅವರು ಎಲ್ಲಿಗೆ ಹೋಗುತ್ತಿದ್ದಾರೆಂದು ಅವರಿಗೆ ತಿಳಿದಿಲ್ಲ; ಅವರಿಗೆ ಯಾವುದೇ ಗುರಿಯಿಲ್ಲ. ಆದರೆ ನೀವು ಆಧ್ಯಾತ್ಮಿಕವಾಗಿ ನೆಲೆಗೊಂಡಾಗ, ನೀವು ಏನು ಮಾಡುತ್ತಿದ್ದೀರಿ ಮತ್ತು ನೀವು ಎಲ್ಲಿಗೆ ಹೋಗುತ್ತಿರುವಿರಿ ಎಂದು ನಿಮಗೆ ತಿಳಿದಿದೆ. ಎಲ್ಲವೂ ಸ್ಪಷ್ಟವಾಗಿದೆ.

ಅದಲ್ಲದೆ, ಧಾರ್ಮಿಕ ಮುಖಂಡರು ಎಂದು ಕರೆಯಲ್ಪಡುವವರು ಮೂಲಭೂತ ಧಾರ್ಮಿಕ ತತ್ವಗಳನ್ನು ಸಹ ಅನುಸರಿಸುತ್ತಿಲ್ಲ. ಉದಾಹರಣೆಗೆ, ಹಳೆಯ ಒಡಂಬಡಿಕೆಯಲ್ಲಿ ಹತ್ತು ಅನುಶಾಸನಗಳಿವೆ, ಮತ್ತು ಒಂದು ಆಜ್ಞೆಯು "ನೀನು ಕೊಲ್ಲಬಾರದು." ಆದರೆ ಜಗತ್ತಿನಲ್ಲಿ ಕೊಲ್ಲುವುದು ಬಹಳ ಪ್ರಮುಖವಾಗಿದೆ.

ಧಾರ್ಮಿಕ ಮುಖಂಡರು ಕಸಾಯಿಖಾನೆಗಳನ್ನು ಮಂಜೂರು ಮಾಡುತ್ತಿದ್ದಾರೆ ಮತ್ತು ಪ್ರಾಣಿಗಳಿಗೆ ಆತ್ಮವಿಲ್ಲ ಎಂಬ ಸಿದ್ಧಾಂತವನ್ನು ಅವರು ತಯಾರಿಸಿದ್ದಾರೆ. "ನೀವು ಈ ಪಾಪದ ಕೊಲೆಯನ್ನು ಏಕೆ ಮಾಡುತ್ತಿದ್ದೀರಿ?" ಪುರೋಹಿತರು ವಿಷಯವನ್ನು ಚರ್ಚಿಸಲು ನಿರಾಕರಿಸುತ್ತಾರೆ. ಎಲ್ಲರೂ ಮೌನವಾಗಿದ್ದಾರೆ. ಅಂದರೆ ಅವರು ಉದ್ದೇಶಪೂರ್ವಕವಾಗಿ ಹತ್ತು ಅನುಶಾಸನಗಳನ್ನು ಉಲ್ಲಂಘಿಸುತ್ತಿದ್ದಾರೆ. ಹಾಗಾದರೆ ಧಾರ್ಮಿಕ ತತ್ವಗಳು ಎಲ್ಲಿವೆ? "ನೀನು ಕೊಲ್ಲಬೇಡ" ಎಂದು ಸ್ಪಷ್ಟವಾಗಿ ಹೇಳಲಾಗಿದೆ. ಅವರು ಯಾಕೆ ಕೊಲ್ಲುತ್ತಿದ್ದಾರೆ? ಹೇಗೆ ನೀನು ಉತ್ತರಿಸು?

<u>ಭೌತಿಕವಾದಿ :-</u> ನನಗೆ ಒಂದು ವಿಷಯ ತಿಳಿಯಬಯಸುವುದೇನೆಂದರೆ, ಈ ಪ್ರಸಿದ್ಧ ಮಂತ್ರ ಮಾರುವ ಗುರುಗಳಂತಹವರ ಬಗ್ಗೆ ನೀವು ಏನು ಯೋಚಿಸುತ್ತೀರಿ, ?

<u>ಆಧ್ಯಾತ್ಮಿಕ ಗುರು:-</u>ಪಾಶ್ಚಿಮಾತ್ಯ ಜನರು, ವಿಶೇಷವಾಗಿ ಯುವಕರು, ಆಧ್ಯಾತ್ಮಿಕ ಜೀವನದ ಮೇಲೆ ಹಾತೊರೆಯುತ್ತಿದ್ದಾರೆ ಎಂಬುದು ಮನೋವಿಜ್ಞಾನ. ಈಗ, ಯಾರಾದರೂ ನನ್ನ ಬಳಿಗೆ ಬಂದು, "ಸ್ವಾಮೀಜಿ, ನನಗೆ ದೀಕ್ಷೆ ಕೊಡಿ" ಎಂದು ಹೇಳಿದರೆ, ನಾನು ತಕ್ಷಣ ಹೇಳುತ್ತೇನೆ, "ನೀವು ಮಾಂಸಾಹಾರ, ಜೂಜು, ಅಮಲು ಮತ್ತು ಅಕ್ರಮ ಸಂಭೋಗ ಬೇಡ ಎಂಬ ನಾಲ್ಕು ತತ್ವಗಳನ್ನು ಅನುಸರಿಸಬೇಕು." ಅನೇಕರು ದೂರ ಹೋಗುತ್ತಾರೆ. ಆದರೆ ಈ ಮಂತ್ರ ಮಾರಾಟಗಾರ-ಅವನು ಯಾವುದೇ ನಿರ್ಬಂಧಗಳನ್ನು ಹಾಕುವುದಿಲ್ಲ. "ನಿಮಗೆ ಇಷ್ಟವಾದದ್ದನ್ನು ನೀವು ಮಾಡಬಹುದು; ನೀವು ನನ್ನ ಔಷಧಿಯನ್ನು ಸೇವಿಸಿ ಮತ್ತು ನೀವು ಗುಣಮುಖರಾಗುತ್ತೀರಿ" ಎಂದು ಹೇಳುವ ವೈದ್ಯರಂತೆಯೇ ಅದು. ಆ ವೈದ್ಯರು ಬಹಳ ಜನಪ್ರಿಯರಾಗುತ್ತಾರೆ. ವಿಜ್ಞಾನಿಗಳು ವೈದ್ಯಕೀಯದಲ್ಲಿ ಪ್ರಗತಿಯನ್ನು ಸಾಧಿಸಿರಬಹುದು, ಆದರೆ ವಿಜ್ಞಾನಿಗಳ ಪ್ರಗತಿ ಏನು? ಬದಲಿಗೆ, ರೋಗವು ಹೆಚ್ಚಾಗುತ್ತಿದೆ. ಅನೇಕ ರೋಗದ ಹೊಸ ರೂಪಗಳು ಅವರು ಪರಮಾಣು ಶಸ್ತ್ರಾಸ್ತ್ರಗಳನ್ನು ಕಂಡುಹಿಡಿದಿದ್ದಾರೆ. ಅದರಿಂದ ಏನು ಪ್ರಯೋಜನ? ಸರಳವಾಗಿ ಕೊಲ್ಲುವುದಕ್ಕಾಗಿ. ಇನ್ನು ಪುರುಷರು ಸಾಯದಂತೆ ಅವರು ಏನನ್ನಾದರೂ ಕಂಡುಹಿಡಿದಿದ್ದಾರೆಯೇ? ಅದು ಅವರ ಶ್ರೇಯಸ್ಸು. ಆದರೆ ಜನರು ಪ್ರತಿ ಕ್ಷಣದಲ್ಲಿ ಸಾಯುತ್ತಿದ್ದಾರೆ, ಮತ್ತು ವಿಜ್ಞಾನಿಗಳು ತಮ್ಮ ಸಾವನ್ನು ವೇಗಗೊಳಿಸಲು ಏನನ್ನಾದರೂ ಕಂಡುಹಿಡಿದಿದ್ದಾರೆ. ಅಷ್ಟೇ. ಅದು ಅವರ ಶ್ರೇಯ. ಹಾಗಾಗಿ ಸಾವಿಗೆ ಇನ್ನೂ ಪರಿಹಾರ ಸಿಕ್ಕಿಲ್ಲ.

ಮತ್ತು ಅವರು ಅಧಿಕ ಜನಸಂಖ್ಯೆಯನ್ನು ತಡೆಯಲು ಪ್ರಯತ್ನಿಸುತ್ತಿದ್ದಾರೆ. ಆದರೆ ಅವರ ಪರಿಹಾರ ಎಲ್ಲಿದೆ? ಪ್ರತಿ ನಿಮಿಷಕ್ಕೆ ನೂರು ಜನ ಜನಸಂಖ್ಯೆ ಹೆಚ್ಚುತ್ತಿದೆ. ಹಾಗಾಗಿ ಜನ್ಮಕ್ಕೆ ಪರಿಹಾರವಿಲ್ಲ. ಸಾವಿಗೆ ಪರಿಹಾರವಿಲ್ಲ. ರೋಗಕ್ಕೆ ಪರಿಹಾರವಿಲ್ಲ. ಮತ್ತು ವೃದ್ಧಾಪ್ಯಕ್ಕೆ ಯಾವುದೇ ಪರಿಹಾರವಿಲ್ಲ. ಐನ್‌ಸ್ಟೈನ್‌ನಂತಹ ಮಹಾನ್ ವಿಜ್ಞಾನಿ ಕೂಡ ವೃದ್ಧಾಪ್ಯ ಮತ್ತು ಮರಣಕ್ಕೆ ಒಳಗಾಗಬೇಕಾಯಿತು. ಅವನಿಗೆ ವೃದ್ಧಾಪ್ಯವನ್ನು ಏಕೆ ತಡೆಯಲಾಗಲಿಲ್ಲ? ಪ್ರತಿಯೊಬ್ಬರೂ ಯುವಕರಾಗಿ ಉಳಿಯಲು ಪ್ರಯತ್ನಿಸುತ್ತಿದ್ದಾರೆ, ಆದರೆ ಪ್ರಕ್ರಿಯೆ ಏನು? ವಿಜ್ಞಾನಿಗಳು ಈ ಸಮಸ್ಯೆಯನ್ನು ಪರಿಹರಿಸಲು ಕಾಳಜಿ ವಹಿಸುವುದಿಲ್ಲ - ಏಕೆಂದರೆ ಇದು ಅವರ ಸಾಮರ್ಥ್ಯಕ್ಕೆ ಮೀರಿದೆ.

ಈ ಭೌತಿಕ ಪ್ರಪಂಚದೊಳಗೆ ಯಾರೂ ಅತೃಪ್ತರಾಗಿರಲು ಬಯಸುವುದಿಲ್ಲ. ಪ್ರತಿಯೊಬ್ಬರೂ ತುಂಬಾ ಸಂತೋಷವಾಗಿರಲು ಪ್ರಯತ್ನಿಸುತ್ತಿದ್ದಾರೆ, ಆದರೆ ಒಬ್ಬರು ದುಃಖವನ್ನು ಒಪ್ಪಿಕೊಳ್ಳಲು ಬಲವಂತವಾಗಿ. ಈ ಭೌತಿಕ ಜಗತ್ತಿನಲ್ಲಿ, ಅನಾದಿ ಕಾಲದಿಂದ ಇಂದಿನವರೆಗೆ, ಸಾಂದರ್ಭಿಕ ಯುದ್ಧಗಳು, ಮಹಾಯುದ್ಧಗಳು ನಡೆದಿವೆ, ಜನರು ಯುದ್ಧಗಳನ್ನು ನಿಲ್ಲಿಸಲು ವಿವಿಧ ಮಾರ್ಗಗಳನ್ನು ರೂಪಿಸಿದ್ದರೂ ಸಹ. ಆದರೆ ಯುದ್ಧಗಳು ಇನ್ನೂ ನಡೆಯುತ್ತಿವೆ-ವಿಯೆಟ್ನಾಂ ಯುದ್ಧ, ಪಾಕಿಸ್ತಾನ ಯುದ್ಧ, ಮತ್ತು ಇನ್ನೂ ಅನೇಕ. ಆದ್ದರಿಂದ ನೀವು ಶಾಂತಿಯುತವಾಗಿ ಬದುಕಲು ನಿಮ್ಮ ಕೈಲಾದಷ್ಟು ಪ್ರಯತ್ನಿಸಬಹುದು, ಆದರೆ ಪ್ರಕೃತಿಯು ನಿಮ್ಮನ್ನು ಅನುಮತಿಸುವುದಿಲ್ಲ. ಯುದ್ಧ ನಡೆಯಬೇಕು. ಮತ್ತು ಈ ಯುದ್ಧೋಚಿತ ಭಾವನೆಯು ರಾಷ್ಟ್ರ ಮತ್ತು ರಾಷ್ಟ್ರದ ನಡುವೆ ಮಾತ್ರವಲ್ಲ, ಮನುಷ್ಯ ಮತ್ತು ಮನುಷ್ಯನ ನಡುವೆ, ನೆರೆಹೊರೆಯವರು ಮತ್ತು ನೆರೆಹೊರೆಯವರ ನಡುವೆ-ಗಂಡ ಮತ್ತು ಹೆಂಡತಿ ಮತ್ತು ತಂದೆ ಮತ್ತು ಮಗನ ನಡುವೆ ಯಾವಾಗಲೂ ನಡೆಯುತ್ತದೆ. ಈ ಯುದ್ಧದ ಭಾವನೆ ನಡೆಯುತ್ತಿದೆ. ಇದನ್ನು ಕಾಡಿನ ಬೆಂಕಿ ಎಂದು ಕರೆಯಲಾಗುತ್ತದೆ. ಯಾರೂ ಬೆಂಕಿ ಹಚ್ಚಲು ಕಾಡಿಗೆ ಹೋಗುವುದಿಲ್ಲ, ಆದರೆ ಸ್ವಯಂಚಾಲಿತವಾಗಿ, ಒಣಗಿದ ಬಿದಿರಿನ ಘರ್ಷಣೆಯಿಂದ, ಕಿಡಿಗಳು ಹುಟ್ಟಿಕೊಳ್ಳುತ್ತವೆ ಮತ್ತು ಅರಣ್ಯವು ಬೆಂಕಿಯನ್ನು ಹಿಡಿಯುತ್ತದೆ. ಅಂತೆಯೇ, ನಾವು ಅತೃಪ್ತಿಯನ್ನು ಹೊಂದಿಲ್ಲದಿದ್ದರೂ, ನಮ್ಮ ವ್ಯವಹಾರಗಳಿಂದ ನಾವು ಶತ್ರುಗಳನ್ನು ಸೃಷ್ಟಿಸುತ್ತೇವೆ ಮತ್ತು ಹೋರಾಟ ಮತ್ತು ಯುದ್ಧವಿದೆ. ಭೌತಿಕ ಅಸ್ತಿತ್ವದ ಈ ಕಾಡಿನ ಬೆಂಕಿಯು ಶಾಶ್ವತವಾಗಿ ಮುಂದುವರಿಯುತ್ತದೆ ಮತ್ತು ಈ ಬೆಂಕಿಯಿಂದ ನಿಮ್ಮನ್ನು ರಕ್ಷಿಸುವ ಅಧಿಕೃತ ವ್ಯಕ್ತಿಯನ್ನು ಗುರು, ಆಧ್ಯಾತ್ಮಿಕ ಗುರು ಎಂದು ಕರೆಯಲಾಗುತ್ತದೆ.

<u>ಭೌತಿಕವಾದಿ :-</u> ಅವನು ನಿಮ್ಮನ್ನು ಹೇಗೆ ರಕ್ಷಿಸುತ್ತಾನೆ? ಅವನ ಅರ್ಥವೇನು?

<u>ಆಧ್ಯಾತ್ಮಿಕ ಗುರು:-</u>ಅದೇ ಉದಾಹರಣೆಯನ್ನು ಪರಿಗಣಿಸಿ. ಕಾಡಿನಲ್ಲಿ ಬೆಂಕಿ ಉಂಟಾದಾಗ, ನೀವು ಅಗ್ನಿಶಾಮಕ ದಳವನ್ನು ಕಳುಹಿಸಲು ಸಾಧ್ಯವಿಲ್ಲ ಅಥವಾ ನೀರಿನಿಂದ ನೀವೇ ಹೋಗಿ ಅದನ್ನು ನಂದಿಸಲು ಸಾಧ್ಯವಿಲ್ಲ. ಅದು ಸಾಧ್ಯವಿಲ್ಲ. ನಂತರ ಅದು ಹೇಗೆ ನಂದಿಸುತ್ತದೆ ಬೆಂಕಿಯನ್ನು ನಂದಿಸಲು ನಿಮಗೆ ನೀರು ಬೇಕು, ಆದರೆ ನೀರು ಎಲ್ಲಿಂದ ಬರುತ್ತದೆ - ನಿಮ್ಮ ಬಕೆಟ್ ಅಥವಾ ನಿಮ್ಮ ಅಗ್ನಿಶಾಮಕ ದಳದಿಂದ? ಇಲ್ಲ, ಅದು ಆಕಾಶದಿಂದ ಬರಬೇಕು. ಆಕಾಶದಿಂದ ಧಾರಾಕಾರ ಮಳೆ ಬಂದಾಗ ಮಾತ್ರ ಉರಿಯುತ್ತಿರುವ ಕಾಡ್ಗಿಚ್ಚು ನಂದಿಸುತ್ತದೆ. ನಿಮ್ಮ ವೈಜ್ಞಾನಿಕ ಪ್ರಚಾರ ಅಥವಾ ಕುಶಲತೆಯ ಮೇಲೆ ಅವಲಂಬಿತವಾಗಿಲ್ಲ. ಅವರು ಪರಮಾತ್ಮನ ಕರುಣೆಯನ್ನು ಅವಲಂಬಿಸಿದ್ದಾರೆ. ಆದ್ದರಿಂದ ಆಧ್ಯಾತ್ಮಿಕ ಗುರುವನ್ನು ಮೋಡಕ್ಕೆ ಹೋಲಿಸಲಾಗುತ್ತದೆ. ಮೋಡದಿಂದ ಧಾರಾಕಾರ ಮಳೆಯಾಗುವಂತೆ, ಆಧ್ಯಾತ್ಮಿಕ ಗುರುವು ಪರಮ ಪುರುಷನಿಂದ ಕರುಣೆಯನ್ನು ತರುತ್ತಾನೆ. ಒಂದು ಮೋಡವು ಸಮುದ್ರದಿಂದ ನೀರನ್ನು ತೆಗೆದುಕೊಳ್ಳುತ್ತದೆ. ಇದು ತನ್ನದೇ ಆದ ನೀರನ್ನು ಹೊಂದಿಲ್ಲ ಆದರೆ ಸಮುದ್ರದಿಂದ ನೀರನ್ನು ತೆಗೆದುಕೊಳ್ಳುತ್ತದೆ. ಅಂತೆಯೇ, ಆಧ್ಯಾತ್ಮಿಕ ಗುರುವು ಪರಮ ಪುರುಷನಿಂದ ಕರುಣೆಯನ್ನು ತರುತ್ತಾನೆ. ಕೇವಲ ಹೋಲಿಕೆ ನೋಡಿ. ಅವನಿಗೆ ತನ್ನದೇ ಆದ ಕರುಣೆ ಇಲ್ಲ, ಆದರೆ ಅವನು ಪರಮ ಪುರುಷನ ಕರುಣೆಯನ್ನು ಹೊಂದಿದ್ದಾನೆ. ಅದು ಆಧ್ಯಾತ್ಮಿಕ ಗುರುವಿನ ಅರ್ಹತೆ. ಆಧ್ಯಾತ್ಮಿಕ ಗುರುಗಳು "ನಾನೇ ದೇವರು - ನಾನು ನಿಮಗೆ ಕರುಣೆ ನೀಡಬಲ್ಲೆ" ಎಂದು ಹೇಳುವುದಿಲ್ಲ. ಅದು ಆಧ್ಯಾತ್ಮಿಕ ಗುರು ಅಲ್ಲ; ಅದು ನಕಲಿ ನಟನೆ. ಆಧ್ಯಾತ್ಮಿಕ ಗುರುಗಳು ಹೇಳುವರು, "ನಾನು ದೇವರ ಸೇವಕ; ನಾನು ಅವನ ಕರುಣೆಯನ್ನು ತಂದಿದ್ದೇನೆ. ದಯವಿಟ್ಟು ಅದನ್ನು ತೆಗೆದುಕೊಂಡು ತೃಪ್ತಿಪಡಿಸು." ಇದು ಆಧ್ಯಾತ್ಮಿಕ ಗುರುಗಳ ವ್ಯವಹಾರವಾಗಿದೆ. ಅಂತೆಯೇ, ನಾವೆಲ್ಲರೂ ಭೌತಿಕ ಅಸ್ತಿತ್ವದ ಈ ಉರಿಯುತ್ತಿರುವ ಬೆಂಕಿಯಲ್ಲಿ ಬಳಲುತ್ತಿದ್ದೇವೆ. ಆದರೆ ಆಧ್ಯಾತ್ಮಿಕ ಗುರುಗಳು ಪರಮಾತ್ಮನಿಂದ ಸಂದೇಶವನ್ನು ತರುತ್ತಾರೆ ಮತ್ತು ಅದನ್ನು ನಿಮಗೆ ತಲುಪಿಸುತ್ತಾರೆ ಮತ್ತು ನೀವು ಅದನ್ನು ದಯೆಯಿಂದ ಸ್ವೀಕರಿಸಿದರೆ, ನೀವು ತೃಪ್ತರಾಗುತ್ತೀರಿ. ಇದು ಆಧ್ಯಾತ್ಮಿಕ ಗುರುವಿನ ವ್ಯವಹಾರವಾಗಿದೆ.

ಪ್ರತಿಯೊಬ್ಬರ ಹೃದಯದಲ್ಲಿ ಉರಿಯುವ ಬೆಂಕಿ ಇರುತ್ತದೆ - ಉರಿಯುವ ಬೆಂಕಿ ಆತಂಕ. ಅದು ಭೌತಿಕ ಅಸ್ತಿತ್ವದ ಸ್ವರೂಪ. ಯಾವಾಗಲೂ, ಪ್ರತಿಯೊಬ್ಬರಿಗೂ ಆತಂಕವಿದೆ, ಯಾರೂ ಅದರಿಂದ ಮುಕ್ತರಾಗಿಲ್ಲ. ಚಿಕ್ಕ ಹಕ್ಕಿಗೂ ಸಹ , ನೀವು

ಚಿಕ್ಕ ಹಕ್ಕಿಗೆ ಸ್ವಲ್ಪ ಧಾನ್ಯಗಳನ್ನು ತಿನ್ನಲು ಆತಂಕವಿದೆ, ಅವು ಅವುಗಳನ್ನು ತಿನ್ನುತ್ತಾನೆ, ಆದರೆ ಅವು ತುಂಬಾ ಶಾಂತಿಯುತವಾಗಿ ತಿನ್ನುವುದಿಲ್ಲ. ಅವು ಈ ಕಡೆ ಆ ಕಡೆ ನೋಡುತ್ತಾನೆ ಮತ್ತು ನನ್ನನ್ನು ಕೊಲ್ಲಲು ಯಾರಾದರೂ ಬರುತ್ತಾರೆಯೇ?" ಇದು ಭೌತಿಕ ಅಸ್ತಿತ್ವವಾಗಿದೆ. ಅಧ್ಯಕ್ಷರೂ ಸಹ ಎಲ್ಲರೂ ತಲ್ಲಣಗಳಿಂದ ತುಂಬಿರುತ್ತಾರೆ, ಇತರರು ಏನು ಮಾತನಾಡಬೇಕು. ಗಾಂಧಿ ಕೂಡ ನಮ್ಮ ದೇಶದಲ್ಲಿ ಅವರು ಆತಂಕದಲ್ಲಿ ತುಂಬಿದ್ದರು. ಎಲ್ಲಾ ರಾಜಕಾರಣಿಗಳು ಆತಂಕದಿಂದ ತುಂಬಿರುತ್ತಾರೆ, ಅವರು ಬಹಳ ಉನ್ನತ ಹುದ್ದೆಯನ್ನು ಹೊಂದಿರಬಹುದು, ಆದರೆ ಇನ್ನೂ ಭೌತಿಕ ಕಾಯಿಲೆ-ಆತಂಕವಿದೆ. ಆದ್ದರಿಂದ ನೀವು ಆತಂಕವನ್ನು ಕಡಿಮೆ ಮಾಡಲು ಬಯಸಿದರೆ, ನೀವು ಗುರು, ಆಧ್ಯಾತ್ಮಿಕ ಗುರುಗಳನ್ನು ಆಶ್ರಯಿಸಬೇಕು. ಮತ್ತು ಗುರುವಿನ ಪರೀಕ್ಷೆ ಎಂದರೆ ಅವರ ಸೂಚನೆಗಳನ್ನು ಅನುಸರಿಸುವುದರಿಂದ ನೀವು ಆತಂಕದಿಂದ ಮುಕ್ತರಾಗುತ್ತೀರಿ.

ಪ್ರಸ್ತುತ ಸಮಯದಲ್ಲಿ, ಯಾರೂ ಧ್ಯಾನ ಮಾಡಲು ಸಾಧ್ಯವಿಲ್ಲ. ಗೊಂದಲದ ಯುಗದಲ್ಲಿ (ಜಗಳ ಮತ್ತು ಕಾಪಟಿಯ ಯುಗ) ಧ್ಯಾನ ಮಾಡುವುದು ತುಂಬಾ ಕಷ್ಟ. ಆದ್ದರಿಂದ ಶಾಸ್ತ್ರ (ಗ್ರಂಥ) ಹೇಳುತ್ತದೆ, ಸತ್ಯ-ಯುಗದಲ್ಲಿ ಒಂದು ನೂರು ಸಾವಿರ ವರ್ಷಗಳ ಕಾಲ, ವಾಲ್ಮೀಕಿ ಮುನಿ ಅರವತ್ತು ಸಾವಿರ ವರ್ಷಗಳ ಕಾಲ ಧ್ಯಾನ ಮಾಡುವ ಮೂಲಕ ಪರಿಪೂರ್ಣತೆಯನ್ನು ಪಡೆದರು. ಆದರೆ ಈಗ ನಾವು ಅರವತ್ತು ವರ್ಷಗಳು ಬದುಕುತ್ತೇವೆ ಎಂಬುದಕ್ಕೆ ಯಾವುದೇ ಗ್ಯಾರಂಟಿ ಇಲ್ಲ. ಹಾಗಾಗಿ ಈ ಯುಗದಲ್ಲಿ ಧ್ಯಾನ ಸಾಧ್ಯವಿಲ್ಲ. ಮುಂದಿನ ಯುಗದಲ್ಲಿ ತ್ರೇತ-ಯುಗದಲ್ಲಿ, ಜನರು ವೈದಿಕ ಶಾಸ್ತ್ರ ದಲ್ಲಿ ವಿವರಿಸಿದಂತೆ ಆಚರಣೆಗಳನ್ನು ಮಾಡಿದರು. ಎಂದರೆ ದೊಡ್ಡ, ದೊಡ್ಡ ತ್ಯಾಗಗಳನ್ನು ಮಾಡುವುದು. ಅದಕ್ಕೆ ದೊಡ್ಡ ಮೊತ್ತದ ಹಣ ಬೇಕು. ಪ್ರಸ್ತುತ ಯುಗದಲ್ಲಿ ಜನರು ತುಂಬಾ ಬಡವರಾಗಿದ್ದಾರೆ, ಆದ್ದರಿಂದ ಅವರು ಈ ಕರ್ಮಗಳನ್ನು ಮಾಡಲು ಸಾಧ್ಯವಿಲ್ಲ. ದ್ವಾಪರ-ಯುಗದಲ್ಲಿ ಈಗಿನ ಯುಗಕ್ಕೆ ಮುಂಚಿನ ಯುಗವು ದೇವಾಲಯದಲ್ಲಿ ದೇವರನ್ನು ಐಶ್ವರ್ಯದಿಂದ ಪೂಜಿಸಲು ಸಾಧ್ಯವಿತ್ತು, ಆದರೆ ಇಂದಿನ ದಿನಗಳಲ್ಲಿ, ಕಲಿಯುಗದಲ್ಲಿ, ಅದು ಸಹ ಅಸಾಧ್ಯವಾದ ಕೆಲಸವಾಗಿದೆ. ಆದ್ದರಿಂದ, ಈ ಕಲಿಯುಗದಲ್ಲಿ ಭಗವಂತನ ಪವಿತ್ರ ನಾಮವನ್ನು ಪಠಿಸುವ ಮೂಲಕ ಸರಳವಾಗಿ ಎಲ್ಲಾ ಪರಿಪೂರ್ಣತೆಯನ್ನು ಪಡೆಯಬಹುದು. ಆದರೆ ಈ ಕಲಿಯುಗದಲ್ಲಿ, ಎಲ್ಲರೂ ವಿಚಲಿತರಾಗುತ್ತಾರೆ, ಯಾವಾಗಲೂ ಆತಂಕಗಳಿಂದ ತುಂಬಿರುತ್ತಾರೆ ಮತ್ತು ಜೀವನವು ತುಂಬಾ ಚಿಕ್ಕದಾಗಿದೆ, ಜನರು ಸಾಮಾನ್ಯವಾಗಿ ಯಾವುದೇ

ಅತೀಂದ್ರಿಯ ವಿಷಯದ ಬಗ್ಗೆ ಆಸಕ್ತಿ ಹೊಂದಿಲ್ಲ. ಅವರು ಜೀವನದ ದೈಹಿಕ ಪರಿಕಲ್ಪನೆಯಲ್ಲಿ ಮಾತ್ರ ಆಸಕ್ತಿ ಹೊಂದಿದ್ದಾರೆ. ಒಬ್ಬನು ಯಾವಾಗಲೂ ಅನೇಕ ತಲ್ಲಣಗಳಿಂದ ವಿಚಲಿತನಾಗಿದ್ದಾಗ, ಅವನು ಹೇಗೆ ಪಾರಮಾರ್ಥಿಕ ಸಾಕ್ಷಾತ್ಕಾರದ ವೇದಿಕೆಗೆ ಏರುತ್ತಾನೆ? ಈ ವಯಸ್ಸಿನಲ್ಲಿ ಇದು ತುಂಬಾ ಕಷ್ಟ.

ಆದ್ದರಿಂದ, ದೇವರ ಮೇಲಿನ ನಮ್ಮ ಪ್ರೀತಿಯನ್ನು ಹೇಗೆ ಬೆಳೆಸಿಕೊಳ್ಳಬೇಕೆಂದು ನಮಗೆ ಕಲಿಸಿದರೆ ಧಾರ್ಮಿಕ ತತ್ವವು ಪರಿಪೂರ್ಣವಾಗಿದೆ. ಆದರೆ ನಮ್ಮ ಪ್ರೀತಿ ಸ್ವಾರ್ಥದ ಉದ್ದೇಶವಿಲ್ಲದೆ ಇರಬೇಕು. "ನಾನು ದೇವರನ್ನು ಪ್ರೀತಿಸುತ್ತೇನೆ ಏಕೆಂದರೆ ಅವನು ನನ್ನ ಇಂದ್ರಿಯ ತೃಪ್ತಿಗಾಗಿ ನನಗೆ ಉತ್ತಮವಾದ ವಸ್ತುಗಳನ್ನು ಪೂರೈಸುತ್ತಾನೆ" ಎಂದು ನಾನು ಹೇಳಿದರೆ ಅದು ಪ್ರೀತಿಯಲ್ಲ. ನಿಜವಾದ ಪ್ರೀತಿಯು ಯಾವುದೇ ಸ್ವಾರ್ಥ ಉದ್ದೇಶವಿಲ್ಲದೆ ಇರುತ್ತದೆ . "ದೇವರು ದೊಡ್ಡವನು; ದೇವರು ನನ್ನ ತಂದೆ. ಅವನನ್ನು ಪ್ರೀತಿಸುವುದು ನನ್ನ ಕರ್ತವ್ಯ" ಎಂದು ನಾವು ಸರಳವಾಗಿ ಯೋಚಿಸಬೇಕು. ಅಷ್ಟೇ. ಯಾವುದೇ ವಿನಿಮಯವಿಲ್ಲ "ಓಹ್, ದೇವರು ನನಗೆ ನನ್ನ ದೈನಂದಿನ ಬ್ರೆಡ್ ನೀಡುತ್ತಾನೆ; ಆದ್ದರಿಂದ ನಾನು ದೇವರನ್ನು ಪ್ರೀತಿಸುತ್ತೇನೆ." ಇಲ್ಲ. ದೇವರು ದಿನನಿತ್ಯದ ರೊಟ್ಟಿಯನ್ನು ಪ್ರಾಣಿಗಳಿಗೆ-ಬೆಕ್ಕು ಮತ್ತು ನಾಯಿಗಳಿಗೆ ಕೊಡುತ್ತಾನೆ. ದೇವರು ಎಲ್ಲರಿಗೂ ತಂದೆ, ಮತ್ತು ಅವನು ಎಲ್ಲರಿಗೂ ಆಹಾರವನ್ನು ನೀಡುತ್ತಾನೆ. ಯಾವುದೇ ಧರ್ಮವು ಒಬ್ಬನು ದೇವರ ಮೇಲಿನ ಪ್ರೀತಿಯನ್ನು ಬೆಳೆಸಿಕೊಳ್ಳಬಹುದು, ಮತ್ತು ಆ ಪ್ರೀತಿಯು ಯಾವುದೇ ವೈಯಕ್ತಿಕ ಉದ್ದೇಶವಿಲ್ಲದೆ ಮತ್ತು ಅಡೆತಡೆಯಿಲ್ಲದೆ ಇರಬೇಕು .ನಾವು ದೇವರನ್ನು ಪ್ರೀತಿಸಲು ಪ್ರಯತ್ನಿಸಬೇಕು, ಏನನ್ನೂ ಬೇಡದೆ ನಮ್ಮ ಅಗತ್ಯಗಳನ್ನು ಪೂರೈಸಲಾಗುವುದು. ಬೆಕ್ಕುಗಳು ಮತ್ತು ನಾಯಿಗಳು ಸಹ ತಮ್ಮ ಅಗತ್ಯಗಳನ್ನು ಪಡೆಯುತ್ತಿವೆ. ಅವರು ದೇವಾಲಯ ಚರ್ಚ್ಗೆ ಹೋಗಿ ದೇವರನ್ನು ಏನನ್ನೂ ಕೇಳುವುದಿಲ್ಲ, ಆದರೆ ಅವರು ತಮ್ಮ ಅಗತ್ಯಗಳನ್ನು ಪಡೆಯುತ್ತಿದ್ದಾರೆ. ಹಾಗಾದರೆ ಭಕ್ತನು ತನ್ನ ಅಗತ್ಯಗಳನ್ನು ಏಕೆ ಪಡೆಯಬಾರದು? ಬೆಕ್ಕುಗಳು ಮತ್ತು ನಾಯಿಗಳು ತಮ್ಮ ಜೀವನಾವಶ್ಯಕತೆಗಳನ್ನು ದೇವರಿಂದ ಏನನ್ನೂ ಕೇಳದೆ ಪಡೆಯಬಹುದಾದರೆ, "ಇದನ್ನು ನನಗೆ ಕೊಡು, ನನಗೆ ಕೊಡು" ಎಂದು ನಾವು ದೇವರಲ್ಲಿ ಏಕೆ ಬೇಡಬೇಕು? ಇಲ್ಲ. ನಾವು ಆತನನ್ನು ಪ್ರೀತಿಸಲು ಮತ್ತು ಆತನ ಸೇವೆ ಮಾಡಲು ಸರಳವಾಗಿ ಪ್ರಯತ್ನಿಸಬೇಕು. ಅದು ಎಲ್ಲವನ್ನೂ ಪೂರೈಸುತ್ತದೆ ಮತ್ತು ಅದು ಯೋಗದ ಅತ್ಯುನ್ನತ ವೇದಿಕೆಯಾಗಿದೆ.

ದೇವರ ಸೇವೆ ಸಹಜ; ನಾನು ದೇವರ ಭಾಗವಾಗಿರುವುದರಿಂದ ಆತನ ಸೇವೆ

ಮಾಡುವುದು ನನ್ನ ಸಹಜ ಕರ್ತವ್ಯ. ಬೆರಳು ಮತ್ತು ದೇಹದ ಉದಾಹರಣೆ ಸೂಕ್ತವಾಗಿದೆ. ಬೆರಳು ದೇಹದ ಭಾಗವಾಗಿದೆ. ಮತ್ತು ಬೆರಳಿನ ಕರ್ತವ್ಯವೇನು? ಇಡೀ ದೇಹಕ್ಕೆ ಸೇವೆ ಸಲ್ಲಿಸಲು, ಅಷ್ಟೆ. ನೀವು ಸ್ವಲ್ಪ ತುರಿಕೆ ಅನುಭವಿಸಿದರೆ, ತಕ್ಷಣವೇ ನಿಮ್ಮ ಬೆರಳು ಕೆಲಸ ಮಾಡುತ್ತದೆ. ನೀನೇನಾದರೂ ನೋಡಲು ಬಯಸಿದರೆ, ನಿಮ್ಮ ಕಣ್ಣುಗಳು ತಕ್ಷಣವೇ ಕೆಲಸ ಮಾಡುತ್ತವೆ. ನೀವು ಎಲ್ಲೋ ಹೋಗಬೇಕೆಂದು ಬಯಸಿದರೆ, ನಿಮ್ಮ ಕಾಲುಗಳು ತಕ್ಷಣವೇ ನಿಮ್ಮನ್ನು ಅಲ್ಲಿಗೆ ಕರೆದೊಯ್ಯುತ್ತವೆ. ಆದ್ದರಿಂದ, ದೇಹದ ಭಾಗಗಳು ಮತ್ತು ಅಂಗಗಳು ಇಡೀ ದೇಹಕ್ಕೆ ಸಹಾಯ ಮಾಡುತ್ತವೆ. ಅಂತೆಯೇ, ನಾವೆಲ್ಲರೂ ದೇವರ ಭಾಗವಾಗಿದ್ದೇವೆ ಮತ್ತು ನಾವೆಲ್ಲರೂ ಆತನಿಗೆ ಸೇವೆ ಸಲ್ಲಿಸಲು ಮಾತ್ರ ಉದ್ದೇಶಿಸಿದ್ದೇವೆ. ದೇಹದ ಅಂಗಗಳು ಇಡೀ ದೇಹಕ್ಕೆ ಸೇವೆ ಸಲ್ಲಿಸಿದಾಗ, ಶಕ್ತಿಯು ಸ್ವಯಂಚಾಲಿತವಾಗಿ ಅಂಗಗಳಿಗೆ ಬರುತ್ತದೆ, ಹಾಗೆಯೇ ನಾವು ದೇವರ ಸೇವೆ ಸಲ್ಲಿಸಿದಾಗ, ನಮಗೆ ಅಗತ್ಯವಿರುವ ಎಲ್ಲವುಗಳು ಸ್ವಯಂಚಾಲಿತವಾಗಿ ನಮಗೆ ಸಿಗುತ್ತವೆ. ಒಂದು ಮರದ ಬುಡಕ್ಕೆ ನೀರು ಸುರಿದರೆ, ಎಲೆಗಳು, ಕೊಂಬೆಗಳು, ಇತ್ಯಾದಿಗಳಿಗೆ ತಕ್ಷಣವೇ ಶಕ್ತಿಯು ಪೂರೈಕೆಯಾಗುತ್ತದೆ. ಹಾಗೆಯೇ, ಕೇವಲ ಕೃಷ್ಣ ಅಥವಾ ದೇವರ ಸೇವೆ ಮಾಡುವ ಮೂಲಕ, ನಾವು ಸೃಷ್ಟಿಯ ಎಲ್ಲಾ ಇತರ ಭಾಗಗಳಿಗೆ ಸೇವೆ ಸಲ್ಲಿಸುತ್ತೇವೆ. ಪ್ರತಿಯೊಂದು ಜೀವಿಗಳಿಗೂ ಪ್ರತ್ಯೇಕವಾಗಿ ಸೇವೆ ಸಲ್ಲಿಸುವ ಪ್ರಶ್ನೆಯೇ ಇಲ್ಲ. ಇನ್ನೊಂದು ಅಂಶವೆಂದರೆ, ದೇವರ ಸೇವೆ ಮಾಡುವುದರಿಂದ, ನಮಗೆ ಸ್ವಯಂಚಾಲಿತವಾಗಿ ಎಲ್ಲಾ ಜೀವಿಗಳ ಬಗ್ಗೆ ಸಹಾನುಭೂತಿ ಉಂಟಾಗುತ್ತದೆ - ಮನುಷ್ಯರಿಗೆ ಮಾತ್ರವಲ್ಲ, ಪ್ರಾಣಿಗಳಿಗೂ ಸಹ. ಆದ್ದರಿಂದ ದೇವರ ಪ್ರಜ್ಞೆ, ಕೃಷ್ಣಪ್ರಜ್ಞೆ, ಧರ್ಮದ ಪರಿಪೂರ್ಣತೆ. ಕೃಷ್ಣ ಪ್ರಜ್ಞೆಯಿಲ್ಲದೆ ಇತರ ಜೀವಿಗಳ ಬಗ್ಗೆ ನಮ್ಮ ಸಹಾನುಭೂತಿ ತುಂಬಾ ಸೀಮಿತವಾಗಿರುತ್ತದೆ, ಆದರೆ ಕೃಷ್ಣ ಪ್ರಜ್ಞೆಯೊಂದಿಗೆ ಇತರ ಜೀವಿಗಳ ಬಗ್ಗೆ ನಮ್ಮ ಸಹಾನುಭೂತಿ ತುಂಬಿರುತ್ತದೆ. ಪ್ರತಿಯೊಂದು ಜೀವಿಯು ಪರಮಾತ್ಮನ ಭಾಗವಾಗಿದೆ ಮತ್ತು ಆದ್ದರಿಂದ ಪ್ರತಿಯೊಂದು ಜೀವಿಯು ತನ್ನದೇ ಆದ ಸಂವಿಧಾನದ ಮೂಲಕ ಪರಮಾತ್ಮನ ಸೇವೆ ಮಾಡಲು ಉದ್ದೇಶಿಸಲಾಗಿದೆ. ಇದನ್ನು ಮಾಡಲು ವಿಫಲವಾದರೆ, ಅವನು ಕೆಳಗೆ ಬೀಳುತ್ತಾನೆ. ಯಾರಾದರೂ ತನ್ನ ಕರ್ತವ್ಯವನ್ನು ನಿರ್ಲಕ್ಷಿಸಿದರೆ ಮತ್ತು ಎಲ್ಲಾ ಜೀವಿಗಳ ಮೂಲವಾಗಿರುವ ಆದಿಸ್ವರೂಪದ ಭಗವಂತನಿಗೆ ಸೇವೆ ಸಲ್ಲಿಸದಿದ್ದರೆ, ಅವನು ಖಂಡಿತವಾಗಿಯೂ ತನ್ನ ಸಾಂವಿಧಾನಿಕ ಸ್ಥಾನದಿಂದ ಕೆಳಗೆ ಬೀಳುತ್ತಾನೆ."

ಭೌತಿಕವಾದಿ :- ನಮ್ಮ ಸಾಂವಿಧಾನಿಕ ಸ್ಥಾನದಿಂದ ನಾವು ಹೇಗೆ ಕೆಳಗೆ

ಬೀಳುತ್ತೇವೆ?

<u>ಆಧ್ಯಾತ್ಮಿಕ ಗುರು:</u>-ಮತ್ತೊಮ್ಮೆ, ಬೆರಳು ಮತ್ತು ದೇಹದ ಉದಾಹರಣೆ ಸೂಕ್ತವಾಗಿದೆ. ಒಬ್ಬನ ಬೆರಳು ರೋಗಕ್ಕೆ ತುತ್ತಾದರೆ ಮತ್ತು ಇಡೀ ದೇಹಕ್ಕೆ ಸೇವೆ ಸಲ್ಲಿಸಲು ಸಾಧ್ಯವಾಗದಿದ್ದರೆ, ಅದು ಕೇವಲ ನೋವು ನೀಡುತ್ತದೆ. ಆದ್ದರಿಂದ, ಅಂತಹ ವ್ಯಕ್ತಿಯು ರಾಜ್ಯದ ಕಾನೂನುಗಳನ್ನು ಪಾಲಿಸದ ಮನುಷ್ಯನಂತೆ ಅನುಭವಿಸಬೇಕಾಗುತ್ತದೆ. ಅಂತಹ ಅಪರಾಧಿಯು ಸರ್ಕಾರಕ್ಕೆ ನೋವನ್ನು ನೀಡುತ್ತಾನೆ ಮತ್ತು ಅವನು ಶಿಕ್ಷೆಗೆ ಗುರಿಯಾಗುತ್ತಾನೆ. "ನಾನು ತುಂಬಾ ಒಳ್ಳೆಯ ಮನುಷ್ಯ" ಎಂದು ಅವರು ಭಾವಿಸಬಹುದು, ಆದರೆ ಅವರು ರಾಜ್ಯದ ಕಾನೂನುಗಳನ್ನು ಉಲ್ಲಂಘಿಸುತ್ತಿರುವುದರಿಂದ ಅವರು ಸರ್ಕಾರವನ್ನು ಹಿಂಸಿಸುತ್ತಿದ್ದಾರೆ. ಇದನ್ನು ಅರ್ಥಮಾಡಿಕೊಳ್ಳುವುದು ಸುಲಭ. ಆದ್ದರಿಂದ, ಕೃಷ್ಣನ ಸೇವೆ ಮಾಡದ ಯಾವುದೇ ಜೀವಿಯು ಅವನಿಗೆ ಒಂದು ರೀತಿಯ ನೋವನ್ನು ಉಂಟುಮಾಡುತ್ತದೆ. ಮತ್ತು ಕೃಷ್ಣನಿಗೆ ನೋವಾಗುವಂತೆ ಮಾಡುವುದು ಪಾಪ. ಸರ್ಕಾರವು ಎಲ್ಲಾ ನೋವಿನ ನಾಗರಿಕರನ್ನು ಒಟ್ಟುಗೂಡಿಸಿ ಸೆರೆಮನೆಯಲ್ಲಿ ಇರಿಸುವಂತೆಯೇ "ನೀವು ಅಪರಾಧಿಗಳು ಇಲ್ಲಿ ವಾಸಿಸಬೇಕು ಆದ್ದರಿಂದ ನೀವು ಮುಕ್ತ ಸ್ಥಿತಿಯಲ್ಲಿ ಜನರನ್ನು ತೊಂದರೆಗೊಳಿಸಬಾರದು" - ಆದ್ದರಿಂದ ದೇವರು ತನ್ನ ಕಾನೂನುಗಳನ್ನು ಉಲ್ಲಂಘಿಸಿದ ಎಲ್ಲಾ ಅಪರಾಧಿಗಳನ್ನು ಸರಳವಾಗಿ ಇರಿಸುತ್ತಾನೆ. ಈ ಭೌತಿಕ ಜಗತ್ತಿನಲ್ಲಿ ಅವನಿಗೆ ನೋವು ನೀಡಲಾಗಿದೆ. ಮತ್ತೊಮ್ಮೆ ನಾವು ಬೆರಳಿನ ಉದಾಹರಣೆಯನ್ನು ಉಲ್ಲೇಖಿಸಬಹುದು. ನಿಮ್ಮ ಬೆರಳು ತುಂಬಾ ನೋವಿನಿಂದ ಕೂಡಿದ್ದರೆ, ವೈದ್ಯರು ಸಲಹೆ ನೀಡಬಹುದು, "ಮಿ. ಸೋ-ಅಂಡ್-ಸೋ, ನಿಮ್ಮ ಬೆರಳನ್ನು ಕತ್ತರಿಸಬೇಕಾಗುತ್ತದೆ. ಇಲ್ಲದಿದ್ದರೆ, ಅದು ನಿಮ್ಮ ಇಡೀ ದೇಹವನ್ನು ಕಲುಷಿತಗೊಳಿಸುತ್ತದೆ." ಬೆರಳು ನಂತರ ದೇಹದ ಭಾಗವಾಗಿ ಅದರ ಸಾಂವಿಧಾನಿಕ ಸ್ಥಾನದಿಂದ ಕೆಳಗೆ ಬೀಳುತ್ತದೆ. ದೇವರ ಪ್ರಜ್ಞೆಯ ತತ್ವಗಳ ವಿರುದ್ಧ ಬಂಡಾಯವೆದ್ದು, ನಾವೆಲ್ಲರೂ ಈ ಭೌತಿಕ ಪ್ರಪಂಚಕ್ಕೆ ಬಿದ್ದಿದ್ದೇವೆ. ನಾವು ನಮ್ಮ ಮೂಲ ಸ್ಥಾನವನ್ನು ಪುನರುಜ್ಜೀವನಗೊಳಿಸಲು ಬಯಸಿದರೆ, ನಾವು ಮತ್ತೆ ಸೇವಾ ಮನೋಭಾವದಲ್ಲಿ ನಮ್ಮನ್ನು ಸ್ಥಾಪಿಸಿಕೊಳ್ಳಬೇಕು. ಅದು ಪರಿಪೂರ್ಣ ಚಿಕಿತ್ಸೆಯಾಗಿದೆ. ಇಲ್ಲದಿದ್ದರೆ, ನಾವು ನೋವನ್ನು ಅನುಭವಿಸುತ್ತೇವೆ ಮತ್ತು ದೇವರು ನಮ್ಮ ಕಾರಣದಿಂದಾಗಿ ನೋವು ಅನುಭವಿಸುತ್ತಾನೆ. ನಾವು ದೇವರ ಕೆಟ್ಟ ಮಕ್ಕಳಂತೆ. ಮಗನು ಒಳ್ಳೆಯವನಲ್ಲದಿದ್ದರೆ, ಅವನು ನರಳುತ್ತಾನೆ, ಮತ್ತು ಮಗನ ಜೊತೆಗೆ ತಂದೆಯೂ ಬಳಲುತ್ತಾನೆ. ಹಾಗೆಯೇ, ನಾವು ಬಳಲುತ್ತಿರುವಾಗ, ದೇವರು ಕೂಡ

ಬಳಲುತ್ತಿದ್ದಾನೆ. ಆದ್ದರಿಂದ, ನಮ್ಮ ಮೂಲ ಕೃಷ್ಣಪ್ರಜ್ಞೆಯನ್ನು ಪುನರುಜ್ಜೀವನಗೊಳಿಸುವುದು ಮತ್ತು ಭಗವಂತನ ಸೇವೆಯಲ್ಲಿ ತೊಡಗಿಸಿಕೊಳ್ಳುವುದು ಉತ್ತಮವಾಗಿದೆ.

ನಮ್ಮ ಇಚ್ಛೆಗೆ ಅನುಗುಣವಾಗಿ ಭೌತಿಕ ಪ್ರಕೃತಿಯನ್ನು ದುರ್ಬಳಕೆ ಮಾಡಲು ನಾವು ಹೆಚ್ಚು ಪ್ರಯತ್ನಿಸುತ್ತೇವೆ, ಉತ್ಕೃಷ್ಟ ಪ್ರಯತ್ನಗಳು ಸಾಕಷ್ಟು ಧಾನ್ಯಗಳು, ತರಕಾರಿಗಳು ಮತ್ತು ಗಿಡಮೂಲಿಕೆಗಳನ್ನು ಹೊಂದಿದ್ದೇವೆ, ನಂತರ ಕಸಾಯಿಖಾನೆ ಮತ್ತು ಪ್ರಾಣಿಗಳನ್ನು ಕೊಲ್ಲುವ ಅವಶ್ಯಕತೆ ಏನು? ಒಬ್ಬ ಮನುಷ್ಯನು ತಿನ್ನಲು ಸಾಕಷ್ಟು ಧಾನ್ಯಗಳನ್ನು ಹೊಂದಿದ್ದರೆ ಅದನ್ನು ಕೊಲ್ಲುವ ಅಗತ್ಯವಿಲ್ಲ. ನದಿಯ ನೀರಿನ ಹರಿವು ಕ್ಷೇತ್ರವನ್ನು ಫಲವತ್ತಾಗಿಸುತ್ತದೆ, ನಮಗೆ ಬೇಕಾದುದಕ್ಕಿಂತ ಹೆಚ್ಚಿನ ಖನಿಜಗಳು ಮತ್ತು ಸಾಗರದಲ್ಲಿ ಆಭರಣಗಳು ಉತ್ಪತ್ತಿಯಾಗುತ್ತವೆ. ಮಾನವ ನಾಗರಿಕತೆಯು ಸಾಕಷ್ಟು ಧಾನ್ಯಗಳು, ಖನಿಜಗಳು, ಆಭರಣಗಳು, ನೀರು, ಹಾಲು ಇತ್ಯಾದಿಗಳನ್ನು ಹೊಂದಿದ್ದರೆ, ಕೆಲವು ದುರದೃಷ್ಟಕರ ವೆಚ್ಚದಲ್ಲಿ ಭಯಾನಕ ಕೈಗಾರಿಕಾ ಉದ್ಯಮಗಳ ಮೇಲೆ ಏಕೆ ಹಾತೊರೆಯಬೇಕು? ಆದರೆ ಈ ಎಲ್ಲಾ ನೈಸರ್ಗಿಕ ಕೊಡುಗೆಗಳು ಭಗವಂತನ ಕರುಣೆಯ ಮೇಲೆ ಅವಲಂಬಿತವಾಗಿದೆ. ಆದ್ದರಿಂದ ನಮಗೆ ಬೇಕಾಗಿರುವುದು ಭಗವಂತನ ನಿಯಮಗಳಿಗೆ ವಿಧೇಯರಾಗಿರಬೇಕು ಮತ್ತು ಭಕ್ತಿ ಸೇವೆಯಿಂದ ಮಾನವ ಜೀವನದ ಪರಿಪೂರ್ಣತೆಯನ್ನು ಸಾಧಿಸುವುದು .

,ಭೌತಿಕವಾದಿ :- ಆತ್ಮದ ಶಾಶ್ವತತೆಗೆ ಪುರಾವೆ ಏನು?

ಆಧ್ಯಾತ್ಮಿಕ ಗುರು: ಕೃಷ್ಣ ಹೇಳುತ್ತಾನೆ, ನ ಹನ್ಯತೇ ಹನ್ಯಮಾನೇ ಸರೀರೆ: "ದೇಹವನ್ನು ಕೊಂದಾಗ ಆತ್ಮವು ಕೊಲ್ಲಲ್ಪಡುವುದಿಲ್ಲ." ಈ ಹೇಳಿಕೆಯು ಸ್ವತಃ ಪುರಾವೆಯಾಗಿದೆ. ಈ ರೀತಿಯ ಪುರಾವೆಯನ್ನು ಶ್ರುತಿ ಎಂದು ಕರೆಯಲಾಗುತ್ತದೆ, ಇದು ಪರಮಾತ್ಮನಿಂದ ಶಿಷ್ಯ ಉತ್ತರಾಧಿಕಾರದ ಮೂಲಕ ಕೇಳಿದ ಪುರಾವೆಯಿಂದ ಸ್ಥಾಪಿಸಲ್ಪಟ್ಟಿದೆ. ಪುರಾವೆಯ ಒಂದು ರೂಪವು ತರ್ಕದಿಂದ ಪುರಾವೆಯಾಗಿದೆ (ನ್ಯಾಯ-ಪ್ರಸ್ಥಾನ). ತರ್ಕ, ವಾದಗಳು ಮತ್ತು ತಾತ್ವಿಕ ಸಂಶೋಧನೆಯಿಂದ ಜ್ಞಾನವನ್ನು ಪಡೆಯಬಹುದು. ಆದರೆ ಪುರಾವೆಯ ಇನ್ನೊಂದು ರೂಪವೆಂದರೆ ಶ್ರುತಿ, ಅಧಿಕಾರಿಗಳಿಂದ ಕೇಳಿದ ಪುರಾವೆ. ಪುರಾವೆಯ ಮೂರನೇ ರೂಪವೆಂದರೆ ಸ್ಮೃತಿ, ಶ್ರುತಿಯಿಂದ ಪಡೆದ ಹೇಳಿಕೆಗಳಿಂದ ಸ್ಥಾಪಿಸಲಾದ ಪುರಾವೆ. ಪುರಾಣಗಳು ಸ್ಮೃತಿ, ಉಪನಿಷತ್ತುಗಳು ಶ್ರುತಿ ಮತ್ತು ವೇದಾಂತವು ನ್ಯಾಯ. ಈ ಮೂರರಲ್ಲಿ ಶ್ರುತಿ-ಪ್ರಸ್ಥಾನ, ಅಥವಾ

ಶ್ರುತಿಯ ಸಾಕ್ಷ್ಯವು ವಿಶೇಷವಾಗಿ ಮುಖ್ಯವಾಗಿದೆ. ಪ್ರತ್ಯಕ್ಷ, ನೇರ ಗ್ರಹಿಕೆಯ ಮೂಲಕ ಜ್ಞಾನವನ್ನು ಪಡೆಯುವ ಪ್ರಕ್ರಿಯೆಗೆ ಯಾವುದೇ ಮೌಲ್ಯವಿಲ್ಲ, ಏಕೆಂದರೆ ನಮ್ಮ ಇಂದ್ರಿಯಗಳೆಲ್ಲವೂ ಅಪೂರ್ಣವಾಗಿವೆ. ಉದಾಹರಣೆಗೆ, ನಮಗೆ ಸೂರ್ಯನು ಸಣ್ಣ ಡಿಸ್ಕ್‌ನಂತೆ ಕಾಣುತ್ತದೆ, ಆದರೆ ವಾಸ್ತವವಾಗಿ ಅದು ಭೂಮಿಗಿಂತ ಹಲವು ಪಟ್ಟು ದೊಡ್ಡದಾಗಿದೆ. ಹಾಗಾದರೆ ನಮ್ಮ ನೇರ ಮೌಲ್ಯ ಏನು?
ನಮ್ಮ ಕಣ್ಣುಗಳ ಮೂಲಕ ಗ್ರಹಿಕೆ? ನಾವು ಜ್ಞಾನವನ್ನು ಅನುಭವಿಸಲು ಹಲವಾರು ಇಂದ್ರಿಯಗಳನ್ನು ಹೊಂದಿದ್ದೇವೆ - ಕಣ್ಣು, ಕಿವಿ, ಮೂಗು, ಇತ್ಯಾದಿ ಆದರೆ ಈ ಇಂದ್ರಿಯಗಳು ಅಪೂರ್ಣವಾಗಿರುವುದರಿಂದ, ಈ ಇಂದ್ರಿಯಗಳ ವ್ಯಾಯಾಮದಿಂದ ನಾವು ಪಡೆಯುವ ಜ್ಞಾನವೂ ಅಪೂರ್ಣವಾಗಿದೆ. ವಿಜ್ಞಾನಿಗಳು ತಮ್ಮ ಅಪೂರ್ಣ ಇಂದ್ರಿಯಗಳನ್ನು ವ್ಯಾಯಾಮ ಮಾಡುವ ಮೂಲಕ ವಿಷಯಗಳನ್ನು ಅರ್ಥಮಾಡಿಕೊಳ್ಳಲು ಪ್ರಯತ್ನಿಸುವುದರಿಂದ, ಅವರ ತೀರ್ಮಾನಗಳು ಯಾವಾಗಲೂ ಅಪೂರ್ಣವಾಗಿರುತ್ತವೆ. ಜೀವವು ವಸ್ತುವಿನಿಂದ ಬರುತ್ತದೆ ಎಂದು ಹೇಳುವ ಸಹ ವಿಜ್ಞಾನಿಯನ್ನು ವಿಚಾರಿಸಿದರು, "ಜೀವವನ್ನು ಉತ್ಪಾದಿಸುವ ರಾಸಾಯನಿಕಗಳನ್ನು ನಾನು ನಿಮಗೆ ನೀಡಿದರೆ, ನೀವು ಅದನ್ನು ಉತ್ಪಾದಿಸಲು ಸಾಧ್ಯವೇ?" ವಿಜ್ಞಾನಿ ಉತ್ತರಿಸಿದ, "ನನಗೆ ಗೊತ್ತಿಲ್ಲ." ಇದು ಅಪೂರ್ಣ ಜ್ಞಾನ. ನಿಮಗೆ ತಿಳಿದಿಲ್ಲದಿದ್ದರೆ, ನಿಮ್ಮ ಜ್ಞಾನವು ಅಪೂರ್ಣವಾಗಿದೆ. ಹಾಗಾದರೆ ನೀವು ಯಾಕೆ ಶಿಕ್ಷಕರಾಗಿದ್ದೀರಿ? ಅದು ಮೋಸ. ಪರಿಪೂರ್ಣರಾಗಲು ಪರಿಪೂರ್ಣ ಶಿಕ್ಷಕರಿಂದ ಪಾಠಗಳನ್ನು ಕಲಿಯಬೇಕು ಎಂಬುದು ನಮ್ಮ ವಾದ. ಕೃಷ್ಣ ಪರಿಪೂರ್ಣ, ಆದ್ದರಿಂದ ನಾವು ಅವನಿಂದ ಜ್ಞಾನವನ್ನು ತೆಗೆದುಕೊಳ್ಳುತ್ತೇವೆ. ಕೃಷ್ಣ ಹೇಳುತ್ತಾನೆ, ನ ಹನ್ಯತೇ ಹನ್ಯಮಾನೇ ಸರಿರ: "ದೇಹ ಸತ್ತಾಗ ಆತ್ಮ ಸಾಯುವುದಿಲ್ಲ." ಆದ್ದರಿಂದ ಆತ್ಮವು ಶಾಶ್ವತವಾಗಿದೆ ಮತ್ತು ದೇಹವು ತಾತ್ಕಾಲಿಕವಾಗಿದೆ ಎಂಬ ಈ ತಿಳುವಳಿಕೆಯು ಪರಿಪೂರ್ಣವಾಗಿದೆ. ಪ್ರಕೃತಿ ಈಗಾಗಲೇ ನಮಗೆ ಎಲ್ಲವನ್ನೂ ನೀಡಿದೆ. ನಮಗೆ ಸಂಪತ್ತು ಬೇಕಾದರೆ ನಾವು ಮುತ್ತುಗಳನ್ನು ಸಂಗ್ರಹಿಸಿ ಶ್ರೀಮಂತರಾಗಬಹುದು; ಕೆಲವು ದೊಡ್ಡ ಕಾರ್ಖಾನೆಯನ್ನು ಪ್ರಾರಂಭಿಸುವ ಮೂಲಕ ಶ್ರೀಮಂತರಾಗುವ ಅಗತ್ಯವಿಲ್ಲ. ಅಂತಹ ಕೈಗಾರಿಕಾ ಉದ್ಯಮಗಳಿಂದ ನಾವು ಕೇವಲ ತೊಂದರೆಗಳನ್ನು ಸೃಷ್ಟಿಸಿದ್ದೇವೆ. ಇಲ್ಲದಿದ್ದರೆ, ನಾವು ಕೇವಲ ಕೃಷ್ಣ ಮತ್ತು ಕೃಷ್ಣನ ಕರುಣೆಯನ್ನು ಅವಲಂಬಿಸಬೇಕಾಗಿದೆ, ಏಕೆಂದರೆ ಕೃಷ್ಣನ ನೋಟದಿಂದ ಎಲ್ಲವೂ ಸರಿಯಾಗಿದೆ. ಆದ್ದರಿಂದ ನಾವು ಕೇವಲ ಕೃಷ್ಣನ ದರ್ಶನಕ್ಕಾಗಿ ಮನವಿ ಮಾಡಿದರೆ, ಕೊರತೆ ಅಥವಾ ಅವಶ್ಯಕತೆಯ ಪ್ರಶ್ನೆಯೇ ಇರುವುದಿಲ್ಲ. ಎಲ್ಲವೂ ಪೂರ್ಣವಾಗಲಿದೆ.

ಜನಸಂಖ್ಯೆ ಹೆಚ್ಚಾಗುತ್ತಿದೆ ಎಂದು ಜನರು ಹೇಳುತ್ತಾರೆ, ಆದ್ದರಿಂದ ಅವರು ಇದನ್ನು ಕೃತಕ ವಿಧಾನದಿಂದ ಪರಿಶೀಲಿಸುತ್ತಿದ್ದಾರೆ. ಏಕೆ? ಪಕ್ಷಿಗಳು ಮತ್ತು ಮೃಗಗಳು ತಮ್ಮ ಜನಸಂಖ್ಯೆಯನ್ನು ಹೆಚ್ಚಿಸುತ್ತಿವೆ ಮತ್ತು ಯಾವುದೇ ಗರ್ಭನಿರೋಧಕಗಳನ್ನು ಹೊಂದಿಲ್ಲ, ಆದರೆ ಅವುಗಳಿಗೆ ಆಹಾರದ ಅಗತ್ಯವಿದೆಯೇ? ಆಹಾರಕ್ಕಾಗಿ ಪಕ್ಷಿಗಳು ಅಥವಾ ಪ್ರಾಣಿಗಳು ಸಾಯುವುದನ್ನು ನಾವು ಎಂದಾದರೂ ನೋಡಿದ್ದೇವೆಯೇ? ಬಹುಶಃ ನಗರದಲ್ಲಿ, ಆಗಾಗ್ಗೆ ಅಲ್ಲದಿದ್ದರೂ. ಆದರೆ ನಾವು ಕಾಡಿಗೆ ಹೋದರೆ ಎಲ್ಲಾ ಆನೆಗಳು, ಸಿಂಹಗಳು, ಹುಲಿಗಳು ಮತ್ತು ಇತರ ಪ್ರಾಣಿಗಳು ತುಂಬಾ ಗಟ್ಟಿಮುಟ್ಟಾದ ಮತ್ತು ಬಲಶಾಲಿಯಾಗಿರುವುದನ್ನು ನಾವು ನೋಡುತ್ತೇವೆ. ಅವರಿಗೆ ಆಹಾರ ಪೂರೈಸುವವರು ಯಾರು? ಅವರಲ್ಲಿ ಕೆಲವರು ಸಸ್ಯಾಹಾರಿಗಳು ಮತ್ತು ಅವರಲ್ಲಿ ಕೆಲವರು ಮಾಂಸಾಹಾರಿಗಳು, ಆದರೆ ಅವರಲ್ಲಿ ಯಾರಿಗೂ ಆಹಾರದ ಕೊರತೆಯಿಲ್ಲ. ಸಹಜವಾಗಿ, ಸ್ವಭಾವತಃ ಹುಲಿ ಮಾಂಸಾಹಾರಿಯಾಗಿರುವುದರಿಂದ ಪ್ರತಿದಿನವೂ ಆಹಾರ ಸಿಗುವುದಿಲ್ಲ. ಅಷ್ಟಕ್ಕೂ, ಹುಲಿಯ ಆಹಾರವಾಗಲು ಯಾರು ಎದುರಿಸುತ್ತಾರೆ? ಹುಲಿಗೆ "ಸರ್, ನಾನು ಪರಹಿತಚಿಂತಕ ಮತ್ತು ನಿಮಗೆ ಆಹಾರ ನೀಡಲು ನಿಮ್ಮ ಬಳಿಗೆ ಬಂದಿದ್ದೇನೆ, ಆದ್ದರಿಂದ ನನ್ನ ದೇಹವನ್ನು ತೆಗೆದುಕೊಳ್ಳಿ" ಎಂದು ಹೇಳುವವರು ಯಾರು? ಯಾರೂ ಇಲ್ಲ. ಆದ್ದರಿಂದ ಹುಲಿಗೆ ಆಹಾರವನ್ನು ಹುಡುಕಲು ಕಷ್ಟವಾಗುತ್ತದೆ. ಮತ್ತು ಹುಲಿ ಹೊರಬಂದ ತಕ್ಷಣ ಅದನ್ನು ಹಿಂಬಾಲಿಸುವ ಪ್ರಾಣಿಯು "ಫಯೋ, ಫಯೋ" ಎಂದು ಶಬ್ದ ಮಾಡುತ್ತದೆ, ಇದರಿಂದ ಇತರ ಪ್ರಾಣಿಗಳಿಗೆ ತಿಳಿಯುತ್ತದೆ, "ಈಗ ಹುಲಿ ಹೊರಬಂದಿದೆ." ಆದ್ದರಿಂದ ಸ್ವಭಾವತಃ ಹುಲಿಗೆ ಕಷ್ಟವಿದೆ. ಇನ್ನೂ ಕೃಷ್ಣ ಅದಕ್ಕೆ ಆಹಾರವನ್ನು ನೀಡುತ್ತಾನೆ, ಸುಮಾರು ಒಂದು ವಾರದ ನಂತರ, ಹುಲಿಗೆ ಪ್ರಾಣಿಯನ್ನು ಹಿಡಿಯುವ ಅವಕಾಶ ಸಿಗುತ್ತದೆ ಮತ್ತು ಅದಕ್ಕೆ ಪ್ರತಿದಿನ ತಾಜಾ ಆಹಾರ ಸಿಗದ ಕಾರಣ, ಅದು ಶವವನ್ನು ಕೆಲವು ಪೊದೆಗಳಲ್ಲಿ ಇರಿಸುತ್ತದೆ ಮತ್ತು ಸ್ವಲ್ಪಮಟ್ಟಿಗೆ ತಿನ್ನುತ್ತದೆ. ಶಕ್ತಿಶಾಲಿ, ಜನರು ಸಿಂಹ ಅಥವಾ ಹುಲಿಯಂತೆ ಆಗಲು ಬಯಸುತ್ತಾರೆ. ಆದರೆ ಇದು ತುಂಬಾ ಒಳ್ಳೆಯ ಪ್ರತಿಪಾದನೆಯಲ್ಲ, ಏಕೆಂದರೆ ಒಬ್ಬನು ನಿಜವಾಗಿ ಹುಲಿಯಂತಾದರೆ ದಿನಕ್ಕೆ ಆಹಾರ ಸಿಗುವುದಿಲ್ಲ, ಆದರೆ ಬಹಳ ಶ್ರಮದಿಂದ ಆಹಾರವನ್ನು ಹುಡುಕಬೇಕಾಗುತ್ತದೆ. ಸಸ್ಯಾಹಾರಿಯಾದರೆ, ದಿನವೂ ಆಹಾರ ಸಿಗುತ್ತದೆ. ಸಸ್ಯಾಹಾರಿಗಳಿಗೆ ಆಹಾರವು ಎಲ್ಲೆಡೆ ಲಭ್ಯವಿದೆ.

ಈಗ ಪ್ರತಿ ನಗರದಲ್ಲಿ ಕಸಾಯಿಖಾನೆಗಳಿವೆ, ಆದರೆ ಇದರರ್ಥ

ಕಸಾಯಿಖಾನೆಗಳು ಮಾಂಸವನ್ನು ಮಾತ್ರ ಸೇವಿಸಿ ಬದುಕಲು ಸಾಕಷ್ಟು ಪೂರೈಕೆ ಮಾಡುತ್ತವೆ ಎಂದರ್ಥವೇ? ಇಲ್ಲ, ಸಮರ್ಪಕ ಪೂರೈಕೆ ಆಗುವುದಿಲ್ಲ. ಮಾಂಸಾಹಾರಿಗಳು ಸಹ ತಮ್ಮ ಮಾಂಸದ ತುಂಡುಗಳೊಂದಿಗೆ ಧಾನ್ಯಗಳು, ಹಣ್ಣುಗಳು ಮತ್ತು ತರಕಾರಿಗಳನ್ನು ತಿನ್ನಬೇಕು. ಆದರೂ, ಆ ದಿನನಿತ್ಯದ ಮಾಂಸಕ್ಕಾಗಿ ಅವರು ಅನೇಕ ಬಡ ಪ್ರಾಣಿಗಳನ್ನು ಕೊಲ್ಲುತ್ತಾರೆ. ಇದು ಎಷ್ಟು ಪಾಪ! ಜನರು ಇಂತಹ ಪಾಪ ಕಾರ್ಯಗಳನ್ನು ಮಾಡಿದರೆ, ಅವರು ಹೇಗೆ ಸಂತೋಷವಾಗಿರುತ್ತಾರೆ? ಈ ಹತ್ಯೆಯನ್ನು ಮಾಡಬಾರದು, ಆದರೆ ಇದನ್ನು ಮಾಡುವುದರಿಂದ ಜನರು ಅತೃಪ್ತರಾಗಿದ್ದಾರೆ. ಆದಾಗ್ಯೂ, ಒಬ್ಬನು ಕೃಷ್ಣನ ಪ್ರಜ್ಞೆಯನ್ನು ಹೊಂದುತ್ತಾನೆ ಮತ್ತು ಕೇವಲ ಕೃಷ್ಣನ ನೋಟದ ಮೇಲೆ ಅವಲಂಬಿತನಾಗಿರುತ್ತಾನೆ ಕೃಷ್ಣನು ಎಲ್ಲವನ್ನೂ ಪೂರೈಸುತ್ತಾನೆ ಮತ್ತು ಕೊರತೆಯ ಪ್ರಶ್ನೆಯೇ ಇರುವುದಿಲ್ಲ. ಕೆಲವೊಮ್ಮೆ ಕೊರತೆಯಿರುವಂತೆ ಕಂಡುಬರುತ್ತದೆ, ಮತ್ತು ಕೆಲವೊಮ್ಮೆ ಧಾನ್ಯಗಳು ಮತ್ತು ಹಣ್ಣುಗಳನ್ನು ಜನರು ತಿನ್ನುವುದನ್ನು ಮುಗಿಸಲು ಸಾಧ್ಯವಾಗದಷ್ಟು ದೊಡ್ಡ ಪ್ರಮಾಣದಲ್ಲಿ ಉತ್ಪತ್ತಿಯಾಗುವುದನ್ನು ನಾವು ಕಂಡುಕೊಳ್ಳುತ್ತೇವೆ. ಆದ್ದರಿಂದ ಇದು ಕೃಷ್ಣನ ನೋಟದ ಪ್ರಶ್ನೆಯಾಗಿದೆ. ಕೃಷ್ಣ ಇಷ್ಟಪಟ್ಟರೆ, ಅವನು ದೊಡ್ಡ ಪ್ರಮಾಣದ ಧಾನ್ಯಗಳು, ಹಣ್ಣುಗಳು ಮತ್ತು ತರಕಾರಿಗಳನ್ನು ಉತ್ಪಾದಿಸಬಹುದು, ಆದರೆ ಕೃಷ್ಣನು ಪೂರೈಕೆಯನ್ನು ನಿರ್ಬಂಧಿಸಲು ಬಯಸಿದರೆ, ಮಾಂಸವು ಏನು ಪ್ರಯೋಜನವನ್ನು ನೀಡುತ್ತದೆ? ನೀವು ನನ್ನನ್ನು ತಿನ್ನಬಹುದು, ಅಥವಾ ನಾನು ನಿನ್ನನ್ನು ತಿನ್ನಬಹುದು, ಆದರೆ ಅದು ಸಮಸ್ಯೆಯನ್ನು ಪರಿಹರಿಸುವುದಿಲ್ಲ. ನಿಜವಾದ ಶಾಂತಿ ಮತ್ತು ನೆಮ್ಮದಿ ಮತ್ತು ಹಾಲು, ನೀರು ಮತ್ತು ನಮಗೆ ಅಗತ್ಯವಿರುವ ಎಲ್ಲದರ ಸಾಕಷ್ಟು ಪೂರೈಕೆಗಾಗಿ, ನಾವು ಕೇವಲ ಕೃಷ್ಣನನ್ನು ಅವಲಂಬಿಸಬೇಕಾಗಿದೆ. "ನನ್ನ ಪ್ರೀತಿಯ ಪ್ರಭು, ನಾನು ನಿನಗೆ ಶರಣಾಗುತ್ತೇನೆ ಮತ್ತು ನಿನ್ನನ್ನು ಅವಲಂಬಿಸಿರುತ್ತೇನೆ. ಈಗ ನೀನು ಇಷ್ಟಪಟ್ಟರೆ ನನ್ನನ್ನು ಕೊಲ್ಲಬಹುದು, ಇಲ್ಲದಿದ್ದರೆ ನೀನು ನನಗೆ ರಕ್ಷಣೆ ನೀಡಬಹುದು. " ಮತ್ತು ಕೃಷ್ಣನು ಪ್ರತ್ಯುತ್ತರವಾಗಿ ಹೇಳುತ್ತಾನೆ, "ಹೌದು. "**ಸರ್ವ ಧರ್ಮಾನ್ ಪರಿತ್ಯಜ್ಯ ಮಾಮ್ ಏಕಂ ಶರಣಾಂ ವ್ರಜ:** "ಕೇವಲ ನನಗೆ ಪ್ರತ್ಯೇಕವಾಗಿ ಶರಣಾಗು." "ಹೌದು, ನನ್ನ ಮೇಲೆ ಅವಲಂಬಿತರಾಗಿರಿ ಮತ್ತು ನಿಮ್ಮ ಕಸಾಯಿಖಾನೆಗಳು ಮತ್ತು ಕಾರ್ಖಾನೆಗಳ ಮೇಲೆ ಅವಲಂಬಿತರಾಗಿರಿ" ಎಂದು ಅವರು ಹೇಳುವುದಿಲ್ಲ. ಇಲ್ಲ. ಅವನು ಹೇಳುತ್ತಾನೆ, "ನನ್ನ ಮೇಲೆ ಮಾತ್ರ ಅವಲಂಬಿತರಾಗಿರಿ. "**ಅಹಂ ತ್ವಂಸರ್ವ-ಪಾಪೇಭ್ಯೋ ಮೋಕ್ಷಯಿಷ್ಯಾಮಿ:**" ನಿಮ್ಮ ಪಾಪ ಕಾರ್ಯಗಳ

ಫಲಿತಾಂಶಗಳಿಂದ ನಾನು ನಿಮ್ಮನ್ನು ರಕ್ಷಿಸುತ್ತೇನೆ."

ಕೃಷ್ಣನ ಪವಿತ್ರ ನಾಮವು ಪಾಪ ಕಾರ್ಯಗಳನ್ನು ಶೂನ್ಯಗೊಳಿಸಬಹುದು ಎಂದು ಯಾರೂ ಭಾವಿಸಬಾರದು, ಒಬ್ಬರು ಸ್ವಲ್ಪ ಪಾಪದ ಚಟುವಟಿಕೆಯನ್ನು ಮಾಡಬಹುದು ಮತ್ತು ಅದನ್ನು ಶೂನ್ಯಗೊಳಿಸಲು ಹರೇ ಕೃಷ್ಣ ಜಪವನ್ನು ಮಾಡಬಹುದು. ಅದು ಅತ್ಯಂತ ದೊಡ್ಡ ಅಪರಾಧ . ಕೆಲವು ಧಾರ್ಮಿಕ ಆದೇಶಗಳ ಸದಸ್ಯರು ಚರ್ಚ್‌ಗೆ ಹೋಗಿ ತಮ್ಮ ಪಾಪಗಳನ್ನು ಒಪ್ಪಿಕೊಳ್ಳುತ್ತಾರೆ, ಆದರೆ ನಂತರ ಅವರು ಮತ್ತೆ ಅದೇ ಪಾಪ ಚಟುವಟಿಕೆಗಳನ್ನು ಮಾಡುತ್ತಾರೆ. ಹಾಗಾದರೆ ಅವರ ತಪ್ಪೊಪ್ಪಿಗೆಯ ಮೌಲ್ಯ ಏನು? "ನನ್ನ ಪ್ರಭುವೇ, ನನ್ನ ಅಜ್ಞಾನದಿಂದ | ಈ ಪಾಪವನ್ನು ಮಾಡಿದೆ" ಎಂದು ಒಬ್ಬರು ಒಪ್ಪಿಕೊಳ್ಳಬಹುದು. ಆದರೆ "ನಾನು ಪಾಪದ ಚಟುವಟಿಕೆಗಳನ್ನು ಮಾಡುತ್ತೇನೆ ಮತ್ತು ನಂತರ ಚರ್ಚ್‌ಗೆ ಹೋಗಿ ಅವುಗಳನ್ನು ಒಪ್ಪಿಕೊಳ್ಳುತ್ತೇನೆ, ಮತ್ತು ನಂತರ ಪಾಪಗಳು ಶೂನ್ಯವಾಗುತ್ತವೆ ಮತ್ತು ನಾನು ಪಾಪ ಜೀವನದ ಹೊಸ ಅಧ್ಯಾಯವನ್ನು ಪ್ರಾರಂಭಿಸಬಹುದು" ಎಂದು ಯೋಜಿಸಬಾರದು. ಅಂತೆಯೇ, ಪಾಪ ಚಟುವಟಿಕೆಗಳನ್ನು ಶೂನ್ಯಗೊಳಿಸಲು ಹರೇ ಕೃಷ್ಣ ಮಂತ್ರದ ಪಠಣದ ಲಾಭವನ್ನು ಒಬ್ಬನು ಉದ್ದೇಶಪೂರ್ವಕವಾಗಿ ತೆಗೆದುಕೊಳ್ಳಬಾರದು, ಇದರಿಂದ ಒಬ್ಬರು ಮತ್ತೆ ಪಾಪ ಕಾರ್ಯಗಳನ್ನು ಪ್ರಾರಂಭಿಸಬಹುದು. ನಾವು ಬಹಳ ಎಚ್ಚರಿಕೆಯಿಂದ ಇರಬೇಕು. ದೀಕ್ಷೆಯನ್ನು ತೆಗೆದುಕೊಳ್ಳುವ ಮೊದಲು, ಒಬ್ಬನು ಅಕ್ರಮ ಸಂಭೋಗ, ಅಮಲು, ಜೂಜು ಮತ್ತು ಮಾಂಸಾಹಾರವನ್ನು ಮಾಡಬಾರದು ಎಂದು ಭರವಸೆ ನೀಡುತ್ತಾನೆ ಮತ್ತು ಈ ಪ್ರತಿಜ್ಞೆಯನ್ನು ಕಟ್ಟುನಿಟ್ಟಾಗಿ ಪಾಲಿಸಬೇಕು. ಆಗ ಒಬ್ಬನು ಶುದ್ಧನಾಗುತ್ತಾನೆ. ಈ ರೀತಿಯಾಗಿ ತನ್ನನ್ನು ತಾನು ಸ್ವಚ್ಛವಾಗಿಟ್ಟುಕೊಂಡು ಸದಾ ಭಕ್ತಿಯ ಸೇವೆಯಲ್ಲಿ ತೊಡಗಿಸಿಕೊಂಡರೆ ಅವನ ಜೀವನವು ಸಫಲವಾಗುತ್ತದೆ ಮತ್ತು ಅವನು ಬಯಸಿದ ಯಾವುದಕ್ಕೂ ಕೊರತೆ ಇರುವುದಿಲ್ಲ.

ಜೀವನದಲ್ಲಿ, ಏಕೈಕ ಆನಂದವೆಂದರೆ ಲೈಂಗಿಕ ಸಂಭೋಗ. , ಭೌತವಾದಿಗಳು ಲೈಂಗಿಕತೆಯನ್ನು ಅತ್ಯುನ್ನತ ಆನಂದವೆಂದು ಪರಿಗಣಿಸುತ್ತಾರೆ. ಮತ್ತು ಅದು ನಿಜವಾಗಿ ಹೇಗೆ ಅನುಭವಿಸಲ್ಪಡುತ್ತದೆ? ನಮಗೆ ಕಜ್ಜಿ ಇದೆ, ಮತ್ತು ನಾವು ಅದನ್ನು ಸ್ಕ್ರಾಚ್ ಮಾಡಿದಾಗ, ನಾವು ಸ್ವಲ್ಪ ಆನಂದವನ್ನು ಅನುಭವಿಸುತ್ತೇವೆ. ಆದರೆ ಲೈಂಗಿಕ ಆನಂದದ ಪರಿಣಾಮಗಳು ಅಸಹ್ಯಕರ. ಜೀವಿಯು ಹಸಿವನ್ನು ಹೊಂದಿರಬೇಕು ಮತ್ತು ಅವನು ಲೈಂಗಿಕ ಪ್ರಚೋದನೆಯನ್ನು ಹೊಂದಿರಬೇಕು. ಪ್ರಾಣಿಗಳಲ್ಲಿಯೂ ಈ ಪ್ರಚೋದನೆಗಳು ಇರುವುದನ್ನು ನಾವು ಕಂಡುಕೊಳ್ಳುತ್ತೇವೆ. ಈ ಭೌತಿಕ ಪ್ರಪಂಚದ ಏಕೈಕ

ಆನಂದವೆಂದರೆ ಲೈಂಗಿಕತೆ. ಆದಿ ಪದವು ಮೂಲ ತತ್ತ್ವ ಮೈಥುನ, ಲೈಂಗಿಕ ಸಂಭೋಗ ಎಂದು ಸೂಚಿಸುತ್ತದೆ. ಭೌತಿಕ ಜೀವನದ ಸಂಪೂರ್ಣ ವ್ಯವಸ್ಥೆಯು ಈ ಲೈಂಗಿಕ ಆನಂದದ ಸುತ್ತ ಸುತ್ತುತ್ತದೆ. ಆದರೆ ಈ ಆನಂದವು ಮರುಭೂಮಿಯಲ್ಲಿನ ಒಂದು ಹನಿ ನೀರಿನಂತೆ. ಮರುಭೂಮಿಗೆ ನೀರಿನ ಸಾಗರ ಬೇಕು. ನೀವು ಮರುಭೂಮಿಯಲ್ಲಿ ಒಂದು ಹನಿ ನೀರನ್ನು ಕಂಡುಕೊಂಡರೆ, "ಇಲ್ಲಿ ಸ್ವಲ್ಪ ನೀರು" ಎಂದು ನೀವು ಖಂಡಿತವಾಗಿಯೂ ಹೇಳಬಹುದು. ಆದರೆ ಅದರ ಮೌಲ್ಯ ಏನು? ಅಂತೆಯೇ, ಲೈಂಗಿಕ ಜೀವನದಲ್ಲಿ ಖಂಡಿತವಾಗಿಯೂ ಸ್ವಲ್ಪ ಆನಂದವಿದೆ, ಆದರೆ ಆ ಆನಂದದ ಮೌಲ್ಯವೇನು? ಅದು ಮರುಭೂಮಿಯಲ್ಲಿನ ಒಂದು ಹನಿ ನೀರಿನಂತೆ. ಪ್ರತಿಯೊಬ್ಬರೂ ಅನಿಯಮಿತ ಆನಂದವನ್ನು ಬಯಸುತ್ತಾರೆ, ಆದರೆ ಯಾರೂ ತೃಪ್ತರಾಗುವುದಿಲ್ಲ. ಅವರು ವಿವಿಧ ರೀತಿಯಲ್ಲಿ ಲೈಂಗಿಕತೆಯನ್ನು ಹೊಂದಿದ್ದಾರೆ ಮತ್ತು ರಸ್ತೆಯಲ್ಲಿ ನಡೆಯುವ ಯುವತಿಯರು ಬಹುತೇಕ ಬೆತ್ತಲೆಯಾಗಿರುತ್ತಾರೆ. ಇಡೀ ಸಮಾಜ ಹದಗೆಟ್ಟಿದೆ. ಈಗ ಸ್ತ್ರೀ ಜನಸಂಖ್ಯೆಯು ಎಲ್ಲೆಡೆ ಹೆಚ್ಚಾಗಿದೆ, ಮತ್ತು ಪ್ರತಿಯೊಬ್ಬ ಮಹಿಳೆ ಮತ್ತು ಹುಡುಗಿ ಪುರುಷನನ್ನು ಆಕರ್ಷಿಸಲು ಪ್ರಯತ್ನಿಸುತ್ತಿದ್ದಾರೆ. ಪುರುಷರು ಪರಿಸ್ಥಿತಿಯ ಲಾಭವನ್ನು ಪಡೆದುಕೊಳ್ಳುತ್ತಾರೆ. ಆದ್ದರಿಂದ ಪುರುಷರು ಹೆಂಡತಿಯನ್ನು ಉಳಿಸಿಕೊಳ್ಳಲು ನಿರಾಕರಿಸುತ್ತಿದ್ದಾರೆ ಏಕೆಂದರೆ ಲೈಂಗಿಕತೆಯು ತುಂಬಾ ಅಗ್ಗವಾಗಿದೆ. ಅವರು ತಮ್ಮ ಕುಟುಂಬವನ್ನು ತೊರೆದು ಹೋಗುತ್ತಿದ್ದಾರೆ.

ಜೀವನದ ಆರಂಭದಲ್ಲಿ ಮಗುವಿಗೆ ಸ್ವಯಂ ಸಂಯಮವನ್ನು (ಬ್ರಹ್ಮಚರ್ಯ) ಕಲಿಸಬೇಕು ಮತ್ತು ಅವನು ಇಪ್ಪತ್ತು ದಾಟಿದಾಗ ಅವನು ಮದುವೆಯಾಗಬಹುದು, ಆರಂಭದಲ್ಲಿ ಅವನು ತನ್ನ ಇಂದ್ರಿಯಗಳನ್ನು ಹೇಗೆ ನಿಯಂತ್ರಿಸಬೇಕೆಂದು ಕಲಿಯಬೇಕು, ಮಗುವಿಗೆ ಸಂತನಾಗಲು ಕಲಿಸಿದರೆ, ಅವನ ವೀರ್ಯವು ಅವನ ಮೆದುಳಿಗೆ ಏರುತ್ತದೆ, ಮತ್ತು ಅವರು ಆಧ್ಯಾತ್ಮಿಕ ಮೌಲ್ಯಗಳನ್ನು ಅರ್ಥಮಾಡಿಕೊಳ್ಳಲು ಸಮರ್ಥರಾಗಿದ್ದಾರೆ, ವೀರ್ಯವನ್ನು ವ್ಯರ್ಥ ಮಾಡುವುದರಿಂದ ಬುದ್ಧಿವಂತಿಕೆ ಕಡಿಮೆಯಾಗುತ್ತದೆ, ಆದ್ದರಿಂದ ಮೊದಲಿನಿಂದಲೂ, ಅವನು ಬ್ರಹ್ಮಚಾರಿಯಾಗಿದ್ದರೆ ಮತ್ತು ಅವನ ವೀರ್ಯವನ್ನು ದುರುಪಯೋಗಪಡಿಸದಿದ್ದರೆ, ಅವನು ಬುದ್ಧಿವಂತ ಮತ್ತು ಬಲಶಾಲಿ ಮತ್ತು ಸಂಪೂರ್ಣವಾಗಿ ಬೆಳೆಯುತ್ತಾನೆ. ಈ ಶಿಕ್ಷಣದ ಕೊರತೆಯಿಂದಾಗಿ ಪ್ರತಿಯೊಬ್ಬರ ಮೆದುಳು ಮತ್ತು ದೇಹದ ಬೆಳವಣಿಗೆ ಕುಂಠಿತವಾಗುತ್ತಿದೆ. ಹುಡುಗ ಬ್ರಹ್ಮಚಾರಿಯಾಗಿ ತರಬೇತಿ ಪಡೆದ ನಂತರ, ಅವನು ಇನ್ನೂ ಲೈಂಗಿಕತೆಯನ್ನು ಆನಂದಿಸಲು ಬಯಸಿದರೆ ಅವನು ಮದುವೆಯಾಗಬಹುದು. ಆದರೆ ಅವನು ಆಗ

ಸಂಪೂರ್ಣ ದೇಹ ಮತ್ತು ಮೆದುಳಿನ ಶಕ್ತಿಯನ್ನು ಹೊಂದಿರುವುದರಿಂದ, ಅವನು ತಕ್ಷಣವೇ ಗಂಡು ಮಗುವನ್ನು ಪಡೆಯುತ್ತಾನೆ. ಮತ್ತು ಅವನು ಭೌತಿಕ ಆನಂದವನ್ನು ತ್ಯಜಿಸಲು ಬಾಲ್ಯದಿಂದಲೂ ತರಬೇತಿ ಪಡೆದಿರುವ ಕಾರಣ, ಅವನು ಐವತ್ತು ವರ್ಷ ವಯಸ್ಸಿನವನಾಗಿದ್ದಾಗ ಅವನು ಮನೆಯ ಜೀವನದಿಂದ ಆಯಾಸಗೊಳ್ಳಬಹುದು. ಆ ಸಮಯದಲ್ಲಿ ಸ್ವಾಭಾವಿಕವಾಗಿ ಅವನ ಚೊಚ್ಚಲ ಮಗುವಿಗೆ ಇಪ್ಪತ್ತೈದು ವರ್ಷ ವಯಸ್ಸಾಗಿರುತ್ತದೆ ಮತ್ತು ಅವನು ಮನೆಯ ನಿರ್ವಹಣೆಯ ಜವಾಬ್ದಾರಿಯನ್ನು ತೆಗೆದುಕೊಳ್ಳುತ್ತಾನೆ. ಮನೆಯ ಜೀವನವು ಕೇವಲ ಲೈಂಗಿಕ ಜೀವನಕ್ಕೆ ಪರವಾನಗಿಯಾಗಿದೆ-ಅಷ್ಟೆ. ಲೈಂಗಿಕತೆಯ ಅಗತ್ಯವಿಲ್ಲ, ಆದರೆ ತನ್ನನ್ನು ತಾನೇ ತಡೆಯಲು ಸಾಧ್ಯವಾಗದ ವ್ಯಕ್ತಿಗೆ ಮದುವೆಯಾಗಲು ಮತ್ತು ಲೈಂಗಿಕತೆಯನ್ನು ಹೊಂದಲು ಪರವಾನಗಿ ನೀಡಲಾಗುತ್ತದೆ. ಇದು ಸಮಾಜವನ್ನು ಉಳಿಸುವ ನಿಜವಾದ ಕಾರ್ಯಕ್ರಮವಾಗಿದೆ. ಬಾಲ್ಯದಲ್ಲಿ ಸಂಭವಿಸಬಹುದಾದ ಅಥವಾ ಇಲ್ಲದಿರಬಹುದಾದ ಕೆಲವು ಆಘಾತದ ಬಗ್ಗೆ ಊಹಿಸುವ ಮೂಲಕ, ಮೂಲ ರೋಗವನ್ನು ಕಂಡುಹಿಡಿಯಲಾಗುವುದಿಲ್ಲ. ಲೈಂಗಿಕ ಪ್ರಚೋದನೆ, ಹಾಗೆಯೇ ಅಮಲೇರಿದ ಮತ್ತು ಮಾಂಸವನ್ನು ತಿನ್ನುವ ಪ್ರಚೋದನೆಯು ಜೀವನದ ಆರಂಭದಿಂದಲೂ ಇರುತ್ತದೆ. ಆದ್ದರಿಂದ ಒಬ್ಬನು ತನ್ನನ್ನು ತಾನು ನಿಗ್ರಹಿಸಿಕೊಳ್ಳಬೇಕು.

,<u>ಭೌತಿಕವಾದಿ :-</u> ಆದ್ದರಿಂದ ಮಕ್ಕಳನ್ನು ಬೆಳೆಸುವ ಪಾಶ್ಚಿಮಾತ್ಯ ವ್ಯವಸ್ಥೆಯು ಕೃತಕವಾಗಿ ತೋರುತ್ತದೆ ಏಕೆಂದರೆ ಪೋಷಕರು ಮಗುವನ್ನು ತೀವ್ರವಾಗಿ ದಮನಿಸುತ್ತಾರೆ ಅಥವಾ ಅವನನ್ನು ನಿರ್ಬಂಧಿಸುವುದಿಲ್ಲ.

<u>ಆಧ್ಯಾತ್ಮಿಕ ಗುರು:-</u>ಅದು ಒಳ್ಳೆಯದಲ್ಲ. ವೈದಿಕ ವ್ಯವಸ್ಥೆಯು ಮಗುವಿಗೆ ಕೃಷ್ಣ ಪ್ರಜ್ಞೆಯಾಗಲು ನಿರ್ದೇಶನವನ್ನು ನೀಡುವುದು. ಕೆಲವು ದಮನ ಇರಬೇಕು, ಆದರೆ ದಮನದ ನಮ್ಮ ಬಳಕೆ ವಿಭಿನ್ನವಾಗಿದೆ. ಒಬ್ಬರು ಭೌತಿಕ ಸ್ಥಿತಿಯಲ್ಲಿ ಇರುವವರೆಗೂ ಆತಂಕ ಮುಂದುವರಿಯುತ್ತದೆ. ಷರತ್ತುಬದ್ಧ ಜೀವನದಲ್ಲಿ ಯಾರೂ ಆತಂಕದಿಂದ ಮುಕ್ತರಾಗಲು ಸಾಧ್ಯವಿಲ್ಲ. ಮಕ್ಕಳು ಯಾರೊಂದಿಗೆ ಬೆರೆಯುತ್ತಾರೋ ಅವರನ್ನು ಅನುಕರಿಸುತ್ತಾರೆ. ಟಾರ್ಜನ್ ಸಿನಿಮಾ ನಿಮಗೆಲ್ಲ ಗೊತ್ತೇ ಇದೆ. ಅವರು ಕೋತಿಗಳಿಂದ ಬೆಳೆದರು ಮತ್ತು ಅವರು ಮಂಗಗಳ ಅಭ್ಯಾಸವನ್ನು ಪಡೆದರು. ನೀವು ಮಕ್ಕಳನ್ನು ಉತ್ತಮ ಸಹವಾಸದಲ್ಲಿ ಇರಿಸಿದರೆ, ಅವರ ಮಾನಸಿಕ ಬೆಳವಣಿಗೆಯು ತುಂಬಾ ಉತ್ತಮವಾಗಿರುತ್ತದೆ, ಅವರು

ದೇವತೆಗಳಂತೆ ಆಗುತ್ತಾರೆ. ಆದರೆ ನೀವು ಅವರನ್ನು ಕೆಟ್ಟ ಸಹವಾಸದಲ್ಲಿ ಇಟ್ಟುಕೊಂಡರೆ, ಅವರು ರಾಕ್ಷಸರಾಗುತ್ತಾರೆ. ಮಕ್ಕಳು ಖಾಲಿ ನೀವು ಬಯಸಿದಂತೆ ನೀವು ಅವುಗಳನ್ನು ರೂಪಿಸಬಹುದು ಮತ್ತು ಅವರು ಕಲಿಯಲು ಉತ್ಸುಕರಾಗಿದ್ದಾರೆ.

,<u>ಭೌತಿಕವಾದಿ :-</u> ನಮ್ಮ ಆಸೆಗಳು ಯಾವಾಗಲೂ ನಿರಾಶೆಯಿಂದಿರುವುದೇ?

<u>ಆಧ್ಯಾತ್ಮಿಕ ಗುರು:-</u> ಹೌದು. ನಿಮ್ಮ ಆಸೆಗಳು ನಿರಾಶೆಗೊಳ್ಳಬೇಕು ಏಕೆಂದರೆ ನೀವು ಶಾಶ್ವತವಲ್ಲದ್ದನ್ನು ಬಯಸುತ್ತೀರಿ. ನಾನು ಶಾಶ್ವತವಾಗಿ ಬದುಕಲು ಬಯಸುತ್ತೇನೆ ಎಂದು ಭಾವಿಸೋಣ, ಆದರೆ ನಾನು ಭೌತಿಕ ದೇಹವನ್ನು ಸ್ವೀಕರಿಸಿರುವುದರಿಂದ, ಶಾಶ್ವತವಾಗಿ ಬದುಕುವ ಪ್ರಶ್ನೆಯೇ ಇಲ್ಲ. ಆದುದರಿಂದ ಸಾವು ಬರುವುದೆಂಬ ಆತಂಕ ನನಗೆ ಸದಾ ಕಾಡುತ್ತಿರುತ್ತದೆ. ದೇಹವು ಯಾವಾಗ ನಾಶವಾಗುವುದೋ, ನನಗೆ ಸಾವಿನ ಭಯವಿದೆ. ಇದು ಎಲ್ಲಾ ಆತಂಕಗಳಿಗೆ ಕಾರಣವಾಗಿದೆ: ಅಶಾಶ್ವತವಾದದ್ದನ್ನು ಶಾಶ್ವತವೆಂದು ಒಪ್ಪಿಕೊಳ್ಳುವುದು. ನಮಗೆ ದಮನ ಎಂದರೆ ದೀರ್ಘಾವಧಿಯಲ್ಲಿ ಒಬ್ಬರ ಕಲ್ಯಾಣಕ್ಕೆ ವಿರುದ್ಧವಾದ ಯಾವುದನ್ನಾದರೂ ಮಾಡದಂತೆ ತನ್ನನ್ನು ತಾನು ನಿರ್ಬಂಧಿಸಿಕೊಳ್ಳುವುದು. ಉದಾಹರಣೆಗೆ, ನೀವು ಮಧುಮೇಹದಿಂದ ಬಳಲುತ್ತಿದ್ದೀರಿ ಎಂದಿಟ್ಟುಕೊಳ್ಳಿ ಮತ್ತು ವೈದ್ಯರು "ಯಾವುದೇ ಸಿಹಿ ಆಹಾರವನ್ನು ಸೇವಿಸಬೇಡಿ" ಎಂದು ಹೇಳುತ್ತಾರೆ. ನೀವು ಸಿಹಿ ತಿನ್ನಲು ಬಯಸಿದರೆ, ನೀವು ಆ ಆಸೆಯನ್ನು ನಿಗ್ರಹಿಸಬೇಕು. ಹಾಗೆಯೇ ನಮ್ಮ ಬ್ರಹ್ಮಚರ್ಯ ಪದ್ಧತಿಯಲ್ಲಿ ದಮನವೂ ಇದೆ. ಒಬ್ಬ ಬ್ರಹ್ಮಚಾರಿಯು ಯುವತಿಯೊಂದಿಗೆ ಕುಳಿತುಕೊಳ್ಳಬಾರದು ಅಥವಾ ಒಬ್ಬಳನ್ನು ನೋಡಬಾರದು. ಅವನು ಯುವತಿಯನ್ನು ನೋಡಲು ಬಯಸಬಹುದು, ಆದರೆ ಅವನು ಆಸೆಯನ್ನು ನಿಗ್ರಹಿಸಬೇಕು. ಇದನ್ನು ತಪಸ್ಯ ಅಥವಾ ಸ್ವಯಂಪ್ರೇರಿತ ನಿಗ್ರಹ ಎಂದು ಕರೆಯಲಾಗುತ್ತದೆ.

6

ಸಂಸಾರ ಬಂದನ

ಮೋಡಗಳ ಸಮೂಹವು ಗಾಳಿಯ ಶಕ್ತಿಯುತ ಪ್ರಭಾವವನ್ನು ತಿಳಿಯದಿರುವಂತೆ, ಭೌತಿಕ ಪ್ರಜ್ಞೆಯಲ್ಲಿ ತೊಡಗಿರುವ ವ್ಯಕ್ತಿಯು ತಾನು ಹೊತ್ತೊಯ್ಯಲ್ಪಡುವ ಸಮಯದ ಅಂಶದ ಶಕ್ತಿಯುತ ಶಕ್ತಿಯನ್ನು ತಿಳಿದಿರುವುದಿಲ್ಲ. ಲಕ್ಷಾಂತರ ಹಣಗಳನ್ನು ಪಾವತಿಸಲು ಸಿದ್ಧರಿದ್ದರೂ ಒಂದು ಕ್ಷಣದ ಸಮಯವನ್ನು ಹಿಂತಿರುಗಿಸಲಾಗುವುದಿಲ್ಲ. ಬೆಲೆಬಾಳುವ ಸಮಯವನ್ನು ವ್ಯರ್ಥ ಮಾಡುವುದರಿಂದ ಆಗುವ ನಷ್ಟದ ಪ್ರಮಾಣವನ್ನು ಲೆಕ್ಕ ಹಾಕಲಾಗುವುದಿಲ್ಲ. ಭೌತಿಕವಾಗಿ ಅಥವಾ ಆಧ್ಯಾತ್ಮಿಕವಾಗಿ, ಒಬ್ಬನು ತನ್ನ ಇತ್ಯರ್ಥದಲ್ಲಿರುವ ಸಮಯವನ್ನು ಬಳಸಿಕೊಳ್ಳುವಲ್ಲಿ ಬಹಳ ಜಾಗರೂಕರಾಗಿರಬೇಕು. ನಿಯಮಾಧೀನ ಆತ್ಮವು ಒಂದು ನಿರ್ದಿಷ್ಟ ದೇಹದಲ್ಲಿ ಸಮಯದ ನಿಗದಿತ ಮಾಪನಕ್ಕಾಗಿ ವಾಸಿಸುತ್ತದೆ ಮತ್ತು ಆ ಸಣ್ಣ ಸಮಯದ ಅಳತೆಯೊಳಗೆ ದೇವರ ಪ್ರಜ್ಞೆಯನ್ನು ಮುಗಿಸಬೇಕು ಮತ್ತು ಆ ಮೂಲಕ ಸಮಯದ ಅಂಶದ ಪ್ರಭಾವದಿಂದ ಬಿಡುಗಡೆಯನ್ನು ಪಡೆಯಬೇಕು ಎಂದು ಶಾಸ್ತ್ರಗಳಲ್ಲಿ ಶಿಫಾರಸು ಮಾಡಲಾಗಿದೆ.

ಭಗವಂತನ ಪರಮ ಪುರುಷನ ಪ್ರತಿನಿಧಿಯಾದ ಸಮಯದ ಅಂಶದ ಮುಖ್ಯ ಕಾರ್ಯವು ಎಲ್ಲವನ್ನೂ ನಾಶಪಡಿಸುವುದು. ಭೌತಿಕವಾದಿಗಳು, ಭೌತಿಕ ಪ್ರಜ್ಞೆಯಲ್ಲಿ, ಆರ್ಥಿಕ ಅಭಿವೃದ್ಧಿಯ ಹೆಸರಿನಲ್ಲಿ ಅನೇಕ ವಸ್ತುಗಳನ್ನು ಉತ್ಪಾದಿಸಲು ತೊಡಗಿದ್ದಾರೆ. ಮನುಷ್ಯನ ಭೌತಿಕ ಅಗತ್ಯಗಳನ್ನು ಪೂರೈಸುವ ಮೂಲಕ ಅವರು ಸಂತೋಷವಾಗಿರುತ್ತಾರೆ ಎಂದು ಅವರು ಭಾವಿಸುತ್ತಾರೆ,

ಆದರೆ ಅವರು ಉತ್ಪಾದಿಸಿದ ಎಲ್ಲವೂ ಕಾಲಾನಂತರದಲ್ಲಿ ನಾಶವಾಗುತ್ತವೆ ಎಂಬುದನ್ನು ಅವರು ಮರೆತುಬಿಡುತ್ತಾರೆ. ಇತಿಹಾಸದಿಂದ ನಾವು ಪ್ರಪಂಚದ ಮೇಲ್ಮೈಯಲ್ಲಿ ಅನೇಕ ಶಕ್ತಿಶಾಲಿ ಸಾಮ್ರಾಜ್ಯಗಳನ್ನು ಬಹಳ ನೋವು ಮತ್ತು ಹೆಚ್ಚಿನ ಪರಿಶ್ರಮದಿಂದ ನಿರ್ಮಿಸಲಾಗಿದೆ ಎಂದು ನೋಡಬಹುದು, ಆದರೆ ಕಾಲಾನಂತರದಲ್ಲಿ ಅವೆಲ್ಲವೂ ನಾಶವಾದವು. ಇನ್ನೂ ಮೂರ್ಖ ಭೌತಕವಾದಿಗಳು ಭೌತಿಕ ಅಗತ್ಯಗಳನ್ನು ಉತ್ಪಾದಿಸುವಲ್ಲಿ ಸಮಯವನ್ನು ವ್ಯರ್ಥ ಮಾಡುತ್ತಿದ್ದಾರೆ ಎಂದು ಅರ್ಥಮಾಡಿಕೊಳ್ಳಲು ಸಾಧ್ಯವಿಲ್ಲ, ಅದು ಸಮಯಕ್ಕೆ ಸರಿಯಾಗಿ ನಾಶವಾಗಲು ಉದ್ದೇಶಿಸಲಾಗಿದೆ. ತಾವು ಶಾಶ್ವತರು ಮತ್ತು ಶಾಶ್ವತವಾದ ನಿಶ್ಚಿತಾರ್ಥವೂ ಇದೆ ಎಂದು ತಿಳಿಯದ ಜನಸಮೂಹದ ಅಜ್ಞಾನದಿಂದಾಗಿ ಈ ಶಕ್ತಿಯ ವ್ಯರ್ಥವಾಗುತ್ತದೆ.

ದಾರಿತಪ್ಪಿದ ಭೌತಿಕವಾದಿ ತನ್ನ ದೇಹವೇ ಅಶಾಶ್ವತ ಎಂದು ತಿಳಿಯುವುದಿಲ್ಲ. ಮತ್ತು ಸಂಬಂಧದಲ್ಲಿರುವ ಮನೆ, ಭೂಮಿ ಮತ್ತು ಸಂಪತ್ತಿನ ಆಕರ್ಷಣೆಗಳು ತಾತ್ಕಾಲಿಕ. ಜೀವಿಯು ಯಾವುದೇ ಜೀವಜಾತಿಯಲ್ಲಿ ಕಾಣಿಸಿಕೊಂಡರೂ, ಆ ಜಾತಿಯಲ್ಲಿ ಒಂದು ನಿರ್ದಿಷ್ಟ ರೀತಿಯ ತೃಪ್ತಿಯನ್ನು ಕಂಡುಕೊಳ್ಳುತ್ತಾನೆ ಮತ್ತು ಅಂತಹ ಸ್ಥಿತಿಯಲ್ಲಿ ನೆಲೆಗೊಳ್ಳಲು ಅವನು ಎಂದಿಗೂ ಹಿಂಜರಿಯುವುದಿಲ್ಲ. ಒಂದು ನಿರ್ದಿಷ್ಟ ರೀತಿಯ ದೇಹದಲ್ಲಿ ಜೀವಂತ ಅಸ್ತಿತ್ವವು ಅತ್ಯಂತ ಅಸಹ್ಯಕರವಾಗಿದ್ದರೂ ಸಹ, ಅದನ್ನು ಭ್ರಮೆ ಎಂದು ಕರೆಯಲಾಗುತ್ತದೆ. ಉನ್ನತ ಸ್ಥಾನದಲ್ಲಿರುವ ಮನುಷ್ಯನು ಕೆಳದರ್ಜೆಯ ಮನುಷ್ಯನ ಜೀವನ ಮಟ್ಟದಿಂದ ಅತೃಪ್ತಿ ಹೊಂದಬಹುದು, ಆದರೆ ಮಾಯೆಯ ಕಾಗುಣಿತ, ಬಾಹ್ಯ ಶಕ್ತಿಯಿಂದಾಗಿ ಕೆಳದರ್ಜೆಯ ವ್ಯಕ್ತಿಯು ಆ ಸ್ಥಾನದಲ್ಲಿ ತೃಪ್ತನಾಗುತ್ತಾನೆ. ಮಾಯಾ ಎರಡು ಹಂತದ ಚಟುವಟಿಕೆಗಳನ್ನು ಹೊಂದಿದೆ. ಒಂದನ್ನು ಪ್ರಾಕ್ಸೆಪಾತ್ಮಿಕ ಎಂದು ಕರೆಯಲಾಗುತ್ತದೆ, ಮತ್ತು ಇನ್ನೊಂದನ್ನು ಅವರನಾತ್ಮಿಕಾ. ಅವರನಾತ್ಮಿಕಾ ಎಂದರೆ "**ಹೊದಿಕೆ**" ಎಂದು ಕರೆಯಲಾಗುತ್ತದೆ ಮತ್ತು ಪ್ರಾಕ್ಸೆಪಾತ್ಮಿಕ ಎಂದರೆ "**ಕೆಳಗೆ ಎಳೆಯುವುದು**". ಜೀವನದ ಸ್ಥಿತಿಯಲ್ಲಿ, ಭೌತಿಕ ವ್ಯಕ್ತಿ ಅಥವಾ ಪ್ರಾಣಿ ತೃಪ್ತನಾಗುತ್ತಾನೆ ಏಕೆಂದರೆ ಅವನ ಜ್ಞಾನವು ಮಾಯೆಯ ಪ್ರಭಾವದಿಂದ ಮುಚ್ಚಲ್ಪಟ್ಟಿದೆ. ಕೆಳ ದರ್ಜೆಯ ಅಥವಾ ಕೆಳ ಜಾತಿಯ ಜೀವನದಲ್ಲಿ, ಪ್ರಜ್ಞೆಯ ಬೆಳವಣಿಗೆಯು ತುಂಬಾ ಕಳಪೆಯಾಗಿದೆ, ಅವನು ಸಂತೋಷವಾಗಿರುತ್ತಾನೆ ಅಥವಾ ದುಃಖಿತನಾಗಿದ್ದಾನೆ ಎಂಬುದನ್ನು ಅರ್ಥಮಾಡಿಕೊಳ್ಳಲು ಸಾಧ್ಯವಿಲ್ಲ. ಇದನ್ನು ಅವರನಾತ್ಮಿಕಾ ಎನ್ನುತ್ತಾರೆ.

ಒಮ್ಮೆ ಸ್ವರ್ಗದ ರಾಜನಾದ ಇಂದ್ರನು ತನ್ನ ಆಧ್ಯಾತ್ಮಿಕ ಗುರುವಾದ ಬೃಹಸ್ಪತಿಯಿಂದ ಅವನ ದುಷ್ಕೃತ್ಯದ ಕಾರಣದಿಂದಾಗಿ ಶಾಪಗ್ರಸ್ತನಾಗಿದ್ದನು ಮತ್ತು ಅವನು ಈ ಗ್ರಹದಲ್ಲಿ ಹಂದಿಯಾದನು ಎಂದು ಹೇಳಲಾಗುತ್ತದೆ. ಅನೇಕ ದಿನಗಳ ನಂತರ, ಬ್ರಹ್ಮನು ಅವನನ್ನು ತನ್ನ ಸ್ವರ್ಗೀಯ ರಾಜ್ಯಕ್ಕೆ ಕರೆಸಿಕೊಳ್ಳಲು ಬಯಸಿದಾಗ, ಇಂದ್ರನು ಹಂದಿಯ ರೂಪದಲ್ಲಿ, ಸ್ವರ್ಗೀಯ ರಾಜ್ಯದಲ್ಲಿ ತನ್ನ ರಾಜ ಸ್ಥಾನದ ಎಲ್ಲವನ್ನೂ ಮರೆತನು ಮತ್ತು ಅವನು ಹಿಂತಿರುಗಲು ನಿರಾಕರಿಸಿದನು. ಇದು ಮಾಯೆಯ ಮಂತ್ರ. ಇಂದ್ರ ಕೂಡ ತನ್ನ ಸ್ವರ್ಗೀಯ ಜೀವನ ಮಟ್ಟವನ್ನು ಮರೆತು ಹಂದಿಯ ಜೀವನದ ಗುಣಮಟ್ಟದಿಂದ ತೃಪ್ತನಾಗುತ್ತಾನೆ. ಮಾಯೆಯ ಪ್ರಭಾವದಿಂದ ನಿಯಮಾಧೀನ ಆತ್ಮವು ತನ್ನ ನಿರ್ದಿಷ್ಟ ರೀತಿಯ ದೇಹದ ಕಡೆಗೆ ಎಷ್ಟು ವಾತ್ಸಲ್ಯವನ್ನು ಹೊಂದುತ್ತದೆಯೆಂದರೆ, "ಈ ದೇಹವನ್ನು ಬಿಟ್ಟುಬಿಡಿ, ಮತ್ತು ತಕ್ಷಣವೇ ನೀವು ರಾಜನ ದೇಹವನ್ನು ಹೊಂದುವಿರಿ" ಎಂದು ಅವನಿಗೆ ಅರ್ಪಿಸಿದರೆ, ಅವನು ಒಪ್ಪುವುದಿಲ್ಲ. ಈ ಬಾಂಧವ್ಯವು ಎಲ್ಲಾ ನಿಯಮಾಧೀನ ಜೀವಿಗಳ ಮೇಲೆ ಬಲವಾಗಿ ಪರಿಣಾಮ ಬೀರುತ್ತದೆ. ಭಗವಾನ್ ಕೃಷ್ಣನು ವೈಯಕ್ತಿಕವಾಗಿ "ಈ ಭೌತಿಕ ಜಗತ್ತಿನಲ್ಲಿ ಎಲ್ಲವನ್ನೂ ತ್ಯಜಿಸಿ. ನನ್ನ ಬಳಿಗೆ ಬನ್ನಿ, ಮತ್ತು ನಾನು ನಿಮಗೆ ಎಲ್ಲಾ ರಕ್ಷಣೆಯನ್ನು ನೀಡುತ್ತೇನೆ" ಎಂದು ಪ್ರಚಾರ ಮಾಡುತ್ತಿದ್ದಾನೆ, ಆದರೆ ನಾವು ಒಪ್ಪುವುದಿಲ್ಲ. ನಾವು ಯೋಚಿಸುತ್ತೇವೆ, "ನಾವು ತುಂಬಾ ಚೆನ್ನಾಗಿದ್ದೇವೆ. ನಾವು ಕೃಷ್ಣನಿಗೆ ಏಕೆ ಶರಣಾಗಬೇಕು ಮತ್ತು ಅವನ ರಾಜ್ಯಕ್ಕೆ ಏಕೆ ಹಿಂತಿರುಗಬೇಕು?" ಇದನ್ನು ಭ್ರಮೆ ಅಥವಾ ಮಾಯೆ ಎಂದು ಕರೆಯಲಾಗುತ್ತದೆ. ಪ್ರತಿಯೊಬ್ಬರೂ ಅವನ ಜೀವನ ಮಟ್ಟದಿಂದ ತೃಪ್ತರಾಗಿದ್ದಾರೆ, ಅದು ಅಸಹ್ಯಕರವೆ ಆಗಿರಲಿ. ಒಬ್ಬರ ಜೀವನಮಟ್ಟದಲ್ಲಿ ಅಂತಹ ತೃಪ್ತಿಯು ದೇಹ, ಹೆಂಡತಿ, ಮನೆ, ಮಕ್ಕಳು, ಪ್ರಾಣಿಗಳು, ಸಂಪತ್ತು ಮತ್ತು ಸ್ನೇಹಿತರ ಬಗ್ಗೆ ಆಳವಾದ ಬೇರೂರಿರುವ ಆಕರ್ಷಣೆಯಿಂದಾಗಿ, ಅಂತಹ ಸಹವಾಸದಲ್ಲಿ, ನಿಯಮಾಧೀನ ಆತ್ಮವು ತನ್ನನ್ನು ತಾನು ಪರಿಪೂರ್ಣ ಎಂದು ಭಾವಿಸುತ್ತದೆ. ಅವನು ಯಾವಾಗಲೂ ಆತಂಕದಿಂದ ಉರಿಯುತ್ತಿದ್ದರೂ, ಅಂತಹ ಮೂರ್ಖ ಯಾವಾಗಲೂ ತನ್ನ ಕುಟುಂಬ ಮತ್ತು ಸಮಾಜವನ್ನು ಕಾಪಾಡಿಕೊಳ್ಳಲು ಎಂದಿಗೂ ಈಡೇರದ ಭರವಸೆಯೊಂದಿಗೆ ಎಲ್ಲಾ ರೀತಿಯ ಕಿಡಿಗೇಡಿತನದ ಚಟುವಟಿಕೆಗಳನ್ನು ಮಾಡುತ್ತಾನೆ. ಚಿಕ್ಕ ಕುಟುಂಬವನ್ನು ನಿರ್ವಹಿಸುವುದಕ್ಕಿಂತ ದೊಡ್ಡ ಸಾಮ್ರಾಜ್ಯವನ್ನು ನಿರ್ವಹಿಸುವುದು ಸುಲಭ ಎಂದು ಹೇಳಲಾಗುತ್ತದೆ, ಅದರಲ್ಲೂ ವಿಶೇಷವಾಗಿ ಕಲಿಯುಗದ ಪ್ರಭಾವವು ತುಂಬಾ ಪ್ರಬಲವಾಗಿರುವ ಈ ದಿನಗಳಲ್ಲಿ ಎಲ್ಲರೂ ಮಾಯಾ ಕುಟುಂಬದ ಸುಳ್ಳು ಪ್ರಸ್ತುತಿಯನ್ನು ಸ್ವೀಕರಿಸಿದ

ಕಾರಣ ಕಿರುಕುಳ ಮತ್ತು ಆತಂಕಗಳಿಂದ ತುಂಬಿದೆ. ನಾವು ನಿರ್ವಹಿಸುವ ಕುಟುಂಬವು ಮಾಯೆಯಿಂದ ರಚಿಸಲ್ಪಟ್ಟಿದೆ;

(ಅವನು ಮಹಿಳೆಗೆ ಹೃದಯ ಮತ್ತು ಇಂದ್ರಿಯಗಳನ್ನು ನೀಡುತ್ತಾನೆ, ಅವರು ಮಾಯೆಯಿಂದ ಅವನನ್ನು ಮೋಡಿ ಮಾಡುತ್ತಾರೆ. ಅವನು ಏಕಾಂತದ ಆಲಿಂಗನಗಳನ್ನು ಆನಂದಿಸುತ್ತಾನೆ ಮತ್ತು ಅವಳೊಂದಿಗೆ ಮಾತನಾಡುತ್ತಾನೆ, ಮತ್ತು ಅವನ ಚಿಕ್ಕ ಮಕ್ಕಳ ಸಿಹಿ ಮಾತುಗಳು ಮೋಡಿಮಾಡುತ್ತದೆ.)

ಭ್ರಮೆಯ ಶಕ್ತಿಯ ಸಾಮ್ರಾಜ್ಯದೊಳಗಿನ ಕುಟುಂಬ ಜೀವನ, ಶಾಶ್ವತ ಜೀವಂತ ಅಸ್ತಿತ್ವಕ್ಕೆ ಜೈಲಿನಂತಿದೆ. ಜೈಲಿನಲ್ಲಿ ಒಬ್ಬ ಖೈದಿಯನ್ನು ಕಬ್ಬಿಣದ ಸರಪಳಿ ಮತ್ತು ಕಬ್ಬಿಣದ ಸರಳುಗಳಿಂದ ಬಂಧಿಸಲಾಗುತ್ತದೆ. ಅದೇ ರೀತಿ, ನಿಯಮಾಧೀನ ಆತ್ಮವು ಮಹಿಳೆಯ ಆಕರ್ಷಕ ಸೌಂದರ್ಯದಿಂದ, ಅವಳ ಏಕಾಂತ ಆಲಿಂಗನಗಳು ಮತ್ತು ಪ್ರೀತಿ ಎಂದು ಕರೆಯಲ್ಪಡುವ ಮಾತುಕತೆಗಳಿಂದ ಮತ್ತು ಅವನ ಚಿಕ್ಕ ಮಕ್ಕಳ ಸಿಹಿ ಮಾತುಗಳಿಂದ ಸಂಕೋಲೆಯಿಂದ ಬಂಧಿಸಲ್ಪಟ್ಟಿದೆ. ಹೀಗಾಗಿ ಅವನು ತನ್ನ ನೈಜತೆಯನ್ನು ಮರೆತುಬಿಡುತ್ತಾನೆ. ಹೆಣ್ಣಿನ ಪ್ರೇಮವು ಕೇವಲ ಪುರುಷನ ಮನಸ್ಸನ್ನು ಕ್ಷೋಭೆಗೊಳಿಸುವುದು ಎಂದು ಸೂಚಿಸುತ್ತದೆ. ವಾಸ್ತವವಾಗಿ, ಭೌತಿಕ ಜಗತ್ತಿನಲ್ಲಿ ಪ್ರೀತಿ ಇಲ್ಲ. ಮಹಿಳೆ ಮತ್ತು ಪುರುಷ ಇಬ್ಬರೂ ತಮ್ಮ ಇಂದ್ರಿಯ ತೃಪ್ತಿಯಲ್ಲಿ ಆಸಕ್ತಿ ಹೊಂದಿದ್ದಾರೆ. ಇಂದ್ರಿಯ ತೃಪ್ತಿಗಾಗಿ ಮಹಿಳೆ ಭ್ರಮೆಯ ಪ್ರೀತಿಯನ್ನು ಸೃಷ್ಟಿಸುತ್ತಾಳೆ ಮತ್ತು ಪುರುಷನು ಅಂತಹ ಸುಳ್ಳು ಪ್ರೀತಿಯಿಂದ ಮೋಡಿಯಾಗುತ್ತಾನೆ ಮತ್ತು ಅವನ ನಿಜವಾದ ಕರ್ತವ್ಯವನ್ನು ರೂಪಿಸುತ್ತಾನೆ. ಇಂತಹ ಸಂಯೋಗದ ಫಲವಾಗಿ ಮಕ್ಕಳಿರುವಾಗ ಆಕೆಯ ಆಕರ್ಷಣೆ ಮಕ್ಕಳ ಮಧುರ ಮಾತುಗಳಿಗೆ ,ಮನೆಯಲ್ಲಿ ಹೆಣ್ಣಿನ ಪ್ರೀತಿ ಮತ್ತು ಮಕ್ಕಳ ಮಾತು ಒಬ್ಬನನ್ನು ಸುರಕ್ಷಿತ ಖೈದಿಯನ್ನಾಗಿ ಮಾಡುತ್ತದೆ ಮತ್ತು ಆದ್ದರಿಂದ ಅವನು ತನ್ನ ಮನೆಯಿಂದ ಹೊರಬರಲು ಸಾಧ್ಯವಿಲ್ಲ ಅಂತಹ ವ್ಯಕ್ತಿಯನ್ನು ವೈದಿಕ ಭಾಷೆಯಲ್ಲಿ ಗೃಹಮೇಧಿ ಎಂದು ಕರೆಯಲಾಗುತ್ತದೆ, ಇದರರ್ಥ "ಆಕರ್ಷಣೆಯ ಕೇಂದ್ರವು ಮನೆಯಾಗಿದೆ. " ಗೃಹಸ್ಥ ಎನ್ನುವುದು ಕುಟುಂಬ, ಹೆಂಡತಿ ಮತ್ತು ಮಕ್ಕಳೊಂದಿಗೆ ವಾಸಿಸುವ ವ್ಯಕ್ತಿಯನ್ನು ಸೂಚಿಸುತ್ತದೆ, ಆದ್ದರಿಂದ ಒಬ್ಬರು ಗೃಹಸ್ಥರಾಗಲು ಸಲಹೆ ನೀಡುತ್ತಾರೆ ಮತ್ತು ಗೃಹಮೇಧಿಗಳಲ್ಲ. ಭ್ರಮೆಯಿಂದ ಸೃಷ್ಟಿಸಲ್ಪಟ್ಟ ಕೌಟುಂಬಿಕ ಜೀವನದಿಂದ ಹೊರಬರುವುದು ಮತ್ತು ನಿಜವಾದ ಕುಟುಂಬ ಜೀವನಕ್ಕೆ ಪ್ರವೇಶಿಸುವುದು ಗೃಹಸ್ಥರ ಕಾಳಜಿಯಾಗಿದೆ ಆದರೆ ಗೃಹಮೇಧಿಗಳ ವ್ಯವಹಾರವು ಕುಟುಂಬ ಜೀವನ ಎಂದು ಕರೆಯಲ್ಪಡುವ ತನ್ನನ್ನು ಪದೇ ಪದೇ

ಬಂಧಿಸುತ್ತದೆ. ಒಂದರ ನಂತರ ಒಂದು ಜೀವನದಲ್ಲಿ, ಮತ್ತು ಶಾಶ್ವತವಾಗಿ ಮಾಯೆಯ ಕತ್ತಲೆಯಲ್ಲಿ ಉಳಿಯುತ್ತದೆ. ಅವನು ಅಲ್ಲೊಂದು ಇಲ್ಲೊಂದು ಹಿಂಸಾಚಾರ ಮಾಡುವ ಮೂಲಕ ಹಣವನ್ನು ಭದ್ರಪಡಿಸುತ್ತಾನೆ.ಅದನ್ನು ತನ್ನ ಕುಟುಂಬದ ಸೇವೆಯಲ್ಲಿ ಬಳಸಿಕೊಳ್ಳುತ್ತಾನೆ, ಅವನು ಸ್ವತಃ ಸ್ವಲ್ಪ ಭಾಗವನ್ನು ಮಾತ್ರ ತಿನ್ನುತ್ತಾನೆ. ಅಂತಹ ಅನಿಯಮಿತ ರೀತಿಯಲ್ಲಿ ಹೀಗೆ ಖರೀದಿಸಿದ ಆಹಾರ, ಹಣ ಮತ್ತು ಅವನು ಗಳಿಸಿದವರಿಗಾಗಿ ಅವನು ನರಕಕ್ಕೆ ಹೋಗುತ್ತಾನೆ . ಉದಾಹರಣೆಗೆ, ಒಬ್ಬ ಕಳ್ಳನು ತನ್ನ ಕುಟುಂಬವನ್ನು ಕಾಪಾಡಿಕೊಳ್ಳಲು ಏನನ್ನಾದರೂ ಕದಿಯುತ್ತಾನೆ, ಮತ್ತು ಅವನು ಸಿಕ್ಕಿಬಿದ್ದ ಮತ್ತು ಸೆರೆಹಿಡಿಯಲ್ಪಟ್ಟನು. ಕುಟುಂಬಕ್ಕೆ ಅಂಟಿಕೊಂಡಿರುವ ಪುರುಷನು ತನ್ನ ಕುಟುಂಬ ನಿರ್ವಹಣೆಗಾಗಿ ಯಾವಾಗಲೂ ವಂಚನೆಯಿಂದ ಹಣವನ್ನು ಪಡೆಯುವಲ್ಲಿ ತೊಡಗಿದ್ದರೂ, ಅಂತಹ ಅಪರಾಧ ಚಟುವಟಿಕೆಗಳಿಲ್ಲದಿದ್ದರೂ ಅವನು ಸೇವಿಸುವುದಕ್ಕಿಂತ ಹೆಚ್ಚು ಆನಂದಿಸಲು ಸಾಧ್ಯವಿಲ್ಲ. ಆಹಾರ ಪದಾರ್ಥಗಳನ್ನು ಹೊಂದಿರುವ ವ್ಯಕ್ತಿಯು ದೊಡ್ಡ ಕುಟುಂಬವನ್ನು ನಿರ್ವಹಿಸಬೇಕಾಗಬಹುದು ಮತ್ತು ಆ ಕುಟುಂಬವನ್ನು ಪೋಷಿಸಲು ಹಣ ಸಂಪಾದಿಸಬೇಕಾಗಬಹುದು, ಆದರೆ ಅವನು ತನ್ನಿಂದ ಸಾಧ್ಯವಾಗುವುದಕ್ಕಿಂತ ಹೆಚ್ಚಿನದನ್ನು ನೀಡುವುದಿಲ್ಲ ಮತ್ತು ಕೆಲವೊಮ್ಮೆ ಅವನು ತನ್ನ ಕುಟುಂಬದ ನಂತರ ಉಳಿದಿರುವ ಅವಶೇಷಗಳನ್ನು ತಿನ್ನುತ್ತಾನೆ. ಸದಸ್ಯರು ಅನ್ಯಾಯದ ಮೂಲಕ ಹಣ ಸಂಪಾದಿಸಿದರೂ ಸಹ, ಅವನು ತನ್ನ ಜೀವನವನ್ನು ಆನಂದಿಸಲು ಸಾಧ್ಯವಿಲ್ಲ. ಅವನು ತನ್ನ ಉದ್ಯೋಗದಲ್ಲಿ ಹಿಮ್ಮುಖವಾದಾಗ, ಅವನು ತನ್ನನ್ನು ತಾನು ಸುಧಾರಿಸಿಕೊಳ್ಳಲು ಮತ್ತೆ ಮತ್ತೆ ಪ್ರಯತ್ನಿಸುತ್ತಾನೆ, ಆದರೆ ಅವನು ಎಲ್ಲಾ ಪ್ರಯತ್ನಗಳಲ್ಲಿ ಗೊಂದಲಕ್ಕೊಳಗಾದಾಗ ಮತ್ತು ನಾಶವಾದಾಗ, ಅತಿಯಾದ ದುರಾಶೆಯಿಂದ ಅವನು ಇತರರಿಂದ ಹಣವನ್ನು ಸ್ವೀಕರಿಸುತ್ತಾನೆ. ಹೀಗೆ ತನ್ನ ಕುಟುಂಬ ಸದಸ್ಯರನ್ನು ಕಾಪಾಡುವಲ್ಲಿ ವಿಫಲನಾದ ದುರದೃಷ್ಟವಂತನು ಎಲ್ಲಾ ಸೌಂದರ್ಯವನ್ನು ಕಳೆದುಕೊಳ್ಳುತ್ತಾನೆ. ಅವನು ಯಾವಾಗಲೂ ತನ್ನ ವೈಫಲ್ಯದ ಬಗ್ಗೆ ಯೋಚಿಸುತ್ತಾನೆ, ತುಂಬಾ ಆಳವಾಗಿ ದುಃಖಿಸುತ್ತಾನೆ.
ಅವನ ಹೆಂಡತಿ ಮತ್ತು ಇತರರು ಅವನನ್ನು ಮೊದಲಿನಂತೆಯೇ ಗೌರವಿಸುವುದಿಲ್ಲ,

ಈಗಿನ ಕಾಲದಲ್ಲಷ್ಟೇ ಅಲ್ಲ ಅನಾದಿಕಾಲದಿಂದಲೂ ಸಂಸಾರದಲ್ಲಿ ದುಡಿಯಲು ಸಾಧ್ಯವಾಗದ ಮುದುಕನನ್ನು ಯಾರೂ ಇಷ್ಟಪಡುತ್ತಿರಲಿಲ್ಲ. ಆಧುನಿಕ ಯುಗದಲ್ಲೂ, ಕೆಲವು ಸಮುದಾಯಗಳಲ್ಲಿ, ಮುದುಕರಿಗೆ ವಿಷವನ್ನು

ನೀಡಲಾಗುತ್ತದೆ, ಆದ್ದರಿಂದ ಅವರು ಸಾಧ್ಯವಾದಷ್ಟು ಬೇಗ ಸಾಯುತ್ತಾರೆ. ಕೆಲವು ನರಭಕ್ಷಕ ಸಮುದಾಯಗಳಲ್ಲಿ, ವಯಸ್ಸಾದ ಅಜ್ಜನನ್ನು ಕ್ರೀಡಾವಾಗಿ ಕೊಲ್ಲಲಾಗುತ್ತದೆ ಮತ್ತು ಅವರ ದೇಹವನ್ನು ತಿನ್ನುವ ಹಬ್ಬವನ್ನು ನಡೆಸಲಾಗುತ್ತದೆ. ಹಾಗೆಯೇ, ಕೌಟುಂಬಿಕ ಜೀವನದಲ್ಲಿ ಅಂಟಿಕೊಂಡಿರುವ ವ್ಯಕ್ತಿಯು ವಯಸ್ಸಾದಾಗ ಮತ್ತು ಗಳಿಸಲು ಸಾಧ್ಯವಾಗದಿದ್ದಾಗ, ಅವನು ಇನ್ನು ಮುಂದೆ ಅವನ ಹೆಂಡತಿ, ಪುತ್ರರು, ಹೆಣ್ಣುಮಕ್ಕಳು ಮತ್ತು ಇತರ ಬಂಧುಗಳಿಗೆ ಇಷ್ಟವಾಗುವುದಿಲ್ಲ ಮತ್ತು ಪರಿಣಾಮವಾಗಿ ಅವನು ನಿರ್ಲಕ್ಷಿಸಲ್ಪಡುತ್ತಾನೆ, ಆದ್ದರಿಂದ, ವೃದ್ಧಾಪ್ಯವನ್ನು ಪಡೆಯುವ ಮೊದಲು ಕುಟುಂಬದ ಬಾಂಧವ್ಯವನ್ನು ತ್ಯಜಿಸುವುದು ಮತ್ತು ಪರಮ ಪುರುಷನ ಆಶ್ರಯವನ್ನು ಪಡೆಯಬೇಕು . ಒಬ್ಬನು ಭಗವಂತನ ಸೇವೆಯಲ್ಲಿ ತನ್ನನ್ನು ತೊಡಗಿಸಿಕೊಳ್ಳಬೇಕು, ಇದರಿಂದ ಪರಮಾತ್ಮನು ತನ್ನ ಜವಾಬ್ದಾರಿಯನ್ನು ತೆಗೆದುಕೊಳ್ಳುತ್ತಾನೆ ಮತ್ತು ಅವನ ಸಂಬಂಧಿಕರು ಎಂದು ಕರೆಯಲ್ಪಡುವವರಿಂದ ಅವನು ನಿರ್ಲಕ್ಷಿಸಲ್ಪಡುವುದಿಲ್ಲ. ಕೌಟುಂಬಿಕ ಆಕರ್ಷಣೆ ಎಷ್ಟರಮಟ್ಟಿಗಿದೆಯೆಂದರೆ, ವೃದ್ಧಾಪ್ಯದಲ್ಲಿ ಕುಟುಂಬದವರಿಂದ ನಿರ್ಲಕ್ಷ್ಯಕ್ಕೊಳಗಾದರೂ ಕುಟುಂಬ ವಾತ್ಸಲ್ಯವನ್ನು ಬಿಡಲಾರದೆ ಮನೆಯಲ್ಲಿ ನಾಯಿಯಂತೆ ಇರುತ್ತಾರೆ. ವೈದಿಕ ಜೀವನ ವಿಧಾನದಲ್ಲಿ ಒಬ್ಬನು ಸಾಕಷ್ಟು ಬಲಶಾಲಿಯಾದಾಗ ಕುಟುಂಬ ಜೀವನವನ್ನು ತ್ಯಜಿಸಬೇಕಾಗುತ್ತದೆ. ಹೆಚ್ಚು ದುರ್ಬಲರಾಗುವ ಮೊದಲು ಮತ್ತು ಭೌತಿಕ ಚಟುವಟಿಕೆಗಳಲ್ಲಿ ಗೊಂದಲಕ್ಕೊಳಗಾಗುವ ಮೊದಲು ಮತ್ತು ರೋಗಗ್ರಸ್ತವಾಗುವುದಕ್ಕೆ ಮುಂಚಿತವಾಗಿ, ಕುಟುಂಬ ಜೀವನವನ್ನು ತ್ಯಜಿಸಿ, ತನ್ನ ಜೀವನದ ಉಳಿದ ದಿನಗಳಲ್ಲಿ ಭಗವಂತನ ಸೇವೆಯಲ್ಲಿ ಸಂಪೂರ್ಣವಾಗಿ ತೊಡಗಿಸಿಕೊಳ್ಳಬೇಕು ಎಂದು ಸಲಹೆ ನೀಡಲಾಗುತ್ತದೆ. ಆದ್ದರಿಂದ, ವೈದಿಕ ಗ್ರಂಥಗಳಲ್ಲಿ, ಒಬ್ಬ ವ್ಯಕ್ತಿಯು ಐವತ್ತು ವರ್ಷಗಳನ್ನು ದಾಟಿದ ತಕ್ಷಣ, ಅವನು ಕುಟುಂಬ ಜೀವನವನ್ನು ತ್ಯಜಿಸಿ ಕಾಡಿನಲ್ಲಿ ಏಕಾಂಗಿಯಾಗಿ ವಾಸಿಸಬೇಕು. ತನ್ನನ್ನು ತಾನು ಸಂಪೂರ್ಣವಾಗಿ ಸಿದ್ಧಪಡಿಸಿದ ನಂತರ,ಪ್ರತಿ ಮನೆಗೆ ಆಧ್ಯಾತ್ಮಿಕ ಜೀವನದ ಜ್ಞಾನವನ್ನು ವಿತರಿಸಲು ಅವನು ಸನ್ಯಾಸಿಯಾಗಬೇಕು.

ಸಾವನ್ನು ಭೇಟಿಯಾಗುವ ಮೊದಲು ಒಬ್ಬನು ರೋಗಗ್ರಸ್ತ ನಾಗುವುದು ಖಚಿತ, ಮತ್ತು ಅವನ ಕುಟುಂಬ ಸದಸ್ಯರಿಂದ ನಿರ್ಲಕ್ಷಿಸಿದಾಗ, ಅವನ ಜೀವನವು ನಾಯಿಗಿಂತ ಕಡಿಮೆಯಿರುತ್ತದೆ ಏಕೆಂದರೆ ಅವನು ಅನೇಕ ಶೋಚನೀಯ ಪರಿಸ್ಥಿತಿಗಳಿಗೆ ಒಳಗಾಗುತ್ತಾನೆ. ವೈದಿಕ ಸಾಹಿತ್ಯವು, ಅಂತಹ ಶೋಚನೀಯ ಪರಿಸ್ಥಿತಿಗಳ ಆಗಮನದ ಮೊದಲು, ಒಬ್ಬನು ತನ್ನ ಕುಟುಂಬ ಸದಸ್ಯರಿಗೆ

ತಿಳಿಯದೆ ಮನೆ ಬಿಟ್ಟು ಸಾಯಬೇಕು ಎಂದು ಆದೇಶಿಸುತ್ತದೆ. ಒಬ್ಬ ವ್ಯಕ್ತಿಯು ಮನೆಯಿಂದ ಹೊರಟುಹೋದರೆ ಮತ್ತು ಅವನ ಕುಟುಂಬಕ್ಕೆ ತಿಳಿಯದೆ ಸತ್ತರೆ, ಅದು ಅದ್ಭುತ ಸಾವು ಎಂದು ಪರಿಗಣಿಸಲಾಗುತ್ತದೆ. ಕೌಟುಂಬಿಕ ವ್ಯಕ್ತಿ ಅವನ ಮರಣದ ನಂತರವೂ ಅವನ ಕುಟುಂಬದ ಸದಸ್ಯರು ಅವನನ್ನು ದೊಡ್ಡ ಮೆರವಣಿಗೆಯಲ್ಲಿ ಕೊಂಡೊಯ್ಯುತ್ತಾರೆ, ಮತ್ತು ಮೆರವಣಿಗೆಯು ಹೇಗೆ ಹೋಗುತ್ತದೆ ಎಂಬುದನ್ನು ನೋಡಲು ಸಾಧ್ಯವಾಗದಿದ್ದರೂ, ಅವನ ದೇಹವನ್ನು ಮೆರವಣಿಗೆಯಲ್ಲಿ ಬಹುಕಾಂತೀಯವಾಗಿ ತೆಗೆದುಕೊಂಡು ಹೋಗಬೇಕೆಂದು ಅವನು ಬಯಸುತ್ತಾನೆ. ಹೀಗೆ ಮುಂದಿನ ಜನ್ಮಕ್ಕೆ ದೇಹ ಬಿಟ್ಟಾಗ ಎಲ್ಲಿಗೆ ಹೋಗಬೇಕು ಎಂಬುದೇ ತಿಳಿಯದೆ ಖುಷಿಪಡುತ್ತಾನೆ. ಔಪಚಾರಿಕತೆಯ ಸಲುವಾಗಿ, ಒಬ್ಬ ವ್ಯಕ್ತಿಯು ಮರಣಶಯ್ಯೆಯಲ್ಲಿ ಮಲಗಿರುವಾಗ, ಅವನ ಸಂಬಂಧಿಕರು ಅವನ ಬಳಿಗೆ ಬರುತ್ತಾರೆ, ಮತ್ತು ಕೆಲವೊಮ್ಮೆ ಅವರು ತುಂಬಾ ಜೋರಾಗಿ ಅಳುತ್ತಾರೆ, ಸಾಯುತ್ತಿರುವ ಮನುಷ್ಯನನ್ನು ಉದ್ದೇಶಿಸಿ: "ಓಹ್, ನನ್ನ ತಂದೆ!" "ಓಹ್, ನನ್ನ ಸ್ನೇಹಿತ!" ಅಥವಾ "ಓಹ್, ನನ್ನ ಪತಿ!" ಆ ಕರುಣಾಜನಕ ಸ್ಥಿತಿಯಲ್ಲಿ ಸಾಯುತ್ತಿರುವ ವ್ಯಕ್ತಿಯು ಅವರೊಂದಿಗೆ ಮಾತನಾಡಲು ಮತ್ತು ತನ್ನ ಆಸೆಗಳನ್ನು ಅವರಿಗೆ ತಿಳಿಸಲು ಬಯಸುತ್ತಾನೆ, ಆದರೆ ಅವನು ಸಂಪೂರ್ಣವಾಗಿ ಸಮಯದ ಅಂಶವಾದ ಸಾವಿನ ನಿಯಂತ್ರಣದಲ್ಲಿರುವುದರಿಂದ, ಅವನು ತನ್ನನ್ನು ವ್ಯಕ್ತಪಡಿಸಲು ಸಾಧ್ಯವಿಲ್ಲ ಮತ್ತು ಅದು ಅವನಿಗೆ ಗ್ರಹಿಸಲಾಗದ ನೋವನ್ನು ಉಂಟುಮಾಡುತ್ತದೆ. ರೋಗದ ಕಾರಣದಿಂದಾಗಿ ಅವರು ಈಗಾಗಲೇ ನೋವಿನ ಸ್ಥಿತಿಯಲ್ಲಿದ್ದಾರೆ ಮತ್ತು ಅವರ ಗ್ರಂಥಿಗಳು ಮತ್ತು ಗಂಟಲು ಲೋಳೆಯಿಂದ ಉಸಿರುಗಟ್ಟಿಸಲ್ಪಟ್ಟಿದೆ. ಅವನು ಈಗಾಗಲೇ ತುಂಬಾ ಕಷ್ಟದ ಸ್ಥಿತಿಯಲ್ಲಿದ್ದು, ಅವನ ಸಂಬಂಧಿಕರು ಅವನನ್ನು ಆ ರೀತಿಯಲ್ಲಿ ಸಂಬೋಧಿಸಿದಾಗ, ಅವನ ದುಃಖವು ಹೆಚ್ಚಾಗುತ್ತದೆ. ಹೀಗೆ ಸಂಸಾರ ನಿರ್ವಹಣೆಯಲ್ಲಿ ಅನಿಯಂತ್ರಿತ ಇಂದ್ರಿಯಗಳಿಂದ ತೊಡಗಿದ ವ್ಯಕ್ತಿ, ತನ್ನ ಸಂಬಂಧಿಕರ ಅಳುವಿಕೆಯನ್ನು ನೋಡಿ ಬಹಳ ದುಃಖದಿಂದ ಸಾಯುತ್ತಾನೆ. ಅವನು ಅತ್ಯಂತ ಕರುಣಾಜನಕವಾಗಿ, ಬಹಳ ನೋವಿನಿಂದ ಮತ್ತು ಪ್ರಜ್ಞೆಯಿಲ್ಲದೆ ಸಾಯುತ್ತಾನೆ.

ತನ್ನ ಕುಟುಂಬ ಸದಸ್ಯರನ್ನು ಸರಿಯಾಗಿ ಕಾಪಾಡಿಕೊಳ್ಳಲು ಅವನ ಕೊನೆಯ ಸಮಯದಲ್ಲಿ ಕುಟುಂಬದ ವ್ಯವಹಾರಗಳನ್ನು ಹೊಂದಿರಬೇಕು ಆದರೆ ಅದು ಸಾಮಾನ್ಯ ಮನುಷ್ಯನ ನೈಸರ್ಗಿಕ ಅನುಕ್ರಮವಾಗಿದೆ. ಸಾಮಾನ್ಯ ಮನುಷ್ಯನಿಗೆ ತನ್ನ ಜೀವನದ ಹಣೆಬರಹ ತಿಳಿದಿಲ್ಲ, ಅವನು ತನ್ನ ಕುಟುಂಬವನ್ನು ನಿರ್ವಹಿಸುತ್ತ ತನ್ನ ಜೀವನದ ಹೊಳೆಯಲ್ಲಿ ನಿರತನಾಗಿರುತ್ತಾನೆ. ಕೊನೆಯ ಹಂತದಲ್ಲಿ, ಅವರು

ಕುಟುಂಬದ ಆರ್ಥಿಕ ಸ್ಥಿತಿಯನ್ನು ಹೇಗೆ ಸುಧಾರಿಸಿದರು ಎಂಬುದರ ಬಗ್ಗೆ ಯಾರೂ ತೃಪ್ತರಾಗುವುದಿಲ್ಲ, ಅವರು ಸಾಕಷ್ಟು ಒದಗಿಸಲು ಸಾಧ್ಯವಾಗಲಿಲ್ಲ ಎಂದು ಎಲ್ಲರೂ ಭಾವಿಸುತ್ತಾರೆ. ಅವನ ಆಳವಾದ ಪ್ರೀತಿಯಿಂದಾಗಿ, ಅವನು ಇಂದ್ರಿಯಗಳನ್ನು ನಿಯಂತ್ರಿಸುವ ಮತ್ತು ತನ್ನ ಉಗುಳುವ ಪ್ರಜ್ಞೆಯನ್ನು ಸುಧಾರಿಸುವ ತನ್ನ ಮುಖ್ಯ ಕರ್ತವ್ಯವನ್ನು ಮರೆತುಬಿಡುತ್ತಾನೆ. ಕೆಲವೊಮ್ಮೆ ಒಬ್ಬ ವ್ಯಕ್ತಿ ತನ್ನ ಮಗನಿಗೆ ಯಾವುದೋ ಸಂಬಂಧಿಕರಿಗೆ ಕುಟುಂಬದ ವ್ಯವಹಾರಗಳನ್ನು ಒಪ್ಪಿಸುತ್ತಾನೆ, "ನಾನು ಹೋಗುತ್ತಿದ್ದೇನೆ. ದಯವಿಟ್ಟು ಕುಟುಂಬವನ್ನು ನೋಡಿಕೊಳ್ಳಿ." ಅವನು ಎಲ್ಲಿಗೆ ಹೋಗುತ್ತಿದ್ದಾನೆ ಎಂದು ಅವನಿಗೆ ತಿಳಿದಿಲ್ಲ, ಆದರೆ ಸಾವಿನ ಸಮಯದಲ್ಲಿ ಅವನು ತನ್ನ ಕುಟುಂಬವನ್ನು ಹೇಗೆ ನಿರ್ವಹಿಸುತ್ತಾನೆ ಎಂಬ ಆತಂಕದಲ್ಲಿದ್ದಾನೆ. ಕೆಲವೊಮ್ಮೆ ಸಾಯುತ್ತಿರುವ ಮನುಷ್ಯನು ತನ್ನ ಜೀವನವನ್ನು ಕನಿಷ್ಠ ಕೆಲವು ವರ್ಷಗಳವರೆಗೆ ಹೆಚ್ಚಿಸುವಂತೆ ವೈದ್ಯರಿಗೆ ವಿನಂತಿಸುವುದು ಕಂಡುಬರುತ್ತದೆ, ಇದರಿಂದ ಪ್ರಾರಂಭವಾದ ಕುಟುಂಬ ನಿರ್ವಹಣೆ ಯೋಜನೆಯನ್ನು ಪೂರ್ಣಗೊಳಿಸಬಹುದು ಎಂದು.

ಹಿಂದೆ ರಾಜನ ಆಳುಗಳು ಒಬ್ಬ ಅಪರಾಧಿಯನ್ನು ನದಿಯ ಮಧ್ಯದಲ್ಲಿ ದೋಣಿಯಲ್ಲಿ ಕರೆದುಕೊಂಡು ಹೋಗುತ್ತಿದ್ದರು. ಅವರು ಅವನ ತಲೆಗೂದಲನ್ನು ಹಿಡಿದು ಸಂಪೂರ್ಣವಾಗಿ ನೀರಿನೊಳಗೆ ತಳ್ಳುವ ಮೂಲಕ ಅವನನ್ನು ಮುಳುಗಿಸಿ ಮತ್ತು ಅವನು ಬಹುತೇಕ ಉಸಿರುಗಟ್ಟಿದಾಗ, ರಾಜನ ಆಳುಗಳು ಅವನನ್ನು ನೀರಿನಿಂದ ಹೊರತೆಗೆದು ಸ್ವಲ್ಪ ಸಮಯ ಉಸಿರಾಡಲು ಅವಕಾಶ ಮಾಡಿಕೊಡುತ್ತಿದ್ದರು ಮತ್ತು ನಂತರ ಅವರು ಅವನನ್ನು ಮತ್ತೆ ನೀರಿನಲ್ಲಿ ಉಸಿರುಗಟ್ಟಿಸಲು ಮುಳುಗಿಸುತ್ತಿದ್ದರು . ಈ ರೀತಿಯ ಶಿಕ್ಷೆಯನ್ನು ಯಮರಾಜನು ಮರೆತುಹೋದ ಆತ್ಮಕ್ಕೆ ವಿಧಿಸುತ್ತಾನೆ. ಇಂದ್ರಿಯ ತೃಪ್ತಿಯ ಬಯಕೆಯಿಂದ ಕೋಪಗೊಂಡಾಗ ಅವನು ಬಹುತೇಕ ಕುರುಡನಾಗುತ್ತಾನೆ ಮತ್ತು ಎಲ್ಲಾ ಇಂದ್ರಿಯಗಳ ಬುದ್ಧಿವಂತಿಕೆಯನ್ನು ಕಳೆದುಕೊಳ್ಳುತ್ತಾನೆ ಎಂದು ಭಗವದ್ಗೀತೆಯಲ್ಲಿ ಹೇಳಲಾಗಿದೆ. ಅವನು ಎಲ್ಲವನ್ನೂ ಮರೆತುಬಿಡುತ್ತಾನೆ. ಒಬ್ಬ ವ್ಯಕ್ತಿಯು ಇಂದ್ರಿಯ ತೃಪ್ತಿಯಿಂದ ಆಕರ್ಷಿತನಾಗಿದ್ದಾಗ ಎಲ್ಲಾ ಬುದ್ಧಿವಂತಿಕೆಯನ್ನು ಕಳೆದುಕೊಳ್ಳುತ್ತಾನೆ ಮತ್ತು ಅವನು ಅದರ ಪರಿಣಾಮಗಳನ್ನು ಸಹ ಅನುಭವಿಸಬೇಕು ಎಂಬುದನ್ನು ಅವನು ಮರೆತುಬಿಡುತ್ತಾನೆ. ನಾವು ಸ್ಥೂಲ ಶರೀರದಲ್ಲಿ ವಾಸಿಸುತ್ತಿರುವಾಗ, ಇಂದ್ರಿಯ ತೃಪ್ತಿಯ ಇಂತಹ ಚಟುವಟಿಕೆಗಳನ್ನು ಆಧುನಿಕ ಸರ್ಕಾರಿ ನಿಯಮಗಳಿಂದಲೂ ಪ್ರೋತ್ಸಾಹಿಸಲಾಗುತ್ತದೆ. ಪ್ರಪಂಚದಾದ್ಯಂತ ಎಲ್ಲಾ ರಾಜ್ಯಗಳಲ್ಲಿ ಇಂತಹ

ಚಟುವಟಿಕೆಗಳನ್ನು ಸರ್ಕಾರವು ಜನನ ನಿಯಂತ್ರಣದ ರೂಪದಲ್ಲಿ ಪ್ರೋತ್ಸಾಹಿಸುತ್ತದೆ. ಮಹಿಳೆಯರಿಗೆ ಮಾತ್ರೆಗಳನ್ನು ಸರಬರಾಜು ಮಾಡಲಾಗುತ್ತದೆ ಮತ್ತು ಗರ್ಭಪಾತಕ್ಕೆ ಸಹಾಯ ಪಡೆಯಲು ಪ್ರಯೋಗಾಲಯಕ್ಕೆ ಹೋಗಲು ಅವರಿಗೆ ಅನುಮತಿಸಲಾಗಿದೆ. ಇದು ಇಂದ್ರಿಯ ತೃಪ್ತಿಯ ಫಲವಾಗಿ ನಡೆಯುತ್ತಿದೆ. ವಾಸ್ತವವಾಗಿ ಲೈಂಗಿಕ ಜೀವನವು ಉತ್ತಮ ಮಗುವನ್ನು ಹುಟ್ಟುಹಾಕಲು ಉದ್ದೇಶಿಸಲಾಗಿದೆ, ಆದರೆ ಜನರಿಗೆ ಇಂದ್ರಿಯಗಳ ಮೇಲೆ ಯಾವುದೇ ನಿಯಂತ್ರಣವಿಲ್ಲದ ಕಾರಣ ಮತ್ತು ಇಂದ್ರಿಯಗಳನ್ನು ನಿಯಂತ್ರಿಸಲು ಅವರಿಗೆ ತರಬೇತಿ ನೀಡುವ ಯಾವುದೇ ಸಂಸ್ಥೆ ಇಲ್ಲದಿರುವುದರಿಂದ, ಬಡವರು ಇಂದ್ರಿಯ ತೃಪ್ತಿಯ ಅಪರಾಧಗಳಿಗೆ ಬಲಿಯಾಗುತ್ತಾರೆ ಮತ್ತು ಅವರು ಶಿಕ್ಷೆಗೆ ಒಳಗಾಗುತ್ತಾರೆ.

ಕಾನೂನುಬಾಹಿರ ಲೈಂಗಿಕ ಜೀವನದಲ್ಲಿ ತೊಡಗಿಸಿಕೊಳ್ಳುವುದರ ಮೇಲೆ ಜೀವನವನ್ನು ನಿರ್ಮಿಸಿದ ಪುರುಷರು ಮತ್ತು ಮಹಿಳೆಯರು ತಾಮಿಸ್ರ, ಅಂಧ-ತಮಿಸ್ರ ಮತ್ತು ರೌರವ ಎಂದು ಕರೆಯಲ್ಪಡುವ ನರಕಗಳಲ್ಲಿ ಅನೇಕ ರೀತಿಯ ಶೋಚನೀಯ ಪರಿಸ್ಥಿತಿಗಳಿಗೆ ಒಳಗಾಗುತ್ತಾರೆ. ಭೌತಿಕ ಜೀವನವು ಲೈಂಗಿಕ ಜೀವನವನ್ನು ಆಧರಿಸಿದೆ. ಅಸ್ತಿತ್ವದ ಹೋರಾಟದಲ್ಲಿ ತೀವ್ರ ಕ್ಲೇಶವನ್ನು ಅನುಭವಿಸುತ್ತಿರುವ ಎಲ್ಲಾ ಭೌತಿಕ ಜನರ ಅಸ್ತಿತ್ವವು ಲೈಂಗಿಕತೆಯನ್ನು ಆಧರಿಸಿದೆ. ಆದ್ದರಿಂದ, ವೈದಿಕ ನಾಗರಿಕತೆಯಲ್ಲಿ ಲೈಂಗಿಕ ಜೀವನವನ್ನು ನಿರ್ಬಂಧಿತ ರೀತಿಯಲ್ಲಿ ಮಾತ್ರ ಅನುಮತಿಸಲಾಗಿದೆ; ಇದು ವಿವಾಹಿತ ದಂಪತಿಗಳಿಗೆ ಮತ್ತು ಮಕ್ಕಳನ್ನು ಹುಟ್ಟಿಸಲು ಮಾತ್ರ. ಆದರೆ ಲೈಂಗಿಕ ಜೀವನವನ್ನು ಕಾನೂನುಬಾಹಿರವಾಗಿ ಮತ್ತು ಅಕ್ರಮವಾಗಿ ಇಂದ್ರಿಯ ತೃಪ್ತಿಗಾಗಿ ತೊಡಗಿಸಿಕೊಂಡಾಗ, ಪುರುಷ ಮತ್ತು ಮಹಿಳೆ ಇಬ್ಬರೂ ಈ ಜಗತ್ತಿನಲ್ಲಿ ಅಥವಾ ಮರಣದ ನಂತರ ಕಠಿಣ ಶಿಕ್ಷೆಯನ್ನು ನಿರೀಕ್ಷಿಸುತ್ತಾರೆ. ಈ ಪ್ರಪಂಚದಲ್ಲಿಯೂ ಅವರು ಸಿಫಿಲಿಸ್ ಮತ್ತು ಗೊನೊರಿಯಾದಂತಹ ಮಾರಣಾಂತಿಕ ಕಾಯಿಲೆಗಳಿಂದ ಶಿಕ್ಷಿಸಲ್ಪಡುತ್ತಾರೆ ಮತ್ತು ಮುಂದಿನ ಜನ್ಮದಲ್ಲಿ, ನರಕ ಪರಿಸ್ಥಿತಿಗಳಿಗೆ ಒಳಗಾಗುತ್ತಾರೆ. ಭಗವದ್ಗೀತೆಯಲ್ಲಿ, ಮೊದಲ ಅಧ್ಯಾಯದಲ್ಲಿ, ಅಕ್ರಮ ಲೈಂಗಿಕ ಜೀವನವನ್ನು ಸಹ ತುಂಬಾ ಖಂಡಿಸಲಾಗಿದೆ ಮತ್ತು ಅಕ್ರಮ ಲೈಂಗಿಕ ಜೀವನದಿಂದ ಮಕ್ಕಳನ್ನು ಉತ್ಪಾದಿಸುವವರನ್ನು ನರಕಕ್ಕೆ ಕಳುಹಿಸಲಾಗುತ್ತದೆ ಎಂದು ಹೇಳಲಾಗುತ್ತದೆ. ಅಂತಹ ಅಪರಾಧಿಗಳು ತಾಮಿಸ್ರ, ಅಂಧ-ತಮಿಸ್ರ ಮತ್ತು ರೌರವ ಜೀವನದಲ್ಲಿ ನರಕಯಾತನೆಯ ಪರಿಸ್ಥಿತಿಗಳಿಗೆ ಒಳಗಾಗುತ್ತಾರೆ ಎಂದು ಭಾಗವತದಲ್ಲಿ ದೃಢಪಡಿಸಲಾಗಿದೆ..

ಆಧುನಿಕ ನಾಗರಿಕತೆಯ ತಪ್ಪು ಎಂದರೆ ಮನುಷ್ಯನಿಗೆ ಮುಂದಿನ ಜನ್ಮದಲ್ಲಿ ನಂಬಿಕೆಯಿಲ್ಲ. ಆದರೆ ನಂಬಿದರೂ ನಂಬದಿದ್ದರೂ ಮುಂದಿನ ಜನ್ಮ ಇದ್ದೇ ಇರುತ್ತದೆ. ವೇದ, ಪುರಾಣಗಳಂತಹ ಅಧಿಕೃತ ಗ್ರಂಥಗಳ ಕಟ್ಟಳೆಗಳ ಪ್ರಕಾರ ಜವಾಬ್ದಾರಿಯುತ ಜೀವನ ನಡೆಸದಿದ್ದರೆ ಕಷ್ಟ ಪಡಬೇಕಾಗುತ್ತದೆ. ಮನುಷ್ಯರಿಗಿಂತ ಕೆಳಗಿರುವ ಜಾತಿಗಳು ತಮ್ಮ ಕ್ರಿಯೆಗಳಿಗೆ ಜವಾಬ್ದಾರರಾಗಿರುವುದಿಲ್ಲ ಏಕೆಂದರೆ ಅವುಗಳು ಒಂದು ನಿರ್ದಿಷ್ಟ ರೀತಿಯಲ್ಲಿ ವರ್ತಿಸುವಂತೆ ಮಾಡಲ್ಪಟ್ಟಿವೆ, ಆದರೆ ಮಾನವ ಪ್ರಜ್ಞೆಯ ಅಭಿವೃದ್ಧಿ ಹೊಂದಿದ ಜೀವನದಲ್ಲಿ, ಒಬ್ಬನು ತನ್ನ ಚಟುವಟಿಕೆಗಳಿಗೆ ಜವಾಬ್ದಾರನಾಗಿರದಿದ್ದರೆ, ಅವನು ನರಕದ ಜೀವನವನ್ನು ಪಡೆಯುವುದು ಖಚಿತ. ಪ್ರಸ್ತುತ ದೇಹವನ್ನು ತ್ಯಜಿಸಿದ ನಂತರ ಅವನು ನರಕದ ಕತ್ತಲೆಯಾದ ಪ್ರದೇಶಗಳಿಗೆ ಏಕಾಂಗಿಯಾಗಿ ಹೋಗುತ್ತಾನೆ . ಒಬ್ಬ ವ್ಯಕ್ತಿಯು ಅನ್ಯಾಯದ ರೀತಿಯಲ್ಲಿ ಹಣವನ್ನು ಸಂಪಾದಿಸಿದಾಗ ಮತ್ತು ಆ ಹಣದಿಂದ ತನ್ನ ಕುಟುಂಬವನ್ನು ಮತ್ತು ತನ್ನನ್ನು ತಾನು ನಿರ್ವಹಿಸಿದಾಗ, ಹಣವನ್ನು ಕುಟುಂಬದ ಅನೇಕ ಸದಸ್ಯರು ಅನುಭವಿಸುತ್ತಾರೆ, ಆದರೆ ಅವನು ಮಾತ್ರ ನರಕಕ್ಕೆ ಹೋಗುತ್ತಾನೆ. ಹಣವನ್ನು ಸಂಪಾದಿಸುವ ಮೂಲಕ ಅಥವಾ ಇನ್ನೊಬ್ಬರ ಜೀವನವನ್ನು ಅಸೂಯೆಪಡುವ ಮೂಲಕ ಜೀವನವನ್ನು ಆನಂದಿಸುವ ಮತ್ತು ಕುಟುಂಬ ಮತ್ತು ಸ್ನೇಹಿತರೊಂದಿಗೆ ಆನಂದಿಸುವ ವ್ಯಕ್ತಿಯು ಅಂತಹ ಹಿಂಸಾತ್ಮಕ ಮತ್ತು ಅಕ್ರಮ ಜೀವನದಿಂದ ಉಂಟಾಗುವ ಪಾಪದ ಪ್ರತಿಕ್ರಿಯೆಗಳನ್ನು ಏಕಾಂಗಿಯಾಗಿ ಅನುಭವಿಸಬೇಕಾಗುತ್ತದೆ. ಉದಾಹರಣೆಗೆ, ಒಬ್ಬ ಮನುಷ್ಯನು ಯಾರನ್ನಾದರೂ ಕೊಂದು ಸ್ವಲ್ಪ ಹಣವನ್ನು ಪಡೆದುಕೊಂಡರೆ ಮತ್ತು ಆ ಹಣದಿಂದ ತನ್ನ ಕುಟುಂಬವನ್ನು ನಿರ್ವಹಿಸಿದರೆ, ಅವನು ಗಳಿಸಿದ ಕಪ್ಪು ಹಣವನ್ನು ಅನುಭವಿಸುವವರೂ ಭಾಗಶಃ ಹೊಣೆಗಾರರಾಗುತ್ತಾರೆ ಮತ್ತು ನರಕಕ್ಕೆ ಕಳುಹಿಸಲ್ಪಡುತ್ತಾರೆ, ಆದರೆ ನಾಯಕನಾದವನಿಗೆ ವಿಶೇಷವಾಗಿ ಶಿಕ್ಷೆಯಾಗುತ್ತದೆ. ಭೌತಿಕ ಆನಂದದ ಫಲಿತಾಂಶವೆಂದರೆ ಒಬ್ಬನು ತನ್ನೊಂದಿಗೆ ಪಾಪದ ಪ್ರತಿಕ್ರಿಯೆಯನ್ನು ಮಾತ್ರ ತೆಗೆದುಕೊಳ್ಳುತ್ತಾನೆಯೇ ಹೊರತು ಹಣವನ್ನಲ್ಲ. ಅವನು ಗಳಿಸಿದ ಹಣವು ಈ ಜಗತ್ತಿನಲ್ಲಿ ಉಳಿದಿದೆ ಮತ್ತು ಅವನು ಪ್ರತಿಕ್ರಿಯೆಯನ್ನು ಮಾತ್ರ ತೆಗೆದುಕೊಳ್ಳುತ್ತಾನೆ. ಪರೋಕ್ಷವಾಗಿ ಆನಂದಿಸುವವರಿಗಿಂತ ನೇರ ಅಪರಾಧಿಯು ಪಾಪ ಚಟುವಟಿಕೆಗಳಿಗೆ ಹೆಚ್ಚು ಜವಾಬ್ದಾರನಾಗಿರುತ್ತಾನೆ. ಮಹಾನ್ ವಿದ್ವಾಂಸರಾದ ಚಣಕ್ಯ ಪಂಡಿತರು ಹೇಳುತ್ತಾರೆ, ಆದ್ದರಿಂದ, ಒಬ್ಬನು ತನ್ನ ಆಸ್ತಿಯನ್ನು ತನ್ನೊಂದಿಗೆ ತೆಗೆದುಕೊಂಡು

ಹೋಗಲು ಸಾಧ್ಯವಿಲ್ಲದ ಕಾರಣ, ಅವನ ಬಳಿ ಏನಿದೆಯೋ ಅದನ್ನು ಸತ್ ಅಥವಾ ಪರಮ ಪುರುಷಾರ್ಥಕ್ಕಾಗಿ ಖರ್ಚು ಮಾಡುವುದು ಉತ್ತಮ. ಅವರು ಇಲ್ಲಿಯೇ ಇರುತ್ತಾರೆ, ಮತ್ತು ಅವರು ಕಳೆದುಹೋಗುತ್ತಾರೆ. ಒಂದೋ ನಾವು ಹಣವನ್ನು ಬಿಡುತ್ತೇವೆ ಅಥವಾ ಹಣವು ನಮ್ಮನ್ನು ಬಿಡುತ್ತದೆ, ನಮ್ಮ ಸ್ವಾಧೀನದಲ್ಲಿ ಇರುವವರೆಗೆ ಹಣದ ಅತ್ಯುತ್ತಮ ಬಳಕೆ ಮಾಡುವುದು ಉತ್ತಮ.

ಮಾನವನ ದೇಹವು ಅನೇಕ ಜನ್ಮಗಳ ನಂತರ ನಿಯಮಾಧೀನ ಆತ್ಮದಿಂದ ಸಾಧಿಸಲ್ಪಡುತ್ತದೆ ಮತ್ತು ಇದು ಬಹಳ ಅಮೂಲ್ಯವಾದ ಆಸ್ತಿಯಾಗಿದೆ. ಒಬ್ಬನು ತನ್ನ ಕುಟುಂಬವನ್ನು ನಿರ್ವಹಿಸುವ ಉದ್ದೇಶಕ್ಕಾಗಿ ಈ ಜೀವನವನ್ನು ಸರಳವಾಗಿ ಬಳಸಿದರೆ ಮತ್ತು ಆದ್ದರಿಂದ ಮೂರ್ಖ ಮತ್ತು ಅನಧಿಕೃತ ಕ್ರಿಯೆಯನ್ನು ಮಾಡಿದರೆ ಮುಕ್ತಿಯನ್ನು ಪಡೆಯಲು ಬಳಸಿಕೊಳ್ಳುವ ಬದಲು, ಅವನು ತನ್ನ ಸಂಪತ್ತನ್ನು ಕಳೆದುಕೊಂಡ ಮತ್ತು ಅದನ್ನು ಕಳೆದುಕೊಂಡ ನಂತರ ದುಃಖಿಸುವ ಮನುಷ್ಯನಿಗೆ ಹೋಲಿಸಲಾಗುತ್ತದೆ. . ಸಂಪತ್ತು ಕಳೆದುಹೋದಾಗ ಕೊರಗುವುದರಿಂದ ಪ್ರಯೋಜನವಿಲ್ಲ, ಆದರೆ ಸಂಪತ್ತು ಇರುವವರೆಗೆ ಅದನ್ನು ಸರಿಯಾಗಿ ಉಪಯೋಗಿಸಿಕೊಂಡು ಶಾಶ್ವತ ಲಾಭ ಗಳಿಸಬೇಕು. ಒಬ್ಬ ಮನುಷ್ಯನು ಪಾಪ ಕಾರ್ಯಗಳಿಂದ ಸಂಪಾದಿಸಿದ ಹಣವನ್ನು ಬಿಟ್ಟಾಗ, ಅವನು ತನ್ನ ಪಾಪದ ಚಟುವಟಿಕೆಗಳನ್ನು ತನ್ನ ಹಣದೊಂದಿಗೆ ಇಲ್ಲಿಯೇ ಬಿಡುತ್ತಾನೆ ಎಂದು ವಾದಿಸಬಹುದು. ಆದರೆ ಮನುಷ್ಯನು ತನ್ನ ಪಾಪದಿಂದ ಗಳಿಸಿದ ಹಣವನ್ನು ಅವನ ಹಿಂದೆ ಬಿಟ್ಟುಹೋದರೂ, ಅವನು ಅದರ ಪರಿಣಾಮವನ್ನು ಹೊಂದುತ್ತಾನೆ ಎಂದು ಇಲ್ಲಿ ವಿಶೇಷವಾಗಿ ಉಲ್ಲೇಖಿಸಲಾಗಿದೆ. ಒಬ್ಬ ವ್ಯಕ್ತಿಯು ಸ್ವಲ್ಪ ಹಣವನ್ನು ಕದಿಯುವಾಗ, ಅವನು ಸಿಕ್ಕಿಬಿದ್ದರೆ ಮತ್ತು ಅದನ್ನು ಹಿಂದಿರುಗಿಸಲು ಒಪ್ಪಿಕೊಂಡರೆ, ಅವನು ಅಪರಾಧ ಶಿಕ್ಷೆಯಿಂದ ಮುಕ್ತನಾಗುವುದಿಲ್ಲ. ರಾಜ್ಯದ ಕಾನೂನಿನ ಪ್ರಕಾರ, ಅವನು ಹಣವನ್ನು ಹಿಂದಿರುಗಿಸಿದರೂ, ಅವನು ಶಿಕ್ಷೆಗೆ ಒಳಗಾಗಬೇಕಾಗುತ್ತದೆ. ಅಂತೆಯೇ, ಅಪರಾಧ ಪ್ರಕ್ರಿಯೆಯಿಂದ ಗಳಿಸಿದ ಹಣ ಸಾಯುವಾಗ ಮನುಷ್ಯನಿಂದ ಬಿಡಬಹುದು, ಆದರೆ ಅವನು ತನ್ನ ಪರಿಣಾಮವನ್ನು ತನ್ನೊಂದಿಗೆ ಒಯ್ಯುತ್ತಾನೆ ಮತ್ತು ಆದ್ದರಿಂದ ಅವನು ನರಕದ ಜೀವನವನ್ನು ಅನುಭವಿಸಬೇಕಾಗುತ್ತದೆ.

<u>ನರಕದ ಗ್ರಹಗಳ ವಿವರಣೆ</u>

ಮೂರ್ಖ ವ್ಯಕ್ತಿಯು ತಾನು ಯಾವುದೇ ಕಾನೂನಿನಿಂದ ಸ್ವತಂತ್ರನೆಂದು ಭಾವಿಸುತ್ತಾನೆ. ಹೀಗೆ ಅವನು ವಿವಿಧ ಪಾಪ ಚಟುವಟಿಕೆಗಳಲ್ಲಿ ತೊಡಗುತ್ತಾನೆ ಮತ್ತು ಅದರ ಪರಿಣಾಮವಾಗಿ, ಅವನು ಜೀವನದ ನಂತರದ ವಿವಿಧ ನರಕ

ಪರಿಸ್ಥಿತಿಗಳಿಗೆ ಒಳಗಾಗುತ್ತಾನೆ. ಪ್ರಕೃತಿಯ ನಿಯಮಗಳಿಂದ ಶಿಕ್ಷೆಗೆ ಒಳಗಾಗುತ್ತಾನೆ. ಮೂಲಭೂತ ತತ್ವ ಅವನ ಸಂಕಟವೆಂದರೆ ಅವನು ಮೂರ್ಖತನದಿಂದ ತನ್ನನ್ನು ತಾನು ಸ್ವತಂತ್ರವಾಗಿ ಭಾವಿಸುತ್ತಾನೆ, ಆದರೂ ಅವನು ಭೌತಿಕ ಪ್ರಕೃತಿಯ ನಿಯಮಗಳ ನಿಯಂತ್ರಣದಲ್ಲಿ ಕಟ್ಟುನಿಟ್ಟಾಗಿರುತ್ತಾನೆ.ಈ ಕಾನೂನುಗಳು ಪ್ರಕೃತಿಯ ಮೂರು ವಿಧಾನಗಳ ಪ್ರಭಾವದಿಂದಾಗಿ ಕಾರ್ಯನಿರ್ವಹಿಸುತ್ತವೆ ಮತ್ತು ಆದ್ದರಿಂದ ಪ್ರತಿಯೊಬ್ಬ ಮನುಷ್ಯನು ಮೂರು ವಿಭಿನ್ನ ಪ್ರಕಾರಗಳ ಅಡಿಯಲ್ಲಿ ಕೆಲಸ ಮಾಡುತ್ತಾನೆ. ಅವನು ಹೇಗೆ ವರ್ತಿಸುತ್ತಾನೆ ಎಂಬುದರ ಪ್ರಕಾರ, ಅವನು ತನ್ನ ಮುಂದಿನ ಜೀವನದಲ್ಲಿ ಅಥವಾ ಈ ಜನ್ಮದಲ್ಲಿ ವಿಭಿನ್ನ ಪ್ರತಿಕ್ರಿಯೆಗಳನ್ನು ಅನುಭವಿಸುತ್ತಾನೆ, ಧಾರ್ಮಿಕ ವ್ಯಕ್ತಿಗಳು ನಾಸ್ತಿಕರಿಂದ ವಿಭಿನ್ನವಾಗಿ ವರ್ತಿಸುತ್ತಾರೆ ಮತ್ತು ಆದ್ದರಿಂದ ಅವರು ವಿಭಿನ್ನ ಪ್ರತಿಕ್ರಿಯೆಗಳನ್ನು ಅನುಭವಿಸುತ್ತಾರೆ.

ಇನ್ನೊಬ್ಬರ ಹಣ, ಹೆಂಡತಿ ಅಥವಾ ಆಸ್ತಿಯನ್ನು ಕದಿಯುವ ವ್ಯಕ್ತಿಯನ್ನು "ತಾಮಿಸ್ರ "ಎಂದು ಕರೆಯಲ್ಪಡುವ ನರಕಕ್ಕೆ ಸೇರಿಸಲಾಗುತ್ತದೆ. ಯಾರನ್ನಾದರೂ ಮೋಸಗೊಳಿಸಿ ತನ್ನ ಹೆಂಡತಿಯನ್ನು ಆನಂದಿಸುವ ಪುರುಷನು "ಅಂಧತಾಮಿಸ್ರ "ಎಂದು ಕರೆಯಲ್ಪಡುವ ಅತ್ಯಂತ ನರಕ ಪರಿಸ್ಥಿತಿಗೆ ಒಳಗಾಗುತ್ತಾನೆ. ಈ ತತ್ವದ ಆಧಾರದ ಮೇಲೆ ಇತರ ಜೀವಿಗಳ ವಿರುದ್ಧ ಹಿಂಸಾಚಾರ ಮಾಡುವ ಮೂಲಕ ತನ್ನನ್ನು ಅಥವಾ ತನ್ನ ಹೆಂಡತಿ ಮತ್ತು ಮಕ್ಕಳನ್ನು ಕಾಪಾಡಿಕೊಳ್ಳುವ ಮೂರ್ಖ ವ್ಯಕ್ತಿಯು ಜೀವನದ ದೈಹಿಕ ಪರಿಕಲ್ಪನೆಯಲ್ಲಿ ಮಗ್ನನಾಗಿರುತ್ತಾನೆ ಅವನು "ರೌರವ "ಎಂದು ಕರೆಯಲ್ಪಡುವ ನರಕಕ್ಕೆ ಸೇರಿಸಲಾಗುತ್ತದೆ. ಅಲ್ಲಿ ಅವನು ಕೊಂದ ಪ್ರಾಣಿಗಳು ರುರುಸ್ ಎಂಬ ಜೀವಿಗಳಾಗಿ ಹುಟ್ಟಿ ಅವನಿಗೆ ಬಹಳ ದುಃಖವನ್ನುಂಟುಮಾಡುತ್ತವೆ. ವಿವಿಧ ಪ್ರಾಣಿಗಳು ಮತ್ತು ಪಕ್ಷಿಗಳನ್ನು ಕೊಂದು ನಂತರ ಅವುಗಳನ್ನು ಅಡುಗೆ ಮಾಡುವವರನ್ನು ಯಮರಾಜನ ಪ್ರತಿನಿಧಿಗಳು "ಕುಂಭೀಪಾಕ" ಎಂದು ಕರೆಯಲ್ಪಡುವ ನರಕಕ್ಕೆ ಹಾಕುತ್ತಾರೆ, ಅಲ್ಲಿ ಅವುಗಳನ್ನು ಎಣ್ಣೆಯಲ್ಲಿ ಬೇಯಿಸಲಾಗುತ್ತದೆ. ಬ್ರಾಹ್ಮಣನನ್ನು ಕೊಂದ ವ್ಯಕ್ತಿಯನ್ನು "ಕಲಾಸೂತ್ರ" ಎಂದು ಕರೆಯಲಾಗುವ ನರಕಕ್ಕೆ ಹಾಕಲಾಗುತ್ತದೆ, ಅಲ್ಲಿ ಭೂಮಿ ಸಂಪೂರ್ಣವಾಗಿ ಸಮತಟ್ಟಾಗಿದೆ ಮತ್ತು ತಾಮ್ರದಿಂದ ಮಾಡಲ್ಪಟ್ಟಿದೆ, ಅದು ಒಲೆಯಂತೆ ಬಿಸಿಯಾಗಿರುತ್ತದೆ. ಬ್ರಾಹ್ಮಣನನ್ನು ಕೊಂದವನು ಅನೇಕ ವರ್ಷಗಳ ಕಾಲ ಆ ಭೂಮಿಯಲ್ಲಿ ಸುಟ್ಟುಹೋಗುತ್ತಾನೆ. ಧರ್ಮಗ್ರಂಥದ ಆಜ್ಞೆಗಳನ್ನು ಅನುಸರಿಸದ ಆದರೆ ಎಲ್ಲವನ್ನೂ ವಿಚಿತ್ರವಾಗಿ ಮಾಡುವ ಅಥವಾ ಕೆಲವು ದುಷ್ಟರನ್ನು

ಅನುಸರಿಸುವ ಒಬ್ಬನನ್ನು "**ಅಸಿ-ಪತ್ರವನ**" ಎಂದು ಕರೆಯಲ್ಪಡುವ ನರಕಕ್ಕೆ ಸೇರಿಸಲಾಗುತ್ತದೆ. ನ್ಯಾಯವನ್ನು ಕಳಪೆಯಾಗಿ ನಿರ್ವಹಿಸುವ ಅಥವಾ ನಿರಪರಾಧಿಯನ್ನು ಶಿಕ್ಷಿಸುವ ಸರ್ಕಾರಿ ಅಧಿಕಾರಿಯನ್ನು ಯಮರಾಜನ ಸಹಾಯಕರು "**ಸುಕರಮುಖ**" ಎಂದು ಕರೆಯಲ್ಪಡುವ ನರಕಕ್ಕೆ ಕರೆದೊಯ್ಯುತ್ತಾರೆ, ಅಲ್ಲಿ ಅವನನ್ನು ನಿರ್ದಯವಾಗಿ ಹೊಡೆಯುತ್ತಾರೆ.

ದೇವರು ಮನುಷ್ಯನಿಗೆ ಸುಧಾರಿತ ಪ್ರಜ್ಞೆಯನ್ನು ನೀಡಿದ್ದಾನೆ. ಆದ್ದರಿಂದ ಅವನು ಇತರ ಜೀವಿಗಳ ದುಃಖ ಮತ್ತು ಸಂತೋಷವನ್ನು ಅನುಭವಿಸಬಹುದು. ಮಾನವನು ತನ್ನ ಆತ್ಮಸಾಕ್ಷಿಯನ್ನು ಕಳೆದುಕೊಂಡಿದ್ದಾನೆ, ಆದಾಗ್ಯೂ, ಇತರ ಜೀವಿಗಳಿಗೆ ದುಃಖವನ್ನು ಉಂಟುಮಾಡುವ ಸಾಧ್ಯತೆಯಿದೆ. ಯಮರಾಜನ ಸಹಾಯಕರು ಅಂತಹ ವ್ಯಕ್ತಿಯನ್ನು "**ಅಂಧಕೂಪ**" ಎಂದು ಕರೆಯಲ್ಪಡುವ ನರಕಕ್ಕೆ ಹಾಕಿದರು, ಅಲ್ಲಿ ಅವನು ಬಲಿಪಶುಗಳಿಂದ ಸರಿಯಾದ ಶಿಕ್ಷೆಯನ್ನು ಪಡೆಯುತ್ತಾನೆ. ಅತಿಥಿಯನ್ನು ಸರಿಯಾಗಿ ಸ್ವೀಕರಿಸದ ಅಥವಾ ತಿನ್ನಿಸದ ಆದರೆ ವೈಯಕ್ತಿಕವಾಗಿ ತಿನ್ನುವುದನ್ನು ಆನಂದಿಸುವ ಯಾವುದೇ ವ್ಯಕ್ತಿಯನ್ನು" **ಕೃಮಿಭೋಜನ**"ಎಂದು ಕರೆಯಲಾಗುವ ನರಕಕ್ಕೆ ಸೇರಿಸಲಾಗುತ್ತದೆ. ಅಲ್ಲಿ ಅನಿಯಮಿತ ಸಂಖ್ಯೆಯ ಹುಳುಗಳು ಮತ್ತು ಕೀಟಗಳು ಅವನನ್ನು ನಿರಂತರವಾಗಿ ಕಚ್ಚುತ್ತವೆ.

"**ಸಂದಂಸ**" ಎಂದು ಕರೆಯಲ್ಪಡುವ ನರಕಕ್ಕೆ ಕಳ್ಳನನ್ನು ಹಾಕಲಾಗುತ್ತದೆ. ಸಂತೋಷಪಡದ ಮಹಿಳೆಯೊಂದಿಗೆ ಲೈಂಗಿಕ ಸಂಬಂಧ ಹೊಂದಿರುವ ವ್ಯಕ್ತಿಯನ್ನು "**ತಪ್ತಸೂರ್ಮಿ**" ಎಂದು ಕರೆಯಲ್ಪಡುವ ನರಕಕ್ಕೆ ಸೇರಿಸಲಾಗುತ್ತದೆ. ಪ್ರಾಣಿಗಳೊಂದಿಗೆ ಲೈಂಗಿಕ ಸಂಬಂಧವನ್ನು ಆನಂದಿಸುವ ವ್ಯಕ್ತಿಯನ್ನು "**ವಜ್ರಕಂಟಕ-ಸಾಲ್ಮಲಿ**" ಎಂದು ಕರೆಯಲ್ಪಡುವ ನರಕಕ್ಕೆ ಸೇರಿಸಲಾಗುತ್ತದೆ. ಶ್ರೀಮಂತ ಅಥವಾ ಉನ್ನತ ಸ್ಥಾನದಲ್ಲಿರುವ ಕುಟುಂಬದಲ್ಲಿ ಜನಿಸಿದ ಆದರೆ ಅದರಂತೆ ವರ್ತಿಸದ ವ್ಯಕ್ತಿಯನ್ನು "**ವೈತರಣಿ** "ನದಿ ಎಂಬ ರಕ್ತ, ಕೀವು ಮತ್ತು ಮೂತ್ರದ ನರಕದ ಕಂದಕಕ್ಕೆ ಹಾಕಲಾಗುತ್ತದೆ. ಪ್ರಾಣಿಯಂತೆ ಬದುಕುವವನನ್ನು "**ಪುಯೋದ**" ಎಂಬ ನರಕಕ್ಕೆ ಹಾಕಲಾಗುತ್ತದೆ. ಅರಣ್ಯದಲ್ಲಿ ನಿರ್ದಯವಾಗಿ ಪ್ರಾಣಿಗಳನ್ನು ಸಂಹಾರ ಮಾಡುವ ವ್ಯಕ್ತಿಯನ್ನು"**ಪ್ರಾಣರೋಧ**" ಎಂಬ ನರಕಕ್ಕೆ ಹಾಕಲಾಗುತ್ತದೆ. ಧಾರ್ಮಿಕ ತ್ಯಾಗದ ಹೆಸರಿನಲ್ಲಿ ಪ್ರಾಣಿಗಳನ್ನು ಕೊಲ್ಲುವ ವ್ಯಕ್ತಿಯನ್ನು "**ವಿಶಾಸನ**" ಎಂಬ ನರಕಕ್ಕೆ ಸೇರಿಸಲಾಗುತ್ತದೆ. ತನ್ನ ವೀರ್ಯವನ್ನು ಕುಡಿಯಲು ಹೆಂಡತಿಯನ್ನು ಒತ್ತಾಯಿಸುವ ಪುರುಷನನ್ನು "**ಲಾಲಭಕ್ಷ**" ಎಂಬ ನರಕಕ್ಕೆ ಸೇರಿಸಲಾಗುತ್ತದೆ. ಯಾರನ್ನಾದರೂ ಕೊಲ್ಲಲು ಬೆಂಕಿಯನ್ನು ಹಾಕುವ

ಅಥವಾ ವಿಷವನ್ನು ನೀಡುವವನು "ಸರಮೆಯಾದನ" ಎಂದು ಕರೆಯಲ್ಪಡುವ ನರಕಕ್ಕೆ ಹಾಕಲ್ಪಡುತ್ತಾನೆ. ಸುಳ್ಳು ಸಾಕ್ಷಿ ಹೇಳುವ ಮೂಲಕ ತನ್ನ ಜೀವನೋಪಾಯವನ್ನು ಗಳಿಸುವ ವ್ಯಕ್ತಿಯನ್ನು" ಅವಿಸಿ" ಎಂದು ಕರೆಯಲ್ಪಡುವ ನರಕಕ್ಕೆ ಹಾಕಲಾಗುತ್ತದೆ.

ದ್ರಾಕ್ಷಾರಸಕ್ಕೆ ವ್ಯಸನಿಯಾಗಿರುವ ವ್ಯಕ್ತಿಯನ್ನು "ಆಯಹಪಾನ" ಎಂಬ ನರಕಕ್ಕೆ ಸೇರಿಸಲಾಗುತ್ತದೆ. ಮೇಲಧಿಕಾರಿಗಳಿಗೆ ಸರಿಯಾದ ಗೌರವವನ್ನು ತೋರಿಸದೆ ಶಿಷ್ಟಾಚಾರವನ್ನು ಉಲ್ಲಂಘಿಸುವವರನ್ನು "ಕ್ಷರಕರ್ದಮ" ಎಂದು ಕರೆಯಲ್ಪಡುವ ನರಕಕ್ಕೆ ಸೇರಿಸಲಾಗುತ್ತದೆ. ಭೈರವನಿಗೆ ಮನುಷ್ಯರನ್ನು ಬಲಿಕೊಡುವ ವ್ಯಕ್ತಿಯನ್ನು "ರಾಕ್ಷೋಗನ-ಭೋಜನ" ಎಂಬ ನರಕಕ್ಕೆ ಹಾಕಲಾಗುತ್ತದೆ. ಸಾಕುಪ್ರಾಣಿಗಳನ್ನು ಕೊಲ್ಲುವ ವ್ಯಕ್ತಿಯನ್ನು 'ಸುಲಪ್ರೋತ" ಎಂಬ ನರಕಕ್ಕೆ ಸೇರಿಸಲಾಗುತ್ತದೆ. ಇತರರಿಗೆ ತೊಂದರೆ ಕೊಡುವ ವ್ಯಕ್ತಿಯನ್ನು "ದಂಡಸುಕ" ಎಂಬ ನರಕಕ್ಕೆ ಹಾಕಲಾಗುತ್ತದೆ. ಗುಹೆಯೊಳಗೆ ಜೀವಂತ ಅಸ್ತಿತ್ವವನ್ನು ಬಂಧಿಸುವವನು "ಅವತ-ನಿರೋಧನ" ಎಂದು ಕರೆಯಲ್ಪಡುವ ನರಕಕ್ಕೆ ಹಾಕಲ್ಪಡುತ್ತಾನೆ. ಮನೆಯಲ್ಲಿ ತನ್ನ ಅತಿಥಿಯ ಕಡೆಗೆ ಅನಗತ್ಯ ಕೋಪವನ್ನು ತೋರಿಸುವ ವ್ಯಕ್ತಿಯನ್ನು "ಪರ್ಯಾವರ್ತನ" ಎಂಬ ನರಕಕ್ಕೆ ಹಾಕಲಾಗುತ್ತದೆ. ಐಶ್ವರ್ಯವನ್ನು ಹೊಂದುವ ಮೂಲಕ ಹುಚ್ಚನಾದ ಮತ್ತು ಹಣವನ್ನು ಹೇಗೆ ಸಂಗ್ರಹಿಸಬೇಕೆಂದು ಯೋಚಿಸುವುದರಲ್ಲಿ ಆಳವಾಗಿ ಮುಳುಗಿದ ವ್ಯಕ್ತಿಯನ್ನು "ಸುಚಿಮುಖ" ಎಂದು ಕರೆಯಲ್ಪಡುವ ನರಕಕ್ಕೆ ಸೇರಿಸಲಾಗುತ್ತದೆ.

(twenty-eight hells Tamisra, Andhatamisra, Raurava, Maharaurava, Kumbhipika. Kalasutra, As-patravana, Sükaramukha. Andhakupa, Krmibhojana. Sandamiss, Taptasütmi, Vajrakantaka-Silmali, Vaitarani Puvoda. Pranarodha, Visasana. Lalabhaksa, Sarameyadana, Avici, Avahpana Karakardama, Rakjogana-bhojana, Slapeora, Dandalüka. Avara-nirodhana, Paryavartana and Sucimukha.)

7

ಪವರ್ಗ ಪ, ಫ, ಬ, ಭ, ಮ

ಭೌತಿಕ ಶಕ್ತಿಯು ನಿಮ್ಮ ಸ್ವಂತ ಪ್ರಯತ್ನಗಳನ್ನು ಹೆಚ್ಚು ಹೆಚ್ಚು ಬಂಧಿಸುತ್ತದೆ, ನೀವು ಈ ಬಂಧನದಿಂದ ಹೊರಬರಲು ಸಾಧ್ಯವಿಲ್ಲ, ಇದನ್ನು ಪವರ್ಗ ಎಂದು ಕರೆಯಲಾಗುತ್ತದೆ. ದೇವನಾಗರಿ ವರ್ಣಮಾಲೆಯಲ್ಲಿ ಐದನೇ ಅಕ್ಷರಗಳ ಗುಂಪಾಗಿದೆ. ಇದು ಪ, ಫ, ಬ, ಭ, ಮತ್ತು ಮ ಅಕ್ಷರಗಳನ್ನು ಒಳಗೊಂಡಿದೆ . "ಪ" ಎಂದರೆ "ಪರಿಶ್ರಮ" ಪ್ರಪಂಚದ ಪ್ರತಿಯೊಂದು ಜೀವಿಯು ತನ್ನನ್ನು ಉಳಿಸಿಕೊಳ್ಳಲು ಮತ್ತು ಬದುಕಲು ಬಹಳ ಕಷ್ಟಪಡುತ್ತಿದೆ. ಇದು ಅಸ್ತಿತ್ವಕ್ಕಾಗಿ ಕಠಿಣ ಹೋರಾಟ ಎಂದು ಕರೆಯಲ್ಪಡುತ್ತದೆ. ಹಾಗೆಯೇ ನಾವು ತುಂಬಾ ಕಷ್ಟಪಟ್ಟು ಕೆಲಸ ಮಾಡಿ ದಣಿದಿರುವಾಗ, ನಮ್ಮ ನಾಲಿಗೆ ಒಣಗಬಹುದು ಮತ್ತು ನಮ್ಮ ಬಾಯಿಯಲ್ಲಿ ಕೆಲವು ನೊರೆಗಳು ರೂಪುಗೊಳ್ಳಬಹುದು. "ಫ" ಎಂದರೆ "ಫಲಕ್ಕಾಗಿ" ಪ್ರತಿಯೊಬ್ಬರೂ ಇಂದ್ರಿಯ ತೃಪ್ತಿಗಾಗಿ ತುಂಬಾ ಶ್ರಮಿಸುತ್ತಿದ್ದಾರೆ. ಬ "ಬಂಧನವನ್ನು" ಪ್ರತಿನಿಧಿಸುತ್ತದೆ. ನಮ್ಮ ಪ್ರಯತ್ನಗಳ ಹೊರತಾಗಿಯೂ, ನಾವು ಪ್ರಕೃತಿಯ ಭೌತಿಕ ವಿಧಾನಗಳ ಹಗ್ಗಗಳಿಂದ ಬಂಧಿತರಾಗಿದ್ದೇವೆ. ಭ ಎಂದರೆ "ಭಯ." ಭೌತಿಕ ಜೀವನದಲ್ಲಿ, ಒಬ್ಬರು ಯಾವಾಗಲೂ ಭಯದ ಬೆಂಕಿಯಲ್ಲಿ ಇರುತ್ತಾರೆ, ಏಕೆಂದರೆ ಮುಂದೆ ಏನಾಗುತ್ತದೆ ಎಂದು ಯಾರಿಗೂ ತಿಳಿದಿಲ್ಲ ಮತ್ತು "ಮ" "ಮೃತ್ಯುವನ್ನು" ಪ್ರತಿನಿಧಿಸುತ್ತದೆ, "ಸಾವು." ಈ ಜಗತ್ತಿನಲ್ಲಿ ಸಂತೋಷ ಮತ್ತು ಭದ್ರತೆಗಾಗಿ ನಮ್ಮ ಎಲ್ಲಾ ಭರವಸೆಗಳು ಮತ್ತು ಯೋಜನೆಗಳು ಸಾವಿನಿಂದ ಕೊನೆಗೊಂಡಿವೆ.

ಮನುಷ್ಯನು ಕೀಳು ಮೃಗಗಳಿಗಿಂತಲೂ ವಿವೇಚನೆಯ ಜೀವಿ ಎಂದು ಹೆಮ್ಮೆಪಡುತ್ತಾನೆ. ಆದರೂ ಅವನು ತನ್ನ ಪ್ರಯೋಜನಕ್ಕಾಗಿ ನಿಸರ್ಗದ ರಹಸ್ಯಗಳನ್ನು ತಿಳಿಯಲು ತನ್ನ ಕಾರಣವನ್ನು ಅನ್ವಯಿಸಿದಾಗ, ಅವನು ಪರಿಹರಿಸಲಾಗದ ಸಮಸ್ಯೆಗಳ ಕೆಸರುಗಳಲ್ಲಿ ಆಳವಾಗಿ ಮತ್ತು ಆಳವಾಗಿ ಮುಳುಗುತ್ತಾನೆ. ಆಂತರಿಕ ದಹನಕಾರಿ ವಾಹನ ನಾವು ವೇಗವಾಗಿ ಹೋಗುತ್ತಿರುವ ಸ್ಥಳವನ್ನು ನಮಗೆ ತಲುಪಿಸುತ್ತದೆ, ಆದರೆ ಉಸಿರುಗಟ್ಟಿಸುವ ವಾಯು ಮಾಲಿನ್ಯ, ಹಸಿರುಮನೆ ಪರಿಣಾಮ ಮತ್ತು ತೈಲದ ಮೇಲೆ ಅಪಾಯಕಾರಿ ಅವಲಂಬನೆಗೆ ಕಾರಣವಾಗುತ್ತದೆ. ಪರಮಾಣುವಿನ ಸಜ್ಜುಗೊಳಿಸುವಿಕೆಯು ನಮಗೆ ಅಗ್ಗದ ಶಕ್ತಿಯನ್ನು ನೀಡುತ್ತದೆ, ಆದರೆ ಸಾಮೂಹಿಕ ವಿನಾಶದ ಶಸ್ತ್ರಾಸ್ತ್ರಗಳು, ಮತ್ತು ಅಪಾಯಕಾರಿ ವಿಕಿರಣಶೀಲ ತ್ಯಾಜ್ಯದ ಉಬ್ಬರವಿಳಿತಕ್ಕೆ ಕಾರಣವಾಗುತ್ತದೆ. ಆಧುನಿಕ ಕೃಷಿ ವ್ಯಾಪಾರವು ತಲೆತಿರುಗುವ ವೈವಿಧ್ಯಮಯ ಮತ್ತು ಹೇರಳವಾದ ಆಹಾರವನ್ನು ಉತ್ಪಾದಿಸುತ್ತದೆ, ಆದರೆ ಕುಟುಂಬದ ಸಾವು, ಅಂತರ್ಜಲದ ಮಾಲಿನ್ಯ, ಅಮೂಲ್ಯವಾದ ಮೇಲ್ಮಣ್ಣಿನ ನಷ್ಟ ಮತ್ತು ಇತರ ಅನೇಕ ಸಮಸ್ಯೆಗಳಿಗೆ ಕಾರಣವಾಗುತ್ತದೆ.

ನಮ್ಮ ಸ್ವಂತ ಉದ್ದೇಶಗಳಿಗಾಗಿ ಪ್ರಕೃತಿಯ ನಿಯಮಗಳನ್ನು ಬಳಸಿಕೊಳ್ಳುವ ನಮ್ಮ ಪ್ರಯತ್ನಗಳಲ್ಲಿ ನಾವು ಏನನ್ನಾದರೂ ಕಳೆದುಕೊಂಡಿದ್ದೇವೆ ಎಂಬುದು ಸ್ಪಷ್ಟವಾಗಿದೆ. ಆ "ಏನೋ" ಎಂದರೇನು? ಉಪನಿಷತ್ತುಗಳು ಎಂದು ಕರೆಯಲ್ಪಡುವ ಪ್ರಾಚೀನ ಭಾರತದ ಬುದ್ಧಿವಂತಿಕೆಯ ಪುಸ್ತಕಗಳಲ್ಲಿ ಅಗ್ರಗಣ್ಯವಾದ ಈಸೋಪನಿಷದ್‌ನ ಮೊದಲ ಮಂತ್ರದಲ್ಲಿ ನಾವು ಕಂಡುಕೊಳ್ಳುತ್ತೇವೆ: "ಈ ಸೃಷ್ಟಿಯಲ್ಲಿ ಎಲ್ಲವೂ ಭಗವಂತನ ಒಡೆತನದಲ್ಲಿದೆ ಮತ್ತು ನಿಯಂತ್ರಿಸುತ್ತದೆ. ಆದ್ದರಿಂದ ಒಬ್ಬನು ತನಗೆ ಅಗತ್ಯವಾದ ವಸ್ತುಗಳನ್ನು ಮಾತ್ರ ಸ್ವೀಕರಿಸಬೇಕು. ಪ್ರಕೃತಿಯಲ್ಲಿ ನಾವು ಈ ತತ್ವವನ್ನು ಕೆಲಸದಲ್ಲಿ ನೋಡುತ್ತೇವೆ. ಭಗವಂತನು ಸ್ಥಾಪಿಸಿದ ಪ್ರಕೃತಿಯ ವ್ಯವಸ್ಥೆಯು ಪಕ್ಷಿಗಳು ಮತ್ತು ಮೃಗಗಳನ್ನು ನಿರ್ವಹಿಸುತ್ತದೆ: ಆನೆಯು ದಿನಕ್ಕೆ ತನ್ನ ಐವತ್ತು ಕಿಲೋಗಳನ್ನು ತಿನ್ನುತ್ತದೆ, ಇರುವೆ ತನ್ನ ಕೆಲವು ಧಾನ್ಯಗಳನ್ನು ತಿನ್ನುತ್ತದೆ. ಮನುಷ್ಯನು ಹಸ್ತಕ್ಷೇಪ ಮಾಡದಿದ್ದರೆ, ನೈಸರ್ಗಿಕ ಸಮತೋಲನವು ಎಲ್ಲಾ ಜೀವಿಗಳನ್ನು ಉಳಿಸಿಕೊಳ್ಳುತ್ತದೆ. ಭೂಮಿಯು ಪ್ರಸ್ತುತ ಮಾನವ ಜನಸಂಖ್ಯೆಯ ಹತ್ತು ಪಟ್ಟು ಆಹಾರಕ್ಕಾಗಿ ಸಾಕಷ್ಟು ಆಹಾರವನ್ನು ಉತ್ಪಾದಿಸುತ್ತದೆ ಎಂದು ಯಾವುದೇ ಕೃಷಿಕ ನಿಮಗೆ ಹೇಳುತ್ತಾನೆ. ಆದರೂ ರಾಜಕೀಯ ಪಿತೂರಿಗಳು ಮತ್ತು

ಯುದ್ಧಗಳು, ಭೂಮಿಯ ಅನ್ಯಾಯದ ಹಂಚಿಕೆ, ಆಹಾರದ ಬದಲಿಗೆ ತಂಬಾಕು, ಚಹಾ ಮತ್ತು ಕಾಫಿಯಂತಹ ವಾಣಿಜ್ಯ ಬೆಳೆಗಳ ಉತ್ಪಾದನೆಯ ದುರುಪಯೋಗದಂತಹ ಶ್ರೀಮಂತ ದೇಶಗಳಲ್ಲಿಯೂ ಸಹ ಲಕ್ಷಾಂತರ ಜನರು ಹಸಿವಿನಿಂದ ಬಳಲುತ್ತಿದ್ದಾರೆ ಎಂದು ಖಚಿತಪಡಿಸುತ್ತದೆ.

ಈ ಸಾಂಸಾರಿಕ ಜಗತ್ತು ಸಾಂಸಾರಿಕ ಜೀವನದ ಒಡನಾಟದಿಂದ ಸಿಕ್ಕಿಹಾಕಿಕೊಳ್ಳುವ ಮಹಾವನದಂತಿದೆ. ಈ ಕಾಡಿನಲ್ಲಿ ಲೂಟಿಕೋರರು (ಆರು ಇಂದ್ರಿಯಗಳು) ಜೊತೆಗೆ ಮಾಂಸಾಹಾರಿ ಪ್ರಾಣಿಗಳಾದ ನರಿಗಳು, ತೋಳಗಳು ಮತ್ತು ಸಿಂಹಗಳು (ಹೆಂಡತಿ, ಮಕ್ಕಳು ಮತ್ತು ಇತರ ಸಂಬಂಧಿಕರು) ಕುಟುಂಬದ ಮುಖ್ಯಸ್ಥರಿಂದ ರಕ್ತವನ್ನು ಹೀರಲು ಯಾವಾಗಲೂ ಚಿಂತಿಸುತ್ತವೆ: ಅರಣ್ಯ ಲೂಟಿಗಾರರು ಮತ್ತು ಮಾಂಸಾಹಾರಿ ರಕ್ತ ಹೀರುವ ಪ್ರಾಣಿಗಳು ಈ ಭೌತಿಕ ಪ್ರಪಂಚದೊಳಗೆ ಮನುಷ್ಯನ ಶಕ್ತಿಯನ್ನು ಬಳಸಿಕೊಳ್ಳಲು ಸಂಯೋಜಿಸುತ್ತವೆ. ಈ ಕಾಡಿನಲ್ಲಿ ಹುಲ್ಲಿನಿಂದ ಆವೃತವಾದ ಬಾವಿ ಕೂಡ ಇದೆ, ಅದರಲ್ಲಿ ಒಬ್ಬರು ಬೀಳಬಹುದು. ಕಾಡಿಗೆ ಬಂದು ಹಲವಾರು ಭೌತಿಕ ಆಕರ್ಷಣೆಗಳಿಂದ ಆಕರ್ಷಿತನಾದವನು ಈ ಭೌತಿಕ ಪ್ರಪಂಚ, ಸಮಾಜ, ಸ್ನೇಹ, ಪ್ರೀತಿ ಮತ್ತು ಕುಟುಂಬದೊಂದಿಗೆ ತನ್ನನ್ನು ತಾನು ಗುರುತಿಸಿಕೊಳ್ಳುತ್ತಾನೆ. ದಾರಿಯನ್ನು ಕಳೆದುಕೊಂಡು ಎಲ್ಲಿ ಓಗೋದು ಎಂದು ತಿಳಿಯದೆ, ಪ್ರಾಣಿ-ಪಕ್ಷಿಗಳ ಕಿರುಕುಳಕ್ಕೆ ಒಳಗಾಗಿ, ಹಲವಾರು ಆಸೆಗಳಿಗೆ ಬಲಿಯಾಗುತ್ತಾನೆ. ಹೀಗೆ ಕಾಡಿನೊಳಗೆ ಬಹಳ ಕಷ್ಟಪಟ್ಟು ಅಲ್ಲಿ ಇಲ್ಲಿ ಅಲೆಯುತ್ತಾರೆ. ಅವನು ತಾತ್ಕಾಲಿಕ ಸಂತೋಷದಿಂದ ವಶಪಡಿಸಿಕೊಳ್ಳುತ್ತಾನೆ ಮತ್ತು ದುಃಖ ಎಂದು ಕರೆಯಲ್ಪಡುವ ಮೂಲಕ ದುಃಖಿತನಾಗುತ್ತಾನೆ. ವಾಸ್ತವವಾಗಿ, ಒಬ್ಬ ವ್ಯಕ್ತಿಯು ಕಾಡಿನಲ್ಲಿ ಸಂತೋಷ ಮತ್ತು ದುಃಖದಿಂದ ಬಳಲುತ್ತಿದ್ದಾನೆ. ಕೆಲವೊಮ್ಮೆ ಅವನು ಹಾವಿನಿಂದ ಆಕ್ರಮಣಕ್ಕೆ ಒಳಗಾಗುತ್ತಾನೆ (ಗಾಢ ನಿದ್ರೆ), ಮತ್ತು ಹಾವಿನ ಕಡಿತದಿಂದಾಗಿ ಅವನು ಪ್ರಜ್ಞೆಯನ್ನು ಕಳೆದುಕೊಳ್ಳುತ್ತಾನೆ ಮತ್ತು ತನ್ನ ಕರ್ತವ್ಯಗಳನ್ನು ನಿರ್ವಹಿಸುವ ಬಗ್ಗೆ ಗೊಂದಲಕ್ಕೊಳಗಾಗುತ್ತಾನೆ ಮತ್ತು ದಿಗ್ಭ್ರಮೆಗೊಳ್ಳುತ್ತಾನೆ. ಕೆಲವೊಮ್ಮೆ ಅವನು ತನ್ನ ಹೆಂಡತಿಯ ಹೊರತಾಗಿ ಇತರ ಮಹಿಳೆಯರಿಂದ ಆಕರ್ಷಿತನಾಗಿರುತ್ತಾನೆ ಮತ್ತು ಆದ್ದರಿಂದ ಅವನು ಇನ್ನೊಬ್ಬ ಮಹಿಳೆಯೊಂದಿಗೆ ವಿವಾಹೇತರ ಪ್ರೀತಿಯನ್ನು ಆನಂದಿಸುತ್ತಾನೆ ಎಂದು ಭಾವಿಸುತ್ತಾನೆ. ಅವನು ವಿವಿಧ ಕಾಯಿಲೆಗಳಿಂದ, ಪ್ರಲಾಪದಿಂದ ಮತ್ತು ಬೇಸಿಗೆ ಮತ್ತು ಚಳಿಗಾಲದಿಂದ ಆಕ್ರಮಣಕ್ಕೊಳಗಾಗುತ್ತಾನೆ. ಹೀಗೆ ಭೌತಿಕ ಪ್ರಪಂಚದ ಕಾಡಿನೊಳಗೆ ಒಬ್ಬರು ಭೌತಿಕ ಅಸ್ತಿತ್ವದ ನೋವುಗಳನ್ನು ಅನುಭವಿಸುತ್ತಾರೆ. ಸಂತೋಷವನ್ನು

ನಿರೀಕ್ಷಿಸುತ್ತಾ, ಜೀವಿಯು ತನ್ನ ಸ್ಥಾನವನ್ನು ಒಂದು ಸ್ಥಳದಿಂದ ಇನ್ನೊಂದಕ್ಕೆ ಬದಲಾಯಿಸುತ್ತದೆ, ಆದರೆ ವಾಸ್ತವವಾಗಿ ಭೌತಿಕ ಪ್ರಪಂಚದೊಳಗಿನ ಭೌತಿಕ ವ್ಯಕ್ತಿ ಎಂದಿಗೂ ಸಂತೋಷವಾಗಿರುವುದಿಲ್ಲ. ನಿರಂತರವಾಗಿ ಭೌತಿಕ ಚಟುವಟಿಕೆಗಳಲ್ಲಿ ತೊಡಗಿರುವ ಅವರು ಯಾವಾಗಲೂ ವಿಚಲಿತರಾಗುತ್ತಾರೆ. ಒಂದಲ್ಲ ಒಂದು ದಿನ ಸಾಯಲೇಬೇಕು ಎನ್ನುವುದನ್ನು ಮರೆಯುತ್ತಾನೆ. ಅವನು ತೀವ್ರವಾಗಿ ಬಳಲುತ್ತಿದ್ದರೂ, ಭೌತಿಕ ಶಕ್ತಿಯಿಂದ ಭ್ರಮೆಗೊಂಡಿದ್ದರೂ, ಅವನು ಇನ್ನೂ ಭೌತಿಕ ಸಂತೋಷಕ್ಕಾಗಿ ಹಾತೊರೆಯುತ್ತಾನೆ. ಈ ರೀತಿಯಾಗಿ ಅವನು ಪರಮ ಪುರುಷನೊಂದಿಗಿನ ತನ್ನ ಸಂಬಂಧವನ್ನು ಸಂಪೂರ್ಣವಾಗಿ ಮರೆತುಬಿಡುತ್ತಾನೆ.

ಜೀವಿಯು ಭೌತಿಕ ಪ್ರಪಂಚದ ಹಾದಿಯಲ್ಲಿ ಅಲೆದಾಡುತ್ತದೆ, ಅದು ಅವನಿಗೆ ಹಾದುಹೋಗಲು ತುಂಬಾ ಕಷ್ಟಕರವಾಗಿದೆ ಮತ್ತು ಅವನು ಪುನರಾವರ್ತಿತ ಜನ್ಮ ಮತ್ತು ಮರಣವನ್ನು ಸ್ವೀಕರಿಸುತ್ತಾನೆ. ಭೌತಿಕ ಪ್ರಕೃತಿಯ ಮೂರು ವಿಧಾನಗಳ (ಸತ್ತ್ವ-ಗುಣ, ರಜೋ-ಗುಣ ಮತ್ತು ತಮೋ-ಗುಣ) ಪ್ರಭಾವದಿಂದ ಭೌತಿಕ ಪ್ರಪಂಚದಿಂದ ವಶಪಡಿಸಿಕೊಳ್ಳಲ್ಪಟ್ಟಿರುವ ಜೀವಿಯು ಭೌತಿಕ ಪ್ರಕೃತಿಯ ಮಂತ್ರದ ಅಡಿಯಲ್ಲಿ ಚಟುವಟಿಕೆಗಳ ಮೂರು ಫಲಗಳನ್ನು ಮಾತ್ರ ನೋಡಬಹುದು. ಈ ಹಣ್ಣುಗಳು ಶುಭ, ಅಶುಭ ಮತ್ತು ಮಿಶ್ರವಾಗಿವೆ. ಹೀಗೆ ಅವನು ಧರ್ಮ, ಆರ್ಥಿಕ ಅಭಿವೃದ್ಧಿ, ಇಂದ್ರಿಯ ತೃಪ್ತಿ ಮತ್ತು ವಿಮೋಚನೆಯ ಏಕತಾವಾದಿ ಸಿದ್ಧಾಂತ (ಪರಮಾತ್ಮನೊಂದಿಗೆ ವಿಲೀನಗೊಳ್ಳುವುದು) ಗೆ ಲಗತ್ತಿಸುತ್ತಾನೆ. ಹಗಲಿರುಳು ಬಹಳ ಕಷ್ಟಪಟ್ಟು ದುಡಿಯುತ್ತಾನೆ.ಲಾಭಕ್ಕಾಗಿ ನಂತರ ಮಾರಾಟ ಮಾಡಲು ಕೆಲವು ವಸ್ತುಗಳನ್ನು ಪಡೆಯಲು ಅರಣ್ಯವನ್ನು ಪ್ರವೇಶಿಸುವ ವ್ಯಾಪಾರಿಯಂತೆ. ಆದಾಗ್ಯೂ, ಈ ಭೌತಿಕ ಜಗತ್ತಿನಲ್ಲಿ ಅವನು ನಿಜವಾಗಿಯೂ ಸಂತೋಷವನ್ನು ಸಾಧಿಸಲು ಸಾಧ್ಯವಿಲ್ಲ. ಇಂದ್ರಿಯ ತೃಪ್ತಿಯ ಮಾರ್ಗವು ಎಷ್ಟು ಕಷ್ಟಕರ ಮತ್ತು ದುಸ್ತರವಾಗಿದೆ ಎಂಬುದನ್ನು ಒಬ್ಬರು ಬಹಳ ಸುಲಭವಾಗಿ ಅರ್ಥಮಾಡಿಕೊಳ್ಳಬಹುದು. ಇಂದ್ರಿಯ ತೃಪ್ತಿಯ ಮಾರ್ಗ ಯಾವುದು ಎಂದು ತಿಳಿಯದೆ, ಒಬ್ಬನು ಜನ್ಮ ಪುನರಾವರ್ತನೆಯಲ್ಲಿ ತೊಡಗುತ್ತಾನೆ ಮತ್ತು ಮತ್ತೆ ವಿವಿಧ ರೀತಿಯ ದೇಹಗಳನ್ನು ಸ್ವೀಕರಿಸುತ್ತಾನೆ ಮತ್ತು ಗಳಿಸುತ್ತಾನೆ. ಹೀಗೆ ಭೌತಿಕ ಅಸ್ತಿತ್ವದಲ್ಲಿ ನರಳುತ್ತಾನೆ. ಈ ಜೀವನದಲ್ಲಿ ಒಬ್ಬ ಅಮೇರಿಕನ್, ಭಾರತೀಯ, ಇಂಗ್ಲಿಷ್ ಅಥವಾ ಜರ್ಮನ್ ಆಗಿರುವುದು ತುಂಬಾ ಸಂತೋಷವಾಗಿದೆ ಎಂದು ಭಾವಿಸಬಹುದು, ಆದರೆ ಮುಂದಿನ ಜೀವನದಲ್ಲಿ 8,400,000 ಜಾತಿಗಳ ನಡುವೆ ಮತ್ತೊಂದು ದೇಹವನ್ನು

ಸ್ವೀಕರಿಸಬೇಕಾಗುತ್ತದೆ. ಕರ್ಮಕ್ಕನುಸಾರವಾಗಿ ಮುಂದಿನ ದೇಹವನ್ನು ತಕ್ಷಣ ಸ್ವೀಕರಿಸಬೇಕು. ಒಂದು ನಿರ್ದಿಷ್ಟ ರೀತಿಯ ದೇಹವನ್ನು ಸ್ವೀಕರಿಸಲು ಒತ್ತಾಯಿಸಲಾಗುತ್ತದೆ ಮತ್ತು ಪ್ರತಿಭಟನೆಯು ಸಹಾಯ ಮಾಡುವುದಿಲ್ಲ. ಅದು ಪ್ರಕೃತಿಯ ಕಠಿಣ ನಿಯಮ. ಜೀವಿಯು ತನ್ನ ಶಾಶ್ವತವಾದ ಆನಂದಮಯ ಜೀವನದ ಅಜ್ಞಾನದಿಂದಾಗಿ, ಅವನು ಮಾಯೆಯ ಕಾಗುಣಿತದಲ್ಲಿ ಭೌತಿಕ ಚಟುವಟಿಕೆಗಳಿಗೆ ಆಕರ್ಷಿತನಾಗುತ್ತಾನೆ. ಈ ಜಗತ್ತಿನಲ್ಲಿ, ಅವನು ಎಂದಿಗೂ ಸಂತೋಷವನ್ನು ಅನುಭವಿಸಲು ಸಾಧ್ಯವಿಲ್ಲ, ಆದರೂ ಅವನು ಅದನ್ನು ಮಾಡಲು ತುಂಬಾ ಶ್ರಮಿಸುತ್ತಾನೆ. ಇದನ್ನು ಮಾಯೆ ಎನ್ನುತ್ತಾರೆ.

(ಭೌತಿಕ ಅಸ್ತಿತ್ವದ ಈ ಕಾಡಿನಲ್ಲಿ ಆರು ಪ್ರಬಲ ಲೂಟಿಕೋರರಿದ್ದಾರೆ. ನಿಯಮಾಧೀನ ಆತ್ಮವು ಕೆಲವು ಭೌತಿಕ ಲಾಭವನ್ನು ಪಡೆಯಲು ಅರಣ್ಯವನ್ನು ಪ್ರವೇಶಿಸಿದಾಗ, ಆರು ಲೂಟಿಕೋರರು ಅವನನ್ನು ದಾರಿ ತಪ್ಪಿಸುತ್ತಾರೆ. ಹೀಗಾಗಿ ಷರತ್ತುಬದ್ಧ ವ್ಯಾಪಾರಿ ತನ್ನ ಹಣವನ್ನು ಹೇಗೆ ಖರ್ಚು ಮಾಡಬೇಕೆಂದು ತಿಳಿದಿಲ್ಲ ಮತ್ತು ಅದನ್ನು ಈ ಲೂಟಿಕೋರರು ತೆಗೆದುಕೊಂಡು ಹೋಗುತ್ತಾರೆ. ಕಾಡಿನಲ್ಲಿ ಹುಲಿಗಳು, ನರಿಗಳು ಮತ್ತು ಇತರ ಕ್ರೂರ ಪ್ರಾಣಿಗಳು ಕುರಿಮರಿಯನ್ನು ತನ್ನ ರಕ್ಷಕನ ವಶದಿಂದ ತೆಗೆದುಕೊಂಡು ಹೋಗಲು ಸಿದ್ಧವಾದಂತೆ, ಹೆಂಡತಿ ಮತ್ತು ಮಕ್ಕಳು ವ್ಯಾಪಾರಿಯ ಹೃದಯವನ್ನು ಪ್ರವೇಶಿಸಿ ಅನೇಕ ರೀತಿಯಲ್ಲಿ ಲೂಟಿ ಮಾಡುತ್ತಾರೆ.)

ಕಾಡಿನಲ್ಲಿ ಅನೇಕ ಲೂಟಿಕೋರರು, ಡಕಾಯಿತರು, ನರಿಗಳು ಮತ್ತು ಹುಲಿಗಳು ಇವೆ. ನರಿಗಳನ್ನು ಒಬ್ಬರ ಹೆಂಡತಿ ಮತ್ತು ಮಕ್ಕಳೊಂದಿಗೆ ಹೋಲಿಸಲಾಗುತ್ತದೆ. ರಾತ್ರಿಯ ರಾತ್ರಿಯಲ್ಲಿ, ನರಿಗಳು ತುಂಬಾ ಜೋರಾಗಿ ಅಳುತ್ತವೆ ಮತ್ತು ಈ ಭೌತಿಕ ಜಗತ್ತಿನಲ್ಲಿ ಒಬ್ಬರ ಹೆಂಡತಿ ಮತ್ತು ಮಕ್ಕಳು ಸಹ ನರಿಗಳಂತೆ ಅಳುತ್ತಾರೆ. ಮಕ್ಕಳು ಹೇಳುತ್ತಾರೆ, "ಅಪ್ಪಾ, ಇದು ಬೇಕು; ಇದನ್ನು ನನಗೆ ಕೊಡು. ನಾನು ನಿನ್ನ ಪ್ರೀತಿಯ ಮಗ." ಅಥವಾ ಹೆಂಡತಿ ಹೇಳುತ್ತಾಳೆ, "ನಾನು ನಿನ್ನ ಪ್ರೀತಿಯ ಹೆಂಡತಿ. ದಯವಿಟ್ಟು ನನಗೆ ಇದನ್ನು ಕೊಡು. ಇದು ಈಗ ಅಗತ್ಯವಿದೆ." ಈ ರೀತಿಯಾಗಿ ಕಾಡಿನಲ್ಲಿ ಕಳ್ಳರಿಂದ ಲೂಟಿಯಾಗುತ್ತದೆ. ಮಾನವ ಜೀವನದ ಗುರಿಯನ್ನು ತಿಳಿಯದೆ, ಒಬ್ಬನು ನಿರಂತರವಾಗಿ ದಾರಿ ತಪ್ಪುತ್ತಿರುತ್ತಾನೆ. ಜೀವನದ ಗುರಿ ವಿಷ್ಣು (ನ ತೇ ವಿದುಃ ಸ್ವಾರ್ಥ-ಗತಿಂ ಹಿ ವಿಶ್ಣುಮ್). ಪ್ರತಿಯೊಬ್ಬರೂ ಹಣ ಸಂಪಾದಿಸಲು ತುಂಬಾ ಕಷ್ಟಪಡುತ್ತಾರೆ, ಆದರೆ ಅವರ ನಿಜವಾದ ಸ್ವಹಿತಾಸಕ್ತಿಯು ಪರಮ ಪುರುಷನ ಸೇವೆಯಲ್ಲಿದೆ ಎಂದು ಯಾರಿಗೂ

ತಿಳಿದಿಲ್ಲ. ಹೀಗೆ ಸಂಕಟದ ಸ್ಥಿತಿಯಲ್ಲಿ ಮುಳುಗಿದವರನ್ನು ಮುನ್ನಡೆಸಲು ಹಣವನ್ನು ಖರ್ಚು ಮಾಡುವ ಬದಲು, ಒಬ್ಬನು ಎಂದಿಗೂ ಸಂತೋಷವನ್ನು ಪಡೆಯುವುದಿಲ್ಲ.

ಒಬ್ಬನು ತನ್ನ ಕಷ್ಟಪಟ್ಟು ದುಡಿದ ಹಣವನ್ನು ಕ್ಲಬ್‌ಗಳು, ವೇಶ್ಯಾಗೃಹಗಳು, ಮದ್ಯ, ಕಸಾಯಿಖಾನೆಗಳು ಇತ್ಯಾದಿಗಳಿಗೆ ಖರ್ಚು ಮಾಡುತ್ತಾನೆ. ಪಾಪ ಚಟುವಟಿಕೆಗಳಿಂದಾಗಿ, ಒಬ್ಬನು ಒಳಗೊಳ್ಳುತ್ತಾನೆ. ಈ ಕಾಡಿನಲ್ಲಿ ಪೊದೆಗಳು, ಹುಲ್ಲು ಮತ್ತು ಬಳ್ಳಿಗಳ ಪೊದೆಗಳಿಂದ ಕೂಡಿದೆ. ಇಲ್ಲಿ ನಿಯಮಾಧೀನ ಆತ್ಮವು ಯಾವಾಗಲೂ ಕ್ರೂರವಾಗಿ ಕಚ್ಚುವ ಸೊಳ್ಳೆಗಳಿಂದ [ಅಸೂಯೆ ಪಟ್ಟ ಜನರು] ತೊಂದರೆಗೊಳಗಾಗುತ್ತದೆ. ಕೆಲವೊಮ್ಮೆ ಅವನು ಕಾಡಿನಲ್ಲಿ ಕಾಲ್ಪನಿಕ ಅರಮನೆಯನ್ನು ನೋಡುತ್ತಾನೆ, ಮತ್ತು ಕೆಲವೊಮ್ಮೆ ಅವನು ಕ್ಷಣಿಕವಾದ ದೆವ್ವ ನೋಡಿ ದಿಗ್ಭ್ರಮೆಗೊಳ್ಳುತ್ತಾನೆ, ಅದು ಆಕಾಶದಲ್ಲಿ ಉಲ್ಕೆಯಂತೆ ಗೋಚರಿಸುತ್ತದೆ. ಭೌತಿಕ ಗೃಹವು ವಾಸ್ತವವಾಗಿ ಫಲಪ್ರದ ಚಟುವಟಿಕೆಯ ರಂಧ್ರವಾಗಿದೆ. ಜೀವನೋಪಾಯವನ್ನು ಗಳಿಸಲು ಒಬ್ಬರು ವಿವಿಧ ಕೈಗಾರಿಕೆಗಳು ಮತ್ತು ವ್ಯಾಪಾರಗಳಲ್ಲಿ ತೊಡಗುತ್ತಾರೆ ಮತ್ತು ಕೆಲವೊಮ್ಮೆ ಉನ್ನತ ಗ್ರಹ ವ್ಯವಸ್ಥೆಗಳಿಗೆ ಹೋಗಲು ದೊಡ್ಡ ತ್ಯಾಗಗಳನ್ನು ಮಾಡುತ್ತಾರೆ. ಇದರ ಹೊರತಾಗಿ, ಕನಿಷ್ಠ ಎಲ್ಲರೂ ಯಾವುದಾದರೂ ವೃತ್ತಿ ಅಥವಾ ಉದ್ಯೋಗದಲ್ಲಿ ಜೀವನೋಪಾಯವನ್ನು ಗಳಿಸುವಲ್ಲಿ ತೊಡಗಿಸಿಕೊಂಡಿದ್ದಾರೆ. ಈ ವ್ಯವಹಾರಗಳಲ್ಲಿ, ಒಬ್ಬರು ಅನೇಕ ಅನಪೇಕ್ಷಿತ ಜನರನ್ನು ಭೇಟಿಯಾಗಬೇಕು ಮತ್ತು ಅವರ ನಡವಳಿಕೆಯನ್ನು ಸೊಳ್ಳೆಗಳ ಕಚ್ಚುವಿಕೆಗೆ ಹೋಲಿಸಲಾಗುತ್ತದೆ. ಇದು ತುಂಬಾ ಅನಪೇಕ್ಷಿತ ಪರಿಸ್ಥಿತಿಗಳನ್ನು ಸೃಷ್ಟಿಸುತ್ತದೆ. ಈ ಅವಾಂತರಗಳ ನಡುವೆಯೂ ಭವ್ಯವಾದ ಮನೆಯನ್ನು ಕಟ್ಟಿಕೊಂಡು ಅಲ್ಲಿಯೇ ಶಾಶ್ವತವಾಗಿ ವಾಸ ಮಾಡಲು ಹೊರಟಿದ್ದಾರೆ, ಸಾಧ್ಯವಿಲ್ಲ ಎಂದು ಗೊತ್ತಿದ್ದರೂ ಊಹಿಸಿಕೊಳ್ಳುತ್ತಾರೆ. ಚಿನ್ನವನ್ನು ತ್ವರಿತವಾಗಿ ಕ್ಷಣಿಕ ದೆವ್ವ ದೈತ್ಯನಿಗೆ ಹೋಲಿಸಲಾಗುತ್ತದೆ, ಅದು ಆಕಾಶದಲ್ಲಿ ಉಲ್ಕೆಯಂತೆ ಕಾಣುತ್ತದೆ. ಇದು ಒಂದು ಕ್ಷಣ ತನ್ನನ್ನು ತಾನೇ ಪ್ರದರ್ಶಿಸುತ್ತದೆ ಮತ್ತು ನಂತರ ಕಣ್ಮರೆಯಾಗುತ್ತದೆ. ಸಾಮಾನ್ಯವಾಗಿ ಕರ್ಮಿಗಳು ಚಿನ್ನ ಅಥವಾ ಹಣದ ಕಡೆಗೆ ಆಕರ್ಷಿತರಾಗುತ್ತಾರೆ, ಆದರೆ ಇವುಗಳನ್ನು ಇಲ್ಲಿ ದೆವ್ವ ಮತ್ತು ಮಾಟಗಾತಿಯರಿಗೆ ಹೋಲಿಸಲಾಗುತ್ತದೆ.

ಭೌತಿಕ ಪ್ರಪಂಚದ ಕಾಡಿನ ಹಾದಿಯಲ್ಲಿರುವ ವ್ಯಾಪಾರಿ, ಮನೆ, ಸಂಪತ್ತು, ಸಂಬಂಧಿಕರು ಮತ್ತು ಮುಂತಾದವುಗಳಿಂದ ಬಲಿಯಾದ ಅವನ ಬುದ್ಧಿವಂತಿಕೆಯು ಯಶಸ್ಸಿನ ಹುಡುಕಾಟದಲ್ಲಿ ಒಂದು ಸ್ಥಳದಿಂದ ಇನ್ನೊಂದಕ್ಕೆ

ಓಡುತ್ತದೆ. ಕೆಲವೊಮ್ಮೆ ಅವನ ಕಣ್ಣುಗಳು ಸುಂಟರಗಾಳಿಯ ಧೂಳಿನಿಂದ ಮುಚ್ಚಲ್ಪಟ್ಟಿರುತ್ತವೆ-ಅಂದರೆ, ಅವನ ಕಾಮದಲ್ಲಿ ಅವನು ತನ್ನ ಹೆಂಡತಿಯ ಸೌಂದರ್ಯದಿಂದ ವಶಪಡಿಸಿಕೊಳ್ಳುತ್ತಾನೆ, ಅವನ ಕಣ್ಣುಗಳು ಮತ್ತು ಅವನು ಎಲ್ಲಿಗೆ ಹೋಗಬೇಕು ಅಥವಾ ಅವನು ಏನು ಮಾಡುತ್ತಿದ್ದಾನೆ ಎಂದು ನೋಡುವುದಿಲ್ಲ. ಮನೆಯ ಆಕರ್ಷಣೆಯು ಹೆಂಡತಿಯಲ್ಲಿ ನೆಲೆಸಿದೆ ಎಂದು ಹೇಳಲಾಗುತ್ತದೆ ಏಕೆಂದರೆ ಲೈಂಗಿಕತೆಯು ಮನೆಯ ಜೀವನದ ಕೇಂದ್ರವಾಗಿದೆ: "ಯಾನ್ ಮೈಥುನಾದಿ-ಗೃಹಮೇಧಿ-ಸುಖಂ ಹಿ ತುಚ್ಛಮ್". ಭೌತಿಕ ವ್ಯಕ್ತಿ, ತನ್ನ ಹೆಂಡತಿಯನ್ನು ಆಕರ್ಷಣೆಯ ಕೇಂದ್ರಬಿಂದುವನ್ನಾಗಿಸಿ, ಹಗಲಿರುಳು ಶ್ರಮಿಸುತ್ತಾನೆ. ಭೌತಿಕ ಜೀವನದಲ್ಲಿ ಅವನ ಏಕೈಕ ಆನಂದವೆಂದರೆ ಲೈಂಗಿಕ ಸಂಭೋಗ. ಆದ್ದರಿಂದ ಕರ್ಮಿಗಳು ಸ್ತ್ರೀಯರನ್ನು ಸ್ನೇಹಿತರಂತೆ ಅಥವಾ ಪತ್ನಿಯರಂತೆ ಆಕರ್ಷಿತರಾಗುತ್ತಾರೆ. ವಾಸ್ತವವಾಗಿ, ಅವರು ಲೈಂಗಿಕತೆ ಇಲ್ಲದೆ ಕೆಲಸ ಮಾಡಲು ಸಾಧ್ಯವಿಲ್ಲ. ಸಂದರ್ಭಗಳಲ್ಲಿ ಹೆಂಡತಿಯನ್ನು ಸುಂಟರಗಾಳಿಗೆ ಹೋಲಿಸಲಾಗುತ್ತದೆ, ಹೀಗಾಗಿ ಸುಂಟರಗಾಳಿ ಕಣ್ಣುಗಳನ್ನು ಧೂಳಿನಿಂದ ಮುಚ್ಚುತ್ತದೆ ಎಂದು ಹೇಳಲಾಗುತ್ತದೆ. ಸುಂಟರಗಾಳಿಯ ಧೂಳಿನಿಂದ ಅಥವಾ ಭೌತಿಕ ಅಸ್ತಿತ್ವದಿಂದ ಕಣ್ಣು ಮುಚ್ಚಿದ ಕಾಮಪ್ರಚೋದಕ ವ್ಯಕ್ತಿಯು ತನ್ನ ಚಟುವಟಿಕೆಗಳನ್ನು ವಿವಿಧ ನಕ್ಷತ್ರಗಳು ಮತ್ತು ಗ್ರಹಗಳು ಗಮನಿಸುತ್ತಿವೆ ಮತ್ತು ದಾಖಲಿಸುತ್ತಿವೆ ಎಂದು ಪರಿಗಣಿಸುವುದಿಲ್ಲ. ಇದನ್ನು ತಿಳಿಯದೆ, ನಿಬಂಧನೆಗೊಳಗಾದ ಆತ್ಮವು ತನ್ನ ಕಾಮ ಬಯಕೆಗಳ ತೃಪ್ತಿಗಾಗಿ ಎಲ್ಲಾ ರೀತಿಯ ಪಾಪ ಕಾರ್ಯಗಳನ್ನು ಮಾಡುತ್ತಾನೆ.

(ಭೌತಿಕ ಪ್ರಪಂಚದ ಕಾಡಿನಲ್ಲಿ ಅಲೆದಾಡುತ್ತಿರುವಾಗ, ನಿಯಮಾಧೀನ ಆತ್ಮವು ಕೆಲವೊಮ್ಮೆ ಗೂಬೆಗಳ ಶಬ್ದಗಳಿಂದ ನೋವುಂಟು ಮಾಡುತ್ತದೆ. ಮತ್ತು ಅವನ ಕಿವಿಗಳು ತುಂಬಾ ದುಃಖಿತವಾಗುತ್ತವೆ. ಅದು ಅವನ ಶತ್ರುಗಳ ಕಟುವಾದ ಮಾತುಗಳಂತೆಯೇ ಇರುತ್ತದೆ. ಕೆಲವೊಮ್ಮೆ ಅವನು ಹಣ್ಣುಗಳು ಮತ್ತು ಹೂವುಗಳಿಲ್ಲದ ಮರದ ಆಶ್ರಯವನ್ನು ತೆಗೆದುಕೊಳ್ಳುತ್ತಾನೆ. ಅವನು ತನ್ನ ಬಲವಾದ ಹಸಿವಿನಿಂದ ಅಂತಹ ಮರವನ್ನು ಸಮೀಪಿಸುತ್ತಾನೆ ಮತ್ತು ಹೀಗಾಗಿ ಅವನು ನರಳುತ್ತಾನೆ. ಅವನು ನೀರನ್ನು ಪಡೆಯಲು ಬಯಸುತ್ತಾನೆ, ಆದರೆ ಅವನು ಕೇವಲ ಮರೀಚಿಕೆಯಿಂದ ಭ್ರಮೆಗೊಳ್ಳುತ್ತಾನೆ ಮತ್ತು ಅವನು ಅದರ ಹಿಂದೆ ಓಡುತ್ತಾನೆ.)

ಭೌತಿಕ ಪ್ರಪಂಚವು ಅಸೂಯೆ ಪಟ್ಟ ಜನರಿಂದ ತುಂಬಿದೆ. ಒಬ್ಬರ ಒಳಗಿನ ವಲಯದಲ್ಲಿಯೂ ಸಹ ಸಾಕಷ್ಟು ಹಿಮ್ಮೆಟ್ಟುವಿಕೆ ಇದೆ, ಮತ್ತು ಇದನ್ನು ಕಾಡಿನಲ್ಲಿ

ಗೂಬೆಗಳಧ್ವನಿ ಕಂಪನಕ್ಕೆ ಹೋಲಿಸಲಾಗುತ್ತದೆ. ಒಬ್ಬರು ಗೂಬೆಗಳನ್ನು ನೋಡಲು ಸಾಧ್ಯವಿಲ್ಲ ಆದರೆ ಒಬ್ಬರು ಅದರ ಶಬ್ದಗಳನ್ನು ಕೇಳುತ್ತಾರೆ ಮತ್ತು ಹೀಗೆ ದುಃಖಿತರಾಗುತ್ತಾರೆ. ಅಸಹ್ಯಕರ ಮಾತುಗಳನ್ನು ಕೇಳುತ್ತಾನೆ. ಇದು ಪ್ರಪಂಚದ ಸ್ವಭಾವ; ಅಸೂಯೆ ಪಟ್ಟ ಜನರ ಬೆನ್ನುಹತ್ತುವುದರಿಂದ ಮಾನಸಿಕ ತೊಂದರೆ ತಪ್ಪಿಸಲು ಸಾಧ್ಯವಿಲ್ಲ. ತುಂಬಾ ನೊಂದವರಾಗಿದ್ದು, ಕೆಲವೊಮ್ಮೆ ಒಬ್ಬನು ಸಹಾಯಕ್ಕಾಗಿ ಪಾಪಿ ವ್ಯಕ್ತಿಯ ಬಳಿಗೆ ಹೋಗುತ್ತಾನೆ, ಆದರೆ ಅವನಿಗೆ ಬುದ್ಧಿಯಿಲ್ಲದ ಕಾರಣ ಸಹಾಯ ಮಾಡಲು ಅವನಿಗೆ ಯಾವುದೇ ಮಾರ್ಗವಿಲ್ಲ. ಹೀಗಾಗಿ ಜೀವಿ ನಿರಾಸೆಯಾಗಿದೆ. ಇದು ನೀರು ಹುಡುಕುವ ಪ್ರಯತ್ನದಲ್ಲಿ ಮರುಭೂಮಿಯಲ್ಲಿ ಮರೀಚಿಕೆಯ ಹಿಂದೆ ಓಡುವಂತಿದೆ. ಅಂತಹ ಚಟುವಟಿಕೆಗಳು ಯಾವುದೇ ಸ್ಪಷ್ಟ ಫಲಿತಾಂಶಗಳನ್ನು ನೀಡುವುದಿಲ್ಲ. ಭ್ರಾಂತಿಯ ಶಕ್ತಿಯಿಂದ ನಿರ್ದೇಶಿಸಲ್ಪಟ್ಟ ಕಾರಣ, ನಿಯಮಾಧೀನ ಆತ್ಮವು ಅನೇಕ ವಿಧಗಳಲ್ಲಿ ಬಳಲುತ್ತದೆ. ಕೆಲವೊಮ್ಮೆ ನಿಯಮಾಧೀನ ಆತ್ಮವು ಆಳವಿಲ್ಲದ ನದಿಗೆ ಜಿಗಿಯುತ್ತದೆ, ಅಥವಾ ಆಹಾರ ಧಾನ್ಯಗಳ ಕೊರತೆಯಿಂದಾಗಿ, ಅವನು ದಾನ ಮಾಡದ ಜನರಿಂದ ಆಹಾರವನ್ನು ಬೇಡಲು ಹೋಗುತ್ತಾನೆ. ಕೆಲವೊಮ್ಮೆ ಅವನು ಕಾಡ್ಗಿಚ್ಚಿನಂತಿರುವ ಗೃಹಜೀವನದ ಉರಿಯುವ ಶಾಖದಿಂದ ನರಳುತ್ತಾನೆ, ಮತ್ತು ಕೆಲವೊಮ್ಮೆ ಅವನು ತನ್ನ ಜೀವನದಷ್ಟೇ ಪ್ರಿಯವಾದ ತನ್ನ ಸಂಪತ್ತನ್ನು ಭಾರೀ ಆದಾಯ ತೆರಿಗೆಯ ಹೆಸರಿನಲ್ಲಿ ರಾಜರಿಂದ ಲೂಟಿ ಮಾಡಲು ದುಃಖಿತನಾಗುತ್ತಾನೆ.

ಸುಡುವ ಬಿಸಿಲಿನಿಂದ ಒಬ್ಬರು ಬಿಸಿಯಾಗಿರುವಾಗ, ಒಬ್ಬರು ಕೆಲವೊಮ್ಮೆ ಪರಿಹಾರವನ್ನು ಪಡೆಯಲು ನದಿಗೆ ಹಾರುತ್ತಾರೆ. ಹೇಗಾದರೂ, ನದಿಯು ಬಹುತೇಕ ಬತ್ತಿಹೋಗಿದ್ದರೆ ಮತ್ತು ನೀರು ತುಂಬಾ ಆಳವಿಲ್ಲದಿದ್ದಲ್ಲಿ, ಒಬ್ಬನು ಜಿಗಿಯುವ ಮೂಲಕ ಅವನ ಮೂಳೆಗಳನ್ನು ಮುರಿಯಬಹುದು. ನಿಯಮಾಧೀನ ಆತ್ಮವು ಯಾವಾಗಲೂ ಶೋಚನೀಯ ಪರಿಸ್ಥಿತಿಗಳನ್ನು ಅನುಭವಿಸುತ್ತಿರುತ್ತದೆ. ಕೆಲವೊಮ್ಮೆ ಸ್ನೇಹಿತರಿಂದ ಸಹಾಯ ಪಡೆಯುವ ಅವನ ಪ್ರಯತ್ನಗಳು ಒಣಗಿದ ನದಿಗೆ ಹಾರಿದಂತೆಯೇ ಇರುತ್ತದೆ. ಅಂತಹ ಕ್ರಿಯೆಗಳಿಂದ, ಅವನು ಯಾವುದೇ ಪ್ರಯೋಜನವನ್ನು ಪಡೆಯುವುದಿಲ್ಲ. ಅವನು ತನ್ನ ಮೂಳೆಗಳನ್ನು ಮಾತ್ರ ಮುರಿಯುತ್ತಾನೆ. ಕೆಲವೊಮ್ಮೆ, ಆಹಾರದ ಕೊರತೆಯಿಂದ ಬಳಲುತ್ತಿರುವ ಒಬ್ಬ ವ್ಯಕ್ತಿಯು ದಾನ ಮಾಡಲು ಸಾಧ್ಯವಾಗದ ಅಥವಾ ಹಾಗೆ ಮಾಡಲು ಸಿದ್ಧರಿಲ್ಲದ ವ್ಯಕ್ತಿಯ ಬಳಿಗೆ ಹೋಗಬಹುದು. ಒಬ್ಬ ವ್ಯಕ್ತಿಗೆ ಸರ್ಕಾರದಿಂದ ಹೆಚ್ಚು ತೆರಿಗೆ ವಿಧಿಸಿದಾಗ, ಅವನು ತುಂಬಾ ದುಃಖಿತನಾಗುತ್ತಾನೆ. ಭಾರೀ ತೆರಿಗೆಯು ತನ್ನ

ಆದಾಯವನ್ನು ಮರೆಮಾಡಲು ಒಬ್ಬನನ್ನು ನಿರ್ಬಂಧಿಸುತ್ತದೆ, ಆದರೆ ಈ ಪ್ರಯತ್ನದ ಹೊರತಾಗಿಯೂ ಸರ್ಕಾರಿ ಏಜೆಂಟರು ಸಾಮಾನ್ಯವಾಗಿ ಎಷ್ಟು ಜಾಗರೂಕರಾಗಿರುತ್ತಾರೆ ಮತ್ತು ಬಲಶಾಲಿಯಾಗಿರುತ್ತಾರೆ ಮತ್ತು ಅವರು ಎಲ್ಲಾ ಹಣವನ್ನು ಹೇಗಾದರೂ ತೆಗೆದುಕೊಳ್ಳುತ್ತಾರೆ ಮತ್ತು ನಿಯಮಾಧೀನ ಆತ್ಮವು ತುಂಬಾ ದುಃಖಿತನಾಗುತ್ತಾನೆ. ಆದ್ದರಿಂದ ಜನರು ಭೌತಿಕ ಪ್ರಪಂಚದೊಳಗೆ ಸಂತೋಷವಾಗಿರಲು ಪ್ರಯತ್ನಿಸುತ್ತಿದ್ದಾರೆ, ಆದರೆ ಇದು ಕಾಡಿನ ಬೆಂಕಿಯಲ್ಲಿ ಸಂತೋಷವಾಗಿರಲು ಪ್ರಯತ್ನಿಸುವಂತಿದೆ. ಅದನ್ನು ಸುಡಲು ಯಾರೂ ಕಾಡಿಗೆ ಹೋಗಬೇಕಾಗಿಲ್ಲ: ಬೆಂಕಿ ಸ್ವಯಂಚಾಲಿತವಾಗಿ ಸಂಭವಿಸುತ್ತದೆ. ಅಂತೆಯೇ, ಯಾರೂ ಕುಟುಂಬ ಜೀವನದಲ್ಲಿ ಅಥವಾ ಲೌಕಿಕ ಜೀವನದಲ್ಲಿ ಅತೃಪ್ತಿ ಹೊಂದಲು ಬಯಸುವುದಿಲ್ಲ, ಆದರೆ ಪ್ರಕೃತಿಯ ನಿಯಮಗಳಿಂದ ಅತೃಪ್ತಿ ಮತ್ತು ಸಂಕಟ ಎಲ್ಲರ ಮೇಲೆ ಬಲವಂತವಾಗಿ ಹೇರಲಾಗುತ್ತದೆ. ಇನ್ನೊಬ್ಬರ ನಿರ್ವಹಣೆಯ ಮೇಲೆ ಅವಲಂಬಿತರಾಗುವುದು ತುಂಬಾ ಅವಮಾನಕರವಾಗಿದೆ, ಆದ್ದರಿಂದ, ವೈದಿಕ ಪದ್ಧತಿಯ ಪ್ರಕಾರ, ಪ್ರತಿಯೊಬ್ಬರೂ ಸ್ವತಂತ್ರವಾಗಿ ಬದುಕಬೇಕು. ಈ ಕಲಿಯುಗದಲ್ಲಿ ದೇಹ ನಿರ್ವಹಣೆಗಾಗಿ ಎಲ್ಲರೂ ಇನ್ನೊಬ್ಬರ ಕರುಣೆಯ ಮೇಲೆ ಅವಲಂಬಿತರಾಗಿರುತ್ತಾರೆ; ಆದ್ದರಿಂದ ಎಲ್ಲರನ್ನೂ ಶೂದ್ರ ಎಂದು ವರ್ಗೀಕರಿಸಲಾಗಿದೆ. ಕಲಿಯುಗದಲ್ಲಿ ಸರ್ಕಾರವು ನಾಗರಿಕರಿಗೆ ಪರಸ್ಪರ ಪ್ರಯೋಜನವನ್ನು ನೀಡದೆ ತೆರಿಗೆಗಳನ್ನು ವಿಧಿಸುತ್ತದೆ ಎಂದು ಹೇಳಲಾಗಿದೆ. ಈ ಯುಗದಲ್ಲಿ ಮಳೆಯ ಕೊರತೆಯೂ ಇರುತ್ತದೆ; ಆದ್ದರಿಂದ ಆಹಾರದ ಕೊರತೆ ಉಂಟಾಗುತ್ತದೆ ಮತ್ತು ಸರ್ಕಾರದ ತೆರಿಗೆಯಿಂದ ನಾಗರಿಕರು ತುಂಬಾ ತೊಂದರೆಗೊಳಗಾಗುತ್ತಾರೆ. ಈ ರೀತಿಯಾಗಿ ನಾಗರಿಕರು ನೆಮ್ಮದಿಯ ಜೀವನ ನಡೆಸುವ ಪ್ರಯತ್ನವನ್ನು ಕೈಬಿಟ್ಟು ತಮ್ಮ ಮನೆ ಮತ್ತು ಒಲೆಗಳನ್ನು ತೊರೆದು ನಿರಾಶೆಯಿಂದ ಕಾಡಿಗೆ ಹೋಗುತ್ತಾರೆ.

(ಭೌತಿಕ ಕಾಡಿನಲ್ಲಿ, ನಿಯಮಾಧೀನ ಆತ್ಮವು ಕೆಲವೊಮ್ಮೆ ದೊಡ್ಡ ಕೋಟೆಗಳು ಮತ್ತು ಗಗನಚುಂಬಿ ಕಟ್ಟಡಗಳನ್ನು ಆಲೋಚಿಸುತ್ತಾನೆ ಮತ್ತು ಅಂತಹ ವಿಷಯಗಳಿಗಾಗಿ ಅವನು ತನ್ನ ಶಕ್ತಿಯನ್ನು ವ್ಯರ್ಥ ಮಾಡುತ್ತಾನೆ, ತನ್ನ ಕುಟುಂಬದೊಂದಿಗೆ ಶಾಶ್ವತವಾಗಿ ಶಾಂತಿಯುತವಾಗಿ ವಾಸಿಸಲು ಆಶಿಸುತ್ತಾನೆ. ಆದಾಗ್ಯೂ, ಪ್ರಕೃತಿಯ ನಿಯಮಗಳು ಇದನ್ನು ಅನುಮತಿಸುವುದಿಲ್ಲ. ಅಂತಹ ಕೋಟೆಗಳನ್ನು ಪ್ರವೇಶಿಸಿದಾಗ, ಅವನು ತಾತ್ಕಾಲಿಕವಾಗಿ ತನ್ನ ಸಂತೋಷವು ಅಶಾಶ್ವತವಾಗಿದ್ದರೂ, ಅವನು ತುಂಬಾ ಸಂತೋಷವಾಗಿದ್ದೇನೆ ಎಂದು ಭಾವಿಸುತ್ತಾನೆ. ಅವನ ಸಂತೋಷವು ಕೆಲವು ವರ್ಷಗಳವರೆಗೆ ಉಳಿಯಬಹುದು,

ಆದರೆ ಕೋಟೆಯ ಮಾಲೀಕರು ಸಾವಿನ ಸಮಯದಲ್ಲಿ ಕೋಟೆಯನ್ನು ತೊರೆಯಬೇಕಾಗಿರುವುದರಿಂದ, ಅಂತಿಮವಾಗಿ ಎಲ್ಲವೂ ಕಳೆದುಹೋಗುತ್ತದೆ. ಇದು ಲೌಕಿಕ ವ್ಯವಹಾರಗಳ ಮಾರ್ಗವಾಗಿದೆ. ಅಂತಹ ಸಂತೋಷವನ್ನು ಮರುಭೂಮಿಯಲ್ಲಿ ಒಂದು ಹನಿ ನೀರನ್ನು ನೋಡಿದ ನಂತರ ಪಡೆಯುವ ಸಂತೋಷ ಎಂದು ವಿವರಿಸುತ್ತಾರೆ. ಮರುಭೂಮಿಯು ಸುಡುವ ಬಿಸಿಲಿನಿಂದ ಬಿಸಿಯಾಗುತ್ತದೆ, ಮತ್ತು ನಾವು ಮರುಭೂಮಿಯ ತಾಪಮಾನವನ್ನು ಕಡಿಮೆ ಮಾಡಲು ಬಯಸಿದರೆ, ನಮಗೆ ಬೃಹತ್ ಪ್ರಮಾಣದ ನೀರು-ಮಿಲಿಯನ್ಗಟ್ಟಲೆ ಮತ್ತು ಲಕ್ಷಾಂತರ ಗ್ಯಾಲನ್ಗಳ ಅಗತ್ಯವಿದೆ. ಒಂದು ಹನಿ ಏನು ಪರಿಣಾಮ ಬೀರುತ್ತದೆ! ನೀರು ಖಂಡಿತವಾಗಿಯೂ ಮೌಲ್ಯವನ್ನು ಹೊಂದಿದೆ, ಆದರೆ ಒಂದು ಹನಿ ನೀರು ಮರುಭೂಮಿಯ ಶಾಖವನ್ನು ಕಡಿಮೆ ಮಾಡಲು ಸಾಧ್ಯವಿಲ್ಲ. ಈ ಭೌತಿಕ ಜಗತ್ತಿನಲ್ಲಿ ಪ್ರತಿಯೊಬ್ಬರೂ ಮಹತ್ವಾಕಾಂಕ್ಷೆಯುಳ್ಳವರಾಗಿದ್ದಾರೆ, ಆದರೆ ಶಾಖವು ತುಂಬಾ ಸುಡುತ್ತಿದೆ, ಗಾಳಿಯಲ್ಲಿರುವ ಕಾಲ್ಪನಿಕ ಕೋಟೆಯು ಸಹಾಯ ಮಾಡಲು ಏನು ಮಾಡುತ್ತದೆ?)

ಸ್ನೇಹಿತರು ಮತ್ತು ಸಮಾಜವನ್ನು ಸುಡುವ ಮರುಭೂಮಿಯಲ್ಲಿ ನೀರಿನ ಹನಿಗೆ ಹೋಲಿಸಲಾಗುತ್ತದೆ. ಇಡೀ ಭೌತಿಕ ಪ್ರಪಂಚವು ಸಂತೋಷವನ್ನು ಪಡೆಯಲು ಪ್ರಯತ್ನಿಸುತ್ತಿದೆ ಏಕೆಂದರೆ ಸಂತೋಷವು ಜೀವಿಗಳ ಹಕ್ಕು. ದುರದೃಷ್ಟವಶಾತ್, ಭೌತಿಕ ಪ್ರಪಂಚದೊಂದಿಗೆ ಸಂಪರ್ಕಕ್ಕೆ ಬೀಳುವ ಕಾರಣದಿಂದಾಗಿ, ಜೀವಂತ ಅಸ್ತಿತ್ವವು ಅಸ್ತಿತ್ವಕ್ಕಾಗಿ ಸರಳವಾಗಿ ಹೋರಾಡುತ್ತದೆ. ಸ್ವಲ್ಪ ಸಮಯದವರೆಗೆ ಒಬ್ಬನು ಸಂತೋಷಪಟ್ಟರೂ, ಒಬ್ಬ ಶಕ್ತಿಶಾಲಿ ಶತ್ರು ಎಲ್ಲವನ್ನೂ ಲೂಟಿ ಮಾಡಬಹುದು. ಬಿಸ್ಸಿನೆಸ್ ಮನ್ ಗಳು ಏಕಾಏಕಿ ಬೀದಿ ಪಾಲಾದ ನಿದರ್ಶನಗಳು ಸಾಕಷ್ಟಿವೆ. ಆದರೂ ಭೌತಿಕ ಅಸ್ತಿತ್ವದ ಸ್ವರೂಪವು ಮೂರ್ಖ ಜನರು ಈ ವಹಿವಾಟುಗಳಿಗೆ ಆಕರ್ಷಿತರಾಗುತ್ತಾರೆ ಮತ್ತು ಅವರು ಸ್ವಯಂ-ಸಾಕ್ಷಾತ್ಕಾರದ ನಿಜವಾದ ವ್ಯವಹಾರವನ್ನು ಮರೆತುಬಿಡುತ್ತಾರೆ. ಕೆಲವೊಮ್ಮೆ ಕಾಡಿನಲ್ಲಿರುವ ವ್ಯಾಪಾರಿ ಬೆಟ್ಟಗಳು ಮತ್ತು ಪರ್ವತಗಳನ್ನು ಏರಲು ಬಯಸುತ್ತಾನೆ, ಆದರೆ ಸಾಕಷ್ಟು ಪಾದರಕ್ಷೆಗಳ ಕಾರಣದಿಂದಾಗಿ, ಅವನ ಪಾದಗಳು ಸಣ್ಣ ಕಲ್ಲಿನ ತುಣುಕುಗಳಿಂದ ಮತ್ತು ಪರ್ವತದ ಮೇಲಿನ ಮುಳ್ಳುಗಳಿಂದ ಚುಚ್ಚುತ್ತವೆ. ಅದರಿಂದ ಚುಚ್ಚಲ್ಪಟ್ಟು, ಅವನು ತುಂಬಾ ನೊಂದವನಾಗುತ್ತಾನೆ. ಕೆಲವೊಮ್ಮೆ ತನ್ನ ಕುಟುಂಬದೊಂದಿಗೆ ತುಂಬಾ ಅಂಟಿಕೊಂಡಿರುವ ವ್ಯಕ್ತಿಯು ಹಸಿವಿನಿಂದ ಮುಳುಗುತ್ತಾನೆ ಮತ್ತು ಅವನ ಶೋಚನೀಯ ಸ್ಥಿತಿಯಿಂದ ಅವನು ತನ್ನ ಕುಟುಂಬ ಸದಸ್ಯರೊಂದಿಗೆ

ಕೋಪಗೊಳ್ಳುತ್ತಾನೆ. ಜನಸಂಖ್ಯೆಯ ಸುಮಾರು 99.9 ಪ್ರತಿಶತದಷ್ಟು ಜನರು ಕುಟುಂಬ ಜೀವನದಲ್ಲಿ ಅತೃಪ್ತರಾಗಿದ್ದಾರೆ. ಪಾಶ್ಚಿಮಾತ್ಯ ದೇಶಗಳಲ್ಲಿ, ಕುಟುಂಬದ ಸದಸ್ಯರ ಅಸಮಾಧಾನದಿಂದಾಗಿ ವಿಚ್ಛೇದನದ ಅನೇಕ ಪ್ರಕರಣಗಳಿವೆ, ಮತ್ತು ಅತೃಪ್ತಿ, ಮಕ್ಕಳು ತಮ್ಮ ಪೋಷಕರ ರಕ್ಷಣೆಯನ್ನು ಬಿಡುತ್ತಾರೆ. ಅದರಲ್ಲೂ ಈ ಕಲಿಯುಗದಲ್ಲಿ ಕೌಟುಂಬಿಕ ಜೀವನ ಕಡಿಮೆಯಾಗುತ್ತಿದೆ. ಅದು ನಿಸರ್ಗದ ನಿಯಮವಾದ್ದರಿಂದ ಎಲ್ಲರೂ ಸ್ವಾರ್ಥಿಗಳಾಗುತ್ತಿದ್ದಾರೆ. ಕುಟುಂಬ ನಿರ್ವಹಣೆಗೆ ಬೇಕಾದಷ್ಟು ಹಣವಿದ್ದರೂ ಕೌಟುಂಬಿಕ ಜೀವನದಲ್ಲಿ ಯಾರೂ ನೆಮ್ಮದಿಯಿಂದ ಇರದ ಪರಿಸ್ಥಿತಿ ನಿರ್ಮಾಣವಾಗಿದೆ. ತತ್ಪರಿಣಾಮವಾಗಿ ಸಂಸ್ಥೆಯ ಪ್ರಕಾರ, ಒಬ್ಬನು ಮಧ್ಯವಯಸ್ಸಿನಲ್ಲಿ ಕುಟುಂಬ ಜೀವನದಿಂದ ನಿವೃತ್ತಿ ಹೊಂದಬೇಕು: ಐವತ್ತನೇ ವಯಸ್ಸಿನಲ್ಲಿ ಸ್ವಯಂಪ್ರೇರಣೆಯಿಂದ ಕುಟುಂಬ ಜೀವನದಿಂದ ನಿವೃತ್ತಿ ಹೊಂದಬೇಕು ಅಥವಾ ಅರಣ್ಯಕ್ಕೆ ಹೋಗಬೇಕು. ಒಬ್ಬನ ಮನಸ್ಸು ತೊಂದರೆಗೊಳಗಾದಾಗ, ಅವನು ತನ್ನ ಬಡ ಹೆಂಡತಿ ಮತ್ತು ಮಕ್ಕಳ ಮೇಲೆ ಕೋಪಗೊಂಡು ತನ್ನನ್ನು ತಾನೇ ತೃಪ್ತಿಪಡಿಸಿಕೊಳ್ಳುತ್ತಾನೆ. ಹೆಂಡತಿ ಮತ್ತು ಮಕ್ಕಳು ಸ್ವಾಭಾವಿಕವಾಗಿ ತಂದೆಯ ಮೇಲೆ ಅವಲಂಬಿತರಾಗಿದ್ದಾರೆ, ಆದರೆ ತಂದೆಯು ಕುಟುಂಬವನ್ನು ಸರಿಯಾಗಿ ನಿರ್ವಹಿಸಲು ಸಾಧ್ಯವಾಗದೆ ಮಾನಸಿಕವಾಗಿ ನೊಂದವರಾಗುತ್ತಾರೆ ಮತ್ತು ಆದ್ದರಿಂದ ಅನಗತ್ಯವಾಗಿ ಕುಟುಂಬ ಸದಸ್ಯರನ್ನು ಶಿಕ್ಷಿಸುತ್ತಾರೆ.

(ಭೌತಿಕ ಕಾಡಿನಲ್ಲಿರುವ ನಿಯಮಾಧೀನ ಆತ್ಮವನ್ನು ಕೆಲವೊಮ್ಮೆ ಹೆಬ್ಬಾವು ನುಂಗುತ್ತದೆ . ಅಂತಹ ಸಮಯದಲ್ಲಿ ಅವನು ಪ್ರಜ್ಞೆ ಮತ್ತು ಜ್ಞಾನವಿಲ್ಲದೆ ಸತ್ತ ವ್ಯಕ್ತಿಯಂತೆ ಕಾಡಿನಲ್ಲಿ ಮಲಗಿದ್ದಾನೆ. ಕೆಲವೊಮ್ಮೆ ಇತರ ವಿಷಕಾರಿ ಹಾವುಗಳು ಅವನನ್ನು ಕಚ್ಚುತ್ತವೆ. ಅವನ ಪ್ರಜ್ಞೆಗೆ ಕುರುಡನಾಗಿ, ಅವನು ರಕ್ಷಿಸಲ್ಪಡುವ ಭರವಸೆಯಿಲ್ಲದೆ ನರಕಯಾತನೆಯ ಜೀವನದ ಕತ್ತಲೆಯ ಬಾವಿಗೆ ಬೀಳುತ್ತಾನೆ. ಹಾವು ಕಚ್ಚಿ ಪ್ರಜ್ಞಾಹೀನರಾದಾಗ, ದೇಹದ ಹೊರಗೆ ಏನು ನಡೆಯುತ್ತಿದೆ ಎಂಬುದನ್ನು ಅರ್ಥಮಾಡಿಕೊಳ್ಳಲು ಸಾಧ್ಯವಿಲ್ಲ. ಈ ಪ್ರಜ್ಞಾಹೀನ ಸ್ಥಿತಿಯು ಆಳವಾದ ನಿದ್ರೆಯ ಸ್ಥಿತಿಯಾಗಿದೆ. ಅಂತೆಯೇ, ನಿಯಮಾಧೀನ ಆತ್ಮವು ವಾಸ್ತವವಾಗಿ ಭ್ರಾಂತಿಯ ಶಕ್ತಿಯ ಮಡಿಲಲ್ಲಿ ನಿದ್ರಿಸುತ್ತಿದೆ.)

ಕೆಲವೊಮ್ಮೆ, ಸ್ವಲ್ಪ ಅತ್ಯಲ್ಪ ಲೈಂಗಿಕ ಆನಂದವನ್ನು ಹೊಂದುವ ಸಲುವಾಗಿ, ಒಬ್ಬನು ದುರಾಚಾರಕ್ಕೊಳಗಾದ ಮಹಿಳೆಯರನ್ನು ಹುಡುಕುತ್ತಾನೆ. ಈ ಪ್ರಯತ್ನದಲ್ಲಿ, ಒಬ್ಬ ಮಹಿಳೆಯ ಬಂಧುಗಳಿಂದ ಅವಮಾನಿಸುತ್ತಾನೆ ಮತ್ತು

ಶಿಕ್ಷಿಸಲ್ಪಡುತ್ತಾನೆ. ಇದು ಜೇನುಗೂಡಿನಿಂದ ಜೇನುತುಪ್ಪವನ್ನು ತೆಗೆದುಕೊಳ್ಳಲು ಹೋಗಿ ಜೇನುನೊಣಗಳಿಂದ ದಾಳಿಗೊಳಗಾದಂತಿದೆ. ಕೆಲವೊಮ್ಮೆ, ಬಹಳಷ್ಟು ಹಣವನ್ನು ಖರ್ಚು ಮಾಡಿದ ನಂತರ, ಕೆಲವು ಹೆಚ್ಚುವರಿ ಇಂದ್ರಿಯ ಆನಂದಕ್ಕಾಗಿ ಇನ್ನೊಬ್ಬ ಮಹಿಳೆಯನ್ನು ಪಡೆದುಕೊಳ್ಳಬಹುದು. ದುರದೃಷ್ಟವಶಾತ್, ಇಂದ್ರಿಯ ಭೋಗದ ವಸ್ತು, ಮಹಿಳೆಯನ್ನು ಇನ್ನೊಬ್ಬ ದುರಾಚಾರದಿಂದ ತೆಗೆದುಕೊಂಡು ಹೋಗಲಾಗುತ್ತದೆ ಅಥವಾ ಅಪಹರಿಸಲಾಗುತ್ತದೆ

ದೊಡ್ಡ ಕಾಡಿನಲ್ಲಿ, ಜೇನುಗೂಡುಗಳು ಬಹಳ ಮುಖ್ಯ. ಬಾಚಣಿಗೆಗಳಿಂದ ಜೇನುತುಪ್ಪವನ್ನು ಸಂಗ್ರಹಿಸಲು ಜನರು ಆಗಾಗ್ಗೆ ಅಲ್ಲಿಗೆ ಹೋಗುತ್ತಾರೆ ಮತ್ತು ಕೆಲವೊಮ್ಮೆ ಜೇನುನೊಣಗಳು ದಾಳಿ ಮಾಡಿ ಅವರನ್ನು ಶಿಕ್ಷಿಸುತ್ತವೆ. ಲೈಂಗಿಕ ಜೀವನದ ಜೇನುತುಪ್ಪಕ್ಕೆ ಭೌತಿಕ ಜೀವನದ ಕಾಡಿನಲ್ಲಿ ಉಳಿಯುತ್ತಾರೆ. ಅಂತಹ ಭ್ರಷ್ಟರು ಒಬ್ಬ ಹೆಂಡತಿಯಿಂದ ತೃಪ್ತರಾಗುವುದಿಲ್ಲ. ಅವರಿಗೆ ಅನೇಕ ಮಹಿಳೆಯರು ಬೇಕು. ದಿನದಿಂದ ದಿನಕ್ಕೆ, ಬಹಳ ಕಷ್ಟದಿಂದ, ಅವರು ಅಂತಹ ಮಹಿಳೆಯರನ್ನು ಸುರಕ್ಷಿತವಾಗಿರಿಸಲು ಪ್ರಯತ್ನಿಸುತ್ತಾರೆ, ಮತ್ತು ಕೆಲವೊಮ್ಮೆ, ಈ ರೀತಿಯ ಜೇನುತುಪ್ಪವನ್ನು ಸವಿಯಲು ಪ್ರಯತ್ನಿಸುತ್ತಿರುವಾಗ, ಒಬ್ಬ ಮಹಿಳೆಯ ಆಕ್ರಮಣಕ್ಕೊಳಗಾಗುತ್ತಾನೆ ಮತ್ತು ಬಹಳವಾಗಿ ಶಿಕ್ಷಿಸಲ್ಪಡುತ್ತಾನೆ. ಇತರರಿಗೆ ಲಂಚ ನೀಡುವ ಮೂಲಕ, ಒಬ್ಬರು ಇನ್ನೊಬ್ಬ ಮಹಿಳೆಯನ್ನು ಸಂತೋಷಕ್ಕಾಗಿ ಸುರಕ್ಷಿತಗೊಳಿಸಬಹುದು, ಮತ್ತೊಬ್ಬ ದುರಾಚಾರವು ಅವಳನ್ನು ಅಪಹರಿಸಬಹುದು ಅಥವಾ ಅವಳಿಗೆ ಉತ್ತಮವಾದದ್ದನ್ನು ನೀಡಬಹುದು. ಈ ಮಹಿಳೆಯ ಬೇಟೆಯು ಭೌತಿಕ ಪ್ರಪಂಚದ ಕಾಡಿನಲ್ಲಿ ಕೆಲವೊಮ್ಮೆ ಕಾನೂನುಬದ್ಧವಾಗಿ ಮತ್ತು ಕೆಲವೊಮ್ಮೆ ಕಾನೂನುಬಾಹಿರವಾಗಿ ನಡೆಯುತ್ತಿದೆ. ಒಬ್ಬ ಮಹಿಳೆ ಯಥಾವತ್ತಾಗಿ ಮದುವೆಯಾಗಿ ತೃಪ್ತರಾಗಬೇಕು. ಸಮಾಜದಲ್ಲಿ ಗೊಂದಲಗಳನ್ನು ಸೃಷ್ಟಿಸದೆ ಮತ್ತು ಶಿಕ್ಷೆಗೆ ಒಳಗಾಗದೆ ಒಬ್ಬನು ತನ್ನ ಹೆಂಡತಿಯೊಂದಿಗೆ ತನ್ನ ಆಸೆಗಳನ್ನು ಪೂರೈಸಿಕೊಳ್ಳಬಹುದು.

(ಕೆಲವೊಮ್ಮೆ ಜೀವಿಯು ಘನೀಕರಿಸುವ ಚಳಿ, ಸುಡುವ ಶಾಖ, ಬಲವಾದ ಗಾಳಿ, ಅತಿಯಾದ ಮಳೆ ಮತ್ತು ಮುಂತಾದವುಗಳ ನೈಸರ್ಗಿಕ ಅಡಚಣೆಗಳನ್ನು ಎದುರಿಸುವಲ್ಲಿ ನಿರತವಾಗಿರುತ್ತದೆ. ಅವನು ಹಾಗೆ ಮಾಡಲು ಸಾಧ್ಯವಾಗದಿದ್ದಾಗ, ಅವನು ತುಂಬಾ ಅತೃಪ್ತನಾಗುತ್ತಾನೆ. ಕೆಲವೊಮ್ಮೆ ವ್ಯಾಪಾರ ವಹಿವಾಟಿನಲ್ಲಿ ಒಂದರ ಹಿಂದೆ ಒಂದರಂತೆ ಮೋಸ ಹೋಗುತ್ತಾರೆ. ಈ ರೀತಿಯಾಗಿ, ಮೋಸ ಮಾಡುವ ಮೂಲಕ, ಜೀವಂತ ಘಟಕಗಳು ತಮ್ಮ ನಡುವೆ ದ್ವೇಷವನ್ನು ಉಂಟುಮಾಡುತ್ತವೆ. ಭೌತಿಕ ಅಸ್ತಿತ್ವದ ಅರಣ್ಯದ ಹಾದಿಯಲ್ಲಿ,

ಕೆಲವೊಮ್ಮೆ ವ್ಯಕ್ತಿಯು ಸಂಪತ್ತನ್ನು ಹೊಂದಿರುವುದಿಲ್ಲ ಮತ್ತು ಇದರಿಂದಾಗಿ ಸರಿಯಾದ ಮನೆ, ಹಾಸಿಗೆ ಅಥವಾ ಕುಳಿತುಕೊಳ್ಳುವ ಸ್ಥಳ ಅಥವಾ ಸರಿಯಾದ ಕುಟುಂಬ ಸಂತೋಷವಿಲ್ಲ. ಆದ್ದರಿಂದ ಅವನು ಇತರರಿಂದ ಹಣವನ್ನು ಬೇಡಿಕೊಳ್ಳಲು ಹೋಗುತ್ತಾನೆ, ಆದರೆ ಭಿಕ್ಷಾಟನೆಯಿಂದ ಅವನ ಆಸೆಗಳು ಈಡೇರದಿದ್ದಾಗ, ಅವನು ಇತರರ ಆಸ್ತಿಯನ್ನು ಕದಿಯಲು ಬಯಸುತ್ತಾನೆ. ಹೀಗಾಗಿ ಸಮಾಜದಲ್ಲಿ ಅವಮಾನಿತನಾಗುತ್ತಾನೆ.)

ಭಿಕ್ಷೆ, ಸಾಲ ಅಥವಾ ಕದಿಯುವ ತತ್ವಗಳು ಈ ಭೌತಿಕ ಜಗತ್ತಿನಲ್ಲಿ ಬಹಳ ಸೂಕ್ತವಾಗಿವೆ, ಒಬ್ಬನು ಬಯಸಿದಾಗ, ಅವನು ಬೇಡುತ್ತಾನೆ, ಸಾಲ ಪಡೆಯುತ್ತಾನೆ ಅಥವಾ ಕದಿಯುತ್ತಾನೆ. ಭಿಕ್ಷಾಟನೆ ವಿಫಲವಾದರೆ ಸಾಲ ಮಾಡುತ್ತಾನೆ ಇಲ್ಲಿ ಯಾರೂ ತುಂಬಾ ಪ್ರಾಮಾಣಿಕವಾಗಿ ಬಿಡಲು ಸಾಧ್ಯವಿಲ್ಲ, ಆದ್ದರಿಂದ ಕುತಂತ್ರದಿಂದ, ಮೋಸದಿಂದ, ಸಾಲ ಮಾಡಿ ಅಥವಾ ಕಳ್ಳತನದಿಂದ, ಒಬ್ಬನು ತನ್ನ ಇಂದ್ರಿಯಗಳನ್ನು ತೃಪ್ತಿಪಡಿಸಲು ಪ್ರಯತ್ನಿಸುತ್ತಾನೆ, ಈ ಭೌಗೋಳಿಕ ಜಗತ್ತಿನಲ್ಲಿ ಯಾರೂ ಶಾಂತಿಯುತವಾಗಿ ಬದುಕುತ್ತಿಲ್ಲ. ವಹಿವಾಟುಗಳಿಂದಾಗಿ ಸಂಬಂಧಗಳು ತುಂಬಾ ಹದಗೆಡುತ್ತವೆ ಮತ್ತು ದ್ವೇಷದಲ್ಲಿ ಕೊನೆಗೊಳ್ಳುತ್ತವೆ. ಕೆಲವೊಮ್ಮೆ ಗಂಡ ಮತ್ತು ಹೆಂಡತಿ ಭೌತಿಕ ಪ್ರಗತಿಯ ಹಾದಿಯಲ್ಲಿ ನಡೆಯುತ್ತಾರೆ ಮತ್ತು ಅವರ ಸಂಬಂಧವನ್ನು ಕಾಪಾಡಿಕೊಳ್ಳಲು ಅವರು ತುಂಬಾ ಶ್ರಮಿಸುತ್ತಾರೆ. ಕೆಲವೊಮ್ಮೆ ಹಣದ ಕೊರತೆಯಿಂದಾಗಿ ಅಥವಾ ಅನಾರೋಗ್ಯದ ಪರಿಸ್ಥಿತಿಗಳಿಂದಾಗಿ, ಅವರು ಮುಜುಗರಕ್ಕೊಳಗಾಗುತ್ತಾರೆ ಮತ್ತು ಬಹುತೇಕ ಸಾಯುತ್ತಾರೆ.

ಈ ಭೌತಿಕ ಜಗತ್ತಿನಲ್ಲಿ, ಕುಟುಂಬ ಜೀವನವು ಲೈಂಗಿಕತೆಯ ಸಂಸ್ಥೆಯಾಗಿದೆ. ಲೈಂಗಿಕತೆಯ ಮೂಲಕ, ತಂದೆ ಮತ್ತು ತಾಯಿ ಮಕ್ಕಳನ್ನು ಪಡೆಯುತ್ತಾರೆ, ಮತ್ತು ಮಕ್ಕಳು ಮದುವೆಯಾಗುತ್ತಾರೆ ಮತ್ತು ಲೈಂಗಿಕ ಜೀವನದ ಅದೇ ಹಾದಿಯಲ್ಲಿ ಹೋಗುತ್ತಾರೆ. ತಂದೆ ಮತ್ತು ತಾಯಿಯ ಮರಣದ ನಂತರ, ಮಕ್ಕಳು ಮದುವೆಯಾಗುತ್ತಾರೆ ಮತ್ತು ಸ್ವಂತ ಮಕ್ಕಳನ್ನು ಪಡೆಯುತ್ತಾರೆ. ಈ ಪೀಳಿಗೆಯಿಂದ ಪೀಳಿಗೆಗೆ ಈ ವಿಷಯಗಳು ಒಂದೇ ರೀತಿಯಲ್ಲಿ ನಡೆಯುತ್ತವೆ, ಯಾರೂ ಭೌತಿಕ ಜೀವನದ ಮುಜುಗರದಿಂದ ವಿಮೋಚನೆಯನ್ನು ಪಡೆಯುವುದಿಲ್ಲ. ಜ್ಞಾನ ಮತ್ತು ಪರಿತ್ಯಾಗದ ಆಧ್ಯಾತ್ಮಿಕ ಪ್ರಕ್ರಿಯೆಗಳನ್ನು ಯಾರೂ ಸ್ವೀಕರಿಸುವುದಿಲ್ಲ,

(ಭೌತಿಕ ಪ್ರಪಂಚದ ಕಾಡಿನಲ್ಲಿ ಅನೇಕ ಪ್ರಾಣಿಗಳು ಮತ್ತು ಪಕ್ಷಿಗಳು, ಮರಗಳು ಮತ್ತು ಬಳ್ಳಿಗಳಿವೆ. ಕೆಲವೊಮ್ಮೆ ಜೀವಂತ ಅಸ್ತಿತ್ವವು ಬಳ್ಳಿಗಳ

ಆಶ್ರಯವನ್ನು ಪಡೆಯಲು ಬಯಸುತ್ತದೆ; ಬೇರೆ ರೀತಿಯಲ್ಲಿ ಹೇಳುವುದಾದರೆ, ಅವನು ತನ್ನ ಹೆಂಡತಿಯ ತೋಳುಗಳಿಂದ ಅಪ್ಪಿಕೊಳ್ಳುವ ಮೂಲಕ ಸಂತೋಷವಾಗಿರಲು ಬಯಸುತ್ತಾನೆ. ಬಳ್ಳಿಗಳೊಳಗೆ ಅನೇಕ ಚಿಲಿಪಿಲಿ ಹಕ್ಕಿಗಳಿವೆ; ಅವನು ತನ್ನ ಹೆಂಡತಿಯ ಮಧುರವಾದ ಧ್ವನಿಯನ್ನು ಕೇಳುವ ಮೂಲಕ ತನ್ನನ್ನು ತಾನು ತೃಪ್ತಿಪಡಿಸಿಕೊಳ್ಳಲು ಬಯಸುತ್ತಾನೆ ಎಂದು ಇದು ಸೂಚಿಸುತ್ತದೆ. ವೃದ್ಧಾಪ್ಯದಲ್ಲಿ, ಆದಾಗ್ಯೂ, ಅವರು ಕೆಲವೊಮ್ಮೆಸನ್ನಿಹಿತ ಸಾವಿಗೆ ಹೆದರುತ್ತಾನೆ, ಇದನ್ನು ಘರ್ಜಿಸುವ ಸಿಂಹಕ್ಕೆ ಹೋಲಿಸಲಾಗುತ್ತದೆ. ಸಿಂಹದ ದಾಳಿಯಿಂದ ತನ್ನನ್ನು ರಕ್ಷಿಸಿಕೊಳ್ಳಲು, ಅವನು ಕೆಲವು ಸ್ವಾಮಿಗಳು, ಯೋಗಿಗಳು,ವೇಷಧಾರಿಗಳು ಮತ್ತು ಮೋಸಗಾರರ ಆಶ್ರಯವನ್ನು ಪಡೆಯುತ್ತಾನೆ. ಈ ರೀತಿಯಾಗಿ ಭ್ರಾಂತಿಯ ಶಕ್ತಿಯಿಂದ ದಾರಿತಪ್ಪಿ, ಅವನು ತನ್ನ ಜೀವನವನ್ನು ಹಾಳುಮಾಡುತ್ತಾನೆ.)

ಪರಮಾತ್ಮನ ಆಶ್ರಯವನ್ನು ಪಡೆಯದೆ ಯಾರೂ ಸಾವಿನ ಸನ್ನಿಹಿತ ಅಪಾಯದಿಂದ ಪಾರಾಗಲು ಸಾಧ್ಯವಿಲ್ಲ. ಹರಿ ಎಂಬ ಪದವು ಸಿಂಹ ಮತ್ತು ಪರಮಾತ್ಮನನ್ನು ಸೂಚಿಸುತ್ತದೆ. ಮೃತ್ಯುವಿನ ಸಿಂಹನಾದ ಹರಿಯ ಕೈಯಿಂದ ಪಾರಾಗಲು, ಪರಮಾತ್ಮನಾದ ಪರಮ ಪುರುಷನಾದ ಪರಮಾತ್ಮನ ಆಶ್ರಯವನ್ನು ಪಡೆಯಬೇಕು. ಜ್ಞಾನದ ಕಳಪೆ ನಿಧಿಯನ್ನು ಹೊಂದಿರುವ ಜನರು ಸಾವಿನ ಹಿಡಿತದಿಂದ ಪಾರಾಗಲು ಭಕ್ತರಲ್ಲದ ಮೋಸಗಾರರ ಆಶ್ರಯವನ್ನು ಪಡೆಯುತ್ತಾರೆ. ಭೌತಿಕ ಪ್ರಪಂಚದ ಕಾಡಿನಲ್ಲಿ, ಜೀವಿಯು ಮೊದಲನೆಯದಾಗಿ ತನ್ನ ಹೆಂಡತಿಯ ಬಳ್ಳಿಯಂತಹ ತೋಳುಗಳ ಆಶ್ರಯವನ್ನು ಪಡೆದು ಅವಳ ಮಧುರವಾದ ಧ್ವನಿಯನ್ನು ಕೇಳುವ ಮೂಲಕ ಬಹಳ ಸಂತೋಷವಾಗಿರಲು ಬಯಸುತ್ತಾನೆ. ಇಂದ್ರಿಯ ತೃಪ್ತಿಗಾಗಿ ಹಣವನ್ನು ಮಾಡಲು ಪ್ರಯತ್ನಿಸಲು ಭೌತಿಕ ಅಸ್ತಿತ್ವದ ಕಾಡಿಗೆ ಬರುವ ಜೀವಂತ ಜೀವಿ ವ್ಯಾಪಾರಿ. ಆರು ಲೂಟಿ ಮಾಡುವವರು ಇಂದ್ರಿಯಗಳು - ಕಣ್ಣು, ಕಿವಿ, ಮೂಗು, ನಾಲಿಗೆ, ಸ್ಪರ್ಶ ಮತ್ತು ಮನಸ್ಸು. ಕೆಟ್ಟ ನಾಯಕ ಕೆಟ್ಟಬುದ್ಧಿ. ಬುದ್ಧಿವಂತಿಕೆಯು ಪರಮಾತ್ಮನ ಪ್ರಜ್ಞೆಗೆ ಉದ್ದೇಶಿಸಲಾಗಿದೆ, ಆದರೆ ಭೌತಿಕ ಅಸ್ತಿತ್ವದ ಕಾರಣದಿಂದಾಗಿ ನಾವು ಭೌತಿಕ ಸೌಲಭ್ಯಗಳನ್ನು ಸಾಧಿಸಲು ನಮ್ಮ ಎಲ್ಲಾ ಬುದ್ಧಿವಂತಿಕೆಯನ್ನು ತಿರುಗಿಸುತ್ತೇವೆ. ಎಲ್ಲವೂ ಪರಮ ಪುರುಷನಾದ ಭಗವಂತನಿಗೆ ಸೇರಿದ್ದು, ಆದರೆ ನಮ್ಮ ವಿಕೃತ ಮನಸ್ಸು ಮತ್ತು ಇಂದ್ರಿಯಗಳಿಂದಾಗಿ ನಾವು ಭಗವಂತನ ಆಸ್ತಿಯನ್ನು ಲೂಟಿ ಮಾಡಿ ನಮ್ಮ ಇಂದ್ರಿಯಗಳನ್ನು ತೃಪ್ತಿಪಡಿಸಿಕೊಳ್ಳುತ್ತೇವೆ. ಕಾಡಿನಲ್ಲಿರುವ ನರಿಗಳು ಮತ್ತು ಹುಲಿಗಳು ನಮ್ಮ ಕುಟುಂಬದ ಸದಸ್ಯರು ಮತ್ತು ಗಿಡಮೂಲಿಕೆಗಳು ಮತ್ತು

ಬಳ್ಳಿಗಳು ನಮ್ಮ ಭೌತಿಕ ಆಸೆಗಳು. ಪರ್ವತ ಗುಹೆ ನಮ್ಮ ಸಂತೋಷದ ಮನೆ, ಮತ್ತು ಸೊಳ್ಳೆಗಳು ಮತ್ತು ಸರ್ಪಗಳು ನಮ್ಮ ಶತ್ರುಗಳು. ಇಲಿಗಳು, ಮೃಗಗಳು ಮತ್ತು ರಣಹದ್ದುಗಳು ನಮ್ಮ ಆಸ್ತಿಯನ್ನು ಕಸಿದುಕೊಳ್ಳುವ ವಿವಿಧ ರೀತಿಯ ಕಳ್ಳರು, ನಮ್ಮ ಹೆಂಡತಿ ಸುಂಟರಗಾಳಿ ನಮ್ಮ ಆಕರ್ಷಣೆಯಾಗಿದೆ. ಮತ್ತು ಧೂಳಿನ ಚಂಡಮಾರುತವು ಲೈಂಗಿಕ ಸಮಯದಲ್ಲಿ ಅನುಭವಿಸುವ ನಮ್ಮ ಕುರುಡು ಉತ್ಸಾಹವಾಗಿದೆ. ದೇವತೆಗಳು ವಿವಿಧ ದಿಕ್ಕುಗಳನ್ನು ನಿಯಂತ್ರಿಸುತ್ತಾರೆ ಮತ್ತು ಗೂಬೆ ನಮ್ಮ ಅನುಪಸ್ಥಿತಿಯಲ್ಲಿ ನಮ್ಮ ಶತ್ರುಗಳು ಹೇಳುವ ಕಟುವಾದ ಮಾತುಗಳು. ಗೂಬೆ ನಮ್ಮನ್ನು ನೇರವಾಗಿ ಅವಮಾನಿಸುವ ವ್ಯಕ್ತಿ, ಮತ್ತು ದುಷ್ಟ ಮರಗಳು ದುಷ್ಟ ಪುರುಷರು. ನೀರಿಲ್ಲದ ನದಿಯು ನಾಸ್ತಿಕರನ್ನು ಪ್ರತಿನಿಧಿಸುತ್ತದೆ, ಅದು ನಮಗೆ ಇಹಲೋಕ ಮತ್ತು ಮುಂದಿನ ದಿನಗಳಲ್ಲಿ ತೊಂದರೆ ನೀಡುತ್ತದೆ. ಮಾಂಸ ತಿನ್ನುವ ರಾಕ್ಷಸರು ಸರ್ಕಾರಿ ಅಧಿಕಾರಿಗಳು ಮತ್ತು ಚುಚ್ಚುವ ಮುಳ್ಳುಗಳು ಭೌತಿಕ ಜೀವನಕ್ಕೆ ಅಡ್ಡಿಯಾಗುತ್ತವೆ. ಸಂಭೋಗದಲ್ಲಿ ಅನುಭವಿಸುವ ಅಲ್ಪ ರುಚಿಯು ಇನ್ನೊಬ್ಬರ ಹೆಂಡತಿಯನ್ನು ಆನಂದಿಸುವ ನಮ್ಮ ಬಯಕೆಯಾಗಿದೆ ಮತ್ತು ನೊಣಗಳು ಗಂಡ, ಮಾವ, ಅತ್ತೆ ಮತ್ತು ಮುಂತಾದ ಮಹಿಳೆಯರ ಪಾಲಕರು. ಬಳ್ಳಿ ಸ್ವತಃ ಸಾಮಾನ್ಯವಾಗಿ ಮಹಿಳೆಯರು. ಸಿಂಹವು ಕಾಲಚಕ್ರವಾಗಿದೆ, ಮತ್ತು ಬಕಗಳು, ಕಾಗೆಗಳು ಮತ್ತು ರಣಹದ್ದುಗಳು ದೇವತೆಗಳು, ಹುಸಿ ಸುವಾಮಿಗಳು, ಯೋಗಿಗಳು ಎಂದು ಕರೆಯಲ್ಪಡುತ್ತವೆ. ಇವೆಲ್ಲವೂ ಒಂದು ಪರಿಹಾರ ನೀಡಲು ತೀರಾ ಅತ್ಯಲ್ಪ.

ಭೌತಿಕ ಅಸ್ತಿತ್ವದ ಅರಣ್ಯದ ನೇರ ಅರ್ಥವನ್ನು ಈ ಅಧ್ಯಾಯದಲ್ಲಿ ನೀಡಲಾಗಿದೆ. ವ್ಯಾಪಾರಿಗಳು ಕೆಲವೊಮ್ಮೆ ಅನೇಕ ಅಪರೂಪದ ವಸ್ತುಗಳನ್ನು ಸಂಗ್ರಹಿಸಲು ಮತ್ತು ನಗರದಲ್ಲಿ ಉತ್ತಮ ಲಾಭದಲ್ಲಿ ಮಾರಾಟ ಮಾಡಲು ಅರಣ್ಯವನ್ನು ಪ್ರವೇಶಿಸುತ್ತಾರೆ, ಆದರೆ ಅರಣ್ಯ ಮಾರ್ಗವು ಯಾವಾಗಲೂ ಅಪಾಯಗಳಿಂದ ಕೂಡಿರುತ್ತದೆ. ಶುದ್ಧ ಆತ್ಮವು ಭೌತಿಕ ಪ್ರಪಂಚವನ್ನು ಆನಂದಿಸಲು ಭಗವಂತನ ಸೇವೆಯನ್ನು ತ್ಯಜಿಸಲು ಬಯಸಿದಾಗ, ಭಗವಂತನು ಅವನಿಗೆ ಭೌತಿಕ ಪ್ರಪಂಚವನ್ನು ಪ್ರವೇಶಿಸಲು ಖಂಡಿತವಾಗಿಯೂ ಅವಕಾಶವನ್ನು ನೀಡುತ್ತಾನೆ. ಶುದ್ಧ ಚೇತನ ಆತ್ಮವು ಭೌತಿಕ ಜಗತ್ತಿನಲ್ಲಿ ಬೀಳಲು ಇದು ಕಾರಣವಾಗಿದೆ. ಭೌತಿಕ ಪ್ರಕೃತಿಯ ಮೂರು ವಿಧಾನಗಳ ಪ್ರಭಾವದ ಅಡಿಯಲ್ಲಿ ಅವನ ಚಟುವಟಿಕೆಗಳಿಂದಾಗಿ, ಜೀವಂತ ಅಸ್ತಿತ್ವವು ವಿವಿಧ ಜಾತಿಗಳಲ್ಲಿ ವಿಭಿನ್ನ ಸ್ಥಾನಗಳನ್ನು ತೆಗೆದುಕೊಳ್ಳುತ್ತದೆ. ಜೀವಿಯು ತನ್ನ ಮನಸ್ಸು ಮತ್ತು ಐದು ಜ್ಞಾನ-ಸಂಪಾದನೆ ಇಂದ್ರಿಯಗಳಿಂದ ಭೌತಿಕ ಜೀವನವನ್ನು ಪ್ರಾರಂಭಿಸುತ್ತಾನೆ ಮತ್ತು

ಇವುಗಳೊಂದಿಗೆ ಅವನು ಭೌತಿಕ ಪ್ರಪಂಚದ ಅಸ್ತಿತ್ವಕ್ಕಾಗಿ ಹೋರಾಡುತ್ತಾನೆ. ಈ ಇಂದ್ರಿಯಗಳನ್ನು ಕಾಡಿನೊಳಗಿನ ರಾಕ್ಷಸರು ಮತ್ತು ಕಳ್ಳರಿಗೆ ಹೋಲಿಸಲಾಗುತ್ತದೆ. ಅವರು ಮನುಷ್ಯನ ಜ್ಞಾನವನ್ನು ಕಸಿದುಕೊಳ್ಳುತ್ತಾರೆ ಮತ್ತು ಅವನನ್ನು ಅಜ್ಞಾನದ ಜಾಲದಲ್ಲಿ ಇರಿಸುತ್ತಾರೆ. ಹೀಗೆ ಇಂದ್ರಿಯಗಳು ಅವನ ಆಧ್ಯಾತ್ಮಿಕ ಜ್ಞಾನವನ್ನು ಲೂಟಿ ಮಾಡುವ ರಾಕ್ಷಸರು ಮತ್ತು ಕಳ್ಳರಂತೆ. ಇದಕ್ಕೂ ಮಿಗಿಲಾಗಿ ಕುಟುಂಬಸ್ಥರು, ಹೆಂಡತಿ ಮಕ್ಕಳು ಇದ್ದಾರೆ. ಅವರು ನಿಖರವಾಗಿ ಕಾಡಿನಲ್ಲಿ ಕ್ರೂರ ಪ್ರಾಣಿಗಳಂತೆ. ಇಂತಹ ಕ್ರೂರ ಪ್ರಾಣಿಗಳ ವ್ಯವಹಾರವೆಂದರೆ ಮನುಷ್ಯನ ಮಾಂಸವನ್ನು ತಿನ್ನುವುದು. ಜೀವಂತ ಅಸ್ತಿತ್ವವು ತನ್ನನ್ನು ನರಿಗಳು ಮತ್ತು ನರಿಗಳಿಂದ (ಹೆಂಡತಿ ಮತ್ತು ಮಕ್ಕಳು) ಆಕ್ರಮಣ ಮಾಡಲು ಅನುವು ಮಾಡಿಕೊಡುತ್ತದೆ ಮತ್ತು ಆದ್ದರಿಂದ ಅವನ ನಿಜವಾದ ಆಧ್ಯಾತ್ಮಿಕ ಜೀವನವು ಕೊನೆಗೊಳ್ಳುತ್ತದೆ. ಸಾಂಸಾರಿಕ ಬದುಕಿನ ಕಾಡಿನಲ್ಲಿ ಎಲ್ಲರೂ ಸೊಳ್ಳೆಗಳಂತೆ ಹೊಟ್ಟೆಕಿಚ್ಚುಪಡುತ್ತಾರೆ, ಇಲಿ ಹೆಗ್ಗಣಗಳು ಸದಾ ಅವಾಂತರಗಳನ್ನು ಸೃಷ್ಟಿಸುತ್ತಿರುತ್ತವೆ. ಈ ಭೌತಿಕ ಜಗತ್ತಿನಲ್ಲಿ ಪ್ರತಿಯೊಬ್ಬರೂ ಅನೇಕ ವಿಚಿತ್ರವಾದ ಸ್ಥಾನಗಳಲ್ಲಿ ಇರಿಸಲ್ಪಟ್ಟಿದ್ದಾರೆ ಮತ್ತು ಅಸೂಯೆ ಪಟ್ಟ ಜನರು ಮತ್ತು ಗೊಂದಲದ ಪ್ರಾಣಿಗಳಿಂದ ಸುತ್ತುವರಿದಿದ್ದಾರೆ. ಇದರ ಪರಿಣಾಮವೆಂದರೆ ಭೌತಿಕ ಪ್ರಪಂಚದಲ್ಲಿನ ಜೀವಿಯು ಯಾವಾಗಲೂ ಅನೇಕ ಜೀವಿಗಳಿಂದ ಲೂಟಿ ಮತ್ತು ಕಚ್ಚುವಿಕೆಗೆ ಒಳಗಾಗುತ್ತದೆ.

ವರ್ತಕ ಸಮುದಾಯಕ್ಕೆ ಸೇರಿದ ವ್ಯಕ್ತಿ ಯಾವಾಗಲೂ ಹಣವನ್ನು ವ್ಯಯಿಸುವುದರಲ್ಲಿ ಆಸಕ್ತಿ ಹೊಂದಿರುತ್ತಾನೆ. ಕೆಲವೊಮ್ಮೆ ಅವರು ಮರ ಮತ್ತು ಮಣ್ಣಿನಂತಹ ಕೆಲವು ಅಗ್ಗದ ಸರಕುಗಳನ್ನು ಪಡೆಯಲು ಮತ್ತು ಅವುಗಳನ್ನು ಉತ್ತಮ ಬೆಲೆಗೆ ನಗರದಲ್ಲಿ ಮಾರಾಟ ಮಾಡಲು ಅರಣ್ಯವನ್ನು ಪ್ರವೇಶಿಸುತ್ತಾರೆ. ಹಾಗೆಯೇ, ನಿಯಮಾಧೀನ ಆತ್ಮವು ದುರಾಸೆಯಿಂದ, ಕೆಲವು ಭೌತಿಕ ಲಾಭಕ್ಕಾಗಿ ಈ ಭೌತಿಕ ಪ್ರಪಂಚವನ್ನು ಪ್ರವೇಶಿಸುತ್ತದೆ. ಕ್ರಮೇಣ ಅವನು ಕಾಡಿನ ಆಳವಾದ ಭಾಗವನ್ನು ಪ್ರವೇಶಿಸುತ್ತಾನೆ, ನಿಜವಾಗಿಯೂ ಹೊರಬರುವುದು ಹೇಗೆ ಎಂದು ತಿಳಿದಿಲ್ಲ. ಒಮ್ಮೆ ದೈಹಿಕ ಪರಿಕಲ್ಪನೆಯಲ್ಲಿ, ಅವನು ಭೌತಿಕ ಶಕ್ತಿಯ ಪ್ರಭಾವದಿಂದ ಒಂದರ ನಂತರ ಒಂದರಂತೆ ವಿವಿಧ ರೀತಿಯ ದೇಹಗಳನ್ನು ಪಡೆಯುತ್ತಾನೆ ಮತ್ತು ಭೌತಿಕ ಪ್ರಕೃತಿಯ ವಿಧಾನಗಳಿಂದ ಪ್ರೇರಿತನಾಗಿರುತ್ತಾನೆ [ಸತ್ವ-ಗುಣ, ರಜೋ-ಗುಣ ಮತ್ತು ತಮೋ-ಗುಣ). ಈ ರೀತಿಯಾಗಿ ನಿಯಮಾಧೀನ ಆತ್ಮವು ಕೆಲವೊಮ್ಮೆ ಸ್ವರ್ಗೀಯ ಗ್ರಹಗಳಿಗೆ, ಕೆಲವೊಮ್ಮೆ ಐಹಿಕ ಗ್ರಹಗಳಿಗೆ ಮತ್ತು ಕೆಲವೊಮ್ಮೆ ಕೆಳಗಿನ ಗ್ರಹಗಳು ಮತ್ತು ಕೆಳಗಿನ ಜಾತಿಗಳಿಗೆ

ಹೋಗುತ್ತದೆ.

ಭೌತಿಕ ಪ್ರಪಂಚವನ್ನು ಇಲ್ಲಿ ಅರಣ್ಯಕ್ಕೆ ಹೋಲಿಸಿರುವುದರಿಂದ, ಕಲಿಯುಗದಲ್ಲಿ ಆಧುನಿಕ ನಾಗರಿಕತೆಯು ಮುಖ್ಯವಾಗಿ ನಗರಗಳಲ್ಲಿ ನೆಲೆಗೊಂಡಿದೆ ಎಂದು ವಾದಿಸಬಹುದು. ಒಂದು ಮಹಾನಗರ, ಆದಾಗ್ಯೂ, ಒಂದು ದೊಡ್ಡ ಕಾಡಿನಂತೆ. ವಾಸ್ತವವಾಗಿ ಕಾಡಿನ ಜೀವನಕ್ಕಿಂತ ನಗರ ಜೀವನ ಅಪಾಯಕಾರಿ. ಒಬ್ಬ ಅಪರಿಚಿತ ನಗರವನ್ನು ಸ್ನೇಹಿತ ಅಥವಾ ಆಶ್ರಯವಿಲ್ಲದೆ ಪ್ರವೇಶಿಸಿದರೆ, ಆ ನಗರದಲ್ಲಿ ವಾಸಿಸುವುದು ಕಾಡಿನಲ್ಲಿ ವಾಸಿಸುವುದಕ್ಕಿಂತ ಹೆಚ್ಚು ಕಷ್ಟಕರವಾಗಿರುತ್ತದೆ. ಪ್ರಪಂಚದಾದ್ಯಂತ ಅನೇಕ ದೊಡ್ಡ ನಗರಗಳಿವೆ, ಮತ್ತು ಎಲ್ಲಿ ನೋಡಿದರೂ ಅವನು ಅಸ್ತಿತ್ವಕ್ಕಾಗಿ ದಿನದ ಇಪ್ಪತ್ನಾಲ್ಕು ಗಂಟೆಗಳ ಕಾಲ ನಡೆಯುತ್ತಿರುವ ಹೋರಾಟವನ್ನು ನೋಡುತ್ತಾನೆ. ಜನರು ಗಂಟೆಗೆ ಎಪ್ಪತ್ತು ಎಂಭತ್ತು ಮೈಲುಗಳಷ್ಟು ಕಾರುಗಳಲ್ಲಿ ಓಡುತ್ತಾರೆ, ನಿರಂತರವಾಗಿ ಬರುತ್ತಾರೆ ಮತ್ತು ಹೋಗುತ್ತಾರೆ ಮತ್ತು ಇದು ಅಸ್ತಿತ್ವಕ್ಕಾಗಿ ದೊಡ್ಡ ಹೋರಾಟದ ದೃಶ್ಯವನ್ನು ಹೊಂದಿಸುತ್ತದೆ. ಮುಂಜಾನೆ ಬೇಗ ಎದ್ದು ಆ ಕಾರಿನಲ್ಲಿ ಅತಿವೇಗದಲ್ಲಿ ಪ್ರಯಾಣಿಸಬೇಕು. ಅಪಘಾತದ ಅಪಾಯ ಯಾವಾಗಲೂ ಇರುತ್ತದೆ, ಮತ್ತು ಒಬ್ಬರು ಹೆಚ್ಚಿನ ಕಾಳಜಿ ವಹಿಸಬೇಕು. ಅವನ ಆಟೋಮೊಬೈಲ್‌ನಲ್ಲಿ, ಜೀವಂತ ಅಸ್ತಿತ್ವವು ಆತಂಕಗಳಿಂದ ತುಂಬಿರುತ್ತದೆ ಮತ್ತು ಅವನ ಹೋರಾಟವು ಶುಭದಾಯಕವಾಗಿಲ್ಲ. ಮನುಷ್ಯರನ್ನು ಹೊರತುಪಡಿಸಿ, ಬೆಕ್ಕುಗಳು ಮತ್ತು ನಾಯಿಗಳಂತಹ ಇತರ ಜಾತಿಗಳು ಸಹ ಹಗಲು ರಾತ್ರಿ ಕಷ್ಟಪಡುತ್ತಿವೆ. ಹೀಗೆ ಅಸ್ತಿತ್ವಕ್ಕಾಗಿ ಹೋರಾಟ ಮುಂದುವರಿಯುತ್ತದೆ ಮತ್ತು ನಿಯಮಾಧೀನ ಆತ್ಮವು ಒಂದು ಸ್ಥಾನದಿಂದ ಇನ್ನೊಂದು ಸ್ಥಾನಕ್ಕೆ ಬದಲಾಗುತ್ತದೆ, ಸ್ವಲ್ಪ ಸಮಯದವರೆಗೆ ಅವನು ಮಗು, ಆದರೆ ಅವನು ಹುಡುಗನಾಗಬೇಕು, ಅವನು ಹುಡುಗನಿಂದ ಯೌವನಕ್ಕೆ ಮತ್ತು ಯೌವನದಿಂದ ಯೌವನಕ್ಕೆ ಬದಲಾಗಬೇಕು. ಮತ್ತು ಹಳೆಯ ವಯಸ್ಸು ಅಂತಿಮವಾಗಿ, ದೇಹವು ಇನ್ನು ಮುಂದೆ ಕೆಲಸ ಮಾಡಲು ಸಾಧ್ಯವಾಗದಿದ್ದಾಗ, ಅವನು ಬೇರೆ ಜಾತಿಯಲ್ಲಿ ಹೊಸ ದೇಹವನ್ನು ಸ್ವೀಕರಿಸಬೇಕಾಗುತ್ತದೆ. ದೇಹವನ್ನು ತ್ಯಜಿಸುವುದನ್ನು ಸಾವು ಎಂದು ಕರೆಯಲಾಗುತ್ತದೆ, ಮತ್ತು ಇನ್ನೊಂದು ದೇಹವನ್ನು ಜನ್ಮ ಎಂದು ಸ್ವೀಕರಿಸುತ್ತಾರೆ. ಮಾನವ ರೂಪವು ನಿಷ್ಠಾವಂತ ಆಧ್ಯಾತ್ಮಿಕ ಗುರು ಮತ್ತು ಅವರ ಮೂಲಕ ಪರಮಾತ್ಮನ ಆಶ್ರಯವನ್ನು ಪಡೆಯಲು ಒಂದು ಅವಕಾಶವಾಗಿದೆ. ಒಬ್ಬನು ಶ್ರೀಮಂತನಾಗಿರಬಹುದು, ಕಲಿತವನಾಗಿರಬಹುದು, ಸುಂದರನಾಗಿರಬಹುದು ಅಥವಾ ಎತ್ತರದವನಾಗಿರಬಹುದು. ಈ ಎಲ್ಲಾ

ಸ್ವತ್ತುಗಳನ್ನು ಹೊಂದಿರುವವನು ಇವೆಲ್ಲವೂ ಕೃಷ್ಣ ಪ್ರಜ್ಞೆಯ ಪ್ರಗತಿಗಾಗಿ ಎಂದು ತಿಳಿದಿರಬೇಕು. ದುರದೃಷ್ಟವಶಾತ್, ಒಬ್ಬ ವ್ಯಕ್ತಿಯು ದಾರಿ ತಪ್ಪಿದಾಗ ಅವನು ತನ್ನ ಉನ್ನತ ಸ್ಥಾನವನ್ನು ಇಂದ್ರಿಯ ತೃಪ್ತಿಗಾಗಿ ದುರುಪಯೋಗಪಡಿಸಿಕೊಳ್ಳುತ್ತಾನೆ. ಆದ್ದರಿಂದ ಅನಿಯಂತ್ರಿತ ಇಂದ್ರಿಯಗಳನ್ನು ಲೂಟಿಕೋರರು ಎಂದು ಪರಿಗಣಿಸಲಾಗುತ್ತದೆ. ಭೌತಿಕ ಜಗತ್ತಿನಲ್ಲಿ ಸಿಗುವ ಸಂಪತ್ತು ಮತ್ತು ಅವಕಾಶವನ್ನು ಇಂದ್ರಿಯ ತೃಪ್ತಿಯಲ್ಲಿ ಹಾಳು ಮಾಡಬಾರದು ಎಂದು ಒಬ್ಬರು ಅರ್ಥಮಾಡಿಕೊಳ್ಳಬೇಕು. ಒಬ್ಬರು ಸ್ವಲ್ಪ ತಪಸ್ಸನ್ನು ಅಭ್ಯಾಸ ಮಾಡಬೇಕು ಮತ್ತು ಭಕ್ತಿ ಸೇವೆಯ ನಿಯಮಿತ ಜೀವನವನ್ನು ಹೊರತುಪಡಿಸಿ ಬೇರೆ ಯಾವುದಕ್ಕೂ ಹಣವನ್ನು ಖರ್ಚು ಮಾಡಬಾರದು.

ಗೃಹಸ್ಥ-ಆಶ್ರಮ ಕುಟುಂಬವು ಫಲಪ್ರದ ಚಟುವಟಿಕೆಯ ಕ್ಷೇತ್ರವಾಗಿದೆ. ಕುಟುಂಬ ಜೀವನವನ್ನು ಆನಂದಿಸುವ ಬಯಕೆ ಸಂಪೂರ್ಣವಾಗಿ ಸುಟ್ಟುಹೋದ ಹೊರತು, ಅದು ಮತ್ತೆ ಮತ್ತೆ ಬೆಳೆಯುತ್ತದೆ. ಎಲ್ಲಿಯವರೆಗೆ ಆಸೆಯ ಬೀಜಗಳು ನಾಶವಾಗುವುದಿಲ್ಲವೋ ಅಲ್ಲಿಯವರೆಗೆ ಫಲಕಾರಿ ಕ್ರಿಯಾಶೀಲತೆಯು ನಾಶವಾಗುವುದಿಲ್ಲ. ಎರಡು ಪ್ರಪಂಚಗಳಿವೆ - ಆಧ್ಯಾತ್ಮಿಕ ಮತ್ತು ಭೌತಿಕ ಪ್ರಪಂಚ. ಮರುಭೂಮಿಯಲ್ಲಿನ ಮರೀಚಿಕೆಯಂತೆ ಭೌತಿಕ ಪ್ರಪಂಚವು ಸುಳ್ಳು. ಮರುಭೂಮಿಯಲ್ಲಿ, ಪ್ರಾಣಿಗಳು ನೀರನ್ನು ನೋಡುತ್ತವೆ ಎಂದು ಭಾವಿಸುತ್ತವೆ, ಆದರೆ ವಾಸ್ತವವಾಗಿ ಯಾವುದೂ ಇಲ್ಲ. ಅಂತೆಯೇ, ಪ್ರಾಣಿಪ್ರೇಮವುಳ್ಳವರು ಭೌತಿಕ ಜೀವನದ ಮರುಭೂಮಿಯೊಳಗೆ ಶಾಂತಿಯನ್ನು ಕಂಡುಕೊಳ್ಳಲು ಪ್ರಯತ್ನಿಸುತ್ತಾರೆ. ಈ ಭೌತಿಕ ಜಗತ್ತಿನಲ್ಲಿ ಆನಂದವಿಲ್ಲ ಎಂದು ವಿವಿಧ ಶಾಸ್ತ್ರಗಳಲ್ಲಿ ಪದೇ ಪದೇ ಹೇಳಲಾಗಿದೆ.

ಪರೀಕ್ಷಿತ್ ಮಹಾರಾಜರು ಕಲಿಯುಗಕ್ಕೆ ತಮ್ಮ ರಾಜ್ಯವನ್ನು ತಕ್ಷಣವೇ ತೊರೆದು ನಾಲ್ಕು ಸ್ಥಳಗಳಲ್ಲಿ ವಾಸಿಸಲು ಹೇಳಿದರು: ವೇಶ್ಯಾಗೃಹಗಳು, ಮದ್ಯದ ಅಂಗಡಿಗಳು, ಕಸಾಯಿಖಾನೆಗಳು ಮತ್ತು ಜೂಜಿನ ಸ್ಥಳಗಳು. ಆದಾಗ್ಯೂ, ಕಲಿಯುಗವು ಈ ನಾಲ್ಕು ಸ್ಥಳಗಳನ್ನು ಒಳಗೊಂಡಿರುವ ಒಂದು ಸ್ಥಳವನ್ನು ಮಾತ್ರ ನೀಡುವಂತೆ ಕೇಳಿಕೊಂಡಿತು ಮತ್ತು ಪರೀಕ್ಷಿತ ಮಹಾರಾಜರು ಅವನಿಗೆ ಚಿನ್ನವನ್ನು ಸಂಗ್ರಹಿಸುವ ಸ್ಥಳವನ್ನು ನೀಡಿದರು. ಚಿನ್ನವು ಪಾಪದ ನಾಲ್ಕು ತತ್ವಗಳನ್ನು ಒಳಗೊಳ್ಳುತ್ತದೆ ಮತ್ತು ಆದ್ದರಿಂದ, ಆಧ್ಯಾತ್ಮಿಕ ಜೀವನದ ಪ್ರಕಾರ, ಚಿನ್ನವನ್ನು ಸಾಧ್ಯವಾದಷ್ಟು ಮರುಪಡೆಯಬೇಕು. ಚಿನ್ನವಿದ್ದರೆ ಖಂಡಿತವಾಗಿಯೂ ಅಕ್ರಮ ಸಂಭೋಗ, ಮಾಂಸಾಹಾರ, ಜೂಜು ಮತ್ತು ಅಮಲು ಇರುತ್ತದೆ. ಪಾಶ್ಚಾತ್ಯ ಜಗತ್ತಿನಲ್ಲಿ ಜನರು ಹೆಚ್ಚಿನ ಪ್ರಮಾಣದಲ್ಲಿ ಚಿನ್ನವನ್ನು

ಹೊಂದಿರುವುದರಿಂದ, ಈ ನಾಲ್ಕು ಪಾಪಗಳಿಗೆ ಬಲಿಯಾಗುತ್ತಾರೆ.

"ಭವಿಷ್ಯದ ಮೂರು ವಿಧಾನಗಳ ಪ್ರಭಾವದ ಅಡಿಯಲ್ಲಿ ದಿಗ್ಭ್ರಮೆಗೊಂಡ ಆತ್ಮವು, ಕಾಮಪ್ರಚೋದಕ ಬಯಕೆಯಿಂದಾಗಿ, ಜೀವಿಯು ಒಂದು ನಿರ್ದಿಷ್ಟ ಮಾನಸಿಕ ಪರಿಸ್ಥಿತಿಯನ್ನು ಸೃಷ್ಟಿಸುತ್ತದೆ, ಅದರ ಮೂಲಕ ವಾಸ್ತವದಲ್ಲಿ ಪ್ರಕೃತಿಯಿಂದ ನಡೆಸಲ್ಪಡುವ ಚಟುವಟಿಕೆಗಳನ್ನು ನಿರ್ವಹಿಸುತ್ತಾನೆ. ಈ ಭೌತಿಕ ಪ್ರಪಂಚವನ್ನು ಆನಂದಿಸಿ, ಅವನು ಹೀಗೆ ಸಿಕ್ಕಿಹಾಕಿಕೊಳ್ಳುತ್ತಾನೆ, ವಿವಿಧ ದೇಹಗಳನ್ನು ಪ್ರವೇಶಿಸುತ್ತಾನೆ ಮತ್ತು ಅವುಗಳಲ್ಲಿ ನರಳುತ್ತಾನೆ.ಕೆಲವೊಮ್ಮೆ, ಸುಂಟರಗಾಳಿಯ ಧೂಳಿನಿಂದ ಕುರುಡನಂತೆ, ನಿಯಮಾಧೀನ ಆತ್ಮವು ವಿರುದ್ಧ ಲಿಂಗದ ಸೌಂದರ್ಯವನ್ನು ನೋಡುತ್ತದೆ, ಅದನ್ನು ಪ್ರಮದ ಎಂದು ಕರೆಯಲಾಗುತ್ತದೆ. ಹೀಗೆ ದಿಗ್ಭ್ರಮೆಗೊಂಡ ಅವನು ಮಹಿಳೆಯ ಮಡಿಲಲ್ಲಿ ಬೆಳೆದನು ಮತ್ತು ಆ ಸಮಯದಲ್ಲಿ ಅವನ ಒಳ್ಳೆಯ ಇಂದ್ರಿಯಗಳು ಭಾವೋದ್ರೇಕದ ಬಲದಿಂದ ಹೊರಬರುತ್ತವೆ. ಹೀಗೆ ಅವನು ಕಾಮದ ಬಯಕೆಯಿಂದ ಬಹುತೇಕ ಕುರುಡನಾಗುತ್ತಾನೆ ಮತ್ತು ಲೈಂಗಿಕ ಜೀವನವನ್ನು ನಿಯಂತ್ರಿಸುವ ನಿಯಮಗಳು ಮತ್ತು ನಿಬಂಧನೆಗಳಿಗೆ ಅವಿಧೇಯನಾಗುತ್ತಾನೆ. ಮತ್ತು ಅವನು ರಾತ್ರಿಯ ರಾತ್ರಿಯಲ್ಲಿ ಅಕ್ರಮ ಲೈಂಗಿಕತೆಯನ್ನು ಆನಂದಿಸುತ್ತಾನೆ, ಭವಿಷ್ಯದ ಶಿಕ್ಷೆಯನ್ನು ನೋಡುವುದಿಲ್ಲ.

"ರಾಕ್ಷಸ ಜೀವನದ ಜಾತಿಗಳ ನಡುವೆ ಪುನರಾವರ್ತಿತ ಜನ್ಮವನ್ನು ಪಡೆಯುವುದರಿಂದ, ಅಂತಹ ವ್ಯಕ್ತಿಗಳು ಎಂದಿಗೂ ಪರಮಾತ್ಮನ್ನನ್ನು ಸಮೀಪಿಸಲು ಸಾಧ್ಯವಿಲ್ಲ. ಕ್ರಮೇಣ ಅವರು ಅತ್ಯಂತ ಅಸಹ್ಯಕರ ರೀತಿಯ ಅಸ್ತಿತ್ವಕ್ಕೆ ಮುಳುಗುತ್ತಾರೆ. ಪರಮಾತ್ಮನ ಪರಮ ಪುರುಷನು ಭೌತಿಕ ಪ್ರಕೃತಿಯ ಕಠಿಣ ನಿಯಮಗಳಿಗೆ ವಿರುದ್ಧವಾಗಿ ವರ್ತಿಸಲು ಯಾರನ್ನೂ ಅನುಮತಿಸುವುದಿಲ್ಲ; ಆದ್ದರಿಂದ ಅಕ್ರಮ ಸಂಭೋಗಕ್ಕೆ ಜೀವಮಾನದ ನಂತರ ಶಿಕ್ಷೆಯಾಗುತ್ತದೆ.ಅನೈತಿಕ ಸಂಭೋಗವು ಗರ್ಭಪಾತವನ್ನು ಉಂಟುಮಾಡುತ್ತದೆ ಮತ್ತು ಈ ಅನಗತ್ಯ ಗರ್ಭಧಾರಣೆಗಳು ಗರ್ಭಪಾತಕ್ಕೆ ಕಾರಣವಾಗುತ್ತವೆ. ಸಂಬಂಧಿಸಿದವರು ಈ ಪಾಪಗಳಲ್ಲಿ ಭಾಗಿಯಾಗುತ್ತಾರೆ, ಆದ್ದರಿಂದ ಅವರು ಮುಂದಿನ ಜನ್ಮದಲ್ಲಿ ಅದೇ ರೀತಿಯಲ್ಲಿ ಶಿಕ್ಷೆಗೆ ಒಳಗಾಗುತ್ತಾರೆ. ಹೀಗಾಗಿ ಮುಂದಿನ ಜನ್ಮದಲ್ಲಿ ಅವರು ತಾಯಿಯ ಗರ್ಭವನ್ನು ಪ್ರವೇಶಿಸಿ ಅದೇ ರೀತಿಯಲ್ಲಿ ಕೊಲ್ಲಲ್ಪಟ್ಟರು, ಅಕ್ರಮ ಲೈಂಗಿಕತೆಯು ಅತ್ಯಂತ ಪ್ರಮುಖವಾದ ಪಾಪವಾಗಿದೆ. ಕಾಮದ ಬಯಕೆ,ಒಬ್ಬನು ಭಾವೋದ್ರೇಕದ ವಿಧಾನದೊಂದಿಗೆ

ಸಹವಾಸಮಾಡಿದಾಗ, ಅವನು ಜೀವನದ ನಂತರದ ಜೀವನದಲ್ಲಿ ಬಳಲುತ್ತಿದ್ದಾನೆ. ಹಿಂದಿನ ಪುಣ್ಯಕಾರ್ಯಗಳಿಂದ ಸಂಪಾದಿಸಿದ ಸಂಪತ್ತು ಮತ್ತು ಸಂಪತ್ತನ್ನು ಇಂದ್ರಿಯ ತೃಪ್ತಿಗಾಗಿ ದುರುಪಯೋಗಪಡಿಸಿಕೊಳ್ಳಬಾರದು. ಇಂದ್ರಿಯ ತೃಪ್ತಿಗಾಗಿ ಅವುಗಳನ್ನು ಆನಂದಿಸುವುದು ವಿಷಕಾರಿ ಮರದ ಹಣ್ಣುಗಳನ್ನು ಆನಂದಿಸಿದಂತೆ. ಅಂತಹ ಚಟುವಟಿಕೆಗಳು ನಿಯಮಾಧೀನ ಆತ್ಮಕ್ಕೆ ಈ ಜೀವನದಲ್ಲಿ ಅಥವಾ ಮುಂದಿನ ಜೀವನದಲ್ಲಿ ಯಾವುದೇ ರೀತಿಯಲ್ಲಿ ಸಹಾಯ ಮಾಡುವುದಿಲ್ಲ. ಆದಾಗ್ಯೂ, ಒಬ್ಬ ಸರಿಯಾದ ಆಧ್ಯಾತ್ಮಿಕ ಗುರುವಿನ ಮಾರ್ಗದರ್ಶನದಲ್ಲಿ ತನ್ನ ಆಸ್ತಿಯನ್ನು ಭಗವಂತನ ಸೇವೆಯಲ್ಲಿ ತೊಡಗಿಸಿಕೊಂಡರೆ.,ಅವನು ಈ ಜೀವನದಲ್ಲಿ ಮತ್ತು ಮುಂದಿನ ಜೀವನದಲ್ಲಿ ಸಂತೋಷವನ್ನು ಪಡೆಯುತ್ತಾನೆ. ಅವನು ಹಾಗೆ ಮಾಡದಿದ್ದರೆ, ಅವನು ನಿಷೇಧಿತ ಸೇಬನ್ನು ತಿನ್ನುತ್ತಾನೆ ಮತ್ತು ಆ ಮೂಲಕ ತನ್ನ ಸ್ವರ್ಗವನ್ನು ಕಳೆದುಕೊಳ್ಳುತ್ತಾನೆ. ಆದ್ದರಿಂದ ಭಗವಾನ್ ಶ್ರೀ ಕೃಷ್ಣನು ಒಬ್ಬನ ಆಸ್ತಿಯನ್ನು ತನಗೆ ನೀಡಬೇಕೆಂದು ಸಲಹೆ ನೀಡುತ್ತಾನೆ.

ಈ ಭೌತಿಕ ಪ್ರಪಂಚದ ಉರಿಯುತ್ತಿರುವ ಬೆಂಕಿಯನ್ನು, ಅಸ್ತಿತ್ವದ ಹೋರಾಟವನ್ನು ನಂದಿಸಬಲ್ಲ ಗುರುವನ್ನು ಸಂಪರ್ಕಿಸಬೇಕು. ಜನರು ಮೋಸಹೋಗಲು ಬಯಸುತ್ತಾರೆ ಮತ್ತು ಆದ್ದರಿಂದ ಅವರು ತಂತ್ರಗಳನ್ನು ಆಡುವ ಯೋಗಿಗಳು ಮತ್ತು ಸ್ವಾಮಿಗಳ ಬಳಿಗೆ ಹೋಗುತ್ತಾರೆ, ಆದರೆ ತಂತ್ರಗಳು ಭೌತಿಕ ಜೀವನದ ದುಃಖಗಳನ್ನು ತಗ್ಗಿಸುವುದಿಲ್ಲ. ಚಿನ್ನವನ್ನು ತಯಾರಿಸುವ ಸಾಮರ್ಥ್ಯವು ದೇವರಾಗಲು ಒಂದು ಮಾನದಂಡವಾಗಿದ್ದರೆ, ಕೃಷ್ಣನನ್ನು ಏಕೆ ಸ್ವೀಕರಿಸಬಾರದು?ಇಡೀ ಬ್ರಹ್ಮಾಂಡದ ಮಾಲೀಕ, ಇದರಲ್ಲಿ ಲೆಕ್ಕವಿಲ್ಲದಷ್ಟು ಟನ್ ಚಿನ್ನವಿದೆ? ಮೊದಲು ಉಲ್ಲೇಖಿಸಿದ, ಚಿನ್ನದ ಬಣ್ಣವನ್ನು ವಿಲ್-ಒ'-ದಿ-ವಿಸ್ಪ್ ಅಥವಾ ಹಳದಿ ಮಲಕ್ಕೆ ಹೋಲಿಸಲಾಗುತ್ತದೆ. ಆದ್ದರಿಂದ ಚಿನ್ನವನ್ನು ತಯಾರಿಸುವ ಗುರುಗಳಿಂದ ಆಕರ್ಷಿತರಾಗಬಾರದು ಆದರೆ ಜಡ ಭರತನಂತಹ ಭಕ್ತನನ್ನು ಪ್ರಾಮಾಣಿಕವಾಗಿ ಸಂಪರ್ಕಿಸಬೇಕು. ಜಡ ಭರತನು ರಾಹುಗಣ ಮಹಾರಾಜನಿಗೆ ಎಷ್ಟು ಚೆನ್ನಾಗಿ ಉಪದೇಶಿಸಿದನೆಂದರೆ ರಾಜನು ದೈಹಿಕ ಗರ್ಭದಿಂದ ಮುಕ್ತನಾದನು. ಸುಳ್ಳು ಗುರುವನ್ನು ಸ್ವೀಕರಿಸಿ ಸಂತೋಷವಾಗುವುದಿಲ್ಲ. ಶ್ರೀಮದ್ ಭಾಗವತದಲ್ಲಿ (11.3.21) ಸಲಹೆಯಂತೆ ಗುರುವನ್ನು ಸ್ವೀಕರಿಸಬೇಕು. "**ತಸ್ಮಾದ್ ಗುರುಃ ಪ್ರಪದ್ಯೇತ ಜಿಜ್ಞಾಸುಃ ಶ್ರೇಯ ಉತ್ತಮಮ್:**" ಜೀವನದ ಅತ್ಯುನ್ನತ ಲಾಭದ ಬಗ್ಗೆ ವಿಚಾರಿಸಲು ಒಬ್ಬನು ಪ್ರಾಮಾಣಿಕ ಗುರುವನ್ನು ಸಂಪರ್ಕಿಸಬೇಕು. ಅಂತಹ ಗುರುವನ್ನು

ವಿವರಿಸಲಾಗಿದೆ: ಅಂತಹ ಗುರುವು ಚಿನ್ನವನ್ನು ತಯಾರಿಸುವುದಿಲ್ಲ ಅಥವಾ ಪದಗಳನ್ನು ಕಣ್ಕಟ್ಟು ಮಾಡುವುದಿಲ್ಲ ಅವರು ವೈದಿಕ ಜ್ಞಾನದ ತೀರ್ಮಾನಗಳಲ್ಲಿ ಚೆನ್ನಾಗಿ ಪಾರಂಗತರಾಗಿದ್ದಾರೆ . ಅವನು ಎಲ್ಲಾ ಭೌತಿಕ ಮಾಲಿನ್ಯದಿಂದ ಮುಕ್ತನಾಗಿ ಕೃಷ್ಣನ ಸೇವೆಯಲ್ಲಿ ಸಂಪೂರ್ಣವಾಗಿ ತೊಡಗಿಸಿಕೊಂಡಿದ್ದಾನೆ. ಅಂತಹ ಗುರುವಿನ ಪಾದಕಮಲಗಳ ಧೂಳನ್ನು ಪಡೆಯಲು ಸಾಧ್ಯವಾದರೆ, ಅವನ ಜೀವನವು ಯಶಸ್ವಿಯಾಗುತ್ತದೆ. ಇಲ್ಲದಿದ್ದರೆ ಅವನು ಈ ಜನ್ಮದಲ್ಲಿಯೂ ಮತ್ತು ಮುಂದಿನ ಜನ್ಮದಲ್ಲಿಯೂ ಕಂಗೆಡುತ್ತಾನೆ. ಈ ಭೌತಿಕ ಜಗತ್ತಿನಲ್ಲಿ, ನಿಯಮಾಧೀನ ಆತ್ಮವು ತನ್ನ ಸ್ವಂತ ನಿರ್ವಹಣೆಗೆ ವ್ಯವಸ್ಥೆ ಮಾಡಲು ಸಾಧ್ಯವಾಗದಿದ್ದಾಗ, ಇತರರನ್ನು ಶೋಷಿಸಿದರೂ, ಅವನು ತನ್ನ ಸ್ವಂತ ತಂದೆ ಅಥವಾ ಮಗನನ್ನು ಶೋಷಿಸಲು ಪ್ರಯತ್ನಿಸುತ್ತಾನೆ, ಆ ಸಂಬಂಧಿಯ ಆಸ್ತಿಯನ್ನು ಕಸಿದುಕೊಳ್ಳುತ್ತಾನೆ, ಆದರೂ ಅವುಗಳು ಅತ್ಯಲ್ಪವಾಗಿದ್ದರೂ. ಅವನು ತನ್ನ ತಂದೆ, ಮಗ ಅಥವಾ ಇತರ ಸಂಬಂಧಿಕರಿಂದ ವಸ್ತುಗಳನ್ನು ಪಡೆಯಲು ಸಾಧ್ಯವಾಗದಿದ್ದರೆ, ಅವರಿಗೆ ಎಲ್ಲಾ ರೀತಿಯ ತೊಂದರೆ ನೀಡಲು ಅವನು ಸಿದ್ಧನಾಗಿರುತ್ತಾನೆ.

ಈ ಜಗತ್ತಿನಲ್ಲಿ, ಕುಟುಂಬ ಜೀವನವು ಕಾಡಿನಲ್ಲಿ ಉರಿಯುತ್ತಿರುವ ಬೆಂಕಿಯಂತೆ. ಕನಿಷ್ಠ ಸಂತೋಷವೂ ಇಲ್ಲ, ಮತ್ತು ಕ್ರಮೇಣ ಒಬ್ಬನು ಹೆಚ್ಚು ಹೆಚ್ಚು ಅತೃಪ್ತಿಯಲ್ಲಿ ತೊಡಗುತ್ತಾನೆ. ಮನೆಯ ಜೀವನದಲ್ಲಿ, ಶಾಶ್ವತ ಸಂತೋಷಕ್ಕೆ ಅನುಕೂಲಕರವಾದ ಏನೂ ಇಲ್ಲ. ಗೃಹಜೀವನದಲ್ಲಿ ತೊಡಗಿಸಿಕೊಂಡಿರುವುದರಿಂದ, ನಿಯಮಾಧೀನ ಆತ್ಮವು ದುಃಖದ ಬೆಂಕಿಯಲ್ಲಿ ಸುಟ್ಟುಹೋಗುತ್ತದೆ. ಕೆಲವೊಮ್ಮೆ ಅವನು ತನ್ನನ್ನು ತಾನು ದುರದೃಷ್ಟಕರ ಎಂದು ಖಂಡಿಸುತ್ತಾನೆ, ಮತ್ತು ಕೆಲವೊಮ್ಮೆ ಅವನು ತನ್ನ ಹಿಂದಿನ ಜನ್ಮದಲ್ಲಿ ಯಾವುದೇ ಧಾರ್ಮಿಕ ಚಟುವಟಿಕೆಗಳನ್ನು ಮಾಡದ ಕಾರಣ ತಾನು ಬಳಲುತ್ತಿದ್ದೇನೆ ಎಂದು ಹೇಳಿಕೊಳ್ಳುತ್ತಾನೆ.ಸರ್ಕಾರಿ ಪುರುಷರು ಯಾವಾಗಲೂ ಮಾಂಸಾಹಾರಿ ರಾಕ್ಷಸರಂತೆ ರಾಕ್ಷಸರು [ನರಭಕ್ಷಕರು]. ಕೆಲವೊಮ್ಮೆ ಈ ಸರ್ಕಾರಿ ಪುರುಷರು ನಿಯಮಾಧೀನ ಆತ್ಮದ ವಿರುದ್ಧ ತಿರುಗಿ ಅವರ ಎಲ್ಲಾ ಸಂಗ್ರಹವಾದ ಸಂಪತ್ತನ್ನು ಕಸಿದುಕೊಳ್ಳುತ್ತಾರೆ. ತನ್ನ ಜೀವನದ ಕಾಯ್ದಿರಿಸಿದ ಸಂಪತ್ತನ್ನು ಕಳೆದುಕೊಳ್ಳುವುದರಿಂದ, ಷರತ್ತುಬದ್ಧ ಆತ್ಮವು ಎಲ್ಲಾ ಉತ್ಸಾಹವನ್ನು ಕಳೆದುಕೊಳ್ಳುತ್ತದೆ. ನಿಜವಾಗಿ, ಅವನು ತನ್ನ ಪ್ರಾಣವನ್ನು ಕಳೆದುಕೊಂಡಂತೆ. ಸರ್ಕಾರಿ ಪುರುಷರನ್ನು ರಾಕ್ಷಸರು ಅಥವಾ ಮಾಂಸಾಹಾರಿ ರಾಕ್ಷಸರು ಎಂದು ಕರೆಯಲಾಗುತ್ತದೆ. ಸರ್ಕಾರಿ ಪುರುಷರು ಒಬ್ಬ ವ್ಯಕ್ತಿಯನ್ನು ವಿರೋಧಿಸಿದರೆ, ಆ

ವ್ಯಕ್ತಿಯು ದೀರ್ಘಕಾಲದವರೆಗೆ ಬಹಳ ಕಾಳಜಿಯಿಂದ ಸಂಗ್ರಹಿಸಿರುವ ಅವನ ಎಲ್ಲಾ ಸಂಪತ್ತನ್ನು ಕಳೆದುಕೊಳ್ಳುತ್ತಾನೆ. ವಾಸ್ತವವಾಗಿ ಯಾರೂ ಆದಾಯ ತೆರಿಗೆಯನ್ನು ಪಾವತಿಸಲು ಬಯಸುವುದಿಲ್ಲ-ಸರ್ಕಾರಿ ಪುರುಷರು ಸಹ ಈ ತೆರಿಗೆಗಳನ್ನು ತಪ್ಪಿಸಲು ಪ್ರಯತ್ನಿಸುತ್ತಾರೆ-ಆದರೆ ಪ್ರತಿಕೂಲವಾದ ಸಮಯದಲ್ಲಿ ಆದಾಯ ತೆರಿಗೆಗಳನ್ನು ಬಲವಂತವಾಗಿ ವಿಧಿಸಲಾಗುತ್ತದೆ ಮತ್ತು ತೆರಿಗೆದಾರರು ತುಂಬಾ ದುಃಖಿತರಾಗುತ್ತಾರೆ. ಕೆಲವೊಮ್ಮೆ, ದೈಹಿಕ ಹಸಿವು ಮತ್ತು ಬಾಯಾರಿಕೆಯಿಂದಾಗಿ, ನಿಯಮಾಧೀನ ಆತ್ಮವು ತನ್ನ ತಾಳ್ಮೆಯನ್ನು ಕಳೆದುಕೊಳ್ಳುತ್ತಾನೆ ಮತ್ತು ತನ್ನ ಪ್ರೀತಿಯ ಪುತ್ರರು, ಪುತ್ರಿಯರು ಮತ್ತು ಹೆಂಡತಿಯೊಂದಿಗೆ ಕೋಪಗೊಳ್ಳುತ್ತಾನೆ.

ಕೌಟುಂಬಿಕ ಜೀವನದ ಸಂತೋಷವನ್ನು ಮರುಭೂಮಿಯಲ್ಲಿನ ನೀರಿನ ಹನಿಗೆ ಹೋಲಿಸಲಾಗುತ್ತದೆ. ಕುಟುಂಬ ಜೀವನದಲ್ಲಿ ಯಾರೂ ಸಂತೋಷವಾಗಿರಲು ಸಾಧ್ಯವಿಲ್ಲ. ವೈದಿಕ ನಾಗರೀಕತೆಯ ಪ್ರಕಾರ, ಕುಟುಂಬ ಜೀವನದ ಜವಾಬ್ದಾರಿಗಳನ್ನು ಬಿಟ್ಟುಕೊಡಲು ಸಾಧ್ಯವಿಲ್ಲ, ಆದರೆ ಇಂದು ಎಲ್ಲರೂ ವಿಚ್ಛೇದನದಿಂದ ಕುಟುಂಬ ಜೀವನವನ್ನು ತ್ಯಜಿಸುತ್ತಿದ್ದಾರೆ. ಕುಟುಂಬದಲ್ಲಿ ಅನುಭವಿಸುತ್ತಿರುವ ಶೋಚನೀಯ ಸ್ಥಿತಿಯೇ ಇದಕ್ಕೆ ಕಾರಣ. ಕೆಲವೊಮ್ಮೆ, ದುಃಖದ ಕಾರಣದಿಂದಾಗಿ, ಒಬ್ಬನು ತನ್ನ ಪ್ರೀತಿಯ ಪುತ್ರರು, ಪುತ್ರಿಯರು ಮತ್ತು ಹೆಂಡತಿಯ ಕಡೆಗೆ ತುಂಬಾ ಕೋಪಗೊಳ್ಳುತ್ತಾನೆ. ಇದು ಭೌತಿಕ ಜೀವನದ ಕಾಡಿನ ಉರಿಯುತ್ತಿರುವ ಬೆಂಕಿಯ ಭಾಗವಾಗಿದೆ. ನಿಯಮಾಧೀನ ಆತ್ಮವು ಕೆಲವೊಮ್ಮೆ ಇಂದ್ರಿಯ ತೃಪ್ತಿಯಿಂದ ಪಡೆದ ಅಲ್ಪ ಸಂತೋಷಕ್ಕೆ ಆಕರ್ಷಿತವಾಗುತ್ತದೆ. ಹೀಗಾಗಿ ಅವನು ಅಕ್ರಮ ಸಂಭೋಗವನ್ನು ಹೊಂದುತ್ತಾನೆ ಅಥವಾ ಇನ್ನೊಬ್ಬರ ಆಸ್ತಿಯನ್ನು ಕದಿಯುತ್ತಾನೆ. ಅಂತಹ ಸಮಯದಲ್ಲಿ ಅವನನ್ನು ಸರ್ಕಾರವು ಬಂಧಿಸಬಹುದು ಅಥವಾ ಮಹಿಳೆಯ ಪತಿ ಅಥವಾ ರಕ್ಷಕನಿಂದ ಶಿಕ್ಷಿಸಬಹುದು. ಹೀಗೆ ಸರಳವಾಗಿ ಸ್ವಲ್ಪ ವಸ್ತು ತೃಪ್ತಿಗಾಗಿ, ನರಕಯಾತನೆಯ ಸ್ಥಿತಿಗೆ ಬೀಳುತ್ತಾನೆ ಮತ್ತು ಅತ್ಯಾಚಾರ, ಅಪಹರಣ, ಕಳ್ಳತನ ಮತ್ತು ಮುಂತಾದವುಗಳಿಗಾಗಿ ಜೈಲಿಗೆ ಹಾಕಲಾಗುತ್ತದೆ. ಭೌತಿಕ ಜೀವನವು ಅನೈತಿಕ ಲೈಂಗಿಕತೆ, ಜೂಜು, ಅಮಲು ಮತ್ತು ಮಾಂಸಾಹಾರದಲ್ಲಿ ತೊಡಗುವುದರಿಂದ, ನಿಯಮಾಧೀನ ಆತ್ಮವು ಯಾವಾಗಲೂ ಅಪಾಯಕಾರಿ ಸ್ಥಿತಿಯಲ್ಲಿರುತ್ತದೆ. ಮಾಂಸಾಹಾರ ಮತ್ತು ಅಮಲು ಇಂದ್ರಿಯಗಳನ್ನು ಹೆಚ್ಚು ಹೆಚ್ಚು ಪ್ರಚೋದಿಸುತ್ತದೆ ಮತ್ತು ನಿಯಮಾಧೀನ ಆತ್ಮವು ಮಹಿಳೆಯರಿಗೆ ಬಲಿಯಾಗುತ್ತದೆ. ಹೆಣ್ಣನ್ನು ಉಳಿಸಿಕೊಳ್ಳಲು ಹಣ ಬೇಕು, ಹಣ ಸಂಪಾದಿಸಲು ಭಿಕ್ಷೆ ಬೇಡುತ್ತಾರೆ. ಅಥವಾ

ಕದಿಯುತ್ತಾನೆ. ವಾಸ್ತವವಾಗಿ, ಅವನು ಅಸಹ್ಯಕರ ಕೃತ್ಯಗಳನ್ನು ಮಾಡುತ್ತಾನೆ, ಅದು ಅವನಿಗೆ ಈ ಜೀವನದಲ್ಲಿ ಮತ್ತು ಮುಂದಿನ ಜೀವನದಲ್ಲಿ ನೋವುಂಟು ಮಾಡುತ್ತದೆ. ಆದ್ದರಿಂದ ಆಧ್ಯಾತ್ಮಿಕವಾಗಿ ಒಲವು ಹೊಂದಿರುವವರು ಅಥವಾ ಆಧ್ಯಾತ್ಮಿಕ ಸಾಕ್ಷಾತ್ಕಾರದ ಹಾದಿಯಲ್ಲಿರುವವರು ಅಕ್ರಮ ಲೈಂಗಿಕತೆಯನ್ನು ನಿಲ್ಲಿಸಬೇಕು. ಲೈಂಗಿಕತೆಗೆ ಪರವಾನಗಿ ಹೊಂದಿದ್ದರೂ ಅಥವಾ ಇಲ್ಲದಿದ್ದರೂ, ದೊಡ್ಡ ತೊಂದರೆ ಇದೆ. ಯಾವುದೇ ಸಂದರ್ಭದಲ್ಲಿ, ಹಣ ಒಂದೇ ಸ್ಥಳದಲ್ಲಿ ಉಳಿಯುವುದಿಲ್ಲ. ಇದು ಒಂದು ಕೈಯಿಂದ ಇನ್ನೊಂದಕ್ಕೆ ಹಾದುಹೋಗುತ್ತದೆ. ಅಂತಿಮವಾಗಿ ಯಾರೂ ಹಣವನ್ನು ಆನಂದಿಸಲು ಸಾಧ್ಯವಿಲ್ಲ, ಮತ್ತು ಅದು ಪರಮ ಪುರುಷನ ಆಸ್ತಿಯಾಗಿ ಉಳಿದಿದೆ. ಅದೃಷ್ಟದ ದೇವತೆಯಾದ ಲಕ್ಷ್ಮಿಯಿಂದ ಸಂಪತ್ತು ಬರುತ್ತದೆ ಮತ್ತು ಅದೃಷ್ಟದ ದೇವತೆಯು ಪರಮ ಪುರುಷನಾದ ನಾರಾಯಣನ ಆಸ್ತಿಯಾಗಿದೆ. ಉದಾಹರಣೆಗೆ, ಭೌತವಾದಿ ರಾವಣನಿಂದ ಲಕ್ಷ್ಮಿಯನ್ನು ಒಯ್ಯಲಾಯಿತು. ಭಗವಾನ್ ರಾಮನ ಅದೃಷ್ಟದ ದೇವತೆಯಾದ ಸೀತೆಯನ್ನು ರಾವಣ ಅಪಹರಿಸಿದ. ಪರಿಣಾಮವಾಗಿ, ರಾವಣನ ಸಂಪೂರ್ಣ ಕುಟುಂಬ, ಐಶ್ವರ್ಯ ಮತ್ತು ರಾಜ್ಯವನ್ನು ಧ್ವಂಸಗೊಳಿಸಲಾಯಿತು ಮತ್ತು ಅದೃಷ್ಟದ ದೇವತೆಯಾದ ಸೀತೆಯನ್ನು ಅವನ ಹಿಡಿತದಿಂದ ಚೇತರಿಸಿಕೊಂಡಳು ಮತ್ತು ಭಗವಾನ್ ರಾಮನೊಂದಿಗೆ ಮತ್ತೆ ಒಂದಾದಳು. ಹೀಗೆ ಎಲ್ಲಾ ಆಸ್ತಿ, ಸಂಪತ್ತು ಮತ್ತು ಸಂಪತ್ತು ಕೃಷ್ಣನಿಗೆ ಸೇರಿದೆ.

ಎರಡು ಜನರ ನಡುವಿನ ಸಾಮಾನ್ಯ ವ್ಯವಹಾರಗಳಲ್ಲಿಯೂ ಸಹ, ನಿಯಮಾಧೀನ ಆತ್ಮವು ನಾಲ್ಕು ವಿಧಗಳಲ್ಲಿ ದೋಷಪೂರಿತವಾಗಿರುವುದರಿಂದ ಮೋಸವು ಯಾವಾಗಲೂ ಇರುತ್ತದೆ - ಅವನು ಭ್ರಮೆಗೆ ಒಳಗಾಗುತ್ತಾನೆ, ಅವನು ತಪ್ಪುಗಳನ್ನು ಮಾಡುತ್ತಾನೆ, ಅವನ ಜ್ಞಾನವು ಅಪೂರ್ಣವಾಗಿದೆ ಮತ್ತು ಅವನು ಮೋಸ ಮಾಡುವ ಪ್ರವೃತ್ತಿಯನ್ನು ಹೊಂದಿರುತ್ತಾನೆ. ತತ್ಪರಿಣಾಮವಾಗಿ ಪ್ರತಿಯೊಬ್ಬ ಪುರುಷನು ವಂಚನೆಯ ಪ್ರವೃತ್ತಿಯನ್ನು ಹೊಂದಿದ್ದಾನೆ, ಅದು ವ್ಯಾಪಾರ ಅಥವಾ ಹಣದ ವಹಿವಾಟುಗಳಲ್ಲಿ ಕೆಲಸ ಮಾಡುತ್ತದೆ. ಇಬ್ಬರು ಸ್ನೇಹಿತರು ಶಾಂತಿಯುತವಾಗಿ ಒಟ್ಟಿಗೆ ವಾಸಿಸುತ್ತಿದ್ದರೂ, ಮೋಸ ಮಾಡುವ ಪ್ರವೃತ್ತಿಯಿಂದಾಗಿ ಅವರ ನಡುವೆ ವ್ಯವಹಾರ ನಡೆದಾಗ ಅವರು ಶತ್ರುಗಳಾಗುತ್ತಾರೆ. ಈ ಭೌತಿಕ ಜೀವನದಲ್ಲಿ, ಅನೇಕ ತೊಂದರೆಗಳಿವೆ ಮತ್ತು ಇವೆಲ್ಲವೂ ದುಸ್ತರವಾಗಿದೆ. ಇದಲ್ಲದೆ, ಸಂತೋಷ, ಸಂಕಟ, ಬಾಂಧವ್ಯ, ದ್ವೇಷ, ಭಯ, ಸುಳ್ಳು ಪ್ರತಿಷ್ಠೆ, ಭ್ರಮೆ, ಹುಚ್ಚು, ಪ್ರಲಾಪ, ದಿಗ್ಭ್ರಮೆ, ದುರಾಶೆ, ಅಸೂಯೆ, ದ್ವೇಷ, ಅವಮಾನ, ಹಸಿವು, ಬಾಯಾರಿಕೆ, ಕ್ಲೇಶ, ರೋಗ, ಜನ್ಮ, ಇತ್ಯಾದಿಗಳಿಂದ

ಉಂಟಾಗುವ ತೊಂದರೆಗಳಿವೆ. ವೃದ್ಧಾಪ್ಯ ಮತ್ತು ಸಾವು. ಇವೆಲ್ಲವೂ ಒಗ್ಗೂಡಿ ಭೌತಿಕ ಸ್ಥಿತಿಯಲ್ಲಿರುವ ಆತ್ಮಕ್ಕೆ ದುಃಖವನ್ನು ಹೊರತುಪಡಿಸಿ ಏನನ್ನೂ ನೀಡುವುದಿಲ್ಲ.

ಅವಶ್ಯಕತೆಗೆ ಯಾವುದೇ ಕಾನೂನು ತಿಳಿದಿಲ್ಲ ಎಂದು ಹೇಳಲಾಗುತ್ತದೆ. ನಿಯಮಾಧೀನ ಆತ್ಮಕ್ಕೆ ಜೀವನದ ಅಗತ್ಯಗಳನ್ನು ಪಡೆಯಲು ಹಣದ ಅಗತ್ಯವಿದ್ದಾಗ, ಅವನು ಯಾವುದೇ ವಿಧಾನವನ್ನು ಅಳವಡಿಸಿಕೊಳ್ಳುತ್ತಾನೆ. ಅವನು ಬೇಡಿಕೊಳ್ಳುತ್ತಾನೆ, ಸಾಲ ಪಡೆಯುತ್ತಾನೆ ಅಥವಾ ಕದಿಯುತ್ತಾನೆ. ಈ ವಸ್ತುಗಳನ್ನು ಸ್ವೀಕರಿಸುವ ಬದಲು, ಅವನನ್ನು ಅವಮಾನಿಸಲಾಗುತ್ತದೆ ಮತ್ತು ಶಿಕ್ಷಿಸಲಾಗುತ್ತದೆ. ಒಬ್ಬರು ಚೆನ್ನಾಗಿ ಸಂಘಟಿತರಾಗದಿದ್ದರೆ, ಅನ್ಯಾಯದ ವಿಧಾನಗಳಿಂದ ಸಂಪತ್ತನ್ನು ಸಂಗ್ರಹಿಸಲು ಸಾಧ್ಯವಿಲ್ಲ. ಒಬ್ಬನು ಅನ್ಯಾಯದ ಮಾರ್ಗದಿಂದ ಸಂಪತ್ತನ್ನು ಸಂಪಾದಿಸಿದರೂ, ಅವನು ಸರ್ಕಾರದಿಂದ ಅಥವಾ ಸಾಮಾನ್ಯ ಜನರಿಂದ ಶಿಕ್ಷೆ ಮತ್ತು ಅವಮಾನವನ್ನು ತಪ್ಪಿಸಲು ಸಾಧ್ಯವಿಲ್ಲ. ಪ್ರಮುಖರ ಹಣ ದುರುಪಯೋಗ, ಸಿಕ್ಕಿಬಿದ್ದು ಜೈಲು ಪಾಲಾದ ನಿದರ್ಶನಗಳು ಸಾಕಷ್ಟಿವೆ. ಒಬ್ಬರು ಜೈಲಿನ ಶಿಕ್ಷೆಯನ್ನು ತಪ್ಪಿಸಬಹುದು, ಆದರೆ ಭೌತಿಕ ಪ್ರಕೃತಿಯ ಸಂಸ್ಥೆಯ ಮೂಲಕ ಕೆಲಸ ಮಾಡುವ ಪರಮ ಪುರುಷನ ಶಿಕ್ಷೆಯನ್ನು ತಪ್ಪಿಸಲು ಸಾಧ್ಯವಿಲ್ಲ. ಪ್ರಕೃತಿ ತುಂಬಾ ಕ್ರೂರ. ಅವಳು ಯಾರನ್ನೂ ಕ್ಷಮಿಸುವುದಿಲ್ಲ. ಜನರು ಪ್ರಕೃತಿಯ ಬಗ್ಗೆ ಕಾಳಜಿ ವಹಿಸದಿದ್ದರೆ, ಅವರು ಎಲ್ಲಾ ರೀತಿಯ ಪಾಪ ಕಾರ್ಯಗಳನ್ನು ಮಾಡುತ್ತಾರೆ ಮತ್ತು ಪರಿಣಾಮವಾಗಿ ಅವರು ಬಳಲುತ್ತಿದ್ದಾರೆ. ತಮ್ಮ ಆಸೆಗಳನ್ನು ಪೂರೈಸುವ ಸಲುವಾಗಿ, ಅವರು ಕೆಲವೊಮ್ಮೆ ಮದುವೆಯಾಗುತ್ತಾರೆ. ದುರದೃಷ್ಟವಶಾತ್, ಈ ಮದುವೆಗಳು ಹೆಚ್ಚು ಕಾಲ ಉಳಿಯುವುದಿಲ್ಲ ಮತ್ತು ವಿಚ್ಛೇದನ ಅಥವಾ ಇತರ ವಿಧಾನಗಳಿಂದ ತೊಡಗಿಸಿಕೊಂಡಿರುವ ಜನರು ಮತ್ತೆ ಬೇರ್ಪಟ್ಟಿದ್ದಾರೆ.

8

ಭಗವಂತನ ಪ್ರಜ್ಞೆಯಲ್ಲಿ

ನಿಯಮಗಳನ್ನು ರಚಿಸಿದ ಪರಮಾತ್ಮನ ದೃಷ್ಟಿಕೋನದಿಂದ ನಾವು ಪ್ರಕೃತಿಯ ನಿಯಮಗಳನ್ನು ಅರ್ಥಮಾಡಿಕೊಳ್ಳಬೇಕು. ಅವನ ದೃಷ್ಟಿಯಲ್ಲಿ ಭೂಮಿಯ ಎಲ್ಲಾ ನಿವಾಸಿಗಳು - ಭೂಮಿ, ನೀರು ಅಥವಾ ಗಾಳಿಯ ಜೀವಿಗಳು ಅವನ ಪುತ್ರರು ಮತ್ತು ಮಕ್ಕಳು. ಆದರೂ ನಾವು, ಮಾನವ ನಿವಾಸಿಗಳು, ಜೀವಿಗಳಲ್ಲಿ ಅತ್ಯಂತ ಮುಂದುವರಿದವರು, ಈ ಪುತ್ರರು ಮತ್ತು ಮಕ್ಕಳು ಪ್ರಾಣಿಹತ್ಯೆಯ ಅಭ್ಯಾಸದಿಂದ ಮಳೆಕಾಡುಗಳ ನಾಶದವರೆಗೆ ಬಹಳ ಕ್ರೌರ್ಯದಿಂದ ನಡೆಸಿಕೊಳ್ಳುತ್ತೇವೆ. ನೈಸರ್ಗಿಕ ವಿಪತ್ತುಗಳು, ಯುದ್ಧಗಳು, ಸಾಂಕ್ರಾಮಿಕ ರೋಗಗಳು, ಕ್ಷಾಮಗಳು ಮತ್ತು ಮುಂತಾದವುಗಳ ಅಂತ್ಯವಿಲ್ಲದ ಸರಣಿಯನ್ನು ನಾವು ಅನುಭವಿಸುವುದರಲ್ಲಿ ಆಶ್ಚರ್ಯವೇನಿದೆ?

ಬೇರೆಯವರ ಹಕ್ಕುಗಳ ಪರಿಗಣನೆಯನ್ನು ಮೀರಿ ಇಂದ್ರಿಯ ತೃಪ್ತಿಯ ಬಯಕೆ ನಮ್ಮ ಸಮಸ್ಯೆಯ ಮೂಲವಾಗಿದೆ.

ನಾವು ನೋಡಿದಂತೆ, ವೈದಿಕ ಸಾಹಿತ್ಯವು ಪರಮಾತ್ಮನು ಸಂಪೂರ್ಣ ಸೃಷ್ಟಿಯನ್ನು ಹೊಂದಿದ್ದಾನೆ ಮತ್ತು ನಿಯಂತ್ರಿಸುತ್ತಾನೆ ಎಂದು ಘೋಷಿಸುತ್ತದೆ. ಅವನ ಅನುಮತಿಯಿಲ್ಲದೆ ಒಂದು ಹುಲ್ಲುಕಡ್ಡಿಯೂ ಚಲಿಸುವುದಿಲ್ಲ. ಅವನು ಸಂಪೂರ್ಣ . ಹಾಗಾದರೆ ನಮ್ಮ ಸ್ಥಾನವೇನು? ವೈದಿಕ ಸಾಹಿತ್ಯದಲ್ಲಿ ನಾವು ಉತ್ತರವನ್ನು ಮತ್ತೆ ಕಂಡುಕೊಳ್ಳುತ್ತೇವೆ: ನಮ್ಮ ನೈಸರ್ಗಿಕ, ಸಾಂವಿಧಾನಿಕ ಪಾತ್ರವು ದೇವರ ಸೇವೆ ಮಾಡುವುದು. ಆತನು ಅತ್ಯುನ್ನತ ಆನಂದವನ್ನು ಹೊಂದಿದ್ದಾನೆ ಮತ್ತು ನಾವು ಆತನ ಸೇವೆಯ ಮೂಲಕ ಆತನ ಆನಂದದಲ್ಲಿ

ಪಾಲ್ಗೊಳ್ಳಲು ಉದ್ದೇಶಿಸಿದ್ದೇವೆ, ಪ್ರತ್ಯೇಕವಾಗಿ ಆನಂದಿಸಲು ಪ್ರಯತ್ನಿಸುವ ಮೂಲಕ ಅಲ್ಲ. ಅವನು ಸರ್ವಶಕ್ತ ಮತ್ತು ಆದ್ದರಿಂದ ಸಂಪೂರ್ಣವಾಗಿ ಸ್ವತಂತ್ರ. ನಮ್ಮ ನಿಮಿಷದ ಸ್ವಾತಂತ್ರ್ಯವು ಅವರ ಸಂಪೂರ್ಣ ಸ್ವಾತಂತ್ರ್ಯದ ಒಂದು ಸಣ್ಣ ಪ್ರತಿಬಿಂಬವಾಗಿದೆ. ಆ ನಿಮಿಷದ ಸ್ವಾತಂತ್ರ್ಯವನ್ನು ನಾವು ದುರುಪಯೋಗಪಡಿಸಿಕೊಳ್ಳುವುದು ಮತ್ತು ಆತನಿಂದ ಪ್ರತ್ಯೇಕವಾಗಿ ಆನಂದಿಸುವ ನಮ್ಮ ಪ್ರಯತ್ನವೇ ನಮ್ಮ ಪ್ರಸ್ತುತ ಸಂಕಷ್ಟಕ್ಕೆ ಕಾರಣವಾಗಿದೆ. ವೈದಿಕ ಸಾಹಿತ್ಯವು ಮಾನವ ಚಟುವಟಿಕೆಯು ಭಗವಂತನ ಸೇವೆಯಿಲ್ಲದಿರುವಾಗ, ಕರ್ಮದ ನಿಯಮ ಎಂದು ಕರೆಯಲ್ಪಡುವ ಒಂದು ಸೂಕ್ಷ್ಮ ನಿಯಮದಿಂದ ನಿಯಂತ್ರಿಸಲ್ಪಡುತ್ತದೆ ಎಂದು ವಿವರಿಸುತ್ತದೆ. ಇದು ಕ್ರಿಯೆ ಮತ್ತು ಪ್ರತಿಕ್ರಿಯೆಯ ಪರಿಚಿತ ನಿಯಮವಾಗಿದೆ ಏಕೆಂದರೆ ಇದು ನಾವು ಈ ಜಗತ್ತಿನಲ್ಲಿ ಏನು ಮಾಡುತ್ತೇವೆ ಮತ್ತು ಅದರ ಪರಿಣಾಮವಾಗಿ ನಾವು ಅನುಭವಿಸುವ ಆನಂದ ಅಥವಾ ದುಃಖಕ್ಕೆ ಸಂಬಂಧಿಸಿದೆ. ನಾನು ಇನ್ನೊಂದು ಜೀವಿಗೆ ನೋವನ್ನುಂಟುಮಾಡಿದರೆ, ಜೀವನದ ಚಕ್ರವು ತಿರುಗಿದಂತೆ, ನಾನು ಅಂತಹ ನೋವನ್ನು ಅನುಭವಿಸಲು ಒತ್ತಾಯಿಸಲ್ಪಡುತ್ತೇನೆ. ಮತ್ತು ನಾನು ಇನ್ನೊಬ್ಬರಿಗೆ ಸಂತೋಷವನ್ನು ತಂದರೆ, ಅಂತಹ ಸಂತೋಷವು ನನಗೆ ಕಾಯುತ್ತಿದೆ. ಪ್ರತಿ ಸೆಕೆಂಡಿನಲ್ಲಿ, ಪ್ರತಿ ಉಸಿರಿನೊಂದಿಗೆ, ಈ ಭೌತಿಕ ಜಗತ್ತಿನಲ್ಲಿ ನಮ್ಮ ಚಟುವಟಿಕೆಗಳು ಸಂತೋಷ ಮತ್ತು ದುಃಖವನ್ನು ಉಂಟುಮಾಡುತ್ತವೆ. ಈ ಅಂತ್ಯವಿಲ್ಲದ ಕ್ರಿಯೆಗಳು ಮತ್ತು ಪ್ರತಿಕ್ರಿಯೆಗಳನ್ನು ಸುಲಭಗೊಳಿಸಲು, ಕೇವಲ ಒಂದಕ್ಕಿಂತ ಹೆಚ್ಚು ಜೀವನ ಇರಬೇಕು. ಪುನರ್ಜನ್ಮವಿರಬೇಕು. "ನೀವು ಒಳ್ಳೆಯ ಕೆಲಸವನ್ನು ಮಾಡಿದರೆ, ನಿಮ್ಮ ಮುಂದಿನ ಜೀವನದಲ್ಲಿ ನೀವು ಸಂತೋಷ ಎಂದು ಕರೆಯುವಿರಿ - ಆದರೆ ನೀವು ಜನನ ಮತ್ತು ಮರಣದ ಚಕ್ರದಲ್ಲಿ ಬಂಧಿತರಾಗಿರುತ್ತೀರಿ ಮತ್ತು ನೀವು ಕೆಟ್ಟ ಕೆಲಸವನ್ನು ಮಾಡಿದರೆ. , ನಂತರ ನೀವು ಪಾಪದ ಪ್ರತಿಕ್ರಿಯೆಗಳನ್ನು ಅನುಭವಿಸಬೇಕಾಗುತ್ತದೆ ಮತ್ತು ಜನನ ಮತ್ತು ಮರಣದಲ್ಲಿ ಬಂಧಿತರಾಗಿರುತ್ತೀರಿ, ಆದರೆ ನೀವು ಕೃಷ್ಣನಿಗಾಗಿ ಕೆಲಸ ಮಾಡಿದರೆ, ಅಂತಹ ಯಾವುದೇ ಪ್ರತಿಕ್ರಿಯೆಗಳಿಲ್ಲ, ಒಳ್ಳೆಯದು ಅಥವಾ ಕೆಟ್ಟದು, ಮತ್ತು ಮರಣದ ಸಮಯದಲ್ಲಿ ನೀವು ಕೃಷ್ಣನ ಬಳಿಗೆ ಹಿಂತಿರುಗುತ್ತೀರಿ. ಕರ್ಮದ ಬಂಧಗಳನ್ನು ಮುರಿಯುವ ಏಕೈಕ ಮಾರ್ಗವಾಗಿದೆ."

ಇತ್ತೀಚಿನವರೆಗೂ ಪುನರ್ಜನ್ಮದ ಕಲ್ಪನೆಯು ಭಾರತ ಮತ್ತು ಇತರ ಪೂರ್ವ ದೇಶಗಳಲ್ಲಿ ಸಾರ್ವತ್ರಿಕವಾಗಿ ಅಂಗೀಕರಿಸಲ್ಪಟ್ಟಿದ್ದರೂ, ಪಶ್ಚಿಮದಲ್ಲಿ ಕೆಲವು ಅನುಯಾಯಿಗಳನ್ನು ಕಂಡುಕೊಂಡಿದೆ. ಶತಮಾನಗಳ ಹಿಂದೆ ಪುನರ್ಜನ್ಮದ

ತತ್ವಶಾಸ್ತ್ರವನ್ನು ಚರ್ಚ್ ನಿಷೇಧಿಸಿತು. ಇದು 300 AD ಮತ್ತು 600 A.D ನಡುವಿನ ಆರಂಭಿಕ ಕ್ರಿಶ್ಚಿಯನ್ ಚರ್ಚ್‌ನ ಇತಿಹಾಸದಷ್ಟು ಹಿಂದಿನ ಸುದೀರ್ಘ ಕಥೆಯಾಗಿದೆ. ಈ ವಿವಾದವನ್ನು ವಿವರಿಸುವುದು ಈ ಪುಸ್ತಕದ ವ್ಯಾಪ್ತಿಯಲ್ಲಿಲ್ಲ, ಆದಾಗ್ಯೂ, ಕಳೆದ ದಶಕದಲ್ಲಿ ಅಥವಾ ಪಶ್ಚಿಮದಲ್ಲಿ ಅನೇಕ ಚಿಂತಕರು ಪುನರ್ಜನ್ಮದ ಕಲ್ಪನೆಯನ್ನು ಗಂಭೀರವಾಗಿ ಪರಿಗಣಿಸಲು ಪ್ರಾರಂಭಿಸಿದ್ದಾರೆ. ಉದಾಹರಣೆಗೆ, ಎಮೋರಿ ಯೂನಿವರ್ಸಿಟಿ ಮೆಡಿಕಲ್ ಸ್ಕೂಲ್‌ನ ಡಾ. ಮೈಕೆಲ್ ಸಬೊಮ್ ಅವರು ರಿಕಲೆಕ್ಷನ್ಸ್ ಆಫ್ ಡೆತ್: ಎ ಮೆಡಿಕಲ್ ಇನ್ವೆಸ್ಟಿಗೇಶನ್ (1982) ಎಂಬ ಪುಸ್ತಕವನ್ನು ಬರೆದಿದ್ದಾರೆ, ಇದು ಹೃದಯ ಸ್ತಂಭನ ರೋಗಿಗಳು ವರದಿ ಮಾಡಿದ ದೇಹದ ಹೊರಗಿನ ಅನುಭವಗಳನ್ನು ದೃಢೀಕರಿಸುವ ಅವರ ಅಧ್ಯಯನಗಳನ್ನು ವಿವರಿಸುತ್ತದೆ. ಸಬೊಮ್ ಬರೆಯುತ್ತಾರೆ, "ಭೌತಿಕ ಮೆದುಳಿನಿಂದ ಬೇರ್ಪಟ್ಟ ಮನಸ್ಸು, ಮೂಲಭೂತವಾಗಿ, ಕೆಲವು ಧಾರ್ಮಿಕ ಸಿದ್ಧಾಂತಗಳ ಪ್ರಕಾರ ಅಂತಿಮ ದೈಹಿಕ ಮರಣದ ನಂತರ ಅಸ್ತಿತ್ವದಲ್ಲಿ ಮುಂದುವರಿಯುವ ಆತ್ಮವಾಗಿರಬಹುದೇ?" ಡಾ. ಇಯಾನ್ ಸ್ಟೀವನ್ಸನ್, ವರ್ಜಿನಿ ವಿಶ್ವವಿದ್ಯಾನಿಲಯದ ಮನೋವೈದ್ಯರು ತಮ್ಮ ಪುಸ್ತಕದ ಟ್ವೆಂಟಿ ಕೇಸಸ್ ಸಜೆಸ್ಟಿವ್ ಆಫ್ ರಿಇನ್‌ಕರ್ನೇಷನ್ (1966) ನಲ್ಲಿ ಚಿಕ್ಕ ಮಕ್ಕಳಲ್ಲಿ ಹಿಂದಿನ-ಜೀವನದ ನೆನಪುಗಳನ್ನು ದಾಖಲಿಸಿದ್ದಾರೆ ಮತ್ತು ಪರಿಶೀಲಿಸಿದ್ದಾರೆ.

ಭಗವಂತ ಪರಮ ಪುರುಷನು "ಪರಿಪೂರ್ಣ ಮತ್ತು ಸಂಪೂರ್ಣ" ಎಂದು ಈಸೋಪನಿಷದ್ ಹೇಳುತ್ತದೆ. ಈ ಭೌತಿಕ ಪ್ರಪಂಚಕ್ಕಾಗಿ ಭಗವಂತನ ಸಂಪೂರ್ಣ ವ್ಯವಸ್ಥೆಯ ಭಾಗವೆಂದರೆ ಅವನ ಸೃಷ್ಟಿ, ನಿರ್ವಹಣೆ ಮತ್ತು ವಿನಾಶದ ಪ್ರಕ್ರಿಯೆ. ಈ ಭೌತಿಕ ಜಗತ್ತಿನಲ್ಲಿ ಪ್ರತಿಯೊಂದು ಜೀವಿಯು ಆರು ಬದಲಾವಣೆಗಳ ನಿಶ್ಚಿತ ವೇಳಾಪಟ್ಟಿಯನ್ನು ಹೊಂದಿದೆ: ಜನನ, ಬೆಳವಣಿಗೆ, ನಿರ್ವಹಣೆ, ಉಪ ಉತ್ಪನ್ನಗಳ ಉತ್ಪಾದನೆ, ಇಳಿಕೆ ಮತ್ತು ವಿನಾಶ. ಇದು ಭೌತಿಕ ಪ್ರಕೃತಿಯ ನಿಯಮ. ಹೂವೊಂದು ಮೊಗ್ಗಾಗಿ ಹುಟ್ಟುತ್ತದೆ. ಇದು ಬೆಳೆಯುತ್ತದೆ, ಎರಡು ಅಥವಾ ಮೂರು ದಿನಗಳವರೆಗೆ ತಾಜಾವಾಗಿ ಉಳಿಯುತ್ತದೆ, ಬೀಜವನ್ನು ಉತ್ಪಾದಿಸುತ್ತದೆ, ಕ್ರಮೇಣ ಒಣಗುತ್ತದೆ ಮತ್ತು ನಂತರ ಕೊನೆಗೊಳ್ಳುತ್ತದೆ. ನಿಮ್ಮ ಭೌತಿಕ ವಿಜ್ಞಾನ ಎಂದು ಕರೆಯಲ್ಪಡುವ ಮೂಲಕ ನೀವು ಇದನ್ನು ತಡೆಯಲು ಸಾಧ್ಯವಿಲ್ಲ. ಹಾಗೆ ಪ್ರಯತ್ನಿಸುವುದು ಅವಿದ್ಯೆ, ಅಜ್ಞಾನ. ವೈಜ್ಞಾನಿಕ ಪ್ರಗತಿಯಿಂದ ಮನುಷ್ಯನು ಅಮರನಾಗುತ್ತಾನೆ ಎಂದು ಕೆಲವೊಮ್ಮೆ ಜನರು ಮೂರ್ಖತನದಿಂದ ಭಾವಿಸುತ್ತಾರೆ. ಇದು ಅಸಂಬದ್ಧ. ನೀವು ಭೌತಿಕ ಕಾನೂನುಗಳನ್ನು ನಿಲ್ಲಿಸಲು ಸಾಧ್ಯವಿಲ್ಲ. ಆದ್ದರಿಂದ ಭಗವದ್ಗೀತೆಯಲ್ಲಿ (7.14)

ಭಗವಾನ್ ಕೃಷ್ಣನು ಭೌತಿಕ ಶಕ್ತಿಯು ದುರತ್ಯಯವಾಗಿದೆ, ಭೌತಿಕ ವಿಧಾನಗಳಿಂದ ಜಯಿಸಲು ಅಸಾಧ್ಯವೆಂದು ಹೇಳುತ್ತಾನೆ.

ಭೌತಿಕ ಸ್ವಭಾವವು ಮೂರು ವಿಧಾನಗಳು ಅಥವಾ ಗುಣಗಳನ್ನು ಒಳಗೊಂಡಿದೆ: ಸತ್ವ-ಗುಣ, ರಜೋ-ಗುಣ, ಮತ್ತು ತಮೋ-ಗುಣ, ಅಥವಾ ಒಳ್ಳೆಯತನ, ಉತ್ಸಾಹ ಮತ್ತು ಅಜ್ಞಾನದ ವಿಧಾನಗಳು. ಗುಣದ ಇನ್ನೊಂದು ಅರ್ಥ "ಹಗ್ಗ". ಮೂರು ಪಟ್ಟು ಪ್ರಕ್ರಿಯೆಯಲ್ಲಿ ಹಗ್ಗವನ್ನು ತಿರುಗಿಸುವ ಮೂಲಕ ಹಗ್ಗವನ್ನು ತಯಾರಿಸಲಾಗುತ್ತದೆ. ಮೊದಲು ಹಗ್ಗವನ್ನು ಮೂರು ಸಣ್ಣ ಎಳೆಗಳಲ್ಲಿ ತಿರುಚಲಾಗುತ್ತದೆ, ನಂತರ ಅವುಗಳಲ್ಲಿ ಮೂರು ಒಟ್ಟಿಗೆ ತಿರುಚಲಾಗುತ್ತದೆ, ನಂತರ ಮತ್ತೆ ಅವುಗಳಲ್ಲಿ ಮೂರು ಒಟ್ಟಿಗೆ ತಿರುಚಲಾಗುತ್ತದೆ. ಈ ರೀತಿಯಾಗಿ ಹಗ್ಗವು ತುಂಬಾ ಬಲವಾಗಿರುತ್ತದೆ. ಅಂತೆಯೇ, ಪ್ರಕೃತಿಯ ಮೂರು ವಿಧಾನಗಳು - ಒಳ್ಳೆಯತನ, ಉತ್ಸಾಹ ಮತ್ತು ಅಜ್ಞಾನವು ಬೆರೆತಿದೆ, ಅದರ ನಂತರ ಅವು ಉಪ-ಉತ್ಪನ್ನವನ್ನು ಉತ್ಪಾದಿಸುತ್ತವೆ, ನಂತರ ಅವುಗಳನ್ನು ಮತ್ತೆ ಬೆರೆಸಲಾಗುತ್ತದೆ. ಈ ರೀತಿಯಾಗಿ ಭೌತಿಕ ಶಕ್ತಿಯು ನಿಮ್ಮ ಸ್ವಂತ ಪ್ರಯತ್ನಗಳನ್ನು ಹೆಚ್ಚು ಹೆಚ್ಚು ಬಂಧಿಸುತ್ತದೆ, ನೀವು ಈ ಬಂಧನದಿಂದ ಹೊರಬರಲು ಸಾಧ್ಯವಿಲ್ಲ, ಇದನ್ನು ಪವರ್ಗ ಎಂದು ಕರೆಯಲಾಗುತ್ತದೆ .

ದುರದೃಷ್ಟವಶಾತ್, ಜನರಿಗೆ ಈ ವಿಷಯಗಳ ಬಗ್ಗೆ ತಿಳಿದಿಲ್ಲ ಮತ್ತು ಆದ್ದರಿಂದ ಅವರು ತಮ್ಮ ಜೀವನವನ್ನು ವ್ಯರ್ಥ ಮಾಡುತ್ತಿದ್ದಾರೆ. ಈ ಆಧುನಿಕ ನಾಗರಿಕತೆಯು ಆತ್ಮವನ್ನು ಕೊಲ್ಲುವ ನಾಗರೀಕತೆಯಾಗಿದೆ, ನಿಜವಾದ ಜೀವನ ಏನೆಂದು ತಿಳಿದಿಲ್ಲದ ಕಾರಣ ಜನರು ತಮ್ಮನ್ನು ಕೊಲ್ಲುತ್ತಿದ್ದಾರೆ. ಸುಮ್ಮನೆ ಪ್ರಾಣಿಗಳಂತೆ ಬದುಕುತ್ತಿದ್ದಾರೆ. ಪ್ರಾಣಿಗೆ ಜೀವನ ಏನೆಂದು ತಿಳಿದಿಲ್ಲ, ಆದ್ದರಿಂದ ಅವನು ಕ್ರಮೇಣ ವಿಕಸನಕ್ಕೆ ಒಳಗಾಗುವ ಪ್ರಕೃತಿಯ ನಿಯಮಗಳ ಅಡಿಯಲ್ಲಿ ಕೆಲಸ ಮಾಡುತ್ತಾನೆ. ಆದರೆ ನೀವು ಈ ಮಾನವ ರೂಪವನ್ನು ಪಡೆದಾಗ, ನೀವು ವಿಭಿನ್ನ ರೀತಿಯಲ್ಲಿ ಬದುಕುವ ಜವಾಬ್ದಾರಿಯನ್ನು ಹೊಂದಿರುತ್ತೀರಿ. ನೀವು ಎಲ್ಲಾ ಸಮಸ್ಯೆಗಳನ್ನು ಪರಿಹರಿಸಲು ಇಲ್ಲಿ ಅವಕಾಶವಿದೆ ಆದರೆ ನೀವು ಮಾಡದಿದ್ದರೆ - ನೀವು ಪ್ರಾಣಿಗಳಂತೆ ವರ್ತಿಸುವುದನ್ನು ಮುಂದುವರೆಸಿದರೆ - ನೀವು ಮತ್ತೆ ಜನನ ಮತ್ತು ಮರಣದ ಚಕ್ರವನ್ನು ಪ್ರವೇಶಿಸಬೇಕಾಗುತ್ತದೆ. 8,400,000 ಜೀವ ಪ್ರಭೇದಗಳು. ಮಾನವನ ರೂಪಕ್ಕೆ ಮರಳಿ ಬರಲು ಹಲವು, ಹಲವು ಮಿಲಿಯನ್ ವರ್ಷಗಳೇ ಬೇಕು. ಉದಾಹರಣೆಗೆ, ನೀವು ಈಗ ನೋಡುತ್ತಿರುವ ಬಿಸಿಲು ಇಪ್ಪತ್ನಾಲ್ಕು ಗಂಟೆಗಳ ನಂತರ ಮತ್ತೆ ಕಾಣಿಸುವುದಿಲ್ಲ. ಪ್ರಕೃತಿಯಲ್ಲಿ ಎಲ್ಲವೂ ಚಕ್ರದಲ್ಲಿ ಚಲಿಸುತ್ತದೆ. ಆದ್ದರಿಂದ ನಿಮ್ಮನ್ನು ಉನ್ನತೀಕರಿಸುವ ಈ

ಅವಕಾಶವನ್ನು ನೀವು ಕಳೆದುಕೊಂಡರೆ, ಮತ್ತೆ ನೀವು ಪ್ರಸರಣ ಚಕ್ರವನ್ನು ಪ್ರವೇಶಿಸಬೇಕು. ಪ್ರಕೃತಿಯ ನಿಯಮವು ತುಂಬಾ ಪ್ರಬಲವಾಗಿದೆ.

ತಕ್ಷಣವೇ ಭಗವಂತನ ಪ್ರಜ್ಞೆಗೆ ಕೊಂಡೊಯ್ಯುವುದು ಮುಖ್ಯ, ಏಕೆಂದರೆ ಸಾವಿನ ಮೊದಲು ಎಷ್ಟು ಸಮಯ ಉಳಿದಿದೆ ಎಂದು ನಮಗೆ ತಿಳಿದಿಲ್ಲ. ಈ ದೇಹದಲ್ಲಿ ನಿಮ್ಮ ಸಮಯ ಮುಗಿದಾಗ, ನಿಮ್ಮ ಸಾವನ್ನು ತಡೆಯಲು ಯಾರಿಂದಲೂ ಸಾಧ್ಯವಿಲ್ಲ. ಭೌತಿಕ ಪ್ರಕೃತಿಯ ವ್ಯವಸ್ಥೆಯು ತುಂಬಾ ಪ್ರಬಲವಾಗಿದೆ. "ನನ್ನನ್ನು ಉಳಿಯಲು ಬಿಡಿ" ಎಂದು ನೀವು ಹೇಳಲು ಸಾಧ್ಯವಿಲ್ಲ. ವಾಸ್ತವವಾಗಿ, ಜನರು ಕೆಲವೊಮ್ಮೆ ಹಾಗೆ ವಿನಂತಿಸುತ್ತಾರೆ. ಬಹಳ ಶ್ರೀಮಂತನಾಗಿದ್ದ ಹಳೆಯ ಸ್ನೇಹಿತ ಸಾಯುತ್ತಿದ್ದನು. ಆ ಸಮಯದಲ್ಲಿ ಅವರು ಡಾಕ್ಟರರನ್ನು ಬೇಡಿಕೊಂಡರು, "ನನಗೆ ಇನ್ನೂ ನಾಲ್ಕು ವರ್ಷ ಬದುಕಲು ನೀವು ನೀಡುವುದಿಲ್ಲವೇ? ನಾನು ಪೂರ್ಣಗೊಳಿಸಲು ಸಾಧ್ಯವಾಗದ ಕೆಲವು ಯೋಜನೆಗಳಿವೆ." ನೋಡಿ. ಇದು ಮೂರ್ಖತನ. ಎಲ್ಲರೂ ಯೋಚಿಸುತ್ತಾರೆ, "ಅಯ್ಯೋ, ನಾನು ಇದನ್ನು ಮಾಡಬೇಕಾಗಿದೆ, ನಾನು ಅದನ್ನು ಮಾಡಬೇಕಾಗಿದೆ." ಇಲ್ಲ. ಡಾಕ್ಟರುಗಳಾಗಲಿ, ವಿಜ್ಞಾನಿಗಳಾಗಲಿ ಸಾವನ್ನು ಪರೀಕ್ಷಿಸಲು ಸಾಧ್ಯವಿಲ್ಲ: "ಅಯ್ಯೋ, ಇಲ್ಲ, ಸರ್. ನಾಲ್ಕು ವರ್ಷವಲ್ಲ, ನಾಲ್ಕು ನಿಮಿಷವೂ ಅಲ್ಲ. ನೀವು ತಕ್ಷಣ ಹೋಗಬೇಕು." ಇದು ಕಾನೂನು. ಆದ್ದರಿಂದ ಆ ಕ್ಷಣವು ಬರುವ ಮೊದಲು, ಭಗವಂತನ ಪ್ರಜ್ಞೆಯಲ್ಲಿ ಸಾಕ್ಷಾತ್ಕಾರಗೊಳ್ಳಲು ಬಹಳ ಎಚ್ಚರಿಕೆಯಿಂದ ಇರಬೇಕು. ನೀವು ಭಗವಂತನ ಪ್ರಜ್ಞೆಯನ್ನು ಬೇಗನೆ ಅರಿತುಕೊಳ್ಳಬೇಕು. ನಿಮ್ಮ ಮುಂದಿನ ಸಾವು ಬರುವ ಮೊದಲು, ನಿಮ್ಮ ವ್ಯವಹಾರವನ್ನು ನೀವು ಮುಗಿಸಬೇಕು. ಅದು ಬುದ್ಧಿವಂತಿಕೆ ಇಲ್ಲದಿದ್ದರೆ ನೀವು ಸೋಲನ್ನು ಅನುಭವಿಸುತ್ತೀರಿ.

ನಿಯಮಾಧೀನ ಜೀವನದಲ್ಲಿ ನಾವು ಪ್ರತಿ ಹೆಜ್ಜೆಯಲ್ಲೂ ನಮಗೆ ಗೊತ್ತಿಲ್ಲದೆಯೇ ಪಾಪಗಳನ್ನು ಮಾಡುತ್ತಿದ್ದೇವೆ. ನಾವು ತಿಳಿಯದೆ ಪಾಪ ಮಾಡುತ್ತಿರುವುದಕ್ಕೆ ಕಾರಣವೇನೆಂದರೆ, ನಮ್ಮ ಜನ್ಮದಿಂದಲೇ ನಾವು ಅಜ್ಞಾನದಲ್ಲಿದ್ದೇವೆ. ಇಷ್ಟೆಲ್ಲಾ ಶಿಕ್ಷಣ ಸಂಸ್ಥೆಗಳಿದ್ದರೂ ಈ ಅಜ್ಞಾನ ಎದ್ದು ಕಾಣುತ್ತಿದೆ. ಏಕೆ? ಏಕೆಂದರೆ ಇಷ್ಟು ದೊಡ್ಡ, ದೊಡ್ಡ ವಿಶ್ವವಿದ್ಯಾಲಯಗಳಿದ್ದರೂ ಅವುಗಳಲ್ಲಿ ಯಾವುದೂ ಆತ್ಮ-ತತ್ತ್ವವನ್ನು, ಆತ್ಮದ ವಿಜ್ಞಾನವನ್ನು ಕಲಿಸುತ್ತಿಲ್ಲ. ಆದ್ದರಿಂದ ಜನರು ಅಜ್ಞಾನದಲ್ಲಿ ಉಳಿಯುತ್ತಾರೆ ಮತ್ತು ಅವರು ಪಾಪವನ್ನು ಮುಂದುವರೆಸುತ್ತಾರೆ ಮತ್ತು ಪ್ರತಿಕ್ರಿಯೆಗಳನ್ನು ಅನುಭವಿಸುತ್ತಾರೆ. ಅದು ಶ್ರೀಮದ್ ಭಾಗವತದಲ್ಲಿ (5.5.3) ಹೇಳಲ್ಪಟ್ಟಿದೆ: ಆತ್ಮ ಸಾಕ್ಷಾತ್ಕಾರವನ್ನು ಅರ್ಥಮಾಡಿಕೊಳ್ಳುವ ವೇದಿಕೆಗೆ ಬರುವವರೆಗೂ ಈ ಮೂರ್ಖತನ

ಮುಂದುವರಿಯುತ್ತದೆ. ಇಲ್ಲದಿದ್ದರೆ, ಈ ಎಲ್ಲಾ ವಿಶ್ವವಿದ್ಯಾಲಯಗಳು ಮತ್ತು ಜ್ಞಾನವನ್ನು ನೀಡುವ ಸಂಸ್ಥೆಗಳು ಅದೇ ಅಜ್ಞಾನ ಮತ್ತು ಮೂರ್ಖತನದ ಮುಂದುವರಿಕೆಯಾಗಿದೆ. "ನಾನೇನು? ಭಗವಂತ ಎಂದರೇನು? ಈ ಜಗತ್ತು ಏನು? ದೇವರಿಗೂ ಈ ಜಗತ್ತಿಗೂ ನನ್ನ ಸಂಬಂಧವೇನು?" ಎಂದು ಕೇಳುವ ಹಂತಕ್ಕೆ ಒಬ್ಬರು ಬರದಿದ್ದರೆ, ಮತ್ತು ಸರಿಯಾದ ಉತ್ತರ ಕಂಡುಕೊಳ್ಳದಿದ್ದರೆ ಒಬ್ಬನು ಪ್ರಾಣಿಯಂತೆ ಮೂರ್ಖನಾಗಿ ಮುಂದುವರಿಯುತ್ತಾನೆ ಮತ್ತು ವಿವಿಧ ಜಾತಿಗಳಲ್ಲಿ ಒಂದು ದೇಹದಿಂದ ಇನ್ನೊಂದಕ್ಕೆ ವರ್ಗಾವಣೆಗೆ ಒಳಗಾಗುತ್ತಾನೆ. ಇದು ಅಜ್ಞಾನದ ಫಲ..

ಆದ್ದರಿಂದ, ಆಧುನಿಕ ನಾಗರಿಕತೆಯು ತುಂಬಾ ಅಪಾಯಕಾರಿಯಾಗಿದೆ. ಒಬ್ಬ ಯಶಸ್ವಿ ಉದ್ಯಮಿ ಅಥವಾ ರಾಜಕಾರಣಿಯಾಗಿ ಹಾಯಾಗಿರಬಹುದು ಅಥವಾ ಅಮೆರಿಕದಂತಹ ಶ್ರೀಮಂತ ರಾಷ್ಟ್ರದಲ್ಲಿ ಜನಿಸಿದ ಕಾರಣ ಒಬ್ಬನು ತಾನು ಆರಾಮದಾಯಕವೆಂದು ಭಾವಿಸಬಹುದು, ಆದರೆ ಜೀವನದ ಈ ಸ್ಥಿತಿಗಳು ತಾತ್ಕಾಲಿಕವಾಗಿರುತ್ತವೆ. ಅವರು ಬದಲಾಗಬೇಕಾಗುತ್ತದೆ, ಮತ್ತು ನಮ್ಮ ಪಾಪದ ಚಟುವಟಿಕೆಗಳಿಂದ ನಮ್ಮ ಮುಂದಿನ ಜೀವನದಲ್ಲಿ ನಾವು ಯಾವ ರೀತಿಯ ದುಃಖವನ್ನು ಅನುಭವಿಸಬೇಕಾಗುತ್ತದೆ ಎಂದು ನಮಗೆ ತಿಳಿದಿಲ್ಲ. ಆದ್ದರಿಂದ ಒಬ್ಬರು ಅತೀಂದ್ರಿಯ ಜ್ಞಾನವನ್ನು ಬೆಳೆಸಲು ಪ್ರಾರಂಭಿಸದಿದ್ದರೆ, ಒಬ್ಬರ ಜೀವನವು ತುಂಬಾ ಅಪಾಯಕಾರಿ. ಆರೋಗ್ಯವಂತ ಮನುಷ್ಯ ಕಲುಷಿತ ಸ್ಥಳದಲ್ಲಿ ವಾಸಿಸುತ್ತಿದ್ದಾನೆ ಎಂದು ಭಾವಿಸೋಣ. ಅವನ ಜೀವಕ್ಕೆ ಅಪಾಯವಿಲ್ಲವೇ? ಅವನು ಯಾವ ಕ್ಷಣದಲ್ಲಾದರೂ ರೋಗಕ್ಕೆ ತುತ್ತಾಗಬಹುದು.. ಆದುದರಿಂದ ಅತೀತವಾದ ಜ್ಞಾನವನ್ನು ಬೆಳೆಸುವ ಮೂಲಕ ನಮ್ಮ ಅಜ್ಞಾನವನ್ನು ಹೋಗಲಾಡಿಸುವ ಕೆಲಸ ಮಾಡಬೇಕು. ನೀವು ಭಕ್ತನಾಗಿದ್ದರೆ ಮತ್ತು ಆಧ್ಯಾತ್ಮಿಕ ಜೀವನದ ಈ ತತ್ತ್ವವನ್ನು ಅರ್ಥಮಾಡಿಕೊಂಡರೆ, ನೀವು ಒಂದು ಕ್ಷಣ ಬದುಕಬಹುದು ಅಥವಾ ನೀವು ನೂರು ವರ್ಷ ಬದುಕಬಹುದು ಅದು ಪರವಾಗಿಲ್ಲ. ಇಲ್ಲದಿದ್ದರೆ ಬದುಕಿ ಪ್ರಯೋಜನ ಏನು ? ಕೆಲವು ಮರಗಳು ಐನೂರು ಅಥವಾ ಐದು ಸಾವಿರ ವರ್ಷಗಳವರೆಗೆ ಬದುಕುತ್ತವೆ, ಆದರೆ ಉನ್ನತ ಪ್ರಜ್ಞೆಯಿಲ್ಲದ ಅಂತಹ ಜೀವನದ ಪ್ರಯೋಜನವೇನು?

ಉದಾಹರಣೆಗೆ, ಹಲವಾರು ಬೃಹತ್ ಗ್ರಹಗಳಿವೆ; ಈ ಭೂಮಿಯ ಗ್ರಹವು ಚಿಕ್ಕದಾಗಿದೆ. ಇನ್ನೂ, ಈ ಗ್ರಹದಲ್ಲಿ ಪೆಸಿಫಿಕ್‌ನಂತಹ ದೊಡ್ಡ ಸಾಗರಗಳಿವೆ, ಜೊತೆಗೆ ದೊಡ್ಡ ಪರ್ವತಗಳು ಮತ್ತು ಗಗನಚುಂಬಿ ಕಟ್ಟಡಗಳಿವೆ, ಇಷ್ಟೆಲ್ಲಾ

ಹೊರೆಯ ಹೊರತಾಗಿಯೂ, ಭೂಮಿಯು ಗಾಳಿಯಲ್ಲಿ ಸಿಹಿ ಹತ್ತಿಯಂತೆ ತೇಲುತ್ತದೆ. ಅದನ್ನು ತೇಲಿಸುವವರು ಯಾರು? ಗಾಳಿಯಲ್ಲಿ ಮರಳಿನ ಕಣವನ್ನಾದರೂ ತೇಲಬಲ್ಲೆಯಾ? ನೀವು ಗುರುತ್ವಾಕರ್ಷಣೆಯ ನಿಯಮ ಮತ್ತು ಇತರ ಹಲವು ವಿಷಯಗಳ ಬಗ್ಗೆ ಮಾತನಾಡಬಹುದು ಆದರೆ ನೀವು ಅದನ್ನು ನಿಯಂತ್ರಿಸಲು ಸಾಧ್ಯವಿಲ್ಲ. ನಿಮ್ಮ ವಿಮಾನವು ಗಾಳಿಯಲ್ಲಿ ಹಾರುತ್ತಿದೆ, ಆದರೆ ಪೆಟ್ರೋಲ್ ಮುಗಿದಂತೆ ಅದು ತಕ್ಷಣವೇ ಬೀಳುತ್ತದೆ. ಹಾಗಿದ್ದರೆ ತಾತ್ಕಾಲಿಕವಾಗಿ ಮಾತ್ರ ತೇಲುವ ವಿಮಾನವನ್ನು ನಿರ್ಮಿಸಲು ವಿಜ್ಞಾನಿಗಳು ಬೇಕಾಗಿದ್ದರೆ, ಈ ಬೃಹತ್ ಭೂಮಿ ತನ್ನ ಸ್ವಂತ ಇಚ್ಛೆಯಿಂದ ತೇಲುತ್ತಿರುವ ಸಾಧ್ಯತೆಯಿದೆಯೇ? ಭಗವಾನ್ ಕೃಷ್ಣನು ಭಗವದ್ಗೀತೆಯಲ್ಲಿ (15.13) ಘೋಷಿಸುತ್ತಾನೆ, "ನಾನು ಭೌತಿಕ ಗ್ರಹಗಳನ್ನು ಪ್ರವೇಶಿಸುತ್ತೇನೆ ಮತ್ತು ಅವುಗಳನ್ನು ಮೇಲಕ್ಕೆ ಇಡುತ್ತೇನೆ. ವಿಮಾನವನ್ನು ಮೇಲಕ್ಕೆ ಇರಿಸಲು ಪೈಲಟ್ ಅದನ್ನು ಪ್ರವೇಶಿಸಬೇಕು, ಹಾಗೆಯೇ ಈ ಭೂಮಿಯನ್ನು ಕೃಷ್ಣನನ್ನು ಮೇಲಕ್ಕೆ ಇರಿಸಲು ಅವನು ಅದನ್ನು ಪ್ರವೇಶಿಸಿದನು. ಇದು ಸರಳ ಸತ್ಯ.

ನಾವು ಜ್ಞಾನವನ್ನು ಕೃಷ್ಣನಿಂದ ಪಡೆಯಬೇಕು. ಕೃಷ್ಣ ಅಥವಾ ಅವನ ಪ್ರತಿನಿಧಿಯಿಂದ ಕೇಳುವುದನ್ನು ಹೊರತುಪಡಿಸಿ ಜ್ಞಾನವನ್ನು ಪಡೆಯುವ ಪ್ರಕ್ರಿಯೆಯನ್ನು ನಾವು ಸ್ವೀಕರಿಸಬಾರದು. ಆಗ ನಮಗೆ ಪ್ರಥಮ ದರ್ಜೆಯ ಜ್ಞಾನ ಬರುತ್ತದೆ. ಕೃಷ್ಣನನ್ನು ಪ್ರತಿನಿಧಿಸುವ ಮತ್ತು ವಿಷಯದ ಬಗ್ಗೆ ಮಾತನಾಡಬಲ್ಲ ಅಧಿಕಾರವನ್ನು ನೀವು ಕಂಡುಕೊಂಡರೆ ಮತ್ತು ಅವರು ನೀಡುವ ಜ್ಞಾನವನ್ನು ನೀವು ಸ್ವೀಕರಿಸಿದರೆ, ನಿಮ್ಮ ಜ್ಞಾನವು ಪರಿಪೂರ್ಣವಾಗಿದೆ. ಜ್ಞಾನವನ್ನು ಪಡೆಯುವ ಎಲ್ಲಾ ಪ್ರಕ್ರಿಯೆಗಳಲ್ಲಿ ಕನಿಷ್ಠ ವಿಶ್ವಾಸಾರ್ಹವೆಂದರೆ ನೇರ ಅರ್ಥದಲ್ಲಿ ಗ್ರಹಿಕೆ. "ನೀವು ನನಗೆ ದೇವರನ್ನು ತೋರಿಸಬಹುದೇ?" ಎಂದು ಯಾರಾದರೂ ಕೇಳುತ್ತಾರೆ ಎಂದು ಭಾವಿಸೋಣ. ಅಂದರೆ ಅವನು ಎಲ್ಲವನ್ನೂ ನೇರವಾಗಿ ಅನುಭವಿಸಲು ಬಯಸುತ್ತಾನೆ. ಆದರೆ ಇದು ಜ್ಞಾನವನ್ನು ಪಡೆಯಲು ಎರಡನೇ ದರ್ಜೆಯ ಪ್ರಕ್ರಿಯೆಯಾಗಿದೆ, ಏಕೆಂದರೆ ನಮ್ಮ ಇಂದ್ರಿಯಗಳು ಅಪೂರ್ಣವಾಗಿವೆ ಮತ್ತು ನಾವು ತಪ್ಪುಗಳನ್ನು ಮಾಡುವ ಸಾಧ್ಯತೆಯಿದೆ. ನಿಮಗೆ ಸ್ವಲ್ಪ ಚಿನ್ನ ಬೇಕು ಆದರೆ ಅದನ್ನು ಎಲ್ಲಿ ಖರೀದಿಸಬೇಕು ಎಂದು ನಿಮಗೆ ತಿಳಿದಿಲ್ಲ. ಆದ್ದರಿಂದ ನೀವು ಹಾರ್ಡ್‌ವೇರ್ ಅಂಗಡಿಯ ಮಾಲೀಕರ ಬಳಿಗೆ ಹೋಗಿ, "ನಿಮ್ಮ ಬಳಿ ಏನಾದರೂ ಚಿನ್ನವಿದೆಯೇ?" ನೀವು ಹಾರ್ಡ್‌ವೇರ್ ಅಂಗಡಿಯಲ್ಲಿ ಚಿನ್ನವನ್ನು ಖರೀದಿಸಲು ಬಂದಿರುವ ಕಾರಣ ನೀವು ಪ್ರಥಮ ದರ್ಜೆ ಮೂರ್ಖ ಎಂದು ಅವರು ತಕ್ಷಣವೇ ಅರ್ಥಮಾಡಿಕೊಳ್ಳುತ್ತಾರೆ. ಆದ್ದರಿಂದ ಅವನು ನಿಮಗೆ ಮೋಸ ಮಾಡಲು

ಪ್ರಯತ್ನಿಸುತ್ತಾನೆ ಅವನು ನಿಮಗೆ ಕಬ್ಬಿಣದ ತುಂಡನ್ನು ಕೊಟ್ಟು, "ಇಲ್ಲಿ ಚಿನ್ನ" ಎಂದು ಹೇಳುವನು. ಹಾಗಾದರೆ ನೀವು ಏನು ಹೇಳುತ್ತೀರಿ? ಆ ಕಬ್ಬಿಣವನ್ನು ಬಂಗಾರವೆಂದು ಒಪ್ಪಿಕೊಳ್ಳುವಿರಾ? ಏಕೆಂದರೆ ನಿಮಗೆ ಗೊತ್ತಿಲ್ಲ ಚಿನ್ನ ಯಾವುದು ಮತ್ತು ಅದನ್ನು ಖರೀದಿಸಲು ಹಾರ್ಡ್‌ವೇರ್ ಅಂಗಡಿಗೆ ಹೋಗಿದ್ದರೆ, ನೀವು ಕಬ್ಬಿಣದ ತುಂಡು ಪಡೆದು ಮೋಸ ಹೋಗುತ್ತೀರಿ. ಅದೇ ರೀತಿ, ದೇವರನ್ನು ತೋರಿಸಬೇಕೆಂದು ಒತ್ತಾಯಿಸುವ ದುಷ್ಕರ್ಮಿಗಳಿಗೆ ದೇವರೆಂದರೆ ಏನೆಂದು ತಿಳಿದಿಲ್ಲ, ಆದ್ದರಿಂದ ಅವರು ದೇವರೆಂದು ಹೇಳಿಕೊಳ್ಳುವ ಅನೇಕ ಬೋಗಸ್ ಆಧ್ಯಾತ್ಮಿಕ ನಾಯಕರಿಂದ ಮೋಸ ಹೋಗುತ್ತಿದ್ದಾರೆ. ಅದು ನಡೆಯುತ್ತಿದೆ. ನೀವು ಚಿನ್ನವನ್ನು ಖರೀದಿಸಲು ಬಯಸಿದರೆ, ಚಿನ್ನ ಎಂದರೇನು ಎಂಬುದರ ಕುರಿತು ಕನಿಷ್ಠ ಪ್ರಾಥಮಿಕ ಜ್ಞಾನವನ್ನು ನೀವು ಹೊಂದಿರಬೇಕು. ಅದೇ ರೀತಿ, ನೀವು ದೇವರನ್ನು ನೋಡಲು ಬಯಸಿದರೆ, ಮೊದಲ ಅವಶ್ಯಕತೆಯೆಂದರೆ ನೀವು ದೇವರ ಕೆಲವು ಮೂಲಭೂತ ಗುಣಲಕ್ಷಣಗಳನ್ನು ತಿಳಿದಿರಬೇಕು. ಇಲ್ಲವಾದರೆ, ನೀವು ಯಾವುದಾದರೂ ದಡ್ಡರ ಬಳಿಗೆ ಹೋದರೆ ಮತ್ತು ಅವನು ದೇವರು ಎಂದು ಹೇಳಿಕೊಂಡರೆ ಮತ್ತು ನೀವು ಅವನನ್ನು ದೇವರೆಂದು ಸ್ವೀಕರಿಸಿದರೆ, ನೀವು ಮೋಸ ಹೋಗುತ್ತೀರಿ. "ನನಗೆ ದೇವರನ್ನು ನೋಡಬೇಕು" ಎಂದು ಯಾರಾದರೂ ಹೇಳಿದಾಗ ನಾವು ಕೇಳಬೇಕಾದ ಇನ್ನೊಂದು ಪ್ರಶ್ನೆ, "ದೇವರನ್ನು ನೋಡಲು ನಿಮಗೆ ಏನು ಅರ್ಹತೆ ಇದೆ?" . ನೀವು ದೇವರನ್ನು ಮುಖಾಮುಖಿಯಾಗಿ ನೋಡಲು ಬಯಸಿದರೆ, ನೀವು ನಿಯಮಗಳು ಮತ್ತು ನಿಬಂಧನೆಗಳನ್ನು ಅನುಸರಿಸಬೇಕು. ನೀವು ಹರೇ ಕೃಷ್ಣ ಜಪ ಮಾಡಬೇಕು ಮತ್ತು ನಿಮ್ಮನ್ನು ಶುದ್ಧೀಕರಿಸಿಕೊಳ್ಳಬೇಕು. ನಂತರ ಕ್ರಮೇಣ ನೀವು ಶುದ್ಧರಾಗುವ ಸಮಯ ಬರುತ್ತದೆ ಮತ್ತು ನೀವು ದೇವರನ್ನು ನೋಡುತ್ತೀರಿ. ಆದರೂ, ನಿಮ್ಮ ಪ್ರಸ್ತುತ ಕಲುಷಿತ ಸ್ಥಿತಿಯಲ್ಲಿ ನೀವು ದೇವರನ್ನು ನೋಡಲು ಅರ್ಹರಲ್ಲದಿದ್ದರೂ ಸಹ, ಅವನು ಎಷ್ಟು ಕರುಣಾಮಯಿಯಾಗಿದ್ದಾನೆಂದರೆ ಅವನು ದೇವಾಲಯದಲ್ಲಿ ಆತನನ್ನು ತನ್ನ ದೇವತೆ ರೂಪದಲ್ಲಿ ನೋಡಲು ಅನುಮತಿಸುತ್ತಾನೆ. ಆ ರೂಪದಲ್ಲಿ ಅವನು ದೇವರೆಂದು ಯಾರಿಗೆ ಗೊತ್ತಿದ್ದರೂ ಅಥವಾ ತಿಳಿಯದೆ ಎಲ್ಲರಿಗೂ ಕಾಣಲು ಒಪ್ಪುತ್ತಾನೆ. ದೇವತೆ ವಿಗ್ರಹವಲ್ಲ; ಇದು ಕಲ್ಪನೆಯಲ್ಲ. ದೇವರನ್ನು ಹೇಗೆ ನಿರ್ಮಿಸುವುದು ಮತ್ತು ಬಲಿಪೀಠದ ಮೇಲೆ ಅವನನ್ನು ಪ್ರತಿಷ್ಠಾಪಿಸುವುದು ಹೇಗೆ ಎಂಬ ಜ್ಞಾನವನ್ನು ಧರ್ಮಗ್ರಂಥ ಮತ್ತು ಉನ್ನತ ಆಚಾರ್ಯರು ಅಥವಾ ಆಧ್ಯಾತ್ಮಿಕ ಗುರುಗಳಿಂದ ಪಡೆಯಲಾಗಿದೆ. ಆದ್ದರಿಂದ ದೇವಾಲಯದಲ್ಲಿರುವ ಅಧಿಕೃತ ದೇವರು ಸ್ವತಃ ಕೃಷ್ಣ ಮತ್ತು ನಿಮ್ಮ ಪ್ರೀತಿ ಮತ್ತು

ಸೇವೆಯನ್ನು ಸಂಪೂರ್ಣವಾಗಿ ಮರುಪಾವತಿ ಮಾಡಬಹುದು.

ಆದಾಗ್ಯೂ, ನಿಮ್ಮ ಪ್ರಸ್ತುತ ಇಂದ್ರಿಯಗಳೊಂದಿಗೆ, ನೀವು ತಕ್ಷಣ ದೇವರ ಆಧ್ಯಾತ್ಮಿಕ ರೂಪ, ಹೆಸರು, ಗುಣಗಳು, ಕಾಲಕ್ಷೇಪಗಳು ಮತ್ತು ಸಾಮಗ್ರಿಗಳನ್ನು ಗ್ರಹಿಸಲು ಸಾಧ್ಯವಿಲ್ಲ. ಮತ್ತು ಪ್ರಸ್ತುತ ನಾಗರಿಕತೆಯಲ್ಲಿ ಜನರಿಗೆ ದೇವರನ್ನು ಅರ್ಥಮಾಡಿಕೊಳ್ಳಲು ಯಾವುದೇ ಶಕ್ತಿಯಿಲ್ಲ ಮತ್ತು ದೇವರನ್ನು ಅರ್ಥಮಾಡಿಕೊಳ್ಳಲು ಸಹಾಯ ಮಾಡುವ ಕೆಲವು ವ್ಯಕ್ತಿಗಳಿಂದ ಮಾರ್ಗದರ್ಶನ ಪಡೆಯದ ಕಾರಣ, ಅವರು ದೇವರಿಲ್ಲದವರಾಗಿದ್ದಾರೆ. ಆದರೆ ನೀವು ಉನ್ನತ ಮಾರ್ಗದರ್ಶನದಲ್ಲಿ ಭಗವದ್ಗೀತೆಯಂತಹ ವೈದಿಕ ಗ್ರಂಥಗಳನ್ನು ಓದಿದರೆ ಮತ್ತು ನಿಯಮಗಳು ಮತ್ತು ನಿಬಂಧನೆಗಳನ್ನು ಅನುಸರಿಸಿದರೆ, ಅಂತಿಮವಾಗಿ ದೇವರು ನಿಮಗೆ ಬಹಿರಂಗಗೊಳ್ಳುತ್ತಾನೆ. ನಿಮ್ಮ ಸ್ವಂತ ಪ್ರಯತ್ನದಿಂದ ನೀವು ದೇವರನ್ನು ನೋಡಲು ಅಥವಾ ದೇವರನ್ನು ಅರ್ಥಮಾಡಿಕೊಳ್ಳಲು ಸಾಧ್ಯವಿಲ್ಲ. ನೀವು ದೇವರನ್ನು ತಿಳಿಯಬಹುದಾದ ಪ್ರಕ್ರಿಯೆಗೆ ಶರಣಾಗತಿ ಮಾಡಬೇಕು. ನಂತರ ಅವನು ತನ್ನನ್ನು ಬಹಿರಂಗಪಡಿಸುತ್ತಾನೆ. ಅವನು ಸರ್ವೋಚ್ಚ ನಿಯಂತ್ರಕ: ನಿಮ್ಮನ್ನು ನಿಯಂತ್ರಿಸಲಾಗುತ್ತಿದೆ ಹಾಗಾದರೆ ನೀವು ದೇವರನ್ನು ಹೇಗೆ ನಿಯಂತ್ರಿಸಬಹುದು? "ಓ ದೇವರೇ, ಇಲ್ಲಿಗೆ ಬಾ. ನಾನು ನಿನ್ನನ್ನು ನೋಡಲು ಬಯಸುತ್ತೇನೆ? ದೇವರು ತುಂಬಾ ಅಗ್ಗವಾಗಿಲ್ಲ, ನಿಮ್ಮ ಆದೇಶದಿಂದ ಅವನು ಬಂದು ನಿಮಗೆ ಕಾಣಿಸುತ್ತಾನೆ?. ಇಲ್ಲ, ಅದು ಸಾಧ್ಯವಿಲ್ಲ. ನೀವು ಯಾವಾಗಲೂ ನೆನಪಿನಲ್ಲಿಟ್ಟುಕೊಳ್ಳಬೇಕು, "ದೇವರು ಸರ್ವೋಚ್ಚ ನಿಯಂತ್ರಕ ಮತ್ತು ನಾನು ನಿಯಂತ್ರಿಸಲ್ಪಟ್ಟಿದ್ದೇನೆ. ಹಾಗಾಗಿ ನನ್ನ ಸೇವೆಯಿಂದ ನಾನು ದೇವರನ್ನು ಮೆಚ್ಚಿಸಲು ಸಾಧ್ಯವಾದರೆ, ಅವನು ತನ್ನನ್ನು ನನಗೆ ಬಹಿರಂಗಪಡಿಸುತ್ತಾನೆ." ಅದು ದೇವರನ್ನು ತಿಳಿದುಕೊಳ್ಳುವ ಪ್ರಕ್ರಿಯೆಯಾಗಿದೆ. ಅಂತಿಮವಾಗಿ, ಈ ಪ್ರಕ್ರಿಯೆಯು ದೇವರ ಪ್ರೀತಿಗೆ ಕಾರಣವಾಗುತ್ತದೆ. ಅದು ನಿಜವಾದ ಧರ್ಮ. ನೀವು ಹಿಂದೂ, ಮುಸ್ಲಿಂ ಅಥವಾ ಕ್ರಿಶ್ಚಿಯನ್ ಧರ್ಮವನ್ನು ಅನುಸರಿಸುತ್ತೀರಾ ಎಂಬುದು ಮುಖ್ಯವಲ್ಲ: ನೀವು ದೇವರ ಪ್ರೀತಿಯನ್ನು ಬೆಳೆಸಿಕೊಂಡರೆ, ನಿಮ್ಮ ಧರ್ಮದಲ್ಲಿ ನೀವು ಪರಿಪೂರ್ಣರು. ಮತ್ತು ನಾವು ದೇವರಿಗಾಗಿ ಯಾವ ರೀತಿಯ ಪ್ರೀತಿಯನ್ನು ಬೆಳೆಸಿಕೊಳ್ಳಬೇಕು? ಯಾವುದೇ ಸ್ವಾರ್ಥಿ ಪ್ರೇರಣೆಯಿಲ್ಲದೆ ಇರಬೇಕು- "ಓ ಕರ್ತನೇ, ನಾನು ನಿನ್ನನ್ನು ಪ್ರೀತಿಸುತ್ತೇನೆ ಏಕೆಂದರೆ ನೀನು ನನಗೆ ಅನೇಕ ಒಳ್ಳೆಯ ವಸ್ತುಗಳನ್ನು ಪೂರೈಸುತ್ತೀಯ. ನೀನು ನನ್ನ ಆದೇಶದ ಪೂರೈಕೆದಾರ." ಇಲ್ಲ, ನಾವು ದೇವರ ಮೇಲೆ ಈ ರೀತಿಯ ಪ್ರೀತಿಯನ್ನು ಹೊಂದಿರಬಾರದು. ಇದು ಯಾವುದೇ ವಿನಿಮಯವನ್ನು ಅವಲಂಬಿಸಿರಬಾರದು.

ಭಗವದ್ಗೀತೆಯಲ್ಲಿ (9.10) - ಅವನ ಶಕ್ತಿಗಳು ಎಲ್ಲವನ್ನೂ ನಿರ್ವಹಿಸುತ್ತಿವೆ. ಮತ್ತು ವಿಷ್ಣು ಪುರಾಣವು ದೃಢೀಕರಿಸುತ್ತದೆ, ಏಕ-ದೇಶ 'ಸ್ಥಿತಸ್ಯಾಗ್ನರ್ **ಜ್ಯೋತ್ಸ್ನಾ ವಿಸ್ತಾರಿಣಿ ಯಥಾ:** " "ಒಂದೇ ಸ್ಥಳದಲ್ಲಿ ನೆಲೆಗೊಂಡಿರುವ ಬೆಂಕಿಯಿಂದ ಶಾಖ ಮತ್ತು ಬೆಳಕು ಎಲ್ಲೆಡೆ ಹರಡಿದಂತೆ, ಇಡೀ ಸೃಷ್ಟಿಯು ಪರಮಾತ್ಮನಿಂದ ವಿಸ್ತರಿಸಲ್ಪಟ್ಟ ಶಕ್ತಿಗಳ ಅಭಿವ್ಯಕ್ತಿಯಾಗಿದೆ." ಉದಾಹರಣೆಗೆ, ಸೂರ್ಯನು ಒಂದೇ ಸ್ಥಳದಲ್ಲಿದೆ, ಆದರೆ ಅದು ತನ್ನ ಶಾಖ ಮತ್ತು ಬೆಳಕನ್ನು ಬ್ರಹ್ಮಾಂಡದಾದ್ಯಂತ ವಿತರಿಸುತ್ತಿದೆ. ಹಾಗೆಯೇ, ಪರಮಾತ್ಮನು ತನ್ನ ಭೌತಿಕ ಮತ್ತು ಆಧ್ಯಾತ್ಮಿಕ ಶಕ್ತಿಯನ್ನು ಸೃಷ್ಟಿಯಾದ್ಯಂತ ವಿತರಿಸುತ್ತಿದ್ದಾನೆ. ಆಧ್ಯಾತ್ಮಿಕ ಶಕ್ತಿಯು ಈ ತಾತ್ಕಾಲಿಕ ಭೌತಿಕ ಜಗತ್ತಿನಲ್ಲಿದೆ, ಆದರೆ ಅದು ಭೌತಿಕ ಶಕ್ತಿಯಿಂದ ಮುಚ್ಚಲ್ಪಟ್ಟಿದೆ. ಉದಾಹರಣೆಗೆ, ಸೂರ್ಯನು ಯಾವಾಗಲೂ ಆಕಾಶದಲ್ಲಿ ಹೊಳೆಯುತ್ತಿರುತ್ತಾನೆ-ಸೂರ್ಯನ ಪ್ರಕಾಶವನ್ನು ತಡೆಯಲು ಯಾರಿಂದಲೂ ಸಾಧ್ಯವಿಲ್ಲ ಆದರೆ ಅದು ಕೆಲವೊಮ್ಮೆ ಮೋಡದಿಂದ ಮುಚ್ಚಲ್ಪಡುತ್ತದೆ. ಇದು ಸಂಭವಿಸಿದಾಗ, ನೆಲದ ಮೇಲೆ ಸೂರ್ಯನ ಬೆಳಕು ಮಂದವಾಗಿರುತ್ತದೆ. ಸೂರ್ಯನನ್ನು ಆವರಿಸಿದಷ್ಟೂ ಸೂರ್ಯನ ಬೆಳಕು ಮಂದವಾಗುತ್ತದೆ. ಆದರೆ ಸೂರ್ಯನ ಈ ಹೊದಿಕೆಯು ಭಾಗಶಃ. ಎಲ್ಲಾ ಸೂರ್ಯನ ಬೆಳಕನ್ನು ಮುಚ್ಚಲಾಗುವುದಿಲ್ಲ; ಅದು ಸಾಧ್ಯವಿಲ್ಲ. ಸೂರ್ಯನ ಅತ್ಯಲ್ಪ ಭಾಗವನ್ನು ಮೋಡದಿಂದ ಮುಚ್ಚಬಹುದು. ಹಾಗೆಯೇ, ಈ ಭೌತಿಕ ಪ್ರಪಂಚವು ಭೌತಿಕ ಶಕ್ತಿಯಿಂದ ಆವರಿಸಲ್ಪಟ್ಟ ಆಧ್ಯಾತ್ಮಿಕ ಪ್ರಪಂಚದ ಅತ್ಯಲ್ಪ ಭಾಗವಾಗಿದೆ. ಮತ್ತು ಭೌತಿಕಶಕ್ತಿ ಎಂದರೇನು? ಭೌತಿಕ ಶಕ್ತಿಯು ಆಧ್ಯಾತ್ಮಿಕ ಶಕ್ತಿಯ ಇನ್ನೊಂದು ರೂಪವಾಗಿದೆ. ಆಧ್ಯಾತ್ಮಿಕ ಚಟುವಟಿಕೆಯ ಅನುಪಸ್ಥಿತಿಯಲ್ಲಿ ಅದು ಪ್ರಕಟವಾಗುತ್ತದೆ. ಮತ್ತೆ ಸೂರ್ಯ ಮತ್ತು ಮೋಡದ ಸಾದೃಶ್ಯ: ಮೋಡ ಎಂದರೇನು? ಇದು ಬಿಸಿಲಿನ ಪ್ರಭಾವ. ಸೂರ್ಯನ ಬೆಳಕು ಸಮುದ್ರದಿಂದ ನೀರನ್ನು ಆವಿಯಾಗುತ್ತದೆ ಮತ್ತು ಮೋಡವು ರೂಪುಗೊಳ್ಳುತ್ತದೆ. ಹಾಗಾಗಿ ಮೋಡಕ್ಕೆ ಸೂರ್ಯನೇ ಕಾರಣ. ಅಂತೆಯೇ, ಪರಮಾತ್ಮನು ಈ ಭೌತಿಕ ಶಕ್ತಿಗೆ ಕಾರಣನಾಗಿದ್ದಾನೆ, ಅದು ನಮ್ಮ ದೃಷ್ಟಿಯನ್ನು ಆವರಿಸುತ್ತದೆ.

ಕೆಲವೊಮ್ಮೆ ವೇದಗಳು ತಮ್ಮನ್ನು ತಾವು ವಿರೋಧಿಸುತ್ತವೆ ಎಂದು ತೋರುತ್ತದೆ, ಆದರೆ ನಾವು ಎಲ್ಲಾ ವೈದಿಕ ಆಜ್ಞೆಗಳನ್ನು ಒಪ್ಪಿಕೊಳ್ಳಬೇಕು. ಉದಾಹರಣೆಗೆ, ವೈದಿಕ ಆಜ್ಞೆಯ ಪ್ರಕಾರ, ನೀವು ಪ್ರಾಣಿಯ ಮೂಳೆಯನ್ನು ಮುಟ್ಟಿದರೆ ತಕ್ಷಣವೇ ಅಶುದ್ಧವಾಗುತ್ತದೆ ಮತ್ತು ಸ್ನಾನ ಮಾಡಬೇಕು. ಈಗ ಶಂಖವು ಪ್ರಾಣಿಯ ಮೂಳೆಯಾಗಿದೆ, ಆದರೆ ಶಂಖವನ್ನು ದೇವರ ಕೋಣೆಯಲ್ಲಿ ಬಳಸಲಾಗುತ್ತದೆ,

ಅಲ್ಲಿ ಎಲ್ಲವೂ ನಿರ್ಮಲವಾಗಿ ಶುದ್ಧವಾಗಿರಬೇಕು. ನೀವು ವಾದಿಸುತ್ತೀರಿ, "ಓಹ್, ನೀವು ಮೂಳೆಯು ಅಶುದ್ಧವಾಗಿದೆ ಎಂದು ನೀವು ಹೇಳಿದ್ದೀರಿ ಮತ್ತು ನೀವು ಅದನ್ನು ಮುಟ್ಟಿದ ತಕ್ಷಣ ನೀವು ಅಶುದ್ಧರಾಗುತ್ತೀರಿ. ಆದರೂ ನೀವು ದೇವರ ಕೋಣೆಯಲ್ಲಿ ಶಂಖವನ್ನು ಹಾಕುತ್ತಿದ್ದೀರಾ?" ಇಲ್ಲ ಅಂತಹ ವಾದಕ್ಕೆ ಅವಕಾಶವಿಲ್ಲ. ಮೂಳೆಗಳು ಅಶುದ್ಧವಾಗಿರುವಾಗ, ಶಂಖವು ಎಷ್ಟು ಪರಿಶುದ್ಧವಾಗಿದೆಯೆಂದರೆ ಅದನ್ನು ದೇವರ ಕೋಣೆಯಲ್ಲಿ ಬಳಸಬಹುದು ಎಂದು ನೀವು ಒಪ್ಪಿಕೊಳ್ಳಬೇಕು. ಅಂತೆಯೇ, ನೀವು ಆಧ್ಯಾತ್ಮಿಕ ಗುರುಗಳ ಆದೇಶವನ್ನು ಅಕ್ಷಾಂಶವನ್ನು ಒಪ್ಪಿಕೊಳ್ಳಬೇಕು. ಯಾವುದೇ ವಾದ ಇರುವಂತಿಲ್ಲ. ಈ ರೀತಿಯಲ್ಲಿ ನೀವು ಪ್ರಗತಿ ಸಾಧಿಸಬಹುದು. ನಿಮಗೆ ಊಹಿಸಲಾಗದ ವಿಷಯಗಳ ಬಗ್ಗೆ ನೀವು ವಾದಿಸಲು ಸಾಧ್ಯವಿಲ್ಲ. ನೀವು ಮಾತ್ರ ವಿಫಲರಾಗುತ್ತೀರಿ. ನೀವು ವೈದಿಕ ಆಜ್ಞೆಗಳನ್ನು ಮತ್ತು ಆಧ್ಯಾತ್ಮಿಕ ಗುರುವಿನ ಆದೇಶಗಳನ್ನು ಅಕ್ಷಾಂಶ ಸತ್ಯವೆಂದು ಒಪ್ಪಿಕೊಳ್ಳಬೇಕು. ಇದು ಯಾವುದೇ ಸಿದ್ಧಾಂತವಲ್ಲ, ಏಕೆಂದರೆ ನಮ್ಮ ಹಿಂದಿನ ಆಧ್ಯಾತ್ಮಿಕ ಗುರುಗಳು ತತ್ತ್ವವನ್ನು ಒಪ್ಪಿಕೊಂಡರು. ನಿಮ್ಮ ಆಧ್ಯಾತ್ಮಿಕ ಗುರುಗಳೊಂದಿಗೆ ನೀವು ವಾದಿಸಿದರೆ, ನೀವು ಎಂದಿಗೂ ತೀರ್ಮಾನವನ್ನು ಓದುವುದಿಲ್ಲ. ವಾದವು ಶಾಶ್ವತವಾಗಿ ಮುಂದುವರಿಯುತ್ತದೆ: ವೈದಿಕ ಶಿಸ್ತಿನ ಅನುಕ್ರಮದಲ್ಲಿ, ಆಧ್ಯಾತ್ಮಿಕ ಗುರುಗಳು ಯಾವಾಗಲೂ ತಮ್ಮ ಹೇಳಿಕೆಗಳನ್ನು ಅಧಿಕೃತ ಮೂಲಗಳಿಂದ ಕೇಳಿದ್ದನ್ನು ಆಧರಿಸಿರುತ್ತಾರೆ. ಒಬ್ಬರ ಸ್ವಂತ ನೇರ ಅನುಭವದಿಂದ ವಿಷಯಗಳನ್ನು ಅರ್ಥಮಾಡಿಕೊಳ್ಳಲು ಪ್ರಯತ್ನಿಸುವುದು ಜ್ಞಾನವನ್ನು ಪಡೆಯುವ ವಸ್ತು ಪ್ರಕ್ರಿಯೆಯಾಗಿದೆ, ಇದನ್ನು ತಾಂತ್ರಿಕವಾಗಿ ಪ್ರತ್ಯಕ್ಷ ಎಂದು ಕರೆಯಲಾಗುತ್ತದೆ. ನಿಮ್ಮ ಅಪೂರ್ಣ ಇಂದ್ರಿಯಗಳೊಂದಿಗೆ ನಿಮ್ಮ ಪ್ರಾಯೋಗಿಕ ಶಕ್ತಿಗಳನ್ನು ಮೀರಿದ ವಿಷಯಗಳನ್ನು ಅರ್ಥಮಾಡಿಕೊಳ್ಳಲು ನೀವು ಪ್ರಯತ್ನಿಸಬಾರದು. ಅದು ಸಾಧ್ಯವಿಲ್ಲ. ನಿಮ್ಮ ತಂದೆ ಯಾರೆಂದು ತಿಳಿಯಲು ನೀವು ಬಯಸುತ್ತೀರಿ ಎಂದು ಭಾವಿಸೋಣ. ಪ್ರಯೋಗದ ಮೂಲಕ ನೀವು ಕಂಡುಹಿಡಿಯಬಹುದೇ? ಇದು ಸಾಧ್ಯವೇ? ಇಲ್ಲ ಹಾಗಾದರೆ ನಿಮ್ಮ ತಂದೆ ಯಾರೆಂದು ತಿಳಿಯುವುದು ಹೇಗೆ? ಸರಿಯಾದ ಅಧಿಕಾರದಿಂದ ಕೇಳುವ ಮೂಲಕ, ನಿಮ್ಮ ತಾಯಿ. ಇದು ಸಾಮಾನ್ಯ ಜ್ಞಾನ. ಮತ್ತು ನೀವು ನಿಮ್ಮ ಭೌತಿಕ ತಂದೆಯನ್ನು ಪ್ರಾಯೋಗಿಕ ಪ್ರಕ್ರಿಯೆಯಿಂದ ತಿಳಿದುಕೊಳ್ಳಲು ಸಾಧ್ಯವಾಗದಿದ್ದರೆ, ಪ್ರಾಯೋಗಿಕ ಪ್ರಕ್ರಿಯೆಯಿಂದ ನೀವು ಪರಮಪಿತನನ್ನು ಹೇಗೆ ತಿಳಿಯಬಹುದು? ಕೃಷ್ಣ ಮೂಲ ತಂದೆ. ಜನರು ಪ್ರಾಯೋಗಿಕ ಪ್ರಕ್ರಿಯೆಯಿಂದ ದೇವರನ್ನು ಹುಡುಕುತ್ತಾರೆ, ಆದರೆ ನಂತರ

ಸಾಕಷ್ಟು ಹುಡುಕಾಟಗಳು ವಿಫಲವಾಗಿವೆ. ಆಗ ಅವರು "ಅಯ್ಯೋ ದೇವರಿಲ್ಲ. ನಾನೇ ದೇವರು" ಎನ್ನುತ್ತಾರೆ. ಆದರೆ ಭಗವಂತನ ಬಗ್ಗೆ ಕಲಿಯಲು ಪ್ರಯತ್ನಿಸುವುದು ಪ್ರಯೋಗ ಪ್ರಕ್ರಿಯೆಯಿಂದಲ್ಲ ಆದರೆ ಶ್ರವಣದಿಂದ ಎಂದು ಉಪನಿಷತ್ತು ಹೇಳುತ್ತದೆ.

ಮನಸ್ಸಿನ ವಿವಿಧ ರೀತಿಯ ತಳಮಳಗಳು, ಮಾತಿನ ಶಕ್ತಿ ಮತ್ತು ಕೋಪ ಮತ್ತು ನಾಲಿಗೆ, ಹೊಟ್ಟೆ ಮತ್ತು ಜನನಾಂಗಗಳ ತಳಮಳಗಳಿವೆ. ನಾವು ಕೋಪಗೊಂಡಾಗ, ನಾವು ಎಲ್ಲವನ್ನೂ ಮರೆತುಬಿಡುತ್ತೇವೆ ಮತ್ತು ಯಾವುದೇ ಅಸಂಬದ್ಧತೆಯನ್ನು ಮಾಡಬಹುದು ಮತ್ತು ತುಂಬಾ ಅಸಂಬದ್ಧವಾಗಿ ಮಾತನಾಡಬಹುದು. ನಾಲಿಗೆಯ ಉದ್ರೇಕಕ್ಕೆ ಎಷ್ಟೊಂದು ಜಾಹೀರಾತುಗಳಿವೆ: "ಇಲ್ಲಿ ಮದ್ಯ, ಇಲ್ಲಿ ಕೋಳಿ, ಇಲ್ಲಿ ಗೋಮಾಂಸ." ನಾವು ಮದ್ಯ, ಕೋಳಿ ಅಥವಾ ಗೋಮಾಂಸವಿಲ್ಲದೆ ಸಾಯುತ್ತೇವೆಯೇ? ಇಲ್ಲ. ಮನುಷ್ಯರಿಗೆ ಕೃಷ್ಣನು ಧಾನ್ಯಗಳು, ಹಣ್ಣುಗಳು, ಹಾಲು ಇತ್ಯಾದಿಗಳನ್ನು ತಿನ್ನಲು ಅನೇಕ ಒಳ್ಳೆಯ ವಸ್ತುಗಳನ್ನು ನೀಡಿದ್ದಾನೆ. ಹಸು ಹೇರಳವಾಗಿ ಹಾಲನ್ನು ಉತ್ಪಾದಿಸುತ್ತದೆ, ತನಗಾಗಿ ಅಲ್ಲ ಆದರೆ ಮನುಷ್ಯರಿಗಾಗಿ. ಅದು ಸರಿಯಾದ ಮಾನವ ಆಹಾರ. ದೇವರು ಹೇಳುತ್ತಾನೆ, "ಶ್ರೀಮತಿ ಹಸು, ನೀವು ಹಾಲು ಉತ್ಪಾದಿಸುತ್ತಿದ್ದರೂ, ನೀವು ಅದನ್ನು ಕುಡಿಯಲು ಸಾಧ್ಯವಿಲ್ಲ, ಇದು ಪ್ರಾಣಿಗಳಿಗಿಂತ ಹೆಚ್ಚು ಮುಂದುವರಿದ ಮಾನವರಿಗೆ." ಸಹಜವಾಗಿ, ಶಿಶು ಹಂತದಲ್ಲಿ ಪ್ರಾಣಿಗಳು ತಮ್ಮ ತಾಯಿಯ ಹಾಲಿನಿಂದ ಬದುಕುತ್ತವೆ, ಆದ್ದರಿಂದ ಕರುಗಳು ಹಸುವಿನ ಹಾಲನ್ನು ಸ್ವಲ್ಪ ಕುಡಿಯುತ್ತವೆ. ಆದರೆ ಹಸು ಹೆಚ್ಚುವರಿ ಹಾಲನ್ನು ನೀಡುತ್ತದೆ. ದೇವರು ಯಾವುದನ್ನು ನಮಗೆ ಸರಿಯಾದ ಆಹಾರವಾಗಿ ವಿಧಿಸಿದ್ದಾನೋ ಅದನ್ನು ನಾವು ಸ್ವೀಕರಿಸಬೇಕು. ಆದರೆ ಇಲ್ಲ, ನಾಲಿಗೆಯ ಉದ್ರೇಕದಿಂದಾಗಿ, "ನಾನೇಕೆ ಧಾನ್ಯಗಳು, ಹಾಲಿನ ಉತ್ಪನ್ನಗಳು, ತರಕಾರಿಗಳು ಮತ್ತು ಹಣ್ಣುಗಳನ್ನು ತಿಂದು ತೃಪ್ತರಾಗಬೇಕು? ನಾನು ಕಸಾಯಿಖಾನೆಯನ್ನು ನಿರ್ವಹಿಸುತ್ತೇನೆ ಮತ್ತು ಈ ಹಸುಗಳನ್ನು ಕೊಲ್ಲುತ್ತೇನೆ. ಅವುಗಳ ಹಾಲನ್ನು ಕುಡಿದ ನಂತರ, ನಾನು ಕುಡಿದಂತೆ. ನನ್ನ ತಾಯಿಯ ಹಾಲು, ನನ್ನ ನಾಲಿಗೆಯನ್ನು ತೃಪ್ತಿಪಡಿಸಲು ನಾನು ಅವರನ್ನು ಕೊಲ್ಲುತ್ತೇನೆ. ನೀವು ಅಂತಹ ಅಸಂಬದ್ಧತೆಯನ್ನು ಯೋಚಿಸಬಾರದು.ಆದರೆ ತಮ್ಮ ಇಂದ್ರಿಯಗಳನ್ನು ನಿಯಂತ್ರಿಸಿದ ಧೀರರು ಅಥವಾ ಸ್ವಾಮಿಗಳಿಂದ ಕೇಳಬೇಕು. ಸ್ವಾಮಿ, ಅಥವಾ ಗೋಸ್ವಾಮಿ, ಆರು ಆಂದೋಲನಗಳ ಮೇಲೆ ನಿಯಂತ್ರಣವನ್ನು ಹೊಂದಿರುವವರು: ಮಾತು, ಮನಸ್ಸು, ಕೋಪ, ನಾಲಿಗೆ, ಹೊಟ್ಟೆ ಮತ್ತು ಜನನಾಂಗಗಳು.

ಧೀರ ಎಂದರೆ ಉದ್ರೇಕಕ್ಕೆ ಕಾರಣವಿದ್ದರೂ ಉದ್ರೇಕಗೊಳ್ಳುವುದಿಲ್ಲ. ತುಂಬಾ ಒಳ್ಳೆಯ ಆಹಾರವಿದ್ದರೆ ಅದನ್ನು ಸವಿಯಲು ನಾಲಿಗೆ ಚಡಪಡಿಸಬಾರದು. ತುಂಬಾ ಒಳ್ಳೆಯ ಹುಡುಗಿ ಅಥವಾ ಹುಡುಗ ಇದ್ದರೆ, ನಾನು ಲೈಂಗಿಕವಾಗಿ ಉದ್ರೇಕಗೊಳ್ಳಬಾರದು. ಈ ರೀತಿಯಾಗಿ ಧೀರನಾದ ಒಬ್ಬನು ಮೇಲೆ ಹೇಳಿದ ಆರು ಆಂದೋಲನ ಶಕ್ತಿಗಳನ್ನು ನಿಯಂತ್ರಿಸಲು ಸಾಧ್ಯವಾಗುತ್ತದೆ. ಅಂತೆಯೇ, ಕೃಷ್ಣನು ಅನೇಕ ಹುಡುಗಿಯರೊಂದಿಗೆ ನೃತ್ಯ ಮಾಡಿದನು, ಆದರೆ ಲೈಂಗಿಕ ಹಸಿವು ಇರಲಿಲ್ಲ. ಆದ್ದರಿಂದ, ನೀವು ಧೀರ ವ್ಯಕ್ತಿಯಿಂದ ಕೇಳಬೇಕು. ನೀವು ಅಧೀರರಿಂದ, ಸ್ವಯಂ ನಿಯಂತ್ರಣವಿಲ್ಲದವರಿಂದ ಕೇಳಿದರೆ, ನೀವು ಕಲಿಯುವ ಜ್ಞಾನವು ನಿಷ್ಪ್ರಯೋಜಕವಾಗುತ್ತದೆ. ಈಸೋಪನಿಷದ್‌ನಲ್ಲಿ, ಒಬ್ಬ ವಿದ್ಯಾರ್ಥಿಯು ತನ್ನ ಆಧ್ಯಾತ್ಮಿಕ ಗುರುವನ್ನು ಕೇಳಲು ಅವನ ಬಳಿಗೆ ಬಂದಿದ್ದಾನೆ ಮತ್ತು ಆಧ್ಯಾತ್ಮಿಕ ಗುರುಗಳು "ಇದು ನಾನು ಅಧಿಕೃತ ಮೂಲಗಳಿಂದ ಕೇಳಿದ್ದೇನೆ" ಎಂದು ಹೇಳುತ್ತಿದ್ದಾನೆ. ಆಧ್ಯಾತ್ಮಿಕ ಗುರು ತನ್ನ ಸ್ವಂತ ಅನುಭವದಿಂದ ಏನನ್ನಾದರೂ ಆವಿಷ್ಕರಿಸುತ್ತಿಲ್ಲ. ಅವರು ಕೇಳಿದ್ದನ್ನು ನಿಖರವಾಗಿ ಪ್ರಸ್ತುತಪಡಿಸುತ್ತಿದ್ದಾರೆ. ಹಾಗಾಗಿ ನಾವು ಸಂಶೋಧನೆ ಮಾಡಲು ಏನೂ ಇಲ್ಲ. ಎಲ್ಲವೂ ಇದೆ. ಆರು ಪ್ರಚೋದನೆಗಳಿಂದ ಉದ್ರೇಕಗೊಳ್ಳದ ಧೀರ ವ್ಯಕ್ತಿಯಿಂದಲೇ ನಾವು ಕೇಳಬೇಕು. ಅದು ಜ್ಞಾನವನ್ನು ಪಡೆಯುವ ವೈದಿಕ ಪ್ರಕ್ರಿಯೆ. ಮತ್ತು ನಾವು ಬೇರೆ ಯಾವುದಾದರೂ ಪ್ರಕ್ರಿಯೆಯನ್ನು ಬಳಸಲು ಪ್ರಯತ್ನಿಸಿದರೆ, ನಾವು ಅಜ್ಞಾನದಿಂದ ಮುಚ್ಚಲ್ಪಡುತ್ತೇವೆ.

ಈಸೋಪನಿಷದ್ ಹೇಳುತ್ತದೆ, "ಅಜ್ಞಾನ ಮತ್ತು ಅತೀಂದ್ರಿಯ ಜ್ಞಾನದ ಪ್ರಕ್ರಿಯೆಯನ್ನು ಅಕ್ಕಪಕ್ಕದಲ್ಲಿ ಕಲಿಯಬಲ್ಲವನು ಮಾತ್ರ ಪುನರಾವರ್ತಿತ ಜನನ ಮತ್ತು ಮರಣದ ಪ್ರಭಾವವನ್ನು ಮೀರಿ ಅಮರತ್ವದ ಸಂಪೂರ್ಣ ಆಶೀರ್ವಾದವನ್ನು ಅನುಭವಿಸಬಹುದು." ಅಮರತ್ವ ಎಂದರೇನು ಎಂದು ಜನರಿಗೆ ಅರ್ಥವಾಗುತ್ತಿಲ್ಲ. ಇದು ಪೌರಾಣಿಕ ಕಲ್ಪನೆ ಎಂದು ಅವರು ಭಾವಿಸುತ್ತಾರೆ. ಅವರು ತಮ್ಮ ಜ್ಞಾನದ ಪ್ರಗತಿಯ ಬಗ್ಗೆ ಹೆಮ್ಮೆಪಡುತ್ತಾರೆ, ಆದರೆ ಅವರಿಗೆ ತಿಳಿದಿಲ್ಲದ ಅನೇಕ ವಿಷಯಗಳಿವೆ, ಅಥವಾ ಅವರ ಆಧುನಿಕ ಪ್ರಯೋಗ ವ್ಯವಸ್ಥೆಯಿಂದ ಅವರು ಎಂದಿಗೂ ತಿಳಿದುಕೊಳ್ಳಲು ಸಾಧ್ಯವಿಲ್ಲ. ಆದ್ದರಿಂದ ನೀವು ನಿಜವಾದ ಜ್ಞಾನವನ್ನು ಬಯಸಿದರೆ, ನೀವು ವೇದಗಳೆಂದು ಕರೆಯಲ್ಪಡುವ ಸಾಹಿತ್ಯದಿಂದ ಜ್ಞಾನವನ್ನು ತೆಗೆದುಕೊಳ್ಳಬೇಕು.

ವೇದಗಳು ಕಲುಷಿತ, ನಿಯಮಾಧೀನ ಆತ್ಮಗಳ ಸಂಶೋಧನಾ ಕಾರ್ಯದಿಂದ ಸ್ಥಾಪಿತವಾದ ಜ್ಞಾನವಲ್ಲ. ಅಂತಹ ಜನರು ಅಪೂರ್ಣವಾದ

ಇಂದ್ರಿಯಗಳನ್ನು ಹೊಂದಿರುತ್ತಾರೆ ಮತ್ತು ಆದ್ದರಿಂದ ಅವರು ವಿಷಯಗಳನ್ನು ನೋಡಲಾಗುವುದಿಲ್ಲ, ಅವರು "ಇದು ಹೀಗಿರಬಹುದು, ಅದು ಹಾಗೆ ಇರಬಹುದು" ಎಂದು ಸರಳವಾಗಿ ಸಿದ್ಧಾಂತ ಮಾಡುತ್ತಾರೆ. ಅದು ಜ್ಞಾನವಲ್ಲ. ಜ್ಞಾನವು ನಿಶ್ಚಿತವಾಗಿದೆ, ಯಾವುದೇ ಸಂದೇಹವಿಲ್ಲದೇ ನಿಯಮಾಧೀನ ಆತ್ಮಗಳು ತಪ್ಪುಗಳನ್ನು ಮಾಡುತ್ತಾರೆ, ಭ್ರಮೆ ಮತ್ತು ಮೋಸ ಮಾಡುತ್ತಾರೆ. ಅವರು ಹೇಗೆ ಮೋಸ ಮಾಡುತ್ತಾರೆ? ಭಗವದ್ಗೀತೆಯನ್ನು ಅರ್ಥ ಮಾಡಿಕೊಳ್ಳದವನು ಅದಕ್ಕೆ ಭಾಷ್ಯ ಬರೆದು ಅಮಾಯಕ ಜನರಿಗೆ ಮೋಸ ಮಾಡುತ್ತಾನೆ. ಯಾರೋ ಒಬ್ಬರು ವಿದ್ವಾಂಸರು ಎಂದು ಬಿರುದು ಹೊಂದಿದ್ದಾರೆ, ಆದ್ದರಿಂದ ಅವರು ಭಗವದ್ಗೀತೆಯ ಜನಪ್ರಿಯತೆಯ ಲಾಭವನ್ನು ಪಡೆದುಕೊಂಡು ವ್ಯಾಖ್ಯಾನವನ್ನು ಬರೆಯುತ್ತಾರೆ. ಅಂತಹ ತಥಾಕಥಿತ ವಿದ್ವಾಂಸರು ಯಾರಾದರೂ ತಮ್ಮ ಸ್ವಂತ ಅಭಿಪ್ರಾಯವನ್ನು ನೀಡಬಹುದು ಎಂದು ಹೇಳುತ್ತಾರೆ. ಆದರೆ ಭಗವದ್ಗೀತೆಯಲ್ಲಿ ಕೃಷ್ಣನು ತನ್ನ ಭಕ್ತನು ಮಾತ್ರ ಗೀತೆಯನ್ನು ಅರ್ಥಮಾಡಿಕೊಳ್ಳಬಲ್ಲನು ಎಂದು ಹೇಳುತ್ತಾನೆ. ಹಾಗಾಗಿ ಈ ತಥಾಕಥಿತ ಪಂಡಿತರು ಮೋಸ ಮಾಡುತ್ತಿದ್ದಾರೆ. ನೀವು ಎರಡು ವಿಷಯಗಳನ್ನು ತಿಳಿದಿರಬೇಕು: ಮಾಯೆ (ಭ್ರಮೆ) ಮತ್ತು ಕೃಷ್ಣ ಯಾವುದು. ಆಗ ನಿಮ್ಮ ಜ್ಞಾನ ಪರಿಪೂರ್ಣವಾಗಿರುತ್ತದೆ. ಖಂಡಿತವಾಗಿ, ಕೃಷ್ಣನು ಎಷ್ಟು ಒಳ್ಳೆಯವನೆಂದರೆ, ನೀವು ಹೇಗಾದರೂ ಅಥವಾ ಅವನಿಗೆ ಸಂಪೂರ್ಣವಾಗಿ ಶರಣಾದರೆ, ನಿಮ್ಮ ಎಲ್ಲಾ ಜ್ಞಾನದ ಹುಡುಕಾಟವು ಕೊನೆಗೊಳ್ಳುತ್ತದೆ: ಕೃಷ್ಣ ಎಂದರೇನು ಎಂದು ನಿಮಗೆ ತಿಳಿಯುವುದು ಮಾತ್ರವಲ್ಲ, ಮಾಯೆ ಎಂದರೇನು ಎಂದು ನೀವು ಸ್ವಯಂಚಾಲಿತವಾಗಿ ಕಲಿಯುವಿರಿ. ಕೃಷ್ಣನು ಒಳಗಿನಿಂದ ಬುದ್ಧಿವಂತಿಕೆಯನ್ನು ನೀಡುತ್ತಾನೆ.

ಕೆಲವು ಭಾರತೀಯ ಹುಡುಗರು ಭಾರತದ ಆಧ್ಯಾತ್ಮಿಕ ಸಂಸ್ಕೃತಿಯನ್ನು ತಿರಸ್ಕರಿಸುತ್ತಾರೆ ಮತ್ತು ತಂತ್ರಜ್ಞಾನವನ್ನು ಕಲಿಯಲು ಪಶ್ಚಿಮಕ್ಕೆ ಬರುತ್ತಾರೆ. ಇಂದು ಭಾರತೀಯರು ಪಾಶ್ಚಿಮಾತ್ಯ ತಂತ್ರಜ್ಞಾನವನ್ನು ಅನುಕರಿಸಿದರೆ, ಅವರು ಸಂತೋಷವಾಗಿರುತ್ತಾರೆ ಎಂದು ಭಾವಿಸುತ್ತಾರೆ. ಇದು ಮಾಯೆ. ಭಾರತೀಯರಿಗಿಂತ ಮುನ್ನೂರು ಪಟ್ಟು ಹೆಚ್ಚು ತಾಂತ್ರಿಕವಾಗಿ ಮುಂದುವರಿದವರು ಸಂತೋಷವಾಗಿಲ್ಲ ಎಂದು ಅವರು ನೋಡುವುದಿಲ್ಲ. ಪಾಶ್ಚಿಮಾತ್ಯ ದೇಶಗಳು ಬಹಳ ಹಿಂದಿನಿಂದಲೂ ತಂತ್ರಜ್ಞಾನವನ್ನು ಅಭಿವೃದ್ಧಿಪಡಿಸುತ್ತಿರುವುದರಿಂದ ಭಾರತವು ಕನಿಷ್ಠ ಮುನ್ನೂರು ವರ್ಷಗಳವರೆಗೆ ಅಮೇರಿಕನ್ ಅಥವಾ ಯುರೋಪಿಯನ್ ತಂತ್ರಜ್ಞಾನವನ್ನು ಸರಿಗಟ್ಟಲು ಸಾಧ್ಯವಾಗುವುದಿಲ್ಲ. ಆದರೆ ಸೃಷ್ಟಿಯ ಕಾಲದಿಂದಲೂ ಭಾರತೀಯ ಸಂಸ್ಕೃತಿ

ಆಧ್ಯಾತ್ಮಿಕ ಸಂಸ್ಕೃತಿಯಾಗಿದೆ. ವಿದ್ಯಾ, ಅಥವಾ ನಿಜವಾದ ಆಧ್ಯಾತ್ಮಿಕ ಜ್ಞಾನ, ತಂತ್ರಜ್ಞಾನವನ್ನು ಅವಲಂಬಿಸಿಲ್ಲ. ಶ್ರೀಲ ವ್ಯಾಸದೇವರು ವೈದಿಕ ಜ್ಞಾನದ ಮೂಲ ಗುರು. ಅವನು ಹೇಗೆ ಬದುಕುತ್ತಿದ್ದನು? ಬದರೀಕಾಶ್ರಮದ ಕುಟೀರದಲ್ಲಿ. ಆದರೆ ಅವನ ಜ್ಞಾನವನ್ನು ನೋಡಿ! ಅವರು ಶ್ರೀಮದ್ ಭಾಗವತ ಸೇರಿದಂತೆ ಅನೇಕ ಪುರಾಣಗಳನ್ನು ಬರೆದಿದ್ದಾರೆ. ಅವರು ವೇದಾಂತ-ಸೂತ್ರ ಮತ್ತು ಮಹಾಭಾರತವನ್ನೂ ಬರೆದಿದ್ದಾರೆ. ವ್ಯಾಸದೇವರು ಬರೆದ ಪ್ರತಿಯೊಂದು ಪದ್ಯವನ್ನು ನೀವು ಅಧ್ಯಯನ ಮಾಡಿದ್ದೀರಿ, ಅದು ನಿಮ್ಮ ಇಡೀ ಜೀವನವನ್ನು ತೆಗೆದುಕೊಳ್ಳುತ್ತದೆ. ಶ್ರೀಮದ್ ಭಾಗವತದಲ್ಲಿ ಮಾತ್ರ ಹದಿನೆಂಟು ಸಾವಿರ ಶ್ಲೋಕಗಳಿವೆ. ಮತ್ತು ಪ್ರತಿ ಪದ್ಯವು ಅರ್ಥದಿಂದ ತುಂಬಿದೆ. ಯಾವುದೇ ಇತರ ಪ್ರಕ್ರಿಯೆಯು ಅಪೂರ್ಣವಾಗಿದೆ ಏಕೆಂದರೆ ಅದು ಊಹಾಪೋಹವನ್ನು ಆಧರಿಸಿದೆ. ಉದಾಹರಣೆಗೆ, ವಿಜ್ಞಾನಿಗಳು ಸೂರ್ಯನ ಗ್ರಹ ಯಾವುದು ಎಂದು ಊಹಿಸಬಹುದು, ಆದರೆ ಅವರಿಗೆ ಅಲ್ಲಿ ಪ್ರವೇಶವಿಲ್ಲದ ಕಾರಣ, ಅವರು ಸೂರ್ಯನ ಗ್ರಹ ಏನೆಂದು ತಿಳಿಯಲು ಸಾಧ್ಯವಿಲ್ಲ. ಅವರು ಕೇವಲ ಊಹೆ ಮಾಡಬಹುದು. ಅಷ್ಟೇ. ಒಮ್ಮೆ ಆನೆಯ ಮೇಲೆ ಮೂವರು ಕುರುಡರು ಬಂದರು. ಅವರು ಆನೆಯನ್ನು ಊಹಿಸಲು ಪ್ರಾರಂಭಿಸಿದರು. . ಒಬ್ಬರು ಅದರ ದೊಡ್ಡ ಕಾಲುಗಳನ್ನು ಊಹಿಸಿದರು ಮತ್ತು "ಓಹ್, ಆನೆಯು ಕಂಬದಂತಿದೆ" ಎಂದು ತೀರ್ಮಾನಿಸಿದರು. ಎರಡನೆಯ ಮನುಷ್ಯನು ಸೊಂಡಿಲನ್ನು ಊಹಿಸಿದನು ಮತ್ತು "ಓಹ್, ಈ ಆನೆಯು ಹಾವಿನಂತೆ ಇದೆ" ಎಂದು ತೀರ್ಮಾನಿಸಿದನು. ಮತ್ತು ಮೂರನೆಯ ಮನುಷ್ಯನು ಆನೆಯ ಹೊಟ್ಟೆಯನ್ನು ಊಹಿಸಿದನು ಮತ್ತು "ಈ ಆನೆಯು ದೊಡ್ಡ ದೋಣಿಯಂತಿದೆ" ಎಂದು ತೀರ್ಮಾನಿಸಿದನು. ಆದರೆ ವಾಸ್ತವವಾಗಿ, ಕುರುಡರಿಗೆ ಆನೆ ನಿಜವಾಗಿಯೂ ಏನೆಂದು ತಿಳಿದಿರಲಿಲ್ಲ. ನೀವು ಏನನ್ನಾದರೂ ನೋಡುವ ಸಾಮರ್ಥ್ಯ ಹೊಂದಿಲ್ಲದಿದ್ದರೆ, ನೀವು ಅದರ ಬಗ್ಗೆ ಮಾತ್ರ ಊಹಿಸಬಹುದು. ಆದ್ದರಿಂದ ಈಶೋಪನಿಷದ್ ಹೇಳುತ್ತದೆ, " ಈಸೋಪನಿಷತ್ತಿನ ಹೇಳಿಕೆಯು "ಸಜೀವ ಅಥವಾ ನಿರ್ಜೀವ ಎಲ್ಲವೂ ಪರಮಾತ್ಮನ ನಿಯಂತ್ರಣದಲ್ಲಿದೆ ಮತ್ತು ಒಡೆತನದಲ್ಲಿದೆ." ಅವನು ಸರ್ವೋಚ್ಚ ನಿಯಂತ್ರಕನಾಗಿರುವುದರಿಂದ, ಅವನು ಸರ್ವೋಚ್ಚ ಮಾಲೀಕನೂ ಆಗಿದ್ದಾನೆ. ನಮ್ಮ ಪ್ರಾಯೋಗಿಕ ಅನುಭವದಲ್ಲಿ ವ್ಯಾಪಾರ ಸ್ಥಾಪನೆಯನ್ನು ನಿಯಂತ್ರಿಸುವ ವ್ಯಕ್ತಿಯೇ ಮಾಲೀಕ ಎಂದು ನಾವು ನೋಡುತ್ತೇವೆ. ಹಾಗೆಯೇ ಭಗವಂತನು ಈ ಭೌತಿಕ ಪ್ರಪಂಚದ ನಿಯಂತ್ರಕನಾಗಿರುವುದರಿಂದ, ಅವನು ಮಾಲೀಕನೂ ಆಗಿದ್ದಾನೆ. ಇದರರ್ಥ ಸಾಧ್ಯವಾದಷ್ಟು ನಾವು ಭಗವಂತನ ಸೇವೆಯಲ್ಲಿ

ಎಲ್ಲವನ್ನೂ ತೊಡಗಿಸಿಕೊಳ್ಳಬೇಕು.

ನೀವು ಕೃಷ್ಣ ಪ್ರಜ್ಞೆಯನ್ನು ಪಡೆದ ತಕ್ಷಣ, ಕೃಷ್ಣನು ನಿಮ್ಮನ್ನು ವೈಯಕ್ತಿಕವಾಗಿ ನೋಡಿಕೊಳ್ಳಲು ಪ್ರಾರಂಭಿಸುತ್ತಾನೆ. ಅವರು ಭಗವದ್ಗೀತೆಯಲ್ಲಿ (18.66) ಭರವಸೆ ನೀಡಿದಂತೆ, "ನಾನು ನಿನ್ನನ್ನು ನೋಡಿಕೊಳ್ಳುತ್ತೇನೆ. ನಾನು ನಿಮ್ಮನ್ನು ಎಲ್ಲಾ ಪಾಪದ ಪ್ರತಿಕ್ರಿಯೆಗಳಿಂದ ರಕ್ಷಿಸುತ್ತೇನೆ. ಚಿಂತಿಸಬೇಡ." ನಾವು ಈ ಭೌತಿಕ ಜಗತ್ತಿನಲ್ಲಿ ಅನೇಕ ಜೀವನವನ್ನು ಹೊಂದಿರುವುದರಿಂದ, ನಾವು ಪಾಪದ ಪ್ರತಿಕ್ರಿಯೆಗಳ ರಾಶಿಯಲ್ಲಿ ಬಳಲುತ್ತಿದ್ದೇವೆ. ಆದರೆ ನೀವು ಕೃಷ್ಣನಿಗೆ ಶರಣಾದ ತಕ್ಷಣ, ಅವನು ತಕ್ಷಣ ನಿಮ್ಮನ್ನು ನೋಡಿಕೊಳ್ಳುತ್ತಾನೆ ಮತ್ತು ನಿಮ್ಮ ಎಲ್ಲಾ ಪಾಪ ಪ್ರತಿಕ್ರಿಯೆಗಳನ್ನು ರದ್ದುಗೊಳಿಸುತ್ತಾನೆ. ಕೃಷ್ಣ ಹೇಳುತ್ತಾನೆ, "ತಡಪಡಬೇಡ." "ಅಯ್ಯೋ, ನಾನು ತುಂಬಾ ಪಾಪಗಳನ್ನು ಮಾಡಿದ್ದೇನೆ, ಕೃಷ್ಣನು ನನ್ನನ್ನು ಹೇಗೆ ರಕ್ಷಿಸುತ್ತಾನೆ?" ಎಂದು ಯೋಚಿಸಬೇಡಿ. ಇಲ್ಲ. ಕೃಷ್ಣನು ಸರ್ವಶಕ್ತ. ಅವನು ನಿನ್ನನ್ನು ರಕ್ಷಿಸಬಲ್ಲನು. ನಿಮ್ಮ ಕರ್ತವ್ಯವೆಂದರೆ ಅವನಿಗೆ ಶರಣಾಗತಿ ಮತ್ತು ಯಾವುದೇ ಮೀಸಲಾತಿಯಿಲ್ಲದೆ ನಿಮ್ಮ ಜೀವನವನ್ನು ಅವನ ಸೇವೆಗೆ ಮುಡಿಪಾಗಿಡುವುದು. ಆಗ ಕೃಷ್ಣನು ನಿಸ್ಸಂದೇಹವಾಗಿ ನಿನ್ನನ್ನು ರಕ್ಷಿಸುತ್ತಾನೆ.

ಪರಮಾತ್ಮನೊಂದಿಗಿನ ನಮ್ಮ ಗುರುತಿನ ನೈಜ ಸ್ವರೂಪವನ್ನು ವೈದಿಕ ಸಾಹಿತ್ಯದಲ್ಲಿ ಕಿಡಿಗಳು ಮತ್ತು ಬೆಂಕಿಯ ಸಾದೃಶ್ಯದೊಂದಿಗೆ ವಿವರಿಸಲಾಗಿದೆ. ಬೆಂಕಿಯ ಕಿಡಿಗಳು ಬೆಂಕಿಯಂತೆಯೇ ಅದೇ ಗುಣಮಟ್ಟವನ್ನು ಹೊಂದಿವೆ, ಆದರೂ ಅವು ಪ್ರಮಾಣದಲ್ಲಿ ಭಿನ್ನವಾಗಿರುತ್ತವೆ. ಆದರೆ ಸಣ್ಣ ಕಿಡಿ ಬೆಂಕಿಯನ್ನು ಬಿಟ್ಟು ನೀರಿನಲ್ಲಿ ಬಿದ್ದಾಗ ಅದರ ಉರಿಯುವ ಗುಣವು ಕಳೆದುಹೋಗುತ್ತದೆ. ಅಂತೆಯೇ, ಅನಂತವಾದ ಆತ್ಮವು ಭಗವಂತನ ಸಹವಾಸವನ್ನು ತೊರೆದು ಅಜ್ಞಾನದ ವಿಧಾನವನ್ನು ಸಂಪರ್ಕಿಸಿದಾಗ, ಅವನ ಆಧ್ಯಾತ್ಮಿಕ ಗುಣವು ಬಹುತೇಕ ಅಳಿದುಹೋಗುತ್ತದೆ. ಕಿಡಿಯು ನೀರಿನ ಬದಲು ಭೂಮಿಯ ಮೇಲೆ ಬಿದ್ದಾಗ, ಕಿಡಿ ಸ್ವಲ್ಪ ಶಾಖವನ್ನು ಉಳಿಸಿಕೊಳ್ಳುತ್ತದೆ. ಹಾಗೆಯೇ, ಜೀವಿಯು ಉತ್ಸಾಹದ ಗುಣಮಟ್ಟದಲ್ಲಿದ್ದಾಗ, ಅವನು ತನ್ನ ಕೃಷ್ಣ ಪ್ರಜ್ಞೆಯನ್ನು ಪುನರುಜ್ಜೀವನಗೊಳಿಸಬಹುದೆಂಬ ಭರವಸೆಯಿದೆ. ಮತ್ತು ಒಣ ಹುಲ್ಲಿನ ಮೇಲೆ ಕಿಡಿ ಬಿದ್ದರೆ, ಅದು ಮತ್ತೊಂದು ಬೆಂಕಿಯನ್ನು ಹೊತ್ತಿಸಬಹುದು ಮತ್ತು ಅದರ ಎಲ್ಲಾ ಉರಿಯುತ್ತಿರುವ ಗುಣಗಳನ್ನು ಮರಳಿ ಪಡೆಯಬಹುದು. ಅಂತೆಯೇ, ಒಳ್ಳೆಯತನದ ವಿಧಾನದಲ್ಲಿರುವ ವ್ಯಕ್ತಿಯು ಆಧ್ಯಾತ್ಮಿಕ ಸಹವಾಸದ ಸಂಪೂರ್ಣ ಪ್ರಯೋಜನವನ್ನು ಪಡೆಯಬಹುದು ಮತ್ತು ಅವನ ಕೃಷ್ಣ ಪ್ರಜ್ಞೆಯನ್ನು ಸುಲಭವಾಗಿ ಪುನರುಜ್ಜೀವನಗೊಳಿಸಬಹುದು. ಆದ್ದರಿಂದ ಈ ಭೌತಿಕ ಜಗತ್ತಿನಲ್ಲಿ

ಒಳ್ಳೆಯತನದ ವೇದಿಕೆಗೆ ಬರಬೇಕು. ಮತ್ತೊಮ್ಮೆ, ಬೆಂಕಿಯ ಸಾದೃಶ್ಯವು ಭಗವಂತ ಮತ್ತು ಅವನ ವೈವಿಧ್ಯಮಯ ಏಕಕಾಲಿಕ ಏಕತೆ ಮತ್ತು ವ್ಯತ್ಯಾಸವನ್ನು ಅರ್ಥಮಾಡಿಕೊಳ್ಳಲು ನಮಗೆ ಸಹಾಯ ಮಾಡುತ್ತದೆ. ನಮ್ಮ ಇಂದ್ರಿಯ ತೃಪ್ತಿಗಾಗಿ ನಾವು ನಮ್ಮಲ್ಲಿಲ್ಲದ ವಸ್ತುಗಳನ್ನು ಪಡೆಯಲು ಬಹಳ ಉತ್ಸುಕರಾಗಿದ್ದೇವೆ. ಆದರೆ ಕೃಷ್ಣನು ಸಂಪೂರ್ಣ ಭೌತಿಕ ಶಕ್ತಿಯ ಮೂಲ ಮತ್ತು ಮಾಲೀಕ ಎಂದು ನಮಗೆ ತಿಳಿದಿದ್ದರೆ, ಎಲ್ಲವೂ ಅವನಿಗೆ ಸೇರಿದ್ದು ಮತ್ತು ಅವನು ಗಳಿಸಿದ ಎಲ್ಲವನ್ನೂ ಅವನ ಸೇವೆಗಾಗಿ ನೀಡುತ್ತಾನೆ ಎಂದು ನಾವು ಅರ್ಥಮಾಡಿಕೊಳ್ಳುತ್ತೇವೆ. ಹೀಗಾಗಿ ನಾವು ಈ ಲೋಕದ ವಸ್ತುಗಳಿಗಾಗಿ ಹಾತೊರೆಯುವುದಿಲ್ಲ. ಇದಲ್ಲದೆ, ಕೃಷ್ಣನು ಏನನ್ನಾದರೂ ತೆಗೆದುಕೊಂಡು ಹೋದರೆ, ನಂತರ ಪ್ರಲಾಪವು ಏನು ಬೇಕು? "ಕೃಷ್ಣನು ಅದನ್ನು ನನ್ನಿಂದ ಕಿತ್ತುಕೊಳ್ಳಲು ಬಯಸಿದ್ದನು. ಆದುದರಿಂದ ನಾನೇಕೆ ಕೊರಗಬೇಕು? ಪರಮಾತ್ಮನೇ ಎಲ್ಲಾ ಕಾರಣಗಳಿಗೂ ಕಾರಣನಾಗಿದ್ದಾನೆ. ಆತನೇ ತೆಗೆದುಕೊಳ್ಳುತ್ತಾನೆ, ಕೊಡುತ್ತಾನೆ" ಎಂದು ನಾವು ಯೋಚಿಸಬೇಕು. ಒಬ್ಬನು ಈ ರೀತಿ ಪೂರ್ಣ ಜ್ಞಾನದಲ್ಲಿದ್ದಾಗ, ಹೆಚ್ಚು ದುಃಖವಿಲ್ಲ ಮತ್ತು ಹೆಚ್ಚು ಹಂಬಲವಿಲ್ಲ. ಅದು ಆಧ್ಯಾತ್ಮಿಕ ವೇದಿಕೆ. ಆಗ ನೀವು ಪ್ರತಿಯೊಬ್ಬರನ್ನು ಆಧ್ಯಾತ್ಮಿಕ ಕಿಡಿಯಾಗಿ, ಕೃಷ್ಣನ ಭಾಗವಾಗಿ ಮತ್ತು ಅವರ ಶಾಶ್ವತ ಸೇವಕರಾಗಿ ನೋಡಬಹುದು.

ದುರದೃಷ್ಟವಶಾತ್, ಆಧುನಿಕ ನಾಗರಿಕತೆಯ ಜನರು ಕೃಷ್ಣ ಪ್ರಜ್ಞೆಯನ್ನು ಮರೆತುಬಿಡುವಷ್ಟು ಇತರ ನಿಶ್ಚಿತಾರ್ಥಗಳನ್ನು ಸೃಷ್ಟಿಸಿದ್ದಾರೆ. ಇದನ್ನು ಮಾಯಾ ಅಥವಾ ಭ್ರಮೆ ಎಂದು ಕರೆಯಲಾಗುತ್ತದೆ. ಅವರು ತಮ್ಮ ನೈಜ ವ್ಯವಹಾರವನ್ನು ಮರೆಯುತ್ತಿದ್ದಾರೆ. ಮತ್ತು ಕುರುಡು ನಾಯಕರು ಎಲ್ಲರನ್ನೂ ನರಕಕ್ಕೆ ಕೊಂಡೊಯ್ಯುತ್ತಿದ್ದಾರೆ. ಅವರು ಸರಳವಾಗಿ ದಾರಿತಪ್ಪಿಸುವವರು. ಜನರು ಯಾವುದೇ ಅಧಿಕಾರ ಸ್ವೀಕರಿಸಲು ಇಷ್ಟಪಡುವುದಿಲ್ಲ. ಆದರೂ, ಅವರು ಈ ಕಿಡಿಗೇಡಿಗಳನ್ನು ನಾಯಕರನ್ನಾಗಿ ಸ್ವೀಕರಿಸಿದ್ದಾರೆ ಮತ್ತು ದಾರಿ ತಪ್ಪಿಸುತ್ತಿದ್ದಾರೆ. ಈ ರೀತಿಯಾಗಿ ದುಷ್ಟ ನಾಯಕರು ಮತ್ತು ಅವರ ದುರದೃಷ್ಟಕರ ಅನುಯಾಯಿಗಳು ಭೌತಿಕ ಪ್ರಕೃತಿಯ ಕಟ್ಟುನಿಟ್ಟಾದ ನಿಯಮಗಳಿಂದ ಬಂಧಿತರಾಗಿರುತ್ತಾರೆ.

9

ಕೃಷ್ಣ ಮತ್ತು ಉದ್ಧವ

ಉದ್ಧವ ಯಾದವರಲ್ಲಿ ಒಬ್ಬನಾಗಿದ್ದನು, ಅವನು ಯಾವಾಗಲೂ ಕೃಷ್ಣನೊಂದಿಗೆ ಇರುತಿದ್ದನು ಮತ್ತು ಅವನಿಗೆ ತುಂಬಾ ಹತ್ತಿರವಾಗಿದ್ದನು. ಅವನು ಕೃಷ್ಣನನ್ನು ಒಬ್ಬನೇ ನೋಡುವ ಸಮಯಕ್ಕಾಗಿ ಕಾಯುತ್ತಿದ್ದನು. ಅವನು ಎಲ್ಲವನ್ನೂ ತನಗಾಗಿ ಬಯಸಿದನು. ಅವನು ಒಬ್ಬನೇ ಅವನನ್ನು ಕಂಡುಕೊಂಡಾಗ ಅವನು ಕೃಷ್ಣನ ಬಳಿಗೆ ಹೋಗಿ ಅವನ ಪಾದಗಳಿಗೆ ಬಿದ್ದು ಅವರನ್ನು ದೃಢವಾಗಿ ಹಿಡಿದುಕೊಂಡು ಹೇಳಿದನು: "ಕೃಷ್ಣ, ಯೋಗೀಶ, ನೀನು ಪ್ರಭುಗಳ ಪ್ರಭು ಮತ್ತು ನೀನು ಈ ಯಾದವ ಕುಲವನ್ನು ನಾಶಮಾಡಲು ಹೊರಟಿರುವೆ. ನೀವು ಈ ನಿರ್ಧಾರಕ್ಕೆ ಬಂದಿರುವುದರಲ್ಲಿ ಒಂದು ಉದ್ದೇಶವಿದೆ. ಇದೆಲ್ಲ ಏಕೆ ನಡೆಯುತ್ತಿದೆ ಎಂದು ಕೇಳಲು ನಾನು ಇಲ್ಲಿಗೆ ಬಂದಿಲ್ಲ. ನಾನು ನಿಮ್ಮಲ್ಲಿ ಒಂದು ವರವನ್ನು ಕೇಳಲು ಬಂದಿದ್ದೇನೆ: ಒಂದು ಉಪಕಾರ."

ಕೃಷ್ಣ ಕೇಳಿದ: "ನೀವು ನನ್ನಲ್ಲಿ ಏನು ಕೇಳಲು ಬಯಸುತ್ತೀರಿ?"

ಅದರಲ್ಲಿ ಅವನ ಸ್ನೇಹಿತ. ಉದ್ಧವ ಕೃಷ್ಣನಿಗೆ ತುಂಬಾ ಪ್ರಿಯನಾಗಿದ್ದ. "ನೀನು ಕೃಷ್ಣಾ" ಎಂದ ಉದ್ಧವ. "ನನಗೆ ನೀನು ಮತ್ತು ನಿನ್ನ ಸಾಮೀಪ್ಯ ಬೇಕು. ಇಷ್ಟು ವರ್ಷ ನಾನು ಯಾವಾಗಲೂ ನಿನ್ನೊಂದಿಗೆ ಇದ್ದೇನೆ ಮತ್ತು ಒಂದು ಕ್ಷಣವೂ ನಿನ್ನ ಬಿಟ್ಟು ಇರಲಿಲ್ಲ. ಉದ್ಧವ ತನ್ನ ಹೃದಯದಿಂದ ಗದ್ಗದಿತನಾಗಿದ್ದನು ಮತ್ತು ಕೃಷ್ಣನು ಪ್ರೀತಿಯಿಂದ ತುಂಬಿದ ಕಣ್ಣುಗಳಿಂದ ಅವನನ್ನು ನೋಡಿದನು. ತನ್ನ ಭಕ್ತರು ನರಳುವುದನ್ನು ಅವನು ಎಂದಿಗೂ ಸಹಿಸಲಿಲ್ಲ. ಭಗವಂತನಿಗೆ ತನ್ನ ಭಕ್ತರ ಮೇಲಿನ ಪ್ರೀತಿಯು ಅವನ ಹೆಂಡತಿಯಾದ ಲಕ್ಷ್ಮಿಯ ಮೇಲಿನ ಪ್ರೀತಿಗಿಂತ ಹೆಚ್ಚಿನದಾಗಿತ್ತು.

ಅನಂತ ಕೋಮಲತೆಯಿಂದ ಕೃಷ್ಣನು ಉದ್ಧವನ ಕೈಗಳನ್ನು ಹಿಡಿದು ಹೇಳಿದನು: "ಯಾದವರ ಮನೆಯನ್ನು ಅದರ ವಿನಾಶದತ್ತ ಕೊಂಡೊಯ್ಯುವುದು ನನ್ನ ಉದ್ದೇಶ ಎಂದು ನೀವು ಹೇಳಿದಾಗ ನೀವು ಸತ್ಯವನ್ನು ಹೊರತುಪಡಿಸಿ ಬೇರೇನೂ ಮಾತನಾಡಲಿಲ್ಲ. ಅವರೆಲ್ಲರೂ ತಮ್ಮ ಕೈಯಿಂದಲೇ ಸಾಯುತ್ತಾರೆ. ಬ್ರಹ್ಮ, ಮಹಾದೇವ ಮತ್ತು ದೇವತೆಗಳು ನನ್ನ ಬಳಿಗೆ ಬಂದು ನನ್ನ ನಿವಾಸಕ್ಕೆ ಹಿಂತಿರುಗಿ ಎಂದು ಕೇಳಿದರು, ವರ್ಷಗಳ ಹಿಂದೆ ಬ್ರಹ್ಮನ ಕೋರಿಕೆಯ ಮೇರೆಗೆ ನಾನು ಆದಿಶೇಷನೊಂದಿಗೆ ಮಾನವ ರೂಪವನ್ನು ತಾಳುವುದಾಗಿ ಭರವಸೆ ನೀಡಿದ್ದೆ ಮತ್ತು ಈ ಜನ್ಮ ಭೂಮಿಯಲ್ಲಿ ಧರ್ಮವನ್ನು ಸ್ಥಾಪಿಸಲು ಕಾರಣವಾಯಿತು. ನಾನು ಅದನ್ನು ಸಾಧಿಸಿದ್ದೇನೆ ಮತ್ತು ಈಗ ನಾನು ಸಾಧಿಸಲು ಬೇರೇನೂ ಇಲ್ಲ, ನನ್ನ ಕೊನೆಯ ಕಾರ್ಯವನ್ನು ಮುಗಿಸಲು ಇನ್ನು ಒಂದು ವಾರ ಮಾತ್ರ ಉಳಿದಿದೆ: ಯಾದವರ ಮನೆಯನ್ನು ನಾಶಮಾಡುವುದು ಮತ್ತು ದ್ವಾರಕೆಯಂತೆಯೇ ಸಮುದ್ರವು ಅವಳನ್ನು ಒಡೆಯುತ್ತದೆ. “ನನ್ನ ಪ್ರೀತಿಯ ಉದ್ಧವ, ನಾನು ಈ ಭೂಮಿಯನ್ನು ತೊರೆದ ಕ್ಷಣದಲ್ಲಿ, ಅವಳ ವೈಭವವು ಕಡಿಮೆಯಾಗುತ್ತದೆ ಮತ್ತು ಹುಟ್ಟಲು ಕಾಯುತ್ತಿರುವ ಕಲಿಯುಗವು ಅವಳನ್ನು ಸಂಪೂರ್ಣವಾಗಿ ಆಕ್ರಮಿಸುತ್ತದೆ. "ನನ್ನಿಂದ ಪರಿತ್ಯಕ್ತ ಜಗತ್ತಿನಲ್ಲಿ ಬದುಕಬೇಡ, ಕಲಿಯುಗದಲ್ಲಿ ಪುರುಷರು ಪಾಪ ಮಾಡುವುದರಲ್ಲಿ ಬಹಳ ಸಂತೋಷಪಡುತ್ತಾರೆ. ನಿಮ್ಮ ಉಳಿದ ಸಮಯವನ್ನು ನೀವು ಕಳೆಯಬೇಕಾಗುತ್ತದೆ: ಈ ಜಗತ್ತಿನಲ್ಲಿ ನಿಮಗೆ ನಿಯೋಜಿಸಲಾದ ಜೀವಿತಾವಧಿಯನ್ನು ಸಂಪೂರ್ಣವಾಗಿ ನಿಮ್ಮ ಮನಸ್ಸಿನಿಂದ ನಿಮ್ಮ ಬಂಧುಗಳಿಂದ ಮತ್ತು ಇಷ್ಟು ದಿನ, ನಿಮ್ಮ ಹತ್ತಿರ ಮತ್ತು ನಿಮಗೆ ತುಂಬಾ ಪ್ರಿಯವಾಗಿರುವ ಪ್ರತಿಯೊಬ್ಬರಿಂದ ಬೇರ್ಪಟ್ಟಿದೆ, ನಿಮ್ಮ ಮನಸ್ಸು ನನ್ನ ಮೇಲೆ ಮತ್ತು ನನ್ನ ಮೇಲೆ ಮಾತ್ರ ಇರಲಿ .

"ಉದ್ಧವ, ನಾನು ನಿನಗೆ ಒಂದು ವಿಷಯವನ್ನು ಹೇಳುತ್ತೇನೆ, ಮಾಯೆ ಎಂದರೇನು ಎಂದು ನಾನು ವಿವರಿಸುತ್ತೇನೆ. ಅದರ ಜಾಲದಲ್ಲಿ ಸಿಕ್ಕಿಹಾಕಿಕೊಳ್ಳುವುದನ್ನು ತಪ್ಪಿಸುವುದು ಹೇಗೆ ಎಂದು ನಿಮಗೆ ತಿಳಿಯುತ್ತದೆ. ಇಂದ್ರಿಯಗಳು ಕಾರ್ಯನಿರ್ವಹಿಸಿದಾಗ, ಅವು ಹೊರಗಿನ ಪ್ರಪಂಚವನ್ನು ಗ್ರಹಿಸುತ್ತವೆ. ಕಣ್ಣುಗಳು ನೋಡುವ ದೃಶ್ಯಗಳಿವೆ. ನೋಡುತ್ತದೆ: ಕಿವಿಗಳು ಕೇಳುವ ಶಬ್ದಗಳು: ನಾಲಿಗೆಯು ಸವಿಯುವ ರುಚಿಗಳು ಮತ್ತು ಹೀಗೆ ಈ ಅನುಭವಗಳನ್ನು ‘ಮನೋಮಯ’ ಎಂದು ಕರೆಯಲಾಗುತ್ತದೆ, ಅಂದರೆ ಅವು ಮನಸ್ಸಿನಿಂದ ಹುಟ್ಟುತ್ತವೆ ಮತ್ತು ಆದ್ದರಿಂದ ಅವುಗಳನ್ನು ಕ್ಷಣಿಕವೆಂದು ಪರಿಗಣಿಸಲಾಗುತ್ತದೆ. ಇದು ಮಾಯೆ. ಇಂದ್ರಿಯಗಳನ್ನು ಪೋಷಿಸುವ ಇವುಗಳ ಅನ್ವೇಷಣೆಯಲ್ಲಿ ಓಡುವ

ಮನಸ್ಸಿಗೆ ಒಂದು ರೀತಿಯ ಭ್ರಮೆ ಉಂಟಾಗುತ್ತದೆ. ಮತ್ತು, ಈ ಭ್ರಮೆಯಿಂದ 'ಗುಣದೋಷ' ಎಂದು ಕರೆಯುತ್ತಾರೆ. ಆತ್ಮನು ಗುಣಗಳಿಂದ 'ಕಳಂಕಿತ'ವಾದಾಗ ಗುಣದೋಷವು ಒಂದು ಸ್ಥಿತಿಯಾಗಿದೆ. ಇದು ಅವನನ್ನು ಸಂಸಾರವೆಂಬ ಸಮುದ್ರಕ್ಕೆ ಮತ್ತಷ್ಟು ಒಳಗೊಳ್ಳುತ್ತದೆ ಮತ್ತು ಅವನು ತನ್ನನ್ನು ಈ ಕೊರಗಿನಿಂದ ಹೊರತರುವುದು ಸುಲಭವಲ್ಲ. "ಆದ್ದರಿಂದ, ನೀವು ನಿಮ್ಮ ಇಂದ್ರಿಯಗಳನ್ನು ನಿಯಂತ್ರಿಸಬೇಕು ಮತ್ತು ನಿಮ್ಮ ನಿರಂತರ ಮನಸ್ಸನ್ನು ಸಹ ನಿಯಂತ್ರಿಸಬೇಕು ಮತ್ತು ಇವುಗಳು ಅಪಾಯಕಾರಿ ನೆಲಕ್ಕೆ ಹೋಗುವುದನ್ನು ತಡೆಯಬೇಕು. ನೀವು ಇಷ್ಟು ದಿನ ನನ್ನೊಂದಿಗೆ ಇದ್ದುದರಿಂದ ನೀವು ಬ್ರಹ್ಮನ ಮೇಲಿನ ಚಿಂತನೆಯಿಂದ ದೂರವಿರುವುದಿಲ್ಲ."

ಉದ್ಧವನು ದುಃಖದಿಂದ ತಲೆ ಅಲ್ಲಾಡಿಸಿ ಹೇಳಿದನು: "ಇಲ್ಲ ಕೃಷ್ಣಾ, ಇದು ಸುಲಭವಲ್ಲ, ಇಂದ್ರಿಯ ವಸ್ತುಗಳಿಂದ ಮನಸ್ಸನ್ನು ಹಿಂತೆಗೆದುಕೊಳ್ಳುವುದು ಸಾಧ್ಯವಿಲ್ಲ, ಇಂದ್ರಿಯಗಳನ್ನು ನಿಯಂತ್ರಣದಲ್ಲಿಟ್ಟುಕೊಳ್ಳುವ ಬಗ್ಗೆ ನೀವು ಕಲಿಸುತ್ತಿರುವ ಈ ಪಾಠ ಕಲಿಯುವುದು ತುಂಬಾ ಕಷ್ಟ ಮತ್ತು ಅಭ್ಯಾಸ ಮಾಡುವುದು ಕಷ್ಟ. 'ನಾನು' ಮತ್ತು 'ನನ್ನದು' ಎಂಬ ಬಲೆಯಲ್ಲಿ ನಾನು ಸಿಕ್ಕಿಬಿದ್ದಿದ್ದೇನೆ. ನನ್ನ ಪಾದಗಳಿಂದ ಈ ಕೆಸರನ್ನು ಅಲುಗಾಡಿಸಿ ದೃಢವಾದ ನೆಲವನ್ನು ತಲುಪಲು ನಿನ್ನ ಮಾರ್ಗದರ್ಶನಹೇಳು.

" ಕೃಷ್ಣನು ಹೇಳಿದನು: "ಲೌಕಿಕ ಭೋಗಗಳನ್ನು ಸವಿದು ಅಂತಿಮವಾಗಿ ಸತ್ಯವನ್ನು ತಲುಪಿದವರಲ್ಲಿ ಹೆಚ್ಚಿನವರು, ಹೆಚ್ಚಾಗಿ, ಅದನ್ನು ಸ್ವತಃ ಮಾಡಿದವರು, ಅವರು ಮತ್ತೆ ಮತ್ತೆ ಪ್ರಯತ್ನಿಸಿದವರು ಮತ್ತು ಅಂತಿಮವಾಗಿ ತಮ್ಮ ಇಂದ್ರಿಯಗಳನ್ನು ಹತೋಟಿಗೆ ತರುವಲ್ಲಿ ಯಶಸ್ವಿಯಾದರು: ಮೊದಲು ಇಂದ್ರಿಯಗಳು, ಮತ್ತು ನಂತರ ಮನಸ್ಸು, ವಾಸನಗಳ ಕಳಂಕವನ್ನು ಒಬ್ಬರ ಸ್ವಂತ ಪ್ರಯತ್ನದಿಂದ ಅಳಿಸಬೇಕು, ಈ ನಿರ್ಲಿಪ್ತತೆಯನ್ನು ಸಾಧಿಸಲು ಒಬ್ಬರ ಸ್ವಂತ ಮನಸ್ಸನ್ನು ಬಳಸಬೇಕು, ಮನುಷ್ಯನಿಗೆ ತಾರತಮ್ಯದ ಶಕ್ತಿಯನ್ನು ನೀಡಲಾಗಿದೆ ಮತ್ತು ಇದರ ಸಹಾಯ, ಅವನು ಸತ್ಯವನ್ನು ತಲುಪಬೇಕು. ಸತ್ಯದ ಹುಡುಕಾಟದಲ್ಲಿರುವ ಮನುಷ್ಯನಿಗೆ ಎರಡು ವಿಷಯಗಳು ಎದುರಾಗುತ್ತವೆ. ಅವುಗಳೆಂದರೆ: ಪ್ರತ್ಯಕ್ಷ ಮತ್ತು ಅನುಮಾನ. ಪ್ರತ್ಯಕ್ಷ ಎಂದರೆ ಅವನು ತನ್ನ ಇಂದ್ರಿಯಗಳಿಂದ ಗ್ರಹಿಸಬಲ್ಲನು ಮತ್ತು ಅವನು ತನ್ನ ಮನಸ್ಸಿನಿಂದ ಗ್ರಹಿಸುವ ಅನುಮಾನ. ಅವರ ಅನ್ವೇಷಣೆ, ಅವರ ಹುಡುಕಾಟವನ್ನು ಕೊನೆಯವರೆಗೂ ಅನುಸರಿಸಲು ಹೆದರದ ನಿರ್ಭೀತರು: ಸಾಂಖ್ಯ ಮತ್ತು ಯೋಗ ಎಂಬ ಎರಡು ಚಿಂತನಾ ಶಾಲೆಗಳಲ್ಲಿ ಪ್ರವೀಣರು: ಅವರು ನನ್ನನ್ನು ಮಾತ್ರ ನೋಡುತ್ತಾರೆ.

ಮುಂದೆ, ಆಳವಾಗಿ, ಪ್ರತ್ಯಕ್ಷದ ನೈಜ ಸ್ವರೂಪಕ್ಕೆ: ಈ ಎರಡರ ಜೊತೆಗೆ ಜ್ಞಾನಿಗಳು ನಾನೇ ಎಂಬ ಸತ್ಯವನ್ನು ತಲುಪುತ್ತಾರೆ. ನಾನು ಇದನ್ನು ಕಥೆಯ ಸಹಾಯವಾಗಿ ವಿವರಿಸುತ್ತೇನೆ, "

"ಒಮ್ಮೆ ನನ್ನ ಪೂರ್ವಜರಾದ ಯದು ಮತ್ತು ಅವಧೂತರಾಗಿದ್ದ ದತ್ತಾತ್ರೇಯರ ನಡುವೆ ಸಂಭಾಷಣೆ ನಡೆಯಿತು.

"ಯದು ದತ್ತಾತ್ರೇಯನಿಗೆ ಹೇಳಿದನು" "ನೀವು ನನಗೆ ಸಂತೋಷದ ವ್ಯಕ್ತಿಯಾಗಿ ಕಾಣುತ್ತೀರಿ. ನಿಮ್ಮ ಮುಖವು ಆಂತರಿಕ ಶಾಂತಿಯನ್ನು ಕಂಡುಕೊಂಡವರಲ್ಲಿ ಮಾತ್ರ ಕಾಣುವ ಶಾಂತಿಯನ್ನು ಹೊಂದಿದೆ. ಈ ಜಗತ್ತಿನಲ್ಲಿ ಪುರುಷರು ಸಂಪತ್ತು ಮತ್ತು ಇಂದ್ರಿಯಗಳ ಆನಂದದಂತಹ ಕ್ಷಣಿಕ ವಸ್ತುಗಳ ಹಿಂದೆ ಓಡುತ್ತಾರೆ: ಅವರ ಮಧ್ಯದಲ್ಲಿ ನೀವು ಕಾಣುತ್ತೀರಿ. ಆನೆಯ ಘರ್ಷಣೆಯಲ್ಲಿ ಸಿಕ್ಕಿಹಾಕಿಕೊಂಡಾಗ, ಆನೆಯಿಂದ ತಪ್ಪಿಸಿಕೊಳ್ಳಲು ಸಾಧ್ಯವಾದರೆ ಮತ್ತು ಗಂಗಾನದಿಯ ನೀರಿನಲ್ಲಿ ತನ್ನನ್ನು ತಾನು ನೆನೆದರೆ, ಅದು ಹೊಂದುವ ತೃಪ್ತಿಯು ನಿಮ್ಮ ಮುಖದಲ್ಲಿ ಕಂಡುಬರುತ್ತದೆ, ಏಕೆಂದರೆ ನೀವು ಅದನ್ನು ತಪ್ಪಿಸಿದಂತೆ ತೋರುತ್ತಿದೆ. ಆಸೆಯ ಬೆಂಕಿ ಮತ್ತು ಭೂಮಿಯ ಮೇಲಿನ ವಸ್ತುಗಳ ಅನ್ವೇಷಣೆ ಸಾಮಾನ್ಯ ಮನುಷ್ಯನ ಪಾಲಿಗೆ, ನಿಮ್ಮೊಳಗೆ ತೋರುತ್ತಿರುವ ಸಂತೋಷವು ನಿಮ್ಮ ಶಾಂತ ಮುಖದಲ್ಲಿ ಪ್ರತಿಫಲಿಸುತ್ತದೆ ಮತ್ತು ನೀವು ಸಾಕಷ್ಟು ಸಿದ್ಧರಿದ್ದರೆ, ನೀವು ಹೇಗೆ ಬಂದಿದ್ದೀರಿ ಎಂದು ನನಗೆ ತಿಳಿಸುವಿರಾ ಈ ಸ್ಥಿತಿಯಲ್ಲಿ?""

ದತ್ತಾತ್ರೇಯನು ಹೇಳಿದನು: "ಓ ರಾಜನೇ, ಇದನ್ನು ನಾನು ವಿವಿಧ ಮೂಲಗಳಿಂದ ಸಂಗ್ರಹಿಸಿದ್ದೇನೆ. ನಾನು ಅಂತಿಮವಾಗಿ ನನ್ನ ಅನ್ವೇಷಣೆಯ ಅಂತ್ಯವನ್ನು ತಲುಪಿದ್ದೇನೆ ಮತ್ತು ಶಾಂತಿಯ ಹುಡುಕಾಟದಲ್ಲಿ ಮತ್ತು ಸತ್ಯದ ಹುಡುಕಾಟದಲ್ಲಿ ನನ್ನ ಅಲೆದಾಟದಲ್ಲಿ ನನ್ನ ಗುರುಗಳು ಅನೇಕರಿದ್ದಾರೆ. ಅವರು ಯಾರೆಂದು ನಾನು ನಿಮಗೆ ಹೇಳುತ್ತೇನೆ. ಆಸೆಗಳಿಗೆ ಒಳಗಾಗದೆ ಬದುಕುವುದು ಹೇಗೆಂದು ನನಗೆ ಕಲಿಸಿದವರು. "ನನ್ನ ಶಿಕ್ಷಕರು: ಭೂಮಿ, ಗಾಳಿ, ಆಕಾಶ, ನೀರು, ಬೆಂಕಿ, ಚಂದ್ರ, ಸೂರ್ಯ, ಪಾರಿವಾಳ, ಹೆಬ್ಬಾವು, ಸಾಗರ, ಪತಂಗ, ಜೇನುಹುಳು, ಜೇನುಗೂಡು, ಆನೆ, ಜಿಂಕೆ ಮತ್ತು ಮೀನು, ಮತ್ತು ಪಿಂಗಳಾ ಎಂಬ ಹೆಸರಿನ ಮಹಿಳೆ. 'ಕುರಾರಿ' ಎಂದು ಕರೆಯಲ್ಪಡುವ ಅಳಿಲಿನಂತಹ ಪುಟ್ಟ ಪ್ರಾಣಿ , ಮಗು, ಚಿಕ್ಕ ಹುಡುಗಿ, ಬಿಲ್ಲುಗಾರ, ಹಾವು, ಜೇಡ, ಮತ್ತು ತನ್ನದೇ ಆದ ಚಿಪ್ಪನ್ನು ನಿರ್ಮಿಸುವ ಕಣಜ. ಈ ಇಪ್ಪತ್ತನಾಲ್ಕು ಮಂದಿ ನನ್ನ ಗುರುಗಳಾಗಿ ನನ್ನ ಮನಸ್ಸು ಆರಿಸಿಕೊಂಡವರು. ಅವರ ನಡವಳಿಕೆಯಿಂದ ನಾನು ನನ್ನ ಸತ್ಯದ ಹುಡುಕಾಟದ ಪ್ರಗತಿಗೆ ಅಗತ್ಯವಾದ ಪಾಠಗಳನ್ನು ಆರಿಸಿಕೊಂಡೆ. ನಾನು ಇದನ್ನು

ವಿವರಿಸುತ್ತೇನೆ ಮತ್ತು ಇವುಗಳಲ್ಲಿ ಪ್ರತಿಯೊಂದೂ ನನಗೆ ಯಾವ ಪಾಠವನ್ನು ಕಲಿಸಲು ಸಾಧ್ಯವಾಯಿತು ಎಂದು ಹೇಳುತ್ತೇನೆ.

"ಪ್ರಪಂಚದ ವಿಷಯಗಳಿಂದ ದಮನಿತನಾಗಿದ್ದರೂ ಸಹ, ದೃಢವಾದ ಮನುಷ್ಯನು ಎಂದಿಗೂ ಸರಿಯಾದ ಮಾರ್ಗದಿಂದ ದೂರ ಸರಿಯುವುದಿಲ್ಲ. ಇದು ನಾನು ಭೂಮಿಯಿಂದ ಕಲಿತಿದ್ದೇನೆ. ಯಾವುದನ್ನಾದರೂ ಸಹಿಸಿಕೊಳ್ಳುವ ಶಕ್ತಿಯು ಭೂಮಿಯು ನನಗೆ ಕಲಿಸಿದೆ. ಬುದ್ಧಿವಂತ ವ್ಯಕ್ತಿಯು ಎಂದಿಗೂ ಆಸಕ್ತಿ ಹೊಂದಿರುತ್ತಾನೆ. ಇತರರಿಗೆ ಒಳ್ಳೆಯದನ್ನು ಮಾಡುವಲ್ಲಿ ಮತ್ತು ಅವನು ಈ ಭೂಮಿಯಲ್ಲಿ ಮನುಷ್ಯನಾಗಿ ಹುಟ್ಟಿದ್ದು ಆ ಉದ್ದೇಶಕ್ಕಾಗಿ ಎಂದು ಅವನಿಗೆ ಮನವರಿಕೆಯಾಗಿದೆ: ಅದು ನಾನು ಪರ್ವತದಿಂದ ಕಲಿತ ಪಾಠ, ದೃಢವಾಗಿ ನಿಲ್ಲುವುದು ಮತ್ತು ಅಚಲವಾಗಿರುವುದು ಈ ಇಬ್ಬರೂ ನನಗೆ ಕಲಿಸಿದ ಪಾಠ.

"ಮನುಷ್ಯ ತನಗೆ ಬದುಕಲು ಬೇಕಾಗುವ ಕನಿಷ್ಠ ಮಟ್ಟದಿಂದ ಬದುಕಲು ಕಲಿಯಬೇಕು, ಭೋಗ ಮಾಡಬಾರದು, ನಿಜವಾಗಿಯೂ ಬುದ್ಧಿವಂತ ವ್ಯಕ್ತಿ, ಇಂದ್ರಿಯಗಳ ಮಧ್ಯದಲ್ಲಿ ಇರಿಸಲ್ಪಟ್ಟಿದ್ದರೂ, ಅಂಟಿಕೊಳ್ಳದೆ ಬದುಕಲು ಕಲಿಯಬೇಕು. ಅವುಗಳಲ್ಲಿ ಗಾಳಿ ನನಗೆ ಈ ಪಾಠವನ್ನು ಕಲಿಸಿತು, ತನ್ನ ಬಗ್ಗೆ ಸತ್ಯವನ್ನು ಅರಿತುಕೊಂಡ ಮನುಷ್ಯನು ಈ ದೇಹದಲ್ಲಿ ವಾಸಿಸುವ ಆತ್ಮ, ಪಂಚಭೂತಗಳಿಂದ ಕೂಡಿದ ಈ ದೇಹವು ವಿವಿಧ ಹಂತಗಳನ್ನು ದಾಟಬೇಕು ಎಂದು ತಿಳಿಯುತ್ತದೆ: ಬಾಲ್ಯದ , ಯೌವನ ಮತ್ತು ವೃದ್ಧಾಪ್ಯ: ಆದರೆ ಜ್ಞಾನಿಯು ತನಗೆ ಇದೆಲ್ಲವೂ ನಿಜ ಎಂಬ ಭ್ರಮೆಯನ್ನು ಅನುಭವಿಸುವ ಅಗತ್ಯವಿಲ್ಲ ಎಂದು ತಿಳಿಯುತ್ತದೆ ಮತ್ತು ವಿವಿಧ ಸ್ಥಳಗಳಲ್ಲಿ ಬೀಸುವ ಗಾಳಿಯಂತೆ ಅವನು ಸುಲಭವಾಗಿ ಈ ಪ್ರಪಂಚವನ್ನು ಅದರಲ್ಲಿ ತೊಡಗಿಸಿಕೊಳ್ಳದೆ ಹಾದುಹೋಗಬಹುದು.

"ನಾನು ಆಕಾಶದಿಂದ ಕಲಿತ ಆತ್ಮದ ಬಗ್ಗೆ ಒಂದು ಪ್ರಮುಖ ಸತ್ಯ. ಗಾಳಿ ಬೀಸಿದಾಗ ಆಕಾಶದಾದ್ಯಂತ ಹಲವಾರು ಮೋಡಗಳು ಕಂಡುಬರುತ್ತವೆ: ಮತ್ತು ಆಕಾಶವು ಈ ಮೋಡಗಳಿಂದ ಆವೃತವಾಗಿದೆ ಎಂದು ನಮಗೆ ತೋರುತ್ತದೆ. ಆದರೆ ವಾಸ್ತವದಲ್ಲಿ, ಅವರು ಆಕಾಶವನ್ನು ಮುಚ್ಚಿಲ್ಲ.ಆಕಾಶವು ಸಂಪೂರ್ಣವಾಗಿ ಮೋಡಗಳಿಂದ ಆವೃತವಾದಂತೆ ತೋರುತ್ತಿದ್ದರೂ ಅವುಗಳ ಮತ್ತು ಆಕಾಶದ ನಡುವೆ ಯಾವುದೇ ಸಂಪರ್ಕವಿಲ್ಲ.ಆದರೂ ಬ್ರಹ್ಮನು ಈ ಸಂಪೂರ್ಣ ಬ್ರಹ್ಮಾಂಡವನ್ನು ರೂಪಿಸಲು ಪಂಚಭೂತಗಳನ್ನು ಬಳಸಲಾಗಿದೆ ಮತ್ತು ಆತ್ಮವು ಆವರಿಸಲ್ಪಟ್ಟಿದೆ. ದೇಹವು ಈ ಅಂಶಗಳು ಮತ್ತು ಅಮೂರ್ತ ಗುಣಗಳಿಂದ ಮಾಡಲ್ಪಟ್ಟಿದೆ ಆದರೆ, ವಾಸ್ತವದಲ್ಲಿ, ಆತ್ಮ ನಿಮ್ಮೊಳಗೆ ಅದನ್ನು ಹಿಡಿದಿರುವ

ದೇಹದೊಂದಿಗೆ ತೊಡಗಿಸಿಕೊಂಡಿಲ್ಲ ಮತ್ತು ಬ್ರಹ್ಮವು ಅದರಿಂದ ಹುಟ್ಟುವ ಗೋಚರ ಪ್ರಪಂಚದಿಂದ ಹೊರತಾಗಿದೆ:

"ನದಿಯ ನೀರು ಎಂದೆಂದಿಗೂ ಪರಿಶುದ್ಧವಾಗಿದೆ: ಮನುಕುಲದ ಮೇಲಿನ ಪ್ರೀತಿಯಿಂದ ತುಂಬಿದೆ, ಪ್ರಕೃತಿಯಲ್ಲಿ ಸಿಹಿಯಾಗಿರುತ್ತದೆ ಮತ್ತು ಅದರ ಬಳಿಗೆ ಬಂದವರನ್ನು ಶುದ್ಧೀಕರಿಸಲು ಸೂಕ್ತವಾಗಿದೆ. ಪ್ರಪಂಚದ ಒಳ್ಳೆಯ ಜನರು ಎಲ್ಲವನ್ನೂ ಶುದ್ಧೀಕರಿಸುವ ನದಿಯಂತೆ. ಅವರು ಅದನ್ನು ತಮ್ಮ ದೃಷ್ಟಿಯಲ್ಲಿ ಮಾಡುತ್ತಾರೆ. ಅವರ ಸ್ಪರ್ಶ ಮತ್ತು ಅವರ ಮಾತುಗಳು ಶುದ್ಧೀಕರಿಸುವ ನದಿಯಂತೆ .

"ತನ್ನದೇ ಆದ ಬೆಳಕಿನಿಂದ ತುಂಬಿರುವ ಬೆಂಕಿಯು ಎಲ್ಲವನ್ನೂ ತಿನ್ನುತ್ತದೆ ಆದರೆ ಅದು ತಿನ್ನುವದರಿಂದ ಕಲುಷಿತವಾಗುವುದಿಲ್ಲ, ಅದು ಸೇವಿಸುವುದನ್ನು ಶುದ್ಧೀಕರಿಸಲು ಅದರ ಶಾಖವು ಸಾಕು, ತಪಸ್ಸನ್ನು ತನ್ನ ಸಂಪತ್ತನ್ನಾಗಿ ಹೊಂದಿರುವ ಮನುಷ್ಯನು ಬೆಂಕಿಯಂತೆ ಪ್ರಜ್ವಲಿಸುತ್ತಾನೆ. ಜಗತ್ತು ಕೊಡುವ ವಸ್ತುಗಳನ್ನು ಅವನು ಆನಂದಿಸಿದರೆ ಅವನು ಅವುಗಳನ್ನು ಶುಚಿಗೊಳಿಸುವುದಿಲ್ಲ ಏಕೆಂದರೆ ಅವನು ಅವುಗಳನ್ನು ಶುದ್ಧೀಕರಿಸುತ್ತಾನೆ, ಅವನಿಗೆ ತಿನ್ನಲು ಏನನ್ನಾದರೂ ನೀಡಿದಾಗ ಅವನು ಎಂದಿಗೂ ಒಳ್ಳೆಯದು ಮತ್ತು ಯಾವುದು ಕೆಟ್ಟದು ಎಂಬ ತಾರತಮ್ಯವನ್ನು ಮಾಡುವುದಿಲ್ಲ, ಆದರೆ ಅವನು ತುಂಬಾ ತಪಸ್ಸನ್ನು ಹೊಂದಿದ್ದಾನೆ ಅವನನ್ನು ಮುಟ್ಟುವ ಯಾವುದೂ ಅವನನ್ನು ಕೆಡಿಸುವುದಿಲ್ಲ, ಬೆಂಕಿಯು ಮರದಲ್ಲಿ ಅಡಗಿರುವಂತೆಯೇ: ಆತ್ಮವು ಮಾನವ ದೇಹದಲ್ಲಿ ಅಡಗಿರುತ್ತದೆ ಮತ್ತು ಸಾಮಾನ್ಯ ಜೀವಿಗಳಿಗೆ ಗೋಚರಿಸುವುದಿಲ್ಲ.

"ಚಂದ್ರನು ನನಗೆ ಒಂದು ಪಾಠವನ್ನು ಕಲಿಸಿದನು, ಅದು ನಾನು ಕಲಿತ ಒಂದು ದೊಡ್ಡ ಪಾಠವಾಗಿದೆ, ನಾವು ಚಂದ್ರನ ಬೆಳವಣಿಗೆ ಮತ್ತು ಕ್ಷೀಣಿಸುವಿಕೆಯನ್ನು ಅನುಸರಿಸಿದಾಗ ನಾವು ಅಮಾವಾಸ್ಯೆಯ ಹಂತದಿಂದ ಆಕಾಶದಲ್ಲಿ ಏನೂ ಗೋಚರಿಸದ ಮೂರನೇ ದಿನದವರೆಗೆ ತೆಳುವಾದ ಚೂರುಗಳನ್ನು ನೋಡುತ್ತೇವೆ. ಚಂದ್ರನ ನೋಟದಲ್ಲಿ ಬದಲಾವಣೆ ಕಂಡುಬರುತ್ತದೆ, ಅಂದಿನಿಂದ, ಚಂದ್ರನು ದೊಡ್ಡದಾಗಿ ಮತ್ತು ದೊಡ್ಡದಾಗಿ ಬೆಳೆಯುತ್ತಾನೆ ಮತ್ತು ಅಂತಿಮವಾಗಿ ಪೂರ್ಣಿಮಾ ದಿನದಂದು, ಹುಣ್ಣಿಮೆಯ ದಿನ, ಅದು ತನ್ನ ಎಲ್ಲಾ ವೈಭವದಿಂದ ಹೊಳೆಯುತ್ತದೆ ಎಂಬುದು ಸ್ಪಷ್ಟವಾಗಿದೆ. ಆದಾಗ್ಯೂ, ಮರುದಿನದಿಂದ, ವೈಭವವು ಕಡಿಮೆಯಾಗುತ್ತಾ ಹೋಗುತ್ತದೆ, ಅಂತಿಮವಾಗಿ, ನಾವು ಚಂದ್ರನನ್ನು ನೋಡುವುದಿಲ್ಲ, ನಾವು ಈ ವಿದ್ಯಮಾನವನ್ನು ಸರಿಯಾಗಿ ಪರಿಗಣಿಸಿದರೆ, ಅವು ಕೇವಲ ಚಂದ್ರನ ಹಂತಗಳು

ಎಂದು ನಾವು ನೋಡುತ್ತೇವೆ: ಬದಲಾವಣೆಗೆ ಒಳಗಾಗುತ್ತವೆ ಮತ್ತು ಇವುಗಳು ಚಂದ್ರನು ಬೆಳೆಯುತ್ತಾನೆ: ಬೆಳೆಯುವುದನ್ನು ನಿಲ್ಲಿಸುತ್ತದೆ: ಮತ್ತು ಚಿಕ್ಕದಾಗುತ್ತಾ ಹೋಗುತ್ತದೆ ಮತ್ತು ಚಿಕ್ಕದಾಗುತ್ತಾ ಹೋಗುತ್ತದೆ ಎಂಬ ಕಲ್ಪನೆಗೆ ನಮ್ಮನ್ನು ಕರೆದೊಯ್ಯುತ್ತದೆ, ಮತ್ತು ಅಂತಿಮವಾಗಿ ಇನ್ನು ಮುಂದೆ ಇರುವುದಿಲ್ಲ! ಮನುಷ್ಯನು ಹುಟ್ಟಿದಂತೆ ತೋರುತ್ತದೆ, ಯೌವನ, ಪುರುಷತ್ವ, ವೃದ್ಧಾಪ್ಯಕ್ಕೆ ಬೆಳೆದಂತೆ ತೋರುತ್ತದೆ ಮತ್ತು ಅಂತಿಮವಾಗಿ ಸಾಯುತ್ತವೆ. ಆದರೆ ಈ ಎಲ್ಲಾ 'ಹಂತಗಳು' ಶಾಶ್ವತವಾದ ಆತ್ಮಕ್ಕೆ ಅನ್ವಯಿಸುವುದಿಲ್ಲ: ಅವಿನಾಶಿ. ಜನನವು ಮಗುವಾಗಿ ಸಾಯುತ್ತದೆ, ಮತ್ತು ಅದು ಯೌವನದಲ್ಲಿ, ನಂತರ, ವೃದ್ಧಾಪ್ಯಕ್ಕೆ ಮತ್ತು ಅಂತಿಮವಾಗಿ, ಸಾವು. ಈ ಬದಲಾವಣೆಗಳು ದೇಹಕ್ಕೆ ಮತ್ತು ಬದಲಾಗದ ಆತ್ಮವು ಬದಲಾವಣೆಗಳ ಈ ಚಕ್ರದ ನಂತರವೂ ಬದಲಾಗದೆ ಉಳಿಯುತ್ತದೆ.

"ನಿರಂತರವಾದ ಹರಿವಿನಲ್ಲಿ ಬೆಂಕಿಯಿಂದ ಜ್ವಾಲೆಗಳು ಏರಿದಾಗ ಅದು ಹೇಗೆ ಪ್ರಾರಂಭವಾಗುತ್ತದೆ ಮತ್ತು ಹೇಗೆ ಕೊನೆಗೊಳ್ಳುತ್ತದೆ ಎಂದು ಯಾರಿಗೂ ತಿಳಿದಿಲ್ಲ. ಬೆಂಕಿಯಲ್ಲಿ ಉರಿಯುವ ಮತ್ತು ಜ್ವಾಲೆಯನ್ನು ಉತ್ಪಾದಿಸುವ ಕಣಗಳು ಉರಿಯುತ್ತವೆ, ಸ್ವಲ್ಪ ಸಮಯದವರೆಗೆ ಉರಿಯುತ್ತವೆ ಮತ್ತು ನಂತರ ಸಾಯುತ್ತವೆ. ಆದರೆ ಜ್ವಾಲೆಯು ಒಂದು ಪ್ರತ್ಯೇಕ ಕಣದ ಜನನ ಮತ್ತು ಮರಣವನ್ನು ಯಾರೂ ಪತ್ತೆಹಚ್ಚಲು ಸಾಧ್ಯವಾಗುವುದಿಲ್ಲ. ನಮಗೆ ಪ್ರತ್ಯೇಕವಾದ ನೀರಿನ ಹನಿ ಹರಿಯುತ್ತದೆ. ನದಿ ಹರಿಯುತ್ತದೆ ಮತ್ತು ಅಷ್ಟೆ ಗ್ರಹಿಸಬಹುದಾಗಿದೆ.ಆದರೂ ಸಹ, ಸಮಯದ ಮೂಲಕ ತನ್ನ ಅಂತ್ಯವಿಲ್ಲದ ಪ್ರಯಾಣದಲ್ಲಿ, ಆತ್ಮವು ಹಲವಾರು ದೇಹಗಳನ್ನು ಊಹಿಸುತ್ತದೆ, ಪ್ರತಿಯೊಂದೂ ಸ್ವತಃ ಹುಟ್ಟುತ್ತದೆ ಮತ್ತು ಸಾಯುತ್ತದೆ: ಆದರೆ, ಒಟ್ಟಾರೆಯಾಗಿ, ಆತ್ಮವು ಯಾವುದೇ ಅಡೆತಡೆಗಳಿಲ್ಲದೆ ತನ್ನ ಪ್ರಯಾಣವನ್ನು ಮುಂದುವರೆಸುತ್ತದೆ.

"ಸೂರ್ಯನು ತನ್ನ ಕಿರಣಗಳ ಸಹಾಯದಿಂದ ನೀರನ್ನು ಹೀರಿಕೊಳ್ಳುತ್ತಾನೆ ಮತ್ತು ಸಮಯ ಬಂದಾಗ ಅದನ್ನು ಬಯಸಿದ ಮತ್ತು ಬಯಸಿದವನಿಗೆ ಕೊಡುತ್ತಾನೆ. ಅವನು ಇತರರಿಗೆ ಒಳ್ಳೆಯದನ್ನು ಮಾಡಬೇಕೆಂಬ ಬಯಕೆಯಿಂದ ನೀರಿನ ಬಗ್ಗೆ ಎಂದಿಗೂ ಆಸಕ್ತಿ ಹೊಂದಿಲ್ಲ. ನಿಜವಾಗಿಯೂ ಜ್ಞಾನಿಯು ಇಂದ್ರಿಯಗಳನ್ನು ಸಂತೋಷಪಡಿಸುವ ವಸ್ತುಗಳಿಗೆ ಎಂದಿಗೂ ಅಂಟಿಕೊಳ್ಳುವುದಿಲ್ಲ, ಆದರೆ ಅವನು ಅವುಗಳನ್ನು ಇತರರಿಗೆ ನೀಡುವಂತೆ ಮತ್ತು ತಾನು ಸಂಗ್ರಹಿಸಿದ ವಸ್ತುಗಳಿಂದ ಪ್ರಯೋಜನವನ್ನು ನೋಡುವಂತೆ ಅವನು ಅವುಗಳನ್ನು ತೆಗೆದುಕೊಳ್ಳುತ್ತಾನೆ: ಸಂಪತ್ತು, ಧಾನ್ಯಗಳು ಮತ್ತು ಮುಂತಾದವು. ನಾನು ಸೂರ್ಯನಿಂದ ಕಲಿತೆ. ಇನ್ನೊಂದು ಪಾಠವನ್ನು ಅವನಿಂದ

ಕಲಿಸಲಾಯಿತು. ಸೂರ್ಯನು ವಿವಿಧ ಆಕಾರದ ಪಾತ್ರೆಗಳಲ್ಲಿ ಅಥವಾ ನೆಲದ ಮೇಲೆ ಕೊಚ್ಚೆಗುಂಡಿಗಳಲ್ಲಿ ಪ್ರತಿಫಲಿಸಿದಾಗ ಅವುಗಳ ನಾವು ನೋಡುವ ಸೂರ್ಯನ ವಿಭಿನ್ನ ಪ್ರತಿಬಿಂಬಿಸುವ ಮೇಲ್ಮೈಗಳು ಕೇವಲ ಸೂರ್ಯನ ಪ್ರತಿಬಿಂಬವಾಗಿದೆ ಮತ್ತು ಸೂರ್ಯನಲ್ಲ. ಮತ್ತೆ, ಪ್ರತಿ ಸಂದರ್ಭದಲ್ಲಿ ಪ್ರತಿಬಿಂಬವು ವಿಭಿನ್ನವಾಗಿರುತ್ತದೆ ಆದರೆ ಅದೇ ಸೂರ್ಯನು ಪ್ರತಿಫಲಿಸುತ್ತದೆ: ಆದರೂ, ವಿವಿಧ ದೇಹಗಳಲ್ಲಿ ಸುತ್ತುವರಿದ ಆತ್ಮವು ವಿಭಿನ್ನವಾಗಿದೆ. ಪ್ರತಿಯೊಬ್ಬ ವ್ಯಕ್ತಿಯಲ್ಲೂ. ಆದರೆ ವಾಸ್ತವದಲ್ಲಿ ಎಲ್ಲರಲ್ಲೂ ಒಂದೇ ಆತ್ಮ.

"ಯಾವುದೇ ವ್ಯಕ್ತಿ ಅಥವಾ ಯಾವುದೇ ವ್ಯಕ್ತಿಯೊಂದಿಗೆ ಅತಿಯಾದ ಬಾಂಧವ್ಯವು ನೋವು ಮತ್ತು ದುಃಖವನ್ನು ಉಂಟುಮಾಡುತ್ತದೆ ಎಂಬ ಪಾಠವನ್ನು ನಾನು ಪಾರಿವಾಳದಿಂದ ಕಲಿತಿದ್ದೇನೆ. ಅಲ್ಲಿ ಗಂಡು ಪಾರಿವಾಳ ಮತ್ತು ಅದರ ಸಂಗಾತಿ ಮತ್ತು ಒಟ್ಟಿಗೆ ಮರದ ಮೇಲೆ ಗೂಡು ಕಟ್ಟಿದ್ದವು. ಅವರು ಸಂಪೂರ್ಣವಾಗಿ ಭಕ್ತಿ ಹೊಂದಿದ್ದರು. ಒಬ್ಬರಿಗೊಬ್ಬರು, ಅವರು ಹಾರುವುದಾಗಲಿ ಅಥವಾ ರೆಂಬೆಯ ಮೇಲೆ ಕುಳಿತುಕೊಳ್ಳುವುದಾಗಲಿ, ತಮ್ಮ ಗೂಡಿನಲ್ಲಿ ಮಲಗುವುದಾಗಲಿ, ತಿನ್ನುವುದಾಗಲಿ ಅಥವಾ ಆಹಾರಕ್ಕಾಗಿ ಬೇಟೆಯಾಡುವುದಾಗಲಿ ಎಲ್ಲವನ್ನೂ ಒಟ್ಟಿಗೆ ಮಾಡಿದರು, ಯಾವುದೇ ಸಮಯದಲ್ಲಿ, ಹೆಣ್ಣು ಹಕ್ಕಿಗೆ ಏನಾದರೂ ಬೇಕು, ಗಂಡು ಪಾರಿವಾಳ ತನಗೆ ಬೇಕಾದುದನ್ನು ಪಡೆಯಲು ತನ್ನಿಂದಾದ ಪ್ರಯತ್ನ ಮಾಡುತ್ತಿತ್ತು. ಮತ್ತು ಆದ್ದರಿಂದ ಅವರು ತಮ್ಮ ಗೂಡಿನಲ್ಲಿ ಸಂತೋಷದಿಂದ ವಾಸಿಸುತ್ತಿದ್ದರು. ಈ ಸಮಯದಲ್ಲಿ ಹೆಣ್ಣು ಗೂಡಿನಲ್ಲಿ ಮೊಟ್ಟೆಗಳನ್ನು ಇಟ್ಟಿತು. ಮೊಟ್ಟೆಗಳು ಒಡೆದು ಅವುಗಳಿಂದ ಪಾರಿವಾಳಗಳು ಹೊರಬಂದವು. ಅವು ಮೃದು ಮತ್ತು ಕೋಮಲವಾಗಿದ್ದವು. ಪೋಷಕ ಪಕ್ಷಿಗಳು ತಮ್ಮ ಎಲ್ಲಾ ಸಮಯವನ್ನು ಅವುಗಳನ್ನು ಸಾಕುವುದರಲ್ಲಿ ಕಳೆದವು ಮತ್ತು ಅವುಗಳಿಂದ ಬಹಳಷ್ಟು ಸಂತೋಷವನ್ನು ಪಡೆದವು. ಈ ಮರಿಗಳ ರೆಕ್ಕೆಗಳು ಕ್ರಮೇಣ ಚಿಗುರಿದವು, ಅವರು ಹಾರಲು ಕಲಿಯುವ ತಮ್ಮ ಪ್ರಯತ್ನಗಳಿಂದ ತಮ್ಮ ಹೆತ್ತವರನ್ನು ಸಂತೋಷಪಡಿಸಿದರು. "ಒಮ್ಮೆ, ಪೋಷಕರು ತಮ್ಮ ಮರಿಗಳಿಗೆ ಆಹಾರವನ್ನು ಸಂಗ್ರಹಿಸಲು ಹೋಗಿದ್ದರು, ಅವರು ಇಲ್ಲದಿದ್ದಾಗ, ಮರಿಗಳು ಬೇಟೆಗಾರನಿಗೆ ಕಂಡುಬಂದವು, ಅವುಗಳು ತಮ್ಮ ಗೂಡಿನ ಬಳಿ ಆಟವಾಡುತ್ತಿದ್ದವು, ಅವರು ಅವುಗಳನ್ನು ಹಿಡಿಯಲು ಸುಲಭವೆಂದು ಕಂಡುಕೊಂಡರು ಮತ್ತು ಅವನು ಅವುಗಳನ್ನು ತನ್ನ ಬಲೆಗೆ ಹಾಕಿದನು. "ತಮ್ಮ ಮರಿಗಳಿಗೆ ಆಹಾರವನ್ನು ಸಂಗ್ರಹಿಸಿದ ನಂತರ, ಪೋಷಕ ಪಕ್ಷಿಗಳು ಮನೆಗೆ ಬಂದವು. ಅವರು ಬಂದ

ತಕ್ಷಣ ತಮ್ಮ ಮರಿಗಳು ಬೇಟೆಗಾರನ ಬಲೆಗೆ ಸಿಕ್ಕಿಬಿದ್ದಿರುವುದನ್ನು ಕಂಡು ತಾಯಿ ಹಕ್ಕಿ ದುಃಖದಿಂದ ಕಂಗೆಟ್ಟಿತು: ಅವರು ಬಲೆಗೆ ಧಾವಿಸಿದರು ಮತ್ತು ಅವರು ಸಹ ಸಿಕ್ಕಿಬಿದ್ದರು. ಗಂಡು ಪಾರಿವಾಳವು ಏನಾಯಿತು ಮತ್ತು ತನಗೆ ಸಂಭವಿಸಿದ ದುರದೃಷ್ಟದ ಬಗ್ಗೆ ಜೋರಾಗಿ ಅಳಲು ಪ್ರಾರಂಭಿಸಿತು. ಅವನು ಹೇಳಿದನು: "ನನ್ನ ಪ್ರೀತಿಯ ಹೆಂಡತಿ ಈಗ ನನ್ನನ್ನು ಬಿಟ್ಟು ಹೋಗುತ್ತಿದ್ದಾಳೆ ಮತ್ತು ಅವಳೊಂದಿಗೆ ನನ್ನ ಮಕ್ಕಳು ಹೋಗುತ್ತಾರೆ, ಇವುಗಳ ನಿಮಿತ್ತ ಮಾತ್ರನಾನು ಬದುಕಿದ್ದೇನೆ. ಅವರಿಲ್ಲದೆ ನಾನು ಬದುಕಿ ಏನು ಪ್ರಯೋಜನ?' ಹಾಗಾಗಿ ತನ್ನ ಆತ್ಮೀಯರು ಬಲೆಯಿಂದ ಹೊರಬರಲು ವ್ಯರ್ಥವಾಗಿ ಪ್ರಯತ್ನಿಸುತ್ತಿರುವುದನ್ನು ಸಹಿಸಲಾಗದೆ, ತಂದೆ ಹಕ್ಕಿ ಕೂಡ ಬಲೆಗೆ ಧಾವಿಸಿ ಸಿಕ್ಕಿಬಿದ್ದಿತು, ಬೇಟೆಗಾರ ಬಂದು ಅವರೆಲ್ಲರನ್ನೂ ಕರೆದುಕೊಂಡು ಸಂತೋಷದಿಂದ ಮನೆಗೆ ಹೋದನು. ಈ ಪಾರಿವಾಳದಂತೆಯೇ, ತನ್ನ ಆಸ್ತಿಯ ಮೇಲೆ ಮಾತ್ರ ತನ್ನ ಆಲೋಚನೆಗಳನ್ನು ಖರ್ಚು ಮಾಡುತ್ತಾನೆ: ತನ್ನ ಮನೆಗಳ ಮೇಲೆ, ಮತ್ತು ತನ್ನ ಪ್ರಿಯರನ್ನು ಮೆಚ್ಚಿಸಲು ಸಂಪತ್ತು ಮತ್ತು ಇತರ ಪ್ರಾಪಂಚಿಕ ವಸ್ತುಗಳನ್ನು ಸಂಪಾದಿಸಲು ಪಣತೊಡುವವನು, ಪಾರಿವಾಳದಂತೆಯೇ ಎಲ್ಲರೊಂದಿಗೆ ನಾಶವಾಗುತ್ತಾನೆ. ಅವನ ಮೇಲೆ ಅವಲಂಬಿತವಾಗಿದೆ, ಈ ಜನ್ಮವು ಮೋಕ್ಷದ ಹಾದಿಯ ಹೆಬ್ಬಾಗಿಲು, ಇದನ್ನು ಅರಿತುಕೊಳ್ಳದೆ ಮತ್ತು ಪ್ರಾಪಂಚಿಕ ಬಯಕೆಗಳಲ್ಲಿ ತೊಡಗಿಸಿಕೊಂಡರೆ, ಅವನು ಮೇಲಕ್ಕೆ ಏರಲು ಪ್ರಾರಂಭಿಸಿ ಕೆಳಗೆ ಬಿದ್ದವನಂತಾಗುತ್ತಾನೆ. ಮತ್ತು ಪತನವು ದೊಡ್ಡದಾಗಿದೆ,. "ನಿಜವಾಗಿಯೂ ನಿರ್ಲಿಪ್ತ ವ್ಯಕ್ತಿಯು ಇಂದ್ರಿಯಗಳ ಆನಂದವನ್ನು ಹುಡುಕಲು ಹೋಗುವುದಿಲ್ಲ, ಅವನು ಎಲ್ಲದರ ಬಗ್ಗೆ ಅಸಡ್ಡೆ ಹೊಂದಿರಬೇಕು. ಹೆಬ್ಬಾವು ರುಚಿಯಾಗಿರಲಿ ಅಥವಾ ಇಲ್ಲದಿರಲಿ, ಅದು ಚಿಕ್ಕದಾಗಿರಲಿ ಅಥವಾ ದೊಡ್ಡದಿರಲಿ, ಬಂದದ್ದನ್ನು ತಿನ್ನುವ ಹೆಬ್ಬಾವಿನಂತೆ. ಹೆಬ್ಬಾವು ಎಂದಿಗೂ ತನಗಾಗಿ ಆಹಾರವನ್ನು ಪಡೆಯಲು ಹೊರಟು ಹೋಗುತ್ತದೆ ಅಥವಾ ತನ್ನ ಹಸಿವನ್ನು ನೀಗಿಸಲು ಯಾವುದೇ ವಿಶೇಷ ಪ್ರಯತ್ನವನ್ನು ಮಾಡುವುದಿಲ್ಲ. ಇದು ಹೆಬ್ಬಾವಿನಿಂದ ನಾನು ಕಲಿತ ಪಾಠ.ಆದರೂ, ಮನುಷ್ಯ ತನಗೆ ಸಿಕ್ಕಿದ್ದರಲ್ಲಿ ತೃಪ್ತಿಪಡಬೇಕು ಮತ್ತು ಅವನು ಎಂದಿಗೂ ಬೆನ್ನಟ್ಟಲು ಹೋಗಬಾರದು ಪ್ರಾಪಂಚಿಕ ವಸ್ತುಗಳ ಬಗ್ಗೆ. ಹೆಬ್ಬಾವು ತನಗೆ ದಿನನಿತ್ಯ ಆಹಾರ ಸಿಗದಿದ್ದರೆ ದುಃಖಿಸುವುದಿಲ್ಲ ಆದರೆ ತಾಳ್ಮೆಯಿಂದ ಕಾಯುತ್ತದೆ: ದುರದೃಷ್ಟ ಎಂದು ಭಾವಿಸದೆ ದಿನಗಟ್ಟಲೆ ಹಸಿವಿನಿಂದ ಬಳಲುತ್ತದೆ. ಜೀವನದಲ್ಲಿ ಅನೇಕ ಒಳ್ಳೆಯ ಸಂಗತಿಗಳನ್ನು ನಿರಾಕರಿಸಿದನು, ನಿಜವಾಗಿಯೂ ಬುದ್ಧಿವಂತ ವ್ಯಕ್ತಿಯು ತನ್ನ ಆಸೆಗಳನ್ನು, ಇಂದ್ರಿಯಗಳನ್ನು, ಅವುಗಳ ಅಸ್ತಿತ್ವವನ್ನು ಮರೆತುಬಿಡುವ

ಮಟ್ಟಿಗೆ ನಿಯಂತ್ರಿಸಲು ಕಲಿಯಬೇಕು! ಅವನಿಗೆ ಒಂದೇ ಒಂದು ಆಸೆ ಇರಬೇಕು: ಮೋಕ್ಷ ಮತ್ತು ಇದು ಅವನ ಗುರಿಯಾಗಬೇಕು.

"ಬುದ್ಧಿವಂತ ಮನುಷ್ಯನು ಸಮುದ್ರದಂತೆ ಕಾಣಿಸಿಕೊಳ್ಳಬೇಕು, ಅವನ ಮೇಲ್ಮೈ ಸ್ಪಷ್ಟವಾಗಿರಬೇಕು ಆದರೆ ಆಳವನ್ನು ಯಾರೂ ಅಳೆಯಲು ಸಾಧ್ಯವಾಗದಷ್ಟು ಆಳವಾಗಿರಬೇಕು. ಅರ್ಥ, ಮನುಷ್ಯ ತುಂಬಾ ಸರಳನಂತೆ ಕಾಣಿಸಿಕೊಳ್ಳಬೇಕು. "ಆದರೆ ಅವನ ಆಲೋಚನೆಗಳು ತುಂಬಾ ಆಳವಾಗಿರಬೇಕು, ಅವುಗಳು ಏನೆಂದು ಯಾರೂ ಊಹಿಸಲು ಸಾಧ್ಯವಿಲ್ಲ. ಅವನ ಉದ್ದೇಶದಲ್ಲಿ ಯಾರೂ ಅವನನ್ನು ದಾಟಲು ಸಾಧ್ಯವಿಲ್ಲ ಏಕೆಂದರೆ ಅವನು ಆಧ್ಯಾತ್ಮಿಕ ದೈತ್ಯನಾಗುತ್ತಾನೆ. ಯಾವುದೂ ಅವನನ್ನು ಅಸಮಾಧಾನಗೊಳಿಸಬಾರದು ಅಥವಾ ಯಾವುದೇ ರೀತಿಯ ಅಡಚಣೆಯನ್ನು ಉಂಟುಮಾಡಬಾರದು. ಅವನ ಮನಸ್ಸು: ಅವನ ಮಾನಸಿಕ ರಚನೆಯಲ್ಲಿ ಅರ್ಥ, ಇಂದ್ರಿಯಗಳು ಮತ್ತು ಇಂದ್ರಿಯಗಳ ವಸ್ತುಗಳು ಅವನನ್ನು ಅಸಮಾಧಾನಗೊಳಿಸಲು ಅಥವಾ ಅವನ ಮನಸ್ಸಿನಲ್ಲಿ ಯಾವುದೇ ರೀತಿಯ ಗೊಂದಲವನ್ನು ಉಂಟುಮಾಡಲು ಶಕ್ತಿಹೀನವಾಗಿರಬೇಕು. ಮಳೆಗಾಲದಲ್ಲಿ ಪರ್ವತ ಧಾರೆಗಳು ನೀರಿನಿಂದ ತುಂಬಿದಾಗ ಅವು ಧಾವಿಸುತ್ತವೆ. ಗಲಭೆ ಉಂಟುಮಾಡುತ್ತವೆ, ಆದರೆ ಸಮುದ್ರದಲ್ಲಿ ಅವರು ಖಾಲಿಯಾದಾಗ ಯಾವುದೇ ಕೋಲಾಹಲವನ್ನು ಉಂಟುಮಾಡುವುದಿಲ್ಲ ಮತ್ತು ಬೇಸಿಗೆಯಲ್ಲಿ ಸಮುದ್ರಕ್ಕೆ ಹರಿಯುವ ನೀರು ಕಡಿಮೆಯಾದಾಗ, ಸಮುದ್ರದ ಮಟ್ಟವು ಕಡಿಮೆಯಾಗುವುದಿಲ್ಲ, ಆದರೂ, ಸಮುದ್ರದ ಹಿಡಿತದಲ್ಲಿ ಭಾವೋದ್ರೇಕಗಳು ಮನುಷ್ಯನು ತನ್ನ ಮೇಲೆ ಪರಿಣಾಮ ಬೀರಲು ಬಿಡಬಾರದು ಅಥವಾ ಅವನ ಆಸೆಗಳು ನಿರಾಶೆಗೊಂಡಾಗ ಅವನು ಖಿನ್ನತೆಗೆ ಒಳಗಾಗಬಾರದು.

ಸೃಷ್ಟಿಯಾದ ಮಹಿಳೆಯು ಭಗವಂತನ ಮಾಯೆಯ ವ್ಯಕ್ತಿತ್ವವಾಗಿದೆ: ಮತ್ತು ಅವಳು ನಿಜವಾಗಿಯೂ ಪ್ರಲೋಭನಕಾರಿ. ಪುರುಷನು ತನ್ನ ತಾರ್ಕಿಕ ಮತ್ತು ಆಲೋಚನಾ ಶಕ್ತಿಯನ್ನು ಕಳೆದುಕೊಂಡರೆ ಮತ್ತು ಅವಳ ಮೋಡಿಗಳಿಗೆ ಬಲಿಯಾದರೆ ಅವನು ಜ್ವಾಲೆಯೊಂದಿಗೆ ಚೆಲ್ಲಾಟವಾಡುವ ಪತಂಗದಂತೆ ನಾಶವಾಗುತ್ತಾನೆ. ಇದು ಪತಂಗ ನನಗೆ ಕಲಿಸಿದ ಪಾಠ. ಐದು ಇಂದ್ರಿಯಗಳು, ಜ್ಞಾನೇಂದ್ರಿಯಗಳು, ನೋಡಲು, ವಾಸನೆ, ಸ್ಪರ್ಶ, ಶ್ರವಣ ಮತ್ತು ರುಚಿಗಾಗಿ. ಪತಂಗವು ಅದನ್ನು ಮೋಸಗೊಳಿಸುವ ದೃಷ್ಟಿಯ ಪ್ರಜ್ಞೆಯ ಪರಿಣಾಮವಾಗಿ ನಾಶವಾಗುತ್ತದೆ. ಮನುಷ್ಯನು ಕೂಡ ಹಾಗೆ ಮಾಡುತ್ತಾನೆ, ಏಕೆಂದರೆ ಅವನ ಕಣ್ಣುಗಳು ಅವನನ್ನು ಮೂರ್ಖತನಕ್ಕೆ ಒಪ್ಪಿಸುತ್ತವೆ.

ಒಬ್ಬರು ತಿನ್ನುವಾಗ, ದೇಹ ಮತ್ತು ಆತ್ಮವನ್ನು ಒಟ್ಟಿಗೆ ಇಡಲು ಅಗತ್ಯವಿರುವ ಪ್ರಮಾಣವನ್ನು ಮಾತ್ರ ತೆಗೆದುಕೊಳ್ಳಬೇಕು. ಮತ್ತು ಮನುಷ್ಯ ಇದನ್ನು ನಿಧಾನವಾಗಿ, ಬಹಳ ನಿಧಾನವಾಗಿ ತಿನ್ನಬೇಕು ಮತ್ತು ಒಂದೇ ಬಾಯಿಯಲ್ಲಿ ಎಲ್ಲವನ್ನೂ ನುಂಗಬಾರದು. ಜೇನುನೊಣವು ಹೂವುಗಳಿಂದ ಜೇನುತುಪ್ಪವನ್ನು ಸಂಗ್ರಹಿಸುತ್ತದೆ. .ಆದರೆ, ಅವರು ಹೂವುಗಳಿಂದ ಎಲ್ಲಾ ಜೇನುತುಪ್ಪವನ್ನು ತೆಗೆದುಕೊಳ್ಳುವುದಿಲ್ಲ, ಅಥವಾ ಅವರು ದುರಾಶೆಯುಳ್ಳವನಾಗುವುದಿಲ್ಲ, ಅವರು ತನಗೆ ಬೇಕಾದುದನ್ನು ಮಾತ್ರ ತೆಗೆದುಕೊಳ್ಳುತ್ತಾನೆ ಮತ್ತು ಅವನು ಜೇನುತುಪ್ಪವನ್ನು ತೆಗೆದುಕೊಳ್ಳುವ ಹೂವನ್ನು ನೋಯಿಸದಂತೆ ಎಚ್ಚರಿಕೆ ವಹಿಸುತ್ತಾನೆ. ಆದ್ದರಿಂದ, ನಿಜವಾದ ಸನ್ಯಾಸಿಯು ಗೃಹಸ್ಥನಾದ ವಂಶಸ್ಥನಿಂದ ಸ್ವೀಕರಿಸಬೇಕು ಮತ್ತು ಅದಕ್ಕಿಂತ ಹೆಚ್ಚಲ್ಲ: ಮತ್ತು ಅವನು ಆತಿಥೇಯರನ್ನು ಮುಜುಗರಗೊಳಿಸಬಾರದು, ಜೇನುನೊಣವು ಸಣ್ಣ ಅಥವಾ ದೊಡ್ಡ ಎಲ್ಲಾ ಹೂವುಗಳಿಂದ ಜೇನುತುಪ್ಪವನ್ನು ಸಂಗ್ರಹಿಸುವಂತೆಯೇ, ಮನುಷ್ಯ ದೊಡ್ಡವರಿಂದ ಮತ್ತು ಚಿಕ್ಕವರಿಂದ ಜ್ಞಾನವನ್ನು ಪಡೆಯಬೇಕು, ಎಲ್ಲಾ ಶಾಸ್ತ್ರಗಳನ್ನು ಅಧ್ಯಯನ ಮಾಡಬೇಕು ಮತ್ತು ಅವುಗಳಿಂದ ಅವನು ಅದರ ಸಾರವೆಂದು ಭಾವಿಸುವದನ್ನು ತೆಗೆದುಕೊಳ್ಳಬೇಕು. "ಮನುಷ್ಯನು ನಾಳೆಗಾಗಿ ಉಳಿಸಲು ಪ್ರಯತ್ನಿಸಿದರೆ ಅವನು ನಾಶವಾಗುತ್ತಾನೆ. ಅವನಿಗೆ ಆಹಾರ ಸಿಕ್ಕಾಗ ಸನ್ಯಾಸಿಯು ಅದರಲ್ಲಿ ಕೆಲವನ್ನು ಇಟ್ಟುಕೊಳ್ಳಬಾರದು: 'ನಾನು ಇದನ್ನು ರಾತ್ರಿ ತಿನ್ನುತ್ತೇನೆ' ಅಥವಾ 'ಇದು ನಾಳೆ ನನಗೆ ಬಡಿಸುತ್ತದೆ. ಇದು ತಪ್ಪು. ಅವನ ಕೈಗಳು ಭಿಕ್ಷಾಪಾತ್ರೆಯಾಗಬೇಕು ಮತ್ತು ಅವನ ಹೊಟ್ಟೆಯು ಆಹಾರವನ್ನು ಸಂಗ್ರಹಿಸುವ ಪಾತ್ರೆಯಾಗಿರಬೇಕು, ಅವನು ಇದನ್ನು ಮಾಡದಿದ್ದರೆ ಅವನು ಜೇನುಹುಳುಗಳಂತೆ ದುಃಖಕ್ಕೆ ಬರುತ್ತಾನೆ, ಮನುಷ್ಯನು ಸಂಪತ್ತನ್ನು ಸಂಗ್ರಹಿಸಿದರೆ ಮತ್ತು ಅದನ್ನು ಇತರರಿಗೆ ನೀಡದಿದ್ದರೆ, ಜೇನುಹುಳದ ಹಾಗೆ, ಮನುಷ್ಯನು ಮೂರ್ಖನಾಗಿದ್ದಾನೆ, ಏಕೆಂದರೆ ಅವನ ಸಂಪತ್ತನ್ನು ತನಗಿಂತ ಬಲಶಾಲಿಯಾದವನು ತೆಗೆದುಕೊಳ್ಳುತ್ತಾನೆ, ಜೇನುಗೂಡಿನ ಪಾಲಕನು ಜೇನುನೊಣವನ್ನು ಕೆಲಸ ಮಾಡುವಂತೆ ಇತರರನ್ನು ತನಗಾಗಿ ಹೇಗೆ ಕೆಲಸ ಮಾಡಬೇಕೆಂದು ಬುದ್ಧಿವಂತನಿಗೆ ತಿಳಿದಿದೆ.

"ನಿಜವಾದ ಸನ್ಯಾಸಿಯು ತನ್ನ ಕಾಲ್ಬೆರಳುಗಳಿಂದಲೂ ಮಹಿಳೆಯ ಆಕೃತಿಯನ್ನು ಮುಟ್ಟಬಾರದು: ಅದು ಮರದಿಂದ ಮಾಡಿದ ಗೊಂಬೆಯಾಗಿದ್ದರೂ ಸಹ, ಅವನು ಹಾಗೆ ಮಾಡಿದರೆ, ಅವನು ಹೆಣ್ಣು ಆನೆಯ ನೋಟದ ಆಮಿಷಕ್ಕೆ ಸಿಲುಕಿದ ಗಂಡು ಆನೆಯಂತೆ ಬೀಳುತ್ತಾನೆ. "ಇಂದ್ರಿಯಗಳನ್ನು ಮೆಚ್ಚಿಸುವ

ಬಯಕೆಯಿಂದ ಹಾಡಲ್ಪಟ್ಟ ಸುಂದರವಾದ ಸಂಗೀತ ಮತ್ತು ಸಂಗೀತವನ್ನು ಸಹ ಸನ್ಯಾಸಿಯು ಕೇಳಬಾರದು, ಅವನ ಮನಸ್ಸು ಅವನ ಅರಿವಿಲ್ಲದೆ, ಅವನ ದಾರಿಯಲ್ಲಿ ಬರುವ ಅನೇಕ ಪ್ರಲೋಭನೆಗಳ ಕಡೆಗೆ ಬಾಗುತ್ತದೆ ಮತ್ತು , ಅವನು ಭ್ರಮೆಯ ಜಾಲಗಳಲ್ಲಿ ಸಿಕ್ಕಿಬೀಳುತ್ತಾನೆ, ಈ ನಿಯಮದಿಂದ ಯಾರೂ ಹೊರತಾಗಿಲ್ಲ, ಮಾಂಸದ ತುಂಡಿನಿಂದ ಮೀನು ಪ್ರಲೋಭನೆಗೆ ಒಳಗಾಗುತ್ತದೆ ಮತ್ತು ಅದನ್ನು ಸುಲಭವಾಗಿ ಹಿಡಿಯಲಾಗುತ್ತದೆ. ಮನುಷ್ಯನು ಅಭಿರುಚಿಯ ಪ್ರಜ್ಞೆಯ ಬಗ್ಗೆ ಎಚ್ಚರದಿಂದಿರಬೇಕು. ಕಡಿಮೆ ತಿನ್ನುವುದು ಒಬ್ಬರು ಕಲಿಯಬೇಕಾದ ಮೊದಲ ಪಾಠ. ಬುದ್ಧಿವಂತನು ಸಹ ತನ್ನ ಎಲ್ಲಾ ಇಂದ್ರಿಯಗಳನ್ನು ಜಯಿಸಬಲ್ಲನು. ಆದರೆ ಈ ಒಂದು ಇಂದ್ರಿಯ, ಒಂದೇ ಇಂದ್ರಿಯ, ನಾಲಿಗೆಯನ್ನು ನಿಯಂತ್ರಿಸುವುದು ಸುಲಭವಲ್ಲ. ಹಸಿವಿನಿಂದ ಕಂಗೆಟ್ಟಾಗಲೂ ಆಹಾರದ ಆಲೋಚನೆಯನ್ನೇ ಉಣಬಡಿಸುವುದು ಈ ಅಂಗದ ವಿಚಿತ್ರ ಗುಣ. ಜಿತೇಂದ್ರಿಯ, ತನ್ನ ಇಂದ್ರಿಯಗಳನ್ನು ಗೆದ್ದವನು, ವಾಸ್ತವದಲ್ಲಿ, ತನ್ನ ರುಚಿ-ಮೊಗ್ಗುಗಳನ್ನು ಸ್ವಯಂ ನಿಯಂತ್ರಣದಿಂದ ನಾಶಪಡಿಸಿದವನು. ಇಂದ್ರಿಯಗಳ ದಬ್ಬಾಳಿಕೆಯ ಸಮಯ-ಗೌರವದ ಉದಾಹರಣೆಗಳೆಂದರೆ: ಜೇನುನೊಣ, ಆನೆ, ಹುಳು ಮತ್ತು ಮೀನು. ಆ ಪರಿಮಳವನ್ನು ಹೊಂದಿರುವ ಹೂವಿನ ಕಡೆಗೆ ಧಾವಿಸುವ ಜೇನುನೊಣದ ಅವನತಿಗೆ ವಾಸನೆಯ ಪ್ರಜ್ಞೆ ಕಾರಣವಾಗಿದೆ. ಹೆಣ್ಣು ಆನೆಯ ಸ್ಪರ್ಶವೇ ಸಾಕು ಗಂಡು ಪ್ರಾಣಿಯನ್ನು ಹೊಂಡಕ್ಕೆ ಎಳೆದುಕೊಂಡು ಹೋಗುವುದು. ಶಬ್ದವು ಜಿಂಕೆಗಳನ್ನು ಕೊಲ್ಲುತ್ತದೆ. ಸಿಂಹವು ನೆಲದ ಮೇಲೆ ತನ್ನ ಬಾಯಿಯಿಂದ ಘರ್ಜಿಸುತ್ತದೆ ಮತ್ತು ಜಿಂಕೆ, ಅದು ಎಲ್ಲಿಂದ ಬರುತ್ತದೆ ಎಂದು ತಿಳಿಯದೆ, ಸಿಂಹದ ಕಡೆಗೆ ಧಾವಿಸಿ ಕೊಲ್ಲುತ್ತದೆ. ಮೀನು ರುಚಿಯ ಪ್ರಜ್ಞೆಯಿಂದ ಪ್ರಲೋಭನೆಗೆ ಒಳಗಾಗುತ್ತದೆ. ಮಾಂಸದ ತುಂಡು ನಿಜವಾಗಿಯೂ ಅದರ ರದ್ದುಗೊಳಿಸುವಿಕೆಗೆ ಕಾರಣವಾಗಿದೆ. ಪತಂಗಕ್ಕೆ ಸಂಬಂಧಿಸಿದಂತೆ, ದೃಷ್ಟಿಯ ಅರ್ಥವು ಅದನ್ನು ಕೊಲ್ಲುತ್ತದೆ. ಜ್ವಾಲೆಯ ದೃಷ್ಟಿ ಅದನ್ನು ಸಂಪೂರ್ಣವಾಗಿ ನಾಶಮಾಡಲು ಸಾಕು. ಕೇವಲ ಒಂದೇ ಇಂದ್ರಿಯ ಮತ್ತು ಅದರ ಶಕ್ತಿಯು ಅದನ್ನು ಸಂಪೂರ್ಣವಾಗಿ ನಾಶಮಾಡಲು ಸಾಕಾಗುತ್ತದೆ ಎಂಬುದಕ್ಕೆ ಶರಣಾದವನು, ಮನುಷ್ಯನು ಐದು ಇಂದ್ರಿಯಗಳ ವಸ್ತುಗಳಿಂದ ಎಲ್ಲಾ ಕಡೆಯಿಂದ ಸುತ್ತುವರೆದಿರುವ ಮತ್ತು ತನ್ನನ್ನು ಹೊಂದಿರದ ಸ್ಥಿತಿಯ ಬಗ್ಗೆ ಏನು ಹೇಳಬಹುದು? ಅವರನ್ನು ವಿರೋಧಿಸುವ ಶಕ್ತಿ? ಅವನು ಯಾವಾಗಲೂ ಎಚ್ಚರವಾಗಿರದಿದ್ದರೆ: ಎಚ್ಚರಗೊಳ್ಳದಿದ್ದರೆ ಅಥವಾ ಮಲಗಿದರೆ, ಮನುಷ್ಯನು ಈ ಹೊಂಡಗಳಲ್ಲಿ ಬಿದ್ದು ಕಳೆದುಹೋಗುತ್ತಾನೆ.

"ಒಂದು ಕಾಲದಲ್ಲಿ ವಿದೇಹ ಎಂಬ ಹೆಸರಿನ ಪಿಂಗಳಾ ಎಂಬ ಹೆಸರಿನ ನೃತ್ಯ ಮಾಡುವ ಹುಡುಗಿಯೊಬ್ಬಳು ಇದ್ದಳು, ಆಕೆಯ ವೃತ್ತಿಯು ಅವರ ಸಂತೋಷಕ್ಕಾಗಿ ಪಾವತಿಸುವ ಪುರುಷರಿಂದ ಜೀವನ ನಡೆಸಬೇಕಾಗಿತ್ತು. ಒಂದು ರಾತ್ರಿ ಅವಳು ತನ್ನ ವೃತ್ತಿಯಲ್ಲಿ ಬಹಳ ಅವಶ್ಯಕವಾದ ಕಾರಣದಿಂದ ತನ್ನನ್ನು ಬಹಳ ಎಚ್ಚರಿಕೆಯಿಂದ ಧರಿಸಿಕೊಂಡಳು. ಮತ್ತು, ಅವಳ ರೂಢಿಯಂತೆ, ಯಾರೋ ಒಬ್ಬ ವ್ಯಕ್ತಿಯನ್ನು ತನ್ನ ಮನೆಗೆ ಆಕರ್ಷಿಸುವ ಬಯಕೆಯಿಂದ ಅವಳು ದಾರಿಹೋಕರನ್ನು ನೋಡುತ್ತಾ ಬಾಗಿಲಲ್ಲಿ ನಿಂತಳು. ಅವಳು ಬಯಸಿದ್ದಳು ಹಣ ಮತ್ತು ಆದ್ದರಿಂದ ಅವಳು ತನ್ನನ್ನು ನೋಡುವ ಮತ್ತು ತನ್ನನ್ನು ಮೆಚ್ಚಿಸಲು ತನ್ನ ಮನೆಗೆ ಬರುವ ಶ್ರೀಮಂತನನ್ನು ಹುಡುಕಲು ನಿರ್ಧರಿಸಿದಳು. ಅವಳು ಬಹಳ ಸಮಯ ಕಾಯುತ್ತಿದ್ದಳು ಆದರೆ ಯಾರೂ ಬರಲಿಲ್ಲ, ಅವಳು ಒಳಗೆ ಹೋದಳು. ಮತ್ತೆ ಹೊರಗೆ ಮತ್ತು ಎಲ್ಲಾ ಸಮಯದಲ್ಲೂ ಅವಳು ತನ್ನನ್ನು ನೋಡುವ ಮತ್ತು ಒಳಗೆ ಬರುವ ಯಾರನ್ನಾದರೂ ಹುಡುಕಿದಳು, ಮತ್ತು ಅರ್ಧ ರಾತ್ರಿ ಕಳೆದರು, ಪಿಂಗಳಾ ತುಂಬಾ ಅತೃಪ್ತಿ ಹೊಂದಿದ್ದಳು, ಅವಳ ಮುಖವು ನಿರಾಶೆಯಿಂದ ಸೆಳೆಯಲ್ಪಟ್ಟಿತು ಮತ್ತು ಅವಳ ಕಣ್ಣುಗಳು ಕೋಪ ಮತ್ತು ಹತಾಶೆಯ ಕಣ್ಣೀರಿನಿಂದ ತುಂಬಿದ್ದವು ."ಇದ್ದಕ್ಕಿದ್ದಂತೆ ಅವಳಿಗೆ ತನ್ನ ಬಗ್ಗೆಯೇ ಅಸಹ್ಯವಾಯಿತು ಮತ್ತು ಅವಳ ಮನಸ್ಸಿನಲ್ಲಿ ಉದಾತ್ತ ಆಲೋಚನೆಗಳು ಬಂದವು. ಅವಳು ಹೇಳಿದಳು: "ಆತ್ಮನ ಏಕಾಂಗಿತನವನ್ನು ಅರಿತುಕೊಳ್ಳದ ವ್ಯಕ್ತಿಯು ಯಾವುದಕ್ಕೂ ಯೋಗ್ಯನಲ್ಲ. ಸಂಪತ್ತು,ಮಕ್ಕಳು,ಮನೆ ಹೀಗೆ ತನ್ನದೇಹದ ಮೇಲಿನ ಪ್ರೀತಿಯನ್ನು ಬಿಟ್ಟುಕೊಡಲಾರನು.ನನ್ನನ್ನೇ ನೋಡು!ನನ್ನ ಮನದ ಹಾದಿಯನ್ನು ತಪ್ಪುದಾರಿಯಲ್ಲಿ ಹಿಡಿತದಲ್ಲಿಟ್ಟುಕೊಳ್ಳಲು ಸಾಧ್ಯವಾಗಲೇ ಇಲ್ಲ. ಪುರುಷನೊಂದಿಗೆ ದೇಹ ಸುಖವನ್ನು ಅನುಭವಿಸುವ ಆಸೆ, ನಾನು ಭಗವಂತನನ್ನು ತೊರೆದು ಮೂರ್ಖ ಮತ್ತು ಮೊಂಡುತನವನ್ನು ಹೊಂದಿದ್ದೇನೆ, ನಾನು ಎಂತಹ ಮೂರ್ಖನಾಗಿದ್ದೇನೆ, ನನ್ನೊಳಗೆ ಎಂದೆಂದಿಗೂ ನನ್ನದೇ ಆಗಿರುವ ಮತ್ತು ನನಗೆ ಮೋಕ್ಷವನ್ನು ನೀಡುವ ಭಗವಂತನನ್ನು ನೋಡಲು ಸಾಧ್ಯವಾಗಲೇ ಇಲ್ಲ. ನನ್ನೊಳಗೆ, ನಾನು ಕುರುಡಿ. ನಾನು ಇಷ್ಟು ದಿನ, ಒಂದು ಕ್ಷಣದ ಈ ಅನುಮಾನಾಸ್ಪದ ಆನಂದಕ್ಕಾಗಿ ನನಗೆ ಸಂತೋಷವನ್ನು ನೀಡಲು ಕೇವಲ ಮರ್ತ್ಯ ಪುರುಷರನ್ನು ಹುಡುಕುತ್ತಿದ್ದೇನೆ. ಇದು ಯಾವಾಗಲೂ ದುಃಖ ಮತ್ತು ನೋವಿನೊಂದಿಗೆ ಇರುತ್ತದೆ, ನಾನು ಭಗವಂತನನ್ನು ತ್ಯಜಿಸಿದ್ದೇನೆ ಮತ್ತು ನನ್ನ ಈ ದೇಹವನ್ನು ಕೊನೆಯಿಲ್ಲದ ಅವಮಾನಗಳಿಗೆ ಅರ್ಪಿಸಿದ್ದೇನೆ. ಬಿದಿರಿನ ಕಡ್ಡಿಗಳಿಂದ ಬಿಡಿಬಿಡಿಯಾಗಿ ಕಟ್ಟಿ ತೆಳು ಚರ್ಮದಿಂದ ಕಟ್ಟಿದ ಮನೆಯಂತಿರುವ

ನನ್ನ ಈ ದೇಹವು ನೀರು ಮತ್ತು ರಕ್ತ ಮತ್ತು ಮೂಳೆಗಳಿಂದ ಕೂಡಿದೆ: ಈ ದೇಹವನ್ನು ತೃಪ್ತಿಪಡಿಸಲು ನಾನು ಇನ್ನೂ ಕರುಣೆಯನ್ನು ಹೊಂದಿರುವ ಭಗವಂತನ ದೃಷ್ಟಿಯನ್ನು ಕಳೆದುಕೊಂಡೆ "ದೇಹ" ಎಂದು ಕರೆಯಲ್ಪಡುವ ಈ ಅಸಹ್ಯಕರ ಚಿಪ್ಪಿನೊಳಗೆ ವಾಸಿಸಿ. ನಾನು ಇನ್ನು ಮುಂದೆ ಮೂರ್ಖನಾಗುವುದಿಲ್ಲ, ನಾನು ಇನ್ನು ಮುಂದೆ ಪ್ರಪಂಚದ ವಿಷಯಗಳ ಬಗ್ಗೆ ಯೋಚಿಸುವುದಿಲ್ಲ ಆದರೆ ಶೀಘ್ರದಲ್ಲೇ ಕೊಳೆಯುತ್ತೇನೆ, ನಾನು ಈಗ ನನ್ನ ಕಣ್ಣುಗಳನ್ನು ತೆರೆಯಬೇಕಾಗಿತ್ತು, ನಾನು ಮರೆತಿದ್ದರೂ ಭಗವಂತ ನನ್ನನ್ನು ಮರೆತಿಲ್ಲ ಎಂಬುದಕ್ಕೆ ಇದು ಸಾಕ್ಷಿಯಾಗಿದೆ. ಅವರು ಇಲ್ಲಿಯವರೆಗೆ, ನಾನು ಅನುಭವಿಸಿದ ತೊಂದರೆಗಳು ಆದರೆ ಅವರು ನನಗೆ ಕಳುಹಿಸಿದ ಆಶೀರ್ವಾದಗಳು ಇಲ್ಲದಿದ್ದರೆ ನಾನು ಇಷ್ಟು ಬೇಗ ಸರಿಯಾದ ಮಾರ್ಗಕ್ಕೆ ಹಿಂತಿರುಗುವುದಿಲ್ಲ. "ಹಾಗೆಯೇ, ವರ್ಷಗಳ ಮೂರ್ಖತನದ ಅರಿವಿನೊಂದಿಗೆ, ಪಿಂಗಳಾ ತನ್ನ ಎಲ್ಲಾ ಆಸೆಗಳನ್ನು ತ್ಯಜಿಸಿ, ಭಗವಂತನ ಬಗ್ಗೆ ಯೋಚಿಸುತ್ತೇನೆ ಮತ್ತು ಬೇರೆ ಯಾರನ್ನೂ ಅಲ್ಲ ಎಂದು ನಿರ್ಧರಿಸಿ ಮಲಗಿದಳು."ಅವಳಂತೆ ಐಹಿಕ ವಿಚಾರಗಳನ್ನು ಬಿಟ್ಟು ಭಗವಂತನಲ್ಲಿ ಮನಸ್ಸನ್ನು ಇಡಬೇಕು. ಇದೇ ಶಾಂತಿಯನ್ನು ಪಡೆಯುವ ಮಾರ್ಗ .

ನಾನು 'ಕುರಾರಿ'ಯಿಂದ ಕಲಿತ ಪಾಠವನ್ನು ಹೇಳುತ್ತೇನೆ, ಈ ಸಣ್ಣ ಜೀವಿಯು ಅದರೊಂದಿಗೆ ಮಾಂಸದ ತುಂಡನ್ನು ಹೊಂದಿತ್ತು, ಅದಕ್ಕಿಂತ ದೊಡ್ಡ ಮತ್ತು ಬಲವಾಗಿರುವ ಪಕ್ಷಿಗಳು ಕುರಾರಿಯನ್ನು ಸುತ್ತುವರೆದು ಅದನ್ನು ಕಚ್ಚುತ್ತಾ ಹೋದವು, ಅದು ಕಿರುಕುಳವನ್ನು ಅನುಭವಿಸಿತು. ಸ್ವಲ್ಪ ಹೊತ್ತು ಆ ಮಾಂಸದ ತುಂಡನ್ನು ಹಿಡಿದುಕೊಂಡರು. ಆದರೆ ಅದು ಅಸಹನೀಯವಾದಾಗ ಅದು ಮಾಂಸದ ತುಂಡಿನ ಮೇಲೆ ತನ್ನ ಹಿಡಿತವನ್ನು ಬಿಟ್ಟಿತು. ಒಮ್ಮೆ ಆ ಕ್ಷಣವೇ ಅದನ್ನು ಇಷ್ಟು ಹೊತ್ತು ಹಿಂಸಿಸುತ್ತಿದ್ದ ಪಕ್ಷಿಗಳು ಸಮಾಧಾನದಿಂದ ಅದನ್ನು ಬಿಟ್ಟು ಹೋದವು. ಕುರಾರಿ ಯಾವುದೇ ಕಾಳಜಿಯಿಲ್ಲದೆ ತನ್ನ ದಾರಿಯಲ್ಲಿ ಸಾಗಿತು. ನನಗೆ ಯಾವುದೇ ಆಸ್ತಿಯಿಲ್ಲ ಮತ್ತು ಇತರರ ಹೊಗಳಿಕೆಯಿಂದ ಅಥವಾ ಅವರ ದೂಷಣೆಯಿಂದ ನಾನು ಪ್ರಭಾವಿತನಾಗುವುದಿಲ್ಲ, ನನ್ನ ಪ್ರೀತಿಯನ್ನು ಹೇಳಿಕೊಳ್ಳಲು ನನಗೆ ಹೆಂಡತಿ ಮತ್ತು ಮಕ್ಕಳಿಲ್ಲ, ನಾನು ಐಹಿಕ ಬಂಧನಗಳಿಂದ ಮುಕ್ತನಾಗಿದ್ದೇನೆ ಎಂಬ ಆಲೋಚನೆಯಲ್ಲಿ ನಾನು ಸಂತೋಷಪಡುತ್ತೇನೆ ಮತ್ತು ಅದಕ್ಕಾಗಿಯೇ. ನಾನು ತುಂಬಾ ಸಂತೋಷವಾಗಿ ಮತ್ತು ಶಾಂತವಾಗಿ ಕಾಣುತ್ತೇನೆ."

ನಾನು ಚಿಕ್ಕ ಹುಡುಗಿಯಿಂದ ಕಲಿತ ಪಾಠದ ಬಗ್ಗೆ ನಾನು ನಿಮಗೆ ಹೇಳುತ್ತೇನೆ, ಒಬ್ಬ ಚಿಕ್ಕ ಹುಡುಗಿ ಮನೆಯಲ್ಲಿ ಒಬ್ಬಳೇ ಇದ್ದಳು, ಅವಳ

ಪೋಷಕರು ಎಲ್ಲೋ ಹೊರಗೆ ಹತ್ತಿರದ ಸ್ಥಳಕ್ಕೆ ಹೋಗಿದ್ದರು, ಮತ್ತು ಅವರು ಹಿಂತಿರುಗಬೇಕಾಗಿತ್ತು. ಮರುದಿನ ಅವಳು ಒಬ್ಬಳೇ ಇದ್ದಾಗ ಅವಳ ಮನೆಗೆ ಅನಿರೀಕ್ಷಿತ ಅತಿಥಿಗಳು ಬಂದರು ಮತ್ತು ಅವಳು ಅವರನ್ನು ಸತ್ಕರಿಸಬೇಕು, ಮನೆಯಲ್ಲಿ ಅಕ್ಕಿ ಸಿದ್ಧವಾಗಿಲ್ಲ, ಹುಡುಗಿ ಹಿತ್ತಲಿಗೆ ಹೋಗಿ ಸ್ವಲ್ಪ ಧಾನ್ಯಗಳನ್ನು ಹೊಡೆಯಲು ಪ್ರಯತ್ನಿಸಿದಳು, ಅವಳದು ಅತಿಥಿಗಳಿಗೆ ಬಳೆಗಳ ಶಬ್ದ ತಿಳಿಯಬಾರದೆಂಬ ರಹಸ್ಯ: ಆದರೆ ಅವಳ ಕೈಯಲ್ಲಿದ್ದ ಬಳೆಗಳು ಅವಳ ಮಣಿಕಟ್ಟಿನ ಕೆಳಗೆ ಜಾರಿದವು. ತಕ್ಷಣದಲ್ಲಿ ಅವಳು ಪ್ರತಿ ಕೈಯಲ್ಲಿ ಕೇವಲ ಎರಡು ಬಳೆಗಳೊಂದಿಗೆ ಅವಳು ತನ್ನ ಕೆಲಸವನ್ನು ಮುಂದುವರೆಸಿದಳು. ಈಗ ಇಬ್ಬರು ಕೂಡ ಸ್ವಲ್ಪ ಶಬ್ದ ಮಾಡಿದರು. ಅವಳು ಪ್ರತಿ ಮಣಿಕಟ್ಟಿನ ಮೇಲೆ ಒಂದನ್ನು ಮುರಿದಳು. ಒಂದೇ ಬಳೆ ಸದ್ದು ಮಾಡದೆ ತನ್ನ ಕೆಲಸವನ್ನು ಸದ್ದುಗದ್ದಲವಿಲ್ಲದೆ ಮುಂದುವರೆಸಿದಳು. ಈ ಚಿಕ್ಕ ಹುಡುಗಿಯಿಂದ ನಾನು ಕಲಿತ ಪಾಠವು ಅಮೂಲ್ಯವಾದುದು, ಅನೇಕ ಜನರೊಂದಿಗೆ ವಾಸಿಸುವುದು ಜಗಳ ಮತ್ತು ಅಸಮಾಧಾನವನ್ನು ಉಂಟುಮಾಡುತ್ತದೆ, ನಂತರ ಅಸಹ್ಯಕ್ಕೆ ಕಾರಣವಾಗುವ ಸಂಭಾಷಣೆಗೆ ಇಬ್ಬರು ವ್ಯಕ್ತಿಗಳು ಸಾಕು. ಆದ್ದರಿಂದ, ಹುಡುಗಿಯ ಮಣಿಕಟ್ಟಿನ ಒಂದೇ ಬಳೆಯಂತೆ, ಒಬ್ಬರು ಈ ಜಗತ್ತಿನಲ್ಲಿ ಏಕಾಂಗಿಯಾಗಿರಿ, ಪರಮಾತ್ಮನೊಂದಿಗೆ ಏಕತೆಯನ್ನು ಸಾಧಿಸಲು ಬಯಸಿದರೆ ಏಕಾಗ್ರತೆ ಅತ್ಯಗತ್ಯ.

ಒಂದು ಹಾವು ಮನುಷ್ಯರ ಸಹವಾಸವನ್ನು ತಪ್ಪಿಸುತ್ತದೆ ಏಕೆಂದರೆ ಅದು ಅವರ ಉದ್ದೇಶಗಳನ್ನು ಹೆಚ್ಚು ಅನುಮಾನಿಸುತ್ತದೆ. ಅದು ಏಕಾಂಗಿಯಾಗಿದೆ ಮತ್ತು ತನ್ನದೇ ಆದ ವಾಸಸ್ಥಳವನ್ನು ಹೊಂದಿಲ್ಲ. ಅದು ಎಂದಿಗೂ ಯಾವುದೇ ನಿಯಮವನ್ನು ಉಲ್ಲಂಘಿಸುವುದಿಲ್ಲ ಮತ್ತು ಅದು ತನ್ನೊಂದಿಗೆ ಏಕಾಂಗಿಯಾಗಿ ವಾಸಿಸುತ್ತದೆ. ಹಾಗಿದ್ದರೂ, ಸನ್ಯಾಸಿ ಏಕಾಂಗಿಯಾಗಿ ಬದುಕಬೇಕು: ಬೇರೊಬ್ಬ ಮನುಷ್ಯನ ಸಂಪರ್ಕವಿಲ್ಲದೆ, ಅವನು ತನ್ನ ಸ್ವಂತ ಮನೆಯನ್ನು ಹೊಂದಿರಬಾರದು ಏಕೆಂದರೆ ಅದು ಮಾತ್ರ ಇತರ ಬಂಧನಗಳ ಪ್ರಾರಂಭ. ಗುಹೆಗಳು, ಆಶ್ರಮಗಳು ಮತ್ತು ಮುಂತಾದವುಗಳಲ್ಲಿ ವಾಸಿಸುವ ಮೂಲಕ ಅವನು ಪುರುಷರ ಪ್ರಪಂಚದಿಂದ ಸಾಧ್ಯವಾದಷ್ಟು ದೂರವಿರಲು ಪ್ರಯತ್ನಿಸಬೇಕು.

"ಜೇಡವು ನನಗೆ ಅಂತಿಮ ಪಾಠವನ್ನು ಕಲಿಸಿತು, ನಾನು ಅವನನ್ನು ನೋಡುತ್ತಿದ್ದೆ, ಅವನು ಮರದ ಕೊಂಬೆಯ ತುಂಡಿನ ಮೇಲೆ ಶಾಂತವಾಗಿ ಕುಳಿತಿದ್ದನು. ಇದ್ದಕ್ಕಿದ್ದಂತೆ, ಸ್ವಲ್ಪ ಗಾಳಿ ಬೀಸಿದಾಗ ಅವನು ತನ್ನಿಂದ ತಾನೇ

ಕೆಲವು ತೆಳುವಾದ ತಂತುಗಳನ್ನು ಉಗುಳಿದನು: ಮತ್ತು, ತಂಗಾಳಿಯು ಮತ್ತೊಂದು ಕೊಂಬೆಯನ್ನು ತಲುಪಿತು ಮತ್ತು ಎರಡು ಕೊಂಬೆಗಳ ನಡುವೆ ಅದು ಅತ್ತಿಂದಿತ್ತ ಸಾಗಿತು: ಮತ್ತು, ಬಹಳ ಕಡಿಮೆ ಸಮಯದಲ್ಲಿ, ಒಂದು ಬಲೆಯನ್ನುಅನ್ನು ನಿರ್ಮಿಸಿತು. ಕೆಲವು ದಿನಗಳ ನಂತರ ಅದೇ ಜೇಡ ಎಳೆಗಳನ್ನು ತಿನ್ನುವುದನ್ನು ನಾನು ನೋಡಿದೆ. ಪರಮಾತ್ಮ ಅವನಿಗೆ ಯಾವುದೇ ಆಸೆಗಳಿಲ್ಲ ಮತ್ತು ಅವನು ಕಾರಣ ಮತ್ತು ಪರಿಣಾಮಗಳ ವ್ಯಾಪ್ತಿಯನ್ನು ಮೀರಿದ್ದಾನೆ. ಕಲ್ಪದ ಅಂತ್ಯದಲ್ಲಿ ಏನೂ ಇರುವುದಿಲ್ಲ. ಗುಣಗಳ ಸಮತೋಲನವು ಕಾಲದಿಂದ ಅಸಮಾಧಾನಗೊಂಡಾಗ ಅದನ್ನು ಮಾಯೆ ಎಂದು ಕರೆಯಲಾಗುತ್ತದೆ: ಮತ್ತು ಪರಮಾತ್ಮ ಮಹತ್ ತತ್ವ ಮತ್ತು ಅಹಂ ತತ್ವ ಮತ್ತು ಅಂಶಗಳಿಂದ ಮಾಡಲ್ಪಟ್ಟ ಸಂಪೂರ್ಣ ಬ್ರಹ್ಮಾಂಡದ ರೂಪದಲ್ಲಿ ಸ್ವತಃ ಪ್ರಕಟವಾಗುತ್ತದೆ: ಮತ್ತು, ಕಲ್ಪದ ಕೊನೆಯಲ್ಲಿ, ಅವನು ತನ್ನಲ್ಲಿಯೇ ಬ್ರಹ್ಮಾಂಡವನ್ನು ಹಿಂತೆಗೆದುಕೊಳ್ಳುತ್ತಾನೆ."

"ಅವಧೂತನು ಮುಂದುವರಿಸಿದನು: ಓ ರಾಜನೇ, ನಾನು ಹೇಳಿದ ಇಪ್ಪತ್ನಾಲ್ಕು ಗುರುಗಳಿಂದ ನಾನು ಕಲಿತ ಪಾಠಗಳು ಇವು. ಮತ್ತು ನಾನು ಕಲಿತದ್ದನ್ನು ನಾನು ಅಭ್ಯಾಸ ಮಾಡುತ್ತಿದ್ದೇನೆ. ನನ್ನ ಈ ದೇಹವು ಕಲಿಸಲು ತನ್ನದೇ ಆದ ಪಾಠವನ್ನು ಹೊಂದಿದೆ, ಸಹ ಅಧ್ಯಯನ ಮಾಡಲಾಗಿದೆ. ನನ್ನಿಂದ, ಇದು ಆಧಾರವಾಗಿದೆ, ಅದರ ಮೇಲೆ ಒಬ್ಬರ ಜೀವನ ಅಸ್ತಿತ್ವದಲ್ಲಿದೆ: ಮತ್ತು ಇನ್ನೂ, ಆತ್ಮವು ದೇಹವನ್ನು ತೊರೆದಾಗ ಅದು ಪ್ರಾಣಿಗಳ ಅಥವಾ ಹುಳುಗಳ ಆಹಾರವಾಗಲು ಮಾತ್ರ ಯೋಗ್ಯವಾಗುತ್ತದೆ ಅಥವಾ ಅದು ಬೆರಳೆಣಿಕೆಯಷ್ಟು ಬೂದಿಯಾಗುತ್ತದೆ, ಆದ್ದರಿಂದ ಮನುಷ್ಯನು ದೇಹವನ್ನು ಸಂತೋಷಪಡಿಸುವುದಕ್ಕಾಗಿ ಅಂತ್ಯವಿಲ್ಲದ ಸಮಯ ಮತ್ತು ಶಕ್ತಿಯನ್ನು ಕಳೆಯುತ್ತಾನೆ: ಅವನು ಹೆಂಡತಿ, ಮಗ, ಸಂಪತ್ತು, ಹಸುಗಳು, ಸೇವಕರು, ಮನೆ ಮತ್ತು ಸ್ನೇಹಿತರನ್ನು ಕಂಡುಕೊಳ್ಳುತ್ತಾನೆ. ಇವೆಲ್ಲವನ್ನೂ ಬಹಳ ಕಷ್ಟದಿಂದ ಜೋಡಿಸಲಾಗಿದೆ ಮತ್ತು ಮನುಷ್ಯ ಅವುಗಳನ್ನು ಬಹಳ ಚೆನ್ನಾಗಿ ನೋಡಿಕೊಳ್ಳುತ್ತಾನೆ. ತನ್ನ ದೇಹವನ್ನು ಇಷ್ಟಪಡುವ ಮನುಷ್ಯನನ್ನು ಪರಿಗಣಿಸಿ. ನಾಲಿಗೆಯನ್ನು ಸಮಾಧಾನಪಡಿಸಲು, ಗಂಟಲು ಒಣಗಿರುವುದರಿಂದ ಅವನು ಒಂದು ದಿಕ್ಕಿನಲ್ಲಿ ಮತ್ತು ನೀರಿನ ಹುಡುಕಾಟದಲ್ಲಿ ಎಳೆಯಲ್ಪಡುತ್ತಾನೆ. ಲೈಂಗಿಕ ಪ್ರಚೋದನೆಯು ಅವನನ್ನು ಒಂದು ರೀತಿಯಲ್ಲಿ ಸಮೀಕ್ಷೆ ಮಾಡುತ್ತದೆ ಮತ್ತು ಹೊಟ್ಟೆಯು ಇನ್ನೊಂದು ರೀತಿಯಲ್ಲಿ ಅವನನ್ನು ಕಾಡುತ್ತದೆ. ಕಿವಿಗಳು ಅವರು ಕೇಳಲು ಆಹ್ಲಾದಕರವಾದ ಸಂಗೀತವನ್ನು ಬಯಸುತ್ತವೆ ಮತ್ತು ಮೂಗು ಅವರು ಸಿಹಿ ಪರಿಮಳವನ್ನು ನೀಡಬೇಕೆಂದು ಬಯಸುತ್ತಾರೆ. ಕಣ್ಣುಗಳು ನೋಡಲು

ಸುಂದರವಾದ ವಸ್ತುಗಳನ್ನು ಬಯಸುತ್ತವೆ ಮತ್ತು ಅವನು ಈ ಎಲ್ಲಾ ಆಸೆಗಳನ್ನು ಪೂರೈಸಬೇಕು. ಅನೇಕ ಹೆಂಡತಿಯರನ್ನು ಹೊಂದಿರುವ ಪುರುಷನಂತೆ ಮನುಷ್ಯನು ಒಂದೇ ಸಮಯದಲ್ಲಿ ಅನೇಕ ಆಸೆಗಳನ್ನು ಪೂರೈಸಲು ಮಾಡಲ್ಪಟ್ಟಿದ್ದಾನೆ.

ಅವನು ಸೃಷ್ಟಿಯಾದಾಗ ಮನುಷ್ಯನಿಗೆ ಉತ್ತಮ ಬುದ್ಧಿಶಕ್ತಿಯನ್ನು ನೀಡಲಾಯಿತು. ಇವುಗಳು ಅವನ ಆಲೋಚನೆಗಳನ್ನು ಬ್ರಹ್ಮನ ಮೇಲೆ ಹೊಂದಿಸಲು ಸಹಾಯ ಮಾಡಬೇಕು. ಹಲವಾರು ಜನ್ಮಗಳ ನಂತರ ಮಾನವನ ಸ್ಥಿತಿಗಿಂತ ಕೆಳಮಟ್ಟದ ಸ್ಥಿತಿ ಮತ್ತು ನಂತರ ಸರೀಸೃಪ ಸ್ಥಿತಿ ಮತ್ತು ನಂತರ ಪ್ರಾಣಿ ಸ್ಥಿತಿಯನ್ನು ಹಾದುಹೋದ ನಂತರ ಮನುಷ್ಯನಿಗೆ ಮಾನವ ರೂಪ ಮತ್ತು ಮಾನವ ಮನಸ್ಸು ಮತ್ತು ಮಾನವ ಬುದ್ಧಿಶಕ್ತಿಯನ್ನು ಹೊಂದುವ ಭಾಗ್ಯವನ್ನು ನೀಡಲಾಗುತ್ತದೆ. ಏಕೆ? ಇದರಿಂದ ಅವನು ಅವುಗಳನ್ನು ಸರಿಯಾಗಿ ಬಳಸಿಕೊಳ್ಳಬಹುದು. ಈ ದೇಹವನ್ನು ಬಹಳ ಎಚ್ಚರಿಕೆಯಿಂದ ಜೀವಂತವಾಗಿ ಇಡಬೇಕು ಆದರೆ ಒಂದು ಉದ್ದೇಶಕ್ಕಾಗಿ: ಮೋಕ್ಷವನ್ನು ಸಾಧಿಸಲು ಏಕೆಂದರೆ ನಮಗೆ ಈ ರೂಪವನ್ನು ನೀಡಲಾಗಿದೆ. ನಾನು ಅದನ್ನು ಅರಿತುಕೊಂಡೆ. 'ನಾನು ಸಂಪೂರ್ಣ ವೈರಾಗ್ಯವನ್ನು ಕಲಿತಿದ್ದೇನೆ: ಬಾಂಧವ್ಯವಿಲ್ಲದಿರುವುದು. ಭೂಮಿಯ ಮೇಲಿನ ನನ್ನ ಅಲೆದಾಟದಿಂದ ಮತ್ತು ನಾನು ನಿಮಗೆ ಹೇಳಿದ ಗುರುಗಳಿಂದ ನಾನು ಗಳಿಸಿದ ಬುದ್ಧಿವಂತಿಕೆಯಿಂದ ನನ್ನ ಮನಸ್ಸು ಪ್ರಕಾಶಿಸಲ್ಪಟ್ಟಿದೆ. ನನ್ನ ಮನಸ್ಸಿನಲ್ಲಿ 'ನಾನು' ಎಂಬ ಭಾವನೆಗಳಿಲ್ಲ ಮತ್ತು ನಾನು ಇತರ ಕಾಯಿಲೆಯಿಂದ ಬಳಲುತ್ತಿಲ್ಲ: ನಾನು ಯಾವುದೇ ಆಸೆಯಿಲ್ಲದೆ ಮತ್ತು ಯಾವುದೇ ಬಾಂಧವ್ಯಗಳಿಲ್ಲದೆ ಭೂಮಿಯಲ್ಲಿ ಅಲೆದಾಡುತ್ತಿದ್ದೇನೆ ಮತ್ತು ಅದಕ್ಕಾಗಿಯೇ ನನ್ನ ಮುಖದಲ್ಲಿ ಶಾಂತಿ ನೆಲೆಸಿದೆ. "ಯದು ಅವರನ್ನು ಬಹಳ ಗೌರವದಿಂದ ವಂದಿಸಿದರು ಮತ್ತು ವಿದಾಯ ಹೇಳಿದರು, ಅವಧೂತನು ಅಲ್ಲಿಂದ ಹೊರಟು ಹೋದನು."

ಕೃಷ್ಣನು ಹೇಳಿದನು: "ಉದ್ಧವ, ಯಾರೊಂದಿಗೂ ಅಥವಾ ಯಾವುದಕ್ಕೂ ಅಂಟಿಕೊಳ್ಳದೆ ಮನುಷ್ಯರ ಜಗತ್ತಿನಲ್ಲಿ ವಾಸಿಸು. ನಿನ್ನ ಆಲೋಚನೆಗಳನ್ನು ನನ್ನ ಮೇಲೆ ಇರಿಸು. ನಿನ್ನನ್ನು ಸಂತೋಷಪಡಿಸುವ ಬಯಕೆಯಿಲ್ಲದೆ ಜಗತ್ತಿನಲ್ಲಿ ವರ್ತಿಸು. ಬಯಕೆಯು ಕಾರ್ಯಗಳನ್ನು ಕೆಡಿಸಿದಾಗ ಅದು ಫಲಪ್ರದವಾಗುತ್ತದೆ ಮತ್ತು ಕರ್ಮವಾಗುತ್ತದೆ. ಜನನ ಬಂಧನವನ್ನು ಉಂಟುಮಾಡುವ ಕರ್ಮ ಮತ್ತು ಅದರ ನಂತರ ಇನ್ನೊಂದು ಜನ್ಮ. ನಿಮ್ಮ ದೈನಂದಿನ ಕರ್ತವ್ಯಗಳು ಹೀಗಿರಬೇಕು. ನಿರ್ವಹಿಸಿದ ಮತ್ತು ಅವುಗಳ ಹಿಂದೆ ಯಾವುದೇ ಉದ್ದೇಶವಿಲ್ಲದೆ

ಮಾಡಿದರೆ ಅವರು ನಿಮ್ಮನ್ನು ಕ್ರಿಯೆಯ ಜಗತ್ತಿಗೆ ಬಂಧಿಸುವುದಿಲ್ಲ. ಉದಾತ್ತ ಆಲೋಚನೆಗಳಿಂದ ನಿಮ್ಮ ಮನಸ್ಸನ್ನು ತುಂಬಿಕೊಳ್ಳಿ. ನನ್ನನ್ನು ಸಂಪರ್ಕಿಸುವ ವಿಭಿನ್ನ ಮಾರ್ಗಗಳ ಬಗ್ಗೆ ನಾನು ಸಾಕಷ್ಟು ಬಾರಿ ವಿವರಿಸುವುದನ್ನು ನೀವು ಕೇಳಿದ್ದೀರಿ. ಎಲ್ಲಾ ಮಾರ್ಗಗಳಲ್ಲಿ, ಭಕ್ತಿ ಯೋಗವು ಸುಲಭವಾಗಿದೆ. ಇದು ಸುಲಭ ಮತ್ತು ಅದು ನಿಮ್ಮನ್ನು ತ್ವರಿತವಾಗಿ ನನ್ನ ಬಳಿಗೆ ಕರೆದೊಯ್ಯುತ್ತದೆ. ನೀವು ಅಭ್ಯಾಸ ಮಾಡಿದರೆ ನೀವು ಶೀಘ್ರದಲ್ಲೇ ಜೀವನ್ಮುಕ್ತರಾಗುತ್ತೀರಿ. ಭಕ್ತಿ ಯೋಗ." ಇಲ್ಲಿ ಕೃಷ್ಣನು ಮುಗುಳ್ನಕ್ಕು ಹೇಳಿದನು: "ಇಷ್ಟು ವರ್ಷಗಳಿಂದ ನೀವು ಇದನ್ನು ಅಭ್ಯಾಸ ಮಾಡುತ್ತಿದ್ದೀರಿ, ಇದು ನಿಮಗೆ ಹೊಸದೇನಲ್ಲ! ನೀವು ನನ್ನ ಮೇಲೆ ಹೊಂದಿರುವ ಅಪರಿಮಿತ ಪ್ರೀತಿಯನ್ನು ನಾನು ತಿಳಿದಿದ್ದೇನೆ.

ಉದ್ಧವ ತನ್ನ ಎರಡೂ ಕೈಗಳನ್ನು ಮಡಚಿ ಕೃಷ್ಣನ ಪಾದಗಳಿಗೆ ಬಿದ್ದು ಧಾರಾಕಾರವಾಗಿ ಕಣ್ಣೀರು ಸುರಿಸಿದನು. ಆಗ ಭಾವ ತುಂಬಿದ ದನಿಯಲ್ಲಿ ಹೇಳಿದನು: “ಕೃಷ್ಣಾ, ಕತ್ತಲೆಯ ಹೊದಿಕೆಯಂತೆ ನನ್ನನ್ನು ಆವರಿಸಿದ್ದ ಭ್ರಮೆಯನ್ನು ನೀನು ಎತ್ತಿದ್ದು ನಿನ್ನಿಂದ ನನಗೆ ಸರಿಯಾದ ಮಾರ್ಗವನ್ನು ಕಲಿಸಿದೆ: ಈ ಮಾಯಾ ಪ್ರಪಂಚದಿಂದ ಹೊರಬರುವ ಮಾರ್ಗ. ಜ್ಞಾನದ ದೀಪವನ್ನು ನೀವು ಬೆಳಗಿಸಿ ನನಗೆ ಕೊಟ್ಟಿದ್ದೀರಿ, ಇದರಿಂದಾಗಿ,ನನ್ನ ಜನರು, ನನ್ನ ಬಂಧುಗಳು ಮತ್ತು ಇತರರಿಗಾಗಿ ನಾನು ಇಲ್ಲಿಯವರೆಗೆ ಹೊಂದಿದ್ದ ಬಂಧಗಳು ಮುರಿದುಹೋಗಿವೆ ಮತ್ತು ನಾನು ಮುಕ್ತನಾಗಿದ್ದೇನೆ. ದಯಮಾಡಿ ನನಗೆ ಇದನ್ನೇ ಕೊಡು: ನನ್ನ ಜೀವನದ ಕೊನೆಯವರೆಗೂ ನಾನು ಈ ಸ್ಪಷ್ಟತೆಯನ್ನು ಹೊಂದಿರಬೇಕು".

ಕೃಷ್ಣ ಹೇಳಿದನು: "ಉದ್ಧವ, ಈಗ ನಾನು ಒಮ್ಮೆ ತಪಸ್ಸನ್ನು ಮಾಡಿದ ಬದರಿಕಾಶ್ರಮಕ್ಕೆ ಹೋಗು. ಪ್ರತಿದಿನ ಗಂಗೆಯನ್ನು ನೋಡುತ್ತಾ ಅವಳ ಶುದ್ಧ ನೀರಿನಲ್ಲಿ ಸ್ನಾನ ಮಾಡುತ್ತಾ ಅಲ್ಲೇ ಇರಿ. ಅವಳು ನನ್ನ ಪಾದಗಳಿಂದ ಹರಿಯುವುದರಿಂದ ಅವಳು ಪರಿಶುದ್ಧಳು. ಕಾಡಿನಲ್ಲಿ ವಾಸಿಸು. ಆದಷ್ಟು ಕಡಿಮೆ ತಿಂದು ಯಾವುದರ ಮೇಲೂ ಮೋಹವಿಲ್ಲದೇ ಅವಧೂತನಂತೆ ಓಡಾಡು. ನೀವು ಬೇಗನೆ ನನ್ನನ್ನು ತಲುಪುತ್ತೀರಿ. ”

ಉದ್ಧವ ಮತ್ತೊಮ್ಮೆ ಕೃಷ್ಣನಿಗೆ ಸಾಷ್ಟಾಂಗ ನಮಸ್ಕಾರ ಮಾಡಿ ಅವನಿಂದ ಅಗಲಿಕೆ ತೆಗೆದುಕೊಂಡ. ಕೃಷ್ಣನ ಅಗಲಿಕೆ ಅವನಿಗೆ ತುಂಬಾ ಕಷ್ಟಕರವಾಗಿತ್ತು: ಮತ್ತು ಕೃಷ್ಣನಿಗೂ ಅದು ದುಃಖದ ಕ್ಷಣವಾಗಿತ್ತು. ಉದ್ಧವನು ಹಿಂತಿರುಗಿ ನೋಡದೆ ಒಮ್ಮೆ ನರ ಮತ್ತು ನಾರಾಯಣ ತಪಸ್ಸನ್ನು ಮಾಡಿದ ಬದರಿಕಾ ಎಂಬ ಆಶ್ರಮದ ಕಡೆಗೆ ತನ್ನ ಹೆಜ್ಜೆಗಳನ್ನು ಹಾಕಿದನು.

ಯಾವ ಉದ್ದೇಶಕ್ಕಾಗಿ ಭಗವಂತ ಕೃಷ್ಣನ ರೂಪವನ್ನು ತಾಳಿದ್ದನೋ ಆ ಉದ್ದೇಶ ಈಡೇರಿದೆ. ತಾಯಿ ಭೂಮಿ ತನ್ನ ಮೇಲೆ ದಬ್ಬಾಳಿಕೆ ಮಾಡುತ್ತಿದ್ದ ಭಾರದಿಂದ ಮುಕ್ತಳಾಗಿದ್ದಳು. ಹದಿನೆಂಟು ದಿನಗಳ ಕಾಲ ಕುರುಕ್ಷೇತ್ರದ ಕ್ಷೇತ್ರದಲ್ಲಿ ನಡೆದ ಮಹಾಯುದ್ಧವು ಕ್ಷತ್ರಿಯನ ಸಂಪೂರ್ಣ ಕುಲದ ಸರ್ವನಾಶಕ್ಕೆ ಕಾರಣವಾಯಿತು ಮತ್ತು ಭೂಮಿಯು ಅವರ ರಕ್ತದಿಂದ ಮುಳುಗಿತು. ಈ ಮಣ್ಣಿನಲ್ಲಿ ಭಗವಂತ ಧರ್ಮದ ಬೀಜ ಬಿತ್ತಿದ್ದ. ಬ್ರಹ್ಮನ ನೇತೃತ್ವದಲ್ಲಿ ಸ್ವರ್ಗವಾಸಿಗಳು ಭೂಮಿಗೆ ಇಳಿದು ಕೃಷ್ಣನ ಸನ್ನಿಧಿಗೆ ಹೋಗಿ ಹೇಳಿದರು: "ಸ್ವಾಮಿ, ನೀವು ಇರುವ ಸ್ಥಳಕ್ಕೆ ಹಿಂತಿರುಗಿ, ನಮ್ಮ ಬಳಿಗೆ ಹಿಂತಿರುಗಿ, ನೀವು ನೂರ ಇಪ್ಪತ್ತೈದು ವರ್ಷಗಳಿಂದ ಈ ಭೂಮಿಯಲ್ಲಿ ಇದ್ದೀರಿ. ನೀನು ಕೈಗೊಂಡ ಶುದ್ಧೀಕರಣದ ಆಚರಣೆ ನೆರವೇರಿದೆ, ದಯವಿಟ್ಟು ವೈಕುಂಠಕ್ಕೆ ಹಿಂತಿರುಗಿ." ಕೃಷ್ಣನು ಮೃದುವಾದ ಮತ್ತು ಸೌಮ್ಯವಾದ ಧ್ವನಿಯಲ್ಲಿ ಮಾತನಾಡಿದರು " "ನನ್ನ ಆತ್ಮೀಯರೇ, ನನ್ನ ಉದ್ದೇಶ ಇನ್ನೂ ಈಡೇರಿಲ್ಲ. ವರ್ಷಗಳ ಹಿಂದೆ ಒಮ್ಮೆ ನೀವೆಲ್ಲರೂ ನನ್ನ ಬಳಿಗೆ ಬಂದು ಪ್ರಪಂಚವನ್ನು ತೊಡೆದುಹಾಕಲು ನನ್ನನ್ನು ಕೇಳಿದರು. ವಿಷಗಳು ಅವಳನ್ನು ಉಸಿರುಗಟ್ಟಿಸುತ್ತಿದ್ದವು, ನಿಮಗೆ ತಿಳಿದಿರುವಂತೆ ನಾನು ಭೂಮಿಗೆ ಬಂದಿದ್ದೇನೆ ಮತ್ತು ನೀವು ನನಗೆ ನಿಗದಿಪಡಿಸಿದ ಕೆಲಸವನ್ನು ನಾನು ಬಹುತೇಕ ಪೂರ್ಣಗೊಳಿಸಿದ್ದೇನೆ. "ಆದರೆ ಅದು ಪೂರ್ಣವಾಗಿಲ್ಲ. ನಿಮ್ಮ ಸುತ್ತಲೂ ನೋಡಿ ಮತ್ತು ನೀವು ಏನು ನೋಡುತ್ತೀರಿ? ಪ್ರಬಲವಾದ ಯಾದವ ಕುಲವು ಇನ್ನೂ ಜೀವಂತವಾಗಿದೆ ಎಂದು ನೀವು ಗ್ರಹಿಸುವುದಿಲ್ಲವೇ? ಈ ಹೆಮ್ಮೆ, ಸೊಕ್ಕಿನ, ಶಕ್ತಿಶಾಲಿ ಮತ್ತು ಕಾಮವುಳ್ಳ ಯಾದವರು ಪರಾಕ್ರಮಿಗಳನ್ನು ಹೋಲುತ್ತಾರೆ. ನನ್ನಿಂದ ಹಿಡಿತದಲ್ಲಿರುವ ಸಾಗರ: ನಾನು ಮಾತ್ರ ಅವರನ್ನು ಹಿಡಿತದಲ್ಲಿಟ್ಟುಕೊಳ್ಳಬಲ್ಲೆ, ಒಮ್ಮೆ ನಾನು ಹೋದರೆ, ಅವರು ಇಡೀ ಮಾನವ ಜನಾಂಗದ ಭ್ರಷ್ಟತೆಗೆ ಕಾರಣರಾಗುತ್ತಾರೆ, ಅವರ ಪಾಪವು ವಿಪರೀತವಾಗಿ ಹೆಚ್ಚಾಗುತ್ತದೆ ಮತ್ತು ನಾನು ಮಾಡಿದ ಎಲ್ಲಾ ಒಳ್ಳೆಯ ಕೆಲಸಗಳು ಇಷ್ಟು ವರ್ಷ ಮಾಡಿದ್ದು ವ್ಯರ್ಥವಾಗುತ್ತದೆ, ಶಕ್ತಿಶಾಲಿಗಳಾದ ಯಾದವರು ಅವರು ಅಭಿವೃದ್ಧಿ ಹೊಂದಲು ಬಿಟ್ಟರೆ ಖಂಡಿತವಾಗಿಯೂ ಜಗತ್ತನ್ನು ಭ್ರಷ್ಟಗೊಳಿಸುತ್ತಾರೆ, ಭೂಮಿಯ ಮೇಲಿನ ಧರ್ಮದ ನಾಶವನ್ನು ತಡೆಯಲು ನಾನು ಇಲ್ಲಿರಬೇಕು, ಆದರೆ ನಂತರ, ಅಂತ್ಯ ಯಾದವರು ಬಹಳ ಹತ್ತಿರವಾಗಿದ್ದಾರೆ, ಬ್ರಾಹ್ಮಣರ ಶಾಪವು ಶೀಘ್ರದಲ್ಲೇ ನನಸಾಗುತ್ತದೆ, ಯಾದವರು ಇನ್ನಿಲ್ಲದ ನಂತರ ನಾನು ಮನುಷ್ಯರ ಜಗತ್ತನ್ನು ತ್ಯಜಿಸಲು ಸಿದ್ಧನಾಗುತ್ತೇನೆ. ಹೀಗೆ ಹೇಳುವಾಗ ಕೃಷ್ಣನ ಧ್ವನಿಯಲ್ಲಿನ ಆಯಾಸವನ್ನು ನಾರದರು ಮಾತ್ರ ಗುರುತಿಸಬಲ್ಲರು. ಸ್ವರ್ಗೀಯರು

ತಮ್ಮ ನಿವಾಸಕ್ಕೆ ಮರಳಿದರು ಮತ್ತು ಕೃಷ್ಣನು ಮೌನವಾಗಿ ಕುಳಿತುಕೊಂಡನು.

ಆಗ ಕೃಷ್ಣನ ಜೊತೆಗಾರ ಉದ್ಧವ ಅವನ ಬಳಿಗೆ ಬಂದು ಅವನ ಪಾದಗಳಿಗೆ ಬಿದ್ದನು. ಅವನು ಕಣ್ಣೀರು ಸುರಿಸಿದನು ಮತ್ತು ಕೃಷ್ಣ ಅವನನ್ನು ಎತ್ತಿದನು. ಅವನು ತನ್ನ ಸ್ನೇಹಿತನ ಕಣ್ಣಿನಿಂದ ಕಣ್ಣೀರನ್ನು ಒರೆಸಿದನು ಮತ್ತು ಕೇಳಿದನು: " ಉದ್ಧವ, ನಿನಗೇನು ಚಿಂತೆ? ನಿನಗೇಕೆ ದುಃಖ?"

ಉದ್ಧವನು ಹೇಳಿದನು: "ನನ್ನ ಪ್ರಭುವೇ, ಕೃಷ್ಣನೇ, ನನಗೆ ಎಲ್ಲವೂ ತಿಳಿದಿದೆ, ನೀವು ಸಂಪೂರ್ಣ ಯಾದವ ಕುಲವನ್ನು ನಾಶಮಾಡಲು ನಿರ್ಧರಿಸಿದ್ದೀರಿ. ಅದು ಶೀಘ್ರದಲ್ಲೇ ಆಗಲಿದೆ, ಮತ್ತು ಅದು ಸಂಪೂರ್ಣ ನಾಶವಾಗುತ್ತದೆ. ನನಗೆ ತಿಳಿದಿದೆ, ಆದರೆ ಅದು ನನಗೆ ಚಿಂತಿಸುವುದಿಲ್ಲ. ಆಮೇಲೆ ನೀನು ಹೊರಟು ಹೋಗುತ್ತೀಯಾ ಎಂಬುದೇ ನನಗೆ ಚಿಂತೆ ತಂದಿದೆ.ನನ್ನನ್ನು ಬಿಟ್ಟು ಹೋಗುತ್ತೀಯ. ದಯವಿಟ್ಟು ನನ್ನನ್ನು ನಿನ್ನ ಜೊತೆಯಲ್ಲಿ ಕರೆದುಕೊಂಡು ಹೋಗು ಕೃಷ್ಣಾ. ನೀನಿಲ್ಲದೆ ನಾನು ಬದುಕಲಾರೆ. ನೀನು ಮಥುರಾಕ್ಕೆ ಬಂದು ಕಂಸನನ್ನು ಕೊಂದ ದಿನದಿಂದಲೂ ನಾನು ಜೊತೆಗಿದ್ದೇನೆ. ನೀನು ಮತ್ತು ನಾನು ಒಂದು ಕ್ಷಣವೂ ನಿನ್ನಿಂದ ದೂರವಾಗಿಲ್ಲ. ನಾನು ನಿನ್ನೊಂದಿಗೆ ಎಂದೆಂದಿಗೂ ಇರಬೇಕೆಂದು ಬಯಸುತ್ತೇನೆ. ದಯವಿಟ್ಟು ನನ್ನನ್ನು ನಿನ್ನೊಂದಿಗೆ ಕರೆದುಕೊಂಡು ಹೋಗು."

"ನೀನು ಹೇಳಿದ್ದು ಸರಿ" ಎಂದ ಕೃಷ್ಣ ಕಠೋರ ನಗುವಿನೊಂದಿಗೆ. "ನೀನು ಹೇಳಿದ ಮಾತುಗಳೆಲ್ಲವೂ ಸತ್ಯ. ಇಂದಿನಿಂದ ಒಂದು ವಾರದಲ್ಲಿ ಯಾದವರು ನಾಶವಾಗುತ್ತಾರೆ. ಏಳನೆಯ ದಿನ ಈ ದ್ವಾರಕೆಯು ಈ ಸುಂದರವಾದ ನಗರವನ್ನು ಸಮುದ್ರದಿಂದ ಆವರಿಸುತ್ತದೆ ಮತ್ತು ಅದರ ಸ್ಮರಣೆಯನ್ನು ಹೊರತುಪಡಿಸಿ ಏನೂ ಉಳಿಯುವುದಿಲ್ಲ. ಆದರೆ ನಂತರ, ಉದ್ಧವ , ನೀನು ನನ್ನೊಂದಿಗೆ ಬರಲಾರೆ. ನೀನು ಈ ಮನುಷ್ಯರ ಲೋಕದಲ್ಲಿ ಬಾಳಬೇಕು. ಜಗತ್ತಿಗೆ ನೀನು ಬೇಕು. ಎಲ್ಲಾ ಆಸೆಗಳನ್ನು ತೊರೆದು, ನೀನು ಸದುಪಯೋಗಪಡಿಸಿಕೊಳ್ಳಬೇಕಾದ ಬ್ರಹ್ಮ ವಿದ್ಯೆಯ ಬಗ್ಗೆ ಹೇಳುತ್ತಾ ಮನುಷ್ಯರ ಲೋಕದಲ್ಲಿ ನಡೆಯಬೇಕು." ಕೃಷ್ಣನು ಅವನಿಗೆ ಅವಧೂತನ ಕಥೆಯನ್ನು ಮತ್ತು ರಾಜ ಯದುವಿಗೆ ಅವನ ಬೋಧನೆಗಳನ್ನು ವಿವರಿಸುವ ಮೂಲಕ ಅವನಿಗೆ ಮಹಾನ್ ಸತ್ಯವನ್ನು ಬೋಧಿಸಿದನು. ಅದು ಸಾಕಾಗುವುದಿಲ್ಲ ಎಂದು ಕೃಷ್ಣನಿಗೆ ಅರಿವಾಯಿತು. ಬೋಧನೆಯು ಹೆಚ್ಚು ವಿವರವಾದ ಮತ್ತು ಹೆಚ್ಚು ಸ್ಪಷ್ಟವಾಗಿರಬೇಕು ಮತ್ತು ಹೆಚ್ಚು ವಿವರವಾದ ಮತ್ತು ಹೆಚ್ಚು ತೀವ್ರವಾಗಿರಬೇಕು. ಅವಧೂತರು ನೀಡಿದ ಉದಾಹರಣೆಗಳು ಮತ್ತು ಅವರಿಂದ ಪಡೆದ ಪಾಠಗಳು

ಉದ್ಧವನಿಗೆ ಸತ್ಯವನ್ನು ಮನೆಮಾಡಲು ಸಾಕಾಗಲಿಲ್ಲ. ಆದ್ದರಿಂದ ಕೃಷ್ಣನು ಅವನಿಗೆ ಆತ್ಮ ವಿದ್ಯೆಯನ್ನು ವಿವರವಾಗಿ ಕಲಿಸಲು ನಿರ್ಧರಿಸಿದನು.

"ಕನಸಿನ ಪ್ರಪಂಚವನ್ನು ಪರಿಗಣಿಸಿ" ಎಂದು ಕೃಷ್ಣ ಹೇಳಿದರು. "ಮನುಷ್ಯನು ಕನಸು ಕಾಣುತ್ತಿರುವಾಗ ಹಲವಾರು ಘಟನೆಗಳು ನಡೆಯುತ್ತವೆ. ಮನುಷ್ಯನು ದುಃಖದ ಅನೇಕ ಕಷ್ಟಗಳ ಮೂಲಕ ಹೋಗುತ್ತಾನೆ ಅಥವಾ ಅವನು ಭಾವಪರವಶತೆಯ ಪರಾಕಾಷ್ಠೆಯನ್ನು ತಲುಪುತ್ತಾನೆ. ಅವನು ಸಂತೋಷವಾಗಿರುತ್ತಾನೆ ಅಥವಾ ಅವನು ದುಃಖಿತನಾಗಿರುತ್ತಾನೆ ಮತ್ತು ಅವನು ಎರಡೂ ಆಗಿದ್ದಾನೆ. ಆದರೆ, ಅವನು ಇಡೀ ಕನಸಿನ ಪ್ರಪಂಚವನ್ನು ಎಚ್ಚರಗೊಳಿಸಿದಾಗ ಕರಗಿಹೋಗುತ್ತದೆ ಮತ್ತು ಅದು ಅವನ ಕಲ್ಪನೆಯ ಕಲ್ಪನೆ ಮತ್ತು ವಾಸ್ತವದಲ್ಲಿ ಯಾವುದೇ ದುಃಖ ಅಥವಾ ಯಾವುದೇ ಸಂತೋಷ ಇರಲಿಲ್ಲ ಎಂದು ಅವನಿಗೆ ಈಗ ತಿಳಿದಿದೆ. ."ಮತ್ತೆ, 'ಹಗಲುಗನಸಲ್ಲಿ ತೊಡಗುವ ವ್ಯಕ್ತಿಯ ಬಗ್ಗೆ ಯೋಚಿಸಿ. ಅವನ ಎಲ್ಲಾ ಈಡೇರದ ಬಯಕೆಗಳು ರೆಕ್ಕೆಗಳನ್ನು ಚಿಗುರುತ್ತವೆ ಮತ್ತು ಅವನ ಮನಸ್ಸಿನ ಈ ಸ್ಥಿತಿಯಲ್ಲಿ ಅವೆಲ್ಲವೂ ನಿಜವಾಗುತ್ತವೆ ಎಂದು ತೋರುತ್ತದೆ. ಈ ಚಿಂತನೆಯ ಪ್ರಕ್ರಿಯೆಯನ್ನು "ಮನೋರಥ" ಎಂದು ಕರೆಯಲಾಗುತ್ತದೆ - ರಥ ನಿಜವಾಗಿ ಹಗಲುಗನಸುಗಾರನ ಅನುಭವಗಳಲ್ಲಿ ಒಂದಲ್ಲ ನಿಜ ಆದರೆ ಅವೆಲ್ಲವೂ ಮನಸ್ಸಿನ ಕಟ್ಟುಕಥೆಗಳು.ಆದರೂ, ಈ ಜಗತ್ತು ದುಃಖ ಅಥವಾ ಸಂತೋಷದಿಂದ ಕೂಡಿಲ್ಲ: ಸಂತೋಷ ಅಥವಾ ನೋವಿನಿಂದ ಕೂಡಿದೆ, ನೀವು ಈ ಬಗ್ಗೆ ಯೋಚಿಸಲು ನಿಮ್ಮ ಮನಸ್ಸನ್ನು ಶಾಲೆ ಮಾಡಿದರೆ ಅದರ ಸತ್ಯವನ್ನು ಅರಿತುಕೊಳ್ಳುವಷ್ಟು ಕಾಲ, ನೀವು ಕರ್ಮದ ಬಂಧನದಿಂದ ಮುಕ್ತರಾಗುತ್ತೀರಿ. ಬಹುತ್ವದ ಪ್ರಪಂಚವು ಇಂದ್ರಿಯಗಳ ಆಟ, ಇಂದ್ರಿಯಗಳ ಪರಿಣಾಮವಾಗಿದೆ, ಅವರು ಇಂದ್ರಿಯ-ವಸ್ತುಗಳೊಂದಿಗೆ ತೊಡಗಿಸಿಕೊಂಡಾಗ ಜಗತ್ತು ತೋರುತ್ತದೆ ವಿರೋಧಾಭಾಸಗಳಿಂದ ಕೂಡಿದ ಈ ಭಾವನೆಗಳಿಂದ ತುಂಬಿರುತ್ತದೆ ಮತ್ತು ಮನುಷ್ಯನು ತನ್ನ ಆಲೋಚನಾ ಶಕ್ತಿಯನ್ನು ಕಳೆದುಕೊಳ್ಳುತ್ತಾನೆ.

ಉದ್ಧವ ಕೃಷ್ಣನನ್ನು ಕೇಳಿದನು: "ಕೃಷ್ಣಾ, ಭಕ್ತಿ ಎಂದರೇನು, ಹೇಳು, ಯಾವ ರೀತಿಯ ಸಾಧುಗಳು ನಿಮಗೆ ಪ್ರಿಯರು? ನಾರದನಂತಹ ಋಷಿಗಳು ನಿಮಗೆ ಪ್ರಿಯರು ಎಂದು ನಾನು ತಿಳಿದಿದ್ದೇನೆ. ಭಕ್ತನ ಮಾನಸಿಕ ಅಲಂಕಾರದಲ್ಲಿ ಯಾವ ಗುಣಗಳು ಪ್ರಧಾನವಾಗಿವೆ?

ತುಸು ಮುಗುಳ್ನಗೆಯಿಂದ ಕೃಷ್ಣ ಹೇಳಿದ: "ನನಗೆ ಪ್ರಿಯನಾದ ಮನುಷ್ಯನು ಅವನಲ್ಲಿ ಹಲವಾರು ಗುಣಗಳನ್ನು ಹೊಂದಿರುವುದು ಖಚಿತ. ನನಗೆ, ಅವುಗಳಲ್ಲಿ

ಎಲ್ಲಕ್ಕಿಂತ ಮುಖ್ಯವಾದುದು ಕರುಣೆ. ಮನುಷ್ಯನು ಇತರರ ದುಃಖಗಳ ಬಗ್ಗೆ ಸಹಾನುಭೂತಿಯಿಂದ ತುಂಬಿರಬೇಕು. ಅವನು ಅವನಲ್ಲಿ ಯಾರ ನಂಬಿಕೆಗೆ ದ್ರೋಹ ಮಾಡಬಾರದು, ಅವನು ತಾಳ್ಮೆಯಿಂದಿರಬೇಕು, ಯಾವುದೇ ಬೆಲೆಯಲ್ಲಿ ಸತ್ಯವಂತನಾಗಿರಬೇಕು ಮತ್ತು ಯಾರ ಬಗ್ಗೆಯೂ ಅಸೂಯೆಪಡಬಾರದು, ಸಂತೋಷವು ಬಂದಾಗ ಅವನು ಉತ್ಸುಕನಾಗಬಾರದು ಅಥವಾ ದುಃಖವು ಅವನನ್ನು ಭೇಟಿ ಮಾಡಿದಾಗ ಅವನು ನಿರಾಶೆಯ ಆಳದಲ್ಲಿ ಮುಳುಗಬಾರದು. ತನಗೆ ಸಾಧ್ಯವಾದಷ್ಟು ಇತರರಿಗೆ ಸಹಾಯ ಮಾಡಿ, ಅವನ ಇಂದ್ರಿಯಗಳು ಅವನು ತನಗಾಗಿ ಇಟ್ಟ ದಾರಿಯಿಂದ ಅವನನ್ನು ಎಂದಿಗೂ ದೂರ ಮಾಡಬಾರದು, ಇತರರ ನೋವನ್ನು ನೋಡಿ ಅವನ ಹೃದಯವು ಕರಗಲು ಸಿದ್ಧವಾಗಿರಬೇಕು: ಮತ್ತೊಂದೆಡೆ, ತೊಂದರೆಗಳು ಅವನನ್ನು ಭೇಟಿ ಮಾಡಿದಾಗ ಅವನು ದೃಢವಾಗಿರಬೇಕು ಮತ್ತು ಅಚಲವಾಗಿರಬೇಕು. ತನ್ನ ತತ್ವಗಳು ನಿರ್ದೋಷಿಯಾಗಿರಬೇಕು ಎಂಬ ಅರ್ಥದಲ್ಲಿ ಅವನು ಶುದ್ಧನಾಗಿರಬೇಕು, ಅವನಿಗೆ ಯಾವುದೇ ಆಸೆಗಳು ಇರಬಾರದು ಮತ್ತು ಸ್ವಾಭಾವಿಕವಾಗಿ, ಅವನು ಎಂದಿಗೂ ಪ್ರತಿಫಲದ ಆಸೆಯಿಂದ ಏನನ್ನೂ ಮಾಡಲು ಯೋಚಿಸಬಾರದು. ಅವನು ಅತಿಯಾಗಿ ವರ್ತಿಸಬಾರದು ಮತ್ತು ಅವನ ಮನಸ್ಸು ಎಂದಿಗೂ ಶಾಂತವಾಗಿರಬೇಕು. ಸಮಚಿತ್ತತೆ ನನ್ನ ಭಕ್ತನಲ್ಲಿ ಅತ್ಯಗತ್ಯ, ಅವನು ತನ್ನ ಕರ್ತವ್ಯಗಳನ್ನು ಮತ್ತು ಇತರ ಕಾರ್ಯಗಳನ್ನು ಯಾವುದೇ ಲೋಪವಿಲ್ಲದೆ ನಿರ್ವಹಿಸಬೇಕು, ಆದರೆ ಅವನ ಮನಸ್ಸು ಎಂದಿಗೂ ನನ್ನ ಮೇಲೆ ತರಬೇತಿ ಪಡೆಯಬೇಕು, ಎಲ್ಲಾ ಸಮಯದಲ್ಲೂ ಅವನು ಮನಸ್ಸಿನ ವಿವಿಧ ತಳಮಳಗಳು ಅಥವಾ ವಿಪತ್ತುಗಳು ಅವನ ಮಾನಸಿಕ ಶಾಂತಿಯನ್ನು ತೊಂದರೆಗೊಳಿಸಬಾರದು. ಹಸಿವು ಮತ್ತು ಬಾಯಾರಿಕೆ, ದುಃಖ ಮತ್ತು ಸಂತೋಷ, ವೃದ್ಧಾಪ್ಯ ಮತ್ತು ಸಾವು: ಈ ಆರು ಅವನಿಗೆ ಭಯಪಡಬಾರದು. ಅವನು ಎಂದಿಗೂ ಇತರರಿಂದ ಪ್ರಶಂಸೆ ಅಥವಾ ಗೌರವವನ್ನು ನಿರೀಕ್ಷಿಸಬಾರದು ಆದರೆ ನಂತರ, ಅವನು ತನ್ನ ಕರ್ತವ್ಯದಲ್ಲಿ, ಇತರರಿಗೆ ಗೌರವವನ್ನು ನೀಡುವಲ್ಲಿ ವಿಫಲನಾಗಬಾರದು. ಅವನು ತನ್ನಿಂದ ಏನನ್ನಾದರೂ ಕಲಿಯಲು ನಿಜವಾದ ಆಸಕ್ತಿಯನ್ನು ಕಂಡುಕೊಂಡರೆ, ಅವನು ಯಾವುದೇ ಕಾರಣಕ್ಕೂ ಆ ಜ್ಞಾನವನ್ನು ತಡೆಹಿಡಿಯಬಾರದು. ಅವನು ಇತರರನ್ನು ಮೋಸಗೊಳಿಸಬಾರದು ಮತ್ತು ಅವನು ಎಂದಿಗೂ ಇತರರಿಗೆ ಒಳ್ಳೆಯದನ್ನು ಮಾಡುವ ಉದ್ದೇಶವನ್ನು ಹೊಂದಿರದ ಹೊರತು ಅವನು ಎಂದಿಗೂ ಯಾವುದರಲ್ಲೂ ತೊಡಗಿಸಿಕೊಳ್ಳಬಾರದು: ತೊಂದರೆಯಲ್ಲಿರುವ ಒಬ್ಬನ ಬಗ್ಗೆ

ಸಹಾನುಭೂತಿಯಿಂದ, ಅವನು ನನ್ನನ್ನು ಪೂಜಿಸಲು ತೊಡಗಿರುವಾಗ, ಅವನು ಈಗಾಗಲೇ ಇದ್ದಂತೆ, ನಾನು ಎಣಿಸಿದ ಈ ಗುಣಗಳಿಂದ ಅವನು ಕಾಲಾಂತರದಲ್ಲಿ ನಾರದ ಮತ್ತು ಇತರರಂತೆ ಆಗುತ್ತಾನೆ ಮತ್ತು ತನ್ನ ದೈನಂದಿನ ಕರ್ತವ್ಯಗಳನ್ನು ಸಹ ಮಾಡಬೇಕಾಗಿಲ್ಲ, ಅವನು ತನ್ನ ಎಲ್ಲಾ ಸಮಯವನ್ನು ನನ್ನ ಬಗ್ಗೆ ಯೋಚಿಸಬಹುದು. ಅಂತಹ ವ್ಯಕ್ತಿಯು ಎಂದಿಗೂ ಪವಿತ್ರ ವ್ಯಕ್ತಿಯ ವೇಷವನ್ನು ಧರಿಸುವುದಿಲ್ಲ ಅಥವಾ ಇತರರಿಗೆ ಸಹಾಯ ಮಾಡಲು ಅವನು ಮಾಡಿದ ಒಳ್ಳೆಯ ಕಾರ್ಯಗಳ ಬಗ್ಗೆ ಮಾತನಾಡುವುದಿಲ್ಲ. ಉದ್ಧವ, ನೀನು ನನ್ನ ಭಕ್ತ ಮತ್ತು ನೀನು ನನಗೆ ತುಂಬಾ ಪ್ರಿಯನಾಗಿದ್ದೀಯ ಮತ್ತು ಆದ್ದರಿಂದ ನಾನು ನಿಮಗೆ ಈ ರಹಸ್ಯಗಳ ರಹಸ್ಯವನ್ನು, ನನ್ನ ಪ್ರೀತಿಯನ್ನು ಗೆಲ್ಲುವ ರಹಸ್ಯವನ್ನು, ಭಕ್ತಿ ಯೋಗದ ರಹಸ್ಯವನ್ನು ಹೇಳುತ್ತೇನೆ.

ಹಟಯೋಗ ಮತ್ತು ಪ್ರಾಣಾಯಾಮಗಳು ಸತ್ಪುರುಷರ ಸಹವಾಸದಂತೆ ನನ್ನ ಹೃದಯವನ್ನು ಗೆಲ್ಲುವುದಿಲ್ಲ. ಶ್ರೇಷ್ಠ ಸಾಂಖ್ಯ ಜ್ಞಾನ, ಸಾಂಖ್ಯ ಬೋಧನೆಗಳ ಬೌದ್ಧಿಕ ಗ್ರಹಿಕೆಯು ಭಕ್ತಿ ಇಷ್ಟಪಟ್ಟಷ್ಟು ನನಗೆ ಇಷ್ಟವಾಗುವುದಿಲ್ಲ. ವೇದಗಳನ್ನು ನಿರಂತರವಾಗಿ ಪಠಿಸುವುದು, ತಪಸ್, ಎಲ್ಲಾ ಲೌಕಿಕ ವಸ್ತುಗಳ ಸ್ಪಷ್ಟವಾದ ಪರಿತ್ಯಾಗವಾದ ಸನ್ಯಾಸ: ಇವೆಲ್ಲವೂ ನನ್ನನ್ನು ಮೋಡಿ ಮಾಡುವುದಿಲ್ಲ. ನಾನು ಪ್ರೀತಿಗೆ ಮತ್ತು ಪ್ರೀತಿಗೆ ಮಾತ್ರ ಪ್ರತಿಕ್ರಿಯಿಸುತ್ತೇನೆ. ನನ್ನನ್ನು ತಲುಪಿದವರು ಅದನ್ನು ಶುದ್ಧತೆಯಿಂದ ಮಾಡಿದ್ದಾರೆ. ನನ್ನ ಮೇಲೆ ಪ್ರೀತಿ, ಭಕ್ತಿ, ಮತ್ತು ಬೇರೇನೂ ಇಲ್ಲ, ಭಕ್ತಿಗೆ ಯಾವುದೇ ಜಾತಿ ಅಥವಾ ಧರ್ಮ ತಿಳಿದಿಲ್ಲ, ನನ್ನ ಕೆಲವು ಭಕ್ತರಾದ ವೃತ್ರ, ಪ್ರಹ್ಲಾದ, ಬಲಿ, ಬಾಣಾಸುರ, ಮಾಯಾ, ವಿಭೀಷಣ, ಸುಗ್ರೀವ, ಹನುಮಾನ್, ಜಾಂಬವಾನ್, ಗಜೇಂದ್ರ, ಹೆಸರುಗಳನ್ನು ನಾನು ನಿಮಗೆ ಹೇಳುತ್ತೇನೆ. ಆನೆ, ಜಟಾಯು ಹದ್ದು, ಬೃಂದಾವನದಲ್ಲಿರುವ ಗೋಪಿಯರು, ಯಜ್ಞಪತ್ನಿಗಳು ಮತ್ತು ಅನೇಕರು ನನ್ನ ಭಕ್ತಿಯ ಬಲದಿಂದ ನನ್ನನ್ನು ತಲುಪಿದ್ದಾರೆ, ಅವರಿಗೆ ವೇದಗಳು ತಿಳಿದಿರಲಿಲ್ಲ, ಅವರು ಗುರುಗಳ ಸೇವೆ ಮಾಡಲಿಲ್ಲ. ಜ್ಞಾನದ ದಾಹದಿಂದ ಗುರುಕುಲಗಳಲ್ಲಿ ಅವರು ಯಾವುದೇ ವ್ರತಗಳನ್ನು ಆಚರಿಸಲಿಲ್ಲ ಅಥವಾ ತಪಸ್ಸನ್ನು ಮಾಡಲಿಲ್ಲ. ಸಾಧುಗಳ ಸಹವಾಸದಿಂದಾಗಿ ಅವರು ತಮ್ಮ ಮನಸ್ಸನ್ನು ನನ್ನ ಮೇಲೆ ನೆಲೆಸಿದರು ಮತ್ತು ಅವರು ನನ್ನವರಾದರು. ಮುನಿಗಳು ಸಮಾಧಿ ಸ್ಥಿತಿಯನ್ನು ತಲುಪಿದಾಗ ಅವರಿಗೆ ಅವರ ಹೆಸರು ಮತ್ತು ಅವರ ಮನೆಗಳ ನೆನಪಿರುವುದಿಲ್ಲ. ಹೀಗಿದ್ದರೂ ಗೋಪಿಕೆಯರಿಗೆ ನಾನು ಅವರ ಮಧ್ಯೆ ಇದ್ದಾಗ ನನ್ನೊಂದಿಗೆ ಕಳೆದ ಸಮಯವನ್ನು ಬಿಟ್ಟರೆ ಬೇರೇನೂ ನೆನಪಿಲ್ಲ ಮತ್ತು ಅವರು ಕೊನೆಯಲ್ಲಿ ನನ್ನನ್ನು ತಲುಪುತ್ತಾರೆ. ಅವರ ಆರಾಧನೆಯ

ವಿಧಾನವೆಂದರೆ ದೈಹಿಕವಾಗಿ ಮತ್ತು ವಾಸ್ತವದಲ್ಲಿ ನನ್ನನ್ನು ಅಪೇಕ್ಷಿಸುವುದು. ಉದ್ಧವಾ, ಆದ್ದರಿಂದ ನೀವು ತಪಸ್ಸನ್ನು ಮಾಡುವ ಎಲ್ಲಾ ಆಲೋಚನೆಗಳನ್ನು ತ್ಯಜಿಸಬೇಕು. ನೀವು ನಿರ್ವಹಿಸಬೇಕಾದ ಕರ್ತವ್ಯಗಳು, ನೀವು ನಡೆಸುತ್ತಿರುವ ಗೃಹಸ್ಥ ಜೀವನ, ನೀವು ಅಳವಡಿಸಿಕೊಳ್ಳಬೇಕೆಂದು ನೀವು ಭಾವಿಸುವ ಸನ್ಯಾಸ ಮತ್ತು ವೇದಗಳು ಸೂಚಿಸಿದ ಇತರ ಅನೇಕ ಸಣ್ಣ ಕರ್ತವ್ಯಗಳನ್ನು ಪರಿಗಣಿಸಿ ಸಮಯವನ್ನು ವ್ಯರ್ಥ ಮಾಡಬೇಡಿ. ಅವುಗಳಲ್ಲಿ ಯಾವುದರ ಬಗ್ಗೆಯೂ ಚಿಂತಿಸಬೇಡಿ. ನನ್ನನ್ನು ಪ್ರಾರ್ಥಿಸು. ನಿಮ್ಮ ಮನಸ್ಸನ್ನು ನನ್ನ ಮೇಲೆ ಇರಿಸಿ ಮತ್ತು ನನ್ನ ಪಾದಗಳಲ್ಲಿ ಆಶ್ರಯವನ್ನು ಹುಡುಕಲು ಪ್ರಯತ್ನಿಸಿ. ನೀನು ನನ್ನನ್ನು ತಲುಪುವೆ"

ಮನಸ್ಸನ್ನು ಈಗ ಕ್ರಿಯೆಯ ಪ್ರಪಂಚದ ಬಾಂಧವ್ಯವನ್ನು ತೊಡೆದುಹಾಕಲು ತರಬೇತಿ ನೀಡಬೇಕು. ಇಲ್ಲಿ ಭಕ್ತಿಯು ಕರ್ಮ-ಕ್ರಿಯೆಯನ್ನು ಬದಲಿಸುತ್ತದೆ: ಎಲ್ಲವನ್ನೂ ತ್ಯಜಿಸಿ ಮತ್ತು ಈಶ್ವರನ ಪಾದಗಳನ್ನು ಆಶ್ರಯಿಸಿ. ಬ್ರಹ್ಮನ ಕಡೆಗೆ ಪ್ರಯಾಣವನ್ನು ಸುತ್ತುವರೆದಿರುವ ಅನೇಕ ಅಪಾಯಗಳನ್ನು ತಪ್ಪಿಸಲು, ಭಕ್ತಿಯನ್ನು ನಿರಂತರವಾಗಿ ಅಭ್ಯಾಸ ಮಾಡಬೇಕು.ಒಮ್ಮೆ ಬ್ರಹ್ಮವನ್ನು ಸಾಕ್ಷಾತ್ಕರಿಸಿಕೊಂಡ ನಂತರ ಕ್ರಿಯೆಯ ಅಗತ್ಯವಿಲ್ಲ, ಏಕೆಂದರೆ ಅದು ಯಾವುದೇ ಮಹತ್ವವನ್ನು ಕಳೆದುಕೊಳ್ಳುತ್ತದೆ, ಈ ಜೀವ, ಈಶ್ವರನು ನೋಡುವವನು ಮತ್ತು ನೋಡಲು ಏನೂ ಇರಲಿಲ್ಲ. ಈಶ್ವರನು ಸ್ವತಃ ಗುಣಗಳ ರೂಪವನ್ನು ಮತ್ತು ಗುಣಗಳ ಆಟವನ್ನೂ ಸಹ ತೆಗೆದುಕೊಳ್ಳುತ್ತಾನೆ.

ಸಂಸಾರ ಎಂಬ ಹೆಸರಿನ ಈ ಮರವು ಎರಡು ಬೀಜಗಳನ್ನು ಹೊಂದಿದೆ: ಪಾಪ ಮತ್ತು ಪುಣ್ಯ. ನೂರಾರು ವಸನಗಳು ಈ ಮರದ ಬೇರುಗಳು. ಕಾಂಡವು ಮೂರು ಗುಣಗಳಿಂದ ಕೂಡಿದೆ, ಐದು ಅಂಶಗಳು ಕೊಂಬೆಗಳನ್ನು ರೂಪಿಸುತ್ತವೆ ಮತ್ತು ಜೀವ ನೀಡುವ ರಸವು ಶಬ್ದ, ಸ್ಪರ್ಶ, ರೂಪ, ರಸ ಮತ್ತು ಗಂಧದಂತಹ ತನ್ಮಾತ್ರಗಳು. ಹನ್ನೊಂದು ಇಂದ್ರಿಯಗಳು ದೊಡ್ಡ ಶಾಖೆಗಳ ಮುಂದಿನ ಶಾಖೆಗಳಾಗಿವೆ. ಜೀವಾತ್ಮ ಮತ್ತು ಪರಮಾತ್ಮ ಈ ಮರದಲ್ಲಿ ಗೂಡು ಕಟ್ಟಿರುವ ಎರಡು ಹದ್ದುಗಳು, ಸಂತೋಷ ಮತ್ತು ದುಃಖವು ಈ ಮರದ ಎರಡು ಹಣ್ಣುಗಳು. ಹಾಗಾದರೆ, ಉದ್ಧವ, ನಿನ್ನ ಬುದ್ಧಿಶಕ್ತಿಯಿಂದ ಈ ಸಂಸಾರ ವೃಕ್ಷವನ್ನು ಕಡಿಯಿರಿ. ಅದನ್ನು ನಾಶಮಾಡಿ ಮತ್ತು ನೀವು ನನ್ನನ್ನು ತಲುಪಲು ಮುಕ್ತರಾಗುತ್ತೀರಿ. ನೀವು ಈ ಹಣ್ಣಿನ ರುಚಿಯನ್ನು ಒಮ್ಮೆ ನೋಡಿದಾಗ ನಿಮಗೆ ಬೇರೆ ಯಾವುದೂ ಆಕರ್ಷಕವಾಗಿ ಕಾಣುವುದಿಲ್ಲ. ನೀವು ನಡೆಯಬಹುದು. ನೀವು ಬದುಕಿರುವವರೆಗೂ ನೀವು ಮಾಡಬೇಕಾದ ಕಾರ್ಯಗಳಲ್ಲಿ ನೀವು

ಭಾಗಿಯಾಗುವುದಿಲ್ಲವಾದ್ದರಿಂದ ಮುಕ್ತ ಮನಸ್ಸಿನ ಪುರುಷರ ಜಗತ್ತು. ನಿಮ್ಮ ಆಲೋಚನೆಗಳು ನನ್ನ ಮೇಲೆ ಇರುತ್ತದೆ ಮತ್ತು ನಿಮ್ಮ ಸ್ವಾತಂತ್ರ್ಯವನ್ನು ಖಾತ್ರಿಪಡಿಸಲಾಗಿದೆ.

ಕೃಷ್ಣ ನೀಡಿದ ವಿವರಣೆಯಿಂದ ಉದ್ಧವ ತೃಪ್ತನಾದ. ನಂತರ ಅವರು ಮತ್ತೊಂದು ಪ್ರಶ್ನೆಯನ್ನು ಮುಂದಿಟ್ಟರು. ಅವರು ಹೇಳಿದರು: "ಕೃಷ್ಣಾ, ತಕ್ಕಮಟ್ಟಿಗೆ ಬುದ್ಧಿವಂತನಾದ ಮನುಷ್ಯನಿಗೆ ಇಂದ್ರಿಯಗಳ ವಸ್ತುಗಳ ಅಪಾಯವನ್ನು ಹೊರತುಪಡಿಸಿ ಬೇರೇನೂ ಕಾರಣವಾಗುವುದಿಲ್ಲ ಎಂದು ತಿಳಿದಿರುತ್ತದೆ ಮತ್ತು ಅವನು ಅವುಗಳನ್ನು ಅನುಸರಿಸುತ್ತಾನೆ. ಏಕೆ?"

ಭಗವಂತನು ಹೇಳಿದನು: "ಉದ್ಧವ, ಇದು ಸೂಕ್ತ ಪ್ರಶ್ನೆಯಾಗಿದೆ. ಮನುಷ್ಯನು ಬುದ್ಧಿಮತ್ತೆಯನ್ನು ಹೊಂದಿದ್ದರೂ, 'ನಾನು' ಎಂಬ ಹೆಸರಿನಿಂದ ಭಯಂಕರ ಕಾಯಿಲೆಯಿಂದ ಶಾಪಗ್ರಸ್ತನಾಗಿರುತ್ತಾನೆ. ಅಹಂಕಾರವು ಅವನಲ್ಲಿರುವ ಎಲ್ಲಾ ಉತ್ತಮ ಲಕ್ಷಣಗಳನ್ನು ಮೀರಿಸುತ್ತದೆ. ಈ ಅಹಂಕಾರವು ಓಟದಲ್ಲಿ ಕೈಜೋಡಿಸಿದಾಗ ಮನುಷ್ಯನ ಜೀವನ, ಮತ್ತು ಅವನು ತನ್ನ ನಡವಳಿಕೆಯನ್ನು ಈ ಅಹಂಕಾರದಿಂದ ಮಾರ್ಗದರ್ಶನ ಮಾಡಲು ಅನುಮತಿಸಿದಾಗ, ಒಂದು ಕಾಲದಲ್ಲಿ ಕೇವಲ ಸತ್ವಗುಣದಿಂದ ತುಂಬಿರಬಹುದಾದ ಅವನ ಮನಸ್ಸು ಈಗ ಭಯಾನಕ ರಜೋಗುಣದಿಂದ ಮಲಿನವಾಗುತ್ತದೆ. 'ನಾನು ಈ ಆನಂದವನ್ನು ಅನುಭವಿಸಬೇಕು, ಅದು ನನಗೆ ಸಂತೋಷವನ್ನು ನೀಡುತ್ತದೆ. ಸಂತೋಷ, ಉತ್ಸಾಹ, ಮತ್ತು ಅದು ಮುಂದುವರಿಯುತ್ತದೆ. ಅವನ ಆಸೆಗಳು ಬಹಳ ವೇಗವಾಗಿ ಗುಣಿಸುತ್ತವೆ ಮತ್ತು ಮನುಷ್ಯನು ತನ್ನ ಇಂದ್ರಿಯಗಳನ್ನು ನಿಯಂತ್ರಿಸಲು ಅಸಮರ್ಥನಾಗಿರುತ್ತಾನೆ ಮತ್ತು ಅವನಲ್ಲಿರುವ ರಜೋಗುಣವು ಅವನ ಕ್ರಿಯೆಗಳ ಪರಿಣಾಮಗಳಿಗೆ ಅವನನ್ನು ಕುರುಡಾಗಿಸುತ್ತದೆ. ಅವನ ಹೃದಯದಲ್ಲಿ ಅವನು ತಪ್ಪು ಎಂದು ತಿಳಿದಿದ್ದರೂ, ಅವನ ಇಂದ್ರಿಯಗಳು ಎಷ್ಟು ಶಕ್ತಿಯುತವಾಗಿವೆ ಎಂದರೆ ಅವರ ಹಿಡಿತದಲ್ಲಿ ಅವನು ಅಸಹಾಯಕನಾಗಿರುತ್ತಾನೆ. ಮನುಷ್ಯನು ಎಂತಹ ಸಂದಿಗ್ಧ ಸ್ಥಿತಿಯಲ್ಲಿದ್ದಾಗಲೂ ಅವನು ನನ್ನ ಬಗ್ಗೆ ಯೋಚಿಸಿದರೆ ನಾನು ಅವನನ್ನು ರಕ್ಷಿಸಬಲ್ಲೆ. ಅವನು ಪ್ರಾಣಾಯಾಮ ಕಲೆಯನ್ನು ಕಲಿಯಲಿ. ಅವನು ತನ್ನ ಸೋಮಾರಿತನವನ್ನು ಅಲುಗಾಡಿಸುವ ಪ್ರಯತ್ನವನ್ನು ಮಾಡಲಿ ಮತ್ತು ಅವನ ಮನಸ್ಸನ್ನು ನನ್ನ ಮೇಲೆ ಮೂರು ಬಾರಿ ಬಗ್ಗಿಸಲು ಪ್ರಯತ್ನಿಸಲಿ. ಕಾಲಕ್ರಮೇಣ ಮನಸ್ಸನ್ನು ಹತೋಟಿಗೆ ತರಬಹುದು ಮತ್ತು ಮನುಷ್ಯನು ತನ್ನನ್ನು ತಾನು ನಾಶಪಡಿಸಿಕೊಳ್ಳದಂತೆ ರಕ್ಷಿಸಬಹುದು, ಇದು ನಾನು ಸನಕ ಸಹೋದರರಿಗೆ

ಒಮ್ಮೆ ಹಂಸ, ಹಂಸ ರೂಪದಲ್ಲಿ ಕಲಿಸಿದ ಪಾಠ.

ಭಕ್ತಿಯ ಬಗ್ಗೆ ನಾನು ಈಗಾಗಲೇ ನಿಮ್ಮೊಂದಿಗೆ ಮಾತನಾಡಿದ್ದೇನೆ, ನಾನು ಅದರ ಬಗ್ಗೆ ವಿವರಿಸಿದ್ದೇನೆ. ಸಾಮಾನ್ಯ ಮನುಷ್ಯನೂ ಸಹ ನನ್ನಲ್ಲಿ ಭಕ್ತಿಯನ್ನು ಬೆಳೆಸಲು ತರಬೇತಿ ನೀಡಬಹುದು. ನನ್ನ ಬಗ್ಗೆ ಕಥೆಗಳನ್ನು ಕೇಳಲು, ಈ ಕಥೆಗಳನ್ನು ಇತರರಿಗೆ ತಿಳಿಸಲು, ನನ್ನನ್ನು ಪೂಜಿಸಲು ಬಯಕೆ. ನಿಜವಾದ ಶ್ರದ್ಧೆ, ನನ್ನ ಭಕ್ತರನ್ನು ಗೌರವಿಸುವುದು, ಎಲ್ಲಾ ಜೀವಿಗಳನ್ನು ಪ್ರೀತಿ ಮತ್ತು ಕರುಣೆಯಿಂದ ಪರಿಗಣಿಸುವುದು, ಲೌಕಿಕ ಕರ್ತವ್ಯ ಮತ್ತು ಕಾರ್ಯಗಳಲ್ಲಿ ತೊಡಗಿರುವಾಗಲೂ ನನ್ನ ಬಗ್ಗೆ ಮಾತ್ರ ಮಾತನಾಡುವುದು, ಮನಸ್ಸನ್ನು ನನಗೆ ಒಪ್ಪಿಸುವುದು, ಎಲ್ಲಾ ಆಸೆಗಳನ್ನು ಮತ್ತು ಆಸೆಗಳನ್ನು ತ್ಯಜಿಸುವುದು: ಇವೆಲ್ಲವೂ ಮನುಷ್ಯನನ್ನು ರೂಪಿಸುತ್ತವೆ. ಮನುಷ್ಯನಿಗೆ ಮೋಕ್ಷವನ್ನು ಪಡೆಯಲು ಮೂರು ಮಾರ್ಗಗಳನ್ನು ಸೂಚಿಸಲಾಗಿದೆ. ಅವುಗಳೆಂದರೆ ಜ್ಞಾನ, ಕರ್ಮ ಮತ್ತು ಭಕ್ತಿ. ಮೋಕ್ಷಕ್ಕೆ ನಾಲ್ಕನೇ ಮಾರ್ಗವಿಲ್ಲ. ಕೆಲವು ವಿಮೋಚನೆಗೊಂಡ ಆತ್ಮಗಳು ದುಃಖ ಮತ್ತು ಒಬ್ಬರ ಫಲಿತಾಂಶಗಳನ್ನು ಹೊರತುಪಡಿಸಿ ಯಾವುದಕ್ಕೂ ಕಾರಣವಾಗುವುದಿಲ್ಲ ಎಂಬ ತೀರ್ಮಾನಕ್ಕೆ ಬಂದಿದ್ದಾರೆ. ಕ್ರಿಯೆಗಳು ಒಬ್ಬನನ್ನು ಮತ್ತಷ್ಟು ಜಟಿಲತೆಗೆ ಕೊಂಡೊಯ್ಯುತ್ತವೆ, ಅವು ಎಂದಿಗೂ ಸುಖ-ದುಃಖಗಳಿಂದ ಮುಕ್ತಿ ಹೊಂದುವುದಿಲ್ಲ. ತಮ್ಮ ಕ್ರಿಯೆಗಳ ಫಲಿತಾಂಶಗಳನ್ನು ಬಿಟ್ಟುಕೊಡಲು ಇನ್ನೂ ಕಲಿಯದವರೂ ಇದ್ದಾರೆ: ವೈರಾಗ್ಯವನ್ನು ಬಯಸುವುದಿಲ್ಲ ಏಕೆಂದರೆ ಅವರು ಇನ್ನೂ ತಮ್ಮ ಹೃದಯದಲ್ಲಿ ಆಸೆಗಳನ್ನು ಹೊಂದಿದ್ದಾರೆ ಮತ್ತು ಅವರು ಈ ಆಸೆಗಳನ್ನು ಪೂರೈಸಲು ಬಯಸುತ್ತಾರೆ. ಅಂತಹ ಪುರುಷರಿಗೆ ಕರ್ಮಯೋಗವು ಅತ್ಯುತ್ತಮ ಮಾರ್ಗವೆಂದು ಸೂಚಿಸಲಾಗಿದೆ.

ನನ್ನ ಭಕ್ತ ಯಾವಾಗಲೂ ನನ್ನನ್ನು ಪೂಜಿಸಬೇಕು. ಪೂಜೆ ಎಂದರೆ ಹಲವಾರು ಜನರು ಸಂಯೋಜಿಸಿ ಹಾಡುವ ಭಜನೆಗಳನ್ನು ನಾನು ಅರ್ಥಮಾಡಿಕೊಂಡಿಲ್ಲ, ಅವರು ಹಾಗೆ ಮಾಡಬೇಕೆಂದು ಭಾವಿಸುವುದಕ್ಕಿಂತ ಹೆಚ್ಚಾಗಿ ಅವರ ಧರ್ಮನಿಷ್ಠೆಯನ್ನು ಮೆಚ್ಚಿಸಲು. ನಾನು ಛತ್ರ-ಚಾಮರಗಳೊಂದಿಗೆ ಪೂಜೆಯನ್ನು ಕೇಳುವುದಿಲ್ಲ, ಸಿಂಹಾಸನ ಮತ್ತು ಅಂತಹ ಆಡಂಬರದ ನೈವೇದ್ಯಗಳು, ಏಕಾದಶಿಯಂತಹ ಯಾವುದೇ ವ್ರತಗಳನ್ನು ಮತ್ತು ಇತರ ಕಠಿಣ ಕಾರ್ಯಗಳನ್ನು ಆಚರಿಸುವ ಅಗತ್ಯವಿಲ್ಲ, ಅಥವಾ ನನ್ನನ್ನು ಪೂಜಿಸಲು ಅವನು ಎಲ್ಲಾ ಪವಿತ್ರ ಕ್ಷೇತ್ರಗಳಿಗೆ ತೀರ್ಥಯಾತ್ರೆಗೆ ಹೋಗಬೇಕಾಗಿಲ್ಲ. ಎಲ್ಲರಲ್ಲಿಯೂ ಮತ್ತು ಎಲ್ಲದರಲ್ಲೂ ನನ್ನನ್ನು ಕಾಣುವ ಪ್ರಯತ್ನ ಮಾಡುತ್ತಾನೆ.ಎಲ್ಲವೂ ನನ್ನಿಂದ ವ್ಯಾಪಿಸಲ್ಪಟ್ಟಿದೆ ಮತ್ತು ನಾನು ಮಾತ್ರ ಇಲ್ಲ ಎಂದು ಅವನು ಅರಿತುಕೊಂಡರೆ

ಅವನು ವಿಕಸನಗೊಂಡ ಆತ್ಮವಾಗಿರುವುದರಿಂದ ಅವನು ಯಾವುದೇ ಜಪ ಅಥವಾ ತಪವನ್ನು ಮಾಡುವ ಅಗತ್ಯವಿಲ್ಲ.ಆವರಣಗಳು ಅವನನ್ನು ಆವರಿಸುವುದಿಲ್ಲ. ಆದ್ದರಿಂದ ಅವನು ಗಾಳಿ ಅಥವಾ ಆಕಾಶದಂತೆ ಮುಕ್ತನಾಗಿರುತ್ತಾನೆ, ಜ್ಞಾನಿಯು ನನ್ನನ್ನು ಅರಿತುಕೊಂಡವನು ಮತ್ತು ಅವನಿಗೆ ಎಲ್ಲವೂ ಒಂದೇ ರೀತಿ ಕಾಣುತ್ತದೆ, ಅವನಿಗೆ ಎಲ್ಲವೂ ನನ್ನ ಮತ್ತು ನನ್ನ ಅಭಿವ್ಯಕ್ತಿಗಳು ಎಂದು ತೋರುತ್ತದೆ, ಅವನು ನನ್ನನ್ನು ಸೂರ್ಯನಲ್ಲಿ, ಬೆಂಕಿಯ ಕಿಡಿಯಲ್ಲಿ, ಅವನ ಸಮಚಿತ್ತತೆ ಸ್ಪಷ್ಟವಾಗಿರುವ ಮತ್ತು ಕ್ರೂರ ಆಲೋಚನೆಗಳಿಂದ ತುಂಬಿರುವ ಮನುಷ್ಯನಲ್ಲಿ ನೋಡುತ್ತಾನೆ. ನಾನು ಹೋದಾಗ ದುಃಖಿಸಬೇಡ ಆದರೆ ಈ ಮನುಷ್ಯರ ಜಗತ್ತಿನಲ್ಲಿ ಹೋಗು. ಮತ್ತು ನಿಮಗೆ ಸಾಧ್ಯವಾದಾಗಲೆಲ್ಲಾ ಧರ್ಮವನ್ನು ಕಲಿಸಿ. ನಾನು ಹೋದಾಗ ಧರ್ಮವು ಈ ಭೂಮಿಯನ್ನು ಬಿಡುತ್ತದೆ ಮತ್ತು ಅದು ಇನ್ನೂ ಜೀವಂತವಾಗಿರುವುದನ್ನು ನೋಡುವುದು ನಿಮಗೆ ಮತ್ತು ನಿಮ್ಮಂತಹ ಇತರರಿಗೆ ಬಿಟ್ಟದ್ದು. ಮನುಷ್ಯರ ಜಗತ್ತಿನಲ್ಲಿ, ಅದನ್ನು ಭೂಮಿಯ ಮೇಲೆ ಸ್ಥಾಪಿಸಲು ನಾನು ತುಂಬಾ ಕಷ್ಟಪಟ್ಟಿದ್ದೇನೆ ಮತ್ತು ನಾನು ಹೋದ ನಂತರ ನೀವು ಈ ಸಸ್ಯವನ್ನು ಪೋಷಿಸಬೇಕು."

ಉದ್ಧವ ತನ್ನ ಅಂಗೈಗಳನ್ನು ಮಡಚಿ ಕಣ್ಣೀರಿನಿಂದ ಕೆಂಪಾಗಿದ್ದ ಕಣ್ಣುಗಳೊಂದಿಗೆ ನಿಂತನು. ಅವು ವೇಗವಾಗಿ ಹರಿಯುತ್ತಿದ್ದವು ಮತ್ತು ಭಾವನೆಯಿಂದ ಉಸಿರುಗಟ್ಟಿಸಿದ್ದರಿಂದ ಅವನ ಧ್ವನಿಯನ್ನು ಕಂಡುಹಿಡಿಯಲಾಗಲಿಲ್ಲ. ಸ್ವಲ್ಪ ಸಮಯದ ನಂತರ ಅವನು ತನ್ನ ಮನಸ್ಸನ್ನು ತುಂಬಲು ಬೆದರಿಸುತ್ತಿರುವ ದುಃಖವನ್ನು ನಿಯಂತ್ರಿಸಿದನು ಮತ್ತು ಕೃಷ್ಣನ ಪಾದಗಳಿಗೆ ಬಿದ್ದು ಅವರ ಮೇಲೆ ತನ್ನ ತಲೆಯನ್ನು ಇಟ್ಟು ಹೇಳಿದನು: "ಕೃಷ್ಣಾ, ನಿನ್ನ ಉಪಸ್ಥಿತಿಯಿಂದ ನನ್ನ ಭ್ರಮೆಗಳು ದೂರವಾಗಿವೆ, ನಿನ್ನ ದಯೆಯಿಂದ ನನ್ನ ಹೃದಯದಲ್ಲಿ ಸುಜ್ಞಾನದ ದೀಪವನ್ನು ಬೆಳಗಿಸಿರುವೆ. ನನ್ನದು ಒಂದೇ ಒಂದು ವಿನಂತಿ. ದಯವಿಟ್ಟು ದಯಮಾಡಿ ನಿನಗಾಗಿ ನನಗಿರುವ ಈ ಪ್ರೀತಿ, ನಿನಗಾಗಿ ನನಗಿರುವ ಈ ಭಕ್ತಿ ನನ್ನನ್ನು ಎಂದಿಗೂ ತೊರೆಯುವುದಿಲ್ಲ ಮತ್ತು ಈ ದುರ್ಬಲ ಮತ್ತು ನಡುಗುವ ಹೃದಯದಲ್ಲಿ ಬಂಡೆಯಂತೆ ದೃಢವಾಗಿರಲಿ.

ಕೃಷ್ಣನು ತನ್ನ ಕಣ್ಣುಗಳಲ್ಲಿ ಅಪರಿಮಿತ ಪ್ರೀತಿಯಿಂದ ಮುಗುಳ್ನಕ್ಕು ಹೇಳಿದನು: "ಉದ್ಧವನು ನನ್ನದೇ ಆದ ಬದರಿ ಎಂಬ ಹೆಸರಿನ ಆಶ್ರಮಕ್ಕೆ ಹೋಗು. ಅಲ್ಲಿ ಗಂಗೆ ಹರಿಯುತ್ತಾಳೆ ಮತ್ತು ಅವಳ ದೃಷ್ಟಿಯು ನಿನ್ನ ಎಲ್ಲಾ ಪಾಪಗಳನ್ನು ತೊಡೆದುಹಾಕಲು ಸಾಕು, ಅವಳಲ್ಲಿ ಸ್ನಾನ ಮಾಡು. ನೀರು ಮತ್ತು ಸನ್ಯಾಸಿಯಂತೆ ನಿಮ್ಮ ಆಲೋಚನೆಗಳನ್ನು ನನ್ನ ಮೇಲೆ ಇರಿಸಿಕೊಳ್ಳಿ. ನಾನು

ಕೇಳಿದ್ದನ್ನೆಲ್ಲಾ ಮಾಡಿದ ನಂತರ ನೀವು ನನ್ನನ್ನು ತಲುಪುತ್ತೀರಿ." ಭಗವಂತ ಹೋದಾಗ, ಧರ್ಮ., ಶುದ್ಧತೆ, ಸೌಂದರ್ಯ ಮತ್ತು ಒಳ್ಳೆಯದು ಮತ್ತು ಶ್ರೇಷ್ಠವಾದದ್ದು ಅವನೊಂದಿಗೆ ಹೋದರು ಮತ್ತು ಭೂಮಿ ತಾಯಿ ದುಃಖಿತರಾದರು.

ಉಪಸಂಹಾರ

ಪರಿಪೂರ್ಣ ಸಾಂಸ್ಕೃತಿಕ ವ್ಯವಸ್ಥೆಗೆ ಸೂಚನೆಗಳನ್ನು ಶ್ರೀಮದ್ ಭಾಗವತದಲ್ಲಿ ನೀಡಲಾಗಿದೆ. ನೈಮಿಷಾರಣ್ಯದ ಕಾಡಿನಲ್ಲಿ ನಡೆದ ಸಭೆಯಲ್ಲಿ, ಅಲ್ಲಿ ಅನೇಕ ವಿದ್ವಾಂಸರು ಮತ್ತು ಬ್ರಾಹ್ಮಣರು ಒಟ್ಟುಗೂಡಿದರು ಮತ್ತು ಶ್ರೀಲ ಸೂತ ಗೋಸ್ವಾಮಿಗಳು ಸೂಚನೆಗಳನ್ನು ನೀಡುತ್ತಿದ್ದರು, ಅವರು ವರ್ಣಾಶ್ರಮ ಸಾಮಾಜಿಕ ವ್ಯವಸ್ಥೆಯನ್ನು ಒತ್ತಿ ಹೇಳಿದರು . ವೈದಿಕ ಸಂಸ್ಕೃತಿಯು ಸಮಾಜವನ್ನು ನಾಲ್ಕು ವರ್ಣಗಳು [ಔದ್ಯೋಗಿಕ ವಿಭಾಗಗಳು] ಮತ್ತು ನಾಲ್ಕು ಆಶ್ರಮಗಳು [ಜೀವನದ ಆಧ್ಯಾತ್ಮಿಕ ಹಂತಗಳು] ಆಗಿ ಸಂಘಟಿಸುತ್ತದೆ. ಮೊದಲೇ ಹೇಳಿದಂತೆ, ವರ್ಣಗಳು ಬ್ರಾಹ್ಮಣ, ಕ್ಷತ್ರಿಯ, ವೈಶ್ಯ ಮತ್ತು ಶೂದ್ರ. ಆಶ್ರಮಗಳೆಂದರೆ (ಬ್ರಹ್ಮಚಾರಿ-ಆಶ್ರಮ [ಬ್ರಹ್ಮಚಾರಿ ವಿದ್ಯಾರ್ಥಿ ಜೀವನ], ಗೃಹಸ್ಥ-ಆಶ್ರಮ [ಕುಟುಂಬ ಜೀವನ], ವಾನಪ್ರಸ್ಥ-ಆಶ್ರಮ [ನಿವೃತ್ತ ಜೀವನ], ಮತ್ತು ಸಂನ್ಯಾಸ-ಆಶ್ರಮ [ಜೀವನ ತ್ಯಜಿಸಿದ]. ಮತ್ತು ವರ್ಣಾಶ್ರಮ-ಧರ್ಮದ ಉದ್ದೇಶವು ಪರಮಾತ್ಮನನ್ನು ತೃಪ್ತಿಪಡಿಸುವುದಾಗಿದೆ.

ವಾಸ್ತವವಾಗಿ, ನಮಗೆ ಎರಡು ದೇಹಗಳಿವೆ, ಸ್ಥೂಲ ದೇಹ ಮತ್ತು ಸೂಕ್ಷ್ಮ ದೇಹ. ಸ್ಥೂಲ ದೇಹವು ನಮ್ಮ ಇಂದ್ರಿಯಗಳಿಂದ ಮತ್ತು ದೈಹಿಕ ಅಂಶಗಳಿಂದ ಮಾಡಲ್ಪಟ್ಟಿದೆ - ಮೂಳೆಗಳು, ರಕ್ತ, ಇತ್ಯಾದಿ. ನಾವು ಮರಣದಲ್ಲಿ ನಮ್ಮ ದೇಹವನ್ನು ಬದಲಾಯಿಸಿದಾಗ, ಪ್ರಸ್ತುತ ಸ್ಥೂಲ ದೇಹವು ನಾಶವಾಗುತ್ತದೆ, ಆದರೆ ಮನಸ್ಸು, ಬುದ್ಧಿವಂತಿಕೆ ಮತ್ತು ಅಹಂಕಾರದಿಂದ ಮಾಡಲ್ಪಟ್ಟ ಸೂಕ್ಷ್ಮ ದೇಹವು ನಾಶವಾಗುವುದಿಲ್ಲ.

ನಾವು ಮಲಗಿದಾಗ ಏನಾಗುತ್ತದೆಯೋ ಹಾಗೆಯೇ. ರಾತ್ರಿಯಲ್ಲಿ ನಾವು ಸ್ಥೂಲ ಶರೀರವನ್ನು ಮರೆತುಬಿಡುತ್ತೇವೆ ಮತ್ತು ಸೂಕ್ಷ್ಮ ದೇಹವು ಮಾತ್ರ ಕೆಲಸ ಮಾಡುತ್ತದೆ. ನಾವು ಕನಸು ಕಾಣುತ್ತಿದ್ದಂತೆ ನಮ್ಮ ಮನೆಯಿಂದ, ನಮ್ಮ ಹಾಸಿಗೆಯಿಂದ, ಬೇರೆ ಸ್ಥಳಕ್ಕೆ ಕರೆದೊಯ್ಯಲಾಗುತ್ತದೆ ಮತ್ತು ನಾವು ಸಂಪೂರ್ಣವಾಗಿ ಸ್ಥೂಲ ದೇಹವನ್ನು ಮರೆತುಬಿಡುತ್ತೇವೆ.ನಮ್ಮ ನಿದ್ರೆ ಮುಗಿದ ನಂತರ ನಾವು ಕನಸನ್ನು ಮರೆತು ಮತ್ತೆ ಸ್ಥೂಲ ದೇಹಕ್ಕೆ ಅಂಟಿಕೊಳ್ಳುತ್ತೇವೆ. ಇದು ನಮ್ಮ ದೈನಂದಿನ ಅನುಭವದಲ್ಲಿ ನಡೆಯುತ್ತಿದೆ. ಆದ್ದರಿಂದ ನಾವು ವೀಕ್ಷಕರು, ಕೆಲವೊಮ್ಮೆ ಸ್ಥೂಲ ದೇಹದ ಮತ್ತು ಕೆಲವೊಮ್ಮೆ ಸೂಕ್ಷ್ಮ ದೇಹದ. ಎರಡೂ ದೇಹಗಳು ಬದಲಾಗುತ್ತಿವೆ, ಆದರೆ ನಾವು ಬದಲಾಗದ ವೀಕ್ಷಕರು, ದೇಹಗಳೊಳಗಿನ ಆತ್ಮ. ಆದ್ದರಿಂದ, ನಮ್ಮ ವಿಚಾರಣೆ ಹೀಗಿರಬೇಕು, "ನನ್ನ

ಸ್ಥಾನವೇನು? ರಾತ್ರಿಯಲ್ಲಿ ನಾನು ನನ್ನ ಸ್ಥೂಲ ದೇಹವನ್ನು ಮರೆತುಬಿಡುತ್ತೇನೆ, ಮತ್ತು ಹಗಲಿನಲ್ಲಿ ನಾನು ನನ್ನ ಸೂಕ್ಷ್ಮ ದೇಹವನ್ನು ಮರೆತುಬಿಡುತ್ತೇನೆ. ಹಾಗಾದರೆ ನನ್ನ ನಿಜವಾದ ದೇಹ ಯಾವುದು?" ಇವು ನಾವು ಕೇಳಬೇಕಾದ ಪ್ರಶ್ನೆಗಳು. ಆದ್ದರಿಂದ ಅರ್ಜುನನು ತನ್ನ ವ್ಯವಹಾರವನ್ನು ಮಾಡಿದಂತೆಯೇ ನೀವು ನಿಮ್ಮ ವ್ಯವಹಾರವನ್ನು ಮಾಡಬಹುದು. ಅವನು ಹೋರಾಟಗಾರ, ಕ್ಷತ್ರಿಯ, ಆದರೆ ಅವನು ತನ್ನ ಸಂಸ್ಕೃತಿಯನ್ನು ಮರೆಯಲಿಲ್ಲ, ಗುರುಗಳಿಂದ ಗೀತಾವನ್ನು ಕೇಳಿದನು. ಆದರೆ ನೀವು ಕೇವಲ ವ್ಯಾಪಾರವನ್ನು ಮಾಡಿದರೆ ಮತ್ತು ನಿಮ್ಮ ಆಧ್ಯಾತ್ಮಿಕ ಜೀವನವನ್ನು ಬೆಳೆಸಿಕೊಳ್ಳದಿದ್ದರೆ, ನಿಮ್ಮ ವ್ಯವಹಾರವು ನಿಷ್ಪ್ರಯೋಜಕ ಸಮಯ ವ್ಯರ್ಥವಾಗಿದೆ (ಶ್ರಮ ಏವ ಹಿ ಕೇವಲಮ್). ನೀವು ನಿಮ್ಮ ವ್ಯವಹಾರವನ್ನು ನಿಲ್ಲಿಸಿ ಸನ್ಯಾಸಿಯಾಗು ಮತ್ತು ಎಲ್ಲವನ್ನೂ ತ್ಯಜಿಸಿ ಎಂದು ನಾವು ಹೇಳುವುದಿಲ್ಲ. ನಾವು ಅದನ್ನು ಹೇಳುವುದಿಲ್ಲ. ಕೃಷ್ಣನು ಹೇಳಲಿಲ್ಲ. "ಅರ್ಜುನಾ, ನಿನ್ನ ಹೋರಾಟದ ವ್ಯವಹಾರವನ್ನು ಬಿಡು" ಎಂದು ಕೃಷ್ಣನು ಎಂದಿಗೂ ಹೇಳಲಿಲ್ಲ, "ಅರ್ಜುನಾ, ನೀನು ಯುದ್ಧಮಾಡಲು ಅವನತಿ ಹೊಂದುತ್ತಿರುವೆ, ಓಹ್, ಇದು ತುಂಬಾ ಸಮರ್ಥವಾಗಿದೆ, ನೀವು ಅದನ್ನು ಹೇಳಬಾರದು, ನೀವು ಹೋರಾಡಬೇಕು. ." ಅದು ಸೂಚನೆಯಾಗಿತ್ತು. ಸರಳವಾಗಿ, ನಾವು ಎಲ್ಲರಿಗೂ ಸಲಹೆ ನೀಡುತ್ತಿದ್ದೇವೆ, ನಿಮ್ಮ ವ್ಯವಹಾರವನ್ನು ಹೆಚ್ಚಿಸಿಕೊಳ್ಳಿ. ನಿಮ್ಮ ವ್ಯವಹಾರವನ್ನು ಮುಂದುವರಿಸಿ, ಆದರೆ ಸರಳವಾಗಿ ಭಗವಂತನ ವ್ಯಕ್ತಿತ್ವದ ಸಂದೇಶವನ್ನು ಪ್ರಚೋದಿಸದಿದ್ದಲ್ಲಿ ಕೇವಲ ನಿಷ್ಪ್ರಯೋಜಕ ಶ್ರಮವನ್ನು ಅನುಭವಿಸಿ." ಆದ್ದರಿಂದ ಪ್ರತಿಯೊಬ್ಬರಿಗೂ ನೀವು ನಿಮ್ಮ ವ್ಯವಹಾರದಲ್ಲಿ ತೊಡಗಿರುವಾಗ, ಕೃಷ್ಣನು ನಿಮಗೆ ಸ್ಥಾನವನ್ನು ನೀಡಿದ್ದಾನೆ, ನಿಮ್ಮ ಕರ್ತವ್ಯವನ್ನು ಚೆನ್ನಾಗಿ ಮಾಡಿ, ಆದರೆ ಮರೆಯಬೇಡಿ ಕೃಷ್ಣ ಜ್ಞಾನವನ್ನು ಬೆಳೆಸಿಕೊಳ್ಳಿ.

ಕೃಷ್ಣ ಜ್ಞಾನ ಎಂದರೆ ದೇವರ ಪ್ರಜ್ಞೆ. ನಾವು ದೇವರ ಭಾಗ ಎಂದು ನಾವು ತಿಳಿದಿರಬೇಕು . ನಾವು ಶಾಶ್ವತವಾಗಿ ಕೃಷ್ಣ ಅಥವಾ ದೇವರ ಭಾಗವಾಗಿದ್ದೇವೆ, ಆದರೆ ನಾವು ಈಗ ಮನಸ್ಸು ಮತ್ತು ಇಂದ್ರಿಯಗಳೊಂದಿಗೆ ಹೋರಾಡುತ್ತಿದ್ದೇವೆ. ಅಸ್ತಿತ್ವಕ್ಕಾಗಿ ಏಕೆ ಈ ಹೋರಾಟ? ಈ ತಾತ್ಕಾಲಿಕ ಜೀವನವನ್ನು ಮೀರಿದ ನಮ್ಮ ಶಾಶ್ವತ ಜೀವನದ ಬಗ್ಗೆ ನಾವು ವಿಚಾರಿಸಬೇಕು. ಈ ತಾತ್ಕಾಲಿಕ ಜೀವನದಲ್ಲಿ ನಾನು ಇಪ್ಪತ್ತು ವರ್ಷ ಅಥವಾ ಐವತ್ತು ವರ್ಷ ಅಥವಾ ಗರಿಷ್ಠ ನೂರು ವರ್ಷಗಳ ಕಾಲ ದೊಡ್ಡ ಉದ್ಯಮಿಯಾಗುತ್ತೇನೆ ಎಂದು ಭಾವಿಸೋಣ. ಮುಂದಿನ ಜೀವನದಲ್ಲಿ ನಾನು ದೊಡ್ಡ ಉದ್ಯಮಿಯಾಗುತ್ತೇನೆ ಎಂಬುದಕ್ಕೆ ಯಾವುದೇ

ಗ್ಯಾರಂಟಿ ಇಲ್ಲ. ಇಲ್ಲ ಅಂತಹ ಗ್ಯಾರಂಟಿ ಇಲ್ಲ. ಆದರೆ ಈ ಬಗ್ಗೆ ನಾವು ತಲೆಕೆಡಿಸಿಕೊಳ್ಳುವುದಿಲ್ಲ. ನಾವು ನಮ್ಮ ಈಗಿನ ಚಿಕ್ಕ ಜೀವಿತಾವಧಿಯನ್ನು ನೋಡಿಕೊಳ್ಳುತ್ತಿದ್ದೇವೆ, ಆದರೆ ನಮ್ಮ ಶಾಶ್ವತ ಜೀವನವನ್ನು ನಾವು ನೋಡಿಕೊಳ್ಳುತ್ತಿಲ್ಲ. ಅದು ನಮ್ಮ ತಪ್ಪು.

ಈ ಜನ್ಮದಲ್ಲಿ ನಾನು ದೊಡ್ಡ ಉದ್ಯಮಿಯಾಗಬಹುದು, ಆದರೆ ನನ್ನ ಮುಂದಿನ ಜನ್ಮದಲ್ಲಿ, ನನ್ನ ಕರ್ಮದಿಂದ, ನಾನು ಬೇರೆಯಾಗಬಹುದು. 8,400,000 ಜೀವ ರೂಪಗಳಿವೆ. ನೀರಿನಲ್ಲಿ 900,000 ಸಸ್ಯಗಳಿವೆ. ನಂತರ, 1,100,000 ಜಾತಿಯ ಕೀಟಗಳು ಮತ್ತು ಸರೀಸೃಪಗಳು ಮತ್ತು 1,000,000 ಜಾತಿಯ ಪಕ್ಷಿಗಳಿವೆ. ಅಂತಿಮವಾಗಿ, 3,000,000 ವಿಧದ ಮೃಗಗಳು ಮತ್ತು 400,000 ಮಾನವ ಜಾತಿಗಳಿವೆ. ಆದ್ದರಿಂದ ನಾವು ಮಾನವ ರೂಪದ ಜೀವನಕ್ಕೆ ಬರುವ ಮೊದಲು ನಾವು 8,000,000 ವಿಭಿನ್ನ ರೀತಿಯ ಜೀವನದ ಮೂಲಕ ಹಾದುಹೋಗಬೇಕು. ಆದ್ದರಿಂದ ಭೌತಿಕ ಸುಖಕ್ಕಾಗಿ ಹಾತೊರೆಯುವುದನ್ನು ಕಾಮ ಎಂದು ಕರೆಯಲಾಗುತ್ತದೆ ಮತ್ತು ದೀರ್ಘಾವಧಿಯಲ್ಲಿ ಕಾಮದಿಂದ ಕೂಡಿದ ಚಟುವಟಿಕೆಗಳು ಹತಾಶೆಯೊಂದಿಗೆ ಭೇಟಿಯಾಗುವುದು ಖಚಿತ. ವಿಷಪೂರಿತ ಹಾವಿನ ದೇಹವು ತುಂಬಾ ತಂಪಾಗಿರುತ್ತದೆ. ಆದರೆ ಒಬ್ಬ ಮನುಷ್ಯನು ಹಾವಿನ ದೇಹದ ತಂಪನ್ನು ಆನಂದಿಸಲು ಬಯಸಿದರೆ ಮತ್ತು ಹಾವಿಗೆ ಹಾರವನ್ನು ಹಾಕಿದರೆ, ಅವನು ಖಂಡಿತವಾಗಿಯೂ ಹಾವಿನ ಕಡಿತದಿಂದ ಸಾಯುತ್ತಾನೆ. ಭೌತಿಕ ಇಂದ್ರಿಯಗಳು ಹಾವುಗಳಂತೆ, ಮತ್ತು ಭೌತಿಕ ಸಂತೋಷ ಎಂದು ಕರೆಯಲ್ಪಡುವಲ್ಲಿ ತೊಡಗಿಸಿಕೊಳ್ಳುವುದು ಖಂಡಿತವಾಗಿಯೂ ಒಬ್ಬರ ಆಧ್ಯಾತ್ಮಿಕ ಸ್ವಯಂ-ಅರಿವನ್ನು ಕೊಲ್ಲುತ್ತದೆ. ಆದ್ದರಿಂದ ವಿವೇಕಯುತ ಮನುಷ್ಯ ಸಂತೋಷದ ನಿಜವಾದ ಮೂಲವನ್ನು ಹುಡುಕುವ ಮಹತ್ವಾಕಾಂಕ್ಷೆಯಾಗಿರಬೇಕು. ಒಮ್ಮೆ ಕಬ್ಬಿನ ರುಚಿಯ ಅನುಭವವೇ ಇಲ್ಲದ ಮೂರ್ಖನಿಗೆ ಗೆಳೆಯನೊಬ್ಬ ಅದರ ಸಿಹಿ ಸವಿಯಲು ಹೇಳಿದ. ಕಬ್ಬಿನ ನೋಟದ ಬಗ್ಗೆ ವ್ಯಕ್ತಿಯನ್ನು ವಿಚಾರಿಸಿದಾಗ, ಕಬ್ಬು ಬಿದಿರಿನ ಕಡ್ಡಿಯನ್ನು ಹೋಲುತ್ತದೆ ಎಂದು ಸ್ನೇಹಿತ ಅಪೂರ್ಣವಾಗಿ ತಿಳಿಸಿದನು. ಮೂರ್ಖ ಮನುಷ್ಯನು ಬಿದಿರಿನ ಕೋಲಿನಿಂದ ಕಬ್ಬಿನ ರಸವನ್ನು ಹೊರತೆಗೆಯಲು ಪ್ರಯತ್ನಿಸಿದನು, ಆದರೆ ಸಹಜವಾಗಿ ಅವನು ತನ್ನ ಪ್ರಯತ್ನದಲ್ಲಿ ವಿಚಲಿತನಾದನು. ಅದು ಕೇವಲ ದುಃಖಗಳಿಂದ ತುಂಬಿರುವ, ಕ್ಷಣಿಕ ಮತ್ತು ಮಿನುಗುವ ಭೌತಿಕ ಪ್ರಪಂಚದೊಳಗೆ ಶಾಶ್ವತ ಸಂತೋಷಕ್ಕಾಗಿ ತನ್ನ ಹುಡುಕಾಟದಲ್ಲಿ ಭ್ರಮೆಗೊಂಡ ಜೀವಿಯ ಸ್ಥಾನವಾಗಿದೆ. ಭಾಗವತದಲ್ಲಿ,ಗೀತಾ,

ಭೌತಿಕ ಪ್ರಪಂಚವು ದುಃಖಗಳಿಂದ ತುಂಬಿದೆ ಎಂದು ವಿವರಿಸಲಾಗಿದೆ. ಸಂತೋಷದ ಮಹತ್ವಾಕಾಂಕ್ಷೆ ಒಳ್ಳೆಯದು, ಆದರೆ ಜಡ ವಸ್ತುವಿನಿಂದ ಅದನ್ನು ಪಡೆಯುವ ಪ್ರಯತ್ನ, ವೈಜ್ಞಾನಿಕ ವ್ಯವಸ್ಥೆಗಳೆಂದು ಕರೆಯಲ್ಪಡುವ ಮೂಲಕ ಒಂದು ಭ್ರಮೆಯಾಗಿದೆ. ಮೂರ್ಖರು ಇದನ್ನು ಅರ್ಥಮಾಡಿಕೊಳ್ಳಲು ಸಾಧ್ಯವಿಲ್ಲ. ಗೀತಾ [16.13] ಭೌತಿಕ ಸುಖದ ಕಾಮದಿಂದ ನಡೆಸಲ್ಪಡುವ ವ್ಯಕ್ತಿಯು ಹೇಗೆ ಯೋಚಿಸುತ್ತಾನೆ ಎಂದು ವಿವರಿಸುತ್ತದೆ, "ಇಂದು ನಾನು ತುಂಬಾ ಸಂಪತ್ತನ್ನು ಹೊಂದಿದ್ದೇನೆ ಮತ್ತು ನನ್ನ ಯೋಜನೆಗಳ ಪ್ರಕಾರ ನಾನು ಹೆಚ್ಚು ಗಳಿಸುತ್ತೇನೆ. ಅದು ಈಗ ನನ್ನದು ಮತ್ತು ಭವಿಷ್ಯದಲ್ಲಿ ಅದು ಹೆಚ್ಚಾಗುತ್ತದೆ ಎಂದು.

ನಾಸ್ತಿಕ, ಅಥವಾ ದೇವರಿಲ್ಲದ, ನಾಗರಿಕತೆಯು ಇಂದ್ರಿಯ ತೃಪ್ತಿಯ ಒಂದು ದೊಡ್ಡ ವ್ಯವಹಾರವಾಗಿದೆ, ಮತ್ತು ಪ್ರತಿಯೊಬ್ಬರೂ ಈಗ ಖಾಲಿ ಪ್ರದರ್ಶನವನ್ನು ಮುಂದುವರಿಸಲು ಹಣದ ನಂತರ ಹುಚ್ಚರಾಗಿದ್ದಾರೆ. ಪ್ರತಿಯೊಬ್ಬರೂ ಹಣವನ್ನು ಹುಡುಕುತ್ತಿದ್ದಾರೆ ಏಕೆಂದರೆ ಅದು ಇಂದ್ರಿಯ-ತೃಪ್ತ ವಸ್ತುಗಳ ವಿನಿಮಯದ ಮಾಧ್ಯಮವಾಗಿದೆ. ಇಂತಹ ಕೋಲಾಹಲದ ವಾತಾವರಣದಲ್ಲಿ ಶಾಂತಿಯನ್ನು ನಿರೀಕ್ಷಿಸುವುದು ರಾಮರಾಜ್ಯದ ಕನಸು. ಎಲ್ಲಿಯವರೆಗೆ ಇಂದ್ರಿಯ ತೃಪ್ತಿಗಾಗಿ ಹುಚ್ಚುತನದ ಸ್ವಲ್ಪ ಛಾಯೆ ಇರುತ್ತದೆಯೋ ಅಲ್ಲಿಯವರೆಗೆ ಶಾಂತಿಯು ದೂರ ದೂರ ಉಳಿಯುತ್ತದೆ. ಕಾರಣವೇನೆಂದರೆ, ಸ್ವಭಾವತಃ ಎಲ್ಲರೂ ಪರಮಾತ್ಮನ ಶಾಶ್ವತ ಸೇವಕರು ಮತ್ತು ಆದ್ದರಿಂದ ನಾವು ನಮ್ಮ ವೈಯಕ್ತಿಕ ಆಸಕ್ತಿಗಾಗಿ ಏನನ್ನೂ ಆನಂದಿಸಲು ಸಾಧ್ಯವಿಲ್ಲ. ಭಗವಂತನ ಹಿತಾಸಕ್ತಿಗಾಗಿ ನಾವು ಎಲ್ಲವನ್ನೂ ಪಾರಮಾರ್ಥಿಕ ಸೇವೆಯಲ್ಲಿ ಬಳಸಿಕೊಳ್ಳಬೇಕು. ಇದು ಮಾತ್ರ ಅಪೇಕ್ಷಿತ ಶಾಂತಿಯನ್ನು ತರುತ್ತದೆ. ದೇಹದ ಒಂದು ಭಾಗವು ಸ್ವತಃ ತೃಪ್ತಿಪಡಿಸಲು ಸಾಧ್ಯವಿಲ್ಲ; ಅದು ಇಡೀ ದೇಹಕ್ಕೆ ಮಾತ್ರ ಸೇವೆ ಸಲ್ಲಿಸುತ್ತದೆ ಮತ್ತು ಆ ಸೇವೆಯಿಂದ ತೃಪ್ತಿಯನ್ನು ಪಡೆಯಬಹುದು. ಆದರೆ ಈಗ ಎಲ್ಲರೂ ಸ್ವಹಿತಾಸಕ್ತಿಯ ವ್ಯವಹಾರದಲ್ಲಿ ನಿರತರಾಗಿದ್ದಾರೆ ಮತ್ತು ಭಗವಂತನ ಸೇವೆ ಮಾಡಲು ಯಾರೂ ಸಿದ್ಧರಿಲ್ಲ. ಅದು ಭೌತಿಕ ಅಸ್ತಿತ್ವಕ್ಕೆ ಮೂಲ ಕಾರಣ.

ಅತ್ಯುನ್ನತ ಕಾರ್ಯನಿರ್ವಾಹಕ ನಿರ್ವಾಹಕರಿಂದ ಹಿಡಿದು ಬೀದಿಯಲ್ಲಿ ಕೆಳಮಟ್ಟದ ಕಸಗುಡಿಸುವವರವರೆಗೆ ಎಲ್ಲರೂ ಅಕ್ರಮ ಸಂಪತ್ತಿನ ಕ್ರೋಢೀಕರಣದ ಚಿಂತನೆಯೊಂದಿಗೆ ಕೆಲಸ ಮಾಡುತ್ತಿದ್ದಾರೆ. ಆದರೆ ಸ್ವಾರ್ಥಕ್ಕಾಗಿ ಮಾತ್ರ ಕೆಲಸ ಮಾಡುವುದು ವಸ್ತು ಸಮಸ್ಯೆಗಳು, ಆಧ್ಯಾತ್ಮಿಕ ಪರಿಹಾರಗಳು 2 ಆಸಕ್ತಿಯು ಕಾನೂನುಬಾಹಿರ ಮತ್ತು ವಿನಾಶಕಾರಿಯಾಗಿದೆ, ಕೇವಲ ಒಬ್ಬರ ಸ್ವಹಿತಾಸಕ್ತಿಗಾಗಿ ಆಧ್ಯಾತ್ಮಿಕ ಸಾಕ್ಷಾತ್ಕಾರವನ್ನು ಬೆಳೆಸುವುದು ಸಹ

ಕಾನೂನುಬಾಹಿರ ಮತ್ತು ವಿನಾಶಕಾರಿಯಾಗಿದೆ. ಎಲ್ಲಾ ಅಕ್ರಮ ಹಣ ಸಂಪಾದನೆಯ ಪರಿಣಾಮವಾಗಿ, ಜಗತ್ತಿನಲ್ಲಿ ಹಣದ ಕೊರತೆಯಿಲ್ಲ. ಆದರೆ ಶಾಂತಿಯ ಕೊರತೆ ಇದೆ. ನಮ್ಮ ಇಡೀ ಮಾನವ ಶಕ್ತಿಯನ್ನು ಈ ಹಣ ಸಂಪಾದನೆಗೆ ತಿರುಗಿಸಿರುವುದರಿಂದ, ಒಟ್ಟು ಜನಸಂಖ್ಯೆಯ ಹಣ ಮಾಡುವ ಸಾಮರ್ಥ್ಯವು ಖಂಡಿತವಾಗಿಯೂ ಹೆಚ್ಚಾಗಿದೆ. ಆದರೆ ಇದರ ಫಲಿತಾಂಶವೆಂದರೆ ಅಂತಹ ಅನಿಯಂತ್ರಿತ ಮತ್ತು ಕಾನೂನುಬಾಹಿರ ಹಣದುಬ್ಬರವು ಕೆಟ್ಟ ಆರ್ಥಿಕತೆಯನ್ನು ಸೃಷ್ಟಿಸಿದೆ ಮತ್ತು ಅಂತಹ ಹಣ ಸಂಪಾದನೆಯ ಫಲಿತಾಂಶವನ್ನು ನಾಶಮಾಡುವ ಬೆದರಿಕೆಯನ್ನುಂಟುಮಾಡುವ ಬೃಹತ್, ದುಬಾರಿ ಶಸ್ತ್ರಾಸ್ತ್ರಗಳನ್ನು ತಯಾರಿಸಲು ನಮಗೆ ಅನುವು ಮಾಡಿಕೊಟ್ಟಿದೆ.

ಶಾಂತಿಯನ್ನು ಅನುಭವಿಸುವ ಬದಲು, ದೊಡ್ಡ ಹಣ ಮಾಡುವ ದೇಶಗಳ ನಾಯಕರು ಆಧುನಿಕ ವಿನಾಶಕಾರಿ ಅಸ್ತ್ರಗಳಿಂದ ತಮ್ಮನ್ನು ಹೇಗೆ ರಕ್ಷಿಸಿಕೊಳ್ಳಬಹುದು ಎಂದು ಈಗ ದೊಡ್ಡ ಯೋಜನೆಗಳನ್ನು ಮಾಡುತ್ತಿದ್ದಾರೆ ಮತ್ತು ಅಂತಹ ಭಯಾನಕ ಶಸ್ತ್ರಾಸ್ತ್ರಗಳ ಪ್ರಯೋಗಗಳಿಗಾಗಿ ದೊಡ್ಡ ಮೊತ್ತವನ್ನು ಸಮುದ್ರಕ್ಕೆ ಎಸೆಯಲಾಗುತ್ತಿದೆ. ಅಂತಹ ಪ್ರಯೋಗಗಳನ್ನು ಬೃಹತ್ ವಿತ್ತೀಯ ವೆಚ್ಚದಲ್ಲಿ ಮಾತ್ರವಲ್ಲದೆ ಅನೇಕ ಬಡ ಜೀವಗಳ ಬೆಲೆಯಲ್ಲಿಯೂ ನಡೆಸಲಾಗುತ್ತಿದೆ, ಆ ಮೂಲಕ ಅಂತಹ ರಾಷ್ಟ್ರಗಳನ್ನು ಕರ್ಮದ ನಿಯಮಗಳಿಗೆ ಬಂಧಿಸುತ್ತದೆ. ಅದು ಭೌತಿಕ ಪ್ರಕೃತಿಯ ಭ್ರಮೆ. ಇಂದ್ರಿಯ ತೃಪ್ತಿಯ ಪ್ರಚೋದನೆಯ ಪರಿಣಾಮವಾಗಿ, ಹಾಳಾದ ಶಕ್ತಿಯಿಂದ ಹಣವನ್ನು ಗಳಿಸಲಾಗುತ್ತದೆ ಮತ್ತು ನಂತರ ಅದನ್ನು ಮಾನವ ಜನಾಂಗದ ನಾಶಕ್ಕಾಗಿ ಖರ್ಚು ಮಾಡಲಾಗುತ್ತದೆ. ಮಾನವ ಜನಾಂಗದ ಶಕ್ತಿಯು ಪ್ರಕೃತಿಯ ನಿಯಮವನ್ನು ಹಾಳುಮಾಡುತ್ತದೆ ಏಕೆಂದರೆ ಆ ಶಕ್ತಿಯು ಎಲ್ಲಾ ಶಕ್ತಿಗಳ ಒಡೆಯನಾದ ಭಗವಂತನ ಸೇವೆಯಿಂದ ಬೇರೆಡೆಗೆ ತಿರುಗುತ್ತದೆ.

ಸಂಪತ್ತು ತಾಯಿ ಲಕ್ಷ್ಮಿ ಅಥವಾ ಅದೃಷ್ಟದ ದೇವತೆಯಿಂದ ಬಂದಿದೆ. ವೈದಿಕ ಸಾಹಿತ್ಯಗಳು ವಿವರಿಸಿದಂತೆ, ಅದೃಷ್ಟದ ದೇವತೆಯು ಎಲ್ಲಾ ನರಗಳ ಅಥವಾ ಜೀವಿಗಳ ಮೂಲವಾದ ಭಗವಾನ್ ನಾರಾಯಣನನ್ನು ಸೇವೆ ಮಾಡಲು ಉದ್ದೇಶಿಸಲಾಗಿದೆ. ನರರು ಕೂಡ ಅದೃಷ್ಟದ ದೇವತೆಯ ಮಾರ್ಗದರ್ಶನದಲ್ಲಿ ಪರಮ ಪ್ರಭುವಾದ ನಾರಾಯಣನನ್ನು ಸೇವೆ ಮಾಡಲುಉದ್ದೇಶಿಸಲಾಗಿದೆ. ನಾರಾಯಣ ಅಥವಾ ಕೃಷ್ಣನ ಸೇವೆ ಮಾಡದೆ ಜೀವಿಯು ಅದೃಷ್ಟದ ದೇವತೆಯನ್ನು ಆನಂದಿಸಲು ಸಾಧ್ಯವಿಲ್ಲ, ಆದ್ದರಿಂದ ಅವಳನ್ನು ತಪ್ಪಾಗಿ ಆನಂದಿಸಲು ಬಯಸುವವನು ಪ್ರಕೃತಿಯ ನಿಯಮಗಳಿಂದ ಶಿಕ್ಷೆಗೆ

ಒಳಗಾಗುತ್ತಾನೆ ಮತ್ತು ಹಣವು ಶಾಂತಿಗೆ ಕಾರಣವಾಗುವ ಬದಲು ವಿನಾಶಕ್ಕೆ ಕಾರಣವಾಗುತ್ತದೆ. ಇಂತಹ ಕಾನೂನುಬಾಹಿರವಾಗಿ ಸಂಗ್ರಹಿಸಿದ ಹಣವನ್ನು ಈಗ ವಿವಿಧ ರಾಷ್ಟ್ರೀಯ ಮತ್ತು ಅಂತರಾಷ್ಟ್ರೀಯ ಯುದ್ಧ ನಿಧಿಗಳಿಗೆ ರಾಜ್ಯ ತೆರಿಗೆಯ ವಿವಿಧ ವಿಧಾನಗಳಿಂದ ಜಿಪುಣ ನಾಗರಿಕರಿಂದ ಕಸಿದುಕೊಳ್ಳಲಾಗುತ್ತಿದೆ, ಅವರು ಹಣವನ್ನು ವ್ಯರ್ಥವಾಗಿ ಖರ್ಚು ಮಾಡುತ್ತಾರೆ. ನಾಗರಿಕನು ತನ್ನ ಕುಟುಂಬವನ್ನು ಚೆನ್ನಾಗಿ ನಿರ್ವಹಿಸಲು ಮತ್ತು ಆಧ್ಯಾತ್ಮಿಕ ಜ್ಞಾನವನ್ನು ಬೆಳೆಸಲು ಕೇವಲ ಸಾಕಷ್ಟು ಹಣದಿಂದ ತೃಪ್ತನಾಗುವುದಿಲ್ಲ, ಇವೆರಡೂ ಮಾನವ ಜೀವನದಲ್ಲಿ ಅತ್ಯಗತ್ಯ. ಅವನು ಈಗ ಅತೃಪ್ತ ಆಸೆಗಳನ್ನು ಪೂರೈಸಲು ಅಪರಿಮಿತವಾಗಿ ಹಣವನ್ನು ಬಯಸುತ್ತಾನೆ ಮತ್ತು ಅವನ ಕಾನೂನುಬಾಹಿರ ಆಸೆಗಳಿಗೆ ಅನುಗುಣವಾಗಿ ಅವನ ಸಂಗ್ರಹವಾದ ಹಣವನ್ನು ಈಗ ವೈದ್ಯಕೀಯ ವೃತ್ತಿಗಾರರು, ವಕೀಲರು, ತೆರಿಗೆ ವಸೂಲಿಗಾರರು, ಸಮಾಜ ಸಂಸ್ಥೆಗಳು ಇತ್ಯಾದಿಗಳ ರೂಪದಲ್ಲಿ ಭ್ರಮೆಯ ಸ್ವಭಾವದ ಏಜೆಂಟ್‌ಗಳು ತೆಗೆದುಕೊಂಡು ಹೋಗುತ್ತಿದ್ದಾರೆ.

ಭ್ರಮೆಯ ಸ್ವಭಾವದ ಆಜ್ಞೆಯ ಅಡಿಯಲ್ಲಿ, ಶ್ರೀಮದ್ ಭಾಗವತದ ಪ್ರತಿಯನ್ನು ಖರೀದಿಸಲು ಹಿಂಜರಿದ ಒಬ್ಬ ಜಿಪುಣನು ಒಂದು ವಾರದ ಔಷಧಿ ಪೂರೈಕೆಗಾಗಿ ಇಪ್ಪತ್ತೈದು ನೂರು ಡಾಲರ್‌ಗಳನ್ನು ಖರ್ಚು ಮಾಡಿದನು ಮತ್ತು ನಂತರ ಸತ್ತನು. ಭಗವಂತನ ಸೇವೆಗಾಗಿ ಒಂದು ಸೆಂಟ್ ಖರ್ಚು ಮಾಡಲು ನಿರಾಕರಿಸಿದ ವ್ಯಕ್ತಿಯು ತನ್ನ ಮನೆಯ ಸದಸ್ಯರ ನಡುವಿನ ಕಾನೂನು ಮೊಕದ್ದಮೆಯಲ್ಲಿ ಮೂವತ್ತೈದು ನೂರು ಡಾಲರ್ಗಳನ್ನು ವ್ಯರ್ಥ ಮಾಡಿದಾಗ ಇದೇ ರೀತಿಯ ಘಟನೆ ಸಂಭವಿಸಿದೆ. ಅದು ಪ್ರಕೃತಿಯ ನಿಯಮ. ಹಣವನ್ನು ಭಗವಂತನ ಸೇವೆಗೆ ಮೀಸಲಿಡದಿದ್ದರೆ, ಪ್ರಕೃತಿಯ ನಿಯಮದಿಂದ ಅದನ್ನು ಕಾನೂನು ಸಮಸ್ಯೆಗಳು, ರೋಗಗಳು ಮತ್ತು ಮುಂತಾದವುಗಳ ವಿರುದ್ಧದ ಹೋರಾಟದಲ್ಲಿ ಹಾಳಾದ ಶಕ್ತಿಯಾಗಿ ಖರ್ಚು ಮಾಡಬೇಕು. ಮೂರ್ಖರಿಗೆ ಅಂತಹ ಸತ್ಯಗಳನ್ನು ನೋಡಲು ಕಣ್ಣುಗಳಿಲ್ಲ, ಆದ್ದರಿಂದ ಅವಶ್ಯವಾಗಿ ಪರಮಾತ್ಮನ ಕಾನೂನುಗಳು ಅವರನ್ನು ಮೂರ್ಖರನ್ನಾಗಿಸುತ್ತವೆ. ಸರಿಯಾದ ನಿರ್ವಹಣೆಗೆ ಅಗತ್ಯಕ್ಕಿಂತ ಹೆಚ್ಚಿನ ಹಣವನ್ನು ಸ್ವೀಕರಿಸಲು ಪ್ರಕೃತಿಯ ನಿಯಮಗಳು ನಮಗೆ ಅನುಮತಿಸುವುದಿಲ್ಲ. ಪ್ರತಿ ಜೀವಿಗೂ ತನ್ನ ಪಾಲಿನ ಆಹಾರ ಮತ್ತು ವಸತಿಯನ್ನು ಒದಗಿಸಲು ಪ್ರಕೃತಿಯ ನಿಯಮದಿಂದ ಸಾಕಷ್ಟು ವ್ಯವಸ್ಥೆ ಇದೆ, ಆದರೆ ಮಾನವನ ಅತೃಪ್ತ ಕಾಮವು ಎಲ್ಲಾ ಜಾತಿಯ ಜೀವಗಳ ಸರ್ವಶಕ್ತ ತಂದೆಯ ಸಂಪೂರ್ಣ ವ್ಯವಸ್ಥೆಯನ್ನು ಭಂಗಗೊಳಿಸಿದೆ. ಪರಮಾತ್ಮನ

ವ್ಯವಸ್ಥೆಯಿಂದ, ಉಪ್ಪು ಸಾಗರವಿದೆ, ಏಕೆಂದರೆ ಉಪ್ಪು ಜೀವಿಗೆ ಅವಶ್ಯಕವಾಗಿದೆ. ಅದೇ ರೀತಿಯಲ್ಲಿ, ದೇವರು ಸಾಕಷ್ಟು ಗಾಳಿ ಮತ್ತು ಬೆಳಕನ್ನು ವ್ಯವಸ್ಥೆಗೊಳಿಸಿದ್ದಾನೆ, ಅದು ಜೀವಿಗಳಿಗೆ ಅವಶ್ಯಕವಾಗಿದೆ. ಉಗ್ರಾಣದಿಂದ ಯಾವುದೇ ಪ್ರಮಾಣದ ಉಪ್ಪನ್ನು ಸಂಗ್ರಹಿಸಿ, ಆದರೆ ಒಬ್ಬರು ತನಗೆ ಅಗತ್ಯಕ್ಕಿಂತ ಹೆಚ್ಚು ಉಪ್ಪನ್ನು ತೆಗೆದುಕೊಳ್ಳಲು ಸಾಧ್ಯವಿಲ್ಲ. ಅವನು ಹೆಚ್ಚು ಉಪ್ಪನ್ನು ತೆಗೆದುಕೊಂಡರೆ ಅವನು ಸಾರು ಹಾಳುಮಾಡುತ್ತಾನೆ ಮತ್ತು ಅವನು ಕಡಿಮೆ ಉಪ್ಪನ್ನು ತೆಗೆದುಕೊಂಡರೆ ಅವನ ಆಹಾರವು ರುಚಿಯಿಲ್ಲ. ಮತ್ತೊಂದೆಡೆ, ಅವನು ಸಂಪೂರ್ಣವಾಗಿ ಬೇಕಾದುದನ್ನು ಮಾತ್ರ ತೆಗೆದುಕೊಂಡರೆ, ಆಹಾರವು ರುಚಿಕರವಾಗಿರುತ್ತದೆ ಮತ್ತು ಅವನು ಆರೋಗ್ಯವಾಗಿರುತ್ತಾನೆ. ಆದ್ದರಿಂದ ಸಂಪತ್ತಿನ ಮಹತ್ವಾಕಾಂಕ್ಷೆಯು ನಮಗೆ ಅಗತ್ಯಕ್ಕಿಂತ ಹೆಚ್ಚಿನದು ಹಾನಿಕಾರಕವಾಗಿದೆ, ಹಾಗೆಯೇ ನಮಗೆ ಸಂಪೂರ್ಣವಾಗಿ ಅಗತ್ಯಕ್ಕಿಂತ ಹೆಚ್ಚು ಉಪ್ಪನ್ನು ತಿನ್ನುವುದು ಹಾನಿಕಾರಕವಾಗಿದೆ. ಅದು ಪ್ರಕೃತಿಯ ನಿಯಮ.

ವಾಸ್ತವವಾಗಿ, ನಮಗೆ ಎರಡು ದೇಹಗಳಿವೆ, ಸ್ಥೂಲ ದೇಹ ಮತ್ತು ಸೂಕ್ಷ್ಮ ದೇಹ. ಸ್ಥೂಲ ದೇಹವು ನಮ್ಮ ಇಂದ್ರಿಯಗಳಿಂದ ಮತ್ತು ದೈಹಿಕ ಅಂಶಗಳಿಂದ ಮಾಡಲ್ಪಟ್ಟಿದೆ - ಮೂಳೆಗಳು, ರಕ್ತ, ಇತ್ಯಾದಿ. ನಾವು ಮರಣದಲ್ಲಿ ನಮ್ಮ ದೇಹವನ್ನು ಬದಲಾಯಿಸಿದಾಗ, ಪ್ರಸ್ತುತ ಸ್ಥೂಲ ದೇಹವು ನಾಶವಾಗುತ್ತದೆ, ಆದರೆ ಮನಸ್ಸು, ಬುದ್ಧಿವಂತಿಕೆ ಮತ್ತು ಅಹಂಕಾರದಿಂದ ಮಾಡಲ್ಪಟ್ಟ ಸೂಕ್ಷ್ಮ ದೇಹವು ನಾಶವಾಗುವುದಿಲ್ಲ.

ನಾವು ಮಲಗಿದಾಗ ಏನಾಗುತ್ತದೆಯೋ ಹಾಗೆಯೇ. ರಾತ್ರಿಯಲ್ಲಿ ನಾವು ಸ್ಥೂಲ ಶರೀರವನ್ನು ಮರೆತುಬಿಡುತ್ತೇವೆ ಮತ್ತು ಸೂಕ್ಷ್ಮ ದೇಹವು ಮಾತ್ರ ಕೆಲಸ ಮಾಡುತ್ತದೆ. ನಾವು ಕನಸು ಕಾಣುತ್ತಿದ್ದಂತೆ ನಮ್ಮ ಮನೆಯಿಂದ, ನಮ್ಮ ಹಾಸಿಗೆಯಿಂದ, ಬೇರೆ ಸ್ಥಳಕ್ಕೆ ಕರೆದೊಯ್ಯಲಾಗುತ್ತದೆ ಮತ್ತು ನಾವು ಸಂಪೂರ್ಣವಾಗಿ ಸ್ಥೂಲ ದೇಹವನ್ನು ಮರೆತುಬಿಡುತ್ತೇವೆ.ನಮ್ಮ ನಿದ್ರೆ ಮುಗಿದ ನಂತರ ನಾವು ಕನಸನ್ನು ಮರೆತು ಮತ್ತೆ ಸ್ಥೂಲ ದೇಹಕ್ಕೆ ಅಂಟಿಕೊಳ್ಳುತ್ತೇವೆ. ಇದು ನಮ್ಮ ದೈನಂದಿನ ಅನುಭವದಲ್ಲಿ ನಡೆಯುತ್ತಿದೆ. ಆದ್ದರಿಂದ ನಾವು ವೀಕ್ಷಕರು, ಕೆಲವೊಮ್ಮೆ ಸ್ಥೂಲ ದೇಹದ ಮತ್ತು ಕೆಲವೊಮ್ಮೆ ಸೂಕ್ಷ್ಮ ದೇಹದ. ಎರಡೂ ದೇಹಗಳು ಬದಲಾಗುತ್ತಿವೆ, ಆದರೆ ನಾವು ಬದಲಾಗದ ವೀಕ್ಷಕರು, ದೇಹಗಳೊಳಗಿನ ಆತ್ಮ. ಆದ್ದರಿಂದ, ನಮ್ಮ ವಿಚಾರಣೆ ಹೀಗಿರಬೇಕು, "ನನ್ನ ಸ್ಥಾನವೇನು? ರಾತ್ರಿಯಲ್ಲಿ ನಾನು ನನ್ನ ಸ್ಥೂಲ ದೇಹವನ್ನು ಮರೆತುಬಿಡುತ್ತೇನೆ, ಮತ್ತು ಹಗಲಿನಲ್ಲಿ ನಾನು ನನ್ನ ಸೂಕ್ಷ್ಮ ದೇಹವನ್ನು ಮರೆತುಬಿಡುತ್ತೇನೆ.

ಹಾಗಾದರೆ ನನ್ನ ನಿಜವಾದ ದೇಹ ಯಾವುದು?" ಇವು ನಾವು ಕೇಳಬೇಕಾದ ಪ್ರಶ್ನೆಗಳು. ಆದ್ದರಿಂದ ಅರ್ಜುನನು ತನ್ನ ವ್ಯವಹಾರವನ್ನು ಮಾಡಿದಂತೆಯೇ ನೀವು ನಿಮ್ಮ ವ್ಯವಹಾರವನ್ನು ಮಾಡಬಹುದು. ಅವನು ಹೋರಾಟಗಾರ, ಕ್ಷತ್ರಿಯ, ಆದರೆ ಅವನು ತನ್ನ ಸಂಸ್ಕೃತಿಯನ್ನು ಮರೆಯಲಿಲ್ಲ, ಗುರುಗಳಿಂದ ಗೀತಾವನ್ನು ಕೇಳಿದನು. ಆದರೆ ನೀವು ಕೇವಲ ವ್ಯಾಪಾರವನ್ನು ಮಾಡಿದರೆ ಮತ್ತು ನಿಮ್ಮ ಆಧ್ಯಾತ್ಮಿಕ ಜೀವನವನ್ನು ಬೆಳೆಸಿಕೊಳ್ಳದಿದ್ದರೆ, ನಿಮ್ಮ ವ್ಯವಹಾರವು ನಿಷ್ಪ್ರಯೋಜಕ ಸಮಯ ವ್ಯರ್ಥವಾಗಿದೆ (ಶ್ರಮ ಏವ ಹಿ ಕೇವಲಮ್). ನೀವು ನಿಮ್ಮ ವ್ಯವಹಾರವನ್ನು ನಿಲ್ಲಿಸಿ ನನ್ನಂತೆ ಸನ್ಯಾಸಿಯಾಗು ಮತ್ತು ಎಲ್ಲವನ್ನೂ ತ್ಯಜಿಸಿ ಎಂದು ನಾವು ಹೇಳುವುದಿಲ್ಲ. ನಾವು ಅದನ್ನು ಹೇಳುವುದಿಲ್ಲ. ಕೃಷ್ಣನು ಹೇಳಲಿಲ್ಲ. "ಅರ್ಜುನಾ, ನಿನ್ನ ಹೋರಾಟದ ವ್ಯವಹಾರವನ್ನು ಬಿಡು" ಎಂದು ಕೃಷ್ಣನು ಎಂದಿಗೂ ಹೇಳಲಿಲ್ಲ, "ಅರ್ಜುನಾ, ನೀನು ಯುದ್ಧಮಾಡಲು ಅವನತಿ ಹೊಂದುತ್ತಿರುವೆ, ಓಹ್, ಇದು ತುಂಬಾ ಸಮರ್ಥವಾಗಿದೆ, ನೀವು ಅದನ್ನು ಹೇಳಬಾರದು, ನೀವು ಹೋರಾಡಬೇಕು. ." ಅದು ಸೂಚನೆಯಾಗಿತ್ತು. ಸರಳವಾಗಿ, ನಾವು ಎಲ್ಲರಿಗೂ ಸಲಹೆ ನೀಡುತ್ತಿದ್ದೇವೆ, ನಿಮ್ಮ ವ್ಯವಹಾರವನ್ನು ಹೆಚ್ಚಿಸಿಕೊಳ್ಳಿ. ನಿಮ್ಮ ವ್ಯವಹಾರವನ್ನು ಮುಂದುವರಿಸಿ, ಆದರೆ ಸರಳವಾಗಿ ಭಗವಂತನ ವ್ಯಕ್ತಿತ್ವದ ಸಂದೇಶವನ್ನು ಪ್ರಚೋದಿಸದಿದ್ದಲ್ಲಿ ಕೇವಲ ನಿಷ್ಪ್ರಯೋಜಕ ಶ್ರಮವನ್ನು ಅನುಭವಿಸಿ." ಆದ್ದರಿಂದ ಪ್ರತಿಯೊಬ್ಬರಿಗೂ ನೀವು ನಿಮ್ಮ ವ್ಯವಹಾರದಲ್ಲಿ ತೊಡಗಿರುವಾಗ, ಕೃಷ್ಣನು ನಿಮಗೆ ಸ್ಥಾನವನ್ನು ನೀಡಿದ್ದಾನೆ, ನಿಮ್ಮ ಕರ್ತವ್ಯವನ್ನು ಚೆನ್ನಾಗಿ ಮಾಡಿ, ಆದರೆ ಮರೆಯಬೇಡಿ ಕೃಷ್ಣ ಜ್ಞಾನವನ್ನು ಬೆಳೆಸಿಕೊಳ್ಳಿ.

ಕೃಷ್ಣ ಜ್ಞಾನ ಎಂದರೆ ದೇವರ ಪ್ರಜ್ಞೆ. ನಾವು ದೇವರ ಭಾಗ ಎಂದು ನಾವು ತಿಳಿದಿರಬೇಕು . ನಾವು ಶಾಶ್ವತವಾಗಿ ಕೃಷ್ಣ ಅಥವಾ ದೇವರ ಭಾಗವಾಗಿದ್ದೇವೆ, ಆದರೆ ನಾವು ಈಗ ಮನಸ್ಸು ಮತ್ತು ಇಂದ್ರಿಯಗಳೊಂದಿಗೆ ಹೋರಾಡುತ್ತಿದ್ದೇವೆ. ಅಸ್ತಿತ್ವಕ್ಕಾಗಿ ಏಕೆ ಈ ಹೋರಾಟ? ಈ ತಾತ್ಕಾಲಿಕ ಜೀವನವನ್ನು ಮೀರಿದ ನಮ್ಮ ಶಾಶ್ವತ ಜೀವನದ ಬಗ್ಗೆ ನಾವು ವಿಚಾರಿಸಬೇಕು. ಈ ತಾತ್ಕಾಲಿಕ ಜೀವನದಲ್ಲಿ ನಾನು ಇಪ್ಪತ್ತು ವರ್ಷ ಅಥವಾ ಐವತ್ತು ವರ್ಷ ಅಥವಾ ಗರಿಷ್ಠ ನೂರು ವರ್ಷಗಳ ಕಾಲ ದೊಡ್ಡ ಉದ್ಯಮಿಯಾಗುತ್ತೇನೆ ಎಂದು ಭಾವಿಸೋಣ. ಮುಂದಿನ ಜೀವನದಲ್ಲಿ ನಾನು ದೊಡ್ಡ ಉದ್ಯಮಿಯಾಗುತ್ತೇನೆ ಎಂಬುದಕ್ಕೆ ಯಾವುದೇ ಗ್ಯಾರಂಟಿ ಇಲ್ಲ. ಇಲ್ಲ ಅಂತಹ ಗ್ಯಾರಂಟಿ ಇಲ್ಲ. ಆದರೆ ಈ ಬಗ್ಗೆ ನಾವು ತಲೆಕೆಡಿಸಿಕೊಳ್ಳುವುದಿಲ್ಲ. ನಾವು ನಮ್ಮ ಈಗಿನ ಚಿಕ್ಕ ಜೀವಿತಾವಧಿಯನ್ನು

ನೋಡಿಕೊಳ್ಳುತ್ತಿದ್ದೇವೆ, ಆದರೆ ನಮ್ಮ ಶಾಶ್ವತ ಜೀವನವನ್ನು ನಾವು ನೋಡಿಕೊಳ್ಳುತ್ತಿಲ್ಲ. ಅದು ನಮ್ಮ ತಪ್ಪು.

ಈ ಜನ್ಮದಲ್ಲಿ ನಾನು ದೊಡ್ಡ ಉದ್ಯಮಿಯಾಗಬಹುದು, ಆದರೆ ನನ್ನ ಮುಂದಿನ ಜನ್ಮದಲ್ಲಿ, ನನ್ನ ಕರ್ಮದಿಂದ, ನಾನು ಬೇರೆಯಾಗಬಹುದು. 8,400,000 ಜೀವ ರೂಪಗಳಿವೆ. ನೀರಿನಲ್ಲಿ 900,000 ಸಸ್ಯಗಳಿವೆ. ನಂತರ, 1,100,000 ಜಾತಿಯ ಕೀಟಗಳು ಮತ್ತು ಸರೀಸೃಪಗಳು ಮತ್ತು 1,000,000 ಜಾತಿಯ ಪಕ್ಷಿಗಳಿವೆ. ಅಂತಿಮವಾಗಿ, 3,000,000 ವಿಧದ ಮೃಗಗಳು ಮತ್ತು 400,000 ಮಾನವ ಜಾತಿಗಳಿವೆ. ಆದ್ದರಿಂದ ನಾವು ಮಾನವ ರೂಪದ ಜೀವನಕ್ಕೆ ಬರುವ ಮೊದಲು ನಾವು 8,000,000 ವಿಭಿನ್ನ ರೀತಿಯ ಜೀವನದ ಮೂಲಕ ಹಾದುಹೋಗಬೇಕು. ಆದ್ದರಿಂದ ಭೌತಿಕ ಸುಖಕ್ಕಾಗಿ ಹಾತೊರೆಯುವುದನ್ನು ಕಾಮ ಎಂದು ಕರೆಯಲಾಗುತ್ತದೆ ಮತ್ತು ದೀರ್ಘಾವಧಿಯಲ್ಲಿ ಕಾಮದಿಂದ ಕೂಡಿದ ಚಟುವಟಿಕೆಗಳು ಹತಾಶೆಯೊಂದಿಗೆ ಭೇಟಿಯಾಗುವುದು ಖಚಿತ. ವಿಷಪೂರಿತ ಹಾವಿನ ದೇಹವು ತುಂಬಾ ತಂಪಾಗಿರುತ್ತದೆ. ಆದರೆ ಒಬ್ಬ ಮನುಷ್ಯನು ಹಾವಿನ ದೇಹದ ತಂಪನ್ನು ಆನಂದಿಸಲು ಬಯಸಿದರೆ ಮತ್ತು ಹಾವಿಗೆ ಹಾರವನ್ನು ಹಾಕಿದರೆ, ಅವನು ಖಂಡಿತವಾಗಿಯೂ ಹಾವಿನ ಕಡಿತದಿಂದ ಸಾಯುತ್ತಾನೆ. ಭೌತಿಕ ಇಂದ್ರಿಯಗಳು ಹಾವುಗಳಂತೆ, ಮತ್ತು ಭೌತಿಕ ಸಂತೋಷ ಎಂದು ಕರೆಯಲ್ಪಡುವಲ್ಲಿ ತೊಡಗಿಸಿಕೊಳ್ಳುವುದು ಖಂಡಿತವಾಗಿಯೂ ಒಬ್ಬರ ಆಧ್ಯಾತ್ಮಿಕ ಸ್ವಯಂ-ಅರಿವನ್ನು ಕೊಲ್ಲುತ್ತದೆ. ಆದ್ದರಿಂದ ವಿವೇಕಯುತ ಮನುಷ್ಯ ಸಂತೋಷದ ನಿಜವಾದ ಮೂಲವನ್ನು ಹುಡುಕುವ ಮಹತ್ವಾಕಾಂಕ್ಷೆಯಾಗಿರಬೇಕು. ಒಮ್ಮೆ ಕಬ್ಬಿನ ರುಚಿಯ ಅನುಭವವೇ ಇಲ್ಲದ ಮೂರ್ಖನಿಗೆ ಗೆಳೆಯನೊಬ್ಬ ಅದರ ಸಿಹಿ ಸವಿಯಲು ಹೇಳಿದ. ಕಬ್ಬಿನ ನೋಟದ ಬಗ್ಗೆ ವ್ಯಕ್ತಿಯನ್ನು ವಿಚಾರಿಸಿದಾಗ, ಕಬ್ಬು ಬಿದಿರಿನ ಕಡ್ಡಿಯನ್ನು ಹೋಲುತ್ತದೆ ಎಂದು ಸ್ನೇಹಿತ ಅಪೂರ್ಣವಾಗಿ ತಿಳಿಸಿದನು. ಮೂರ್ಖ ಮನುಷ್ಯನು ಬಿದಿರಿನ ಕೋಲಿನಿಂದ ಕಬ್ಬಿನ ರಸವನ್ನು ಹೊರತೆಗೆಯಲು ಪ್ರಯತ್ನಿಸಿದನು, ಆದರೆ ಸಹಜವಾಗಿ ಅವನು ತನ್ನ ಪ್ರಯತ್ನದಲ್ಲಿ ವಿಚಲಿತನಾದನು. ಅದು ಕೇವಲ ದುಃಖಗಳಿಂದ ತುಂಬಿರುವ, ಕ್ಷಣಿಕ ಮತ್ತು ಮಿನುಗುವ ಭೌತಿಕ ಪ್ರಪಂಚದೊಳಗೆ ಶಾಶ್ವತ ಸಂತೋಷಕ್ಕಾಗಿ ತನ್ನ ಹುಡುಕಾಟದಲ್ಲಿ ಭ್ರಮೆಗೊಂಡ ಜೀವಿಯ ಸ್ಥಾನವಾಗಿದೆ. ಭಾಗವತದಲ್ಲಿ. ಗೀತಾ, ಭೌತಿಕ ಪ್ರಪಂಚವು ದುಃಖಗಳಿಂದ ತುಂಬಿದೆ ಎಂದು ವಿವರಿಸಲಾಗಿದೆ. ಸಂತೋಷದ ಮಹತ್ವಾಕಾಂಕ್ಷೆ ಒಳ್ಳೆಯದು, ಆದರೆ ಜಡ ವಸ್ತುವಿನಿಂದ ಅದನ್ನು

ಪಡೆಯುವ ಪ್ರಯತ್ನ. ವೈಜ್ಞಾನಿಕ ವ್ಯವಸ್ಥೆಗಳೆಂದು ಕರೆಯಲ್ಪಡುವ ಮೂಲಕ ಒಂದು ಭ್ರಮೆಯಾಗಿದೆ. ಮೂರ್ಖರು ಇದನ್ನು ಅರ್ಥಮಾಡಿಕೊಳ್ಳಲು ಸಾಧ್ಯವಿಲ್ಲ. ಗೀತಾ [16.13] ಭೌತಿಕ ಸುಖದ ಕಾಮದಿಂದ ನಡೆಸಲ್ಪಡುವ ವ್ಯಕ್ತಿಯು ಹೇಗೆ ಯೋಚಿಸುತ್ತಾನೆ ಎಂದು ವಿವರಿಸುತ್ತದೆ, "ಇಂದು ನಾನು ತುಂಬಾ ಸಂಪತ್ತನ್ನು ಹೊಂದಿದ್ದೇನೆ ಮತ್ತು ನನ್ನ ಯೋಜನೆಗಳ ಪ್ರಕಾರ ನಾನು ಹೆಚ್ಚು ಗಳಿಸುತ್ತೇನೆ. ಅದು ಈಗ ನನ್ನದು ಮತ್ತು ಭವಿಷ್ಯದಲ್ಲಿ ಅದು ಹೆಚ್ಚಾಗುತ್ತದೆ ಎಂದು.

ನಾಸ್ತಿಕ, ಅಥವಾ ದೇವರಿಲ್ಲದ, ನಾಗರಿಕತೆಯು ಇಂದ್ರಿಯ ತೃಪ್ತಿಯ ಒಂದು ದೊಡ್ಡ ವ್ಯವಹಾರವಾಗಿದೆ, ಮತ್ತು ಪ್ರತಿಯೊಬ್ಬರೂ ಈಗ ಖಾಲಿ ಪ್ರದರ್ಶನವನ್ನು ಮುಂದುವರಿಸಲು ಹಣದ ನಂತರ ಹುಚ್ಚರಾಗಿದ್ದಾರೆ. ಪ್ರತಿಯೊಬ್ಬರೂ ಹಣವನ್ನು ಹುಡುಕುತ್ತಿದ್ದಾರೆ ಏಕೆಂದರೆ ಅದು ಇಂದ್ರಿಯ-ತೃಪ್ತ ವಸ್ತುಗಳ ವಿನಿಮಯದ ಮಾಧ್ಯಮವಾಗಿದೆ. ಇಂತಹ ಕೋಲಾಹಲದ ವಾತಾವರಣದಲ್ಲಿ ಶಾಂತಿಯನ್ನು ನಿರೀಕ್ಷಿಸುವುದು ರಾಮರಾಜ್ಯದ ಕನಸು. ಎಲ್ಲಿಯವರೆಗೆ ಇಂದ್ರಿಯ ತೃಪ್ತಿಗಾಗಿ ಹುಚ್ಚುತನದ ಸ್ವಲ್ಪ ಛಾಯೆ ಇರುತ್ತದೆಯೋ ಅಲ್ಲಿಯವರೆಗೆ ಶಾಂತಿಯು ದೂರ ದೂರ ಉಳಿಯುತ್ತದೆ. ಕಾರಣವೇನೆಂದರೆ, ಸ್ವಭಾವತಃ ಎಲ್ಲರೂ ಪರಮಾತ್ಮನ ಶಾಶ್ವತ ಸೇವಕರು ಮತ್ತು ಆದ್ದರಿಂದ ನಾವು ನಮ್ಮ ವೈಯಕ್ತಿಕ ಆಸಕ್ತಿಗಾಗಿ ಏನನ್ನೂ ಆನಂದಿಸಲು ಸಾಧ್ಯವಿಲ್ಲ. ಭಗವಂತನ ಹಿತಾಸಕ್ತಿಗಾಗಿ ನಾವು ಎಲ್ಲವನ್ನೂ ಪಾರಮಾರ್ಥಿಕ ಸೇವೆಯಲ್ಲಿ ಬಳಸಿಕೊಳ್ಳಬೇಕು. ಇದು ಮಾತ್ರ ಅಪೇಕ್ಷಿತ ಶಾಂತಿಯನ್ನು ತರುತ್ತದೆ. ದೇಹದ ಒಂದು ಭಾಗವು ಸ್ವತಃ ತೃಪ್ತಿಪಡಿಸಲು ಸಾಧ್ಯವಿಲ್ಲ; ಅದು ಇಡೀ ದೇಹಕ್ಕೆ ಮಾತ್ರ ಸೇವೆ ಸಲ್ಲಿಸುತ್ತದೆ ಮತ್ತು ಆ ಸೇವೆಯಿಂದ ತೃಪ್ತಿಯನ್ನು ಪಡೆಯಬಹುದು. ಆದರೆ ಈಗ ಎಲ್ಲರೂ ಸ್ವಹಿತಾಸಕ್ತಿಯ ವ್ಯವಹಾರದಲ್ಲಿ ನಿರತರಾಗಿದ್ದಾರೆ ಮತ್ತು ಭಗವಂತನ ಸೇವೆ ಮಾಡಲು ಯಾರೂ ಸಿದ್ಧರಿಲ್ಲ. ಅದು ಭೌತಿಕ ಅಸ್ತಿತ್ವಕ್ಕೆ ಮೂಲ ಕಾರಣ.

ಅತ್ಯುನ್ನತ ಕಾರ್ಯನಿರ್ವಾಹಕ ನಿರ್ವಾಹಕರಿಂದ ಹಿಡಿದು ಬೀದಿಯಲ್ಲಿ ಕೆಳಮಟ್ಟದ ಕಸಗುಡಿಸುವವರವರೆಗೆ ಎಲ್ಲರೂ ಅಕ್ರಮ ಸಂಪತ್ತಿನ ಕ್ರೋಢೀಕರಣದ ಚಿಂತನೆಯೊಂದಿಗೆ ಕೆಲಸ ಮಾಡುತ್ತಿದ್ದಾರೆ. ಆದರೆ ಸ್ವಾರ್ಥಕ್ಕಾಗಿ ಮಾತ್ರ ಕೆಲಸ ಮಾಡುವುದು ವಸ್ತು ಸಮಸ್ಯೆಗಳು, ಆಧ್ಯಾತ್ಮಿಕ ಪರಿಹಾರಗಳು 2 ಆಸಕ್ತಿಯು ಕಾನೂನುಬಾಹಿರ ಮತ್ತು ವಿನಾಶಕಾರಿಯಾಗಿದೆ, ಕೇವಲ ಒಬ್ಬರ ಸ್ವಹಿತಾಸಕ್ತಿಗಾಗಿ ಆಧ್ಯಾತ್ಮಿಕ ಸಾಕ್ಷಾತ್ಕಾರವನ್ನು ಬೆಳೆಸುವುದು ಸಹ ಕಾನೂನುಬಾಹಿರ ಮತ್ತು ವಿನಾಶಕಾರಿಯಾಗಿದೆ. ಎಲ್ಲಾ ಅಕ್ರಮ ಹಣ ಸಂಪಾದನೆಯ ಪರಿಣಾಮವಾಗಿ, ಜಗತ್ತಿನಲ್ಲಿ ಹಣದ ಕೊರತೆಯಿಲ್ಲ. ಆದರೆ

ಶಾಂತಿಯ ಕೊರತೆ ಇದೆ. ನಮ್ಮ ಇಡೀ ಮಾನವ ಶಕ್ತಿಯನ್ನು ಈ ಹಣ ಸಂಪಾದನೆಗೆ ತಿರುಗಿಸಿರುವುದರಿಂದ, ಒಟ್ಟು ಜನಸಂಖ್ಯೆಯ ಹಣ ಮಾಡುವ ಸಾಮರ್ಥ್ಯವು ಖಂಡಿತವಾಗಿಯೂ ಹೆಚ್ಚಾಗಿದೆ. ಆದರೆ ಇದರ ಫಲಿತಾಂಶವೆಂದರೆ ಅಂತಹ ಅನಿಯಂತ್ರಿತ ಮತ್ತು ಕಾನೂನುಬಾಹಿರ ಹಣದುಬ್ಬರವು ಕೆಟ್ಟ ಆರ್ಥಿಕತೆಯನ್ನು ಸೃಷ್ಟಿಸಿದೆ ಮತ್ತು ಅಂತಹ ಹಣ ಸಂಪಾದನೆಯ ಫಲಿತಾಂಶವನ್ನು ನಾಶಮಾಡುವ ಬೆದರಿಕೆಯನ್ನುಂಟುಮಾಡುವ ಬೃಹತ್, ದುಬಾರಿ ಶಸ್ತ್ರಾಸ್ತ್ರಗಳನ್ನು ತಯಾರಿಸಲು ನಮಗೆ ಅನುವು ಮಾಡಿಕೊಟ್ಟಿದೆ.

ಶಾಂತಿಯನ್ನು ಅನುಭವಿಸುವ ಬದಲು, ದೊಡ್ಡ ಹಣ ಮಾಡುವ ದೇಶಗಳ ನಾಯಕರು ಆಧುನಿಕ ವಿನಾಶಕಾರಿ ಅಸ್ತ್ರಗಳಿಂದ ತಮ್ಮನ್ನು ಹೇಗೆ ರಕ್ಷಿಸಿಕೊಳ್ಳಬಹುದು ಎಂದು ಈಗ ದೊಡ್ಡ ಯೋಜನೆಗಳನ್ನು ಮಾಡುತ್ತಿದ್ದಾರೆ ಮತ್ತು ಅಂತಹ ಭಯಾನಕ ಶಸ್ತ್ರಾಸ್ತ್ರಗಳ ಪ್ರಯೋಗಗಳಿಗಾಗಿ ದೊಡ್ಡ ಮೊತ್ತವನ್ನು ಸಮುದ್ರಕ್ಕೆ ಎಸೆಯಲಾಗುತ್ತಿದೆ. ಅಂತಹ ಪ್ರಯೋಗಗಳನ್ನು ಬೃಹತ್ ವಿತ್ತೀಯ ವೆಚ್ಚದಲ್ಲಿ ಮಾತ್ರವಲ್ಲದೆ ಅನೇಕ ಬಡ ಜೀವಗಳ ಬೆಲೆಯಲ್ಲಿಯೂ ನಡೆಸಲಾಗುತ್ತಿದೆ, ಆ ಮೂಲಕ ಅಂತಹ ರಾಷ್ಟ್ರಗಳನ್ನು ಕರ್ಮದ ನಿಯಮಗಳಿಗೆ ಬಂಧಿಸುತ್ತದೆ. ಅದು ಭೌತಿಕ ಪ್ರಕೃತಿಯ ಭ್ರಮೆ. ಇಂದ್ರಿಯ ತೃಪ್ತಿಯ ಪ್ರಚೋದನೆಯ ಪರಿಣಾಮವಾಗಿ, ಹಾಳಾದ ಶಕ್ತಿಯಿಂದ ಹಣವನ್ನು ಗಳಿಸಲಾಗುತ್ತದೆ ಮತ್ತು ನಂತರ ಅದನ್ನು ಮಾನವ ಜನಾಂಗದ ನಾಶಕ್ಕಾಗಿ ಖರ್ಚು ಮಾಡಲಾಗುತ್ತದೆ. ಮಾನವ ಜನಾಂಗದ ಶಕ್ತಿಯು ಪ್ರಕೃತಿಯ ನಿಯಮವನ್ನು ಹಾಳುಮಾಡುತ್ತದೆ ಏಕೆಂದರೆ ಆ ಶಕ್ತಿಯು ಎಲ್ಲಾ ಶಕ್ತಿಗಳ ಒಡೆಯನಾದ ಭಗವಂತನ ಸೇವೆಯಿಂದ ಬೇರೆಡೆಗೆ ತಿರುಗುತ್ತದೆ.

ಸಂಪತ್ತು ತಾಯಿ ಲಕ್ಷ್ಮಿ ಅಥವಾ ಅದೃಷ್ಟದ ದೇವತೆಯಿಂದ ಬಂದಿದೆ. ವೈದಿಕ ಸಾಹಿತ್ಯಗಳು ವಿವರಿಸಿದಂತೆ, ಅದೃಷ್ಟದ ದೇವತೆಯು ಎಲ್ಲಾ ನರಗಳ ಅಥವಾ ಜೀವಿಗಳ ಮೂಲವಾದ ಭಗವಾನ್ ನಾರಾಯಣನನ್ನು ಸೇವೆ ಮಾಡಲು ಉದ್ದೇಶಿಸಲಾಗಿದೆ. ನರರು ಕೂಡ ಅದೃಷ್ಟದ ದೇವತೆಯ ಮಾರ್ಗದರ್ಶನದಲ್ಲಿ ಪರಮ ಪ್ರಭುವಾದ ನಾರಾಯಣನನ್ನು ಸೇವೆ ಮಾಡಲುಉದ್ದೇಶಿಸಲಾಗಿದೆ. ನಾರಾಯಣ ಅಥವಾ ಕೃಷ್ಣನ ಸೇವೆ ಮಾಡದೆ ಜೀವಿಯು ಅದೃಷ್ಟದ ದೇವತೆಯನ್ನು ಆನಂದಿಸಲು ಸಾಧ್ಯವಿಲ್ಲ, ಆದ್ದರಿಂದ ಅವಳನ್ನು ತಪ್ಪಾಗಿ ಆನಂದಿಸಲು ಬಯಸುವವನು ಪ್ರಕೃತಿಯ ನಿಯಮಗಳಿಂದ ಶಿಕ್ಷೆಗೆ ಒಳಗಾಗುತ್ತಾನೆ ಮತ್ತು ಹಣವು ಶಾಂತಿಗೆ ಕಾರಣವಾಗುವ ಬದಲು ವಿನಾಶಕ್ಕೆ ಕಾರಣವಾಗುತ್ತದೆ. ಇಂತಹ ಕಾನೂನುಬಾಹಿರವಾಗಿ ಸಂಗ್ರಹಿಸಿದ ಹಣವನ್ನು

ಈಗ ವಿವಿಧ ರಾಷ್ಟ್ರೀಯ ಮತ್ತು ಅಂತರಾಷ್ಟ್ರೀಯ ಯುದ್ಧ ನಿಧಿಗಳಿಗೆ ರಾಜ್ಯ ತೆರಿಗೆಯ ವಿವಿಧ ವಿಧಾನಗಳಿಂದ ಜಿಪುಣ ನಾಗರಿಕರಿಂದ ಕಸಿದುಕೊಳ್ಳಲಾಗುತ್ತಿದೆ, ಅವರು ಹಣವನ್ನು ವ್ಯರ್ಥವಾಗಿ ಖರ್ಚು ಮಾಡುತ್ತಾರೆ. ನಾಗರಿಕನು ತನ್ನ ಕುಟುಂಬವನ್ನು ಚೆನ್ನಾಗಿ ನಿರ್ವಹಿಸಲು ಮತ್ತು ಆಧ್ಯಾತ್ಮಿಕ ಜ್ಞಾನವನ್ನು ಬೆಳೆಸಲು ಕೇವಲ ಸಾಕಷ್ಟು ಹಣದಿಂದ ತೃಪ್ತನಾಗುವುದಿಲ್ಲ, ಇವೆರಡೂ ಮಾನವ ಜೀವನದಲ್ಲಿ ಅತ್ಯಗತ್ಯ. ಅವನು ಈಗ ಅತೃಪ್ತ ಆಸೆಗಳನ್ನು ಪೂರೈಸಲು ಅಪರಿಮಿತವಾಗಿ ಹಣವನ್ನು ಬಯಸುತ್ತಾನೆ ಮತ್ತು ಅವನ ಕಾನೂನುಬಾಹಿರ ಆಸೆಗಳಿಗೆ ಅನುಗುಣವಾಗಿ ಅವನ ಸಂಗ್ರಹವಾದ ಹಣವನ್ನು ಈಗ ವೈದ್ಯಕೀಯ ವೃತ್ತಿಗಾರರು, ವಕೀಲರು, ತೆರಿಗೆ ವಸೂಲಿಗಾರರು, ಸಮಾಜ ಸಂಸ್ಥೆಗಳು ಇತ್ಯಾದಿಗಳ ರೂಪದಲ್ಲಿ ಭ್ರಮೆಯ ಸ್ವಭಾವದ ಏಜೆಂಟ್‌ಗಳು ತೆಗೆದುಕೊಂಡು ಹೋಗುತ್ತಿದ್ದಾರೆ.

ಭ್ರಮೆಯ ಸ್ವಭಾವದ ಆಜ್ಞೆಯ ಅಡಿಯಲ್ಲಿ, ಶ್ರೀಮದ್ ಭಾಗವತದ ಪ್ರತಿಯನ್ನು ಖರೀದಿಸಲು ಹಿಂಜರಿದ ಒಬ್ಬ ಜಿಪುಣನು ಒಂದು ವಾರದ ಔಷಧಿ ಪೂರೈಕೆಗಾಗಿ ಇಪ್ಪತ್ತೈದು ನೂರು ಡಾಲರ್‌ಗಳನ್ನು ಖರ್ಚು ಮಾಡಿದನು ಮತ್ತು ನಂತರ ಸತ್ತನು. ಭಗವಂತನ ಸೇವೆಗಾಗಿ ಒಂದು ಸೆಂಟ್ ಖರ್ಚು ಮಾಡಲು ನಿರಾಕರಿಸಿದ ವ್ಯಕ್ತಿಯು ತನ್ನ ಮನೆಯ ಸದಸ್ಯರ ನಡುವಿನ ಕಾನೂನು ಮೊಕದ್ದಮೆಯಲ್ಲಿ ಮೂವತ್ತೈದು ನೂರು ಡಾಲರ್ಗಳನ್ನು ವ್ಯರ್ಥ ಮಾಡಿದಾಗ ಇದೇ ರೀತಿಯ ಘಟನೆ ಸಂಭವಿಸಿದೆ. ಅದು ಪ್ರಕೃತಿಯ ನಿಯಮ. ಹಣವನ್ನು ಭಗವಂತನ ಸೇವೆಗೆ ಮೀಸಲಿಡದಿದ್ದರೆ, ಪ್ರಕೃತಿಯ ನಿಯಮದಿಂದ ಅದನ್ನು ಕಾನೂನು ಸಮಸ್ಯೆಗಳು, ರೋಗಗಳು ಮತ್ತು ಮುಂತಾದವುಗಳ ವಿರುದ್ಧದ ಹೋರಾಟದಲ್ಲಿ ಹಾಳಾದ ಶಕ್ತಿಯಾಗಿ ಖರ್ಚು ಮಾಡಬೇಕು. ಮೂರ್ಖರಿಗೆ ಅಂತಹ ಸತ್ಯಗಳನ್ನು ನೋಡಲು ಕಣ್ಣುಗಳಿಲ್ಲ, ಆದ್ದರಿಂದ ಅವಶ್ಯವಾಗಿ ಪರಮಾತ್ಮನ ಕಾನೂನುಗಳು ಅವರನ್ನು ಮೂರ್ಖರನ್ನಾಗಿಸುತ್ತವೆ. ಸರಿಯಾದ ನಿರ್ವಹಣೆಗೆ ಅಗತ್ಯಕ್ಕಿಂತ ಹೆಚ್ಚಿನ ಹಣವನ್ನು ಸ್ವೀಕರಿಸಲು ಪ್ರಕೃತಿಯ ನಿಯಮಗಳು ನಮಗೆ ಅನುಮತಿಸುವುದಿಲ್ಲ. ಪ್ರತಿ ಜೀವಿಗೂ ತನ್ನ ಪಾಲಿನ ಆಹಾರ ಮತ್ತು ವಸತಿಯನ್ನು ಒದಗಿಸಲು ಪ್ರಕೃತಿಯ ನಿಯಮದಿಂದ ಸಾಕಷ್ಟು ವ್ಯವಸ್ಥೆ ಇದೆ, ಆದರೆ ಮಾನವನ ಅತೃಪ್ತ ಕಾಮವು ಎಲ್ಲಾ ಜಾತಿಯ ಜೀವಗಳ ಸರ್ವಶಕ್ತ ತಂದೆಯ ಸಂಪೂರ್ಣ ವ್ಯವಸ್ಥೆಯನ್ನು ಭಂಗಗೊಳಿಸಿದೆ. ಪರಮಾತ್ಮನ ವ್ಯವಸ್ಥೆಯಿಂದ, ಉಪ್ಪು ಸಾಗರವಿದೆ, ಏಕೆಂದರೆ ಉಪ್ಪು ಜೀವಿಗೆ ಅವಶ್ಯಕವಾಗಿದೆ. ಅದೇ ರೀತಿಯಲ್ಲಿ, ದೇವರು ಸಾಕಷ್ಟು ಗಾಳಿ ಮತ್ತು ಬೆಳಕನ್ನು

ವ್ಯವಸ್ಥೆಗೊಳಿಸಿದ್ದಾನೆ, ಅದು ಜೀವಿಗಳಿಗೆ ಅವಶ್ಯಕವಾಗಿದೆ. ಉಗ್ರಾಣದಿಂದ ಯಾವುದೇ ಪ್ರಮಾಣದ ಉಪ್ಪನ್ನು ಸಂಗ್ರಹಿಸಿ, ಆದರೆ ಒಬ್ಬರು ತನಗೆ ಅಗತ್ಯಕ್ಕಿಂತ ಹೆಚ್ಚು ಉಪ್ಪನ್ನು ತೆಗೆದುಕೊಳ್ಳಲು ಸಾಧ್ಯವಿಲ್ಲ. ಅವನು ಹೆಚ್ಚು ಉಪ್ಪನ್ನು ತೆಗೆದುಕೊಂಡರೆ ಅವನು ಸಾರು ಹಾಳುಮಾಡುತ್ತಾನೆ ಮತ್ತು ಅವನು ಕಡಿಮೆ ಉಪ್ಪನ್ನು ತೆಗೆದುಕೊಂಡರೆ ಅವನ ಆಹಾರವು ರುಚಿಯಿಲ್ಲ. ಮತ್ತೊಂದೆಡೆ, ಅವನು ಸಂಪೂರ್ಣವಾಗಿ ಬೇಕಾದುದನ್ನು ಮಾತ್ರ ತೆಗೆದುಕೊಂಡರೆ, ಆಹಾರವು ರುಚಿಕರವಾಗಿರುತ್ತದೆ ಮತ್ತು ಅವನು ಆರೋಗ್ಯವಾಗಿರುತ್ತಾನೆ. ಆದ್ದರಿಂದ ಸಂಪತ್ತಿನ ಮಹತ್ವಾಕಾಂಕ್ಷೆಯು ನಮಗೆ ಅಗತ್ಯಕ್ಕಿಂತ ಹೆಚ್ಚಿನದು ಹಾನಿಕಾರಕವಾಗಿದೆ, ಹಾಗೆಯೇ ನಮಗೆ ಸಂಪೂರ್ಣವಾಗಿ ಅಗತ್ಯಕ್ಕಿಂತ ಹೆಚ್ಚು ಉಪ್ಪನ್ನು ತಿನ್ನುವುದು ಹಾನಿಕಾರಕವಾಗಿದೆ. ಅದು ಪ್ರಕೃತಿಯ ನಿಯಮ.

Author Description

- **NAME: SUGUN KOUSHIK**
- **DATE OF BIRTH: 06-MAY-1994**
- **MAIL: sugunkoushik95@gmail.com**
- **CONTACT: 9535453996**

A motivational speaker, leadership coach and behavioral trainer by profession. He has written one book tittled "THE DIVINE CONVERSATION". And "DAIVIKA SAMBHASHANE" Kannada book.

However ,apart from all this his true passion is imagining , exploring and then new realms of philosophical fiction and spiritualism through writing and painting. he has studied all vedic litterateur,like srimad bagavath geetha and srimad bagavatham 12 cantos, and all kind of upanisads.

www.ingramcontent.com/pod-product-compliance
Lightning Source LLC
Chambersburg PA
CBHW020014210825
31456CB00010B/169
* 9 7 9 8 8 8 8 3 3 8 0 4 9 *